ஊர்சுற்றி

ஊர்சுற்றி

யுவன் சந்திரசேகர் (பி. 1961)

யுவன் சந்திரசேகர் (எம். யுவன்) பிறந்தது மதுரை மாவட்டம் சோழவந்தானுக்கு அருகிலுள்ள கரட்டுப்பட்டி என்ற சிறு கிராமத்தில். வசிப்பது சென்னையில். பாரத ஸ்டேட் வங்கியில் பணிபுரிந்து விருப்ப ஓய்வு பெற்றிருக்கிறார்.

மின்னஞ்சல்: writeryuvan@gmail.com

ஆசிரியரின் பிற நூல்கள்

- ஒளிவிலகல் (2001) சிறுகதைகள்
- பயணக்கதை (2011) நாவல்
- ஏமாறும் கலை (2012) சிறுகதைகள்
- நகுலன்: தேர்ந்தெடுத்த கவிதைகள் (2012)
- நினைவுதிர் காலம் (2013) நாவல்
- தீராப் பகல் (2013) கவிதைகள்
- ஒற்றறிதல் (2017) சிறுகதைகள்
- வேதாளம் சொன்ன கதை (2019) நாவல்
- தலைப்பில்லாதவை (2021) குறுங்கதை
- ஆத்மாநாம்: தேர்ந்தெடுத்த கவிதைகள் (2022)
- நிலவைச் சுட்டும் விரல் (2023) கட்டுரைகள்
- இதுவும்தான், அதுவும்தான் (2023) கவிதைகள்

மொழிபெயர்ப்பு

- எனது இந்தியா (2005) நினைவோடை
- குதிரை வேட்டை (2020) நாவல்
- பொம்மை அறை (2015) நாவல்
- கூட்டுவிழிகள் கொண்ட மனிதன் (2019) நாவல்

யுவன் சந்திரசேகர்

ஊர்சுற்றி

காலச்சுவடு பதிப்பகம்

அன்பார்ந்த வாசகருக்கு,

வணக்கம்.

காலச்சுவடு நூலை வாங்கியமைக்கு நன்றி.

நூலின் உள்ளடக்கம், உருவாக்கம், அட்டைப்படம் இன்ன பிற அம்சங்கள் பற்றிய உங்கள் கருத்துகளையும் ஆலோசனைகளையும் காலச்சுவடு வரவேற்கிறது. தகவல், எழுத்து, வாக்கியப் பிழைகள் தென்பட்டால் கட்டாயம் தெரிவித்து உதவுங்கள். நூல் தயாரிப்பில் கடும் குறைபாடு இருப்பின் மாற்றுப் பிரதி உங்களுக்குக் கிடைக்கக் காலச்சுவடு ஏற்பாடு செய்யும்.

மின்னஞ்சல்: publisher@kalachuvadu.com

காலச்சுவடு நாகர்கோவில் அலுவலகத்திற்குக் கடிதம் அனுப்பலாம்.

தங்கள்
எஸ்.ஆர். சுந்தரம் (கண்ணன்)
பதிப்பாளர் — நிர்வாக இயக்குநர்

ஊர்சுற்றி ◆ நாவல் ◆ ஆசிரியர்: யுவன் சந்திரசேகர் ◆ © ஆர். சந்திரசேகரன் ◆ முதல் (குறும்) பதிப்பு: மே 2016, ஆறாம் பதிப்பு: டிசம்பர் 2023 ◆ வெளியீடு: காலச்சுவடு பப்ளிகேஷன்ஸ் (பி) லிட்., 669, கே.பி. சாலை, நாகர்கோவில் 629001

uurcuRRi ◆ Novel ◆ Author: Yuvan Chandrasekar ◆ ©R. Chandrasekaran ◆ Language: Tamil ◆ First (Short) Edition: May 2016, Sixth Edition: December 2023 ◆ Size: Demy 1 x 8 ◆ Paper: 18.6 kg maplitho ◆ Pages: 408

Published by Kalachuvadu Publications Pvt.Ltd., 669, K.P.Road, Nagercoil 629001, India ◆ Phone: 91-4652-278525 ◆ e-mail: publications @kalachuvadu.com ◆ Printed at Clicto Print, Jaleel Towers, 42 KB Dasan Road, Teynampet Chennai 600018

ISBN: 978-93-5244-006-1

12/2023/S.No. 682, kcp 4905, 18.6 (6) uss

என் அபிமான கதைசொல்லி,
என் தந்தை
அமரர் எம்.எஸ். ராமநாதனுக்கு

1

மரணத்தில் ஆரம்பித்தது சீதாபதியின் யாத்திரை. 1936இல். ஒருமையில் சொல்வதுகூடப் பிசகுதான். இரண்டு சாவுகள். இருபது நாள் இடைவெளியில் நடந்தவை. காலடியில் திடமாக இருந்த தரை, தரையே அல்ல, நீர்ப்பரப்பு என்று அவனை உணரச் செய்தவை. இன்றுவரை சீதாபதியால் கொஞ்சமும் புரிந்துகொள்ள முடியாதவை. ஒருவரியில் சொல்லிவிட முடியாது. ஒவ்வொன்றாகச் சொல்லலாம். நேரமும் திராணியும் நிறையத் தேவைப்படும்.

மழைக்கால மலைப்பாதையில் மண்சரிகிற மாதிரி, வாழ்வின் கனம் சடசடவென்று அவன்மீது சரிந்த நாட்கள் அவை. முதல் அழுத்தம் பதிந்த நாள் பசுமையாக இருக்கிறது அவனுக்குள். அதன் ஒவ்வொரு கணமுமே கிரமம் தவறாமல் நினைவில் இருக்கிறது. சாவகாசமாய் இருக்கும் பொழுதுகளில், அந்தத் திங்கள்கிழமையிலிருந்துதான் மனம் நாலு கால் பாய்ச்சலில் பறக்கத் தொடங்கும். உடம்பின் ஒவ்வொரு ரோமக்காலிலும் பரபரப்பு தொற்றும்.

சகலத்தையும் அழித்தெழுதி, அதற்கு முந்தின ஞாயிற்றுக்கிழமையில் தொடங்கி, புதிதாக ஒரு வாழ்க்கையை ஆரம்பித்து, கடந்துபோன அத்தனை வருடங்களையும் வாழ்ந்து தீர்க்க வேண்டும் என்று ஆசையாக இருக்கும். மூச்சு முட்டும். ஆறேழு வருட காலம் போலப் பீடித்திருந்துவிட்டு, ஒருநாள் சட்டென்று ஓய்ந்துபோனது. அப்புறம், யாருக்கோ

நடந்ததை ஞாபகத்தில் மீட்டுப் பார்க்கிற மாதிரி தொலைவு கூடிவிட்டது ...

ஆமாம். அன்று திங்கள்கிழமை. சிவந்திப்பட்டியில் மாட்டுத்தாவணி நடந்த நாள். வழக்கமாக வாரச்சந்தை நடக்கும் அதே திடலில் ஒரு மாதம் விட்டு ஒரு மாதம் நடப்பது. சந்தை நாட்களில் தவறாமல் அங்கே போய்விடுவார் அப்பா. மாட்டுத்தாவணி என்றால் கேட்கவே வேண்டாம். அதிகாலையிலேயே போய்விடுவார். வருகிறவர்கள் மாட்டை மட்டும் ஓட்டி வருவதில்லை, ஏழெட்டு சகாக்களையும் கூட்டி வருவார்கள். ஆளுக்கொன்றாக வீச்சரிவாள்களும், பட்டாக்கத்திகளும் கிடக்கிற தட்டுவண்டியும் கூட வரும்.

முன்பெல்லாம் அப்படிப் பதட்டமாகப் போனதில்லை அப்பா. நாலு வருஷத்துக்கு முன்னால் மாட்டுத்தாவணி நடக்கும்போதே ஒரு கொலை விழுந்தது. ஒன்று என்று சொல்லக்கூடாது. தரைமட்ட விலைக்குக் கேட்டவனையும் தன்னை அப்படியொரு அவமானத்துக்கு ஆளாக்கிய காளையையும் ஒரே வீச்சரிவாளால் போட்டுத் தள்ளிவிட்டு, சோழவந்தான் போலீஸ் ஸ்டேஷனில் போய்ச் சரணடைந்துவிட்டான் விளாம்பட்டிக்காரன்.

'சம்பவ இடத்தில் காரியக்காரர் ஏன் இல்லை' என்று ஒரு கேள்வியைப் போட்டார் போலீஸ் அதிகாரி. அவ்வளவுதான், அப்பாவின் நிம்மதி கெட்டுவிட்டது. தாணாவுக்கும் கச்சேரிக்கும் மாறிமாறி நடந்தார். இரண்டு வருஷ அலைச்சல். யார்யாரிடமோ சிபாரிசுக்குப் போனார். எத்தனையோ மன்னிப்புக் கடுதாசிகள் கொடுத்தார். ஒருவழியாக விடுபட்டபோது, ஆள் கணிசமாக மெலிந்திருந்தார். லேசாகக் கூன் விழுந்திருந்தது. குரலும் மனமும் தடித்துவிட்டது ...

அம்மா இறந்த திங்கள்கிழமை நடந்த ஒவ்வொன்றும் பசுமையாக நினைவிருக்கிறது. புறப்படும்போது அப்பா மறந்துவிட்ட தோள்துண்டை அம்மாதான் எடுத்துப் போய்க் கொடுத்தாள். வளாகத்தின் வாசலில் போய் நின்றுகொண்டு, இவர் கிளம்ப சகுனம் பார்த்துச் சொன்னாள். அதாவது, சாலையைப் பார்த்துக்கொண்டே அவள் தலையாட்டுவாள். அப்பா புறப்படுவார். அவர்கள் இருவரும் நேருக்குநேர் பேசி இவன் பார்த்ததே கிடையாது. அம்மா தரையைப் பார்த்துப் பேசும் வார்த்தைகளுக்கு, அப்பா தெருவையோ கூரையையோ ஆகாயத்தையோ அல்லது சீதாபதியையோ பார்த்து பதில் சொல்வார் ...

வீட்டின் முன்னால் இருந்த நெற்களத்தில், போர்வைப் பொதிக்குள்ளிருந்து ஆமை மாதிரித் தலை நீட்டி அவ்வளவையும் பார்த்துக்கொண்டிருந்தான் சீதாபதி.

அப்பா போனதும் நேரே வேப்பமரத்தினருகில் போனாள். குச்சி ஒடித்துக்கொண்டு இவன் தலைமாட்டில் வந்து அமர்ந்தாள். தொலைவில் எங்கோ பார்வையும் கவனமும் பதிந்திருக்க, பாத்திரம் தேய்க்கும் முகபாவத்துடன் விட்டேற்றியாகப் பல் தேய்த்தவளைக் கண்கொட்டாமல் பார்த்தான் சீதாபதி.

முப்பத்துநாலு வயது என்று யாரும் சொல்ல மாட்டார்கள். சீதாபதி அளவு வளர்ந்த பிள்ளை இருக்கிறான் அவளுக்கு என்று சந்தேகம்கூடப் படமாட்டார்கள். இருவரும் சேர்ந்து போன சந்தர்ப்பங்களில், இவனை அவளது தம்பியா என்று விசாரித்தவர்கள் உண்டு. அவளுடைய வம்சவாகு அது. பாட்டியும் அம்மாவுமே அக்கா தங்கை மாதிரித்தான் இருப்பார்கள். பாட்டி தான் தங்கை.

அம்மாவுக்கேற்ற புருஷன் இல்லை அப்பா. அழுத்தமாக விளையாடிய அம்மையின் ஆறாத் தழும்புகள் மண்டிய முகம். வட்ருப்பி அடித்த தலையும், கடுக்கனுமாக இருப்பார். லேசாக விந்திவிந்தி நடப்பார். டாலடிக்கும் வெள்ளைக் கல் கடுக்கன் மாத்திரம் இல்லையென்றால், பிச்சை போட யாரும் தயங்க மாட்டார்கள். குரலும் கொஞ்சம் சன்னமான, கீச்சுக்குரல்தான்.

ஆனால், பரம்பரைக் கர்ணம். வசதியான குடும்பத்தின் மூத்த பையன். முதல் தாரம் தவறி, பத்துவருடம் வரை தனியாக வாழ்க்கை நடத்திய யோக்கியன். பாக்குத்துண்டு கூடப் பல்லில் படாத உத்தமன். குடும்பம் நடத்திய ஆறு வருடங்களில் மூத்த மகராசியை 'தள்ளி நில்லு' என்று சொன்னவனில்லை. குழந்தை பெற்றுக்கொடுக்காமலே போய்ச் சேர்ந்திருந்தாள் அந்தப் பெண்மணி.

பூங்காவனம் சடங்கான பிறகு வெளியில் தலைகாட்டாமலே இருந்தவள். தாயார் தகப்பனிடம் அடம்பிடித்து, ஒருநாள் சந்தையில் வந்து உட்கார்ந்தாள். ஒரே நாள்தான். அன்று சந்தையில் கூச்சல் குறைவாய் இருந்ததாய்ச் சொல்வார்கள். வீட்டில் மாடு வைத்திராதவர்களெல்லாம்கூட கொச்சக்கயிறும் வாய்க்கூடும் வாங்கிக்கொண்டு போனார்களாம்.

இப்பிடீண்டு தெரிஞ்சிருந்தா இதுக்குள்ளாறே நாலு தோப்பு வாங்கிப் போட்ருப்பனேத்தா . . !

என்று சிரித்தாராம் தாத்தா. இவர்கள் போட்ட கடையில் சரக்கு தீர்ந்து, அக்கம்பக்கக் கடைகளின் இருப்பையும் இவர்களே தீர்த்துக் கொடுத்தார்கள். சும்மா இல்லை, தரகு வாங்கிக்கொண்டுதான்.

அத்தனை கண்கள் விட்டெரித்ததால்தான் இவர்கள் கல்யாணம் நடந்துவிட்டது என்று சொல்வாள் பாட்டி. சாயங்காலமே வீடு தேடி ஆள் வந்துவிட்டதாம். தோப்பும் துரவும் இல்லாவிட்டாலும் தங்கமான மனிதன். சர்க்கார்ப் பதவியில் இருந்தாலும், நாணயஸ்தன். முறையாகச் சம்பாதிக்கவேண்டும் என்ற நினைப்பு உள்ளவன். அதனாலேயே, சர்க்காரில் செல்வாக்கு உள்ளவன். ஏற்கனவே இவர்கள் அவனைப் பார்த்திருக்கிறார்கள். வண்ணாம்பாறைக் கர்ணம்தான்.

> நம்ம சாதிக்காரந்தானப்பு. அந்தப் பிள்ளெயும் போயிச்சேந்து பத்துவருசம் போல ஆச்சே. இன்னமுமா அதெ நாவகம் வச்சுருக்குறது? ஒரு ஈத்தும் ஈனாமெப் போன பிள்ளெதானே. அது இருந்ததுக்கு எதுனாச்சும் தடயமுண்டா? இப்பிடி ஒரு சம்மந்தம் ஒம் மகளுக்குக் கனவுலெகூடக் கெடெக்காது, பாத்துக்க ராசம்மா.

பாட்டி கூளு ஆசாரி மாதிரியே பேசிக் காட்டுவாள். லாடம் அடிக்கும் தொழில் செய்தவர் ஆசாரி. உபதொழிலாக மாட்டுத் தரகும் உண்டு. ஒரேயொருதடவை, கலியாணத் தரகர் வேலை பார்த்தார். கணிசமாகக் காசு சம்பாதித்தார்.

பெண்களிடம் ஒப்புதல் வாங்குவதோ, அவர்கள் அபிப்பிராயத்தைக் கேட்பதோகூட வழக்கத்துக்கு வராத காலம். குனிந்த தலை நிமிராமல் குத்தவைத்து உட்கார்ந்து தாலி வாங்கிக் கொண்டாள் பூங்கா.

மறுமாதமே சீதாபதி வயிற்றில் வந்துவிட்டான். அதன் பிறகுதான் அப்பாவின் வாழ்க்கையில் மிக முக்கியமான மாற்றம் நிகழ்ந்தது. பீர்க்கங்கூடு வைத்துத் தேய்த்துக் குளிக்கும் மனிதர் சீயக்காய்க்கு மாறினார். மதுரைக்குப் போகும்போது சோப்புக்கட்டியும் அத்தரும் வாங்கிவந்தார். ஜவ்வாதுப் பொட்டு வைத்துக்கொண்டார். சர்க்கார் அதிகாரிகளைப் பார்க்கப் போகும் நாட்களில் மட்டுமே இஸ்திரிபோட்ட உடை அணிகிறவர், தினசரி சலவை வெளுப்பு உடுத்தலானார்.

இதையெல்லாம் விடப் பெரிய மாற்றம், தோட்டி ரோசய்யா வின் மனைவி செங்காவுடன் தொடுப்பு உண்டானது. அப்புறம், மைனர் ஜோதிராம் நாயுடுவின் சகவாசத்தில் கஞ்சாப் பழக்கம் தொற்றியது. சர்க்கார் வேலைகளை ஒழுங்காகச் செய்துவந்தவர் என்பதால், யாரும் எதுவும் கேட்கமுடியாமல் போனது.

சிவந்திப்பட்டியிலிருந்து வண்டி கட்டி வந்து நியாயம் கேட்ட தாத்தாவிடம், அப்பா நிதானமாகச் சொன்னாராம்:

> வாஸ்தவந்தேன் மாமா. பத்து வருசம் அமுக்கிக்கிட்டுக் கெடந்தவென். ஆயுசு முளுக்க அப்பிடியே கெடந்துருக்கலாம். கெரகம் இளுத்து விட்ருச்சே ... விடுங்க, அதெல்லாம் இப்ப என்னாத்துக்கு மாமா. வண்டி மாடு கௌண்டுருச்சு போலவே? இன்னோரு சோடி பிடிச்சிருவமா?

திரும்பிப் போகும்போது தாத்தாவின் வண்டியில் இரண்டு மூடை சம்பா நெல்லும் போனது.

அம்மா காலையில் வழக்கம்போலக் குளித்துவிட்டிருந்தாள். வாசலுக்கும் ஆக்குப்புரைக்கும் நடமாடும்போது, புட்டத்தில் தட்டித்தட்டி அலைபாய்ந்த கோடாலிமுடிச்சின் நுனியில் ஈரம் சொட்டுவிட்டது. பாதங்களின் மேல்பகுதியில் அடர்த்தியாக மஞ்சள் பூசிக் குளித்திருந்தாள். முகத்திலும் மஞ்சளின் ஒளிர்வு இருந்தது.

சீதாபதி சட்டையைப் போட்டுக்கொண்டு கிளம்பினான். தோப்பில் ரங்கமணி காத்திருப்பான். நாயக்கர் தோப்பின் சதுர வடிவக் கமலைக் கிணற்றை நினைத்தாலே உடம்பு பரபரவென்னும். திடல் மாதிரி அகண்ட கிணறு. இளநீர் மாதிரி மிருதுவான, ருசியான தண்ணீர். ஊரையொட்டி ஓடும் பெரியாற்றுக் கால்வாயின் தண்ணீர், கரம்பைமண்ணால் சுத்தமாக வடிகட்டப்பட்டு, நேரே நாயக்கர் கிணற்றுக்கு வந்து தேங்குகிறது என்று சொல்லிச் சிரிப்பார்கள் ஊருக்குள்.

நாயக்கர் விதவிதமான மீன்களைக் கிணற்றில் விட்டு வளர்த்தார். வஞ்சிரம் வவ்வால் என்று முன்னங்கைப் பருமன் உள்ள மீன்களும் உண்டு. கைப்பிடிச் சுவரிலிருந்து இவர்கள் சொருக்குப் பாயும்போது மிரண்டு ஓரத்துக்கு ஒதுங்கும். கொஞ் சநேரம் ஆனபிறகு, தைரியம் வந்து இன்ன இடம் என்றில்லாமல் உடம்பைக் கடித்துக் குறுகுறுக்க வைக்கும். தோப்பின் சுற்றுச் சுவருக்குள் இருந்தாலும், கிணற்றுக்குப் போகத் தனி வாசலும், கதவும், மண்பாதையும் அமைத்திருந்தார் நாயக்கர். எவ்வளவு நேரம், எத்தனைபேர் இறங்கிக் குளித்தாலும் அவருக்கு ஆட்சேப மில்லை.

> கிணத்தெ வெட்டுறதுதான் நாம. அதுலெ ஊறுற அமிர்தத் துக்கு நாமளா பொறுப்பு?

என்பார்.

தாராளமாக் குளிக்கட்டுமே. எம்புட்டுப் பேரு உளப்பினாலும், தண்ணி கலங்கலா ஆகுறதில்லெயே . . . இந்தப் பயக அளுக்கும் நம்ம மீனுகளுக்குத் தீனிதானே!

என்று சிரிப்பார். அவர் சொல்லாத இன்னொரு காரணம், பகல் முழுவதும் ஆள் நடமாட்டம் இருப்பதால், தோப்பில் களவு போவதில்லை – இரவுக் காவலுக்கு மட்டும் ராசுத் தேவரைப் போட்டிருந்தார். ஓயாத வறட்டு இருமல் உள்ளவர் தேவர். ஆழ்ந்த உறக்கத்தில்கூட இருமக் கூடியவர் . . .

ஆறாவது ஃபாரம் பொதுத் தேர்வு எழுதிவிட்டு, முடிவுகள் வெளியாகக் காத்திருக்கிறான் சீதாபதி. இவனைவிட மூன்று வயது பெரியவனான ரங்கமணி 'இந்தவாட்டியும் போயிரும்ப்பா' என்று உறுதியாகச் சொல்லியிருக்கிறான். லாடங்குளம் பஞ்சாயத்து ஆபீஸில் கிளார்க்காக உட்காராமல் ஓய்வதில்லை என்பது சீதாபதியின் தீர்மானம். பரீட்சைகளை நன்றாகவே எழுதியிருக்கிறான் . . . ரங்கமணி சொல்வான்,

ஒனக்கென்னப்பா. படிக்கிற பய. ஒண்ணுமில்லாட்டி, ஒங்கப்பாரு ஒன்னைய காரியக்காரரு ஆக்கிருவாரு. எங்களெ மாருதியா? . . . மேளி புடிச்சாத்தான் சோறுண்டு இருக்கா ஒனக்கு? வடக்கத்திப் பாசெ வேறெ படிச்சிருக்குற. எங்கிட்டுப் போயும் பொளச்சுக்கிருவ . . .

கொப்பம்பட்டியில் வசித்த ஹிந்தி பண்டிட் ராமானுஜம் சாரிடம் சாயங்காலம் ஒருமணிநேரம் படிக்கப் போட்டிருந்தார் அப்பா. ஆறாவது ஃபாரம் முடித்ததும் மதுரையில் கொஞ்சநாள் தங்கவைத்து, வெள்ளைக்கார வாத்தியாரிடம் இங்கிலீஸ் கற்க அனுப்பவும் திட்டம் வைத்திருந்தார்.

வடக்கெ எங்கிட்டுனாச்சும் இவனெ சில்லா கலைக்டராக்காமெ ஓயமாட்டன்

என்று ஊர்முழுக்கச் சொல்லிவைத்திருந்தார்.

அது அவரது விருப்பம். சீதாபதியின் உச்சபட்சக் கனவு லாடங்குளத்தில் குமாஸ்தாவாக அமர்வதுதான். வேர் பிடித்த இடத்தைவிட்டு நகர எந்த மரமாவது சம்மதிக்குமா? அம்மா கைமணத்துடன் சாப்பாடும், சிமெண்ட்டுக் களக் காற்றில் படுக்கையும், நாயக்கர் தோப்புக் கிணற்றுக் குளியலும், பருவத்தை அனுசரித்து தட்டாங்காயும், உதைப் புளியங்காயும், கொடுக்காப்புளியும், நுங்கும் இல்லாத ஓர் இடத்துக்கும் அவன் போகமாட்டான். ஊர் எல்லையில் இருக்கும் மங்களநாதரின்

எதிரில் உள்ள நந்தியின் காதில் தினசரி இந்த விண்ணப்பத்தை ஓதிக்கொண்டுதான் இருக்கிறான்.

ஆனாலும், ராமானுஜம் சாரின் ஹிந்தியைவிடவும், அவர் பெண்சாதியின் மங்களகரமான முகத்துக்காகவே, அலுக்காமல் தினசரி மூன்று மைல் சைக்கிள் மிதித்துப் போகிறான். சிலநாள் அந்த அம்மாள் தரும் ஒரு லோட்டா காபிக்காகவும்தான். எத்தனை ஊரில் எத்தனைவிதமான சாப்பாடு சாப்பிட்டும் என்ன, ஐயர்வாள் வீட்டுக் காபியின் மணமும் ருசியும் மாதிரி வருமா! இத்தனை வருஷம் கழித்தும் அடிநாக்கில் ஒட்டிக் கொண்டு அகலாமல் இருக்கிறதே...

ஏஞ்சாமி, வெறும் வகுத்தோடவா கௌம்புறெ?

என்று சன்னமாகக் குறுக்கே வெட்டியது அம்மாவின் குரல்.

குளிச்சிட்டு வந்துர்றன்.

என்றவாறு துண்டையும், கண்ணாடிக் காகிதத்தில் பொதிந்த சோப்புத்துண்டையும் எடுத்துக்கொண்டு கிளம்பினான். லேசாக மோடம் போட்டிருந்தது. தோப்புக்கிணற்றின் தண்ணீர் வழக்கத்தைவிடக் கொஞ்சம் கூடுதலாகவே குளிர்ந்து கிடக்கும். நினைக்கவே உற்சாகமாக இருந்தது...

இரு சாமி. இம்புட்டு நீராரம் குடிச்சுட்டுப் போவெ.

என்று செம்புடன் வந்தாள் அம்மா. அவள் முகம் மாதிரியே பளபளத்தது செம்பு.

பூங்காவனம் மாருதி சுத்தக்காரி எங்க வம்முசத்துலெயே கெடையாது பாத்துக்க.

என்று சொல்லிச் சொல்லி மாய்வாள் பாட்டி. அம்மாவைப் பீடித்த ஒருவித வியாதி அது என்பது சீதாபதியின் நினைப்பு. எந்நேரமுமா எதையாவது துடைத்துக்கொண்டேயிருப்பாள் ஒருத்தி? வயசுப்பையன், கொஞ்சம் கவனமில்லாமல் திரியத்தான் செய்வான், சலவை உடை அழுக்காகாமல் சேக்காளிகளுடன் அலைய முடியுமா? அதெல்லாம் பஞ்சாயத்து ஆபீஸில் சேர்ந்ததுக்கு அப்புறம்தானே?

இவன் கழற்றிப் போடக் காத்திருந்த மாதிரி, உடனடியாகத் துவைகல்லுக்குப் போய்விடும் – சட்டையும் வேட்டியும்.

ஒனக்கென்னா வந்துச்சு? நாந்தானே தொவைக்கிறவ? வெள்ளையுஞ் சொள்ளையுமா, பொட்டி போட்ட துணியெப்

போடுறதுக்குக் கசக்குதாக்கும்? எப்பனாச்சும், போடுறதுக்குத் துணி இல்லாமெ இருந்துச்சுண்டாக் கேளு...

என்று சொல்லி முடித்துவிடுவாள்.

அவள் அதிகபட்சம் நீளமாகப் பேசுவது சீதாபதியிடம் மட்டும்தான். அதுவுமே கடந்த ஒரு வருஷமாகக் குறைந்து போயிருந்தது. ஏதாவது வேலை பார்த்த மணியமாக இருப்பாள். பெரும்பாலும் கல்லில் துணியை அடித்துத் துவைப்பது அல்லது காயப்போடுவது அல்லது தானே இஸ்திரிபோடுவது என்கிற மாதிரி. துவைத்து அடுக்கிய துணிகளையே மறுபடி நனைத்துத் துவைக்கிறாளோ என்று சந்தேகம் தட்டும்.

...ஏகாலி வீட்டுலெ வாக்கப்பட்ருக்க வேண்டியவ.

என்று பாதி சிரிப்பும், பாதி காட்டமுமாக ஆரம்பத்தில் நாலைந்து தடவை சொல்லிப்பார்த்து அப்பா ஓய்ந்து போனார். அவருமே சலவைத்துணி உடுத்தப் பழகிவிட்டார்...

இடதுகைக் கிண்ணியில் அவள் வைத்திருந்த மோர் மிளகாயின் காரம் உச்சந்தலையின் உட்புறம் தாக்கி, நீராகாரத்தின் உப்புச்சுவையை மட்டுப்படுத்தியது. செம்பைத் திருப்பிக்கொடுத்துவிட்டு நடந்தபோது, தொடர்ந்து மேலேறிய ஏப்பங்களில் மெல்லிசாக மிளகாய் நெடி இருந்தது.

குடுமிச்செட்டியார் கடை அருகில் ரங்கமணி காத்திருந்தான்.

செல்லாச்சி கடையில் போய்க் காய்கறி வாங்கிவந்திருக்கிறாள் அம்மா. இது சீதாபதி குளிக்கக் கிளம்பிப் போன ஒரு நாழிகைக்குள்.

அப்பவே அவ மொகரெ அருளு வாங்கி இருந்துச்சுரா பேராண்டி.

என்று, கருமாதி முடிந்த பிறகு சீதாபதியிடம் சொன்னாள் ஆச்சி.

கத்தரிக்காயும், வெங்காயமும் வாங்கி வந்திருக்கிறாள். வரும் வழியில், அன்னத்தாயக்காவைப் பார்த்தாளாம். 'வரும் வெள்ளிக்கிழமை தேவதானப்பட்டி மூங்கிலணைக் காமாட்சிக்கு மாவிளக்கேற்றப் போகிறோம். இரண்டு வண்டி கட்டச் சொல்லியிருக்கிறது. நீயும் வாயேன்' என்று அக்கா அழைத்திருக்கிறாள். 'நிச்சயமாய் வருகிறேன்' என்று உறுதியளித் திருக்கிறாள் அம்மா. அன்னத்தாயக்காவுக்கும், அம்மாவின் வயது தான். ஏனோ, ஆரம்பத்திலிருந்தே 'அக்கா' என்று அழைத்துப் பழகிவிட்டிருந்தான் சீதாபதி.

சூரியன் உச்சிக்கு வரும்வரை மேலேற ஒத்துக்கொள்ள வில்லை ரங்கமணி. 'இர்றா போலாம். இர்றா. இப்ப என்னா, போயிப் புடுங்கவா போறெ' என்று திரும்பத் திரும்பச் சொல்லிக்கொண்டிருந்தான். உள்ளங்கைச் சருமம் நெளிவரி களாய்ச் சுருங்கும்வரை நீருக்குள் கிடந்தாகிவிட்டது.

உச்சிவேளையில் மூட்டம் விலகிவிட்டது. நல்ல வெயில். வீட்டுக்குத் திரும்பும்போதே, வியர்க்க ஆரம்பித்துவிட்டது. 'இந்தச் சனியம் பிடிச்ச பயலாலே, குளிச்சது அம்புட்டும் போயே போச்சு' என்று சலித்துக்கொண்டு வீட்டுக்குள் நுழைந்தான் சீதாபதி.

உரி மாதிரி உத்தரத்தில் தொங்கிக் கொண்டிருந்தாள் அம்மா. அவளுடைய முதுகும், அவிழ்ந்து சாய்கோணத்தில் தொங்கிய கூந்தலும்தான் கண்ணில் பட்டது. இன்னது நடந்திருக்கிறதென்று புரியவே ஓரிரு கணங்கள் பிடித்தது இவனுக்கு.

வழக்கத்தைவிட நீண்டிருந்த கழுத்துடன், ஒருக்களித்துத் தொங்கினாள். காலடியில் நீரும் மலமும் குளம் கட்டியிருந்தன. அறை முழுவதும் வீச்சம் நிரம்பியிருந்தது. கடைசியாக அவள் உதைத்துத் தள்ளிய முக்காலி சுவரோரம் அனாதை மாதிரி உருண்டு கிடந்தது.

இனம்புரியாத உணர்வுகள் அடிவயிற்றில் ஊற்றெடுத்து நெஞ்சுப் பாதையிலும் தொண்டைக்குழியிலும் இறுக்கமாய் நிரம்பி மூச்சுமுட்ட, வேகமாய் வெளியில் வந்தான் சீதாபதி. சந்தைக்குச் சொல்லியனுப்ப அனிச்சையாக ஆள் தேடியது பார்வை.

2

அந்தப் பொம்பளெ ஏன் அப்பிடியாக்கொத்த முடிவெடுத்தா, காலையிலே நல்லாத்தானே இருந்தவ, நாம் போயித் திரும்புறதுக்கு என்னா ரெண்டு ரெண்டரெ மணி நேரம் ஆயிருக்குமா, அதுக்குள்ளாறே அம்புட்டுப் பெரிய முடிவெடுக்க என்ன காரணம் ண்டெல்லாம் ரோசிச்சு ரோசிச்சு எம் மண்டெ களண்டுபோச்சு தம்பி.

என்றார் கிழவர். நரை மீசைக்கடியில் பொக்கை விழுந்து உள்புறம் மடிந்த உதடுகளை அழுந்தக் கடித்துக்கொண்டார். வாய் என்ற திறப்பே இல்லாது, மயிர் மண்டிய கீழ்முகம் அமானுஷ்யமான தோற்றம் கொண்டது.

அது சரி பெருசு, ஊரெ விட்டு ஏம் போனிய? அதெச் சொல்லலயே?

என்றான் வேலுச்சாமி.

வேறென்னா மசுத்தே இப்ப நொட்டுறாகளாம்? பாதியிலெ இப்பிடி மொளஞ்சா எரிச்சல் வருதால்லியா?

என்றார் பக்கத்தில் படுத்துக் கிடந்த ஹிட்லர் மீசைக்காரர். முழுக்க நரைத்த மீசை. பஞ்சுப் பட்டையை மூக்குக்கடியில் ஒட்டிய மாதிரி இருந்தது. கீழ்முனையில் இரும்புப் பூண்பிடித்த மூங்கில் ஊன்றுகோல், அவருக்கு இணையாகப் பக்கத்தில் நீண்டு கிடந்தது. அவர் ஒருத்தர்

இருப்பதே இப்போதுதான் கவனத்தில் உறைத்தது. சீதாபதிக் கிழவர் வாஞ்சையுடன் கேட்டார்:

அட, வெங்கடாசலம், நீயும் கேட்டுக்கிட்ருக்கியாப்பா?

பின்னே. அவென் என்னா வெவரெங்கெட்ட தனமாக் கேள்வி கேக்குறான்? கெடக்குறாம் பய. நீ சொல்லு பெருசு.

ஆமா. இவுரு பெரிய மத்தியஸ்த மசுரு.

என்று என் காதோடு முனகிவிட்டு எழுந்து கிளம்பினான் வேலுச்சாமி. இவ்வளவு நேரம் அவன் பொருந்தி உட்கார்ந்திருந்ததே பெரிய விஷயம். ...கிழவர் என்னிடம் கேட்டார்:

தம்பி என்னமோ சொல்லிட்டுப் போறாப்புலெ. என்னா, என்னையவா வெங்கிடுவையா யாரெ வஞ்சுட்டுப் போகுது!

அதெல்லாம் இல்லேங்க. அவன் பாத்ரூம் போறானாம்.

என்று நான் சமாளித்ததில் பெரியவர் சமாதானமாகவில்லை என்பது அவருடைய முகக் குறிப்பில் தெரிந்தது. ஆனாலும் பொதுவாகச் சொன்னார்:

தம்பீ, கதெ சொல்றது பெரிய விசயமில்லே. எல்லாப் பய கிட்டயும்தான் கதெ இருக்கு. கேக்குறதுக்குத்தான் தனீத் தெறமெ வேணும். சரியான எடத்துலெ ம் கொட்டணும். சரியானபடி மொகரெயெ வச்சுக்கிறணும். இந்த வெங்கிடு இருக்குறானே, நான் ஊரெ வுட்டு ஓடுன கதையெ இதுவரைக்கிம் நூறுவாட்டி கேட்ருப்பான். ஒவ்வொரு தபா சொல்லும்போதும் மொதொமொதோக் கேக்குற மாதிரிக் கவனிப்பான். பய ஒரே மாருதித்தேன் சொல்றானா, இல்லெ எதையும் மாத்திக்கீத்தி நூல் சுத்துறானா ண்டு பரிசோதிக்கிறானோ என்னமோ!

கிழவர் சிரித்தார். வெங்கடாசலம் மெனக்கெட்டு எழுந்து இவர் முதுகில் செல்லமாக ஒரு குத்து வைத்துவிட்டுப் படுத்துக் கொண்டார். வாயை மூடிச் சிரிக்கும்போது அவருடைய மீசை வெண்ணிறக் கரப்பான் பூச்சி மாதிரி அசைந்தது வேடிக்கையாய் இருந்தது.

வேலுச்சாமி நிம்மதிகெட்ட பயல் என்பது என்னுடைய அபிப்பிராயம். ஓர் இடத்தில் நிலைக்க முடியாதவன்.

நான் போகமாட்டேன். இந்தக் கிழவரிடம் பேசி வாங்கு வதற்கு நிறைய சமாசாரங்கள் இருக்கிறது என்று உள்ளுணர்வு

மணியடித்துக்கொண்டே இருக்கிறது. உருப்படியாக, பொருத்தமாக, நாலு சம்பவங்கள் தேறிவிட்டால், ஒருவழியாகக் கோத்துக் கதையாக்கிவிடலாம்.

எங்கள் இயக்குநருக்கு அடுத்த படம் ஒப்பந்தமாகிற கட்டத்தில் இருக்கிறது. நல்லதாக ஒரு கதை ரெடி பண்ணச் சொல்லியிருக்கிறார். அவரை அசத்துகிறமாதிரித் தேற்றிவிட்டால், 'கதை – வசனம்' என்று என் பெயரில் கார்டு போடுவதாகவும் வாக்களித்திருக்கிறார். படம் வெற்றி பெற்றுவிட்டால் போதும், அவரே ஒரு தயாரிப்பாளரையும் ஏற்பாடு செய்து தருவார் – நான் தனியாகப் படம் பண்ண. கவுண்டர்கள் இருவர், ஒரு செட்டியார், என் ஆர் ஐ ஒருத்தர் என்று நாலைந்து பேரைக் கைவசம் வைத்திருக்கிறார் – கலை ஆர்வத்தில் ஒருவருக்கொருவர் சளைக்காதவர்கள். 'கல்லாப்பெட்டி ஆர்வம்' என்று திருத்துவான் வேலு. அதிலும் என் ஆர் ஐக்கு இந்திய நடிகைகள் மேல் உள்ள மோகத்தை விவரிப்பதே சிரமம்...

எதுவாய் இருந்தால் என்ன. அந்தரத்தில் தொங்குகிறவனுக்கு ஒரு பிடிமானம் கிடைக்கிறதா இல்லையா?

நேற்று இந்தக் கிராமத்துக்கு வந்த அரைமணி நேரத்தில் இந்தக் கிழவரைப் பார்த்தாகிவிட்டது. ஏற்கனவே ஒளிப்பதிவாளர், தயாரிப்பு நிர்வாகி சகிதம் இயக்குநர் ஒருநாள் விஜயமாக நேரில் வந்து பார்த்துப்போன ஊர்தான். இருந்தாலும், என்னையும் வேலுச்சாமியையும் 'ஊரைச் சுற்றிப் பாருங்கள். நம்முடைய கதைக்குப் பொருந்திவருகிற இடங்கள் என்னென்ன இருக்கிறது என்று பட்டியலெடுங்கள்' என்று பணித்தார். படப்பிடிப்பு மறுநாளிலிருந்துதான் துவங்கவிருக்கிறது...

இந்தக் கழுதெமசுருக்கு ஆராய்ச்சி வேற வாளுதாக்கும்!

என்று அவருடைய காதுத்தொலைவை நீங்கிய மாத்திரத்தில் அபிப்பிராயம் சொன்னான் வேலுச்சாமி.

பெரியாற்றுக் கால்வாயின் ஒரு கிளை ஊருக்குள் நுழைந்து வெளியேறுகிறது. மறுகரைக்கு இட்டுச் செல்லும் கல்பாலத்தையொட்டி நிற்கும் பிரம்மாண்டமான பூவரச மரம். அதன் தண்டை ஒட்டிப் போட்ட கல் பலகை மேல் அமர்ந்திருந்தார் கிழவர். இன்னொரு கிழவருடன் ஆடுபுலி ஆட்டத்தில் ஆழ்ந்திருந்தார்.

வேலுச்சாமிதான் பேச்சுக் கொடுத்தான். தன்னியல்பாக ஆட்டத்தைவிட்டு விலகினார்கள் இருவரும். ஊரைப்பற்றி,

ஊர் முக்கியஸ்தர்கள் பற்றி விரிவாக, நிதானமாகச் சொல்லிக் கொண்டே வந்த பெரியவரை மடைமாற்றியவர் உடன் இருந்த வெங்கடாசலக் கிழவர்தாம்.

இவுக அப்பாரே இந்தூருலெ முக்கியமான ஆளாத்தேன் இருந்தாரு. காரியக்காரருண்டு சொன்னா, வெள்ளெக்காரன் எந்திரிச்சு நிப்பானே.

அப்பிடியெல்லாம் சாஸ்தியாச் சொல்லப்படாது வெங்கிடு. தம்பீ, இவெம் புளுகுறாண்டு நம்பீராதீக...

என்று முகத்தைத் திருப்பிச் சொன்னவர்,

அதுக்கோசரம் எங்க அப்பாரு வெறும்பய ண்டும் நெனச்சுராதீக. அவரு காரியக்காரரா இருந்தது வாஸ்த வந்தேன். நல்ல அந்தஸ்தா இருந்த குடும்பந்தேன். ஆனா என்னா இருந்து என்ன, ஒரு நாள் மளெயிலே சீனிக்கட்டி மாருதிக் கரெஞ்சு போச்சே அம்புட்டும்?

'அதென்ன கதை?' என்கிற தொனியில் நான் எடுத்துக் கொடுத்தேன். காத்திருந்த மாதிரி மணல் சரிய ஆரம்பித்தது.

அடுத்து வந்த நாட்களில், கொஞ்சங்கூட அலுங்காமல் மணிக்கணக்காக உட்கார்ந்திருந்த ஆச்சரியம் அவர். பற்கள் மொத்தமும் உதிர்ந்து, உதடுகள் உட்புறமாய் மட்டியை ஒட்டி மடிந்த வாயை சதா மென்றுகொண்டேயிருந்தார். சிகரெட் பிடிக்க எழுந்து ஒதுங்குவது தவிர, அவரை விட்டு விலகாமலே அமர்ந்திருப்பேன் நானும்... வேலுச்சாமியைத் தொடர்ந்து நானும் உபசாரமாக ஓரிரு வார்த்தைகள் பேச நினைத்தேன்:

என்னா பெரியவரே, ஒங்களுக்கு இந்தூருதானா?

அவர் இயல்பாகச் சொன்னார்:

பெறந்தது இந்தூருதான் தம்பி. ஆனாக்கே, வளந்தது இங்கே யில்லே.

ஓ. எங்கே வளந்தீங்க?

இந்தியா முளுக்க வளந்திருக்கேன் தம்பீ. பதுனாறு வயசிலெ கிளம்பினவன். இப்பொத்தான் நாலு வருசத்துக்கு முன்னாடி திரும்பி வந்தேன். ஓடி ஓடிக் கால் அலுத்துருச்சு. போதும், அப்பன் ஆயி அடங்குன எடத்துலெ நாமளும் அடங்கீர வேண்டியதுதாண்டு வந்துப்புட்டேன்.

சட்டென்று பெரியவர்மீது எனக்குள் இனம் புரியாத ஈர்ப்பு உருவானது. தொடர்ந்து அவருடன் பேச ஆசை கிளர்ந்தது.

அட! அவ்வளவு காலமும் ஊர்ப்பக்கம் வந்ததேயில்லையா?

ஆமா தம்பி. இங்கிட்டு மேக்கே மங்களநாதர் கோயிலு இருக்கால்லியா?...

நானும் வேலுச்சாமியும் ஊர் உலாவை ஆரம்பித்த இடம் அது.

கிராமத்திலிருந்து சுமார் மூன்று கிலோமீட்டர் தொலைவில் குன்று என்று சொல்லத்தக்க மேடு. அதன் உச்சியில், அறுபது எழுபது கல்படிகள் உயரத்தில், மங்களநாதர் ஆலயம் இருக்கிறது. சினிமாக் காதலர்கள் சந்திக்கவும், டூயட் பாடவும் தோதான இடம். இயக்குநர் இந்த ஊரைத் தேர்ந்ததற்கு அந்தக் கோயில் ஒரு முக்கியக் காரணம்.

மற்ற இரண்டு காரணங்கள், ஊர் எல்லையில் இருக்கிற, முறையாகப் பராமரிக்கப்பட்ட ஜமீன் மாளிகை. பேய்ப் படங்கள் எடுக்க வாகான களம். அப்புறம், வாய்க்கால் என ஒடுக்கமாக இல்லாமல், நதி என்று சொல்லுமளவு அகலமாகவும் இல்லாமல், ஆழம் குறைவாக நீர்வரத்து நிறைவாக உள்ள இந்தக் கால்வாய்.

...நாங் கிளம்பிப் போனப்ப, அது சின்னக் கோயிலு. தகரக் கொட்டாயிலெ இருந்துச்சு. திரும்பி வந்து பாத்தா, இம்புட்டுப் பெரிய கோயிலாயிருச்சு. கைலாசம் பிள்ளே ண்டு திருநவேலிக்காரரு ஒருத்தரு ஓதுவாரா இருந்தாரு. அவரு மகெங்யள்ளெ ஒருத்தென் வடக்கே மத்திய சர்க்கார்லே ஆப்பீசரா இருந்தானாம். மத்தவென் இங்கிட்டு வேலூர்லெயோ ஆர்க்காட்டுலெயோ சில்லா கலைக்ட்டரா இருந்துருக்யான். அவிங்ய பெருசா நங்கொடெ குடுத்து, ஊர்லெ பணம் பிரிச்சு எடுத்துக் கட்டியிருக்காங்ய. அப்பத்தான் சிங்காரவல்லியிண்டு அம்மன் வந்து சேந்துச்சாம். மனுசனை மாருதித்தானெ சாமியும், வசதிவாக்கு வந்த பெறகுட்டு, பொம்பளெத் தொணையில்லாமெ காலச்சேபம் எப்பிடி நடக்கும்! ஆனாக்கெ, கோயில்தேன் பெருசாச்சே யொளிசி, மங்களநாதரு அதே சைசிலெதான் இருக்காரு!

பெரியவர் சிரித்தார். தகவல்கள் ஓடும் வேகமும், அவருடைய கொச்சையும் என்னை ஈர்த்துக்கொண்டே போயின.

அப்ப நீங்க கிளம்பிப்போனபோது, பெத்தவங்கல்லாம் இங்கெதான் இருந்தாங்க?

இல்லையே ராசா. அவுக அடிச்ச கூத்துலெதானே நான் கெளம்புனதே.

அட!... தொழில் புத்தி உடனடியாக மின்னியது.

எங்கிட்டெ சொல்லலாமா?

அதுக்கென்னா தம்பீ, நேரமாகுமே பரவாயில்லையா?

ஆகட்டும், சொல்லுங்க.

இப்படித்தான் ஆரம்பித்தது. தாயாரின் தற்கொலையை அவர் விலாவரியாகச் சொன்ன விதத்தில் சொக்கிப் போனேன். இன்னும் இன்னுமென்று அவருடைய வாயைப் பிடுங்கும் விதமாகக் கேள்விகள் கேட்க ஆரம்பித்தேன். ஒரு கட்டத்தில், கேள்விகளுக்கு அவசியமே அற்ற பேரொழுக்கு பெருக்கெடுத்து விட்டது.

என் ஆர்வம் அவருக்குப் புரிந்தது மாத்திரம் காரணமாக இருக்க முடியாது. சொல்வதில் தமக்குள்ள சுகத்தை முழுக்க அனுபவித்து ஆனந்திக்க விரும்பியிருக்கலாம். அல்லது, வாழ்வின் இறுதிப் பாத்தியில் இருப்பவர் அல்லவா, முழுசாக ஒருமுறை தம் வாழ்க்கையை, வார்த்தையளவிலாவது, மீண்டும் வாழ்ந்து பார்க்க ஆசைப்பட்டிருக்கலாம். புகைமூட்டம் மாதிரித் தமக்குள் சுருண்டிருக்கும் நினைவுகளை விரித்து விரித்து தரிசிக்கும் ஆவல் மீறியிருக்கலாம்.

எப்படியோ, அடுத்த பத்து நாட்களுக்கு, இடைவெளி கிடைத்தபோதெல்லாம் நாங்கள் உரையாடினோம். அவகாசத்தை உருவாக்கிக்கொள்வதில் ஆவேசமாக ஈடுபட்டேன் நான். வந்த வுடன், விட்ட இடத்திலிருந்து தொடங்குவதற்கு எந்நேரமும் ஆயத்தமாய் இருந்தார் பெரியவர்.

எங்க ஆத்தா கருமாதிக்கி நாலாவது நா அடுத்த இடி எறங்குச்சு தம்பி. என்னா, கேக்குறியா?

சொல்லுங்க.

என்றேன். ஆரம்பச் சம்பவமும், டைட்டில் கார்டுகளும் முடிந்து படம் ஆரம்பிக்கிற மாதிரி உணர்வு. ஆனால், உணர்ச்சி மிகாமல் அவர் தன் வரலாற்றைச் சொன்ன விதமும், இப்போதைய கிழவரில் அந்த வாலிபனின் என்னென்ன அம்சங்கள் எஞ்சி யிருக்கின்றன என்பது வெளிப்படையாகத் தெரியாததாலும், அவருடைய விவரிப்பின் மூலம் எனக்குள் உருவாகிவந்த நபரை இவரில்லாத மூன்றாம் நபராகத்தான் பார்க்க முடிந்தது.

‘நான்’ ‘எனது’ என்று அவர் வர்ணித்த கூற்றுகளை படர்க்கையில் வாங்கிக்கொள்வது இடையூறற்ற கவனத்துக்கு உதவியாய் இருந்தது. தவிர, அவர் என்னிடம் சொன்னதை

உங்களிடம் தன்மை ஒருமையில் மீட்டுச்சொல்வது வசதியாய் இருக்காது என்றும் தோன்றுகிறது. நானும் மதுரை மாவட்டத்தவன். என்றாலும், சொந்த ஊரை விட்டுக் கிளம்பி ஆண்டுகள் பல ஓடிவிட்டன – தவிர, பிராந்தியக் கொச்சையை ஓரளவுக்குத்தானே எழுதிக் காட்ட முடியும். அச்சு அசலாக முழுக்க எழுதினால் திகட்டிவிடாது? . . .

அதிகாலையில் விழிப்புத்தட்டியது சீதாபதிக்கு.

காலையின் ஒலிகள் சிறுகச்சிறுக எழுகின்றன. கூடுகளை விட்டு வெளிக்கிளம்பும் பறவைகளின் ஆரவாரம் – இன்றுதான் முதன்முதலாகப் பகல் பொழுதைப் பார்க்க இருக்கிற மாதிரி அப்படியொரு கோலாகலம். வளாகத்துக்கு வெளியே தார்ச் சாலையில் சக்கரங்களின் இரும்புப் பைதாவும், புதிதாக லாடம் அடித்த குளம்புகளும், வண்டி மாடுகளை செல்லையா அண்ணன் உறுமி முடுக்குவதும் ஒலித்தது. விடியப்போவதைத் தாமதமாக உணர்ந்த சேவல் கூவுகிறது. மருதக்கோனார் நடத்திப்போகும் பால்மாட்டின் கழுத்து மணி. கழுத்தில் மாட்டிய கலப்பையை உழவு மாடு சாலையில் உரசி இழுத்துப் போகும் கடகட ஓசை. எங்கோ நாய்ச்சண்டை படுதீவிரமாக ஆரம்பிக்கிறது . . .

இவ்வளவு ஓசைகளுக்கும் காது திறந்த மாத்திரத்தில், அம்மா செத்ததுக்குப் பிறகு, முன்பே வீட்டுக்குள் நிரம்பியிருந்த நிசப்தத்தின் அடர்த்தி அதிகரித்துவிட்டது உறைத்தது . . .

இந்தப் பதினைந்து நாட்களிலும் அப்பா இவனோடு ஓரிரு வார்த்தைகள் பேசியிருந்தால் அபூர்வம். பொதுவாகவே அதிகம் பேசுபவரில்லை அவர் – அதாவது குடும்பத்துக்குள். ஊருக்குள் எழும் பிரச்சினைகள் எல்லாவற்றிலும் தலைகொடுத்து, மத்தியஸ்தம் செய்வது, பஞ்சாயத்துப் பண்ணுவது, வரி வசூல் விவகாரங்களில் கறாராகப் பேசி தண்டல் பண்ணுவது என்று ஓயாமல் பேசுகிறவரை, வீட்டுக்குள் நுழைந்ததும் மௌனப்பிசாசு பிடித்துவிடும்.

இருட்டு முற்றும் வேளையில், ஈரம் சொட்டும் துண்டையும், மௌனத்தையும் அணிந்துகொண்டு கோவில் கிணற்றிலிருந்து திரும்புவார். அந்தக் கிணறு இறங்கிக் குளிக்க முடியாத அளவு சிறியது. உறை கிணறு. மங்களநாதரின் அன்றாட அபிஷேகத்துக்கு நேரடியாக இறைத்துக்கொள்வார்கள். ஊர்க்காரர்கள் நிரப்பிக் குளிப்பதற்காக, செவ்வக வடிவில் சிமெண்ட்டுத் தொட்டி இருந்தது.

சாயங்கால வேளைகளில் ஊர்ப் பெரியவர்கள் போய்க் குளிக்கும் இடம் அது. ஊரிலுள்ள நல்லதுபொல்லதுகள் தொடர்பாக முக்கியமான முடிவுகள் தீர்மானமாகும் இடமும்தான். மங்களநாதரின் நேர்ப்பார்வையில், யாருமே யோக்கியமாகத்தான் நடந்துகொள்வார்கள் என்று நம்பிக்கை. கிணற்றைச் சுற்றி வட்டமாக சிமெண்ட் மேடை. அறுபது எழுபதுபேர் தாராளமாக உட்காருமளவு பெரியது. ஆறு மணி சுமாருக்கு அந்தப் பக்கம் போனால், கிணற்று வாளி பளுவுடன் மேலேறுகிற கப்பிச் சத்தம் ஓயாமல் கேட்கும்.

திரும்பி வரும் அப்பா, வேப்பமரத்திலிருந்து வீட்டுச் சார்ப்பு வரை இழுத்துக் கட்டிய கொடிக் கயிற்றில் ஈர லங்கோடை உலர்த்துவார். வீட்டினுள் பிறையில் உள்ள சீசாவிலிருந்து மணக்க மணக்கக் கொழும்புத் தேங்காயெண்ணெயை உள்ளங்கையில் ஊற்றி, தலையிலும் உடம்பிலும் பூசிக்கொள்வார். நெற்றி நிறையத் திருநீறு. அப்பாவின் தலையணையில் நிரந்தரமாக இருக்கும் எண்ணெய்ப் பிசுக்கில் மேற்படி மணங்கள் இரண்டுமே அழுத்தமாக இருக்கும்.

வாசல் திண்ணையில் கும்பா நிறையக் கம்பங்கூழும், கிண்ணி யில் வெஞ்சனமும், துலக்கமாகக் கழுவிய பித்தளைச் செம்பில் தண்ணீரும் காத்திருக்கும். நினைவு தெரிந்த நாளாக, அப்பாவும் இவனும் சேர்ந்து உட்கார்ந்து சாப்பிட்டதே கிடையாது . . . அப்பா சாப்பிட்டு முடித்த பிறகு, அம்மா எதிர்த் திண்ணையில் உட்கார்ந்து சாப்பிடுவாள். அதன் பிறகும், சமையல்கட்டில் பாத்திரங்கள் உருளும் சப்தம் கொஞ்ச நேரம் கேட்கும்.

இதற்குள், அப்பா படுக்க ஆயத்தமாகியிருப்பார். வீட்டெதிரில் இருந்த நெற்களத்தில் இவனது படுக்கைக்குக் கொஞ்சம் தள்ளி தமது படுக்கையைப் போட்டு சம்பிரமமாக அமர்வார்.

அம்மா, திண்ணையில் பாயை விரித்துப் படுப்பாள். அவள் தலையணை வைத்துக்கொள்வதில்லை. சிறு மணைப்பலகைதான்.

அப்பா சட்டைப்பைக்குள்ளிருந்து சுருட்டை எடுத்துப் பற்ற வைப்பார். எப்போது தூங்குவாரோ. எந்த ஜாமத்தில் விழிப்புத் தட்டினாலும், சுருட்டின் நறுமணம் சுற்றிக்கொண்டேயிருக்கும். சில நாட்களில் பீடி புகைப்பார். அன்றைக்கு மட்டும் கசப்பான மணம் அவருடைய திக்கிலிருந்து கிளம்பும். அது கஞ்சா மணம் என்று பின்னாட்களில் தெரியவந்தது.

மழை பெய்த நாட்களில் மட்டும் இந்த நடைமுறையில் சிறு மாற்றம் இருக்கும். அம்மா வீட்டுக்குள்ளும், இவனும் அப்பாவும் ஆளுக்கொரு திண்ணையிலும் படுத்துக்கொள்வார்கள்.

இத்தனை வயதுக்கப்புறமும் அந்தக் காலகட்டத்தை நினைத்துப்பார்த்தால், ஊமைப்படம் பார்க்கிற மாதிரி இருக்கிறது சீதாபதிக்கு. மனிதக் குரல்களை மட்டும் வடிகட்டிவிட்டு, மற்ற ஒலிகள் நிரம்பிய சலனப்படம்...

சுந்தரராஜபுரம் சர்க்கரைமில்லில் ஃபிட்டராக இருக்கும் தாஸ் மாமா காலை ஷிஃப்டுக்குப் போகும் சைக்கிள் மணி ஒலித்தது. இன்னும் கொஞ்ச நேரத்தில் மில் சங்கு ஊதும் ஒலி கேட்கும். அதுவரை புரண்டுகொண்டிருக்கலாம் என்று திரும்பிப் படுத்தான் சீதாபதி.

களத்தில் தகப்பனின் படுக்கை வழக்கமாய்க் கிடக்கும் இடம் காலியாய் இருந்தது. இந்த நாலு நாட்களில் அந்த வெறுமை பழகி விட்டது. முந்தின நாளிரவு, ராசுவின் வெற்றிலைக்கடையில் நின்றிருந்தபோது யாரோ கேட்டார்கள்.

என்னாய்யா, காரியக்காரரு ஊர்லெ இல்லையா?

யாரோ பதில் சொன்னார்கள்.

நாங்கூடப் பாக்கலெயேப்பா. வெளியூரு எங்கிட்டும் போயிருக்காரோ என்னமோ.

சீதாபதி பக்கத்தில் இருப்பதை அவர்கள் கவனிக்கவில்லை போல. இருட்டில் ஒலித்த குரல்களை வைத்து ஆட்களை இனங் காணுவதற்குள் இருவரும் நகர்ந்து போய்விட்டார்கள்.

ஆக, அப்பா வெளியூர் போயிருக்கிறார். இப்படி அடிக்கடி வெளியூர் போய்விடுவது வழக்கம்தான். மதுரைக்கோ திண்டுக்கல்லுக்கோ திருச்சிக்கோ அரசாங்க வேலையாய்ப் போவார். என்ன, அம்மாவிடம் சொல்லிவிட்டுப் போவாராய் இருக்கும். அல்லது, அவளிடமும்கூடச் சொல்லாமலே போயிருக்க லாம். பழைய சோறு சாப்பிட அஞ்சாதவள் அம்மா. புருஷன் முகத்தைப் பார்த்தபின்தான் உலை வைப்பது என்ற பிடிவாதமும் இல்லாதவள்... சீதாபதி சின்னப்பயல்தானே, இவனிடம் சொல்லவேண்டிய அவசியமில்லை என்று நினைத்திருக்கலாம். சாதாரணமாகவே, அப்பா இவனிடம் பேசுவது குறைவு.

அம்மாவின் தகனம் நடந்தபோதும், கால்வாய்க்கரையில் கருமாதி நடக்கும்போதும், நெஞ்சின் குறுக்கே இறுகக் கட்டிய கைகளுடன் தலைகுனிந்து நின்றிருந்தார். விதிவசமாக அந்த இடத்தில் வந்துநிற்க நேர்ந்தது மாதிரி, காரியம் முடிந்த மறுகணம் ஓடத் துடிக்கிறவர் மாதிரி, நடக்கும் எதற்கும் துளிகூடச் சம்பந்த

மில்லாதவர் மாதிரி, ஊரான் பெண்டாட்டி சாவுக்குத் துஷ்டி கேட்டு வந்தவர் மாதிரி விலகியே இருந்தது முகம்.

ஐயர் ஓதிய மந்திரங்களை கொஞ்சம்கூடப் பொருள் விளங்காமல் அரைகுறையாய்த் திருப்பிச் சொல்லிக்கொண்டிருந்த சீதாபதியின் பார்வை, தகப்பனை விட்டு விலகாமல் பதிந்திருந்தது. நாலு பக்கமும் திறப்புகளும், ஒவ்வொரு மூலையிலும் பானை வடிவ அகல்களும் கொண்ட சதுரத்தின் ஒரு மூலையில் பாவனையாகக் கிடத்தப்பட்ட பாடைவடிவத்தை எரியூட்டி, மனித உருவம் போலவே தகனம் செய்யப்பட்ட பொம்மை வடிவைப் பார்த்து சீதாபதிக்குள் துக்கம் பொங்கியது. சாம்பலாய் மீந்திருந்த பொம்மைத் தாயார் மீது பால் ஊற்றும்போது, தொண்டையை அடைத்தது. கருங்கல் முகத்துடன் நின்றிருந்த காரியக்காரரின் மீது அளவில்லாமல் எரிச்சல் ஊறியது.

அம்மாவின் மறைவையொட்டி வந்திருந்த அவளுடைய உறவு வகையறாவில் பத்துப் பதினைந்து பேர், எட்டாம் நாள் காரியங்கள் முடியும்வரை இங்கே டேராப் போட்டிருந்தார்கள். அவர்கள் தயவில், சாப்பாடு ஒழுங்காகக் கிடைத்தது.

சாப்பாட்டுக்கு என்ன செய்வது என்று இருவரும் பேசிக் கொள்ளாமலே, அன்னத்தாயக்காவிடம் மூன்று வேளைக்கும் ஏற்பாடு செய்துவிட்டார் அப்பா. என்ன அடிப்படையில், எவ்வளவு காலத்துக்கு என்பதெல்லாம் இவனுக்குத் தெரியாது. கடந்த நாலு நாட்களாக அக்கா கொடுத்தனுப்புகிறாள்.

முதல்நாள் அவளே எதிரில் அமர்ந்து சோறு போட்டாள். முதல் கவளத்தை விழுங்கவிடாமல், அம்மா தொண்டைக் குழியில் அடைத்துக்கொண்டாள். கண்ணில் நீர் ஊறியது. புரையேறிவிட்டது. தலையில் ஓங்கிஓங்கித் தட்டினாள் அக்கா.

> பாதகத்தி மக, சீமைத் தொரேண்டுதானே இந்த ஒத்தெக் கொரங்குக்கு வாக்கப்பட்டவ. அவுக அப்பென் ஆத்தாளெ வெவக்கயாத்தால சாத்தணும். தேடித்தேடிப் பிடிச்சாக பாரு, ஊரு ஒலகத்துலே வேற ஆம்பளெயே கெடைக்கலயாக்கும். மவராசன் வந்து ஒத்தாசேண்டு கேட்டப்ப, ஒம் மூஞ்சிக்காகத் தான் மருமகனே ரோசிச்சது. சிறுக்கி முண்டே ஒன்னையத் தவிக்கவிட்டுட்டுப் போயிட்டாளே ...

தொடர்ந்து ஒப்பாரி வைக்கத் தொடங்கினாள்.

> சீமெ எலந்தெ மரம் சீரான தென்னெ மரம்
> பாவி மக நின்னமரம்
> பட்டுப்போச்சே எந் தொரையே . . . அக்கும் . . .

அருவருப்பாக மூக்குச்சிந்தினாள். தொடர்ந்து, அம்மாவின் சாவுக்குப் புகுந்தவீட்டு மனிதர்கள் யாருமே வராத காரணத்தையும் கதையாகச் சொன்னாள்.

அப்பாவுக்கு உடன்பிறந்த சகோதரர் ஒருத்தர் இருக்கிறாராம். அட! என்று விதிர்த்துக்கொண்டான் சீதாபதி. 'அப்பாவின் பூர்விகம் பற்றி யாரிடமுமே இதுவரை கேட்டதில்லையே' என்ற ஆச்சரியமும் மனத்துக்குள் வந்து உட்கார்ந்தது. அப்படியானால், அவர்மீது தானுமே அக்கறையில்லாமல் இருந்திருக்கிறான் என்றுதானே அர்த்தம்? . . . அக்கா தொடர்ந்து சொன்னாள்:

அப்பாவின் தம்பி சுதேசிக்காரராம். மதுரை அனுப்பானடியில் வசிக்கிறார். ஏதோ ஒரு போராட்டத்தில் கலந்துகொள்ளப் போனாராம். மகன் போராடும் அழகைப் பார்க்கப் பின்னோடு போயிருக்கிறாள் ஆயா. சிம்மக்கல் நாற்சந்தியில் போராட்டக்காரர்களைத் துவைத்தெடுக்கப் போலீசும் வந்திருந்தது.

தாயார்க்காரி இதை எதிர்பார்க்கவில்லை. மகன் முன்னணியில் நின்று கோஷம் போடுவதையும், கையில் லத்தியுடன் வந்த சட்டிப்போலீசு நாலைந்துபேர் அவனைச் சுற்றி நின்று வெளு வெளு என்று வெளுத்ததையும் பார்த்த கிழவிக்கு மாரடைத்துவிட்டது. ஒரு மாதம் போல பெரியாஸ்பத்திரியில் கிடந்துவிட்டுப் போய்ச் சேர்ந்தாள். தாக்கல் கேள்விப்பட்ட அன்னத்தாயக்கா, படுக்கையில் கிடந்தவளைப் பார்க்க மதுரைக்குப் போனாளாம். கிழவி வயிறெரிந்து சொன்னாளாம்:

> பாருடி அன்னத்தாயி, இதே வகுறுதேன். இந்த வகுத்துலேதான் ரெண்டு வாட்டி சொமந்தேன். ஒருத்தனெப் பெத்துப் போட்டேன். மத்தவனெப் பேண்டு போட்டேன் பாத்துக்க.

அவள் சொன்னதில் ஒரு நியாயம் இருக்கத்தான் செய்தது என்றாள் அக்கா. பின்னே, ஒரு மகன் சர்க்காரை எதிர்த்துப் போராடுகிறான். மற்றவன், அதே சர்க்காரிடம் சம்பளம் வாங்கும் ஊழியன் என்றால் பெற்ற வயிறு எரியாதா? இதைக் கேட்கப் போய்த்தான், விடுதலைப் பத்திரம் எழுதிக் கொடுத்துவிட்டு குடும்பத்திலிருந்தே ஒதுங்கிவிட்டாராம் சீதாபதியின் அப்பா. பெற்ற தாயின் சாவுக்குக்கூடப் போகவில்லை. உறவினர்களும் இவரை ஒதுக்கியது அதனால்தான் ...

அக்கா சொன்ன கதையைக் கேட்டபிறகு, மனத்தில் ஏற்கனவே குறுகியிருந்த அப்பாவின் ஆகிருதி தூசிபோலச் சுருங்கிவிட்டது.

இந்த மனிதருடன்தான் இனிவரும் நாட்களைக் கழிக்க வேண்டும், இடையில் மசகாக இருந்த அம்மாவும் போன

பிறகு, அது எவ்வளவு சிரமமான காரியம் என்று நினைப்புத் தட்டியபோது, மனம் முழுக்க பயம் நிரம்பியது. ஆனால், அது பயம்தானா, சலிப்பா என்று லேசில் முடிவுகட்ட முடியாது. எதுவானாலும், இனி தனக்குக் குடும்பம் என்ற ஒன்றே கிடையாது என்ற எண்ணம் துளிர்விட்டது. ஊரைவிட்டு ஓடுகிற உத்தேசத்தின் முதல்ரேகை அப்போதேகூட உள்ளே நுழைந்திருக்கலாம் சீதாபதிக்கு...

வெளிச்சம் உரத்து, உஷ்ணமும் லேசாக வலுத்தபோது, சிந்தனை இன்னும் வேகப்பட்டது – இன்று ஐந்தாவது நாள் அல்லவா. அப்பாவைக் காணோம், அவரிடமிருந்து தாக்கலுமில்லையே. ஏதோ ஒரு அசாதாரணத்தின் கதவு திறந்து கிடக்கிறது – நான் கூறில்லாமல் சும்மா வேடிக்கை பார்த்துக்கொண்டிருக்கிறேனோ.

மன ஓட்டத்தை அறுக்கும் விதமாக, பின்னங்காலைத் தூக்கி தென்னைமரத்தில் ஒன்றுக்குப் பெய்த கறுப்பன் பார்வையில் பட்டது. அப்பாவின் நிழல் மாதிரி எந்நேரமும் கூடவே திரிகிற ஜீவன் அது. பேருக்கு மரத்தில் ஒரு சங்கிலியும், கறுப்பனின் கழுத்தில் பட்டியும் இருக்குமே தவிர, கட்டிப்போடும் வழக்கம் இல்லை. இவன் புரண்டு படுத்ததைப் பார்த்தோ என்னவோ கறுப்பன் திரும்பி நின்று வாலாட்டியது. பிறகு நீட்டிச் சோம்பல் முறித்தது. அடிக்குரலில் உறும ஆரம்பித்து, செல்லமாக முனகி முடித்தது. பின்னர், இவனது ஆணைக்காகக் காத்திருக்கிற மாதிரி அருகில் வந்து நின்று வாலை வேகமாக ஆட்டியது.

மாடுகளை விரட்டும் ஒலி சாலையில் கேட்டது. ஊர்க்காலி மாடு பத்தும் மாசானத்தின் குரல் அது. இரண்டாந்தடவை கேட்டபோது, அதை விலக்கிக்கொண்டு சைக்கிள் மணி ஒலித்தது. இது தாஸ் மாமா சைக்கிள் மணி போல இல்லை. வேறு ஒலி. வித்தியாசத்தை மனம் அனிச்சையாக இனங்கண்ட மாத்திரத்தில் போலீஸ்காரரின் சைக்கிள் வளாகத்துக்குள் வந்தது. சீதாபதி துள்ளியெழுந்து உட்கார்ந்தான்.

எங்கூட வா தம்பி. அய்யா கூட்டியாரச் சொன்னாக.

என்ற ஒரு வாக்கியம் தவிர வேறெதுவும் சொல்லாமல்தான் கூட்டிப் போனார் அவர்.

ஏழெட்டு மைல் தொலைவு. மசகுபோடாத கீல்போல நாலு சக்கரங்கள் உருளும் ஓசை தவிர எதுவும் இல்லை. இரண்டு

பக்கமும் அறுப்புக்குத் தயாராய் விறைத்து நிமிர்ந்திருந்த கரும்புத் தோட்டங்கள். மெலிதான தித்திப்பு வாசனை காற்றில் கலந்திருந்தது. ஓரிரு தோட்டங்களின் வேலிக்குள் நின்றிருந்த ஜாதி நாய்கள் குரைக்கும் ஒலி கொஞ்சதூரம் பின் தொடர்ந்து தேய்ந்து மங்கியது.

போலீஸ்காரரைப் பார்த்துக் குரைத்த கறுப்பனை அதட்டி அடக்கியதும், கழுத்துப் பட்டியில் சங்கிலியைக் கோத்துத் தென்னைமரத்தில் கட்டிப்போட்டு வந்ததும் சீதாபதிக்கு நினைவு வந்தது. ராத்திரி சாப்பிட்டது போக தூக்குச் சட்டியில் மீந்திருந்த சோற்றை அலுமினியத் தட்டில் போட்டு அதன் முன்னால் வைத்துவிட்டு வந்திருக்கலாம். புறப்படும் அவசரத்தில் மறந்து விட்டது.

சாலையோரப் புளியமரத்தையொட்டி இடதுபக்கம் மண்பாதை இறங்கியது. நேராகச் சென்ற அதன் மறு கோடியில், சுமார் இரண்டு ஃபர்லாங் தொலைவில் ஒரு ஜீப் நின்றிருந்ததும், அதன் அருகில் நாலைந்து போலீஸ்காரர்கள் நின்றதும் தென்பட்டது.

அந்த உடம்பைப் பார்த்ததும் குடல் நெஞ்சுக்கு ஏறி அடைத்து, கனத்தது. தலையில்லாத உடம்பு. வீங்கிப் பெருத்து அழுகியிருந்த அம்மண உடம்பு. குறியும் விதைகளும் அறுக்கப்பட்ட பள்ளத்தில் அநியாயத்துக்கு ஈ மொய்த்திருந்தது. யாராலும் அடையாளம் காண முடியாத சடலம். கிட்டே போய் ஊன்றிப் பார்க்கவும் முடியாது – அப்படியொரு வீச்சம். சீதாபதியின் உள்ளுணர்ச்சிக்கு அப்பா என்றுதான் பட்டது. ஆனால், அதை ஒத்துக்கொள்ள மனத்தின் ஒரு பகுதி சம்மதிக்கவில்லை. அதிகாரி பலதடவை கேட்டார். இல்லை, தன்னுடைய அப்பா இல்லை என்று இவன் உறுதியாகச் சொன்னான்.

தலையைத் தேடி நாலாபக்கமும் போயிருந்தவர்கள், கிடைக்கவில்லை என்று திரும்பிவரும் வரை இவர்கள் அதே இடத்தில் காத்திருந்தார்கள். இதற்குள், இவன் போலீசுடன் போன செய்தி கேட்டு ஊர்க்காரர்கள் சுமார் இருபதுபேர்வரை வந்து கூடியிருந்தார்கள். காரியக்காரரின் உடம்புதான் அது என்றும், இல்லவே இல்லை அவர் இன்னும் உயரமாக இருப்பார், இது வேறு யாரோ வெளியூர்க்காரன் என்றும் அவர்களுக்குள் உத்தி பிரித்து விவாதித்துக்கொண்டிருந்தார்கள்.

அந்த ஊருடனும், அங்கே நின்றிருந்தவர்களுடனும் தனக்கிருந்த பிடிப்பு மெல்லமெல்லத் தளர்ந்து அறுபடுவதை உணர்ந்தபடி நின்றிருந்தான் சீதாபதி.

அப்புறம் ஏழெட்டுத் தடவை சோழவந்தானுக்கும், மதுரைக்கும் போய் அதே பதிலைச் சொன்னான். அழுகிய உடம்பை அப்பா என்று நினைத்துப் பார்க்கப் பிடிக்கவில்லை – ஒருவேளை அது அப்பாவாக இருந்தாலுமே.

'அடையாளம் தெரியாத பிணம்' என்று இலாகாவில் வழக்கை முடித்தார்கள். இனி இவன் வரத் தேவையில்லை என்று அதிகாரி சொன்னார். ஆசுவாசமாக வெளியே வந்தவன், தாலுக்கா ஆபீஸைப் பார்த்துப் போனான். அப்பாவிடமிருந்த தஸ்தாவேஜுகள் அத்தனையையும் எடுத்துக்கொண்டு வரச் சொல்லியிருந்தார்கள். 'அவர்தான் காணாமல் போய்விட்டாரே. திரும்பி வரும் வரையாவது தகப்பனின் வேலையை ஏற்றுக்கொள்ள சம்மதமா' என்று என்று அங்கிருந்த அதிகாரி கேட்டார்.

'மாட்டவே மாட்டேன்'. என்று அழுத்தமாகச் சொன்னான் சீதாபதி. 'அவர் எங்கே இனிமேல் வரப்போகிறார்' என்று உள்ளே ஓடிய கேள்வி வெளியில் சிந்தி விடாதபடி, சிரமப்பட்டு அடக்கினான். 'வேறு யாரையும் நியமிப்பதில் தனக்கு ஆட்சேபமில்லை' என்று அதிகாரி எழுதிக் கொடுத்த காகிதத்தில் கையொப்பமிட்டபோது, தொப்புள்கொடி அறுந்த மாதிரியும், எல்லையற்ற ஆகாயம் தனக்காகத் திறந்து கிடக்கிற மாதிரியும் உணர்ந்தான்.

உண்மையில், தன் பரம்பரையைவிட்டே அவன் வெளியேற முடிவெடுத்த சந்தர்ப்பம் அது. ஆமாம், சீதாபதியின் தந்தைவழிப் பாட்டனுக்கு இரண்டு தாரங்கள். சீதாபதியின் தகப்பன் முதல்தாரத்து மகன். இரண்டாம் தாரத்துக்கும் இரண்டு மகன்கள் உண்டு. தாத்தா சாகும் தறுவாயில் இரண்டு குடும்பத்தையும் அழைத்துக் கேட்டாராம். காரியக்காரர் பதவியும் கவுரவமும் ஒரு குடும்பத்துக்கு. தலைமுறை தலைமுறையாய்த் தொடர்ந்துவரும் சொத்துபத்துக்கள் இன்னொன்றுக்கு.

மூத்தவள் குடும்பத்துக்குத்தான் முன்னுரிமை. அவர்கள் எடுத்துக்கொண்டது போக மீதமுள்ள பங்கு இரண்டாம் தாரத்துக்கும் அவள் பிள்ளைகளுக்கும். இந்தப் பஞ்சாயத்து நடந்த செய்தியையும் அன்னத்தாயக்காவே சொன்னாள். 'அப்படியா?' என்று ஒருமுறை அப்பாவிடம் கேட்டான். அபூர்வமாக இவர்களுக்குள் நடந்த உரையாடல் அது. அப்பா

ஆமோதித்துவிட்டு, உபரியாகவும் இரண்டு வாக்கியங்கள் பேசினார்:

அப்பிடியொரு முடிவு எடுத்ததுலெ தப்பொண்ணுமில்லையே. இன்னைக்கி நல்ல வசதி வாக்கோடெதானே இருக்கேன்?...

தந்தையிடமிருந்து வாரிசுரிமையாக அவர் பெற்றது உத்தியோகத்தை மட்டுமல்ல – இரண்டுதாரம் என்ற வழமையையும்தான் ...

நள்ளிரவில் வளாகத்தை விட்டு வெளியேறும்போது, முன்னெச்சரிக்கையாகக் கட்டிப்போட்டிருந்த கறுப்பன் அசந்தர்ப்பமாக வாலாட்டிக் குழைந்தது. அடுத்த சில நாட்களுக்கு அதன் முனகல் ஒலி அடிக்கடி நினைவு வந்து தொந்தரவு செய்யும். பின்னர் அதுவும் மங்கித் தேய்ந்துவிட்டது – நினைப்பறியாமல்.

கிழவருக்கு வயது எண்பதிலிருந்து தொண்ணூறுக்குள் இருக்கலாம். அவர் சொல்லும் சம்பவங்களை வைத்து இதை யூகிக்க முடிந்தது – அதாவது தாம் இருந்ததாகச் சொன்ன இடங்களிலும் சந்தர்ப்பங்களிலும் அவர் நிஜமாகவே இருந்திருக்கும் பட்சத்தில். உதாரணமாக, தாம் பிறந்த வருடம் பற்றி, போகிற போக்கில் ஒன்று சொன்னார்:

பஞ்சாப்லெ குருவி சுடுற மாதிரி அப்பிராணிச் சனங்களெச் சுட்டுக் கொண்டாங்யல்லே, அந்த வருசம்தான் கலியாண மாயி வந்துச்சாம் எங்க ஆத்தா. மறு வருசம் நாம் பொறந்துட்டேன் ...

அவருடைய குரலிலும், கண்களிலும், உடல்மொழியிலும் தெரியும் நேர்மை அபாரமானது. முழுக்க நம்பலாம்.

ஆனால், ஆளைப் பார்த்தால் அவ்வளவு வயது சொல்ல முடியாது. எண்பதுக்குக் கீழேதான் மதிக்க முடியும். அவருடைய பால்யகாலத் தோழியும், தற்போதைய புரவலருமான அண்டை வீட்டுப் பெண்மணியுமே அப்படித்தான் சொன்னார்:

என்னா, எளுவத்திச் சொச்சம் இருக்கும்.

திருஷ்டி பட்டுவிடக்கூடாது என்பதற்காகக் கிழவி பொய் சொல்கிறாரோ என்று சந்தேகம் தட்டத்தான் செய்தது.

அழுத்தமும் உறுதியுமான நடை. பிராயத்தில் ஸ்டண்ட் நடிகராகவோ, குஸ்தி பயில்வானாகவோ இருந்திருக்கக் கூடியவர் என்று சொல்லத்தக்க தசை உறுதி, நெடுநெடுவென்று உயரம். தொப்புள்வரை நீண்ட தாடியில் ஒருதுளி கறுப்பு கிடையாது.

ஒரே ஒரு குறை, எத்தனை தடவை முறுக்கிவிட்டாலும், முழுக்க நரைத்த கடா மீசை தொங்கி ஆடத்தான் செய்தது. ஆனால் அவர் அதைப் பொருட்படுத்தவில்லை. ஐந்து நிமிடத்துக்கொருமுறை வலது கை அனிச்சையாக உயர்ந்து, ஏதாவது ஒருபக்க மீசையுடன் விளையாடத் தொடங்கும்.

ஆயிரத்துத் தொளாயிரத்து நாற்பதுகளின் கடைசியில், ஐம்பதுகளின் ஆரம்பத்தில் பாடி நடித்த கே ஆர் ராமசாமி என்பவரின் குரல் கேட்டிருக்கிறீர்களா, அவருக்கு நிரந்தரமாக ஜலதோஷம் பிடித்த மாதிரிக் குரல் சீதாபதிக் கிழவருக்கு.

ஆனால், அவரிடம் என்னைக் கவர்ந்த முக்கியமானதொரு அம்சம், அவருடைய ஞாபகசக்தி. அநியாயம். அறுபது வருடம், எழுபது வருடப் பழைய நிகழ்ச்சிகளை அவர் எனக்குச் சொல்லும் போது இருந்த துல்லியம் யாரையும் ஆச்சரியப்பட வைக்கும்.

எனக்கெல்லாம், போனவாரம் நடந்ததே சற்று மங்கலாகத் தான் நினைவிருக்கும். துறையில் நுழைந்தபோது, என்னை கண்டின்யூட்டி உதவியாளராகத்தான் நியமித்தார் எங்கள் இயக்குனர். ஒரே வாரத்தில் முடிவை மாற்றிக்கொண்டார். 'இவன் சரிப்பட மாட்டானப்பா' என்று அறிவித்துவிட்டார். ஆனாலும், என் போல, கனவுலகத்தில் புதைந்த ஒருவன், கதை இலாகாவில் அவசியம் இருக்க வேண்டியவன் என்று அவர் கருதியதால், தலை தப்பித்தது. இல்லாவிட்டால், அப்போது கிடைத்த பன்னும் டீயும் கூட இல்லாமல் போயிருக்கும்.

ஒரு சம்பவத்தைச் சொல்லும்போது, தாம் என்ன உடை அணிந்திருந்தார் என்பதில் தொடங்கி அப்போதைய வெளிச்சம், எதிராளி நின்றிருந்த கோணம், உதிர்க்கப்பட்ட சொற்கள் என்று சகலத்தையும் கச்சிதமாகச் சொல்கிறார். 'நீயில்லாத இடத்தில் நடந்ததை, கச்சிதமாயிருக்கிறது என்று நம்புவதற்கு என்ன ஆதாரம்' என்று யாராவது சந்தேகப் பிராணி கேட்கலாம். இடறாமல் சொல்கிறார், முரணாமல் சொல்கிறார்; இது போதாதா நம்புவதற்கு?

அட, அத்தனையும் புளுகாகவே இருக்கட்டுமே, அவருடைய தலைமுறையின் மகத்தான கதைசொல்லி என்று ஆகிவிட மாட்டாரா. அப்பப்பா, எத்தனை கதைகள். எத்தனைவிதமான சந்தர்ப்பங்கள்!

அவருடைய நினைவாற்றல் பற்றி ஒருதடவை கேட்டே விட்டேன். இடது புறங்கையால் ஒதுக்கித் தள்ளினார் என் ஆச்சரியத்தை.

அட விடப்பா. பொஞ்சாதி புள்ளெக ண்டு இருந்துச்சுண்டா அதுகளெப் பத்திக் கவலெப்பட்டு, இருக்குற யாவுகமெல்லாம் ஒருவேளெ அளிஞ்சிருக்கும். ஒத்தெக்கட்டெதானெ. ஒரே ரஸ்தாவுலெ போயிக்கிட்டே இருக்குற மாதிரி அம்புட்டும் பத்தரமாப் பதிஞ்சு கெடக்கு – மாடு வத்துனாலும் கொம்பு வத்தலே ண்ற கணக்கா, மனசம்புட்டும் யாவுகந்தேன். நீ ஒருத்தன் வந்து கேக்காட்டியும், இதுகளெத்தானே நெனச்சுக்கிட்டுக் கெடப்பேன்.

ஆனால், இன்னொரு சந்தர்ப்பத்தில் அவரே சொன்னார்: அண்மைக்காலச் சம்பவங்கள் – அதாவது போனவருடமோ முந்தின வருடமோ நடந்தவை – அவ்வளவாக நினைவிருப்பதில்லையாம். ஐம்பது அறுபது வருடங்களுக்கு முன்னால் நடந்தவை, துல்லியமாக ஞாபகம் வருகிறதாம். ஏதோ, அந்தக் காலகட்டத்தில்தான் தாம் உயிரோடு இருந்தமாதிரியும், சமீபத்திய வருடங்களில் பேருக்கு ஒரு நடமாட்டம் இருக்கிறமாதிரியும் படுகிறதாம் அவருக்கு.

கிழவரின் விவரிப்புப் பாணியில், விசித்திரமான ஓர் அம்சம் இருந்தது. நபர்களின் பெயரை மறந்தும் சொல்ல மாட்டார். அவர்களில் அநேகர் இப்போது உயிருடன் இல்லாதிருக்கவும் வாய்ப்பிருக்கிறது; ஒருவேளை இருந்தாலும், எந்தெந்த ஊரிலோ, எந்தெந்த மாநிலத்திலோ ஏதேதோ பிராயங்களில் இருக்கும் அவர்களை என்னைப் போன்ற ஒருவன் சென்று சந்திப்பதற்கான வாய்ப்பு அறவே இல்லை. ஆனாலும், மற்றவர்களின் அந்தரங்கம் என்று நினைத்தாரோ என்னவோ. பெயர்களைக் கவனமாகத் தவிர்த்து விடுவார்.

அது ஒருவிதத்தில் சரியும்தான். பெயரற்று நடமாடும் மனிதர்கள் செய்தவை, அவர்களுக்கு நேர்ந்தவை என அனைத்துமே நிறமற்ற வெளியில், பொழுதற்ற வேளையில் நிகழ்ந்தவையாகத் தென்பட்டன எனக்கு. பெயர்கள் தெரிவதனால், கூடுதலாக என்ன கிடைத்துவிடப் போகிறது?

ஊர்களின் பெயர் பெரும்பாலும் நினைவில்லை என்பார். ஓரிரு தடவைகள் ஞாபகப்படுத்திக்கொள்ள முனைந்து, 'அது என்னமோ பேருப்பா. வாயிலெ மொளையாத பேரு' என்று தோற்று முடித்ததற்கப்புறம், மேற்படி முயற்சியைக் கைவிடுவார். வெகு அபூர்வமாக மிகச் சில சந்தர்ப்பங்களில் மட்டும் பெயர்களைச் சொல்லவும் செய்தார். அந்த நேரங்களில் முகத்தில் தெரியும் வேதனை சொல்லி மாளாது – குறிப்பாக 'சகுந்தலா' என்ற பெயர்.

கிழவரின் மொழி அபாரமானது. சரளமானது. அருவி மாதிரி சம்பவங்களும் வாக்கியங்களும் கொட்டும். முதல்நாள் அவர்

பேசும்போது, குறிப்புகள் ஒன்றும் தேவையில்லை, ஞாபகத்தி லிருந்தே தொகுத்துக்கொள்ளலாம் என்று அசட்டுத்தனமாக நினைத்தேன்.

இரண்டாம் நாள் பொங்கிய வெள்ளம் என்னைத் திகைக்க வைத்தது. எந்நேரமும் உடம்பின் பகுதிபோலத் தொங்கும் தோள்பைக்குள் எப்போதும் இருக்கும் வாய்ஸ் ரெக்கார்டரை எடுத்துவிட்டேன். விலை உயர்ந்த ரிக்கார்டர். ஜப்பான் தயாரிப்பு. நிறுத்தாமல் எண்பத்து நாலு மணிநேரம் பதிவு செய்யலாம்.

அந்த ரிக்கார்டர் பற்றியும் சிறு துணுக்கு ஒன்று இருக்கிறது. முதன்முதலில் ஒரு இயக்குநரிடம் வேலைக்குச் சேர்ந்தேன் அல்லவா? அவரை விட்டு விலக முடிவெடுத்த சமயத்தில், நாலுமாதச் சம்பளம் பாக்கியிருந்தது. அதற்குள் கமலத்தைக் கல்யாணம் செய்திருந்ததால் தப்பித்தேன். ஆனாலும், சும்மா விலக விருப்பமில்லை. அவருடைய மேஜையில் நான் வெகுநாட்களாகப் பார்த்துவந்த இது கிடந்தது. லவட்டிக்கொண்டு வந்துவிட்டேன்.

ஒரு வருடம் கழித்து, நேருக்குநேர் சந்திக்கும்படியானது—அவர் வருவதற்கு வாய்ப்பேயில்லை என்று நம்பி நான் முதல் ஆளாகப் போய்ச் சேர்ந்த இசைத்தகடு வெளியீட்டு விழாவில். பிரியமாகத் தோளில் தட்டினார். நலம் விசாரித்தார். மனைவி சுகமாயிருக்கிறாளா, விசேஷத் தகவல் எதுவும் உண்டா என்றெல்லாம் அவர் கேட்டுக்கொண்டிருந்தபோது, என் தோள்பைக்குள் இந்தச் சனியன் கிடந்து உறுத்தியது.

பேசாமல் நாமே அவரிடம் சொல்லி, இப்போதே ஒப்படைத்துவிட்டால் என்ன என்று எனக்குள் யோசனை ஓடியது. 'எப்போதோ விலகிவிட்டோம், இதோ நலம் விசாரிக்குமளவு உருப்படியான பிம்பத்தைப் பேணியிருக்கிறோம், இப்போது போய் திருட்டுப்பட்டம் வாங்க வேண்டுமா, அதுவும் பொது இடத்தில்?' என்று மனத்தின் கறுப்புப் பகுதி தர்க்கபூர்வமாக எச்சரித்தது. ஆனால், அவர் என்னை மோதிக் கீழே தள்ளி நசுக்கிவிட்டார். இயல்பாகக் கேட்டார்:

அந்த வாய்ஸ் ரிக்காடர் நல்லா வேலெ செய்யுதாப்பா?

வாய்க்குள் கசப்பாக ஊறியது. விழுங்கவோ உமிழவோ இயலாமல் தவித்தேன். கவனிக்காதவர் மாதிரித் தொடர்ந்து பேசினார்:

நல்லவேளெ, அதையாவது எடுத்துட்டுப் போனே. சம்பளம் குடுக்க முடியலே; இந்தப்பய வாய்விட்டுக் கேக்கவும் மாட்டேங்குறான்; கடன் தொல்லெ அதிகமாயிட்டே

போகுது, வேற எடம் பாத்துக்கோப்பான்னு சொல்லவும் மனசு வர மாட்டேங்குது – எப்பிடித் தவிச்சிக்கிட்டிருந்தேன் தெரியுமா? நல்லவேளெ, 'கடிகாரச் சிறை' வந்தது. மீள முடிஞ்சது. அதுக்குள்ளே நீதான் முத்தழகன் ட்டெ ஸெட்டிலாயிட்டியே ...

வாயில் ஊறிய கசப்பின் தீவிரம் அதிகரித்தது. அவமானமும், குற்ற உணர்ச்சியும் மீறி எழ, முதல் தடவையாக அவரைத் தொட்டேன். ஆம், அவருடைய வலதுகையை எனது இரண்டு கரங்களுக்குள்ளும் பொதிந்துகொண்டேன். என்னையறியாமல் கண் சுரந்திருக்க வேண்டும்.

... அட, இதுக்கு ஏம்ப்பா கலங்குறெ. இண்டஸ்ட்ரியிலே இதெல்லாம் சர்வ சாதாரணம் ...

என் அடிமனத்தில் நிரந்தரமாய்க் குளம் கட்டியிருக்கும் குற்றவுணர்ச்சி வற்றிவிடாமல் பார்த்துக் கொள்ளத்தான் எத்தனைபேர் இருக்கிறார்கள்! ...

அதில்தான் சீதாபதிக் கிழவரின் பேச்சைப் பதிவு செய்தேன். சாதாரணப் பேச்சா அது, மாபெரும் பிரவாகம். எனக்கு ஓரளவு இந்தி தெரியும். இந்திப் படங்களைப் பார்ப்பதற்காகவென்றே கற்றுக்கொண்டது. ஆரம்ப நாளில் ஃப்ரெஞ்ச் படிக்கும் உத்தேசமும் இருந்தது – ஒத்துவரவில்லை.

தமிழில்தான் தொடர்ந்து பேசுவார் என்றாலும், சர்க்கரைப் பொங்கலில் எதிர்பாராமல் தட்டுப்படும் முந்திரிப்பருப்பு மாதிரி, நடுநடுவே இந்தி வாக்கியங்கள் வந்து விழும். கிழவரின் இந்தி வசீகரமான கலப்படம் கொண்டது. உருது, தெலுங்கு, வங்காளி, ஓரியா என்று பலமொழிகளின் சொற்கள் விரவிக்கிடக்கும் மொழி.

தமிழின் அழகைக் கேட்கவே வேண்டாம். மதுரை மாவட்டத்தின் பிரத்தியேகமான சொல்லழகு ஜொலிக்கும். தொடுகறியை 'வெஞ்சனம்' என்பார். 'ஒரு தடவை' என்பதை 'ஒரு தபா' என்பார். மறுநாளை 'மக்யா நாள்' என்பார். இடையிடையே, 'டீக்ஹே?' என்று என்னை விசாரிப்பார். நான் சொல்லும் பதிலுக்கு 'அச்சா' போடுவார்.

அவருடைய பேச்சுமொழியிலேயே எழுதிவிட வேண்டும் என்று ஆரம்பத்தில் ஆசைப்பட்டேன். வாய்ப்பேயில்லை. கேட்டு எழுதுவது அவ்வளவு சிரமம். ஆனால், இதைப் படித்துவிட்டு

ஆர்வம் காட்டுகிறவர்களுக்கு, டிவிடியில் பதிந்து தரும் எண்ணம் உண்டு – நாலைந்து டிவிடிக்கள் பிடிக்கும். அதனாலென்ன.

ஆனால், அத்தனை மொழிகள் தெரிந்திருந்தாலும், இரண்டு சிறப்பம்சங்கள் உண்டு கிழவரிடம். ஒன்று, எல்லாமே பேச மட்டும்தான் தெரியும். படிக்கவோ எழுதவோ தெரிந்தது தமிழ் மட்டும்தான். இரண்டாவது, ஆங்கிலம் சுத்தமாகத் தெரியாது. அதுபற்றியும் கேட்டேன். அவர் சுருக்கமாகச் சொன்னார்:

> *அது என்னா, இந்த மண்ணோட பாசையா? எனக்குத் தெரிஞ்ச பாசையெ வச்சு இந்தியா முளுக்கச் சுத்தியிருக்கேன். அது பத்தாதா? நம்ம என்னா கப்பலேறியா போப்பறம்? அதுக்குக் காசு எவெங்கிட்டே இருக்கு?*

இன்னும் இரண்டு தகவல்களும் சொல்லியாக வேண்டும். சாதாரண எளிய வார்த்தைகளில் அவர் சொல்லிச் சென்ற விதத்தில் அலாதியான மொழியழகு இருந்தது. ஆனால், பெயர்த்தெழுதும்போது சில வார்த்தைகளை மாற்றிப் பார்த்தா லென்ன என்று முயற்சி செய்தேன். அபூர்வமான கனமும், விவேகமும் அவர் விவரித்த நிகழ்வுகளில் கூடிவிட்ட மாதிரி இருந்தது. அப்படியே தொடர முடிவு செய்தேன்.

தொடர்ந்து நூறு பக்கம் வரை எழுதிய பிறகு, திடீரென்று தோன்றியது – அவர் கூறியதை ஒரு பக்கம் வாங்கிக்கொண்டு, எனக்குப் பிடித்த மாதிரியான பிரதியை உருவாக்க முயல்கிறேனோ.

தவறொன்றுமில்லை என்று பட்டது. மற்றபடி, அவர் கூறியதில் ஒரு வாக்கியம் சேர்க்கவோ, குறைக்கவோ இல்லை என்பது மட்டும் உறுதி.

3

நட்டு வைத்த கழி மாதிரி செங்குத்தாய் அமர்ந்திருந்தார் கிழவர். ஒட்டிப் பிறந்த இரட்டையர் மாதிரி எந்நேரமும் அவரோடு இருக்கும் வெங்கடாசலத்தைக் காணோம். கரையோடு கரை நிரம்பித் ததும்பும் ஆற்றின்மீது பார்வை பதித்திருந்தார். ஆற்றுப்பரப்பு மேடை போலவும், அதன்மீது தமக்கு மட்டுமே தெரியும் மாயக் காட்சியை ஆராய்கிறவர் மாதிரியும் கண்களில் அப்படியொரு கூர்மை. தனிமை அவரை உறைபோலப் போர்த்தியிருந்ததாகக் கற்பிதம் செய்துகொண்டேன்.

என்னைப் பார்த்ததும் லேசாக முகம் மலர்ந்ததைத் தவிர அவரிடம் வேறு சலனம் எதுவுமில்லை. அவர் இருந்த அகலக் கல் ஆசனத்தில் இருவர் அமர இடம் இருந்தது. கையால் பக்கத்தில் தட்டிக் காட்டவும் செய்தார். ஆனால், அது சௌகரியப்படாது. முகத்தைப் பார்த்துப் பேசுகிற மாதிரி வராது. நான் எதிரில் தரையில் அமர்ந்து கொண்டேன். தவிர, கொடுக்கும் கை உயரத்திலும் வாங்கும் கை கீழேயும் இருப்பதுதானே இயல்பு!

பத்துநிமிஷம் போல வேறு ஏதேதோ பேசிக் கொண்டிருந்த பிறகு, சுருதி சேர்ந்துவிட்டது...

தெற்குக் கர்நாடகத்தில் ஒரு நாட்டுவைத்தியரின் உதவியாளனாகக் கொஞ்சநாள் வேலை பார்த்தேன்.

'முன்னமே இன்னொரு வைத்தியரிடம் வேலை பார்த்திருக்கிறேன், ஆனால் வைத்தியம் பற்றி எதுவும் தெரியாது' என்ற உண்மையைச் சொல்லித்தான் இவரிடம் சேர்ந்தேன். இவர் நிஜமான வைத்தியர். பழைய ஆசாமியைப் பற்றிக் கொஞ்சம் சொல்லிவிடுகிறேன் – இல்லாவிட்டால் மறந்து போகும்.

அந்த ஆள் பரம்பரை வைத்தியருமில்லை, பயின்ற வைத்தியரும் இல்லை. மனத்துக்குப் பட்டபடி தோராயமாக ஏதோ செய்து பிழைப்பை நடத்திவந்தார். ஆனால், இந்த சமாசாரம், கூடவே இருக்கும் எனக்குத்தான் தெரியும் – வியாதி என்று வருபவர்களுக்குத் தெரியாது. இங்லீஷ் வைத்தியர்களிடம் மட்டுமென்ன, அவர்கள் படித்த லட்சணம் தெரிந்துகொண்டா உடம்பை ஒப்படைக்கிறோம்?

இவர் வைத்தியம் பார்க்கும் முறையே அலாதி. பத்திருபது வகை மரப்பட்டைகளைப் பொடி செய்து, விதவித நிறமான சீசாக்களில் நிரப்பிவைத்திருப்பார். அகலமான ஒரேயொரு ஜாதிக்காய்ப் பெட்டிக்குள் அத்தனையும் அடங்கிவிடும்.

வியாதியஸ்தர்களுக்கு அவர் மருந்து கலக்கிக் கொடுக்கும் விதமும் வித்தியாசமானதுதான். பச்சை சீசாவில் ஒரு சிட்டிகை, வெள்ளை சீசாவில் நாலு, மஞ்சள் சீசாவில் பதினேழு, ஊதா சீசாவில் இருபத்திரெண்டு என்று தோராயமாக விகிதம் சொல்லி, அதை ஐந்தால் பெருக்கி ஒரு கோப்பையில் போட்டு எடுத்து வரச் சொல்லுவார். மூன்று மடங்கு நீரில் கலந்து உட்புறம் வேப்பெண்ணெய் தடவிய வெண்கலப் பாத்திரத்தில் போட்டுச் சுண்டக் காய்ச்சுவார். ஒரு மண்டலம் சாப்பிட மருந்து தயார். விகிதம் மாறிமாறி வரும் – ஒவ்வொரு வியாதிக்கு ஒவ்வொரு மாதிரி. சில பேருக்கு, நேரடியாகவே பொடியை சிறு பொட்டலங்களாக மடித்துக்கொடுத்து, தேனில் குழைத்து சாப்பிடச் சொல்லுவார்.

யாரும் குணமடைந்ததாகவோ, இரண்டாம் தடவை மருந்து வாங்க இவரைத் தேடி வந்ததாகவோ நினைவில்லை. வைத்தியரும் ஒரு வாரத்துக்கு மேல் ஒரு ஊரில் தங்குவதில்லை. ஆனால் இதையும் சொல்லவேண்டும் – யாருக்கும் அசம்பாவிதம் எதுவும் நடந்ததாகவும் தகவல் இல்லை.

வைத்தியசாஸ்திரம் தவிர, ரசவாதத்திலும் தமக்கு ஞானம் உள்ளதாகச் சொல்லிக்கொள்வார். அது தொடர்பான சாதனங்களும் ரசாயனங்களும் தனியாக இன்னொரு பெரிய கள்ளிப்பெட்டியில் இருக்கும். அந்தப் பெட்டியைத் தொடக்கூட எனக்கு அனுமதி கிடையாது! சம்பளம் என்று ஏதும் தர

ஊர்சுற்றி 39

மாட்டார். மூன்றுவேளை சாப்பாடு மட்டும்தான். அதுவும் 'இதைச் சாப்பிட்டால் இந்த வியாதி வரும், அதைச் சாப்பிட்டால் அது வரும்' என்று நொட்டைக் காரணம் சொல்லி எந்நாளும் பத்தியச் சாப்பாடு.

அவருடைய மனைவி இன்னும் கெட்டிக்காரி. ஏதோ ஒரு அப்பாவோ, அண்ணாவோ – கர்நாடகத்தில் அப்படித்தான் பெயர்கள் வரும் – சிறு காய்கறிக்கடை போட்டிருந்தான், கிராமத்தில். விளக்கு வைக்கும் நேரமானதும், இந்த அம்மாள் அவனிடம் காய் வாங்கப் போவாள். மீந்திருக்கும் காய்கறிகளை சல்லிசான விலைக்கு வாங்கிவருவாள். பாதிக்குமேல் சொத்தையும் முற்றலுமாக, ஊரே கழித்ததாக இருக்கும்.

சமைக்க லாயக்காகத் தேறுகிறவற்றைப் பிரித்தெடுப்பது என் பொறுப்பு. தேறியவற்றை அக்கம்பக்கத்தில் இருந்த விவசாயக் கூலிகளின் வீடுகளில் சொற்ப லாபத்துக்கு விற்றுவிடுவாள். அதிலும் மிஞ்சுவதுதான் எங்களுக்கு. இப்போது தெரியுமே, எனக்கு அவள் சாப்பாடு போட்ட லட்சணம்.

பல்லைக் கடித்துக்கொண்டு ஆறேழு மாதங்கள் ஓட்டிவிட்டு, ராவோடு ராவாகத் தப்பி ஓடிவந்தேன்.

ஆனாலும், அந்தத் தம்பதி செய்த உதவிகளையும் சொல்லியாக வேண்டும். ஒன்று, ஊர் பேர் பாஷை என்று எதுவுமே தெரியாத சின்னப் பையனை வீட்டோடு வேலையாளாக அமர்த்திக் கொண்டது. ஊரைவிட்டு வெளியேறி ஒரு மாதத்துக்குள்தான் இருக்கும் – மனம் எந்நேரமும் கூரைக்கும் வீட்டுச் சாப்பாட்டுக்கும் ஏங்கும். இரண்டும் கொடுத்தது அந்தப் புண்ணியவாளர்கள்தானே. அவர்களுக்கு எப்படியோ, நான் ஆரம்பித்த புது வாழ்க்கைக்கு, பெற்றவர்கள் என்று அவர்களைத்தான் சொல்வேன்.

இரண்டு, அந்த அம்மாள் ஹிந்திக்காரி. 'பிஹாரி' என்று தன்னைப் பெருமையாகச் சொல்லிக்கொள்வாள். அடிக்கடி, 'எங்கள் பிஹாரில்' என்று ஆரம்பித்து ஏதாவது பீற்றிக்கொண்டிருப் பாள். நான் கொப்பம்பட்டியில் இருந்த ஹிந்திப் பண்டிட்டிடம் ஒரு வருஷம்போலப் படித்திருந்தேன் என்று சொன்னேனில்லையா. அப்பாவின் ஏற்பாடு அது. வடக்கத்தி அதிகாரிகள் வரும்போது பேசிப் பழகத் தேவைப்படுமாம். தான் படும் சிரமங்களை நான் படக்கூடாதாம்.

ஆனால், எனக்கு இலக்கண சுத்தமாகத்தான் பேச வரும். உள்ளூர் சாப்பாட்டுக் கடையில் போய்,

எனக்கு ஒரு சப்பாத்தி வழங்கமுடியுமா தங்களால்?

யுவன் சந்திரசேகர்

என்கிற மாதிரிப் பேசினால், மேலும் கீழும் பார்க்கத்தானே செய்வான்? இந்த அம்மணி எனக்கு பேச்சுவழக்கு கற்றுத்தந்தாள். சும்மா ஒன்றும் இல்லை. பரஸ்பரம் நாங்கள் தமிழும் ஹிந்தியும் பரிவர்த்தனை செய்துகொண்டோம். அந்த அம்மாள் உடனடியாக என்னை 'போடா, வாடா' என்று தமிழில் அழைக்க ஆரம்பித்து விட்டாள்!

நான் எத்தனையோ வருஷங்கள் எங்கெல்லாமோ தைரியமாகத் திரிந்ததற்கு அவள் கொடுத்த ஹிந்திதான் காரணம். இன்னொரு சங்கதிக்காகவும் அவள் என் நினைவில் மாறாமல் இருக்கிறாள் – ஆமாம், பிற்பாடு நான் ஒரு நாடோடிக் கும்பலில் போய்ச் சேர்ந்தபோது, எனக்குப் பரிவாய்ச் சோறுபோட்ட தாயின் முகச்சாயல் கொண்டவள் அவள்!

மூன்றாவது, நான் சமையல் கற்றுக்கொண்டது அவளிடம்தான். வடக்கத்திப் பக்குவங்கள் என்றில்லாமல், தெற்கத்திப் பலகாரங்களும் ருசியாகச் செய்வாள். அதற்காக நம் ஊர் குழிப்பணியாரமும், பால் கொழுக்கட்டையும் என்று நினைத்துக்கொள்ளக் கூடாது – ஆந்திர, கன்னடப் பதார்த்தங்கள் தாம்! தான் எப்படிக் கற்றுக்கொண்டாளோ. நமக்கு ஆர்வமாய்ச் சொல்லிக்கொடுப்பாள்.

ஆனால், கடுமையாய்ப் புகைகிற ஈரவிறகு அடுப்பின் முன் குத்தவைத்து உட்கார்ந்து, கண் எரிய, வியர்க்க வியர்க்க, நாம் சமைத்ததை ருசி பார்க்க மட்டும்தான் முடியும். ஆமாம், தாராளமாக சாப்பாடு போட அவளுக்கு மனசு வராது. தான் ரொம்ப வறிய குடும்பத்தில் பிறந்து வளர்ந்தவள் என்று பலதடவை சொல்லியிருக்கிறாள். அவள் மட்டும் அளவில் கட்டுப்பாடு வைக்காமல் சோறு போட்டிருந்தால் லேசில் அங்கிருந்து புறப்பட்டிருக்க மாட்டேன்.

சுத்த வைத்தியர்

இந்தப் புதுவைத்தியர் பிரம்மச்சாரி. பழைய ஆள் சூரண வைத்தியம் செய்தார் என்றால், இவர் பச்சிலை வைத்தியம். நிஜமான திறமைசாலி. சின்னக் குழந்தையாய் இருந்த நாளிலிருந்தே எனக்கு ஒரு வியாதி இருந்தது. லேசாக மோடம் போட்டாலே தும்மத் தொடங்கிவிடுவேன். மழைக்காலத்தில் தும்மித் தும்மி நெஞ்சுவலி ஏறி, அழ ஆரம்பித்துவிடுவேன். வெதுவெதுப்பாகத் தவிட்டு ஒத்தடம் கொடுத்தபடி, ராத்திரிமுழுக்க அருகில் உட்கார்ந்திருப்பாள் அம்மா.

ஊர் ஊராய்க் கூட்டிப்போய் விதவிதமான வைத்தியர்களிடம் பரிகாரம் கேட்டிருக்கிறார் அப்பா. பாக்கிவைக்காமல் செய்தும் பார்த்திருக்கிறார். எதுவுமே கிட்டே நெருங்கமுடியாதிருந்த சுகக் கேட்டை, இவர் ஒருவார மருந்தில் நிரந்தரமாகக் குணப்படுத்தி விட்டார்.

அதற்குப் பிறகு இத்தனை வருட காலத்தில், சொட்டச்சொட்ட மழையில் நனைந்ததும், மணிக்கணக்காகக் கிடைதண்ணீரில் ஊறிக் குளித்ததும், ஈரத் தலையைத் துவட்டாமலே வெயிலில் நடந்ததும் கணக்கே சொல்ல முடியாது. மூக்கில் சிறு நமைச்சல்கூட இருந்ததில்லை. அவ்வளவு கெட்டிக்காரர். பழைய ஆசாமி அடிக்கடி ஒரு வசனம் சொல்வார்:

வைத்தியத்தைப் பொறுத்தமட்டிலே, மருந்து கால், மதி முக்கால்.

அவருடைய அகராதியில், 'மதி' என்ற சொல்லுக்கு 'தந்திரம்' என்று பொருள். வைத்தியம் முன்னேபின்னே இருந்தாலும், பேச்சில் கெட்டிக்காரர் அந்த ஆள்! இந்த வைத்தியரும் அதே பழமொழியை ஒருதடவை சொல்லி ஆச்சரியப்பட வைத்தார். ஆனால், மதி என்றால் 'நோயின் இயல்பையும் அதன் காரணத்தையும் கண்டுபிடிக்கும் வைத்திய ஞானம்' என்று அர்த்தம் சொன்னார்.

சோமேஸ்வர் என்ற வனப்பகுதியை ஒட்டிய கிராமத்தில் வசித்தவர் அவர். என்னுடைய ஞாபகத்தில் அவருக்கு 'சுத்த வைத்தியர்' என்று பெயர் வைத்திருக்கிறேன். என்னை அமர்த்திக் கொள்ளும்போதே எழுபது வயது இருக்கலாம். ஆனால், இளந்தாரி மாதிரி சுறுசுறுப்பாகத் திரிவார்.

அதிகாலையில், சூரியோதயத்துக்கு முன்பே கிளம்பி காட்டுக்குள் அலைந்து மூலிகைகள் பறித்துவருவார். ஒவ்வொரு மூலிகையைப் பறிப்பதற்கும் ஒவ்வொரு முறை உண்டாம். சிலவற்றை வெடுக்கென்று பறிக்கவேண்டும், சிலவற்றின் தண்டில் நகம் படாமல் பார்த்துக்கொள்ள வேண்டும். சிலவற்றில் கொழுந்தை மட்டும் பறிக்கவேண்டும். சிலவற்றை ஒடிக்கும்போது பால் கையில் பட்டுவிடாமல் பார்த்துக்கொள்ளவேண்டும். இல்லாவிட்டால், நாலைந்து நாட்களுக்கு சொறிந்துகொண்டே அலையவேண்டி வரும் – நம் ஊர் செந்தட்டி மாதிரி...

அப்புறம் அதை எப்படி மருந்தாகத் தருகிறோம்?

தனியாகக் கொடுப்பதில்லை அப்பனே. முறிவுக்கு ஒரு பச்சிலை இருக்கிறது...

என்று சொன்னவர், கொஞ்சநேரம் யோசித்தார். முகம் இறுகியது. அப்புறம் சொன்னார்:

மனிதர்களிலும் அப்படித்தான். கிட்டத்தட்ட எல்லா மனிதருமே. பிறவியில் அப்படி இல்லாவிட்டாலும், சமூகம் வளர்க்கும் விதத்தில், அடுத்தவனுக்கு ஆகாத விதத்தில், அரிப்புப் பச்சிலை ஆகிவிடுகிறோம் . . . அதற்கு முறிவு தேடித்தான் ஜாதகம் பார்த்து ஜோடி சேர்ப்பது!

என்று சொல்லி முடிக்கும்போது முகம் இளகி, பழைய சாந்தம் வந்துசேர்ந்துவிட்டது. இன்னொன்றும் சொன்னார்:

என்னை மாதிரி ஆசாமிகள் எப்படியோ காலத்தைக் கடத்திவிடுகிறோம். நீ இப்படியே இருந்துவிடாதே. காலம் கனியும்போது, நானே நல்ல பெண்ணாகப் பார்த்துத் தருகிறேன். என்ன?

அதெல்லாம் எதற்கு சாமி இப்போது?

என்று வெட்கப்படுகிறவன் மாதிரி பதில் சொன்னேனே தவிர, உள்ளூரக் கிளுகிளுப்பாகத்தான் இருந்தது. வைத்தியர் மீது மட்டுமீறிய பிரியம் சுரந்தது . . . ஆனால், நம்முடைய தலையெழுத்து வேறு மாதிரியல்லவா இருந்தது. போகட்டும். பச்சிலை பறிப்பது பற்றித்தானே பேச்சு.

ஒவ்வொன்றுக்கும் ஒவ்வொரு சுலோகம் உண்டு.அதை உச்சாடனம் செய்தபடி பறித்தால்தான் பலன் கிடைக்குமாம்.

கொஞ்சநாள்கூட இருந்து பழகு, உனக்கும் எல்லாவற்றையும் சொல்லித் தருகிறேன். வைத்தியத்தில் எனக்கு வாரிசு நீதான் என்று தீர்மானித்துவிட்டேன்.

என்று சொல்லியிருந்தார். எல்லாம் சரியாக நடந்திருக்கும்தான். மேலே இருக்கிறவன் சாமானியப்பட்ட ஆளா? அநியாயக் கிருத்துமம்[1] பிடித்தவனல்லவா? அவனுக்கு முழுநேர வேலையே நம்முடைய திட்டங்களை முறிப்பதுதானே. சீக்கிரமே சகலமும் தலைகீழாக மாறிவிட்டது. அதை அப்புறம் சொல்கிறேன்.

என்னுடைய வேலை, அவர் பறித்து வந்த மூலிகைகளை வதங்குவதற்கு முன்னால் அரைப்பது. சிலவற்றைக் கல்லுவத்திலும், சிலவற்றை ஆட்டுரலிலும், சிலவற்றை அம்மியிலும் அரைக்கச்

1. இந்த வார்த்தையைக் கேட்டு எத்தனை நாளாகியிருந்தது! கிழவர் உச்சரித்த மாத்திரத்தில், எனக்குள் சிலீரென்று பனிக்கட்டி இறங்கிய மாதிரி உணர்ந்தேன். நான் சிறுவனாய் இருந்தபோது, என்னுடைய அம்மா இதே சொல்லைப் பயன்படுத்திக் கேட்டிருக்கிறேன். அவள் 'கிருத்துருவம்' என்பாள்!

சொல்வார். சிலவற்றை உருளைக் கல்லால் நாலைந்து தடவை தட்டி, ஆய்ந்து நசுக்கிய கீரைப் பதத்தில் வைக்கச் சொல்வார். ஒரே மாதிரி இருக்கும் சில வகைகளில் வித்தியாசம் கண்டுபிடிக்கத்தான் முதலில் கற்கவேண்டும் என்று நினைத்துக்கொள்வேன்.

மத்தியானம் வெயில் தாழ்ந்த பிறகு வேறுசில பக்குவங்கள் செய்து மருந்து கூட்டுவார். அப்போதும் சுலோகங்கள் சொல்லிக் கொண்டிருப்பார்.

காலையில் பத்து மணி சுமாருக்கு நோயாளிகளைப் பார்க்க ஆரம்பிப்பார். என்ன வியாதியாய் இருந்தாலும், எவ்வளவு பெரிய பணக்காரனாய் இருந்தாலும், காலணாதான் கட்டணம். மறுநாள் சாயங்காலம் வந்து மருந்து வாங்கிக்கொள்ள வேண்டியது. அதாவது, இன்றைக்கு வருகிறவர்களுக்காக நாளை அதிகாலையில் பச்சிலை பறிப்பது என்று நியதி. ஒருநாளுக்கு இருபது பேருக்குக் குறையாமல் வருவார்கள். குறிப்பேடு எதுவும் வைத்துக்கொள்ள மாட்டார். அவ்வளவு ஞாபகசக்தி. மறுநாள் எதையும் விட்டுவிடாமல் பறித்து வருவார்.

நோயாளிகளைப் பார்த்து முடித்துவிட்டுத்தான் முதல் வேளைச் சாப்பாடே. அவர் மூலிகை பறிக்கச் சென்ற அவகாசத்தில், எனக்குத் தெரிந்தவிதத்தில் நான் சமைத்து வைத்திருப்பேன். எதிரெதிராக உட்கார்ந்து சாப்பிடுவோம். ருசியைப் பற்றி ஒரு வார்த்தை பேசமாட்டார். அளவும் குறைவாகத்தான் சாப்பிடுவார். எந்நேரமும் வைத்தியம் பற்றியேதான் சிந்தனை. 'ஏதோ உயிர் வாழ்வதற்காகச் சாப்பிட்டுத் தொலைக்க வேண்டியிருக்கிறது' என்கிற மாதிரி விட்டேற்றியாகச் சாப்பிடுவார்.

> 'வைத்தியம் பார்ப்பதைவிட உத்தமமான இன்னொரு தொழில் கிடையாது அப்பனே. பிரம்மாவுக்குக் கொஞ்சம் கீழே. அவ்வளவுதான். வேண்டுமானால், வாத்தியார் வேலையை இதற்கு நாலைந்து படிகள் தள்ளிப் பக்கத்தில் வைத்துக்கொள்ளலாம். பால்கடலைக் கடைந்தபோது, வலது கையில் அமிர்தத்தைத் தூக்கிவந்த தன்வந்திரி ஒரு வைத்தியன்தான். பார்த்துக்கொள்.

என்று ஒரு தடவை சொன்னார்.

> வெறும் வயிற்றுடன் இருக்கும்போதுதான், மூளை துடிப்பாகச் செயல்புரியும்.

என்று அடிக்கடி சொல்வார். 'வைத்தியம் பழக வேண்டுமானால், முதலில் பசி பழக வேண்டும்' என்பார். எனக்காகக் காத்திருக்க வேண்டாம், உனக்குப் பசித்தால் நீ தாராளமாகச் சாப்பிடலாம்'

என்று வந்த முதல்நாளே சொல்லிவிட்டார். எனக்குத்தான் மனசு கேட்காது. சில நாள் வயிறும் கேட்காது. பசிக்கிற நாட்களில், தேங்காய்ப்பத்தை, பொட்டுக்கடலை, வாழைப்பழம் என்று என்னத்தையாவது சவைத்து நிரப்பிக்கொள்வேன்.

சாயங்காலத்தில், மருந்து விநியோகம் முடிந்தபிறகு, வேறு ஆளாக மாறுவார். ஆமாம், ஜோசியம் பார்க்க ஆரம்பிப்பார். ஜோசியத்தை சாயங்காலத்தில்தான் பார்க்க வேண்டும்[2] என்பதற்கு இரண்டு காரணங்கள் சொன்னார்: ஒன்று, ராகுகாலம் எமகண்டம் குளிகன்[3] என்று பூமி நடவடிக்கைகளைக் கட்டுப்படுத்துகிற எதிர்மறை வேளைகள் எல்லாமே சூரியோதயத்தில் ஆரம்பித்து, அஸ்தமனத்துக்கு முன்னால் முடிந்துவிடும் என்பது.

இரண்டாவது, அந்திவேளையில் ஆகாயத்தில் அஸ்து தேவதைகள் பறந்துகொண்டிருப்பார்களாம். நாம் உதிர்க்கிற ஒவ்வொரு சொல்லுக்கும் அஸ்து கொட்டுவார்கள். 'அப்படியே ஆகட்டும்' என்று அர்த்தம். அதனால், அந்த வேளையில் ஜோசியம் பார்ப்பதுதான் உசிதம் என்பது அவர் முடிவு.

இந்த இரண்டாவது காரணத்தின் காரணமாய், சாதகமான பலன்களை மட்டும்தான் சொல்வார். ஜோசியத்துக்கு சன்மானம் இன்னும் குறைவு – அரைக் காலணா.

> 'இதற்கு உடல் உழைப்பு எதுவும் செய்வதில்லையே அப்பனே'

என்று விளக்கம் சொன்னார்.

ஜோசியம் பார்க்க வெளியூர் ஆட்கள் அதிகம் வந்து நான் பார்த்ததில்லை. அதில் இவருக்குப் பாண்டித்தியம் குறைவோ என்னவோ என்று நானாக நினைத்துக்கொண்டேன். ஜனங்களுக்கும், தங்களுக்கு நடக்கவிருக்கும் கெடுதியைத் தெரிந்து கொள்ளத்தான் ஆர்வம் அதிகமோ என்றும் தோன்றும் – அப்போதுதானே தப்புத்தப்பான தற்காப்பு ஏற்பாடுகளில் இறங்கலாம்!

---

2. அஸ்தமனத்துக்கு முன்னால் பார்த்துவிட வேண்டும் என்பதுதான் பரவலான நம்பிக்கை. கிழவரானால் இப்படிச் சொல்கிறார். சரி, இவராகச் சொல்வது இல்லையே, யாரோ சொன்னதை எடுத்துச் சொல்லத்தானே செய்கிறார். குறுக்கிடுவானேன் என்று விட்டுவிட்டேன். தவிர, அதற்கு ஒரு தர்க்கமும் சொல்கிறார் அல்லவா ?

3. 'குளிகை' என்றுதான் சொல்ல வேண்டும் அல்லவா ? மிகச் சில இடங்களில் மட்டும், சீதாபதிக் கிழவருடைய பேச்சின் சுவாரசியம் குன்றாமல் இருப்பதற்காக, அவருடைய வார்த்தைகளையே கொடுத்திருக்கிறேன்.

பிரியத்தில் குறைவைக்காத மனிதர். மாதம் ஒருதடவை மைசூருக்கோ பெங்களூருக்கோ கூட்டிப்போவார். மருந்து சாமான்கள் சிலது வாங்க வேண்டியிருக்கும். ஆசனுக்குக்கூட ஒருதடவை கூட்டிப்போயிருக்கிறார். கழுத்தில் லிங்கம் மாட்டிய லிங்காயத்து அவர். நஞ்சங்கூடு சிவனைவிடப் பெரிய வைத்தியன் ஈரேழு லோகங்களிலும் கிடையாது என்று அடிக்கடி சொல்வார்.

வந்த வேலை முடிந்தவுடனே ஊர் திரும்பமாட்டார். எனக்கு ஊரைச் சுற்றிக் காட்டுவார். நாலு இடம் பார்த்தால்தான் உலக ஞானம் கிடைக்குமாம்.

வேடிக்கை பார்க்கிறவயதுதானே கண்ணா உனக்கு.

என்பார். துணிமணி, தின்பண்டங்கள் வாங்கித்தருவார். தான் எதையும் தின்ன மாட்டார். வெளி இடங்களில் கைநனைக்காதவர். சாயங்காலங்களில் சதிர்க்கச்சேரி, பாட்டுக்கச்சேரி என்று எதற்காவது கூட்டிப்போவார். மொத்தத்தில், பெற்ற தகப்பன் வழங்காத இதத்தையும் பரிவையும் தடையில்லாமல் வழங்கின பெரியமனிதர் என்று வைத்துக்கொள்ளேன்.

அவர் மட்டும் தீர்க்க ஆயுளுடன் இருந்திருந்தால், நான் வேறு இடத்துக்கோ, வேறு தொழிலுக்கோ போயிருக்கவே மாட்டேன். ஆனால், நம் கொடுப்பினை என்ன சாதாரணப்பட்டதா!

என்னை வேலைக்கு எடுத்துக்கொண்ட எட்டாவது மாதத்தில், கதை வேறுபக்கம் திரும்பிவிட்டது.

ஒருநாள் காட்டுக்குள்ளிருந்து திரும்பும்போதே நெஞ்சைப் பிடித்தபடி வந்தார். மூலிகைச் சுமையும் வழக்கத்தைவிடச் சிறியதாக இருந்தது.

> விஷப் பூச்சி ஏதோ தீண்டிவிட்டது அப்பனே. இன்ன பூச்சி என்று தெரியாமல் நாலைந்து பச்சிலைகளை மென்று பார்த்தேன். ஒன்றும் பலிக்கவில்லை. நெஞ்சை அடைக்கிறது.

என்று பெருமூச்சு விட்டபடி திண்ணையில் அமர்ந்தார். மூச்சுவிடச் சிரமப்படுகிறார் என்று தோன்றியது. உள்ளே ஓடிப்போய்ப் பனைவிசிறியை எடுத்துவந்து விசிறத் தொடங்கினேன்.

> விசிறாதே விசிறாதே. காற்று பட்டால் எரிகிறது . . . தெரியாமலா சொல்லியிருக்கிறார்கள், ஜோசியக்காரன் தன் ஜாதகத்தைப் பார்க்கக்கூடாது என்று. விடலைப் பருவத் திமிர் இருந்தபோது பார்த்துத் தொலைத்தேன். இந்த

தசை நடக்கும் பருவத்தைப் பார்க்கவிடாமல் கண்ணை மறைத்தது – சாஸ்திரம் சொல்லாமல் வேண்டுமானால் இருக்கும், பொய் சொல்லாது அப்பனே.

என்று பேசிக்கொண்டே இருந்தவரின் உடம்பில் திடீரென்று முத்துமுத்தாகக் கொப்புளங்கள் உதித்தன. பொழுது முற்றும்போது மெல்ல மெல்லப் பெரிதாகி வந்தன. சாயங்காலம் மந்தித்தபோது, ஒன்றோடொன்று இணையத் தொடங்கின.

காட்டுக்குள்ளிருந்து திரும்பிய மாத்திரத்திலேயே, வைத்தியசாலையை மூடும்படி உத்தரவிட்டிருந்தார். இன்றைக்கு யாரையும் பார்ப்பதில்லை. மருந்து வாங்க வருகிறவர்களை விலாசம் எழுதிக் கொடுத்துவிட்டுப் போகச் சொல்லலாம். அவசரம் என்றால், மூடுபித்ரிக்கருகில் இன்ன கிராமத்தில் இன்ன வைத்தியரைப் போய்ப் பார்க்கலாம் . . .

என்னை வாசலுக்கு அனுப்பிவிட்டார். ஆசுவாசமாக உணர்ந்தேன். பின்னே, வந்திருப்பது ஒருவேளை தொற்றுநோயாக இருந்தால்? . . . இவ்வளவு சுயநலமாக இருக்கிறோமே என்று உள்ளூரக் கேவலமாகவும் இருந்தது!

வாசலில் இன்னொரு தர்மசங்கடம் காத்திருந்தது. முந்தினநாள் மருத்துவ ஆலோசனை கேட்டுவந்த ஒல்லிப்பெண்ணும் அவள் புருஷனும் நின்றிருந்தார்கள். வைத்தியர் சொன்னவற்றை அவர்களிடம் சொல்லி முடித்தேன்.

சீதாபதீ . . .

என்று தீனமாகக் கூப்பிடுவது கேட்டது.

உள்ளே ஓடினேன். இரவு உறக்கத்துக்காக அன்றிப் படுத்தறியாத மனிதரை கிடந்த கோலத்தில் பார்ப்பது சகிக்க முடியாததாக இருந்தது.

தாகம் ஜாஸ்தியாக இருக்கிறது. தாமிரக் குவளையில் தண்ணீர் கொண்டு வா.

என்று முனகினார். ஆனால், நாவை நனைத்துக்கொள்ள முடிந்ததே தவிர, தண்ணீரை விழுங்க சிரமப்பட்டார். எனக்கு விசித்திரமான பிரமை தட்டியது – உள்ளே சேரும் தண்ணீரெல்லாம் கொப்புளங் களுக்குள் நேரடியாய்ப் போய்ச் சேர்கிற மாதிரி. ஆனாலும், ராத்திரி முழுக்க, வெள்ளைத்துணியைத் தண்ணீரில் நனைத்து, கோடுபோலத் திறந்திருந்த வாய்க்குள் சொட்டுச் சொட்டாகப் பிழிந்துகொண்டிருந்தேன் . . .

பின்னிரவில், அவருடைய சருமத்தின்மேல் சருமத்தாலான இன்னொரு உறை இருக்கிற மாதிரியும் இரண்டுக்கும் நடுவில் கொடகொடவென்று நீர் ஆடுகிற மாதிரியும் ஆனது.

விடிகாலை நெருக்கத்தில் என்னையறியாமல் கண்ணை அமட்டிவிட்டது. அம்பு தாக்கிய மிருகம் போல, 'கக்' என்ற ஓசை கேட்டு விழித்தேன்.

வைத்தியரின் கண்கள் விட்டத்தை நோக்கி நிலைகுத்தி நின்றிருந்தன. கடைசியாக அவை காட்டிய காட்சியில் உறைந்து போயிருந்தார். உடலைப் போர்த்திய கொப்புளம் வெடித்துப் பரவிய நீர்க்குட்டையில் கிடந்தார். ஆனால், அவ்வளவு நீர் வெளியேறியிருக்கிறது, பார்வைக்கே பிசுபிசுப்பு தெரிகிறது – கொஞ்சம்கூட துர்நாற்றமில்லை. ஏதோ, அவர் தடையில்லாமல் மிதந்து இடம்பெயர்வதற்காக வந்த பிரவாகம் போல அது ...

அவர் பிரம்மச்சாரி என்று சொன்னேனல்லவா, நான்தான் கொள்ளிபோட்டேன். அவ்வளவுதான், வைத்தியர் கதை முடிந்தது.

வைத்தியத்துக்கு வந்த தம்பதி

அவர் ஜீவியவந்தராய் இருந்தபோது, அதாவது முந்தின நாள், ஆலோசனை கேட்டுவந்தவர்கள், அதுதான், அவர் சாகக் கிடக்கும்போது மருந்து வாங்க வந்தவர்கள், அந்த தம்பதியைப் பற்றிச் சொல்லாமல் அங்கே நான் கழித்த வாழ்க்கை பூர்த்தி யாகாது.

இருக்கட்டும், அவர்களைப் பற்றிச் சொல்வதற்கு முன்னால், பீமராவ் ஞாபகம் வருகிறது. அவனைப் பற்றியும் ஓரிரு வார்த்தைகள் சொல்லிவிடுகிறேன்.

வைத்தியரைப் பார்க்க வருபவர்களை ஒழுங்குபடுத்த வாசலில் இருப்பான் அவன். மூளைவளர்ச்சி சற்றுக் குன்றியவன். கடும் முசுடு. வரிசை மாறி ஒரு ஆளைக்கூட உள்ளே விட மாட்டான். சாகக் கிடந்தாலும் சரி, முறை வரும்வரை காத்திருக்க வேண்டியதுதான்!

அவன் சம்பந்தமாக ஓர் ஆச்சரியம் இருக்கிறது எனக்கு – வைத்தியர் திடீரென்று காலமானாரே, ஏழெட்டு மாதத்துக்கு முன்னால் வந்த நானே சற்றுக் கலங்கிப்போனேன். வருஷக் கணக்காக அவரை அண்டி இருந்த பீமராவ் முகத்தில் துளி சலனமில்லை. சகலத்தையும் பார்த்துவிட்ட விவேகி மாதிரி இருந்தான். மயானத்துக்குப் போன ஊர்வலம் கலைந்து

திரும்பியபோது கூட்டத்தை விட்டு அவன் விலகிப் போனதைப் பார்த்தேன். எங்கே போனான் என்ன ஆனான் எதுவும் தெரியாது.

முன்கூட்டியே திட்டமிட்டிருந்த மாதிரி சாவகாசமாக அவன் நடந்து போனது என் மனத்தைவிட்டு அகலவேயில்லை— மூளை வளர்ச்சி குறைந்தவன் என்று அவனை நினைத்தது எவ்வளவு தவறு – நம்மை மாதிரி முழுவளர்ச்சி அடையும்போது, அசட்டுத்தனமும் கூடவே வளர்ந்துவிடுகிறது போல...

ஆக, வாசலில் பீமராவ் இருப்பானா, உள்ளே திரைக்குப் பின்னால் நான் உட்கார்ந்திருப்பேன். அவசர மருந்து எதுவும் தேவை என்றால் மட்டும் வைத்தியர் என்னைக் கூப்பிடுவார். மற்றபடி, நான் ஒருத்தன் உள்ளே இருப்பதே நோயாளிக்குத் தெரியாது—சுதந்திரமாகத் தங்கள் அவஸ்தைகளைச் சொல்வார்கள்.

அப்படி வந்த ஒரு தம்பதியைப் பற்றித்தான் சொல்ல வந்தேன். அவர்கள் வந்துவிட்டுப் போனபிறகு நான் கேட்ட சந்தேகத்தையும், அதற்கு வைத்தியர் சொன்ன பதிலையும் சொல்லவேண்டும் என்றுதான் ஆரம்பித்தேன். ஆனால், அவர்களுடைய பிரச்சினை இன்னதென்று தெரியாமல், என் சந்தேகம் எப்படிப் புரியும் உனக்கு?

அந்தப் பெண்ணளவு ஒல்லியான ஒருத்தியை நான் பார்த்ததே கிடையாது. கிள்ளியெடுக்கச் சதை இல்லை. ஆனால், வலுவான குரல். ரகசியம் பேச லாயக்கில்லாதது. மேலும், உள்ளே இன்னொரு ஆள் இருப்பது தெரியாததாலோ என்னவோ, சரளமாகவும் இயல்பாகவும் தன் வேதனையைச் சொன்னாள்:

> இந்த ஆளுக்குப் பார்க்கத்தான் கூட்டிவந்திருக்கிறேன் அய்யா. ஒருநாளும் என்னை நிம்மதியாய்த் தூங்க விடமாட்டேனென்கிறார். எனக்கென்ன உடம்பா இரும்பா? இவ்வளவு வேகம் ஒரு மனுஷப் பிறவிக்கு இருக்குமா? தாங்க வேண்டாமா சொல்லுங்கள்? ராத்திரியில்லை, பகலில்லை, கூப்பிடும்போதெல்லாம் ஓடி வாடி என்றால், மூச்சுத் திணறிப் போகிறது. ஆள் அழகாய் இருக்கிறாரே என்று, தாய்தகப்பன் வார்த்தையைக் கேட்காமல் கலியாணம் முடித்தது தவறோ என்று தோன்றுகிறது...

திரையிலிருந்த கிழிசல் வழியாக மறுபடியும் பார்த்தேன். அந்த ஆள் அழகன்தான். வஸ்தாது மாதிரி உடல்கட்டு. அழித்து இரண்டாள் செய்யலாம் என்னும் ஆகிருதி. புசுபுசுவென்ற மீசை, தட்டையான அகல நெற்றி, மினுங்கும் சருமம், சீராக வெட்டிய அடர்ந்த கிராப், கூர்மையான விழிகள் என்று ஆண்களையே மோகம் கொள்ளவைக்கும் பிறவி.

ஊர்சுற்றி 49

ஆனால், என் ஆச்சரியம் வேறு இடத்தில் இருந்தது – எந்த அம்சத்திலும் அவனுக்கு ஈடு இல்லாத பெண்பிள்ளையாகத்தான் தென்பட்டாள் அவள். பிற்பாடு, சாமியார்களின் சகவாசம் தொற்றியிருந்தபோது, கும்பமேளாவுக்குப் போனேன். கங்கைக் கரையில் அம்மியிருந்த கூட்டத்தில் யாரோ ஒரு சாமியார் சீடனிடம் சொல்வதைக் கேட்கக் கிடைத்தது:

சதை வற்றுவதுதான் சன்யாசத்தின் முதல் படி.

ஏன் அப்படி?

காமம் சதையில்தான் இருக்கிறது. எலும்புக்கு அதில் பெரிய பங்கு இல்லை. வாஸ்தவத்தில், கூடு தன் புத்தியைக் காட்டாமல் இருப்பதே உத்தமம்.

ஓ.

பின்னே, மூங்கில் சட்டத்தில் படுத்துத் தூங்கினால் உறுத்தாதா, பஞ்சு வேண்டாம்?

சொல்லிவிட்டு பகபகவென்று சிரித்தார். பீடி மணத்தோடு பொங்கிய சிரிப்பு. சாமியாரின் சிரிப்பு மாதிரியே இல்லை. 'அட போமய்யா. நீர் சொல்வதற்கு நேர்மாறான சங்கதியை நேரிலேயே பார்த்திருக்கிறேன்' என்று உள்ளூரச் சலித்துக்கொண்டு அந்த இடத்தைவிட்டு நகர்ந்தேன். ஆமாம், இந்தத் தம்பதியின் நினைவு மனம் முழுக்க நிரம்பியிருந்தது அப்போது!.

போகட்டும், சாமியாருக்குக் காமத்தைப் பற்றி என்ன மண்ணாங்கட்டி தெரியும்... தவிர, காமம் அவரவர் உடம்பின் தேவையா, எதிர் உடம்பின் வளப்பமா? யாராவது அனுபவஸ்த ரிடம்தான் கேட்கவேண்டும், நாமே அனுபவப்பட்டாலும் தப்பில்லையே, வருகிற ஆடியுடன் இருபத்தொன்று முடிகிறது அல்லவா?... லட்சக்கணக்கான உடம்புகளின் அடைசலுக்குள் கால் போனபோக்கில் நான் திரிய, தன் இஷ்டத்துக்குத் தாறுமாறாக அலைந்தது மனம்...

இதற்குள், அவனைப் பார்த்துத் திரும்பியிருந்தார் வைத்தியர். நிதானமும் பரிவும் பொங்கும் குரலில் கேட்டார்:

கல்யாணம் ஆகி எவ்வளவு நாள் ஆகிறது?

நாலு மாதம்.

என்று சுருக்கமாகச் சொன்னான். செயல்வீரனல்லவா, பேச்சு குறைவாகத்தான் இருக்கும் என்று எனக்குள் வாக்கியம் ஓடி, நானாகச் சிரித்துக்கொண்டேன். அவனை மீண்டும் பார்த்தேன்.

யுவன் சந்திரசேகர்

முகம் தெளிவாகவும், தண்மையாகவும் இருந்தது. வேறு யாரைப் பற்றியோ அவள் புகார் சொல்கிறாள் என்கிற மாதிரி பாவம்.

என்ன தொழில் செய்கிறீர்கள்?

இனிமேல்தான் பார்க்கவேண்டும்.

இதுவரை?

அவன் சொன்ன பதில் என்னைத் தூக்கிவாரிப் போட்டது.

சன்யாசியாய் இருந்தேன்.

எத்தனை வருஷம்?

பத்து.

சற்றுத் தயங்கிய குரலில் வைத்தியர் கேட்டார்:

கிரஹஸ்தனாவது என்று ஏன் முடிவெடுத்தீர்கள். சொல்ல லாம் என்றால் சொல்லுங்கள். குடும்பியாய் இருப்பவர்கள் சன்யாசம் கொள்வதுக்கு ஆயிரம் காரணங்கள். நுகத்தடியி லிருந்து அறுத்துக்கொண்டு ஓட ஆசைப்படாத மாடு இருக்குமா? ஆனால், உங்களை மாதிரி முடிவெடுப்பது அபூர்வமாயிற்றே.

இப்போது அவன் பேசத் தொடங்கினான். ஆளைப் பார்த்தால் இவ்வளவு பேசக் கூடியவன் என்று யாருக்குமே தோன்றாது...

பதினாலு வயசில் சன்யாசியானேன் சுவாமி. அது பொருத்தமான வயதுதானா என்று தெரியவில்லை. எங்கள் கிராமத்துக்கு வந்த குருவோடு நானும் புறப்பட்டுவிட்டேன். பெற்றவர்கள் தடுத்துப் பார்த்தார்கள். 'சன்யாசத்தைத் தடுக்கிறவர்களுக்கு பிரம்மஹத்தி தோஷம் பிடிக்கும்' என்று குரு எடுத்துச் சொன்னார். கண்ணீரோடு சம்மதித்து விட்டார்கள். வேறு வழி? எல்லாம் சரியாகத்தான் போய்க் கொண்டிருந்தது. குரு சமாதியானதுக்குப் பிறகு, நான் தனியாக ஆசி வழங்கி வந்தேன். உங்களுக்குத் தெரியாததா, துவைப்பதற்கு அழுக்கு மூட்டையுடன் ஜனங்கள் வந்துசேரும் நதி மாதிரித்தானே சாமியாரும் வைத்தியரும். என்னைத் தேடியும் வந்தார்கள். மரக்கட்டைகள் நடந்துவந்து என்முன் நமஸ்கரித்து விபூதி வாங்கிக்கொண்டு திரும்புகிற மாதிரித்தான் தோன்றும்.

ஒரு விஷக்கடி வேளையில் எல்லாம் புரண்டுவிட்டது. நமஸ்கரித்து எழுகிறாள் ஓர் இளம்பெண். முந்தானை விலகியது. மார்ப்பிளவு கண்ணில் பட்டது. நாளதுதேதிவரை மனிதகுலம் நீந்திவந்த ஓடை அது என்று தோன்றியது. முந்தானையை அனிச்சையாகச் சரிசெய்துகொண்ட பிறகும்,

ஊர்சுற்றி

மானசீகமாக நான் தொடர்ந்து பார்த்துக்கொண்டிருப்பது அறியாமல், விபூதிக்குக் கையேந்தினாள் அவள். வழங்குவதற்கு என் கை கூசியது. அவள் போனதுக்குப் பிறகும், மனத்தில் சுனைகொண்ட தினவு அடங்கவில்லை. எனக்குள் வேறொருத்தன் உயிர்கொண்டுவிட்டான் என்று உணர்ந்தேன்.

அவ்வளவுதான், அந்த ஒரு கணம் போதுமானதாய் இருந்தது. மேற்கொண்டு தவறுகள் நடப்பதற்கு முன்னால் சுதாரித்துக்கொண்டுவிட வேண்டும் என்று இப்படி முடிவெடுத்துவிட்டேன். தண்டத்தையும், உத்திராட்சத்தையும் உதறிவிட்டு, இவள் கையைப் பிடித்தேன். சன்யாசமானாலும் சரி, கிரகஸ்தாசிரமமானாலும் சரி, இருக்கும் இடத்துக்கு நேர்மையாகவும் தீவிரமாகவும் இருப்பது என் இயல்பு. இவள் இவ்வளவு கவலைப்படுகிற மாதிரி எதுவும் நடந்துவிட்டதாக நான் நினைக்கவில்லை.

அவளைப் பிரியமாகப் பார்த்தான். இன்னொரு பெண் பிள்ளை பார்த்திருந்தால், பொறாமையில் பொசுங்கிப் போயிருப்பாள்! அவளானால், சலனமேயில்லாமல், தலைகுனிந்திருந்தாள்.

வைத்தியர் மேற்கொண்டு பேசவில்லை. அவனுடைய நாடியைப் பிடித்துப் பார்த்தார். தியானம் போலக் கண்மூடி இருந்தார்.

ஓரிரு நிமிடங்கள் பேச்சொலியே இல்லாத நிசப்தத்தில் அமிழ்ந்திருந்தது அறை. வைத்தியருக்குப் பின்னால் இருந்த, சாணம் மெழுகிய செம்மண் மேடையில், கும்மட்டி அடுப்பில் எந்நேரமும் வெந்நீர் தளைத்துக்கொண்டிருக்கும். தாமிரப் பாத்திரத்தின் மூடி நீராவியால் குதிக்கும் கடகட ஒலி பெரிதாகக் கேட்டது. வைத்தியர் சொன்னார்:

இதற்கு மருந்து ஒன்றும் வேண்டாம் அம்மணி. ருசி திகட்டினால் பசி தானாக அடங்கிவிடும். வேண்டுமானால், உங்களுக்கு மருந்து தருகிறேன் – தெம்பு அதிகரிப்பதற்கு. பக்கவிளைவு எதுவுமே இல்லாத, பச்சிலை மருந்து. ஒரு வாரம் தொடர்ந்து சாப்பிட்டால் மனத்திலும், உடம்பிலும் தைரியம் கூடும். நாளைக்கு சாயங்காலம் வந்து வாங்கிப் போங்கள். எல்லாம் சரியாகிவிடும்...

*சா*யங்காலம் விச்ராந்தியாக அமர்ந்திருந்த வைத்தியரிடம் அந்தத் தம்பதி பற்றியும், என் சந்தேகங்களையும் கேட்டேன்–

52 யுவன் சந்திரசேகர்

அது என்ன என்கிற மாதிரிப் பார்க்காதே தம்பீ – நான் சொல்லி வந்தபோது உனக்கு ஏற்பட்ட சந்தேகங்களேதான் ... வைத்தியர் சொன்னார்:

இதிலே யோசிப்பதற்கு என்ன இருக்கிறது. பத்துவருஷ வறட்சியல்லவா, மழை கண்டதும் உறிஞ்சுகிறது. ஆனால், அவன் நாடி வேறு செய்தி சொல்கிறது, அப்பனே. ஆள் ரொம்ப நாள் தாங்கமாட்டான். ஆறுமாசம் இருந்தால் ஜாஸ்தி.

என்ன சொல்கிறீர்கள் ஆசானே?

என் குரலில் ஏறின பதட்டம் எனக்கே புதுசாக இருந்தது.

நாடி அப்படித்தான் பேசுகிறது. அவனுடைய உள்ளுணர்வில் அது தட்டியிருக்கிறதோ என்னவோ. இருக்கும் காலத்திற்குள் முழுக்க ஆனந்தித்துவிடச் சொல்கிறது. சொல்லப்போனால், அவனுடைய முடிவை இது இன்னும் துரிதப்படுத்தும்.

என் முகத்திலிருந்து பார்வையைத் திருப்பிக்கொண்டார். வைத்தியசாலைக்கு எதிரில் இருந்த வைக்கோல்போரைக் கொஞ்சநேரம் வெறித்துவிட்டு, என் பக்கம் திரும்பிச் சொன்னார்:

எல்லாரும் ஒரே தீர்த்தயாத்திரை போகிறவர்கள்தான் சீதாபதி. இடம் மாறுவதன் பகுதியாக ரயிலடிக்குப் போகிற மாதிரித்தான் இது.

எனக்குப் புரியவில்லை. அதை அவர் கவனிக்கவும் இல்லை. வழக்கம்போல, ஒரு கதை சொன்னார்.

வைத்தியர் சொன்ன வேதியன் கதை

ஒரு வேதியன் இருந்தான். சின்ன வயசுக்காரன். யதேச்சையாக ஜாதகம் பார்க்கப்போன இடத்தில், மாரகதசை நெருங்கிவிட்டது என்று பார்த்துச் சொல்லியிருக்கிறான் ஜோசியன். அவனும் சின்ன வயசுக்காரன்தான். இன்னின்ன அம்சங்களை ஜாதகரிடம் சொல்லக்கூடாது என்று சாஸ்திரம் அடித்துச் சொல்கிறது. ஜோசியன் கற்றுக்குட்டி. உளறிவிட்டான்.

பெண்டாட்டிக்காரி பதறினாள். 'பரிகாரம் ஏதாவது உண்டா?' என்று கேட்டாள். அவன்தான் கற்றுக்குட்டியாயிற்றே, 'உடனடியாக இடம் மாறிவிட்டால் யமதூதனை ஏமாற்றிவிடலாம்' என்று கணக்குச் சொன்னான். அதாவது, இன்ன ஊரில் வசிக்கும் இன்னார் என்றுதான் ஓலையில் உள்ள ஆணை தெரிவிக்குமாம். வேறு ஊருக்குப் போய்விட்டால் விலாசம் சரியில்லை என்று

திரும்பிப் போய்விடும் என்று கணித்தான் போலிருக்கிறது– யாரிடம் ஜோசியம் படித்தானோ, பாவம்! அன்றைக்குச் சாயந்திரத்துக்குள் வேறு ஊர் போய்விட வேண்டும்...

இவர்கள் கைக்கு அகப்பட்டதைச் சேகரித்துக் கொண்டு கிளம்பினார்கள். அவசரத்துக்குக் கூண்டுவண்டி கிடைக்கவில்லை; தட்டுவண்டியில் புறப்பட்டார்கள். பதினேழு காதத் தொலைவில் வேதியனின் மைத்துனன் வசிக்கிறான். அந்த ஊருக்குப் போவதாகத் திட்டம். மழைக்காலம் சிறப்பாகக் கழிந்து ஓய்ந்த நாட்கள். வண்டி வேகம் பிடிக்கவில்லை. செம்மண்சாலை. அங்கங்கே சேறு குழம்பியிருந்தது.

உச்சிவேளையில், 'சற்றுக் கண்ணயர்கிறேன்' என்று நீட்டிப் படுத்தான் வேதியன். வெளிச்சம் அடர்ந்த ஆகாயத்தை வெறித்துக் கொண்டே போனதில் சீக்கிரமே உறக்கம் தழுவிவிட்டது. கடைசி உறக்கம். ஆமாம், அதற்கப்புறம் அவன் கண் திறக்கவேயில்லை. ஜோசியன் கற்றுக்குட்டி என்றாலும், வித்தை தெரிந்தவன். மரண தசையைத் துல்லியமாய்ச் சொ ல்லிவிட்டானா இல்லையா?...

ஆகாயத்தில் வெகுநேரமாய் வட்டமிட்டுக்கொண்டிருந்த பருந்துக்கு, சாலையோரப் புதரில் நெளியும் கருநாகம் கண்ணில் பட்டது. பாய்ந்து, இரண்டு கால்களிலும் பற்றிக்கொண்டு எழும்பியது. பாம்பு சற்றுப் பருமன் அதிகம். உயிரின் துடிப்பு மிகமிக அதிகம். அசாத்தியமாய்த் துள்ளியது. பிடி கொஞ்சம் கொஞ்சமாக நழுவி, வண்டிக்கு நேரே வரும்போது முற்றாக விடுபட்டது.

மல்லாந்து கிடக்கும் வேதியனின் நடுநெஞ்சில் வீழ்ந்தது நாகம். ஏற்கனவே உச்சத்தை எட்டியிருந்த பயத்தின் விளைவாக, அவன் தொண்டையில் அழுந்தப் பல் பதித்துவிட்டு வழுக்கிக் கீழே இறங்கி ஓடிவிட்டது.

வெட்டவெளியைப் பராக்குப் பார்த்துவந்த மனைவி இயல்பாகத் திரும்பிப் பார்க்கிறாள், புருஷனின் கடைவாயில் நுரை தள்ளுகிறது...

துஷ்டிக்கு வந்த அவளது சகோதரன் இதைச் சும்மாவிடக் கூடாது என்று முடிவெடுத்தான். நீதிமன்றத்தில் பிராது கொடுத்தான்.

> சாலை மோசமாய் இருந்ததால்தான் என் மைத்துனர் இறந்துபோனார். வண்டி வேகமாய்ப் போயிருந்தால், உச்சிக்குள், போகுமிடம் சேர்ந்திருக்கலாம்.

என்பது அவன் தரப்பு. ஜோசியன், வண்டிக்காரன், கைம்பெண் ணான சகோதரி என்று வரிசையாகச் சாட்சிகள் கொண்டுவந்து

நிறுத்தினான். வசதிப்பட்டிருந்தால், வண்டிமாடுகளையும், ஏன், பருந்தையும் பாம்பையும்கூட சாட்சியாய் இழுத்திருப்பான், பாவம்!

நீதிபதிக்கு இதில் ஏதோ நியாயம் இருக்கிற மாதிரிப் பட்டது. வழக்கை சாலைத்துறை அமைச்சரிடம் அனுப்பினார். அவர், 'ஆள்படையெல்லாம் தயாராகத்தான் இருக்கிறது, உபகரணங்களும் தயார், நிதி ஒதுக்கப்படாதால் வேலை தவங்கி விட்டது. நடந்த தவறுக்கு என் இலாகா பொறுப்பில்லை' என்று பதில் மனு தாக்கல் செய்தார்.

நிதித்துறை வசம் போனது விவகாரம். 'கஜானாவில் பணம் குறைவாக இருக்கிறது, பொதுநலக் காரியங்களைக் கொஞ்சம் ஒத்திப்போடுங்கள்' என்று உத்தரவிட்டதே மகாராஜாதான், இதில் தாம் செய்வதற்கு ஒன்றுமில்லை என்று வாய்மொழியாக வாக்குமூலம் கொடுத்தார் நிதியமைச்சர்.

மேல்முறையீட்டின்படி, அரசவைக்கு, ராஜாவிடம் வழக்கு விசாரணை வந்துசேர்ந்தது, அப்போது ராஜகுரு ஒரு புதிய கருத்துச் சொன்னார். 'இறந்தவன் வேதியன். அதனால், சாவுக்குப் பொறுப்பானவரை பிரம்மஹத்தி தோஷம் பீடிக்கும். உரிய பரிகாரம் பண்ணாத பட்சத்தில், நேரே நரகம்தான். கொதிக்கும் எண்ணெய்ச் சட்டிக்குள் ஓர் ஆயுட்காலம் கழிக்க வேண்டும்.'

கொலைப்பழி யார்மீது நிர்ணயமாகிறதோ அவர்கள் தானே பரிகாரம் செய்யவேண்டும்? இந்தப் பிறவியில் பிரஜைகள் எக்கேடும் கெடட்டும்; தேவலோகத்தில் போய் எண்ணெய்ச்சட்டியில் மிதந்தால், இன்னார் ஆட்சியில் நடந்த இன்ன குற்றத்துக்கான தண்டனை என்று தெரியவராதா? அரசாங்கத்துக்கும், அரசருக்கும், அரசவம்சத்துக்கும் அவப்பேர் வந்துவிடாது?

அரண்மனை ஜோசியரை அழைத்துவரப் பல்லக்கு அனுப்பினார்கள். பெருத்த தொந்தியுடன் வந்து சேர்ந்தவர், விஷயத்தை நிதானமாகக் கேட்டுவிட்டுச் சொன்னார்:

> மரணம் ஒன்றும் குற்றேவல்[4] செய்கிற சேவகன் இல்லை; உயிர்ப் பிரபஞ்சத்தின் அதிதேவதை. யாரையும் அது தேடிப்

4. அவர் 'எடுபிடி' என்ற சொல்லைப் பயன்படுத்தினார். கதையின் பின்புலம் கருதியும், கம்பீரம் கருதியும் இப்படியொரு வார்த்தை எனக்குத் தட்டுப்பட்டது. பல இடங்களில், பேச்சுவழக்குச் சொல்லின் போதாமையை நான் உணர்ந்த இடங்களில், வேறு சொற்களை நுழைத்திருக்கிறேன். ஒலியை எழுத்தாகப் பெயர்க்கும்போதும், பல இடங்களில், இம்மாதிரி செய்திருக்கிறேன். உறுத்தலாக ஏதேனும் சொல் இருந்தால் அதற்கு நான் பொறுப்பு – கருத்துக்கு சீதாபதி பொறுப்பு – க.க.

போவதில்லை. பிறவியெடுத்த உயிர்கள்தாம் சாவைத் தேடிப் போகின்றன. விட்டில்கள் விளக்கையும், மீன்கள் தூண்டில்புழுவையும் தேடிப் போவதில்லை? ஆக, இந்த விவகாரத்தில் கொலைப்பழியை யார்மீதும் சுமத்துவதற்கில்லை. சுருக்கமாகச் சொன்னால், வேதியர் தற்கொலை செய்துகொண்டார் என்பதுதான் சரி. 'தூக்குக் கயிறும் விஷமும் நீர்நிலையும் வேண்டியதில்லை, தட்டுவண்டியில் மல்லாந்து படுத்தே தற்கொலை செய்துகொள்ள முடியும்' என்று பூலோகத்துக்கு அறிவித்திருக்கிறார் அவர். பரிகாரமெல்லாம் தேவையில்லை. கைப்பிடியை இழந்து நிற்கும் விதவைப்பெண்ணுக்கு அரசாங்க உதவிப்பணம் ஏதாவது மாதாமாதம் போய்ச் சேர்கிற மாதிரி உத்தர விட்டால் உத்தமம். ஒரு குடும்பத்தில் விளக்கேற்றிய புண்ணியம் சேரும் மஹாராஜாவின் கணக்கில்.

ராஜகுருவுடன் தமக்கு இருந்த பழையபகைக்கு, உபரியாக ஒரு உதை கொடுத்த திருப்தி அவருக்கு.

ராஜா ஆசுவாசப் பெருமூச்சு விட்டான். வழக்கமாகக் கொடுக்கும் தட்சிணையான ஒரு பொன்னுடன், கூடுதலாக இன்னொரு பொன் கொடுத்து ஜோசியரை அனுப்பிவைத்தான்.

அரண்மனை வளாகத்தை விட்டு வெளியில் வந்த ஜோசியருக்கு, அன்று வியாழக்கிழமை என்பது அப்போதுதான் நினைவு வந்தது. வாரத்தில் ஒருநாள் தாசியர் தெருவுக்குப் போவது வழக்கம். இளம் பிராயத்திலிருந்து அவருக்குப் பழக்கமான தாசி அங்கே குடியிருந்தாள் என்பதும், வேறு மனை நோக்கவே மாட்டார் ஜோசியர் என்பதும் ஊரறிந்த ரகசியம். கைப்பையில் கனக்கும் இரண்டு பொன்னில் ஒன்றை அவளுக்குக் கொடுத்தால் உபசாரம் எவ்வளவு பலமாக இருக்கும் என்று நினைக்கும்போதே அவருக்குப் புல்லரித்தது.

பல்லக்கு வேண்டாம். நாலே தெருக்கள்தாமே, நடந்து போய்க்கொள்கிறேன் என்று நடக்கத் தொடங்கினார். அவருடைய நடைவேகத்தையும், போகும் திசையையும் பார்த்து பல்லக்குத் தூக்கிகள் ஓசையெழாது பேசிச் சிரித்துக்கொண்டார்கள்.

தாசியர் தெருவில் நுழையுமிடத்தில், பெரிய கல் கிடந்தது. நடையின் வேகத்தால் கவனம் தப்பியிருந்த ஜோசியர், கால் இடறி வீழ்ந்தார். பின்னந்தலை கல்லில் மோதியது. மல்லாந்து படுத்துத் தற்கொலை செய்துகொள்ள தட்டுவண்டிகூட வேண்டியதில்லை என்று ஜோசியர் நிரூபித்தார்.

கதையைச் சொல்லி முடித்த வைத்தியர் பெருமூச்சுவிட்டார். அவர் சொன்ன கதைக்கும், முன்னர் எனக்குள் எழுந்த சந்தேகங்களுக்கும் நேரடிப் பொருத்தம் ஏதாவது இருக்கிறதா என்று யோசித்தவாறு, வைத்தியசாலைக்குள் போனேன் – ராச்சாப்பாட்டுக்குப் பழவகைகளை வெட்டி ஆயத்தப்படுத்துவதற்காக.

அதுசரி, வைத்தியர் போய்ச்சேர்ந்ததால் ஊரை விட்டுக் கிளம்பிய நான் எங்கே போய்ச் சேர்ந்தேன் என்பதைச் சொல்ல வேண்டாமா?...

> **அ**து பெரீய்ய கதெ தம்பி, ஆரம்பிச்சா இப்போதைக்கி ஓயாது. ரெம்ப நேரம் பிடிக்யும். இப்பதைக்கிக் கண்ணெ அமட்டுது. நாளைக்கி வச்சிக்கிருவமா, அந்தக் கந்தாயத்தெ?.

எழுந்து நடக்கத் தொடங்கினார். பின் தொடர்ந்தேன், கிழவரின் தெரு நான் போகும் வழியில்தான் இருந்தது. நடக்கும்போது இயல்பாக ஒரு கேள்வி உதித்தது.

> எடுத்த எடுப்பிலே அப்பிடியொரு நாடோடி வாழ்க்கைக் குள்ளெ பொருந்தீற முடிஞ்சிருச்சா பெரியவரே?

கிழவர் நின்றார். இருள் அடர்ந்த மர்மமாகத் தலைவிரித்து நின்றிருந்த புங்க மரத்தை வெறித்துப் பார்த்தார். சில கணங்கள் கழித்து, ஆவேசமாகச் சொன்னார்:

> நல்லாக் கேட்டே தம்பி. யாராலெ முடியும்? அதுலயும் என்னைய மாருதி, குடும்பத்துக்குள்ளருந்து வெளியேறுன ஆளுக்கு? ரெம்பக் கஸ்டமாத்தான் இருந்துச்சு. கஸ்டம், கஸ்டம்... ரெம்ப ரெம்பக் கஸ்டம்.

மீண்டும் மௌனமானார். இருளில் பொதிந்த சிற்பங்கள் மாதிரி நின்றிருந்தோம். குரைத்துக்கொண்டே ஓடிவந்த தெருநாய் கிழவரின் காலை மோந்து பார்த்துவிட்டு, வாலைக் குழைத்து முனகியது. எங்கோ தொலைவில் விளக்குகள் தயங்கி மினுங்கின. மேற்கிலிருந்து, ஏதோ கிராமத்தின் ஒலிபெருக்கியில் முளைப்பாரிப் பாட்டு கசிந்து வந்தது. துலக்கமில்லாத சொற்களின் வழி, துயரம் நிரம்பிய கனத்த பெண்குரலும், அதற்கு அனுசரணையாகத் தொடரும் நாலைந்து பின்குரல்களும் கேட்டன. ஒற்றைக் குரல் உருகி உருகிப் பாட, கோஷ்டிக்குரல்கள் தட்டையாய் இருந்தன... கிழவர் செருமினார்.

> ஒரு வீறாப்புலெ ஊரெவிட்டுக் கிளம்பீட்டனேயொளிசி, மக்யாநாளே என்னெ மெரட்டுனது ரெண்டு விசயந்தேன்

தம்பி. ஒண்ணு, தனிமெ. ரெண்டாவது, இருட்டு. தனிமயப் பத்திப் பெருசாச் சொல்றதுக்கு ஒண்ணுமில்லே. அப்பனும் ஆத்தாளும் இருந்தப்பயும், வீட்டுக்குள்ளாறெ நாலாவது ஆளு கணக்கா அதுவும் இருக்கத்தானே செஞ்சுச்சு. இருந்தாலும், தெரியாத ஊருக, தெரியாத ஆளுக ண்டு காலு பாஞ்சவொடனெ மனசு கொஞ்சம் கனக்கத்தேன் செஞ்சது. ஆனா ஒண்ணுரெண்டு வாரத்துலெ பளையபடி லேசாயிருச்சு. மொகந்தெரியாத பொம்பளெக சோறு போடுறாக. எனந்தெரியாத ஆம்பளெக யாரு என்னாண்டு விசாரிக்கிறாக. நம்ப வண்டி அதுபாட்டுக்கு ஓடுது. பகல் தெறக்குறதும் தெரியலே, ராத்திரி மூடுறதும் தெரியலே. விசுக்விசுக்குண்டு அடுத்தநாள் வந்துருது. அம்புட்டுத்தேன். கதவு தொறந்துக்கிருச்சு.

அப்பிடியென்னா, ஊரு ஒலகத்துலே ஆளுகளே இல்லாமயா போனாக. புருசம்பொஞ்சாதியே ஒருத்தருக்கொருத்தர் அந்நியம் மாருதித் தொலவெட்டுல இருக்கலாம்ண்டா, பிறத்தியான் சொந்தக்காரனாகுறதும் சகசம்தானே. இந்தா, ஒங்கிட்டப் பேசிக்கிட்டு இந்த நடுராத்திரியிலெ நிக்யலயா. மனசுக்கு ஏதோ பிடிச்சுப்போகக்கண்டுதானே? . . .

தமது கேள்விக்கு பதில் எதிர்பார்க்கிறவர் மாதிரி இடைவெளி விட்டார். நான் இனம்புரியாத உணர்வால் பீடிக்கப்பட்டவனாக ‘ம்’ கொட்டினேன்.

. . . ஆனாக்கெ, ஒண்ணு ரெண்டு மாசத்துக்கு என்னயப் போட்டுப்பாத்தது இந்த இருட்டுக் களுதெதான். எங்கிட்டாச்சும் ஒரு லெக்குலெ படுத்து ஆகாசத்தெப் பாப்பனா, அங்கேருந்து மளெ பேயுற மாருதி இருட்டு ஊத்த ஆரமிக்கும். பாசி படிஞ்ச கொளம் மாருதித் தேங்கும். காதெச் சுத்தி கொசு ரொய்ங்குண்றது கணக்கா மொனகும். கொஞ் சங்கொஞ்சமா இருட்டோட சத்தம் சாஸ்தியாயிக்கிட்டே போகும். ஒரு கட்டத்துலே, சாவு சகுனம் சொல்லுற நாய் மாருதி, ஊளெயிட ஆரமிச்சுரும் பாத்துக்க. மண்டையத் தொளைக்கிற சத்தம். ரெண்டு காதுக்குள்ளெயும் ஒரே சமயத்திலெ கோணூசி பாயுற மாதிரி. ரெண்டு கையாலயும் காதெ இறுக்கிப் பொத்திக்கிருவேன்.

சத்தம் என்னா வெளியெருந்தா கேக்குது? இந்தக் காதுலெ குத்தி மறுகாதுலெ வெளியேறுற கம்பியா அது, கையெ வச்சு மறைச்சுக்கிர்றதுக்கு. நமக்குள்ளேருந்து பொறப்புடுறதுதானெ. வம்பாடு படுவேன். எப்பயோ கண்ணு தானாக் கெறங்கித்

தூக்கம் அமட்டுற வரைக்கும் இதே ரோதனதேன். உச்சி மண்டைக்குள்ளாறெ பம்பரம் ரொங்குற தினுசா அனத்தித் தள்ளும்.

ஒருநா தோணுச்சு. இதென்னா களுதெ பச்செப் புள்ளை யாட்டம் – போயும் போயும் இருட்டெப் பாத்துப் பயந்துக் கிட்டு. ஊரு விட்டு ஊரு போறவன் எல்லாம், அந்தந்த ஊருப் பகலெப் பாக்கத்தானே போறான்? நமக்கும் அவனுக்கும் வித்தியாசம் வேணாமா! நாம ஒவ்வொரு ஊராப் போயி, அங்கங்கிணெ இருக்கிற இருட்டுலெ வித்தியாசம் தெரியிதாண்டு பாப்பமே.

டக்குண்டு மனசு வெறிச்சிருச்சு. அடுத்த நிமுசமே இருட்டெப் பராக்குப் பாக்க ஆரமிச்சுட்டேன். அம்புட்டுத்தேன், கல்லெறி வாங்குன காக்காக்கூட்டம் மாருதி அம்புட்டு வேதனையும் பறந்துருச்சு. காக்காமேலெ எறிஞ்ச கல்லெத் தப்பிதமாத் தன்மேலெ வாங்குன நாயி, . இன்னைக்கி வரைக்கி ஓடிக்கிட்டுத்தேன் இருக்கு. நானும் எறிய ஓங்குன கையெ எறக்கவேயில்லேல்ல!

இதுலெ ஒரு வேடிக்கெ பாரு தம்பி, பகல்வெளிச்சத்துலே எம்புட்டோ சமாசாரங்களெப் பாக்குறமே, இருட்டுல மட்டும் நம்மளெத் தவுரப் பாக்குறதுக்கு எதுவுமே இல்லெ பாத்துக்க!

ஆக, அன்னைக்கி ஆரமிச்சதுதான். இந்தா, இந்த ராத்திரிவரெ ராக்கோளியாத் திரிஞ்சாச்சு. இப்பக்கூட, ஒருநாளைக்கி எம்புட்டு நேரம் தூங்குறே ண்ற? மிஞ்சிப் போனா, நாலுமணிநேரம். அதுவே சாஸ்தி. மத்த நேரம் முளுக்க கோளித் தூக்கந்தேன். கண்ணு மூடும் – மனசு மூடாது. அப்பிடியே கெடந்து கெறங்கும்போது, எதுனாச்சும் யாவுகம் வரும். மனசும் கண்ணும் பட்டப்பகல் கணக்கா முளிச்சுக்கிரும்! கண்ணுக்குத்தானே அந்தக் கண்டுசன். எதுக்கெத் தெரியிறதெத் தவுத்தி வேறெ ஒரு சுக்கையும் பாக்க முடியாது. மனசுக்கென்னா, வேணும்ண்டாப் பகலு, வேண்டாட்டி ராத்திரி. என்னா சொல்றே...

சிரித்தார். நான் சும்மாயிருந்தேன்.

எம்புட்டோ வருசம் ஓடிப்போச்சுண்டு வையி. ஆனாக்கெ, அத்தனெ ஊரு இருட்டையும் பாத்து ஒருவிசயம் கண்டு பிடிச்சு வச்சிருக்கேன். இதென்னா, ஊமெக்கோட்டான் மாருதி நிக்கிற, அது என்னாண்டு கேக்க மாட்டியாக்கும்!

சொல்லுங்க. என்ன கண்டுபிடிச்சீங்க!

ஒரு ஊரு இருட்டுக்கும், இன்னூரு ஊரு இருட்டுக்கும் ஒரு மண்ணு வித்தியாசமுமில்லே பாத்துக்க. எந்தத் தெசையிலே எம்புட்டுத் தூரம் போனாலும், இருட்டு இருட்டேதான்!

பகபகவெனச் சிரித்தார். சற்று அதிகமாகவே சிரித்தார் என்று தோன்றியது. அழுது வழியும் தெருவிளக்கின் மங்கல் ஒளி பரட்டைத் தலைக்குப் பின்னால் படர்ந்திருக்க, ஸில்ஹவுட்டாகத் தெரிந்த கிழவரின் பிம்பத்திலிருந்து குலுங்கிக் கொட்டிய சிரிப்பொலி அமானுஷ்யமாய் இருந்தது. எனக்குள் லேசாக பீதி தட்டியது.

4

ரவெ முளுக்கத் தூங்கலப்பு . . .

என்றார். அது ஒருவகை ஆரம்பம் என்று எனக்குத் தெரியுமே, பதில் சொல்லாமல் சும்மாயிருந்தேன். சாலையின் மறுபுறம் பாலத்தையொட்டிய டீக்கடையிலிருந்து பையன் வந்து நின்றான். வரும் போதே அவனிடம் கண்ணைக் காட்டிவிட்டு வந்திருந்தேன். சூடு மட்டுமே தனது ருசியாய்க் கொண்ட டீ. குடிக்கும்போதுகூட மணம் தெரிய வில்லை!

. . . நேத்து நாம் பாட்டுக்கு பொசுக்குண்டு சொல்லீட்டுப் போயிட்டன். நெனப்பு கவுத்தெ அத்துக்கிட்டு ஓடக் கிளம்பீருச்சு . . .

சொல்லுங்க.

எல்லா ஊரு இருட்டும் ஒண்ணுதாண்டு சொன்னனால்லியா.

ஆமா.

கண்ணுக்குத்தேன் அது ஒரே நெறம். காதுக்கு அப்பிடியில்லே. ஊருக்கு ஊரு இல்லாட்டியும் எடத்துக்கு எடம் ராத்திரியோட சத்தம் வெவ்வேறே.

ஓ.

ஆத்தாங்கரெயோர ராத்திரி, விடியிற வரைக்கும் மிசின் ஓடுற தினுசா சலசலக்கும். மலெக்காட்டு

ராத்திரி, ஆசெவச்ச பொம்பளெ கணக்கா ரகசியம் பேசிக்கிட்டேயிருக்கும். அடங்குன கொரலும், விதவிதமான சத்தங்களுமா, பயப்புடுறதா, கொண்டாடுறதாண்டே புரியாது. கடக்கரை ராத்திரி மூச்சு விடுறதே பெரிசாக் கேக்கும். உள்ளெ வாங்கி வெளியவிட்டு ண்டு, ஓயாத சுவாசம். ராசஸ்தான்லெ கொஞ்சநாள் இருந்தனில்லெ. அங்கிட்டெல்லாம் மணலுக்காடுதானே. அங்கெ உள்ள ராத்திரிதான் பயங்கரமானது. ஓஷ் ஓஷ்ண்டு மெரட்டும். 'எதுக்குடா இங்கிட்டு வந்தே, படவா. பிச்சிப்பிடுவேன் பிச்சு. ஒளுங்கா ஊரெப் பாத்து ஓடீரு'ண்ற மாருதி.

கிழவர் சிரித்தார். விஷயங்களைத் தமக்குள் அவர் தொகுத்துக் கொள்ளும் விதத்தைப் பார்த்து உள்ளூற ஆச்சரியம் பொங்கியது எனக்குள்.

. . . ஆனாக்கெ, இதெல்லாமே வெளியெ இருக்குற இருட்டுக்குத்தானே ஸித்தொபொத்தி, எப்பேர்ப்பட்ட கும்மிருட்டா இருந்தாலும், ஒரேயொரு தீக்குச்சி போதுமேப்பா, ஒடனயே வெலகீருமே. மனசுக்குள்ளெ இருக்கிற இருட்டெ வெரட்டியடிக்கிரதுதேன் சிரமம் பாத்துக்க.

குரலைக் கொஞ்சம் கிரீச்சிட்டு, வேறுவிதமான ஏற்ற இறக்கத்தில் பேசினார். கடைசி மிடறு டீயை விழுங்கி முடிக்கவிருந்தேன். புரையேறிவிடுமோ என்று அஞ்சி, தலையில் ஓங்கித் தட்டிக் கொண்டேன் – சிரிப்பு வந்ததால் அல்ல, திகைப்பினால். கவனிக்காதவர் மாதிரி சீதாபதிக் கிழவர் தொடர்ந்தார்:

இப்பிடி எங் கிட்டெச் சொன்னவரு யாரு தெரியுமா தம்பீ?

சொல்லுங்க.

வங்காளத்துலெ எனக்குக் கெடைச்ச குருநாதரு . . . அவருகூடத்தானே நாங் கொஞ்சநாளு சிஸ்யப்பிள்ளெயாத் திரிஞ்சன்?

அப்பிடியா!

ஆமா. சுத்த வைத்தியர் போனதுக்கப்பறம் எங்கெ போய்ச் சேந்தென், என்ன ஆனேண்றதெப் பெறகு சொல்றேண்டு சொன்னனல்ல?

ஆமா.

அது ஒரு ஆச்சிரியமான கதெ தம்பி. நாஞ் சொன்னப்ப ரெம்பப் பேரு நம்பக்கூட இல்லே.

எங் கிட்டெச் சொல்லுங்க அய்யா. நீங்க எது சொன்னாலும் நான் நம்புவேன்!

சாலையில் படர்ந்த பகல் வெளிச்சம் கிழவர் மீது அழுத்தமாகப் பாய்ந்திருந்தது. முகத்தில் பெருமிதமும், மகிழ்ச்சியும் கலந்த பாவனை தொற்றியது. மடிந்த உதடுகள் பிரியாமல் ஒரு புன்னகை ஓடியது.

1

வைத்தியரை விட்டு நீங்கிய முதல் இரண்டு மூன்று வாரங்கள் கையிருப்பை வைத்துச் சாப்பிட்டும், கால் சோரும்வரை நடந்தும், கள்ள ரயில் ஏறியும், கிராமத்துச் சாலைகளில் சரக்கேற்றி வரும் மாட்டுவண்டியில் தொற்றியும் மனம்போன பக்கமெல்லாம் போய்க்கொண்டிருந்தான் சீதாபதி.

அந்த நாட்களில், கூட்டங்கூட்டமாக நாடோடிகள் திரிவார்கள். குருவிக்காரர்கள், கிடைபோட இடம்பெயரும் கீதாரிகள், பூம்பூம் மாட்டுக்காரர்கள், நரிக்குறவர்கள், ஜோசியம் சொல்லும் கம்பளத்துக்காரர்கள், கழைக்கூத்தாடிகள் என்று நம்மூரிலேயே விதவிதமான மனிதக் கொத்துகள் திரியுமே.

இதுபோக, சன்யாசிகள், தேசாந்திரிகள், யாசகர்கள், மனநிலை பிறழ்ந்தவர்கள் என்று தனியாகத் திரிபவர்கள் அநேகர். கிழிந்த உடையுடன், கலைந்த தலையுடன், பல மாநில அழுக்கு சேர்ந்த உடம்புடன், யாருக்குமே புரியாத மொழியைக் குழறிக்கொண்டு தன்போக்கில் போய்க்கொண்டிருக்கும் தனியர்களை இந்தியா முழுவதும் நெடுஞ்சாலைகளில் இன்றைக்கும் பார்க்க முடியுமே. தனியாகத் திரியும் ஆட்கள்மீது வீண் சந்தேகம் எழ ஆரம்பிக்காத காலம்.

வாசலில் வந்து குரல் கொடுப்பவனை அதிதி என்று வயிறார உணவளித்துக் கொண்டாடிய ஜனங்களின் நாட்கள் அவை. சும்மாப் போகிறவனை நிறுத்தி ஒரு வாழைப்பழமோ, உள்ளங்கை நிறைய நிலக்கடலையோ தானமிடுவார்கள். இடையில் யாரோ ஒருத்தர் சீதாபதிக்கு ஒரு ஜோடி காவி வஸ்திரம் இனாமாகக் கொடுத்தார். அவ்வளவுதான், தானே சாமியாராகிவிட்ட மாதிரி உணர்வு தலைக்கேறிவிட்டது இவனுக்கு.

அதுதான் உறவு என்று சொல்லிக்கொள்ள மனிதர்கள் இல்லாமல் போய்விட்டார்களே, உள்ளூர ஏதோ ஒன்று விடுபட்டு விட்டேற்றியாகத்தானே செய்யும் – ஓட்டுக்குள் தனியாக உருளும் விளாம்பழம் மாதிரி? புருவத்தை உயர்த்த

வேண்டிய அவசியமில்லை. இது ஒன்றும் சீதாபதியின் சொந்தச் சரக்கு கிடையாது. அன்னத்தாயக்கா சொன்ன பழமொழிதான்.

விட்டதடீ உன் ஆசை – விளாம்பழத்து ஓட்டோடே...

அம்மாவின் மரணம் முதல் கருமாதி வரையிலான நாட்களில் அடிக்கடி சொன்னாள்...

ஒரு பெருநகரம். அதிகாலையில், சூரியனின் முதல் ரேகை அரும்புவதற்கு முன்பாகவே சீதாபதிக்கு விழிப்புத் தட்டிவிட்டது. எழுந்து நடக்க வேண்டும் என்று தினவு தட்டியது. ஆனால், முற்றிய மார்கழி மாதம். மஞ்சுமூட்டம் கனமாக இறங்கியிருந்தது. ஓர் அடிக்கு முன்னால் வரும் உருவம்கூடத் தெரியாத புகைப் படலம்.

நடக்கவென்று புறப்படும் கால்கள் தாமாக ஓயும்வரை நிற்பதில்லை. இப்போது யோசித்துப்பார்க்கும்போது, நடையில் அபாரமான போதை இருந்ததும், அதை இன்னும் இன்னுமென்று அனுபவிக்கத் துடிக்கும் அடிமையாகத் தான் ஆகியிருந்ததும் தெரிகிறது சீதாபதிக்கு.

ஆயிற்றா, சுமார் நூறு கஜ தூரம் போயிருப்பான். ஆரம்பச் சோர்வும், மந்தமும் குன்றி, நடை மெல்ல வேகம் எடுக்கிறது. ஒரு கை பிடித்து நிறுத்தியது. கைக்குரியவர் முகம் தெரியாத அளவு பனிமூட்டம். இழுத்தார். நெருங்கியதும் முகம் தெளிவாகத் தெரிந்தது. ரொம்ப வருடமாய்ப் பார்த்துவருகிற மாதிரிப் பரிச்சயமும், ஒருபோதும் பார்த்ததே கிடையாது என்கிற மாதிரி அந்நியமும் ஒரே சமயத்தில் தென்பட்ட முகம். வயது நிர்ணயிக்க முடியாதபடி, சுருக்கங்களும் துறுதுறுப்பும் ஒருங்கே மிளிர்ந்த முகம்.

அதைவிட, அந்த முகத்தில் இருந்த அபரிமிதமான கனிவும் வாஞ்சையும். இறுகப் பிடித்த கையை மெல்லத் தளர்த்தி, இதமான குரலில் கேட்டார்:

தம்பீ, கொஞ்ச நேரம் நின்று போகலாமா?

பாமரக் கொச்சை மணக்கும் ஹிந்தி.

உடனடியாக சீதாபதிக்குள் வீம்பு உயர்ந்தது. இந்த ஆள் என்ன நம்மை நிற்கச் சொல்வது? ஆனால், நல்லவேளை, மனத்தின் இன்னொரு பகுதி படிமானமாக நடந்துகொண்டது. என்னை நிற்கச் சொல்வதில் இந்த அந்நியருக்கு என்ன லாபம் இருந்துவிடப் போகிறது? ஏதோ சொல்கிறார், நின்று பார்த்து விட்டால் போகிறது.

தெருவோரத் திண்ணை ஒன்று பக்கத்தில் இருப்பதை அப்போதுதான் கவனித்தான். ஏறி நின்றான். தொடர்ந்து பெரியவரும் ஏறின மாதிரித்தான் இருந்தது. அவரது அருகாமையை தொடர்ந்து ஆராய முடியாதபடி, பனியைக் கீறிக்கொண்டு பாய்ந்து வந்தது ஒரு காளை. முன்னால் நீட்டிய கூர் கொம்புகளுடன், நல்லபாம்பு சீத்தடிக்கிற மாதிரி வலுத்த ஓசையுடன், தடதடவென்று தார்ச்சாலையில் அழுந்தி ஒலிக்கும் குளம்புகளுடன் இவன் சற்று முன் நின்றிருந்த இடத்தை நேர்கோட்டில் வந்து தாண்டிப்போனது. பத்தடி தொலைவில் அவிழ்த்துப்போட்டிருந்த தட்டுவண்டியில் மடேர் என்று மோதிக் குப்புற வீழும் சப்தம் கேட்டது.

வயிற்றில் கொம்பு அழுந்திச் செருகிய உணர்வு தட்டியது. அனிச்சையாக வலதுகை துணியை விலக்கி வயிற்றைத் தொட்டுப் பார்த்தது. கை நிஜமாகவே பிசுபிசுத்தது. ஆமாம், அந்தக் குளிரிலும் சடேரென்று வியர்த்திருந்தது.

உயிர் காத்த முகத்தை இன்னொரு தடவை பார்க்கவேண்டும் என்று உந்தல் எழுந்தது. திரும்பிப் பார்த்தான். ஏமாற்றம் தாக்கியது. ஆமாம், அவர் மாயமாகியிருந்தார். பின்னாட்களில், தனிமையின் அழுத்தம் தாளமுடியாத சந்தர்ப்பங்களில், அவர் மீது ஆத்திரம் பொங்கும் – ஏன் காப்பாற்றித் தொலைத்தார் என்று. முழுசாக மனம் எடையிழந்து சருகுபோல ஆகிவிடும் நாட்களில் அவர்மீது ஊறும் நன்றியுணர்ச்சிக்குள் மூழ்கித் திணறுவான். அந்த பிம்பம் உறுதியாய் நின்றிருந்த தோரணையும், இறுகின பிடியும் மனத்தில் ஆழப் பதிந்திருந்தன. அதைவிட அந்தப் பார்வையும், அதில் மிளிர்ந்த வாஞ்சையும்.

வேளைகெட்ட வேளைகளில் அந்த முகமும், அதன் கனிவும், நிமிர்ந்து விறைப்பாக தன்னைவிட உயரமாய் நின்ற அந்த உடம்பும், அதன் கம்பீரமும் ஞாபகத்தில் வந்து அழுத்தும். நாட்கள் செல்லச் செல்ல அது மனிதப் பிறவி அல்ல, ஓயாமல் வரமருளும் ஏதோ சாந்நித்தியம் என்று நம்ப ஆரம்பித்தான் – ஆயுள் முடிவதற்குள் அவரை மீண்டும் பார்க்கக் கிடைத்துவிடும் என்றும்தான்.

அந்த ஊரில் மிகப் பெரிய திருவிழா நடந்துகொண்டிருந்தது. அர்த்த கும்பமேளா என்றார்கள் – ஆறு வருடத்துக்கொருமுறை நடப்பது. கூட்டத்தைப் பார்த்த மாத்திரத்தில் உற்சாகமானான் சீதாபதி. இன்றுவரை ஒரு குழப்பமாகத் தொடரும் சங்கதி அது – தனியாக இருக்கும்போது கூட்டத்தின்மீது ஆசையும்,

கூட்டத்துக்குள் இருக்கும்போது தனியாகப் போய்விடும் வேட்கையும் என்று சஞ்சலப்படும் புத்தி… இந்த ஊசலாட்டம் மட்டும் இல்லாவிட்டால், நிம்மதியாக சாமியாராகவோ, பொறுப்பாகக் குடித்தனம் நடத்தும் குடும்பஸ்தனாகவோ ஆகியிருப்பான், பாவம். ஆனால், விதித்திருப்பது இரண்டுங்கெட்டான் வாழ்க்கை என்றால் யார்தான் என்னதான் செய்துவிட முடியும்?

திருவிழாக்களைப் பொறுத்தவரை நான்கு விஷயங்கள் திருப்தி தருபவை. முதலில், சாப்பாட்டுப் பிரச்னை கிடையாது. ஏதாவது ஓர் இடத்தில் யாராவது அன்னதானம் செய்து கொண்டிருப்பார்கள். இரண்டாவது, தங்குமிடம் பற்றியும் கவலையில்லை. கூச்சமேயில்லாமல், ஏதாவது கூடாரத்தை ஒட்டியோ, அவிழ்த்துப்போட்ட வண்டிக்கு அடியிலோ படுத்துத் தூங்கலாம். மூன்றாவது, 'யார் இவன்?' என்று துருவும் பார்வைகள் அறவே இருக்காது. யானைக்கூட்டத்தில் புகுந்த ஈ மாதிரி சுதந்திரமாக, அடையாளமற்று சுற்றிவரலாம்.

நான்காவதும், மிக முக்கியமானதுமான சங்கதி, நேரம் போவதே தெரியாது. கூட்டம் சேர்ந்ததும் ஆடிப்பாடத் தொடங்கும் சாதாரண மனிதர்களிலிருந்து, வித்தைகாட்டிப் பிழைப்பு நடத்துகிறவர்கள் வரை கேளிக்கைகளுக்குப் பஞ்சமிருக்காது. வேடிக்கை பார்த்துக்கொண்டேயிருக்கும்போது மதியம் வந்துவிடும். அதை முழுசாக உணர்வதற்கு முன்னால் சாயங்காலம், ராத்திரி என்று தொடர்ந்துவிடும். அவ்வளவுதான், ஒரு நாள் கழிந்த உணர்வே இருக்காது – ஆனால் கடந்து தீர்ந்திருக்கும்.

இப்போது மாதிரியில்லை, அப்போதெல்லாம் திருவிழாக்களும் நிதான கதியில், ஒரு வாரத்துக்குக் குறையாமல் நடக்கும். கும்பமேளாக்கள் என்றால் கேட்கவே வேண்டாம் – மாதக் கணக்கில் நடக்கும்.

ஐம்பது நூறுபேர் கூடி வட்டமாய் நின்றிருந்தார்கள். மகுடி ஒலி கேட்டது. உயரப் பிரகாரம் யாரோ மெனக்கெட்டு அடுக்கிவைத்த மாதிரி மூன்று வரிசை நின்றது. நுழைவது தெரியாதவண்ணம் நெளிந்து நெளிந்து ஊடுருவி முன்னால் போனான். மகுடிமாதிரியே கன்னங்கள் புடைத்த பிடாரனும், வட்டப் பிரம்புக் கூடைக்குள் சுருண்டு தலையை உயர்த்தியிருந்த நாகமும் சலனமில்லாமல் ஒருவரையொருவர் பார்த்துக்கொண்டிருந்தார்கள். வாசிப்பின் வேகத்தில் அவனுடைய தலை லேசாக அசைவதும், மூச்சிறங்கிக் கன்னங்கள் வற்றுவதும் நடக்காவிட்டால், பாம்பாட்டியை சிலை என்று கூசாமல் நம்பிவிடலாம். பாம்பையும்தான் – பிளந்த நாக்கை நீட்டி நீட்டிக் காட்டாதிருந்தால்.

ஓரிரு நிமிஷம் நின்றிருந்திருப்பான். காதருகில், 'போதும் போதும். புறப்படு.' என்று யாரோ சொல்கிற மாதிரிக் கேட்டது. திரும்பிப் பார்த்தான். பின்னால் நின்றிருந்தவர் பிடாரனுக்கும் நாகத்துக்கும் சமமாக உறைந்திருந்தார். கூட்டத்தை விட்டு வெளியேறிவந்தான். மீண்டும் அந்தக் குரல் ஆணையிட்டது, 'சோற்றுக்கைப் பக்கம் திரும்பு. நேரே நட.'

கட்டுப்பட்டான். அதிக தூரம் போகவில்லை. 'நில்' என்ற ஆணையும் கிடைக்கவில்லை. ஆனாலும், நிற்கத் தோன்றியது. நின்றான். நேர் எதிரில் ஒரு கூடாரம் இருந்தது. வெற்று நெற்றியுடன் உள்ளே நுழைந்து திருநீற்றுப் பட்டையுடன் திரும்பினார்கள், நாலைந்துபேர். கூடாரத்தின் உள்ளும் புறமும் தேனடை மாதிரி இயக்கம் தென்பட்டது. கதவாகத் தொங்கிய படுதாவை விலக்கி உள்ளே நுழைந்தான்.

தம்பீ, நீ கெட்டிக்காரப் பய. உள்றெ நாம் பாத்தது இன்னதுண்டு ஒனக்கே இதுக்குள்ளாறெ புரிஞ்சிருக்கும்.

என்றார் சீதாபதி.

என் மனவோட்டத்தைச் சரியாகப் படிக்கிறார் என்று தோன்றியது. இந்த இடம் வருவதற்காக நான் காத்துக் கொண்டிருந்தேன்தான். பின்னே, அந்தச் சம்பவத்தில் சம்பந்தப்பட்டவர்கள் மூன்றுபேர். ஒருவர் என்னுடன் பேசிக் கொண்டிருக்கிறார். காளையை இவர் மீண்டும் சந்தித்திருக்க வாய்ப்பில்லை. சந்தித்திருந்தாலும், அடையாளம் எப்படித் தெரியும்!... என் மனம் தர்க்கம் அடுக்கிக்கொண்டு போன விதத்தைப் பார்த்து எனக்கே சிரிப்பு வந்தது.

நல்லவேளை, அப்போது சீதாபதிக் கிழவர் என் முகத்தைப் பார்த்துக் கொண்டிருக்கவில்லை. பாலத்திலிருந்து தலைகீழாக ஆற்றுக்குள் சொருக்குப் பாயும் சிறுவர்கள் மீது அவரது கவனம் குவிந்திருந்தது.

கடைசிப் பையனும் பாய்ந்து முடித்தபிறகு என் புறம் திரும்பினார்.

ஆமாம், காளைமாட்டிடமிருந்து சீதாபதியைக் காப்பாற்றியவர் அங்கே நாயகமாக வீற்றிருந்தார். சீதாபதியிடம் இந்தக் கதையைக் கேட்ட முக்காலே மூணுவீசம் பேர் இப்படியொரு முடிவை

எதிர்பார்த்திருந்ததாகச் சொல்லி இருக்கிறார்கள். ஆனால், யாராலும் எதிர்பார்க்க முடியாத சங்கதியொன்று பாக்கி இருக்கிறது.

அதைச் சொல்வதற்குமுன்னால், இவரை வரவேற்க அவர் உதிர்த்த வாக்கியத்தைச் சொல்லவேண்டும்:

மூக்கணாங்கயிறு வேண்டி காளை வந்திருக்கிறது பார்.

என்றார், அருகில் கைகட்டி பவ்வியமாக நின்றிருந்தவரிடம். என்ன சொல்கிறார் என்று புரியாமலே, நாலைந்துபேர் சிரித்தார்கள். அவர் என்ன சொன்னாலும் விசுவாசமாகச் சிரிக்கக் கூடியவர்கள். சீதாபதிக்கானால், முதுகுத் தண்டில் குளிர் ஓடி இறங்கியது. அன்று மஞ்சுமூட்டம் மண்டியிருந்த காலைப்பொழுதைவிடவும் அதிகமான குளிர்.

நாலைந்து நாழிகை அதே இடத்தில் அமர்ந்து, வருகிறவர் களுக்குத் திருநீறு வழங்கினார் குரு. ஓயாமல் ஆட்கள் வந்தவண்ணம் இருந்தார்கள். எல்லாருமே, காதருகில் கேட்ட ஆணையின் பிரகாரம்தான் வருகிறார்களா என்ற தீராத ஐயத்துடன், கூடாரத்துக்குள் ஓரமாய் அவரையே பார்த்தபடி நின்றிருந்தான் சீதாபதி.

பார்வையை விலக்க முடியாத வசிய முகம். அவ்வப்போது அந்த முகத்துக்கு முன்னாலும் பின்னாலும் பனிமூட்டம் படர்வதும், மானசீகமாக அதை விலக்கி விலக்கி இவன் தரிசிப்பதுமாகப் பொழுது கழிந்தது.

உச்சிவேளை தாண்டியது. மாசி மாதத்தின் உறுத்தாத வெயிலிலும், கூடாரத்துக்குள் மெல்லிய வெம்மை பரவியது. ‘போதும்’ என்கிற மாதிரி அவர் தலையசைத்தார். கூடாரக் காவலுக்கு நின்றவர், கொச்சக் கயிற்றை எடுத்து வாசலின் குறுக்காகக் கட்டினார்.

இரண்டு சீடர்கள் குருவை நெருங்கினார்கள். ஆளுக்கொரு பக்கம் கைகொடுத்து அவரைத் தூக்கினார்கள். சீதாபதி தன் வாழ்நாளின் உச்சபட்ச அதிர்ச்சியை அடைந்தான். காலையிட மிருந்து இவனைக் காத்து நின்றவருக்கு, இடுப்புக்குக் கீழே கால்கள் துணிச் சுருள்கள் மாதிரித் துவண்டு தளர்ந்து தொங்கின. இளம்பிள்ளை வாதம் தாக்கிய கால்கள்.

ஓடிச் சென்று அவர் காலடியில் வீழ்ந்தான்.

2

அப்போது ஆரம்பித்தது. முப்பதாவது வயதுவரை சாமியார்களுடன் சகவாசம் வைத்திருந்தேன். அதாவது, பனிரெண்டு வருடம்.¹ ராமர் வனவாசம் போனதுக்கு இரண்டு வருடம் குறைவு. ஆனால், எந்த இடத்திலும் ஆயுள் முழுக்கத் தங்குவதற்கு அமையவில்லை. என் மன அமைப்பிலேயே அப்படியொரு அம்சம் இருந்ததோ என்னவோ.

முடிவில் அவர்கள் வகையறாவை விட்டு எப்படி விலகினேன், வாழ்க்கை தன்னிச்சையாய் எங்கெங்கே இழுத்துப் போனது என்பதையெல்லாம் அப்புறம் விளக்கமாகச் சொல்கிறேன்.

இப்போதைக்கு இன்னொரு சாமியார் ஞாபகம் வருகிறது. அவரைப் பற்றிச் சொல்லட்டுமா?

சாமியுடன் சுமார் இரண்டு வருடம்போல இருந்தேன். வங்காளத்துச் சாமி. அவருடன் நான் திரிந்ததும் முழுக்க முழுக்க வங்காளத்துக்குள்தான். மற்ற சாமியாரெல்லாம் ஜில்லா ஜில்லாவாக, மாகாணம் மாகாணமாகச் சுற்றி அலையும்போது, நமது சாமி வங்காளத்தைவிட்டு வெளியேறவில்லையே என்று எனக்குள் ரொம்பநாள் உறுத்திக்கொண்டிருந்தது. ஒருதடவை கேட்டேவிட்டேன்.

சாமிக்குக் கோபம் கடுமையாக வரும். அதைப்பற்றியும் கேட்டிருக்கிறேன் – சாந்தமாக இருக்கும்போதுதான்! அவர் சரளமாக பதில் சொன்னார்;

ஆனானப்பட்ட சிவபெருமானே ருத்ரமூர்த்திதானே அப்பனே. கோபம் என்ற சமாசாரம் மட்டும் இல்லை யென்றால், ஒழுங்கு என்ற சங்கதியும் இருக்காதே உலகத்தில்!

ஆக, எதையுமே சந்தர்ப்பம் பார்த்துத்தான் கேட்பேன். அவரும் தயங்காமல் பதில் சொல்வார்.

மேலேசொன்ன கேள்வியையும் உசிதம் என்று பட்ட சமயம்வரை காத்திருந்து கேட்டேன். அதாவது, ஒரு சாட்டர்ஜீ வீட்டில் வளமாக மீன் சாப்பாடு சாப்பிட்டுவிட்டு, அவர்கள் தோட்டத்தரையில் படர்ந்த சருகுமெத்தையில் விச்ராந்தியாய் உட்கார்ந்திருந்தபோது.

---
1. சீதாபதி சொல்லும் வருடக் கணக்குகள் சம்பந்தமாக எனக்கு பெரும் குழப்பம் இருக்கிறது. அதைப் பிற்பாடு பேசுவோம்.

அது சம்பந்தமாகவும் ஒரு தடவை கேட்டதுண்டு. 'இப்படி விதவிதமாகச் சாப்பிடுவது சன்னியாசத்துக்கு நல்லதா? பிரம்மச்சரியம் கெட்டுப்போகாதா' என்று. அன்றைக்கும் நல்ல மனநிலையில் இருந்தது சாமி. தெளிவாகப் பதில் சொன்னது:

> இதோபார் ஸித்தொபொத்தி, சன்னியாசம் என்பது எல்லாவற்றையும் விட்டுவிடுவது என்று தப்பாக நினைத்துக் கொள்கிறார்கள். எல்லாவற்றுடனும் இருக்கலாம் – மனத்தை மட்டும் ஒட்டவிடக்கூடாது என்பதுதான் நிஜமான துறவுநிலை. புராணகாலத்து ரிஷிகள் குடும்பமே நடத்தியிருக்கிறார்களே? பிரம்மச்சரியமும் பௌருஷமும்கூட, வெறும் உடம்பின் விஷயமில்லை.

சரி, விட்ட இடத்துக்கு வருவோம். பூர்விக மாகாணத்தை விட்டு வெளியேறாமல் இருக்கிறாரே என்று கேட்டேனல்லவா? சாமி சுருக்கமாகச் சொன்னது:

> சொந்தவீட்டைச் சுத்தம் செய்துவிட்டல்லவா தெருவுக்கு இறங்க வேண்டும்!

சாமி சமாளிக்கிறது என்றுதானே யாருக்கும் தோன்றும்? 'சோம்பேறியாய்க் கிடப்பதுதான் நிஜமான விருப்பம், அதற்கு சாமியார் வேடம் ஒரு சாக்கு' என்று நினைப்பார்களல்லவா?

ஆனால், சாமி செய்த சித்துவேலைகள் தெரிந்தால் மிரண்டு போவார்கள். உதாரணத்துக்கு இரண்டு சொல்கிறேன்.

ஒருதடவை, கிராமாந்தரம் வழியாகப் போய்க்கொண்டிருக்கிறோம். அந்த ஜில்லாவில் நீர்நிலைகள் ஏகப்பட்டது உண்டு. கங்கைச்சமவெளி என்று சொல்வார்கள். 'கங்கையம்மாள் வருடம் முழுவதும் குளிரவைப்பது தரையை மட்டுமல்ல, பூமியின் ஆன்மாவையாக்கும்' என்று சாமி அடிக்கடி சொல்லும். குளிக்க இறங்குவதற்கு முன்னால், சுலோகம் சொல்லி, பிரவாகத்தைத் தொட்டு வணங்கிவிட்டு, தீர்த்தத்தை அள்ளித் தலையை மூன்று தடவை சுற்றிக்கொண்ட பிறகுதான் காலையே எடுத்துவைக்கும்.

ஒரு குளம். குளம் என்றவுடன் மனத்தில் இயற்கையாக உருவாகக் கூடிய சித்திரத்தைவிட, சற்றுப் பெரியது. ஏரி என்று சொல்ல முடியாத அளவு சற்றுச் சிறியது. மண்ணால் படிக்கட்டு அமைத்திருந்தார்கள். கடைசிப் படியில் அமர்ந்து மீன் பிடித்துக்கொண்டிருந்தான் ஒரு இளைஞன்.

முற்பகல் வேளை. சூரியன் எங்களுக்குப் பின்னால் இருந்தான். இரண்டாவது படி வரை இறங்கியதும் எங்கள்

நிழல்கள் நீர்மீது வீழ்ந்தன. வெளிறிய கறுப்பு உருவங்கள் படிந்த இடத்தில் பளிங்காகச் சலசலத்தது தண்ணீர் – கிடைதண்ணீர் சலசலக்கக் காரணம் கொத்துக்கொத்தாய் மீன்கள். சாமி உற்சாகமான மனநிலையில் இருந்தது. கையை ஆட்டிஆட்டிப் பேசியது. கனத்த குரல் சாமிக்கு.

தள்ளிப்போங்களய்யா, ஆள் நடமாட்டம் இருந்தால் மீன் பயப்படும். கிட்டே வராது.

அதாவது, தூண்டிலுக்கு அஞ்சாது; நிழலுக்கு பயப்படும். இல்லையா? மீனும் மனிதனும் ஒன்று என்கிறாய்!

என்று சொல்லிக்கொண்டே சாமி பின்னால் நகர்ந்தது. என்னைப் பார்த்து, உதட்டில் விரல்வைத்து, 'உஷ்' என்று சைகை செய்தது. முகத்தில் அசாத்தியக் குறும்பு. குனிந்து ஓர் ஈர்க்குச்சியை எடுத்தது. நீரை நோக்கி நீட்டியது.

குச்சி நீண்டுகொண்டே போனது. மீன் பிடிக்கிறவன் திரும்பிப்பார்க்காமல் தூண்டில் மிதவையில் கவனத்தைக் குவித்திருந்தான். நீரைக் குச்சி தொட்ட மாத்திரத்தில் மொத்தக் குளமும் கன்னங்கரேலென்று மாறியது. ஆமாம், தார் நிரப்பிய மாதிரி ஆகிவிட்டது. நீரின் கனம் வண்டி மை மாதிரிக் கொழகொழவென்று ஆகிவிட்டதும், இயல்பாகக் கரைதொட்டு மீள்கிற சிற்றலைகள் நகரச் சிரமப்படுவதும் தெரிந்தது. மீன்கள் நீந்துகிற மாதிரித் தெரியவில்லை. அல்லது, அவை நீந்திக்கொண்டும் இருந்திருக்கலாம் – தார்க் குழம்பின் கருமையில் வெளித் தெரியாமல் போயிருக்கலாம்.

வாலிபன் திரும்பிப்பார்த்தான். பயங்கரமாக அரண்டு கறுத்திருந்தது முகம். தூண்டிலை வீசிவிட்டு எழுந்து வந்தான்.

மன்னித்துவிடுங்கள் பாபா.

என்று குழறியபடி, சாமியின் காலை நோக்கிக் குனிந்தான்.

அட, எதற்கப்பா?!...

என்று சிரித்தது சாமி.

... பயந்துவிட்டாயா என்ன? எங்களைப் பார்த்து மீன்தானே அப்பனே பயப்படவேண்டும்!

அவன் முகம் கடுமையாக வியர்த்திருந்தது. ஏதோ சொல்ல வாயெடுத்தான். முடியவில்லை. குழறலாக ஒரு சப்தம் வெளிவந்தது.

ஸித்தொபொத்தி, தண்ணீருக்கு வெளியில் பகலும், தண்ணீருக்குள் ராத்திரியும் இருந்தால் பையன் பதட்டப்

படாமல் என்ன செய்வான்? மீன்களெல்லாம் தூங்கப் போய்விடுமே என்று கவலைப்படுகிறான்.

தொடர்ந்து சிரித்தபடி, குச்சியை நீரிலிருந்து அகற்றினார். உடனடியாக நீருக்குள் வெளிச்சம் பாய்ந்து, விடிந்துவிட்டது! இளைஞன் இன்னொரு தடவை நமஸ்கரித்துவிட்டு, பழையபடி மீன்பிடிக்கப் போனான்.

இன்னொரு தடவை, நாங்கள் ஒரு மரத்தடியில் நின்றிருந்தோம். ஜில்லாவின் உள்பகுதியிலிருந்து பர்தொமான் நகரம் நோக்கி வரும் தார்ச்சாலை. எதற்காக அங்கே நின்றிருந்தோம் என்று ஞாபகமில்லை. எங்களுக்குச் சற்றுத் தள்ளி ஓர் இளம் தாய் தரையில் அமர்ந்திருந்தாள். ஒருக்களித்த மடியில் உட்கார்ந்த கைக்குழந்தை நை நை என்று சிணுங்கிக்கொண்டிருந்தது. பக்கத்தில் சிறு பையன் – ஐந்தாறு வயதிருக்கலாம் – நின்றவாக்கில் தாயின் முந்தானையையும், கலைந்திருந்த கொண்டையைக் கொத்தாகப் பிடித்தும் இழுத்து அடம்பிடித்து அழுதான்.

பூமாதேவி மாதிரிப் பொறுமை அவளுக்கு. குழந்தைகள் இரண்டையும் மாறிமாறிச் சமாதானம் செய்ய முயன்று தோற்றாளேயன்றி, ஒரு கடுஞ்சொல் உதிர்க்கவில்லை.

தொலைவில் பேருந்து வருவது தெரிந்தது. அந்த ஊரிலெல் லாம், கூரையில் உட்கார்ந்து பிரயாணம் செய்வது சர்வ சகஜம். தேனீக்கள் அடையில் ஒட்டியிருப்பது மாதிரி அவ்வளவு ஜனங்கள். போதாக்குறைக்கு, உச்சியிலிருந்து ஒரு கலப்பையைக் கட்டித் தொங்கவிட்டிருந்தது. அது தன் ஊருக்குப் போகும் வண்டியா என்று பார்த்துச் சொல்லும்படி சாமியிடம் கேட்டாள் தாய்.

வண்டி கொஞ்சம் நெருங்கியதும், ‘இல்லை’ என்று தெரிவித்தது சாமி. தாயாரின் முகம் சங்கடத்தால் கோணியது. அவள் பாடு அவளுக்கு. இன்னும் எவ்வளவு நேரம் சமாளிக்க வேண்டியிருக்குமோ.

சாமி சிறுவனை வாய்விட்டு அழைத்தது. அவன் திரும்பிப் பார்த்தான். இதற்குள் பேருந்து வந்து நின்றது. சாமி வலதுகையை விஷ்க் என்று சுழற்றியது. நம்பவே முடியாதது நடந்துவிட்டது. ஆமாம். பேருந்து மாயமாய் மறைந்திருந்தது.

பையனும் அவனைவிட அதிகமாய்த் தாயும் மிரண்டு போனார்கள். ஓரிரு கணங்கள். பேருந்தின் உறுமல் மீண்டும் கேட்டது. ஓசை சாவகாசமாகக் கிளம்பி நகர்ந்து காணாமல் போனது.

அவ்வளவுதான். தாயார் பையனை இழுத்து நெஞ்சோடு அணைத்துக்கொண்டாள். சாமியையும் என்னையும் பார்ப்பதைத் தவிர்க்க முனைகிறவள் மாதிரி வேறுபுறம் திரும்பிக்கொண்டாள். உடல் முழுக்க நடுக்கமும், முகத்தில் சிறு சுழிப்புமாய் அவள் குத்துக்காலிட்டு இருந்த காட்சி என் மனத்தைவிட்டு ஒருபோதும் அகலாது.

பையன் அடிக்கொருதடவை எங்களைப் பார்ப்பதும், தாயாரின் முகத்தைப் பார்ப்பதுமாய் இருந்தான். அழுகை நிரந்தரமாய் ஓய்ந்துவிட்டது. ஆனால், மிரட்சி மட்டும் அகலவேயில்லை.

நல்லவேளை, சீக்கிரமே அவர்களுடைய வண்டி வந்தது. அல்லது, எந்த வண்டியாய் இருந்தாலும் பரவாயில்லை என்று கிளம்பிப் போனார்களோ என்னவோ. அவர்கள் போனபிறகு சாமியிடம் கேட்டேன்:

காணாமல் போயிருந்தபோது பேருந்து எங்கேயிருந்தது?

எனக்கெப்படித் தெரியும்?...

என்று சிரித்தார்.

...நான் கையை மட்டும்தானே சுழற்றினேன்? பேருந்தைப் பற்றி பேருந்திடம்தான் கேட்கவேண்டும்.

தொடர்ந்து சிரித்தார். நான் விடுவதாயில்லை.

போகட்டும். காணாமல் போன பேருந்தினுள் அவ்வளவு பேர் இருந்தார்களே. ஒட்டுமொத்தமாய்த் தாங்கள் மறைந்து போனது அவர்களுக்குத் தெரியுமா?

அதை அவர்களிடம்தான் கேட்டுப்பார்க்கவேண்டும்! நான் வெளியில், உன்னோடு அல்லவா இருந்தேன்!

சிரிப்பு பலமடங்கு அதிகரித்தது. இனி எல்லாக் கேள்விக்கும் இடக்காகத்தான் பதில்வரும் என்று புரிந்தது. வாயை மூடிக்கொண்டேன். சாமியின் நோக்கமும் அதுதானோ என்னவோ.

ஆனால், இரண்டு விஷயங்கள் சொல்ல வேண்டும் தம்பி. ஒன்று, பிற்காலத்தில் வங்காளத்து மாந்திரீகர் ஒருத்தர் அதே பர்தோமான் நிலையத்தில் கூடியிருந்த ஜனங்கள் முன்னால் ஒரு முழு ரயிலையே மறையவைத்தார் என்று கேள்விப்பட்டேன். கூட்டமாய் ஜனங்கள் இருக்கும்போது கண்ணைக் கட்டுவது லேசு. மூன்றே பேர் இருக்கும் இடத்தில் இதைச் செய்தார் அல்லவா சாமி, அதுதான் ஆச்சரியம்.

ஊர்சுற்றி

இரண்டாவது விஷயம், இதைச் சொல்லும்போதே மயிர்க்கூச்செரிகிறது, பேருந்து மறைந்திருந்த கணங்களில் நடந்த சமாசாரம்.

எதிரே நின்றிருந்த பேருந்து கண்ணுக்குத் தெரியவில்லை. ஆனால், அந்த நிறுத்தத்தில் நாலைந்துபேர் இறங்கினார்கள். மாய மேடையிலிருந்து, வெட்டவெளியில் கால் ஊன்றி அவர்கள் இறங்கி வந்த காட்சி என்னைப் புல்லரிக்க வைத்தது. ஆமாம், தாயாரின் வயிற்றுக்குள்ளிருந்து நடந்து வெளியேறி பூமிக்கு வருகிறவர்கள் மாதிரித் தெரிந்தது என் கண்ணுக்கு.

முதன்முறையாக சாமியிடம் பயம் தட்டியது எனக்கு. இப்போது யோசித்தால் அது வெறும் பயம் மட்டுமில்லை. ஒருவிதமான அருவருப்பும்தான் – கன்னத்தில் கம்பளிப்பூச்சி ஊர்கிற மாதிரி. ஜனங்களுக்கு நல்லது செய்வதற்குத்தானே ஒருத்தர் சாமியார் ஆகவேண்டும். சில்லறைச் சித்துவேலைகள் செய்து பயமுறுத்துவதற்கா? அவரைக் கேட்டால் இதற்கும் குதர்க்கமாக ஏதாவது பதில் சொல்வார் – 'பயம் ஊறாத மனத்தில் பக்தியும் ஊறாதே?' என்கிற மாதிரி.

போகட்டும், அவரைப் பற்றி நான் சொல்லிவந்ததையெல்லாம் தூக்கிச் சாப்பிடுகிற சமாசாரம் மறுநாள் நடந்தது.

ஆதியிலிருந்தே என்னை மிரட்டி வந்த சங்கதி, சாமியின் சாப்பாட்டுப் பழக்கம். போகிற போக்கில் வேப்பங்கிளையைக் கையால் பற்றி வளைத்து ஆட்டுக்குப் போடுகிற தோரணையில் குழை பறிக்கும். அதே மரத்தடியில் உட்கார்ந்து பொறுமையாக ஆயும். பிறகு கொத்துக்கொத்தாக அள்ளித் தின்னும். தாயார் மாதிரி முகத்தை வைத்துக்கொண்டு எனக்கும் நீட்டும்.

என் விசுவாசத்தையும் சொல்லவேண்டுமே, மறுப்பில்லாமல் வாங்கி வாயில் போடுவேன். தம்பீ, நம்பமாட்டாய், அவ்வளவு இனிப்பான வேப்பிலையை நீ கேள்விகூடப் பட்டிருக்க மாட்டாய். அப்புறம் நாலு நாளைக்குப் பசி என்ற உணர்வே தட்டாமல் போய்க்கொண்டிருப்போம்.

ஆனால் அன்றைக்கு என்னைக் கூப்பிட்ட சாமி, எதிரில் உட்காரச் சொன்னது. முந்தினநாள் பொறிதட்டியிருந்த பயம் பெரிய விருட்சம் மாதிரி எனக்குள் வளர்ந்தது. என் மனவோட்டத்தைப் படித்திருக்குமோ? தண்டனை எதுவும் காத்திருக்கிறதோ?

யுவன் சந்திரசேகர்

வாய்பொத்தாத குறையாகக் கீழ்ப்படிந்தேன். இடது பக்கம் வைத்திருந்த பீங்கான் தட்டை என் முன்னால் வைத்தது சாமி. இப்போதெல்லாம் அந்த மாதிரித் தட்டுகள் பார்க்கக் கிடைப்ப தில்லை. நடுவில் கிண்ணம் மாதிரிப் பள்ளமும், இரண்டங்குல அகல விளிம்பும் கொண்ட வெள்ளைநிறத் தட்டு. நீல நிறத்தில் மங்கலாகப் பூப் பொறித்திருக்கும். விளிம்பும் நீல நிறமாக இருக்கும் – பைதா அடித்த வண்டிச் சக்கரம் மாதிரி. இன்னமும் என் கண்ணுக்குள் இருக்கிறது அந்தத் தட்டு.

என்னைக் கண் மூடச் சொன்னார். ஓரிரு வினாடிகள் கழித்து 'ம்' என்று சத்தம் கேட்டது. திறந்தேன். வெற்றுத்தட்டின் நடுவில் நாலு உருண்டை ரஸகுல்லா உதித்திருந்தது. தின்னச் சொன்னார். தட்டையும் அவரையும் மாறிமாறிப் பார்த்தபடி தின்றேன். முதல் மூன்று உருண்டைகள் அபாரமான தித்திப்பு. நாலாவதை ஒரு வாய் கடித்தேன். ஐயோ, எப்பேர்ப்பட்ட கசப்பு என்கிறாய். அடித்தொண்டையில் பரவி, உணவுப்பாதையில் இறங்கி, குடல்வரை கசக்கிற மாதிரி இருந்தது.

எனக்குள் லேசாகப் பதற ஆரம்பித்தது. சாமி வழக்கமான வாஞ்சையும், பரிவும் நிரம்பிய குரலில் சொன்னது.

> ஸித்தொபொத்தி, முதல் மூன்றும் நீ இத்தனை நாள் என்னுடன் இருந்தது. நாலாவது, நேற்று நீ ருசித்தது. முழுமையான அகசுதந்திரம் இல்லாமல் என்னுடன் தொடர்ந்து இருப்பது உனக்கு நன்மை செய்யாது. நீ போகலாம். என் ஆசீர்வாதம் என்றைக்கும் உனக்கு உண்டு.

எழுந்து நமஸ்கரித்தேன். முந்தின கணத்துக்குச் சம்பந்தேமே யில்லாத தயக்கம் எனக்குள் ஊறி நிரம்பியது. அவரை விட்டு விலகிப் போக ஒப்பாமல் பின்னிய கால்களை ஒருமாதிரி சமாளித்துக்கொண்டு வெளியேறி நடந்தேன். அல்லது, எதிர் பாராமல் கிடைத்த விடுதலையின் கிளர்ச்சி தாங்காமல் கால் தடுமாறியதோ.

வெகுதூரம், வெகுகாலம் நடந்தபிறகும் ஒருவிதக் குற்ற உணர்ச்சி நீடித்தது. இன்றுவரை முழுக்க அகலவில்லை அது.

3

அந்த நாட்களில், வீட்டைவிட்டு ஓடுகிற வாலிபர்களுக்கு மூன்று நான்கு தேர்வுகள் மட்டும்தான். திருட்டுக்கூட்டத்தில் சேரலாம். பிச்சையடுக்கலாம். அல்லது சாமியாராகப் போகலாம். சுதந்திரத்துக்கு அப்புறம் இன்னொன்றும் சேர்ந்துகொண்டது–

பட்டாளத்தில் சேர்வது. ஆனால், அதிக அவமானமும், அபாயமும் இல்லாத தேர்வு சாமியாராவது மட்டும்தான். காவியை உடுத்திவிட்டாலே, பாதி மரியாதை சம்பாதித்துவிட்ட மாதிரி. கடவுளுக்குப் பயந்த ஜனங்களின் காலகட்டம் அது.

அதே மாதிரி, அபயம் என்று வந்துவிட்டவர்களை பெற்ற பிள்ளை மாதிரிப் பிரியமாய் வைத்துப் பராமரிக்கும் சாமியார்களின் சகாப்தம். ஒரு சாமியாரிடம் பயந்து விலகினால், இன்னொரு சாமியார் மடம் திறந்தே கிடந்த நாட்கள்.

இன்னொரு குருவுடன் கொஞ்சநாள் இருந்தேன். இவர் மாதிரி நிஜமான துறவி இன்னொருத்தரை நான் பார்த்த தில்லை. நான் ஒருத்தன்கூட இருக்கிறேன் என்ற உணர்வுகூட இல்லாதவர் மாதிரித் தெரிவார். பிச்சையெடுத்துத்தான் அன்றன்றைய சாப்பாடு. வாசல் வாசலாகப் போவோம். 'மா' என்று குரலெடுத்து யாசிப்பார். பெண்களிடம் மட்டும்தான் பிச்சை ஏற்பார். தானியமோ பணமோ ஏற்கமாட்டார். சாப்பாடு மட்டும்தான், கையில் ஏந்திய கறுப்பு ஓடு நிரம்பும்வரைதான். அதில் முக்கால் பகுதியை எனக்குக் கொடுத்துவிட்டு, நாலைந்து கவளம் உருட்டி தான் சாப்பிடுவார். ஒருவேளை மட்டுமே சாப்பாடு.

அவரிடம் இருந்த ஒரே சொத்து, திருவோடு. இடுப்பு வேட்டிக்கு மாற்று வேட்டி இல்லாதவர். கோவணத்துடன் நின்று வேட்டியை உலர்த்துவார்; வேட்டியுடன் நின்று கோவணத்தை உலர்த்துவார். என் தோள்பையைச் சுமந்துகொண்டு அவருடன் நடப்பதற்குக் கூசுவேன். கூரைக்குக் கீழ் படுக்க மாட்டார் குரு. மழை கொட்டும் நாட்களிலும், மரத்தடிதான் கதி.

இந்தவிதமான கடுந் துறவு எனக்கு வேறு ஒருவிதத்தில் அனுகூலமாக இருந்தது. என்னதான் விட்டேற்றியாய்த் திரிந்தாலும், உறியாகத் தொங்கிய அம்மாவின் பிம்பமும், கழுத்து அறுபட்ட தகப்பனின் முண்டமும் சீரான இடைவெளியில் எனக்குள் எழும்பிக்கொண்டுதான் இருந்தன – இவரிடம் வந்து சேரும்வரை.

இப்போது என் மனத்தில் தானாய் எழும்பும் காட்சிகளே இல்லாமல் போயின. கண்முன்னால் நிகழ்வது மாத்திரம்தான் காட்சி. காது கேட்க ஒலிப்பது மட்டுமே சப்தம் என்று காலித் தொட்டி ஆகிவிட்டேன். தொடர்ந்து அவருடன் இருந்திருந்தால், நான் நடக்கும் பாதையில் புல்பூண்டு முளைக்காது போயிருக்கும். பின்னே, தானாய் ஊறும் சந்தோஷமும், காரணமற்று உயரும் அச்சமும் இல்லாமல் ஒரு மனிதப்பிறவி இருக்கலாகுமா? அப்புறம் எதை முன்னிட்டு உயிர்வாழ்வது!

நல்லவேளை, அந்த வறட்சிக்குள் அதிக காலம் நான் இருக்கவில்லை. மிகச் சரியாக ஏழே மாதங்கள்.

பெரும்பாலும் நாங்கள் பேசிக்கொண்டதில்லை. அபூர்வமாக ஒருநாள் குரு வாய்திறந்தார். அன்று பௌர்ணமி. முழு நிலா பகல்போலப் பிரகாசித்தது. காற்றில் அபாரமான குளுமை இருந்தது. நாங்கள் படுத்திருந்த இடத்திலிருந்து சற்றுத் தொலைவிலிருந்த குடிசையில் கோதுமை ரொட்டி தயாராகிற மணம் மிதந்து வந்தது. வெறும் மணம் மட்டுமே எவ்வளவு தூரம் பசியைக் கிளப்ப முடியும் என்று எனக்குப் புரிந்தது. ஆனாலும், பீடிக்கப்பட்டவனாகப் படுத்துக் கிடந்தேன். குரு திடீரென்று என்னிடம் சொன்னார்:

ஸீத்தா, நிலாவைப் பார்த்தாயா? ரொட்டி மாதிரி வட்டமாக இல்லை?...

சிரித்தார். நான் பதில் பேசாமல் இருந்தேன். குறும்பு கொப்பளிக்கும் குரலில் கேட்டார்:

ரொட்டியைப் பார்க்கும்போது எப்போதாவது நிலாவின் ஞாபகம் வந்திருக்கிறதா உனக்கு!

இப்போது எனக்கும் சிரிப்பு வந்தது. அடங்கிய குரலில் 'ம்ஹூம்' கொட்டினேன். சடாரென்று குருவின் குரல் தீவிரமானது.

ஆதியிலிருந்தே, நிலாவைப் பார்க்கும்போது எனக்கு வேறொரு அம்சம் தோன்றும். பார் ஸீத்தா, முழுசாக மலர்ந்திருக்கும் நிலாவில் ஒரு பெண் குத்துக்காலிட்டு உட்கார்ந்திருப்பது தெரிகிறதா?... அதனால்தான் அதன் வெளிச்சம் இவ்வளவு குளுமையாக இருக்கிறது. இதே சூரிய வெளிச்சத்தை நினைத்துப்பார், இத்தனை பிரகாசம் இருந்தால் எப்படிக் கொளுத்தும்? ஆமாம், சூரியன் என்பதே ஆண் அம்சம்தான்...

புதிதாக நிலாவைப் பார்க்கிறதுபோலப் பார்த்தேன். கொஞ்சம் கரும் படலங்கள் விரவியிருப்பது தவிர வேறொன்றும் புலப்பட வில்லை.

...நிலாவில் பெண் இருக்கிற மாதிரி, ஒவ்வொரு பெண்ணுக்குள்ளும் ஒரு நிலா இருக்கிறது. அவரவர்களுடைய சொந்த நிலா. பிறையின் தடிமன் மட்டும் ஆளாளுக்கு மாறும். என்னுடைய அம்மா, முழுசான பௌர்ணமி நிலா வைத்திருந்தாள். அதிலிருந்து பனிமாதிரிப் பிரியம் பொழியும்...

ஊர்சுற்றி

நான் உரிய இடங்களில் 'ம்' கொட்ட ஆரம்பித்தேன். குரு சரளமாகத் தொடர்ந்தார்:

கோவில் வாசலில் பூக் கட்டி விற்பவள் அம்மா. அப்பா நான் பிறந்தவுடனே இறந்துபோனாராம்.

எனக்குப் பதினாலு வயது. எண்ணெய்ச் செக்காலையில் எடுபிடியாய்ச் சேர்ந்திருந்தேன். வியாபாரத்துக்குப் போன அம்மா, கோவில் வாசலிலேயே மோட்சம் அடைந்துவிட்டாள். முந்தின நிமிஷம்வரை சாதாரணமாக இருந்தவள். நெஞ்சைப் பிடித்துக்கொண்டு சரிந்தாளாம். சக பூக்காரப் பெண்பிள்ளைகள் வந்து தூக்கும்போது சவமாகியிருந்தாள்.

அவ்வளவுதான். இருந்த ஒரு பிடிப்பும் அறுந்துவிட்டது. காலையில் அம்மாவாக இருந்து, மத்தியானம் சடலமாகி, மறுநாள் காலையில் பிடிசாம்பலாய்க் கிடைத்த பெண் திலகத்தை நெஞ்சில் சுமந்துகொண்டு தேசாந்திரம் கிளம்பினேன். தாயாரை மறப்பது அவ்வளவு சுலபமாயில்லை.

நாலைந்து வருடம் போயிருக்கும். ஜகன்னாதரை தரிசித்து விட்டு வெளியில் வருகிறேன். அவ்வளவு ஜனநடமாட்டம் இருக்கும் இடத்தில் நடைபாதையில் உட்கார்ந்து குழந்தைக்குப் பால்கொடுக்கும் தாயார் கண்ணில் பட்டாள்.

அவள் யாரென்று தெரியாது. என்ன வயதென்று தெரியாது. எந்த ஊர்க்காரி என்று தெரியாது. குழந்தையின் உதடு கவ்விய காம்பைத் தவிர்த்து, முழுமுலையும் திறந்திருந்தது. மறுமுலையின் திரட்சியும், மார்ப்பிளவும் தெரிகிற மாதிரி ரவிக்கையின் மேல்விளிம்பை இடதுகையால் பற்றி இழுத்திருந்தது குழந்தை.[2]

முகத்தில் சலனமேயில்லாமல் வீதியைப் பார்த்து அமர்ந்திருந்தாள் தாய். மான அவமானமோ, உயிர் வளர்க்கும் தாரை தனக்குள்ளிருந்து பீறுவது பற்றிப் பெருமிதமோ எதுவுமே

2. இந்த இடத்தில் ஒரு கிளைக் கதை சொன்னார் சீதாபதி. வாசிக்கும்போது கதையோட்டம் கெடுமோ என்று தனியாகக் கொடுக்கிறேன்:

புதிதாய்ப் பிறந்த சிசுக்களெல்லாம் கூடி, பகவானிடம் ஒரு பிராது கொடுத்ததாம். 'எந்நேரமும் ஒரே பாலைக் குடிப்பது சலிப்பாய் இருக்கிறது. தொட்டுக்கொள்ள ஏதாவது ஏற்பாடு செய்தால் தேவலை.'

கடவுள் கொஞ்சம் சினந்திருந்த வேளை அது. காதில் விழுந்த விண்ணப்பத்தைக் கவனிக்காத மாதிரி இருந்தார். இதுகளானால் ஓங்கிக் கோஷம் போட ஆரம்பித்துவிட்டன. கோபம் தலைக்கேறியவர் ஆத்திரமாகப் பதிலளித்தார்:

ஓங்க ஆத்தா தாலியெத் தொட்டுக்கிருங்க.

இல்லை அவள் முகத்தில். மூச்சுவிடுகிற மாதிரி, தூங்குகிற மாதிரி, இயல்பான விஷயம்தானே இது என்கிற பாவனைதான் இருந்தது.

ஒரு கணம், அவளும் குழந்தையும் இரண்டு வியக்திகள் இல்லை – இரண்டாகத் தென்படும் ஒரே கனி என்று தோன்றியது. பார்வையை அகற்ற இயலாமலும், துளிகூடக் குற்ற உணர்ச்சி இல்லாமலும் பார்த்துக்கொண்டிருந்தேன். என் வாழ்நாளின் மகத்தான தரிசனம் கிடைத்துவிட்டது. அம்மாவைப் பார்த்து விட்டேன் ஸீத்தா.

ஆமாம், **என்னுடைய** அம்மாதான் இறந்துபோனாள். **அம்மா** இறப்பதற்கில்லை. எனது விடலை மனத்தைக் குழந்தைப்பிராயத்துக்கு மீட்டுக்கொண்டுவிட்டால் போதும், அம்மாக்களுக்குப் பஞ்சமேயில்லை . . . ரோமாஞ்சனம் தட்டியது.

குழந்தை குடித்து முடித்துவிட்டது. கடைவாயில் ஒரு வெண்துளி ஒட்டியிருக்க, தாயின் மடியில் கையைப் பரத்திக் கொண்டு மல்லாந்து கிடந்தது. முட்டக் குடித்த ஆயாசம் போல! அவளைப் பார்த்துச் சிரித்தது. ரவிக்கையின் கீழ்முடிச்சை நிதானமாகப் போட்ட தாய், குழந்தையை ஏந்தி எடுத்து அதன் உதட்டில் அழுத்தி முத்தமிட்டாள். ஸீத்தா, அப்போது எனக்குள் பொங்கிய ஏக்கம், பூரி நகரத்தையே மூழ்கடித்துவிடும் . . .

மனமேயில்லாமல் மெல்ல நகர்ந்தேன். அதுநாள்வரை எனக்குள் பாறாங்கல் மாதிரி நிரம்பியிருந்த துக்கம் சன்னஞ் சன்னமாக ஆவியாவதை உணர முடிந்தது. ஊருக்கு வெளியில் நடந்துவந்தபோது தக்கையாய் ஆகியிருந்தேன்.

வயல்வெளி தொடங்கிவிட்டிருந்தது. வரப்பையொட்டி சிறு ஓடை போகிறது. அதன் இரு கரைகளிலும் உள்ளங்கை அகல மஞ்சள் பூக்கள் மலர்ந்திருந்தன. சிலவற்றில் தும்பிகள் அமர்ந்து முன்னும் பின்னும் அசைந்துகொண்டிருந்தன. அவை பால் குடிக்கின்றன என்று தோன்றியது ஒவ்வொரு பூவும் ஒவ்வொரு தாயார் என்றும் தோன்றியது. அதைவிட, ஒவ்வொரு பூவிலும் என் அம்மாவின் முகம் மலர்ந்து சிரித்தது ஸீத்தா. மலர்களின் ஆட்டத்துக்கு இணையாக என் மனமும் அசைந்தாடியது. என்ன ஒரு குதூகலம் என்கிறாய்!

அன்றுதான் நான் நிஜமாகவே சன்யாசி ஆனேன்.

பெருமூச்சு விட்டார் சீதாபதி. ஏனென்று தெரியவில்லை, எனக்கும் பெருமூச்சு வந்தது.

4

மேற்சொன்ன சாமியாருடன் இருப்பது தொடர்பாக சீதாபதிக்குள் குற்ற உணர்வு கிளம்பிய தருணம் அது. மற்ற சாமியார்களை மாதிரி, மாய வேலைகளோ சித்துகளோ செய்வதில்லை அவர் என்பதும் உறைத்தது. மனத்தைப் புடம் போடும் ஒரு காரியத்துக்காக மட்டுமே சாமியார் ஆனவராகத் தெரிய ஆரம்பித்தார். முன்பு அவர் சொன்னது நினைவு வந்தது:

> *மனித வாழ்க்கை என்பதே, மலையுச்சியிலிருந்து உருளும் கூழாங்கல் மாதிரித்தான் ஸீத்தா. தேர்வு என்று எதுவும் கிடையாது. சும்மா உருண்டுகொண்டே இருக்க வேண்டியது தான். அடிவாரத்தைத் தொடும்போது உருள்வது நின்றுவிடும். பயந்த கல்லென்றால் ஏதாவது செடி தடுக்காதா என்று பார்த்துக்கொண்டே வந்து கிடைத்த இடத்தில் நின்று இளைப்பாற ஆரம்பிக்கும்! பாதித் தைரியம் உள்ளவை, இன்னொன்றோடு சேர்ந்து உருளப் பார்க்கும். நமக்கென்ன பயம் ஸீத்தா. எல்லாக் கல்லுக்கும் உள்ளது நமக்கும்... என்ன?*

வெறும் லௌகீக சௌகரியங்களுக்காக இவருடன் ஒட்டிக் கொண்டிருக்கிறோமோ, அபூர்வமான மனிதரை ஏமாற்று கிறோமோ என்று தவிப்பு கிளம்பிவிட்டது. மெனக்கெட்டு ஊர்ஊராக அலைந்து பாவம் சம்பாதிப்பார்களா யாரும்?

அவரைப் புண்படுத்தாத விதத்தில் சொல்லிவிட்டுக் கிளம்பிவிட வேண்டியதுதான் என்று யோசிக்க ஆரம்பித்தான். அந்தச் சமயத்தில், அவர்கள் மத்தியப்பிரதேசத்தின் சம்பல் பகுதியில் இருந்தார்கள். வனாந்திரமும், சமவெளியில் புழுதியும், பின்னாட்களில் கொள்ளைக்காரர்களின் சரணாலயமாக இருக்கப்போவதற்கான சின்னஞ்சிறு அறிகுறிகூடக் காட்டாத அமைதியும் கொண்ட பிரதேசமாய் இருந்தது அது. காட்டுக் குள்ளும், அவ்வளவு மரங்களைத் தாண்டியும், ஒருவித வறட்சி நிலவிய பருவம்.

ஏதோ ஒரு கோவில் நகரம். சந்நிதியில் எதிரெதிராகச் சந்தித்த இரண்டு சந்யாசிகள், அளவாக மகிழ்ந்து, அளவாகப் பேசி, அளவாக நினைவுகூர்ந்தார்கள். 'அட' என்ற சிறு ஆச்சரியம் மட்டும் ஆரம்பத்தில் தென்பட்டிருக்காவிட்டால், அவர்களை மனிதப் பிறவிகள் என்று சந்தேகிக்கக் கூட இயலாது. நடமாடும் கல் சிலைகள் என்றுதான் நம்புவார்கள். இருவரும் ஒரே குருவின்கீழ் இருபது வருஷம் இருந்தவர்களாம்!

இவர் அவரிடம் சீதாபதியை ஒப்படைத்தார். 'நான் ஹிமாலயத்துக்குப் போவதாக இருக்கிறேன். இவனை உன்னிடம் ஒப்படைக்கிறேன். என்னிடம் கடைசியாக இப்படியொரு சொத்து வந்து இருக்க வேண்டும் என்று விதித்திருந்தது போல. இனி, கப்பரையும், கோவணமும் மட்டும்தான்.' மற்றவர் பதிலொன்றும் சொல்லவில்லை. இவரை உறுத்துப் பார்த்தார். அப்புறம் சீதாபதியை உற்றுப் பார்த்தார். இரண்டு முகங்களையும் தமக்குள் தொகுத்துக்கொள்கிறவர் மாதிரி கொஞ்சநேரம் வேறு திக்கில் பார்த்தார். பிறகு நிதானமாகச் சொன்னார்:

நாமும் ஹிமாச்சலம் கிளம்புவதாகத்தான் இருக்கிறோம். ஆனாலும், சரி. இவன் நம்முடன் இருக்கட்டும்.

உண்டிவில்லில் இருந்து புறப்பட்ட கல் மாதிரி விசையாகக் கிளம்பிப் போய்விட்டார் பழையவர். நம்மூரில் ஒரு பழமொழி சொல்வார்கள், 'இந்த மடம் இல்லாட்டி சந்தை மடம்' என்று. எனக்கும் கவலைப்பட ஏதும் இல்லை. ஆனாலும், ஒரு பேச்சுக்குக்கூட என்னிடம் சம்மதம் கேட்கவில்லையே என்று தோன்றியது. இவர்கள் இருவருக்கு மட்டுமில்லை, மொத்தத் துறவிகளின் உலகத்துக்குமே நான் உபயோகமற்ற ஆறாவது விரல்தானோ என்றும் தோன்றியது.

ஆனால், நான் சீடனாக இருந்த சாமியார்களில், ஒருத்தரைப் பற்றி மட்டும்தான் சொல்ல வேண்டும் என்று நிர்ப்பந்தித்தால், 'போனால் போகிறது' என்ற பாவத்துடன் என்னை ஏற்றுக்கொண்ட அந்த ஆகாஷி பாபா பற்றி மட்டும்தான் சொல்வேன். மறக்கவே முடியாதவர். 'மற்றவர்களையும் மறக்கவில்லையே, பசுமையாக நினைவில் வைத்திருக்கிறீர்களே' என்று கேட்கிற மாதிரி இருக்கிறது, நீ புருவத்தை உயர்த்துவது.

இவருடன் இருந்தது நினைவு வரும்போது, எங்கோ என்றோ நடந்த மாதிரி இல்லை. இப்போது, இந்தக் கணம் நான் உன்னுடன் இல்லை, இமயமலையின் பனிக்குகையில் ஆகாஷி பாபாவுடன் இருக்கிறேன் என்றுதான் படுகிறது. ஆமாம், உடம்புக்குள் குளிர் பரவிவிடுகிறது. காற்றில் மலைவாசனை நிரம்புகிறது. துளிக்கூட ஓசையில்லாத வெறுமை எனக்குள் வேர் பிடிக்கிறது. வெள்ளை நிற வெறுமை.

அவருடன் இருந்தேனே தவிர, பாபாவின் சீடன் என்று என்னை நினைத்துக்கொண்டதில்லை. அது அவ்வளவு சுலபமும் இல்லை.

ஆனால், பாபாவுக்கு ஏனோ என்னைப் பிடித்துவிட்டது என்கிற மாதிரி உணர்வு. வாரத்தில் இரண்டு நாட்கள் மவுனவிரதம் இருப்பார். சில சமயம் அந்த நாட்களுக்கு பிரதோஷம், அமாவாசை என்று ஏதாவது உபரிச் சிறப்பு இருக்கும். அப்போது ஊர்களின் வழியாகப் போக நேர்ந்தால், எதிர்ப்படும் யாரும் இவர் காலில் விழுந்து எழுவார்கள்.

யாருக்குமே இவரிடம் சொல்லிப் புலம்ப ஒரு கதை உண்டு. வேண்டிப் பெறுவதற்கு ஒரு வரம் உண்டு. ஆள் பேதமின்றி, மலர்ந்த முகத்துடன், அகண்ட கண்களுடன் பாபா ஆசீர்வதிப்பார். சிலரிடம் மட்டும் ஏதாவது தெரிவிக்க முயல்வார். அவர் சைகையால் காட்டுவதை வார்த்தையாக மாற்றிச் சொல்வது என் பொறுப்பு. இந்தக் கலையில் வெகுசீக்கிரமே நிபுணனாகிவிட்டேன் என்று நானாக நினைத்துக்கொண்டேன் – ஏனென்றால், இரண்டாம் தடவை எதையும் அவர் குறிப்புணர்த்த நேர்ந்ததில்லை.

ஆனால், இப்போது தோன்றுகிறது, அவர் என்ன சொல்ல நினைத்தாரோ, வாய்விட்டுச் சொன்னாலும் கேட்கிறவர்களுக்கு இப்படித்தான் புரியுமென்றால், இருந்துவிட்டுப் போகட்டுமே என்றுகூட விட்டிருக்கலாம். அவர் அப்படியானவர்தாம். ஒரு தடவை சொன்னார்:

உனக்கு என்ன நடக்கவேண்டுமென்று நீதான் முடிவு செய்கிறாய். காதிலும் கண்ணிலும் விழும் சகலத்தையும் அதன் அடிப்படையில் புரிந்து கொள்கிறாய்.

அவர் எனக்களித்திருந்த பரிவும் சுதந்திரமும் அலாதியானவை. துடுக்காகக் கேட்டேன்:

சுவாமி, தீராத வியாதி வந்து சேர்வதும் அவரவர் முடிவுப்படிதானோ!

அவர் என்னைக் குறுகுறுவென்று பார்த்தார். என் அந்தரங்கத்தை ஒரு வரி விடாமல் படிக்கிற மாதிரித் துளைக்கும் பார்வை. பிறகு சாந்தமாகச் சொன்னார்:

நிச்சயமாக. உன்னையும் அறியாமல் நீ மரணம் பற்றி அதிகம் யோசித்திருப்பாய். உள் அந்தரங்கத்தில் நீ ஆசைப்படுவதை உனக்கு நிகழ்த்தித் தருவதை விட பிரபஞ்சத்துக்கு வேறு வேலையே கிடையாது.

எனக்கு அன்றும் புரியவில்லை, இன்றும் புரியவில்லை. ஆனால், மந்திரம் மாதிரியான அந்த வாக்கியங்கள் மறக்கவும் இல்லை.

ஆகாஷி பாபா மொத்தமாக ஒரு வருடத்தில் மூன்று மாதகாலம் போல சமவெளியில் இருப்பார். பிறகு மலையேறி விடுவார். என்னையும் கூட்டிப்போவார். ஓரிரு மாதங்கள் இருந்துவிட்டு இறங்குவோம். ஓரிரு வாரம் கழித்து மீண்டும் மலைப்பிராணிகளாகிவிடுவோம். எதற்காக இறங்கினோம், ஏன் மறுபடி மேலேறினோம் என்பதெல்லாம் நமக்குக் கொஞ் சமும் புரியாது.

எனக்கானால், ஆரம்பத்தில், மலைமேல் இருப்புக்கொள்ளாது. ஜடம் மாதிரிக் கண்மூடி அமர்ந்திருக்கும் மனித உருவத்தை எவ்வளவு நேரம்தான் பார்த்துக்கொண்டிருப்பது?

அந்த உயரத்தில், உறைபனியும் குளிரும் நிரந்தரமாக இருக்கும். சூரியனே இல்லாத பூமிக்கு, அல்லது சூரியன் நிலாபோலக் குளுமையாய்ப் படுகிற தலத்துக்கு, இடம்பெயர்ந்துவிட்ட மாதிரி உணர்வேன். என் ஒருத்தனுக்காக எதற்காகச் சாப்பாடு தயார் செய்வது என்று சலிப்புத் தட்டும். கீழிறங்கி ஓடிவிடலாமா என்று தோன்றும்.

ஆனால், இரண்டு விஷயங்களைச் சொல்லலாம். ஒன்று, என் மனத்தின் ரகசிய அறை எதிலோ அந்த வாழ்முறை மீது பெரும் காதல் இருந்திருக்க வேண்டும். இல்லாவிட்டால், சாமான்ய மனிதனால் ஒருநாள்கூட சகித்துக்கொள்ள முடியாத தனிமையில், வாரக்கணக்காக, மாதக்கணக்காக இருந்திருக்க மாட்டேன். இரண்டாவது, உள்ளூர எதன்மீதும் பிடிப்பில்லாமல் நான் நகர்ந்துகொண்டிருந்த காலகட்டம் அது.

சரி, சமவெளியிலும் இதே வெறுமைதானே நம்முடன் இருக்கப் போகிறது – தவிர, இந்த மகானிடம் ஒரு வார்த்தை அனுமதி வாங்காமல் எப்படிப் போவது, உறுத்தாத வாஞ் சையுடன் கூடவே வைத்திருக்கும் மனிதரிடம் 'உம்மை விட்டுப் போகிறேன்' என்று எப்படிச் சொல்வது – என்றெல்லாம் எந்நேரமும் தர்க்கம் ஓடிக்கொண்டிருக்கும் எனக்குள். ஆமாம், இவர் வகையறாக்களுடன் திரிந்ததில், தனக்குத்தானே பேசிக் கொள்ளும் கலையில் வித்தகனாகிவிட்டேன்.

இப்போதுகூட, நான் உன்னிடம் சொல்லிக்கொண்டிருக் கிறேனா, அல்லது எனக்கே சொல்லிக்கொள்கிறேனா என்று குழப்பமாய் இருக்கிறது, சிலவேளை.

ஆனால், அவருடன் தொடர்ந்து வருடக்கணக்காக இருந்திருந்தால் உயிர் பிழைத்திருப்பேனா என்றுகூடச் சொல்ல முடியாது. மலையில் அவர் மேற்கொண்ட அப்பியாசங்கள் அப்படி.

தும்மல் சப்தமும் கேட்காத கடும் மௌனத்தில் அமிழ்ந்து விடுவார். சைகை மொழிகூடக் கிடையாது. சமவெளியில் அந்தப் பேச்சுப் பேசுகிறவரா இப்படிச் சிலை ஆகிவிட்டார் என்று எனக்குப் பேராச்சரியமாய் இருக்கும். அவரோ, பனிக் காட்டின் நிசப்தத்தில் கரைந்து காணாமல் போவதற்காகவே வந்தவர் மாதிரி இருப்பார்.

வந்த நாளிலிருந்து கொஞ்சம்கொஞ்சமாக வலுத்துவரும் சுவாசம், இரண்டாம் வாரத்திலிருந்து, விலங்கு மூச்சுவிடுகிற மாதிரி உரத்துக் கேட்கும். ஆனால், ஒரு மூச்சுக்கும் மற்றதுக்கும் இடையில் நாம் நினைத்துப்பார்க்க முடியாத இடைவெளி இருக்கும் – வேடிக்கை பார்க்கிற எனக்கு, அவர் செத்துச் செத்துப் பிழைத்துக்கொண்டிருக்கிறார் என்று தோன்றும். ஆர்வமும் பயங்கரமும் உள்ளுக்குள் நிலைகொள்ளாமல் ததும்பும்

பெரும்பாலும் கண் திறக்க மாட்டார். சாப்பிட மாட்டார். மலஜலம் கழிக்க என்று எழுந்திருக்க மாட்டார். செப்பாலடித்த சிலை மாதிரி, பத்மாசனமிட்ட தொடைகள் இரண்டிலும் பதித்த உள்ளங்கைகள் துளியளவும் இடம் மாறாமல் நாள்கணக்கில் இருப்பதைப் பார்க்கப் பார்க்க, எனக்குள் ஊறிய பயம் வளர்ந்து கொண்டே போகும். அவருடைய நிதானமான சுவாச கதிக்கு நேரெதிராய், என்னுடைய மூச்சு அலைபாய்ந்து திமிறும். ஆனாலும் குகையைவிட்டு வெளியேறிவிட வேண்டும் என்று மட்டும் தோன்றியதே இல்லை.

இரண்டாம் மூன்றாம் தடவை மலையேறியபோது மேற்படி நடைமுறையும் பழகிவிட்டது. அவருடைய உலகத்துக்குள் அவர் மூழ்குவது மாதிரி, என்னுடைய உலகத்தில் நான் தனித்து ஒதுங்கி விடுவேன். தனிக்கட்டைதான் என்றாலும், முழுசாக ஒரு உலகமும் அதற்கேயுண்டான நினைவோட்டங்களும் இருக்கத்தான் செய்தது எனக்கு. ஒருவேளை, அதுவும் என் குருநாதர்கள் அனைவருமே கடந்துவந்த நிலைதானோ என்னவோ – இன்னும் ஓர் எட்டு தைரியமாக எடுத்து வைத்திருந்தால் நானும்கூடத் தாண்டிப் போயிருக்கலாம்.

சரிவிடு, என் கதை எதற்கு இப்போது, ஆகாஷி பாபா பற்றியல்லவா பேசிக்கொண்டிருக்கிறோம்.

கடைசியாகப் போனபோது, வழக்கத்தைவிட சரளமாக இருந்தார் பாபா. அது ஏழாவது முறையா எட்டாவதா என்று ஞாபகமில்லை. இந்த ஞாபகம் சமாசாரத்தைப் பற்றியும் முன்னொருதடவை சொல்லியிருக்கிறார் பாபா:

நினைவில் தங்க வேண்டியது எதுவானாலும் தங்கத்தான் செய்யும். அத்தியாவசியம் எது என்பதை நீ முடிவு

செய்வதில்லை. மனத்தின் அனிச்சை முடிவு செய்கிறது. ஆனால், அதுவுமே சௌகரியமாக மறந்துவிடும் சங்கதி ஒன்று இருக்கிறது – 'எங்கிருந்து வந்தோம்' என்பது. அதே பாழ்வெளிக்குள் திரும்பிப் போகப்போகிறோம் என்ற நினைப்பேயில்லாமல்தானே எல்லாரும் நடந்து கொள்கிறார்கள்!...

எப்போதுமே, வந்த அன்றோ அல்லது மறுநாளோ தியானத்தில் அமர்கிறவர் இந்தத் தடவை ரொம்பவே சாவகாசமாக இருந்தார். எந்நேரமும் கண்களை அகலத் திறந்து பனிமலையையும் சுற்றுப் புறத்தையும் பார்வையால் முழுங்கிச் செரிக்க விரும்புகிறவர் மாதிரிப் பார்த்துக்கொண்டிருந்தார். நாங்கள் இருந்த உயரத்தில் சிலநேரம் அபூர்வமாகப் பறவைச் சத்தம் கேட்கும். சங்கீதம் கேட்கிறவர் மாதிரி காதுகுவித்துக் கேட்டார்.

பையா, இன்று ரொட்டியும் ஆலு மட்டரும் செய்துகொடு.

என்று உத்தரவிட்டார்.

எனக்கானால் பேராச்சரியம். சாப்பாட்டைப் பற்றி அவர் பேசி நான் கேட்கும் முதல் வாக்கியம் அது. கோதுமைமாவும் உருளைக்கிழங்கும் இருப்பில் இருந்தது. பட்டாணிக்கு எங்கே போக. ஒரு மணிநேரம் போலக் கீழே இறங்கினால், நாங்கள் தாண்டி வந்த கிராமம் உண்டு. அங்கே நான் வழக்கமாகப் பொருட்கள் வாங்கும் பனியாவின் மளிகைக் கடை இருந்தது. திரும்ப ஏறிவர இரண்டு மணிநேரம் ஆகும்.

முதன்முதல் தடவை வந்தபோது, விபரம் புரியாமல் சாயங் காலத்தில் கிளம்பிப் போனேன். பாபாவும் ஒருவார்த்தை சொல்லாமல் இருந்துவிட்டார்.

திரும்பி வரும்போது இருட்டிவிட்டது. அந்தப் பிராந்தியங்களில் சீக்கிரமே, முன்னறிவிப்பு இல்லாமல், சடாரென்று இருள் இறங்கிவிடும். உயிரைக் கையில் பிடித்துக்கொண்டு, மூச்சிரைக்க வந்து சேர்ந்தேன். பாபா நிதானமாகக் கேட்டார்.

பயந்துவிட்டாயா, பையா?

ஆமாம் சாமி.

மனிதன் என்று நினைத்துக்கொள்கிறாயல்லவா, அதனால் தான்...

என்று புன்னகைத்தார். குகையின் விதானத்தில் கவுளி ஒலித்தது.

பார்த்தாயா, அது தன்னைத்தான் காத்துக்கொள்ளும். முடியாதபட்சத்தில் இயல்பாக உயிரை விடும். மரணபயம்

ஊர்சுற்றி

என்பது அதனுடைய உடம்பின் ஆழத்திலும் எழுதப் பட்டிருக்கும்தான். ஆனால், அதை சிந்தனையாக மாற்றிக் கொண்டு சிரமப்படாது.

அப்போதும், பிற்பாடு பல சந்தர்ப்பங்களில் போல, தலையை மட்டும் ஆட்டினேன். அதெல்லாம் முழுக்கப் புரிவதற்கு ஒருமாதிரி மனப் பதம் வேண்டும். நடைமுறைப்படுத்துவதற்கோ, அசாத்திய தைரியம் வேண்டும்.

ஆயிற்றா, நான் பட்டாணிப்பயிறு வாங்கிக்கொண்டு திரும்புகிறேன் – குகைக்குள் ஏதோ சப்தம் கேட்கிறது. கர்ஜிக்க வேண்டிய குரல் முனகுகிற மாதிரி விநோத ஒலி. பாபாவின் குரல் கேட்கவில்லை. ஆனால், அவருடைய சுவாசத்தின் ஒலி தெரியும் எனக்கு. அதுமட்டும் உரத்துக் கேட்கிறது. தயங்கித் தயங்கி உள்ளே போனேன். உயிர் ஒரு கணம் உறைந்துவிட்டது, தம்பீ.

வழக்கமாக அமரும் கல் திண்ணையில் வலதுகாலை மடித்து இடது காலைத் தொங்கவிட்டு உட்கார்ந்திருக்கிறார் பாபா. கீழே, நாய்க்குட்டியின் பாவனையில் நின்றுகொண்டிருந்தது வரிப்புலி. நன்கு விளைந்த புலி. ஓர் ஆள் உயரத்தைவிட நீளமான உடம்பும், பசுமாடு அளவு ஆகிருதியும் கொண்டது.

தொங்கவிட்டிருக்கும் காலை நக்குகிறது. அதன் நீண்ட வால், நாய்வால் போலத் தரையில் கிடந்து புரளுகிறது. லேசாகக் குனிந்திருக்கும் பாபா தனது நீண்ட கையால் அதன் கழுத்தை வருடுகிறார்.

வா, பையா. நான்தான் நீ வந்து பார்க்கும்வரை இவனை இருக்கச் சொன்னேன். ஒருவேளை தனியாகப் போகும் போது அடையாளம் தெரியாமல் இவன் ஏதாவது அவசரப் பட்டுவிடக் கூடாதே. சும்மா வா, இவன் கழுத்தைத் தடவிப்பார். இதைவிட மிருதுவானது பூமியிலேயே கிடையாது – தாயாரின் பிரியத்தைத் தவிர ... வா, வா. ஆள்தான் இப்படி வளர்ந்திருக்கிறான் – பச்சைக் குழந்தை மாதிரி மனசு.

அவர் பேசப்பேச, புலி என்னையும் அவரையும் மாறிமாறிப் பார்த்தது.

தொடர்ந்து பார்த்தபோது, அது புலியாகவே இல்லை. வீட்டுப் பூனையைக் காற்றடித்து வீங்கவைத்த மாதிரிக் கண்ணுக்குத் தெரிந்தது. போனேன். அவர் சொன்னது சகலமும்

சரி. குழந்தையின் கழுத்தை வருடுகிற மாதிரித்தான் இருந்தது. அதன் தோலுக்கடியில் புலப்பட்ட உயிரின் துடிப்பும், அதில் தெரிகிற பிரியமும் அலாதியான நிறைவை ஏற்படுத்தின.

போதும். புறப்படு.

என்று புலியைப் பார்த்துச் சொல்லிக்கொண்டே கீழே இறங்கினார். அது சடாரென்று நகர்ந்தது. நான் பதறிப் பின்வாங்கினேன். எனக்குள் உயிர் குலைகிற மாதிரி உணர்ந்தேன். அடிவயிற்றில் சிறுநீர் முட்டியது . . .

பாபா நல்ல உயரம். சடாரென்று உந்தி, அவருடைய தோளுக்கொன்றாக முன்னங்கால்களை உயர்த்திப் போட்டது புலி. அவரும் முழுசாகத் தம்மை ஒப்புக்கொடுத்து ஆலிங்கனம் செய்துகொண்டார். உயிருள்ள ஓர் உடம்பை அவர் ஸ்பரிசித்து நான் பார்த்த ஒரே சந்தர்ப்பம் அது. புலியின் வெண்ணிற அடிவயிற்றில், இவருடைய பித்தளைநிறம் ஒட்டிப் பொருந்திய காட்சி இன்னமும் என் கண்ணுக்குள் இருக்கிறது தம்பி.

அதற்குப் பிறகு அவருடன் சகஜமாக இருக்க முடியவில்லை. ஆனால், மனத்தின் இன்னொரு பகுதியில் அபூர்வமான நிம்மதி படிந்திருந்தது. அன்றிரவு, முதன்முறையாக, தற்காப்புணர்வற்ற உறக்கம் என்னைப் போர்த்தியது. அதற்கு முன்னால், எனக்கொரு சுலோகம் சொன்னார்:

யாரென்ற பேதம் பார்க்காது தழுவும் நீர்
யார் அண்டினாலும் பொசுக்கும் தீ
யாவர்க்குமெனத் திறந்திருக்கும் ஆகாயம்
யார் நீ என்று விசாரிக்கும் பூமி –
எதுவும் என்னை வசீகரிக்கவில்லை
சருகைப் புரட்டி விளையாடும் காற்றைத் தவிர.
சருகினுள் புகுந்து விளையாடும் காற்றைத் தவிர.

இந்தப் பாடலை முதலில் சமஸ்கிருதத்தில் சொன்னார். பிறகு அவரே ஹிந்தியில் மொழிபெயர்த்துச் சொன்னார்.[3]

தூங்கப்போனபோது, தாலாட்டு மாதிரி இந்த சுலோகம் எனக்குள் உருண்டுகொண்டேயிருந்தது. இங்கே, ஊரில், மங்களநாதர் கோவிலில் ஓதுவாராய் இருந்த கைலாசம்பிள்ளை குரலெடுத்துப் பாடும் பாட்டு நினைவில் வந்தது. ‘வானாகி மண்ணாகி’ என்று ஆரம்பிக்கும் பாட்டு. ஏன் அப்போது ஞாபகம் வந்தது என்று தெரியவில்லை. ஆனால், அந்தப் பாட்டும் அந்தப்

---

3. சுலோகத்தின் தொனியில், தமக்கு இயல்பான கொச்சையில் சொன்னார் சீதாபதி. என்னளவில் அதற்கு ஒரு வடிவம் கொடுக்க முயற்சித்திருக்கிறேன்.

பூர்விகமும் வேறு ஏதோ ஜன்மத்தில் யாரோ கேட்ட தொலைவில் இருந்தது... எப்போது தூங்கினேன் என்று தெரியவில்லை.

காலையில் விழிப்புத் தட்டியபோது, கல்மேடையில் அசையாமல் அமர்ந்திருந்தார் பாபா. உடல் முழுக்க லேசாக நீலம் பாரித்திருந்த மாதிரிப் பட்டது – ஏதோ ரசாயனத்தை எடுத்துப் பூசிக்கொண்ட மாதிரி. சரியாகத் தூக்கம் கலையாத என் கண்களின் பிரமையாகக்கூட இருக்கலாம்.

பல் துலக்காமல், காலைக்கடன்களைக் கழித்து ஐஸ்தண்ணீரில் நீராடாமல், அவர் அருகில் செல்லும் வழக்கமில்லை எனக்கு. மலைப்பாதையில் இறங்கி ஆற்றை நோக்கி நடந்தேன். கால் மணிநேரம் இறங்கினால், குளிக்க வாகான இடம் உண்டு. அந்த இடத்தில் சற்று அகலமாய் இருக்கும் ஆறு. சுமார் நூறடி தொலைவில், பெரிய சரிவு ஒன்றில் இறங்கும், அதனால் விசையும் அதிகமாக இருக்கும். சாத்வீகமான மரகதப்பச்சைப் பரப்பில், சுழிகள் அதிகரிக்கும்போது வெண்ணிற நுரை பொங்குவதைப் பார்ப்பது கண்கொள்ளாக் காட்சி – என் பார்வை அணிவதற்கென்றே பூத்த ஆபரணம் போல ஜொலிக்கும்.

இரண்டாவது முழுக்குப் போட்டு உயர்கிறேன், நீர்ப் பிரவாகத்தில் வேகம் அதிகரித்துவிட்ட மாதிரிப் பட்டது. சற்று அவசரமாகவே கரையேறி நின்றேன். அந்தப் பகுதியின் மலையாறுகள் கணிப்புக்கு அப்பாற்பட்டவை. எப்போது பொங்கும் எப்போது வற்றும் என்று யாராலும் சொல்ல முடியாது. வற்றிய காலத்திலேயே ஒன்றரையாள் உயரத்துக்கும் அதிகமாக ஆழம் இருக்கும். பொங்கும்போது கேட்கவே வேண்டாம்!

பெருகி வரும் நீர் மனித உடம்பு ஒன்றை அடித்துவருகிற மாதிரித் தோன்றியது. ஆற்றின் மையத்திலும், எதிர்க்கரையை யொட்டியும் பொங்கியெழும் சுழிகளில் உருண்டும் புரண்டும் போன உடம்பு நிர்வாணமாய் இருந்த மாதிரித்தான் தெரிந்தது. ஏதோ ஒரு கணக்கில் பின்புறத்தை மட்டுமே காட்டி மிதந்து போனது. ஆண் உடம்பின் சாயல் பரிபூரணமாக இருந்தது.

குகைக்குத் திரும்பினேன். கல்மேடை வெறுமையாய் இருந்தது. நான் எதிர்பாராத ஒரு கணத்தில், நீரில் மிதக்கும் உடம்பின் பிம்பம் தத்ரூபமாய்த் தெரிந்தது. தலையை உதறி அதை விலக்க முயன்றேன். பிடிவாதமாகத் தலையைச் சுற்றும் கொசு போலக் கொஞ்சநேரம் சுற்றிச்சுற்றி வந்துவிட்டு தானாய்க் கலைந்தது.

இரண்டு நாள் காத்திருந்தேன். பாபா இப்படி என்னைத் தனியாக விட்டுச் சென்றதேயில்லை. மூன்றாம் நாள் காலையில், குகை வாசலில் வலுத்த உறுமல் கேட்டது. என்னைக் கூப்பிடுகிற மாதிரிப் பட்டது. நான் வெளியில் வந்ததும் என்னைக் கண்ணுக்குக் கண் பார்த்தது. சன்னமாக உறுமியது.

எனக்குள் துளிக்கூட அச்சமில்லை. ஏதோ செய்தி சொல்கிறது என்றே நம்பினேன். எடுத்துச்செல்ல எதுவுமே இல்லை என்று தோன்றியது. வெறுங்கையை வீசிக்கொண்டு கிளம்பினேன். எனக்கு முன்னால் அதுவும் மெல்ல நடந்தது. கீழே கிராமம்வரை கொண்டு விட்டுவிட்டு, மறுபடி ஒருதடவை கண்ணுக்குக் கண் பார்த்துவிட்டு, காட்டுக்குள் பாய்ந்து சென்றது. அந்த நிமிடத்தில் அது மறுபடியும் புலியாகிவிட்டது என்று பட்டது.

முன்னொரு தடவை ஆகாஷி பாபா சொன்ன சுலோகம் மீண்டும் காதில் ஒலித்தது. காற்றில் புரண்டோடத் தயாராய் இருக்கும் ஆளுயரச் சருகு மாதிரி என்னை உணர்ந்தேன்.

சீதாபதியின் குரல் லேசாகக் கம்மியிருந்தது. வெயிலுக்குள் உறுத்துப் பார்த்தபடி அமர்ந்திருக்கிற அவருடைய மனத்தின் திரையில் இப்போது என்ன படம் ஓடிக்கொண்டிருக்கும், அதில் காட்சிப்படும் நிலவெளி எதுவாக இருக்கும், நடமாடும் பாத்திரங்கள் யாராக இருப்பார்கள் என்று எனக்குள் குறுகுறுத்தது.

அவரைப் பார்க்கும்போது பொறாமையாக இருந்தது. விரும்பியோ விரும்பாமலோ தாம் நுழைய நேர்ந்த வாழ்க்கைக்குள் முழுமையாக வாழ்ந்திருக்கிறார், அதிர்ஷ்டக்காரர் என்றும் தோன்றியது.

> இன்னம் ஏகப்பட்டது சொல்லலாம். ஒனக்கென்னா, எளந்தாரி. ராவில்லே பகலில்லேன்னு முளிச்சிட்டிருப்பெ. நாங் கெளவனில்லெ'ய, கண்ணு எரியிது! நாளைக்கிப் பாப்பமா?

என்றவாறு எழுந்தார்.

5

ஆறாவது நாள்தான். என்றாலும், கிழவருடன் மாதக்கணக்காகச் சேர்ந்திருப்பது மாதிரி எனக்குள் சுவாதீனம் தட்டிவிட்டது. இன்று என்னவெல்லாம் வரப்போகிறது என்று லேசான கிளர்ச்சி இருந்தது. இரவுச் சாப்பாடு மதுரையிலிருந்து வரவழைத் திருந்தார்கள். பொதுவாக, எனக்குக் கமலத்தின் கைப்பக்குவம் தவிர வேறு சாப்பாடு பிடிக்காது. டிபனாவது பரவாயில்லை, முழுச் சாப்பாடு என்றால் அரை வயிற்றுக்குத்தான் சாப்பிடுவேன். எடுப்புச்சாப்பாடு ஏனோ இன்றைக்கு வெகு ருசியாக இருந்த மாதிரிப் பட்டது.

வழக்கத்தைவிட நிதானமாகச் சாப்பிட்டேன். தாமதமாகும்போது எனக்குள் உயரும் பரபரப்பை போதையாய் உணர்ந்தேன். ஒன்றாய்ப் பந்தியி லிருக்கும் இவ்வளவுபேரில், எனக்கு மட்டும் ஒரு புதையலும், அதன்மீது பாத்தியதையும் கிடைத்திருக்கிற மாதிரிப் பெருமிதம் தளும்பியது. ருசி கூடுதலாகத் தெரிந்ததற்கு இதுகூடக் காரணமாய் இருக்கலாம்.

மரத்தடியில் கிழவர் உட்கார்ந்திருந்தார். எனக்காகவே காத்திருக்கிறார் என்று நானாக நினைத்துக்கொண்டேன் – பெருமிதம் அதிகரித்தது. கிழவரிடம் என்னை வசீகரித்த இன்னொரு அம்சத்தையும் சொல்ல வேண்டும். அவரைப் பேச வைக்க நாம் மெனக்கெட வேண்டியதில்லை. சும்மா பக்கத்தில் போய் அமர்ந்து,

அப்பறம் பெரியவரே?

என்று முதல் வாக்கியம் சொன்னால் போதும். மடை திறந்து விடும். சொல்வதில் அவருக்குச் சோர்வு தட்டினால் உண்டு— கேட்பதில் நான் சோர்ந்ததே இல்லை. சம்பவங்களின் பிரவாகமும் ஒருபோதும் தொய்ந்தது கிடையாது.

நான் போய் அமர்ந்ததும் வழக்கம்போல அருவி பொழியத் தொடங்கியது.

எப்பொப் பாத்தாலும் சாமியாருக கூடவே சுத்திக்கிட்டுருந்தனே, அவிங்ய சங்காத்தத்துலெர்ந்து எப்போ விடுபட்டேண்டு சொல்லவே யில்லெயே.

சொல்லுங்க.

அதுக்கு முன்னாடி வேறெ ஒண்ணு யாவுகம் வருது. சொல்லட்டா?

சொல்லுங்க?...

அன்றைக்கு என் மனநிலை ஏனோ மிகவும் விட்டேற்றியாக இருந்தது. சாமியார்களின் சகவாசத்தை விட்டு அதிக நாளாகி யிருக்கவில்லை. உருப்படியாக வேலை எதிலும் அமரவில்லை. அவ்வப்போது கிடைக்கும் கூலிவேலைகளைச் செய்வது, மனம் ஒப்பாத நாட்களில் எதுவும் செய்யாமல் இருப்பது என்ற விநோத நடைமுறை உண்டாகியிருந்தது.

காசியையும் துறவிகளையும் விட்டு வெளியேறியவன், நடந்து நடந்து கயை தாண்டி பீகாருக்குள் எங்கேயோ போய்க் கொண்டிருக்கிறேன்.

கையிலிருந்த காசுக்கு மத்தியானம் இரண்டு ரொட்டி சாப்பிட்டுவிட்டுப் புறப்பட்டவன். ஏழெட்டு நாழிகைகள் போயிருக்கும். விறுவிறுவென்று நடந்துகொண்டிருந்தேன். குறிப்பான இலக்கு எதுவும் இல்லாத நடைதானே – ஆனாலும், மனத்தின் வேகத்துக்கேற்றபடி நடையும் விசையாகத்தான் இருந்தது.

சாயங்காலம் மயங்கி வருகிறது. இப்போது யோசித்தால் தோன்றுகிறது – சும்மாயிருக்கும்போது யோசிப்பதற்கு எதுவும் இல்லாத வெறுமைதான் அப்படியெல்லாம் நடக்க வைத்திருக்கிறது என்று.

புழுதி நிறைந்த மண்சாலைகள் அதிகம் கொண்ட பகுதி. அங்கெல்லாம் புழுதியின் நிறம் கழுதையின் உடம்பு கணக்காய் இருக்கும். கரம்பை மண். கொஞ்சம் தூறல் போட்டாலும் போதும், களி மாதிரிக் குழைந்துவிடும். சாமானியமாய் நடக்கவிடாத சகதி. அநியாயத்துக்கு வழுக்கும்.

காற்றுக்காலம். கொஞ்சம் வறண்டுதான் இருந்தது என்றாலும், நடையை சுகமாக்குகிற விதமாக, உடம்பை வருடிக் கொடுத்த காற்று. திடீரென்று, நான் போய்க்கொண்டிருந்த வண்டிப்பாதை, தார்ச்சாலையுடன் இணைந்தது. ராஜபாட்டை. அதைப் பார்த்ததும் நடையின் வேகம் அதிகரித்திருக்கத்தானே வேண்டும்? எனக்கானால் சட்டென்று அலுப்புத் தட்டியது.

போதும், எங்காவது உட்காரலாம் என்று முடிவெடுத்தேன். கண்கள் இயல்பாக இடம் தேடின. சாலையின் இருபுறமும் மரங்களே இல்லை. இன்னும் கொஞ்சதூரம் நடந்துதான் ஆகவேண்டும்.

அப்போதுதான் அந்தச் சப்தம் கேட்டது. பின்னால் யாரோ நடந்துவருகிற மாதிரி. மரக்குறடுகள் தார்ச்சாலையில் படிந்தெழுகிற ஒலி. வாலிபப் பிராயம் என்பதோடு, தனியாகத் திரிந்தவன் என்பதால் புலன்கள் எல்லாம் வெகு கூர்மையாக இருந்த நாட்கள்... திரும்பிப் பார்த்தேன். அது காதில் விழுந்த ஒலி இல்லை – உள்ளுணர்வில் எதிரொலித்ததாக இருக்கவேண்டும். காரணம், தொலைவில், வெகு தொலைவில், யாரோ நடந்து வருகிறார்கள். அந்தச் சப்தம் நேரடியாகக் கேட்க வாய்ப்பில்லை.

இனம்புரியாத குதூகலம் மனத்தில் தொற்றியது. நடையின் விசையைக் குறைத்தேன். பேசக்கூட வேண்டாம். இன்னொரு மனிதப் பிறவியை சும்மா பார்க்க முடிந்தாலே போதுமே.

காலடியோசை உரக்க ஆரம்பித்தது. 'இன்னொருமுறை திரும்பிப் பார்' என்று துடித்த மனத்தை அடக்கினேன். இன்னும் நிதானமாக நடந்தேன். என் பிடரியில் இடிப்பது மாதிரி நெருங்கி விட்டது சப்தம்.

அய்யா...

என்றது பெண்குரல். இப்போது திரும்பினேன். கிட்டத்தட்ட என் வயதுதான் இருக்கும். இந்த வேளையில், இந்தச் சாலையில் தனியாக வருகிறாளே. வகைபுரியாத குமிழொன்று எனக்குள் வெடித்தது.

...பக்கத்தில் கிராமம் ஏதாவது இருக்கிறதா?

என்று கேட்டாள்.

தெரியாது அம்மணி. நான் தேசாந்திரி. இந்தப் பக்கத்துக்குப் புதியவன்.

பதில் சொல்லாமல் என்னுடன் இணையாக வந்தாள். பேசிக் கொள்ளாமல்தான் தொடர்ந்து நடந்தோம். என்றாலும், கூட ஒரு பெண்பிறவி வருகிறது என்ற உணர்வே பெரும் கிளுகிளுப்பாக இருந்தது. சற்று முன்னால்தானே நடை போதும் என்று முடிவெடுத்தேன் – இப்போது, இன்னும் ஏழெட்டு நாழிகை நடக்கலாம் என்று தோன்றியது. அவள் சலனமில்லாமல் வந்தாள்.

சாலை கிழக்காகத் திரும்பியது. சுமார் இரண்டு ஃபர்லாங் தள்ளி ஒரு பழைய வீடு நின்றிருந்தது. கைவிடப்பட்ட வீடு. கூரை முழுக்கத் தகர்ந்திருந்தது. அந்த அத்துவானத்தில் யார் வந்து கட்டிக் குடியிருந்தார்கள், ஏன் கைவிட்டுப் போனார்கள், ஏதோ நாங்கள் வருவோம் என்பதற்காகவே கட்டிப்போட்ட மாதிரியல்லவா இருக்கிறது என்று பலவாறு யோசனைகளுடன் போய் அமர்ந்தேன்.

இப்போதைய நாட்களென்றால், அந்த மாதிரி ஒதுக்குப் புறமாக ஒரு சிதிலம் இருக்குமானால், அந்த இடம் எவ்வளவு ஆபாசமாக இருக்கும். காகிதக்குப்பையும் காய்ந்த மலமும், சிறுநீர்த் தடங்களும், காலி சாராய சீசாக்களும், மண் நிரம்பின ஆணுறைகளும் என்று – கூசாமல் காலூன்ற முடியுமா? இங்கே ஊருக்கு வெளியில் ஒரு சுடுகாட்டுக்கொட்டாய் இருக்கிறது போய்ப் பார், என்னடா, நாளைக்கு நாம் செத்தாலும் நம் சொந்தபந்தங்கள் இங்கே வந்துதானே கூட வேண்டும், தரையில் உட்கார்ந்து வெட்டியானுடன் கூலிப் பஞ்சாயத்து பேச வேண்டும் என்றெல்லாம் நினைப்பில்லாத மடப் பயல்கள் என்ன நிலைமைக்கு ஆக்கியிருக்கிறான்கள் என்பதை நேரில் பார்த்தால்தான் தெரியும். இத்தனைக்கும், பகல் பொழுதில் ஆள் நடமாட்டமே இல்லாத இடம் அது. இருட்டின உடனே சுறுசுறுப்பாகிவிடுவான்கள் போலிருக்கிறது. நல்லவேளை, வெட்டியான் சீவாளி இங்கே ஊரின் கிழக்கு எல்லையில், ரயில் பாதையையொட்டி குடிசை போட்டிருக்கிறான் – சாட்சி சொல்ல அவசியமில்லாதபடி.

போகட்டும், அந்த பீகார் வீட்டைப் பற்றியல்லவா சொல்லிக்கொண்டிருந்தேன். அமர்ந்தவாக்கில் உட்புறம் எட்டிப் பார்த்தேன். கூரையில்லாத குட்டிச் சுவர்கள் மாத்திரம் உறுதியாக நின்றிருந்தன. மண் சுவர்கள். காற்றுக்கு மறைப்பு – ஆகாசத்துக்கு இல்லை. மேற்குச் சுவரையொட்டி நின்றிருந்த வாதரக்காச்சி[1]

---

1. நல்ல தமிழில் 'தீக்கொன்றை' என்றும் ஆங்கிலத்தில் *flame of the forest* என்றும் அழைக்கப்படும் மரத்தை மதுரை மாவட்டத்தில் இப்படி அழைப்போம்.

மரத்தின் சருகுகளையும், மழைக்கு இறுகிய மண்ணையும் தவிர வேறு அழுக்கு எதுவும் இல்லை.

எதிர்த்திண்ணையில் அவளும் அமர்ந்தாள். ஏனோ, இப்போதைக்கு என்னைவிட்டுப் போகமாட்டாள் என்று தோன்றியது. பின்னே, இருட்டிய பிறகு தனியாக இந்த அத்துவானத்தில் போவதற்கு ஆண்களே பயப்படுவார்கள்...

அவள் இருக்கிறாள் என்ற நினைப்பே என்னை இயல்பாக இருக்கவிடாமல் செய்தது. என் முகமும் பாவனைகளும் சாதாரணமாக இல்லை என்று தோன்றிக்கொண்டேயிருந்தது.

எதிரெதிராய் அமர்ந்திருப்பதின் அழுத்தம் தாங்காமல், சட்டென்று எழுந்தேன். வீட்டின் உள்ளே போனேன். வழக்கம் போல நடக்க விடவில்லை கால்கள்...

வெறுங்கால்களால் ஒதுக்கியே மைய அறையை சுத்தப்படுத்தி விட முடிந்தது. தாராளமான அறை. இதற்குள், மரத்திலிருந்து ஒரு கொப்பு ஒடித்து எடுத்து வந்தாள் அவள். நான் காலால் துடைத்த இடத்தை கூட்டிப் பெருக்கினாள். எதுவும் பேசிக்கொள்ளாமலே அந்த இடத்தில் ராத்தங்க முடிவெடுத்துவிட்டோம் போல.

எனக்கானால், ஒரு பெண்ணின் அருகாமை விசித்திரமான குறுகுறுப்பைக் கொடுத்தவாறிருந்தது. எத்தனை வருடம் சாமியார்களுடன் இருந்துமென்ன, நான் சாமியார் ஆகிவிடவில்லையே. எனக்குள் இத்தனை காலமும் சோம்பிக்கிடந்த ஏதோ ஒன்று சுறுசுறுப்படைந்துவிட்ட மாதிரி உணர்ந்தேன், கற்சிலைக்கு உயிர் வந்த மாதிரி.

வீட்டின் பின்புறம் போனாள். மெல்லிய சீழ்க்கையொலி கேட்டு ஓய்ந்ததும், அங்கிருந்தே கூவினாள்.

கொஞ்சதூரத்தில் நீர்நிலை இருக்கிறது போல.

தகரத்தில் ஆணியால் கீச்சிய குரல். எழுந்து பின்னால் போனேன். அவள் சுட்டிக்காட்டிய திசையில், ஆகாயத்தில் பறவைகள் வட்டமிட்டுத் திரிந்தன. வீட்டின் முன்புறம் காற்றில் புலப்படாத ஈரவாடை பின்புறம் சென்றபோது முகத்தை வருடியது. அல்லது, அந்தத் திக்கில் தண்ணீர் இருக்கிறது என்று நம்பியதால் எனக்குள் உண்டான பிரமையாகக்கூட இருக்கலாம்.

குளிக்கப் போகிறேன்.

என்று அறிவித்துவிட்டு, தோள்பையை எடுத்துக்கொண்டு நடந்தாள். பின்னால் செல்வதா, இங்கேயே இருப்பதா என்ற குழப்பத்தில் தயங்கினேன். திரும்பிப் பார்த்தவள், 'நீயும் வா'

யுவன் சந்திரசேகர்

என்கிறமாதிரித் தலையசைத்துவிட்டுப் போனாள். ஏனோ, எனக்குப் பின்தொடர தைரியமில்லை.

அரைமணி நேரம் கழித்துத் திரும்பி வந்தாள். தண்ணீர் பட்ட உடம்பில் பளபளப்பு ஏறியிருந்தது. முழுக்க ஈரம் உலராத கூந்தலின் ஏழெட்டு முடிகள் முகத்தில் ஒட்டியிருந்த விதம் அவளை அழகியாகக் காட்டியது. எனக்குள் எழுந்த திமிறலை சமாளிக்க முடியாமல், எழுந்தேன்.

நானும் குளித்துவிட்டு வருகிறேன்.

என்று அறிவித்துவிட்டு, அவள் போன திசையில் வேகமாக நடந்தேன்.

கல்லெறி தூரம் அகலம் கொண்ட சிறு குளம். ஊற்று எதுவும் இருக்கிற மாதிரித் தெரியவில்லை. மழைத்தண்ணீர் தேங்கியதாகவும் தெரியவில்லை. நன்கு கவனித்தபோது, சின்னஞ் சிறு ஓடை ஒன்று குளத்தின் மறுபுறத்தில் வந்து நுழைவது தெரிந்தது. பேருக்குக் கொஞ்சம் நீர் ஒழுக்கியது அதில்.

கலங்கல் இல்லாத நீர். இறங்கினேன். தண்ணீர் படப் பட உடம்பு மிருதுவாகிற மாதிரி இருந்தது. மூச்சடக்கி முக்குளித்தபோது, மூடிய கண்களுக்குள் அந்தப் பெண்மணி ஈரத்தலையுடன் நின்ற காட்சி மலர்ந்தது. சீக்கிரமே வெளியேறினேன். மனம் படுவேகமாக அலைபாய்ந்தது.

திரும்பிவந்தபோது, தலைசீவி, உலர்ந்த மாற்றுடை தரித்து, முழுக்க முழுக்கப் பெண்ணாகியிருந்தாள். ‘வனமிருகம் வளர்ப்பு மிருகம் ஆகிவிட்டதே’ என்று எனக்குள் ஒரு வாசகம் ஓடியது. என்னைப் பார்த்ததும், தரையில் கிடந்த துணிமூட்டையை எடுத்தாள்.

அதனுள்ளிருந்து காகிதப் பொட்டலம் வெளிவந்தது. ஏழெட்டு ரொட்டிகள். என்னிடம் இரண்டை நீட்டினாள். எண்ணெய் காட்டாமல் நெருப்பில் வாட்டிய ரொட்டி. வறண்டு, ஆனால் மிருதுவாக இருந்தது. மூட்டைக்குள் துழாவி இரண்டு வெங்காயங்களை எடுத்தாள். பொறுமையாக உரித்து என்னிடம் ஒன்றை நீட்டினாள். மூட்டையைத் திறந்தபோது அழுக்கும் கடுகெண்ணெயும் கலந்த மணம் குப்பென்று எழுந்தது.

சாதாரண சமயமென்றால் அது துர்நாற்றமாகப் பட்டிருக்கும். அன்றைக்கு, குடும்பமணம் என்று தோன்றியது. சாப்பிட்டு முடித்தபிறகு, இன்னொரு பொட்டலத்தைத் துழாவி எடுத்தாள்.

பத்திருபது பேரீச்சம்பழங்கள் இருந்தன. எனக்கு நாலைந்து கொடுத்தாள். ப்ளக் ப்ளக் என்று கொட்டைகளை அவள் துப்பிய ஓசை, சற்று நாசூக்கில்லாமல் இருந்த மாதிரிப் பட்டது.

அன்று பவுர்ணமி. முன்கோடைக் காலம். மேகப் பிசிறுகூட இல்லாமல் தெளிந்திருந்தது ஆகாயம். பால் ஊற்றிக் கழுவிய மாதிரி தரையெங்கும் நிலாவெளிச்சம் படர்ந்திருந்தது. நாலைந்தடி இடைவெளிவிட்டுப் படுத்திருந்தோம். நேரமாக ஆக, சுவர்க்கோழியின் முணுமுணுப்பு அதிகரித்தது. வீட்டுக்கு வெளியே மரத்தில் இருந்த ஆந்தை அடிக்கொரு தடவை அலறியது. காற்றின் 'ஓஷ் ஓஷ்' என்ற சீறல் எங்கோ தொலைவில்போலக் கேட்டது. என் நெஞ்சுக்குள் சம்மட்டி அடி விழ ஆரம்பித்த மாதிரி உணர்ந்தேன். . விபரீதமாக ஏதும் செய்துவிடுவேனோ என்று அச்சம் தட்டியது. நல்லவேளை, அவள் பேசினாள்:

அய்யா, உறங்கிவிட்டீரா?

இல்லை.

எனக்கும்தான், தூக்கம் வரவில்லை. கொஞ்சநேரம் ஏதாவது பேசிக்கொண்டிருக்கலாமே? உம்முடைய பூர்விகத்தைச் சொல்லுமேன்.

எனக்குள் ஏனோ அசாத்தியமான சலிப்பு உயர்ந்தது.

சொல்வதற்கு என்ன இருக்கிறது. கூறுகெட்ட வாழ்க்கை, இந்த இடத்தில் இப்படி வந்து கிடத்திப்போட்டிருக்கிறது...

மிஞ்சிப்போனால் முப்பது வயது இருக்குமா உமக்கு? என்னமோ முழுக்க வாழ்ந்து ஓய்ந்த மாதிரிப் பேசுகிறீர்..? விடும், ஏதோ கூச்சம் பாக்கி இருக்கிறது போல. திட்டமிட்டா எதையும் செய்தோம்? நடந்ததுக் கெல்லாம் நாமா பொறுப்பு? அப்புறம் மான அவமானம் என்ன வேண்டிக்கிடக்கிறது. என் கதையைச் சொல்கிறேன்— உம்முடைய கூச்சம் எப்படிப் பறக்கிறது பாரும். இந்த இடத்தில் கிடப்பது பற்றி ஒரு வேதனையும் இல்லை எனக்கு. பாரும், எப்படிக் காய்கிறது நிலா, ஆதரவாய் வீசுகிற காற்று, அதை அளவாய்க் கட்டுப்படுத்த நாலுபுறமும் சுவர், சுத்தமான சிலீரென்ற தரை, பக்கத்தில் பேச்சுக்கொடுக்க உம்மை மாதிரி யோக்கியமான ஒரு ஆள்... இதற்குமேலும் வாழ்க்கையிடம் கோரிப் பெறுவதற்கு எதுவும் இருக்கிறது என்று நினைக்கிறீர்? என்ன, தூங்குகிறீரா!

அட, கேட்டுக்கொண்டுதானம்மா இருக்கிறேன்.

இல்லையே, 'ம்' கொட்டும்போது கொஞ்சம் அசிரத்தை தெரிந்ததே.

சிரத்தையாகத்தான் கேட்கிறேன் அம்மா. என்னை யோக்கியன் என்று நீயாக முடிவெடுத்துவிட்டாயே என்று யோசித்தேன்...

வேட்டைநாய்க்கும் வீட்டுநாய்க்கும் முகச்சாடை ஒன்றாயிருக்குமா அய்யா!

சிரித்தாள். நானும் சிரித்துவைத்தேன்.

அதுமட்டுமல்ல, வேறு ஒரு கேள்வியும் குறுக்கே வந்தது.

கேளும்.

நமக்குத்தான் இப்படி அலைகிற வாழ்க்கை அமைந்துவிட்டது. இந்தப் பெண்பிள்ளை ஏன் எப்படித் தனியாக வருகிறாள் என்று தோன்றியது.

ஏன், தேசாந்திரம் போகும் உரிமை ஆண்பிள்ளைகளுக்கு மட்டும்தான் உண்டு என்று நினைக்கிறீரோ!

கிலுகிலுவென்று அவள் சிரிக்கும் சப்தம் கேட்டது திரும்பிப் பார்க்கத் தோன்றியது.

மல்லாந்து படுத்திருந்தாள். நிலாவெளிச்சம் போர்வையாக அவள்மீது மூடியிருந்தது. உள்ளாடை அணியும் வழக்கம் அந்த நாட்களில் கிராமப் பெண்களிடம் வந்திருக்கவில்லை. பெரும்பாலும் சேலை மட்டும்தான் உடுத்துவார்கள். இவள் ரவிக்கை அணிந்திருந்தாள். மார் இரண்டும் பக்கவாட்டில் எதிரெதிராய்ச் சரிந்திருக்கலாம் என்று பட்டது — நிமிர்ந்திருந்த போது மாதிரி இல்லாமல், படுத்திருக்கும் வாக்கில் நெஞ்சுப் புடைப்பு மெலிதாகத் தெரிந்தது. ஏன் இப்படியெல்லாம் சிந்தனை ஓடுகிறது என்று அவமானமாகவும், கிளுகிளுப்பாகவும் ஒரே சமயத்தில் உணர்ந்து மூச்சுத் திணறினேன். இன்னொரு தடவை அவளைத் திரும்பிப்பார்க்க தைரியமில்லை. அப்புறம் அவளைத் தொட்டுவிட ஆசையாய் இருக்கும்; அவளை உறையாக மூடியிருக்கும் தனிமையும் மர்மமும் தொட்ட கையைப் பொசுக்கி விடும் என்று அச்சம் தட்டியது.

பேரீச்சம்பழக் கொட்டைகளை அவள் துப்பிய ஒலி இப்போதும் காதில் கேட்கிறமாதிரி இருந்தது. அதுசரி, தனியாய்த் திரிகிற பெண்பிள்ளைக்கு நாசூக்கும் நாகரிகமும் எதற்கு என்று

ஊர்சுற்றி 97

என் மனத்துக்குள் சமாதானம் உதித்தது... நானும் சிரித்தேன். அவள் தொடர்ந்து பேசினாள்:

ஆணுக்கு ஒரு காரணம் என்றால், பெண்ணுக்கு ஒரு காரணம் இருக்கக்கூடாதா! வாழ்க்கைக்குள் நுழைவதற்குத்தான் ஒரே பாதை. வெளியேற வேண்டுமென்றால் எத்தனை பாதைகள் திறந்துகிடக்கின்றன என்கிறீர்?...

மறுபடியும் சிரித்தாள்.

அய்யா, ரொம்ப வருஷமாக இப்படித்தான் ஓடுகிறது வண்டி. அதற்கு முன்னால் என்ன செய்தேன், எப்படி இருந்தேன் என்பதெல்லாம் நினைவில் இருக்கத்தான் செய்கிறது. ஆனால், போகிற வழியில் தட்டுப்பட்ட கல்யாண வீட்டில் நுழைந்து யாருடைய கல்யாணத்தையோ வேடிக்கை பார்க்கிற மாதிரி இருக்கிறது, அந்த ஞாபகமெல்லாம்.

எழுந்து உட்கார்ந்தாள். எனக்குள் குறுகுறுத்தது. என்னை நோக்கி வரவிருக்கிறாள் என்றே நம்பினேன். அவளானால், நிதானமாக எழுந்து வெளியே போனாள். மீண்டும் சீழ்க்கையொலி... என்னமாய்ப் பேசுகிறாள். என்னவொரு தெளிவு, என்ன நிதானம். தேசாந்திரி வாழ்க்கைக்கு லாயக்கான பெண்பிள்ளைதான்...

திரும்பிவந்து தன்னுடைய இடத்தில் படுத்துக்கொண்டாள். தொண்டையைச் செருமிக்கொண்டாள். கடகடவென்று சொல்லத் தொடங்கினாள்:

பதினாறு வயதில் என்னைத் தேள்கொட்டியது அய்யா. சாதாரணத் தேள் இல்லை. சாம்ராஜ்யங்களை எழுப்பவும் தகர்க்கவும் பலம் கொண்ட தேள். ஒருவர் பாக்கிவிடாமல், உயிர்கொண்ட பிறவி ஒவ்வொன்றையும் கொட்டி நகரும் தேள். எவ்வளவு கொட்டியும் கொடுக்கின் விஷமும் வீரியமும் குறையாத தேள்.

குழம்பாதீரும். ஏது விநோதமாக அடுக்குகிறாளே என்று பார்க்கிறீரா. காதல் வசப்பட்டுவிட்டேன். அதைச்சொல்ல முனையும்போதெல்லாம், மனசுக்குள் அன்று நிரம்பியிருந்த ரம்மியம் சரசரவென்று மறுபடியும் வந்து நிரம்பிவிடுகிறது. அப்புறம் பாஷை மாறாதா!

காதல் என்றால் வெறும் காதல் இல்லை. அறுபது நாழிகையும் அவன் முன்னால் அம்மணமாய் நிற்க வேண்டும்

என்று வெறி. அவன் மென்று தின்ன என்னை முழுக்கக் கொடுத்துவிடவேண்டும், அவன் ருசித்துத் தின்றபிறகு முழுசாக மிச்சமிருக்க வேண்டும் – அவன் மறுபடியும் தின்பதற்காக என்று எனக்குள் தினவு நிரம்பியிருக்கும். அவனும் அவ்வப்போது தனது வேட்கையை வெளிப்படுத்தவே செய்தான்.

ஆனால், அவனை நான் அனுமதித்ததில்லை. நானாக இரண்டு நிபந்தனைகள் விதித்துக்கொண்டிருந்தேன். ஒன்று, வீட்டில் என்னைவிட மூன்று வயது மூத்தவள் ஒருத்தி இருக்கிறாள். நான் வயல்வேலைக்குப் போகிறவள் என்றால், அவள் கட்டடவேலைக்குச் சிற்றாளாகப் போவாள். அவள் கரையேறிய பிறகுதான் நம் கதை. இரண்டாவது, தாய்க் கிழவிக்குப் பார்வை முழுக்கப் போய்விட்டது. ஆயுள்முழுக்க அவளை நான்தான் பராமரிக்க வேண்டும்.

இவையிரண்டுக்கும் அவன் சம்மதித்திருந்தான். சும்மா சொல்லக்கூடாது, அழகன். உம்மை மாதிரித்தான், தோள்த் தசையைப் பார்த்தால் வஸ்தாது மாதிரி இருப்பான்! என்ன சிரிக்கிறீர்... தாண்டிப்போகும் பெண்ணுடம்பை ரசிக்காமல் விடுகிற ஆண் கண்கள் உண்டா? பெண்ணுக்கு மட்டும் அந்த உரிமை கிடையாதாக்கும்!?

இத்தனைக்கும் அவனும் அன்றாடங்காய்ச்சிதான். விவசாயக் கூலி வேலை பார்க்கிற உடம்பு, இரண்டு வேளைச் சாப்பாட்டுக்கே தட்டழிகிற உடம்பு, அவ்வளவு உறுதியாயும், எடுப்பாயும் இருக்க வேண்டுமென்றால் வம்சவாகுதானே. எங்களுக்குப் பிறக்கப்போகும் குழந்தைகள் தகப்பனின் சாயலில் இருக்கவேண்டும் என்று நான் கனவு கண்டுகொண்டிருந்தேன்.

எப்போதாவது, கெஞ்சி மன்றாடி ஒரேயொரு திருட்டு முத்தம் வாங்கிக்கொள்வான். தொடர்ந்து பல நாட்கள் பல நூறு முத்தங்கள் கொடுத்தபடியே இருக்கவேண்டும் என்று ஆசையாய் இருக்கும். என்னை நானே அதட்டிக்கொண்டு பிரிந்துவிடுவேன். என்னைவிட பலசாலியாய் இருந்தும், முரட்டுத்தனமாக அவன் என்னைக் கையாளாமல் இருந்ததும், பூஞ்சையான என்னிடம் வாலாட்டிக் குழைவதும் என் கிளர்ச்சியை அதிகப்படுத்தும்.

ஆனால், இந்த மயக்கம் ஒரு வருஷத்துக்குள் தீர்ந்தாக வேண்டும் என்று விதித்திருந்தது அய்யா. ஒருநாள் மத்தியானம் அதற்கான முகூர்த்தம் குறித்திருந்தது போல. வயலுக்குப் போனவள், பாதிவேலையில் குடிசைக்குத் திரும்புகிறேன். எதிர்பாராதவிதமாய் விடாய் கண்டுவிட்டது – நாள் கணக்கு பற்றி சுதாரிப்பு இல்லை. துணிவைத்துக்கொள்ள மறந்துவிட்டேன்.

தவிர, அன்றைக்கு ஏனோ வேலையில் மனம் ஒட்டவில்லை. இனம்புரியாத நடுக்கம் உடம்புக்குள் ஓடிக்கொண்டிருந்தது.

குடிசை என்கிறேனே தவிர, தோளுயர மண்சுவர்கள் மீது, மூங்கில் சார்ப்பு எழுப்பி வைக்கோல்கூரை வேய்ந்த வீடு எங்களது. சமையல் மூலையை மறைக்கும் குட்டிச்சுவர். அடுப்பையும் பாத்திரங்களையும் ஒதுக்கி வைத்தால் ஓர் ஆள் விசாலமாக நீட்டிப் படுக்கலாம். பிரதான அறையில், வாசல் கதவுக்குக் கொஞ்சம் தள்ளி, சுவரோரம் அம்மா சுருண்டுகிடப்பாள். எந்நேரமும் போர்வைக்குள் முகத்தையும் மூடிப் புதைந்து சீக்கு வந்த மிருகம் மாதிரி அசைந்துகொண்டிருப்பாள். இருமல் ஒலி மட்டும்தான் அவள் உயிரோடு இருப்பதற்கு நிரூபணம். வெகுவாகக் கூன் தட்டியவள். அவள் ஊன்றி நடக்கும் கோல் வழுவழுவென்று கைக்குழந்தை மாதிரிப் பக்கத்தில் படுத்திருக்கும்.

பூட்டியிருக்கும் வீட்டைச் சுற்றிவரச் சொன்னது விதியா, உள்ளுணர்வா என்று தெரியவில்லை. பின்புறம், அதுதான் சமையலறைப் பக்கம் ஏதோ சத்தம் கேட்கிற மாதிரி இருந்தது. பழகாத காதுக்குக் கேட்டிருக்கவே செய்யாது. அவ்வளவு சன்னமான ஒலி. இல்லை. வெளியில் யாருமே இல்லை. சத்தம் நிற்கவும் இல்லை. நிதானித்துக் கவனித்தபோது, அது என் அக்கா அணிந்திருக்கும் தாமிரத் தண்டை குலுங்கும் ஒலி என்பதும், நாட்டியக்காரியின் சலங்கைபோல சீராக அது ஒலி எழுப்புவதும் கவனத்தில் வந்தது.

உள்ளுணர்வு இப்போது எச்சரித்தது. ஆனால் நெருப்பைப் பிடிக்கத் துடிக்கும் குழந்தை மாதிரி இன்னொருபக்கம் வேகம் கூடியது. அய்யா, அந்த ஒரு எச்சரிக்கையை சட்டைசெய்திருந்தால் எவ்வளவு நன்றாயிருந்திருக்கும்? வழக்கம்போல, வாழ்க்கை தனக்கேயுண்டான நம்பிக்கையும் சிறுமையும் நிம்மதியுமாய்க் கழிந்திருக்கும் இல்லையா.

சுவரோரம் கிடந்த பாறாங்கல் மீது ஏறி நின்று சமையல் மூலையை எட்டிப் பார்த்துத் தொலைத்தேன். நடுநெஞ்சில் கத்தியால் கீறின உணர்வு. பார்வையை வேகமாகத் திருப்பிக் கொண்டு இறங்கினேன் – ஓசையெழாமல்.

என் சகோதரி, பாவம், அவளைச் சொல்லிக் குற்றமில்லை, அவளுடைய தோழிகளெல்லாம் பதிமூன்று வயதில் திருமணமாகி பதினாலில் கைக்குழந்தையுடன் திரியும்போது, இவள் இருபது நிறைந்தும் ஆண்வாசனை அறியாமல் நின்றால், கொடுமைதானே.

அவனும் பாவம்தான். பக்கத்திலேயே நின்று தீ மூட்டிக் கொண்டிருக்கும் பெண் தொடக்கூட விடவில்லை என்றால்

என்ன செய்வான். மூண்டது மூண்டதுதானே, எதையாவது பொசுக்காமல் எப்படி அவியும்? நானும் பாவம்தான், என்னென்னமோ இழவெடுத்த நியாயங்களில் நானாகச் சிக்கி, பொறியில் மாட்டின எலி மாதிரித் தவித்தவள். ஆனால், இப்போது மாதிரி, நிதானமாக யோசிக்கிற வயசா அது?

ஒரு கணக் காட்சியின் விபரீதத்தில், மனிதர்கள் சம்பந்தமாக எனக்குள் நிரம்பியிருந்த மதிப்பீடுகள் சகலமும் கல்லில் மோதிய கண்ணாடி ஜாடி மாதிரி சுக்கல்சுக்கலாக நொறுங்குவதை என்னால் தாள முடியவில்லை. சகோதரப் பாசம், தாயன்பு, காதல் என்று மனிதகுலம் காலங்காலமாகப் போற்றிவரும் அத்தனையும் வெறும் பாவனைகள்தானா என்று தோன்றிய மாத்திரத்தில், இயல்பாக அந்த முடிவை எடுத்துவிட்டேன்.

துடிப்பாகக் கிணுங்கிய தண்டை, சட்டென்று நிற்கும்வரை கேட்டுக்கொண்டு நின்றேன். மின்னல் வேகத்தில் வீட்டைவிட்டு விலகி நடக்க ஆரம்பித்தேன். நாலு எட்டு போயிருப்பேன். தாய்க் கிழவி வீட்டுக்குள் இருமும் சத்தம் கேட்டது. இரண்டு குழந்தை பெற்றவள், பார்வையில்லாத குறைக்கு மற்ற புலன்கள் கூராக உடையவளாயிற்றே, அதே வீட்டின் இன்னொரு மூலையில் நடப்பது அந்தக் குருட்டுக் கிழவிக்குத் தெரியாமலா இருந்திருக்கும் என்று எண்ணியபோது, மனத்துக்குள் பயங்கரம் அதிகரித்தது. நடை மேலும் வேகமெடுத்தது. இதோ, இன்றுவரை ஓயவில்லை...

நீளமாகப் பெருமூச்சு விட்டாள். வெளியில் சிள்வண்டுகளின் ரீங்காரம் உரத்திருந்தது. கூரையில்லாத வீட்டின் மேலே குட்டி வவ்வால் ஒன்று சுற்றி வந்தது. நிலவின் பிரகாசம் அதிகரித்துவிட்ட மாதிரி இருந்தது. அவளைத் தொட்டு ஆறுதலாக ஓரிரண்டு வார்த்தைகள் சொல்ல வேண்டும் போல இருந்தது எனக்கு. கண்டிப்பாக ஆறுதல் மட்டும்தான்...

ஆனால், தைரியமில்லை. காற்றுப்போல வேகமானவள். சிறு உறுத்தல் இருந்தாலும், இந்த நட்டநடு ராத்திரியில், மூட்டையைத் தூக்கிக்கொண்டு கிளம்பிவிடுவாள். அப்புறம் ஜாமத்துக்குப் பதினேழு தடவை வீதம் தனியாக அலறிக்கொண்டு உட்கார்ந்திருக்கும் ஆந்தையோடுதான் மிச்ச ராத்திரியைக் கழித்தாக வேண்டும்.

அவள் தொண்டையைச் செருமிக்கொண்டாள். ஏனோ, மீண்டும் அவள் பேசுவதற்கு முன்னால் நான் ஒரு கேள்வி கேட்டுவிட வேண்டும் என்று பதட்டமானேன். அக்கறையில்லாமல் கதை கேட்கிறேன் என்று நினைத்துவிடக் கூடாதல்லவா.

ஊர்சுற்றி   101

அப்பொ உனக்கு என்ன வயசு?

பதினேழு.

வீட்டை விட்டு வெளியேறி எத்தனை வருஷம் ஆச்சு?

இப்போ என்ன வயசு என்று நேரடியாகக் கேட்கவேண்டியது தானே!

சிரித்தாள். அப்புறம் நிதானமாகச் சொன்னாள்:

அது இருக்கும், இருபது இருபத்தைந்து வருஷம் ஓடிவிட்டது.

நான் அதிர்ந்துபோனேன். என்னைவிடப் பத்துப் பதினைந்து வயது பெரியவள். ஆனால், பார்க்கிறவர்களுக்கு அப்படித் தெரியாது. கட்டற்ற வாழ்க்கை அவளுடைய உடம்பில் பிராயம் முற்றவிடாமல் செய்திருக்கிறது. என்னையும் பார்க்கிறவர்கள் முப்பதை நெருங்குகிறவன் என்று சொல்ல முடியாது என்று தோன்றியது... மனத்தின் ஒரு பக்கம் இப்படித் தனக்குள் பேசிக் கொண்டிருக்க, இன்னொருபக்கம், அவளுடன் சாவகாசமாக சம்பாஷணையைத் தொடர்ந்தது.

தப்பான முடிவெடுத்துவிட்டோம் என்று எப்போதாவது தோன்றியிருக்கிறதா அம்மணீ?.

ஆரம்பத்தில் நாலைந்து தடவை தோன்றியது உண்டு. ஊர் உலகத்தில் எந்தப் பெண்பிள்ளைக்கும் நடக்காததா எனக்கு நடந்துவிட்டது? தலைக்கனம் ஜாஸ்தியாய் இருந்ததால் வீம்பாகக் கிளம்பிவிட்டோமோ என்று யோசித்திருக்கிறேன். ஆனால், கனத்தை விடும், தலையில் என்ன எழுதியிருக்கிறதோ அதுபடிதானே நடக்கும்.

கலிகாலமாயிற்றே, ஒரு பெண்பிள்ளை தனியாகத் திரிவது அவ்வளவு பத்திரமான விஷயமில்லையே?

நீர் மற்றவர்களை உத்தேசித்து இப்படிச் சொல்கிறீர். எனக்குள்ளேயே ஆபத்தான விளிம்புகளுக்குப் போகத்தானே செய்தேன். அந்த மாதிரி நேரங்களில் . . .

எதையோ சொல்ல வந்தவள் பாதியில் நிறுத்தினாள். நான் காத்திருந்தேன், அவளே தொடரட்டும் என்று. நினைவோட்டத்தின் போக்கில் வேறெதுவோ குறுக்கிட்டுவிட்ட மாதிரி, அவள் தானாகச் சிரித்துக்கொண்டாள்.

... அப்போது பிராயம் இல்லையா. இப்போதைவிட அழகாய் இருந்தேன் என்றுதான் ஞாபகம்...

இன்னும் கொஞ்சம் சிரித்தாள்.

...கொஞ்சநாள் தனியாகத் திரிந்துவிட்டு, ஒரு சாமியாரிடம் போய்ச் சேர்ந்தேன். இரண்டே நாள்தான், அவர் வழியாக நான் துறவியாக நினைத்தது போக, என் வழியாக இல்லறத்துக்குத் திரும்ப விரும்பிவிட்டது சாமி. இதுமாதிரித் தனித்திருக்க நேர்ந்த ஒரு ராத்திரியில் என்மீது கை போட்டது. அனுமதிக்கலாமா, வேண்டாமா என்று உடம்புக்கு லேசான குழப்பம். சாமி பார்ப்பதற்கு நன்றாகத்தான் இருப்பார். கனிவான மனிதரும் கூட. ஆனால், வீறாப்பு என் உடன்பிறந்த விஷயமாயிற்றே. கையைத் தட்டிவிட்டு விலகி வந்துவிட்டேன். அவர் வற்புறுத்தவில்லை. எனக்கும் அந்த ஆள்மேல் கோபமே வரவில்லை. உடம்புக்கு என்று ஒரு இயல்பு இருக்கிறது. அது உயிரின் சங்கதி. யாரையும் குற்றம் சொல்வதற்கில்லை.

குரல் தீவிரமாகிவிட்டது. ஏதோ யோசிக்கிற மாதிரி மௌனமாக இருந்தாள். ஓரிரு நிமிஷம் கழித்து, மறுபடியும் பேசினாள்:

இந்த நினைப்பு வந்த மாத்திரத்தில், என் பாதுகாப்பு தொடர்பாக இருந்த கொஞ்சநஞ்ச பயமும் போய்விட்டது. பத்திருபது ருத்திராட்சத்தைக் கோத்துக் கழுத்தில் மாட்டிக் கொண்டேன். மற்றவர்களுக்கு என்மேல் ஒரு பயமும் விலகலும் உண்டானதைப் பார்க்க முடிந்தது. இரவுகளில் தனியாகத் தங்கமாட்டேன். ஏதாவது கிராமத்துக்குள் ஏதாவது கதவைத் தட்டி அடைக்கலம் கேட்பேன்.

அதையும் மீறி நெருங்கிவரும் தைரியசாலிகளை அனுமதித்து விடுவேன். வயிற்றில் தங்காமல் பார்த்துக்கொள்ள சில தந்திரங்கள் கற்று வைத்திருக்கிறேன். மருத்துவச்சியொருத்தி தாய்போலச் சொல்லித்தந்தாள். சிலவேளை, உடம்பு மீறும் சந்தர்ப்பங்களில், நானே வலியப்போய் யாரையாவது எடுத்துக்கொண்டதும் உண்டு. அதென்ன, மொத்தமாய்ப் பார்த்தால், வருஷத்துக்கு ஓரிருதடவை இருந்திருந்தால் ஜாஸ்தி.

விலக்கு நிற்கும் பருவத்தை எட்டிவிட்டேன். இந்தச் சமயத்தில், உடம்பும் மனசும் கொஞ்சம் அதிகமாகச் சிரமப்படுகிற மாதிரி இருக்கிறது. அல்லது, நான்தான் அப்படி நினைத்துக்கொள்கிறேனோ என்னவோ ... சரி, விடும். ரொம்ப நீட்டி முழக்கிவிட்டேன் என் கதையை. நீர் இப்படி வந்த கதையைச் சொல்லும்.

சாயங்காலம் உம்மைப் பார்த்தபோதே, ஓர் ஊரிலிருந்து இன்னொன்றுக்கு உத்தியோக பூர்வமாய்ப் போகிற ஆசாமி மாதிரித் தெரியவில்லை...

மல்லாந்து படுத்திருந்தவள் என்னை நோக்கித் திரும்பிப் படுத்தாள் போல, குரல் கொஞ்சம் நெருங்கிக் கேட்டது. நானும் அவளைப் பார்த்து ஒருக்களித்துப் படுத்தேன்.

சரிதான். என் கதையில் விசேஷமாகச் சொல்ல ஒன்றுமில்லை. நீயாவது நீ சம்பந்தப்பட்ட விஷயத்தால் வெளியேறினாய். எனக்கு நடந்த சமாசாரங்களை இன்றுவரை என்னால் புரிந்துகொள்ள முடியவில்லை.

பெற்றவர்களின் மரணத்தில் தொடங்கிச் சொல்லிக்கொண்டே வந்தேன். இடையில் ஏதோ ஒரு கட்டத்தில் அவள் எழுந்து உட்கார்ந்திருந்தாள்.

செங்குத்தாக, சம்மணமிட்டு, ஏதோ யோகினி மாதிரித் தென்பட்டாள். நான் போய்வந்த இடங்களும், சந்தித்த மனிதர்களும், சந்தர்ப்பங்களும் சொல்லச் சொல்ல ஊறுவது எனக்கே மலைப்பாய் இருந்தது. பத்துப் பதிநாலு வருஷத்தில் இவ்வளவு நடந்திருக்கிறதா என்று வியப்பு.

இப்போது உன்னிடம் சொல்லும்போது மலைப்பு இரண்டு மடங்காகிறது தம்பீ – இத்தனை வருடம் கழித்தும் இதெல்லாம் மறக்காமல் இருப்பது பற்றி எவ்வளவு ஆச்சரியமாய் இருக்கிறது என்கிறாய்! இன்றைக்கு மாதிரியேதான் அன்றும், தடையற்றுப் பீறிய ஞாபகங்களில் மனம் அனிச்சையாகத் தேர்ந்தெடுத்தவற்றை மட்டும் கோவையாகச் சொல்லி வந்தேன். குறுக்கே ஒரு சொல்லும் பேசாமல், அசையாமல் அமர்ந்து கேட்டாள். கடைசியாக, காசியில் நடந்ததைச் சொல்ல ஆரம்பித்தேன்:

காசிக்கு வருகிறவர்களுக்கெல்லாம் விமோசனம் பற்றிய யோசனை ஓடத்தானே செய்யும். எனக்கு நிஜமாகவே விமோசனம் கிடைத்தது. வாழ்வின் தடம் முற்றாக மாறியது அங்கேதான். எவ்வளவோ மகான்கள், ஞானிகளோடு இருந்ததெல்லாம் போக, ஒரு சித்துவேலை சந்யாசியிடம் போய்ச் சேர்ந்தேன் என்று சொன்னேனல்லவா? உண்மையில், முந்தின ஆட்கள் யாருடனாவது தொடர்ந்து இருந்திருக்கலாம். 'போகிறேன்' என்றபோது ஆசீர்வதித்து அனுப்பிய உத்தமர்கள். இருந்த நாட்களில் ஆகாயம் போலப் பரிவைப் பொழிந்தவர்கள்.

அதிலும், ஆகாஷி பாபாவோடு இருந்ததற்குப் பிறகு இன்னொரு ஆளுடன் இருப்பதற்கு நியாயமே இல்லை. ஆனால், கைவசம் தொழில் எதுவும் கிடையாது, சும்மா திரிந்து பழகியிருந்தேன். சமையல்காரனாக, வண்டியோட்டியாக,

காவல்காரனாக, குடியானவனாக, கூலியாளாக என்று பலவித வேஷங்கள் போடுவதற்கு இன்னும் வருஷங்கள் இருக்கிறதே, இடைப்பட்ட காலத்தில் என் தலையெழுத்துதான் இவனிடம் கொண்டு சேர்த்தது.

ஆனால், சுத்த வைத்தியரைவிட்டு நீங்கின காலத்தில் என் ரேகையைப் பார்த்த நடைபாதை ஜோசியன் ஒருவன் முன்பே சொல்லியிருந்தான் – நான் சகடயோகக்காரனாம். ஓர் இடத்தில் கால் தரிக்காது என்றான். எவ்வளவோ பேர் எவ்வளவோ சொல்லியிருக்கிறார்கள். நமக்கு சாதகமானது ஒருமுறை காதில் விழுந்துவிட்டால், எவ்வளவு அழுத்தமாகப் பதிந்துவிடுகிறது, இல்லை!

இருக்கும் இடத்தில் சின்ன அதிருப்தி எழுந்தாலும் போதும், அந்தச் சண்டாளன் சொன்னது ஞாபகம் வந்து தொலைக்கும். முழுக்க சமாதானமாகிக் கிளம்பிவிடுவேன். ஒருவேளை அவன் அப்படிச் சொல்லியிராவிட்டால், வேறு மாதிரி சகித்துக் கொள்ளும் பழக்கம் வந்திருக்குமோ என்னவோ! பொருந்தி ஒரே இடத்தில் வசிக்கவும் செய்திருக்கலாம்...

ஆயிற்றா, காசிக்கு என்னை அழைத்துப் போன சந்யாசி, இன்னும் ஒரு மாதத்தில் அர்த்த கும்பமேளா வரப்போகிறது என்று சொன்னார். 'ஏகப்பட்ட ஜனங்கள் கூடுவார்கள், முன்கூட்டியே போய் இடம்பிடிக்காவிட்டால், ரொம்பச் சிரமமாகிவிடும்' என்றார். 'இவ்வளவு முன்ஜாக்கிரதை வைத்திருக்கிறீர், அப்புறம் நீர் என்ன சாமியார்?' என்று எனக்குள் உடனடியாகக் கேள்வி உதித்தது.

அவர் தொடர்பாக எழுந்த முதல் கசப்பு அதுதான். ஒரு விதை விழுந்தால் போதாதா, தானே வேர்பிடித்து பல்கிப் பெருகிவிடுமே. இத்தனை வருஷத்தில் என்னிடம் மிஞ்சி ஓங்கியிருக்கும் சந்தேகம் அது – பிரியத்தைவிட வெறுப்பு வளரும் வேகம் அதிகமாக இருக்கிறதே, ஏன்?

போகட்டும். நாங்கள் தங்கியிருந்த மடத்துக்கு யாராவது வந்துகொண்டே யிருந்தார்கள். வருகிற சகலருக்கும் இவர் ஏதாவது வரவழைத்துக்கொடுத்தார். சந்தன வில்லைகள், கட்டைகள், ருத்திராட்சங்கள், நெல்லிக்காய்கள், பளிங்கு சிவலிங்கங்கள். இதில் ஒரு நடைமுறையையும், கிரமத்தையும் கண்டுபிடித்து வைத்திருந்தேன். அடுத்து என்ன வரவழைப்பார் என்பதைக் கிட்டத்தட்ட யூகித்து விடுவேன். பத்துக்கு எட்டு சரியாக இருக்கும். சீக்கிரமே சலித்துவிட்டது. தவிர, தனியாய்த் திரியும் எண்ணத்துடன் வந்தவனை, அப்படி இருந்து வருஷக்கணக்காகக்

கழித்தவனை, மொசமொசவென்று ஜனங்கள் மொய்க்கும் இடத்தில் கொண்டுபோய் உட்காரவைத்தால்..?

ஒருநாள் சாயங்காலம் தனியாகக் கிளம்பி கங்கைக் கரைக்குப் போனேன். நீளநீளமான, அகலப் படிக்கட்டுகள். நீர்விளிம்புவரை உட்கார்ந்து வேடிக்கை பார்க்கும் ஜனங்கள். நீர்ப்பிரவாகத்தை, யானையை, நெருப்பை, மலையைப் பார்க்கும்போது மனிதர்கள் குழந்தையாகிவிடுகிறார்கள் என்று தோன்றியது.

தலையை முழுக்க மழித்த இளைஞன் ஒருவன் நடுவில் ஒரு படியின் ஓரம் உட்கார்ந்திருந்தான். அத்தனை பேரிலும் தனியாகத் தெரிந்தான். கரும் பளிங்கில் வடித்த சிலைமாதிரி, அவ்வளவு கறுப்பை நீ பார்த்திருக்கவே முடியாது. கண்கள் மாத்திரம் பால் வெள்ளை. நீர்ப்பரப்பு, ஆகாயம், அக்கம்பக்கம் என்று எங்குமே எதிலுமே பதியாத, ஆனால் எதையுமே விட்டுவிடாத, வெற்றுப் பார்வை பார்த்துக்கொண்டிருந்தான். அவன் முகத்தைவிட்டுப் பார்வையை அகற்ற முடியவில்லை.

தொடர்ந்து பார்க்கப் பார்க்க அந்த முகம் பரிச்சயமானதாக ஆகி வந்தது. அரை நாழிகை போயிருக்கும். அடையாளம் தெரிந்துவிட்டது. நேற்றுக் காலையில், மடத்துக்கு வந்த சாமியாரின் கோஷ்டியில் இருந்தவன். அட, அப்போது சிகையும் தாடியும் மீசையுமாக இருந்தவனாயிற்றே, இப்போது வேறு கோலத்தில் இருக்கிறானே?

நெருங்கிப் போகவேண்டும் என்று தோன்றியது. போனேன். நகர்ந்து இடம் கொடுத்தான். பேச்சுக்கொடுத்தேன். பலநாள் சிநேகிதன் மாதிரி பதில் சொன்னான். இப்போது நாம் பேசிக் கொண்டிருக்கவில்லையா – இதே மாதிரி. ஆனால், உன்னிடம் சொல்லும்போதுதான் தோன்றுகிறது. பக்கத்தில் யார் வந்து உட்கார்ந்திருந்தாலும் அவன் மனம்விட்டுப் பேசியிருப்பான் என்று. ஜாடியை மூடியிருக்கும் தக்கையைக் கழற்றினால், காலங்காலமாய் உள்ளே அடைபட்டிருந்த காற்று வெடித்து வெளியேறாதா?

கர்நாடகத்துக்காரனாம். ஏதோ ஷெட்டி[2] என்று பெயர் சொன்ன ஞாபகம். தாய் தகப்பன் சம்மதத்தோடு சாமியார் ஆனவனாம். அவர்கள் வம்சத்தில் தலைமுறைக்கொருவர் இப்படிப் போவது வழக்கம். கோயிலுக்கு ஆடு நேர்ந்து விடுகிற

2. பெரியவர் 'செட்டி' என்றுதான் குறிப்பிட்டார். அந்த இளைஞர் – பெரியவரின் சமகாலத்தவர், அவர் ஒருமையில் சொல்வது நியாயம். எனக்குச் சொல்லக் கூசுகிறது – கர்நாடகத்துக்காரர் என்பதாலும், நகரத்தார் சமூகத்தவர் என்ற குறிப்பு பின்னர் எந்த இடத்திலும் வராததாலும், 'ஷெட்டி' என்று யூகமாக எழுதியிருக்கிறேன்.

மாதிரி, குடும்பமே அனுப்பிவைத்துவிடும் போல. மேற்படி ஷெட்டிக்குக் கூடப் பிறந்தவர்கள் பத்துப் பேர். விவசாயக் குடும்பம். ஒரு வருஷம் கொடுத்தால், அடுத்த வருஷம் படுத்துகிற தொழில் இல்லையா. அப்புறம் குடும்பம் அனுப்பாமல் என்ன செய்யும்?

இவன் தனது குருவோடு ஊர் ஊராய்ப் போகிறான். ஆசிரமத்திலும், குருவிடத்திலும் மிக நல்ல பெயர். அப்பியாசங்களையெல்லாம் ஆசையாய்த்தான் செய்து வருகிறான். ஆனாலும், அடிமனத்தில் ஒரு குறுகுறுப்பு இருந்துகொண்டே யிருக்கிறது. இது அல்லவே நாம் செய்ய வேண்டியது, மனிதமனத்தின் இயல்பான நிலையை எட்டுவதற்கல்லவா பெரும் அப்பியாசம் தேவைப்படுகிற மாதிரி இருக்கிறது? சரி, இயல்பான நிலை என்பது துறவுதான் என்பதற்கும் நிரூபணங்கள் ஏதும் இருக்கிறதாகத் தெரியவில்லையே?

ஓயாமல் தொந்தரவு செய்யும் கேள்விகளுடன்தான் காசிக்கு வந்து சேர்ந்தான். நேற்றுக் காலையில் எங்கள் மடத்துக்கு வந்த போதும் நிலையற்ற மனநிலையுடன்தான் வந்தானாம். எங்கள் இருவரின் குருமார்கள் விவாதம் செய்தபோது தன்னுடைய சந்தேகம் வலுப்பட்டதாகச் சொன்னான். 'சாதாரண ஜனங்கள் படும் அத்தனை துன்பங்களும் ஒரே அளவும் ருசியும் கொண்ட நெல்லிக்காய்கள். அதை அடைத்த மூட்டைதான் வாழ்க்கை' என்கிற மாதிரிப் புறங்கையால் தள்ளிவிட்டு இருவரும் பேசிய தத்துவங்கள், தர்க்கங்கள், இலக்கணங்கள் அத்தனையுமே வெறும் அசட்டு வேதாந்தம் என்று முதன்முறையாகத் தோன்றியதாம். கையைக் காலை ஆட்டி நாம் வலுத் தேடுகிற மாதிரி, சிந்தனைகளை நீட்டியும் வளைத்தும் திருகியும் மனக் கஸரத் போடுகிறார்கள் – அவ்வளவுதான் என்று பட்டதாம். அதைவிடவும் அருவருப்பாய்த் தெரிந்தது இன்னுமொரு சங்கதி.

கர்நாடகத்தில் பதிர்ப்பேணி என்று ஒரு இனிப்பு உண்டு. சேமியாபோல, மிகமிகப் பொடியான அளவில் இட்ட ஓமப்பொடி போலப் பிழியப்பட்ட நார்கள் மீது இனிப்பு மசாலாப் பாலை ஊற்றி ஊறியும் ஊறாத பதத்தில் தின்னும் பண்டம். எங்கள் குரு காற்றில் கைசுழற்றி நவகண்டி மாலை ஒன்றை வரவழைத்து அவனுடைய குருவுக்குப் பரிசாக அளித்தார்.

அவர்கள் ஊரில் திறமையாகப் பதிர்ப்பேணி செய்யப் பயின்ற ஏதோ ஒரு ராவ் மாதிரி எங்கள் குருவும், கல்யாணச் சமையலுக்கு அவரை நியமித்த குடும்பஸ்தர் மாதிரி அவனுடைய குருவும் தென்பட்டார்களாம். தவிர, எங்கள் குருவால் பதிர்ப்பேணி வரவைக்க முடியுமா என்றும் தோன்றியதாம்.

அப்போது பேணியும் பாலும் சேர்ந்து வருமா, தனித்தனியாகவா, சேர்ந்திருந்தால் எவ்வளவு நேரம் ஊறிய பதத்தில் என்றெல்லாம் கேள்விகள் பெருக்கெடுக்கும்போதே, மனத்தின் மற்றொரு பகுதி, ஆசிரமத்தை விட்டு நீங்கிவிடத் தன்னிச்சையாக முடிவெடுத்தது என்றான்.

வெளியேறி நடந்துகொண்டிருக்கிறான். நசநசவென்று ஜனங்கள் நடமாடும் தெருவில் போய்க்கொண்டிருந்தபோது ஒரு காட்சி கண்ணில் பட்டது. புணர்ந்து முடித்த பிறகும் பிரியமுடியாமல் பின்புறத்தில் பிணைந்திருந்த நாய்கள். அச்சம் நிரம்பிய கண்களுடன் எதிரெதிர்த் திக்கை நோக்கித் தடுமாறியபடி நின்றன.

சிறுவயதில், கிராமத்தில், அப்படியொரு காட்சி கிடைக்கும் போதெல்லாம் சக சிறுவர்கள் என்னமாய்க் கொண்டாடுவார்கள் என்று எண்ணம் ஓடியது. கையில் கல்லுடன் எப்படிப் பாய்வார்கள் – 'இப்படியொரு காரியத்தின் விளைவுதான் தாங்கள் என்று அவர்களுக்குத் தெரியுமா என்ன!' என்று மனம் தானாக விளக்கம் சொல்லிக்கொண்டது. தனக்குள்ளாக லேசாய்ச் சிரிப்பு அரும்பியது.

ரயில் பாதை ஓரத்தில், நாலுபுறமும் பெண்கள் திரைபிடித்து மறைத்திருக்க, பிரசவ முனகல் எழுப்பிய பெண்குரலைத் தாண்டிவந்த சந்தர்ப்பம் நினைவு வந்தது. சுமார் ஐம்பது கஜ தூரம் போல வந்தபிறகு, கூவிய சிசுவின் குரலும், அதைத் தொடர்ந்து குலவையெழுப்பிய பெண்குரல்களும் காதோரம் கேட்டன.

இதோ, சிக்கியிருக்கும் நாய்களைப் பொருட்படுத்தாது அவரவர் வேலையைப் பார்த்துக்கொண்டு போகிறார்கள். ஓரிருவர் பார்வை இவற்றின் மேல் பட்டாலும், 'இதில் ஆச்சரியமென்ன' என்கிற பாவனையுடன் கடந்து செல்கிறார்கள். எங்கெங்கோ செல்வதான நம்பிக்கையோடு, மனிதகுலம் தன்னைப் பெருக்கியும் வளர்த்தும் அழித்தும் கொள்ளும் ஒரே பாதையில் நடந்து போகிறார்கள்.

சிருஷ்டியின் மாபெரும் இயக்கம் எத்தனை ரூபத்தில் நடக்கிறது என்று ஆச்சரியம் தட்டியது. மழை மாதிரி, வேனல் மாதிரி, உடம்புக்குள் மாறும் சீதோஷ்ணம்தானே காமம் என்று பட்டது. தொடர்ந்து அடக்கமாட்டாமல் கேள்விகள் ஊறிப் பெருகின.

வேறு எந்த ஜீவராசிக்காவது துறவு உண்டா? பருவம் தவறிய காதலும் காமமும் உண்டா? காமம் மீறும்போது அத்துமீறுவது உண்டா? சக பாலினத்தின் இருப்பை உரிய கண்ணியமின்றி உதாசீனம் செய்யும் செயல்பாடு உண்டா? பெண் எனக்குரிய பதார்த்தம் அல்ல, என்னைமாதிரியே தனித்துவம் கொண்ட பிறவி என்று பார்க்கும் பார்வை மனிதகுலத்தின் ஆண்பிறவிகளுக்கு மட்டுமே இல்லாமல் போயிருக்கிறது. அதன் விளைவுதான் துறவு என்ற மாற்றுயோகம்.

சதா சர்வகாலமும் இணைவிழையும் துன்மிருகமாக மாறிவிட்ட குற்ற உணர்வைத் தவிர்த்துக்கொள்ள மனிதப் பிரக்ஞை தன்னுடைய ஒரு பகுதியைத் துறவறம் மேற்கொள்ள விதிக்கிறது என்று பட்டது – வாலை விடுத்து, உயிரையும் உடம்பையும் தக்கவைத்துக்கொள்ளும் பல்லி மாதிரி. நிஜமான துறவிக்கு, கடைசிச் சொட்டும் மீதமின்றி வற்றியிருக்கும். அப்போது, பெண் ஆண் என்ற பேதமின்றி, எதிர்ப்படுகிறவர்களின் நிஜ சொரூபத்தைக் காண முடியலாம்.

அந்த நிலையை எட்டிவிட்டவர்களுக்கு, செடியிலுள்ள பூவையோ அடுத்தவர் புண்ணையோ பார்க்கிற மாதிரி மற்றவர்களின் நிறத்தையும் பாவனையையும் விலகி நின்று பார்க்க முடிய வேண்டும். நதியைப் பார்க்கிற மாதிரி அவர்களுடைய பிரவாகத்தைப் பார்க்க முடியவேண்டும். மூங்கில் குழாயின் உட்புறம் மாதிரி அவர்களுக்குள் தாராளமாய் நிரம்பிக் கிடக்கும் வெற்றிடத்தைப் பார்க்க முடியவேண்டும். இது எதுவுமே எனக்குள் நிகழவில்லை. பிறகு நான் எதற்கு சந்யாசியாய் இருக்க வேண்டும்? சந்யாசிகளுடன் சுற்றித் திரிய வேண்டும்?

அவன் பேசப்பேச, என்னையும் அந்தக் கேள்விகள் தொற்றின. இவனளவு கூறோடு யோசிக்கக்கூடத் தெரியாமல், தேன்கிண்ணத்தில் ஊறிக்கிடந்த பித்தளைக் கரண்டி மாதிரி, இத்தனை வருஷம் கழித்துவிட்டேனே என்று ஆதங்கமாய் இருந்தது.

அவனுடனே கிளம்பி அவனுடைய ஊருக்குப் போனேன். ஒருவாரம் தங்கி, நாக்குக்கு ருசியாய்ச் சாப்பிட்டேன்.

அவ்வளவுதான். அந்த ஊரும் சலித்துவிட்டது. நாலைந்து மாதமாக ஊர் ஊராய்க் கடந்து இதோ, இந்த இடம்வரை வந்து சேர்ந்திருக்கிறேன் ...

சொல்லி முடித்தபோது எனக்கே ஆயாசமாக இருந்தது. இடையில் குறுக்கிடாமல் கேட்டுவந்தவள் எப்போது படுத்தாள்,

எவ்வளவு நெருங்கினாள் என்ற எதுவும் என் கவனத்தில் சேகரமாகவில்லை.

அவளுடைய வலதுகை என்மீது விழுந்தது. என்னை எடுத்துக்கொள்ள வீழ்ந்த கை அது. அந்த ஷெட்டியின் வார்த்தைகளில் சொல்வதென்றால், 'வயிற்றுக்கும் நெஞ்சுக்கும் இடையில் விழுந்தது அவளுடையதல்ல, உயிர் வாழ்வின் கை' என்று பட்டது. எனக்குள் கிறுகிறுத்து உயர்ந்தது வெறும் காமம் அல்ல, உயிர்த்தளம் தன்னை நீட்டித்துக்கொள்ளப் பேணிக் காத்துவரும் மகாசூத்திரம்[3] என்று தோன்றியது. பெருவிருப்புடன் ஆட்பட்டேன்.

அந்த ராத்திரியையும், முயக்கத்தையும் பற்றிப் பிற்பாடு பலதடவை நினைத்துப் பார்த்திருக்கிறேன். இத்தனை வருட வாழ்க்கையில் எத்தனையோ பெண்களுடன் சேர்ந்திருக்கக் கிடைத்திருக்கிறது. சிலபேருடன் மாதக்கணக்காக. ஒருத்தியுடன் ஒரு முழு வருடம் இருந்திருக்கிறேன் – பிரசவத்தில் அவள் இறந்துபோகும்வரை[4]. பலபேருடைய முகம் அடுத்தடுத்த கட்டங்களில் மறந்தும் போய்விட்டது.

ஆனால், கைவிடப்பட்ட வீட்டில் கழிந்த அந்த ராத்திரியின் ஒவ்வொரு வினாடியும் பசுமையாக ஞாபகம் இருக்கிறது. காரணம் என்ன என்று பல தடவை யோசித்துப் பார்த்திருக்கிறேன். மனம் வேக வேகமாக அடுக்கிக்கொண்டு போகும்:

1. அவள் சொன்னபடியெல்லாம் நான் கேட்டது. உண்மையில், அவள் தன் விருப்பப்படி என்னை நடத்திக்கொண்டாள் என்பதும், நான் செல்ல நாய்க்குட்டி மாதிரி வாலாட்டிக்கொண்டு பின்தொடர்ந்தேன் என்பதும்.

2. அந்த ஆவேசமான ராத்திரிக்குப் பிறகு, மறுநாள் அதிகாலையில் எனக்குள் அச்சம் தட்டியது – அவள் என்னுடனே வந்துவிடுவாளோ என்று. அவளானால், துளியும் சலனமற்ற, மிகத் தெளிவான குரலில்,

பார்க்கலாம் அய்யா. விதி இருந்தால் மறுபடி சந்திக்கலாம்.

என்று தன்வழியே விறுவிறுவென்று நடந்துவிட்டாள்.

---

3. 'சூஸ்திரம்' என்றார் கிழவர்.

4. அவர் சொல்லும் வேகத்தின் காரணமாக இதைக் கவனிக்காமல் இருந்திருக்கிறேன் என்று இப்போது தோன்றுகிறது. நல்லவேளை, பின்னர் ஒரு சந்தர்ப்பத்தில் தானாகவே அந்த ஒருவருடம் பற்றிய விளக்கமும் விவரிப்பும் கிடைத்துவிட்டன.

இந்தப் பாழும் மனசை என்ன சொல்ல. அன்று மத்தியானமே எனக்குள் ஏக்கம் எழுந்தது – அட, அவளை 'என்னோடே இருந்துவிடேன்' என்று கேட்டிருக்கலாமோ!

அம்மாவின் சாவுக்குப் பிறகு, ஒரு பெண்பிள்ளை சம்பந்தமாக எனக்குள் ஏக்கம் பிறந்த சந்தர்ப்பம் அது!.

3. இதெல்லாமில்லை, முக்கியமான காரணம் வேறொன்று என்றும் தோன்றுகிறது. கொடுக்கல்–வாங்கல், லாப–நஷ்டம், சமூகரீதியான உறவுமுறை என்று எந்தக் காரணமும், எந்த நிர்ப்பந்தமும் இல்லாமல் நாங்கள் அன்றைக்குக் கூடினோம்... எங்களைப் பிணைத்திருந்தது அந்த ராத்திரியும், ஏகாந்தமும், மனப்பூர்வமான பந்தமும் மட்டுமே. காமத்தைத் தவிர பரிமாறிக் கொள்ள வேறு பெறுமானம் எதுவும் இல்லை. ஆமாம், ஆதிமனிதர்கள் மாதிரி, மேயப்போன காட்டுவிலங்குகள் மாதிரி, ஞாபகத்தின் ஆணைப்படி இல்லாமல், உடம்பின் ஆசைக்காக மட்டுமே இணைந்தோம்...

•

பெரியவரின் குரல் கனிந்திருந்தது. இப்போது இருக்கிறாளா இல்லையா, இருந்தாலும் எப்படி எங்கே இருக்கிறாள் என்றெல்லாம் தெரியாத ஒரேநாள் துணைவியின் பிரசன்னத்தில் முழுக்க அமிழ்ந்திருக்கிறார் என்று தோன்றியது. ஆற்றுக்கரையோரம் ஓடி வந்த நாய் பாலத்தில் ஏறியது. அவலமாக ஊளையிடத் தொடங்கியது. இருளின் கனபரிமாணங்கள் அதிகரித்துவிட்ட மாதிரி அந்த இடத்தில் அமானுஷ்யம் படர்ந்தது.

தலையை ஆட்டிக்கொண்டே எழுந்தார். நானும் எழுந்தேன்.

6

ஏலே கண்ணா, நீ ஒரு கிளவனாரோடெ
சுத்துறியாமே, அது என்னா?

என்று இயக்குநர் கேட்டார். தும்பிக்கையும் வாலும் இல்லாத யானைக்குட்டி வடிவ சீசாவும், அதைச் சுற்றி நாலைந்து கண்ணாடித் தம்ளர்களும் அவர் முன்னால் இருந்த முக்காலிமேல் இருந்தன. ஒரு தம்ளரில் மட்டும் மஞ்சள் கலந்த பழுப்பு நிறத்தில் பாதி காலியான திரவம் இருந்தது. பக்கவாட்டு நாற்காலியில் கண்கள் கிறங்கி அமர்ந்திருந்தான் ஒளிப்பதிவாளன் முத்தழகன். அவனுடைய சொந்தப் பெயர் இல்லை அது. சினிமாவுக்காக வைத்துக் கொண்ட புனைபெயர்.

எண்சோதிடத்தை முன்னிட்டு என்றும், அவன் தொழிலில் இறங்கிய சமயத்தில் மலையாளிகளுக்கு எதிரான மனநிலை தமிழகத்தில் உசுப்பேற்றப் பட்டிருந்ததால் என்றும் இரண்டுவிதமான காரணங்கள் சொல்லியிருந்தான் வேலுச்சாமி. இரண்டையும் பத்தேநாள் இடைவெளியில் சொன்னான் என்பதுதான் சுவாரசியம்! எப்படியோ, முத்தழகன் சொந்தப் பெயரில் யாரும் அழைப்பதை விரும்ப மாட்டான். அவனுக்கு இது மூன்றாவது படம்.

எதிர் நாற்காலி வேலுச்சாமியின் சீசாவிலும் பாதி காலியாகியிருந்தது. அவன் மூத்த உதவி இயக்குநன் என்பதாலும், இயக்குநரின் ஊர்க்காரன் என்பதாலும் அவனுக்கு மட்டும் உபரிச் சலுகைகள்

உண்டு! பதில் சொல்ல நான் வாயெடுக்குமுன்பே வேலுச்சாமி திருவாய் மலர்ந்தான்.

இவென் எடுக்கப்போற படத்துலே அவுருதாண்ணே ஹீரோ!

'இருக்கட்டுமே. அதிலென்ன தப்பு?' என்று வீம்பாக நினைத்துக் கொண்டேன். இயக்குநரின் குரலில், இந்த ஒருமுறை மட்டும், வழக்கமான எஜமான தோரணையின்றி நிஜ அக்கறை தொனித்தது:

பாத்துரா, கஞ்சா கிஞ்சா பளக்கி விட்டுரப் போறாரு.

சேச்சே. அவருக்கு அந்தப் பளக்கமெல்லாம் இல்ல சார்.

அப்பிடியா! செரி. வேற என்னா பளக்கமிருக்கு?!

என்றான் முத்தழகன். எந்த இரண்டு பேரின் உரையாடலிலும் சரளமாகக் குறுக்கிடும் திராணியும் சவடாலும் உள்ளவன்.

அந்த இடத்தில் நிற்கப் பிடிக்காமல் வேகமாக நகர்ந்தேன். அந்தக் குரல்களும் அவற்றிலிருந்த மமதையும் என்னை நிழல் போலத் தொடர்ந்தன. ஜனங்களுக்குச் சொறிந்துகொடுத்து கொஞ்சம் காசு சம்பாதித்ததைத் தவிர என்ன சாதித்துவிட்டதாக இவ்வளவு திமிர் இவர்களுக்கு? என்று வழக்கம்போல எரிச்சலாக இருந்தது. தனியாக இருக்கும் சந்தர்ப்பங்களில்,

தப்பான எடத்துலெ மச்சம்டா இந்தப் பயலுக்கு.

என்று இயக்குநரைப் பற்றி வேலுச்சாமி சொல்வதும் நினைவு வந்தது.

இன்று சீதாபதி தமது எஜமானர்களைப் பற்றிச் சொன்னார். ஆனால், கோவையாகச் சொல்லவில்லை. ஒருவரைப் பற்றிச் சொல்லிக்கொண்டிருப்பார். நடுவே இன்னொரு ஞாபகம் வந்துவிடும். அந்த ஓடை பாயத் தொடங்கும். கடகடவென ஓடி முடித்தபிறகு, 'எங்கே விட்டேன்?' என்று என்னிடம் சந்தேகத்தைத் தெளிந்துகொண்டு, விட்ட இடத்திலிருந்து தொடர்வார். சொல்லலின் வேகமும், முழுக்க சத்தியம் என்று உணரவைக்கிற பாவமும் கொண்டு கொஞ்சம்கூடத் தடுமாறாமல் அவரளவு ஞாபகங்களைக் கொட்டிய இன்னொரு மனிதரை நான் பார்த்ததில்லை.

அறுவது எளுவது எடங்கள்லெ வேலெபார்த்துருக்கென். சாமானியமா வேலெயும் சம்பளமும் கொடுத்த அநயம்

பேரைப் பத்திச் சொல்றதுக்கு எதுவுமில்லே, அவிங்யதாம் சமுதாயம் முளுக்க நெரம்பி இருக்காங்யல்லெ. இன்னக்கிவரெ மறக்க முடியாம எனக்குள்றெ பதிஞ் சிருக்குற செல பேரெப் பத்தி மட்டும் சொல்லுறன்.

என்ற பீடிகையுடன் அவர் சொன்ன சம்பவங்களைக் கோத்திருக்கிறேன்.

அவர் சொன்ன அதே முறையில் சொன்னால், சுவாரசியம் அதிகரிக்கலாம், ஆனால் பின்தொடர்வது கடினம் என்பதால், வாசிக்கும் வசதியை முன்னிட்டு, சீர் பிரித்து, பத்தி அடுக்கி மீண்டும் சொல்கிறேன்.

என்றாலும், அவர் விடுத்த இடைவெளிகளைத் தக்கவைத்துக் கொள்ளும் பொருட்டு, தனித் தனித் தலைப்புகளில் தர உத்தேசித்திருக்கிறேன்.

கூன முதலாளி[1]

அந்த முதலாளியின் முதுகு பொலிகாளையின் திமில் மாதிரிப் புடைத்திருக்கும். கனம் தாளாததுபோல உடம்பு முன்னோக்கி வளைந்திருக்கும். வசவு வார்த்தை இல்லாமல் அவனால் ஒரு வாக்கியம் கூடப் பேசமுடியாது. அதிலும் ஒரு விசேஷம், எதிரில் இருப்பவனை வைய மாட்டான் – அவனுடைய தாயார் சகோதரி மனைவியில் ஆரம்பித்து ஆறேழு தலைமுறைப் பெண்பிள்ளைகளைக் கேவலமாகப் பேசுவான்.

இடம் கொடுத்து, வேலை கொடுத்து, சாப்பாடும் போட்ட மனிதனை இப்படி ஒருமையில் பேசுகிறோமே என்று தோன்றத்தான் செய்கிறது. ஆனால், அவன் செய்த காரியத்தை நினைத்தால் இன்றைக்கும் அடிமனசு கூசுகிறதே, அப்புறம் எப்படி மரியாதை தருவது?

செயல்பட முடியாமல் போவதன் வேதனைதான் அப்படி வார்த்தைகளாய்ப் பொங்கியதோ என்று பலதடவை யோசித்திருக்கிறேன். இதில் அவன் இரண்டு பெண்டாட்டிக்காரன் வேறே. முதுகில் சுமந்த திமில் முழுக்க இந்தத் துயரம்தான் நிரம்பி யிருந்தது என்று பிற்பாடு பலதடவை தோன்றியிருக்கிறது ...

அந்த ஆள் எனக்குக் கொடுத்த வேலை என்ன என்கிறாய்? யாராலும் கற்பனை செய்து பார்க்க முடியாது . . . கிட்டத்தட்ட ஐநூறு தொட்டிகளில் பூச்செடிகள் வளர்த்துவந்தான் அவன்.

1. பெரும்பாலான உப தலைப்புகளைப் போலவே, சீதாபதி அடிக்கடி பயன்படுத்திய சொற்றொடரை ஒட்டி இதையும் அமைத்திருக்கிறேன்.

ஒவ்வொன்றும் தொடை உயரம் உள்ள தொட்டி. செடியும் செடிமண்ணும் சேர்ந்து பிணம்போல கனக்கும். காலையில் எழுந்ததும் ஒவ்வொன்றாகத் தோளில் தூக்கி அவனுடைய தோட்டத்தில் கொண்டுபோய் வைக்க வேண்டும். தோட்டம் இரண்டு ஃபர்லாங் தொலைவில் இருந்தது. கடைசித்தொட்டியை இறக்கும்போது தோள்மூட்டு கழன்றுவிடுகிற மாதிரி வலிக்கும். இரண்டு பேர் இருந்தோம் இந்த வேலையைச் செய்ய.

இதற்கிடையில், செடிகளின் அன்றன்றைய நிலைமையைப் பார்த்து உரம் வைக்க, தொட்டி மண் மாற்ற, அவசியப்பட்டால் தொட்டியையே மாற்ற, தேவையான செடிகளில் உபரி வளர்ச்சியைக் கத்தரித்துவிட என்று இன்னும் இரண்டுபேர் வேலை பார்ப்பார்கள்.

ஒருமணி நேரம் சாப்பாட்டுக்கு. வேலையாட்கள் அத்தனை பேருக்கும் அவனுடைய வீட்டிலிருந்தே சாப்பாடு வந்துவிடும். சும்மா சொல்லக் கூடாது, அமிர்தம் மாதிரி சாப்பாடு. தோட்டத்திலும் வீட்டிலுமாக சுமார் இருபதுபேர்வரை வேலை செய்தோம். அத்தனைபேரும் ஒன்றாக உட்கார்ந்து சாப்பிடக் கூடாது. இரண்டிரண்டு பேராகச் சாப்பிடத்தான் அனுமதி.

வேலையாட்களில் ஒரு பெண்கூட இல்லையே என்று ஒருநாள் தோன்றியது. இரண்டாவது ஆளாக என்னுடன் சாப்பிட வந்தவனிடம் கேட்டேன். அவன் சிரித்தான்.

சாயங்காலம் சொல்கிறேன் ...

என்றான். வேலைமுடியும்வரை அந்த வாக்கியம் எனக்குள் நமட்டிக்கொண்டே இருந்தது.

இரவில் ஆட்களெல்லாம் படுத்துறங்குவதற்காக, கூடாரங்கள் மாதிரிப் போட்டிருக்கும். மழைபெய்தால் உள்ளே ஒதுங்கலாம். மற்றபடி எல்லாருமே வெட்டவெளியில் நார்க் கட்டில் போட்டு உறங்குவோம்.

அன்றைக்கு உறக்கம் பிடிக்கவில்லை. என் சாப்பாட்டுக் கூட்டாளிக்கும் அதே நிலைமைதான் போல. ஓயாமல் புரண்டு கொண்டிருந்தான். மதியம் கேட்ட கேள்வியை மீண்டும் கேட்பதற்கு இடைவெளியே இல்லாமல் எங்களுடன் ஆட்கள் இருந்துகொண்டே இருந்தார்கள். இப்போது கட்டிலில் மல்லாந்து கிடக்கும்போது, ஆகாயத்திலிருந்து கேட்பதுபோல ஒலித்தது:

சாயங்காலம் சொல்கிறேன் ...

முதலாளி வீட்டிலிருந்து ஆள் வந்து கட்டிலில் கிடந்த இரண்டு பேரைக் கூட்டிக்கொண்டு போனான்.

பக்கத்துக் கட்டில்காரன் வாய்விட்டுச் சிரித்தான். நான் அவனை நோக்கித் திரும்பிப் படுத்தேன்.

முதலாளிக்குப் பெண்வாசனையே ஆகாது அப்பனே.

அப்படியா!

சம்பளம் கொடுக்கும்போது உன் தோளைத் தட்டிப் பார்த்தாரோ?

ஆமாம்.

இன்னும் உனக்குப் போதுமான அளவு போஷாக்கு சேரவில்லை என்று நினைக்கிறார் போல.

மறுபடியும் சிரித்தான். எனக்குப் புரியவில்லை. கொஞ்சநேரம் மனமாரச் சிரித்துவிட்டு, தழைந்த குரலில் சொன்னான்:

அந்த ஆளுக்குப் பெண்வாசனை ஆகாது என்பது மட்டு மில்லை, ஆண்பிள்ளை மாதிரி செயல்படவும் முடியாது...

அப்புறம்?

யார்மீதாவது யாரையாவது ஏவிவிட்டு வேடிக்கை பார்ப்பான். அவ்வளவுதான். என்ன அப்படிப் பார்க்கிறாய், எனக்கு மட்டும் விதிவிலக்கு கொடுப்பானா என்ன!

நான் அவசரமாக எழுந்து உட்கார்ந்தேன். அவன் நிலைமாறாமல் படுத்திருந்தவாறே தொடர்ந்தான்:

எனக்கும் ஆரம்பத்தில் அதிர்ச்சியாகத்தான் இருந்தது. ஆனால், இவ்வளவு அதிக சம்பளமும், இவ்வளவு நல்ல சாப்பாடும் வேறு எங்கே கிடைக்கும் சொல்லு...

மீண்டும் இடைவெளி. மீண்டும் சிரிப்பு. இப்போது அவன் எழுந்து உட்கார்ந்தான்.

...போகப் போக எனக்கும் பிடித்துவிட்டது என்றே வையேன்.

தொடர்ந்து வெகுநேரம் சிரித்துக்கொண்டிருந்தான்.

அவ்வளவுதான். விடுதலைக்கான சந்தர்ப்பத்துக்குக் காத்திருக்கத் தொடங்கியது மனம். மறுநாளிலிருந்து முதலாளியைப் பார்ப்பது அவ்வளவு எளிதான காரியமாய் இல்லை. அவனுடைய திமிலுக்குள் ஒளிந்திருக்கும் ரகசியம் துளித்துளியாகக் கசிந்து வசவுவார்த்தையாய்ச் சொட்டுவதாகத் தோன்ற ஆரம்பித்தது.

முன்னர் அவன் திட்டும் ஒவ்வொரு வார்த்தைக்கும் எதிர்வார்த்தை எனக்குள் ஊறியவாறிருக்கும். என்னுடைய அம்மாவை அவன் வைதால், அதே வார்த்தையை அவனுடைய அம்மாமேல் வீசுவேன்.

மேற்படித் தகவல் தெரிந்த பிறகு எனக்குள் ஒரு மாற்றம் உண்டானது. ஆத்திரத்தின் இடத்தில் பச்சாதாபம் வந்து அமர்ந்து கொண்டது. ஒரு தடவை தோன்றியது – அவன் வாய்விட்டு உதிர்க்கும் வார்த்தைகளை நாம் மனசுக்குள் உதிர்க்கத்தானே செய்கிறோம்? அப்படியானால், நமக்கு உள்ளேயும் அதே சைஸ் திமில் ஒளிந்திருக்கிறதோ?

இப்படி ஒரு நினைப்பு வந்த மாத்திரத்தில், சதா சர்வகாலமும் அவன்மேல் பொங்கிய வெறுப்பு உடனடியாக ஓய்ந்துவிட்டது. தன்னிலை மறந்து இருக்க முயற்சி செய்தாலும், எனக்குள் ஏதோ பொசுங்கும் மணம் மட்டும் ஓய மறுத்தது. ஆனால், அது உறுத்தலாக இல்லை. என்னுடைய உட்புறத்தின் ஒருபகுதிதான் பொசுங்குகிறது என்றும், அது வீச்சமில்லை நறுமணம் என்றும் நினைத்துக்கொள்வேன். அந்த மணம் ஓரளவு இதமாகவேகூட இருக்கிறது என்று ஒருநாள் பட்டபோது, பயங்கரமாக உணர்ந்தேன்.

அதற்கு மறுநாள், அந்த இடத்தைவிட்டு அகன்றுவிட்டேன்! இதிலும் ஒரு ஆச்சரியம். இந்த மாதிரி எஜமானர்களெல்லாம் கொத்தடிமைகளை விடுவிக்க மாட்டார்கள், அடியாட்களை வைத்துத் துன்புறுத்துவார்கள் என்றுதானே நினைப்போம். வெளியில் போய்த் தமது வண்டவாளங்களை டமாரம் அடிப்பார்களோ என்று அஞ்சுவார்கள் என்றுதானே தோன்றும்? இவன் சந்தோஷமாக வழியனுப்பி வைத்தான். கையில் கொஞ்சம் பணமும், புது வேஷ்டி துண்டும் கொடுத்து அனுப்பினான். என்ன காரணமோ!

சைவத் துரை

துரையின் பங்களா வாசலுக்கு நான் போனபோது சாயங்கால நேரம். லேசாகத் தூறல் போட்டுக்கொண்டிருந்தது. உள்ளே, ரொம்பதூரத்தில், சுமார் ஐந்து நிமிட ஏற்றத்தில், தனியாக நின்றிருந்தது பங்களா. சிறு குன்றின் உச்சியில் அமைந்த மாளிகை. கண்ணாடி ஜன்னல்களும், உயரமான கூரையில் பதித்த காவிநிற ஓடுகளும் என்று வெள்ளைக்காரத் துரைகளுக்கே உண்டான தோரணையுடன் இருந்தது – 'இந்த மலைப் பிராந்தியத்தில் என் பார்வைக்குத் தப்பி எதுவும் நடந்துவிட முடியாது, ஜாக்கிரதை' என்று எச்சரிக்கிற மாதிரி.

ஊர்சுற்றி

வாசலில் இருந்த காவல்காரன், கம்பிக்கதவைத் தாண்டி உள்ளே வரக்கூடாது என்று கறாராகச் சொன்னான். அவன் பேசிய இந்தியும் எனக்குப் பிடிக்கவில்லை. வேறு ஏதோ பிராந்தியத்தின் வாசனை இருந்த இந்தி. ஆளும் சப்பை மூக்குடன் மஞ்சள் தோலுடன் நேப்பாளி மாதிரி இருந்தான். ஆனால் அசல் நேப்பாளி இல்லை என்று உறுதியாகச் சொல்வேன். ஒருத்தனை ஒருதடவை பார்த்தாலே அவன் பூர்வோத்திரத்தில் பாதியையாவது கச்சிதமாகச் சொல்லிவிட முடியும் என்னால்.

துரை ஒருவேளை என்னை வேலைக்கு எடுத்துக்கொள்ள முடியாது என்று சொல்லி, ராத்தங்க இடமும் தரமாட்டேன் என்று சொல்லிவிட்டால், என் பாடு திண்டாட்டம்தான். அந்த கிராமத்துப் பெட்டிக்கடைக்காரன் சொன்னான் என்று உடனே புறப்பட்டு வந்தது என் பிசகுதான். 'துரைக்கு தெற்கத்திச் சமையல் என்றால் ரொம்ப இஷ்டம், ஏற்கனவே இருந்த ஆந்திராக்காரப் பையன் போனவாரம் பாம்பு கடித்து இறந்துவிட்டான், நீ தமிழ்நாட்டுக்காரன் என்கிறாய், சமையல் வேலை தெரியும் என்கிறாய். துரை உன்னை அவசியம் வேலைக்கு வைத்துக்கொள்வார், காரமும் புளியும் மட்டும் அதிகம் சேர்த்துவிடாதே, துரைக்குப் பிடிக்காது என்று கேள்வி. எண்ணெயும் கூட குறைவாகத்தான் சேர்த்துக்கொள்வாராம்; செத்துப்போனவன் சொல்லியிருக்கிறான்' என்று அவன் உறுதியாகவும் விஸ்தாரமாகவும் சொன்னதால் புறப்பட்டு வந்தேன்.

புதிதாக அறிமுகமானவனை அவ்வளவு நம்பியிருக்க வேண்டாம். ஒரு ராத்திரி கிராமத்திலேயே தங்கிவிட்டு, விடிகாலையில் எழுந்து வந்திருக்கலாம். ஒரு பக்கம் உயரமான மரங்களும், வெயில் அறியாத புதர்களும் மறுபக்கம் கிடுகிடு பள்ளமும் என்று சுழன்றேறும் மலைப்பாதை. இருட்டிய பிறகு, பகலில் இருந்தமாதிரி ரம்மியமாக இருக்காது. தோராயமான பார்வையுடன், மூச்சைக் கையில் பிடித்துக்கொண்டு நடக்க வேண்டும். காப்பாற்றிக்கொள்ள என்று கைவசம் எதுவுமே இல்லாத ஆள்தான். என்றாலும், உயிர் என்று ஒன்று இருக்கிறதே. அதைப் பத்திரப்படுத்த வேண்டாமா? இருக்கட்டும், துரை மட்டும் வேலைக்கு அமர்த்திக்கொண்டால், முதல் வேலையாக இந்தக் காவல்காரப் பயலை விரட்டியடிக்கும் ஏற்பாடுகளை ஆரம்பித்துவிட வேண்டியதுதான்.

ஆனால், அவன் தங்கமானவன். சாகும்வரை என் நெருங்கிய சிநேகிதனாக இருந்தான். அற்பாயுசில் போய்விட்டான், பாவம். அந்தக் கதையை அப்புறம் சொல்கிறேன்.

நான் நின்றிருந்த இடத்திலிருந்து சரேலென்று சரிகிற பாதை. பழக்கப்படாத கண்களுக்கு, பாதை ஏறிவரும் இடத்தில் பெரும் பள்ளம் இருக்கிற மாதிரித் தெரியும். பள்ளத்துக்குள்ளிருந்து இரண்டு தலைகள் முளைத்தன. இரண்டுமே செம்பட்டை. ஒன்று வகிடெடுத்து, சீராக, படிய வாரப்பட்டது. எண்ணெய்ப் பதம் தெரிவது. மற்றது, கும்பம் போலச் சுருட்டிவைக்கப்பட்ட ஜடாமுடி. அழுக்கு நிறமாய் இருந்தது.

தலைகள் மெல்ல உயர்ந்துவர, உடம்புகள் தெரிந்தன. துரை காக்கிச் சீருடை அணிந்திருந்தார். அவர் அப்படித்தான்– எப்போதுமே அலுவல் உடையில் இருப்பவர் என்று பிற்பாடு தெரிந்துகொண்டேன். இளம் வயது. விறைப்பாக நிமிர்ந்து நடந்தார். உடன் வந்தவரின் உடம்பும் பார்வைக்குள் விரிந்தது. அவர் இவரைவிடப் பலவயது கூடியவராக இருக்க வேண்டும். வெற்றுடம்பாய் இருந்தார். கையில் சூலாயுதம் பிடித்திருந்தார். பிரமாண்டமான தொந்தி. அவ்வளவு பருமன் உள்ள வேறு யாராவதென்றால், அப்படியொரு மலைநடைக்கு, கடுமையாக மூச்சிரைத்திருக்கும். ஆனால், துரையை விடத் தெம்பாக, விசையாக ஏறிவந்தார்.

அவர்களின் உருவம் இன்னும் கொஞ்சம் உயர்ந்த மாத்திரத்தில், எனக்கு மூச்சிரைத்தது. ஆமாம், துரை முழங்கால் உயர பூட்சு உட்பட, முழுக்க உடுத்தியிருந்தார் என்றால், சாமியார் முழுக்க உடுத்தாமலிருந்தார். நிர்வாண சாமியார். நங்கா என்றும் சொல்வார்கள்; நாகா என்றும் சொல்வார்கள்.

தெற்கே, குறிப்பாகக் கர்நாடகத்தில் நிர்வாண சாமியார்கள் அநேகரைப் பார்த்திருக்கிறேன். சாந்தசொரூபிகளாய் இருப்பார்கள். நடையும், பாவனைகளும் மிருதுவாக இருக்கும். தரைக்கு வலிக்குமோ என்கிற மாதிரி பூத்தாம்பூத்தானென்று நடப்பார்கள். அடங்கிய குரலில் பேசுவார்கள். சுத்தத்தின் மறு உருவம் மாதிரித் தெரிவார்கள்.

நாகாக்களின் விஷயமே வேறு. சிவந்து முறைக்கும் கண்களும், மூக்கு நுனியில் கோபமும், எதிராளிமேல் நிரந்தரமான அவமரியாதையும் தெரிய, தங்குதங்கென்று தரையதிர நடப்பார்கள். பலநேரங்களில் சாம்பல், பிறநேரங்களில் அழுக்கு என்று அண்டவே விடாத தோற்றம். குரலும் அதிர வைக்கும். சாத்வீகமானவர்களும் இருக்கலாம். யார் கண்டது. எனக்குப் பார்க்கக் கிடைத்ததில்லை.

இவரும் மேற்சொன்னபடியேதான் இருந்தார். உடம்பு முழுக்க சாம்பல் வெள்ளை. எதிரில் ஒரு மனித உருவம் நிற்கிறது

என்பது அவர் கவனத்தில் தைத்த மாதிரியே தெரியவில்லை. நிமிர்ந்த தலையும், நேர்ப் பார்வையுமாய் நடந்துவந்தார்.

என்னைப் பார்த்தவுடன் துரையின் நடை சற்றுத் தயங்கியது.

துரை என்னை வேலைக்கு அமர்த்திக்கொண்டார். இட்டிலிப் பிரியர். தினசரி ஒருவேளையாவது இட்டிலி இருக்கவேண்டும். நான் ஒருநாள் கோங்கூரா, ஒருநாள் புதினா, ஒருநாள் கொத்தமல்லி என்று வெவ்வேறு பிராந்திய மணத்தில் சட்டினி அரைப்பேன். துரைக்கு என் சமையல் ரொம்பப் பிடித்துவிட்டது.

துரையைப் பற்றி இன்று பூராவும் சொல்லிக்கொண்டே இருக்கலாம். முதலில், அவரைப் போன்ற தீவிர சைவரை நான் பார்த்ததே கிடையாது. கீழே கிராமத்தில் போய் காய்கறிகள் வாங்கிவருவதும் என் வேலைதான். தெரியாமல் ஒருநாள் காலிஃப்ளவர் வாங்கி வந்துவிட்டேன். வராந்தாவில் சாய்வு நாற்காலியில் சாவகாசமாக இருந்தார் துரை. அப்போதும் சீருடையில்தான் இருந்தார். பிரம்புக் கூடையில் நான் மேலாக வைத்திருந்த காலிஃப்ளவர் அவர் கண்ணில் பட்டுவிட்டது. அவசரமாக என்னைக் கூப்பிட்டார்:

ஸீட்டா, க்கம் க்ஹியர்[2].

போனேன். கூடையைச் சுட்டிக் காண்பித்து கறாராகச் சொன்னார்:

> இதை ஏன் வாங்கி வந்தாய். உள்ளுக்குள் புழு இருந்தால் தெரியவா செய்யும். தெரியாமல் மாமிசம் சாப்பிட்டாலும் நான் நரகத்துக்குத்தானே போவேன்?

அப்படிப் பார்க்காதே தம்பீ. எனக்கு இங்லீஸ் பேசத்தான் வராது. யாராவது பேசினால் புரியும். இல்லாவிட்டால், ஆறு வெள்ளைக்காரன்களிடம் வேலை பார்த்திருக்க முடியுமா? . . . துரை அப்படிப் பதறியதைப் பார்க்க எனக்குச் சிரிப்பாய் வந்தது. நான் என்ன ஆட்டுத்தலையையா வாங்கி வந்திருக்கிறேன்? அவர்கள் ஊர்க் காய்தானே.

எதற்குச் சொல்ல வருகிறேன், துரை அவ்வளவு கறாரான சைவம். குளிக்காமல் சாப்பிட மாட்டார். ஈரம் சொட்டச்சொட்ட பூசையறைக்குள் போவார். நெற்றி நிறைய அப்பிய பட்டையுடன் சாப்பாட்டு மேசைக்கு வரும்போது எனக்கே அவர் காலில் விழுந்து திருநீறு பூசிக்கொள்ள வேண்டும் என்று பலதடவை

---

2. சீதாபதிக் கிழவரின் உச்சரிப்பில், ஆங்கிலமும் மதுரைவட்டாரக் கொச்சை மாதிரியே ஒலித்தது!

தோன்றியிருக்கிறது. வாரத்தில் இரண்டு நாளாவது 'நாளைக்கு விரதம்' என்று அறிவித்துவிடுவார்.

விரத நாட்களில் எனக்கு வேலை இடுப்பு ஒடியும். பின்னே, காலையில் சூப்பில் ஆரம்பித்து, நாள் முழுக்க நீராகாரம்தான். நீராகாரம் என்றவுடன் பழைய சோற்றை ஊறவைத்த தண்ணீர் என்று நினைத்துவிடாதே. கெட்டியான சாப்பாடு கிடையாது என்று அர்த்தம். இதுகூடப் பரவாயில்லை, அவருடைய பார்வை எல்லையிலேயே நான் நின்றிருக்க வேண்டும். முகம் பார்த்து, அரைமணிக்கொரு தடவை பழச்சாறு கொடுத்துக்கொண்டே இருக்க வேண்டும். ஒருதடவை குடித்ததை மறுதடவை குடிக்க மாட்டார். எதிலும் சர்க்கரை கிடையாது. மிளகும் உப்பும்தான். அவ்வளவு மிளகு நாமெல்லாம் சாப்பிட்டால், பீய்ச்சியே செத்துப் போவோம். அவருக்கானால் ஒன்றுமே செய்யாது.

துரையின் கழுத்தில் சிவப்புக்கயிற்றில் கட்டிய ஒற்றை ருத்திராட்சம் தொங்கும். சாப்பாட்டுத் தட்டை முன்னால் வைத்தவுடன், கயிற்றுடன் ருத்திராட்சத்தைக் கழற்றுவார். பண்டத்துக்கு நேர்மேலே அது தொங்குகிற மாதிரித் தூக்கிப் பிடிப்பார். ருத்திராட்சம் இடவலமாகச் சுற்றினால் அது சாப்பிடத் தகுந்த பண்டம். எதிர்ப்புறம் சுழன்றால், சாப்பிட லாயக்கில்லாதது. ருத்திராட்சத்தின் முடிவுக்குக் கட்டுப்படுவார் துரை. 'சாப்பிடாதே' என்று அது அறிவித்துவிட்டால், உடனே எழுந்து, சுவரில் பதித்த அலமாரியை நோக்கிப் போவார்.

அலமாரியின் இரண்டாவது தட்டில் ஏகப்பட்ட சூரணங் களும் லேகியங்களும் வைத்திருந்தார். ஏதோ ஒரு டப்பியைத் திறந்து, சிட்டிகையளவு கிள்ளி வாயில் போட்டுக் கொண்டு திரும்புவார். ஐந்து நிமிஷம்போலக் காத்திருந்துவிட்டு, விலக்கப் பட்ட சாப்பாட்டை நிதானமாகச் சாப்பிட ஆரம்பிப்பார்.

அவர் செய்தது சரி என்பதுதான் என் நினைப்பு. பின்னே, காட்டிலாகா அதிகாரியாக இருந்துகொண்டு, ஒரேயடியாகப் பத்தியம் கிடந்தால் அலைவதற்குத் தெம்பு வேண்டாமா!

துரை சம்பந்தமாக எனக்குள் ஆழப் பதிந்திருக்கும் நினைவுகளில் ஒன்றை எப்போது நினைத்தாலும் சிரிப்பு வந்துவிடும். மறு நிமிடம், மனம் முழுக்கப் பெரும் துக்கம் படியும்.

நாகா சாதுவோடு இவருக்குச் சகவாசம் இருந்தது என்று சொன்னேனில்லையா. அந்த ஆள் இன்ன நேரத்தில் வருவான், இன்னது செய்வான் என்று சொல்லவே முடியாது. உடம்பு

முழுக்கச் சாம்பல், திரிதிரியாய் அடர்ந்து உச்சந்தலையில் கொண்டையிட்ட முடி, அளவில்லாமல் சாப்பிட்டுப் பழகியவன் மாதிரி பெருத்த தொந்தி, எந்நேரமும் ரத்தமாய்ச் சிவந்திருக்கும் கண்கள், ஏகப்பட்ட வரிகள் ஓடிய அகலமான நெற்றி, சதா நெரித்தபடி இருக்கும் புருவம். போதாக்குறைக்கு, வலது கையில் இறுகப் பிடித்திருக்கும் சூலம் என்று நினைக்கும்போதெல்லாம் இனம் புரியாத பயங்கரம் மனத்தில் ஊற வைக்கிற உருவம்.

அவனுக்கும் எனக்கும் நேரடியாய் ஒரு சங்காத்தமும் கிடையாது என்றாலும், ஏனோ அவனைப் பார்த்தவுடனே பயப்பட ஆரம்பித்துவிடுவேன். பார்க்கவேண்டும் என்பதுகூட இல்லை – சூலத்தின் கழுத்தில் கட்டியிருக்கும் சலங்கைச் சத்தம் கேட்டவுடனே எனக்குள் உதற ஆரம்பித்துவிடும். உள்ளூற அவன் மேல் எனக்கொரு சந்தேகம் – அவன் நரமாமிசம் சாப்பிடுகிறவனோ என்று. எதனால் இப்படித் தோன்றியது என்று காரணம் சொல்லத் தெரியவில்லை. ஆனால், அவன் துரையை அங்கம் அங்கமாகப் பிய்த்து, பச்சையாகக் கடித்துத் தின்கிற மாதிரிக் கனவெல்லாம் வந்திருக்கிறது.

கொஞ்சகாலமாக துரையிடம் சில மாற்றங்கள் ஏற்பட்டிருந் தன. தினமும் அதிகாலையில் ஒரு மணிநேரத்துக்குக் குறையாமல் பூசையில் செலவிடுபவர், நடு அறையின் நடுவில், லஸ்தருக்கு நேர்கீழே உட்கார்ந்து தியானம் செய்யத் தொடங்கினார். பூசையறையில் சிவலிங்கம் மற்றும் முறுக்கிய மீசைவைத்த சிவபெருமான் படத்துக்கு அருகில் புத்தர் விக்கிரகம் ஒன்று வந்து அமர்ந்தது. வீட்டில் எங்கெங்கும் நிரம்பியிருந்த விபூதி மணம் மட்டுப்பட்டு, ஊதுபத்தி மணக்கத் தொடங்கியது. இது எல்லாவற்றுக்கும் காரணம் என்று நான் நினைத்தது வேறொரு ஆசாமியை.

ஆமாம், நாகா சாதுவுக்கு எல்லாவிதத்திலும் நேர் எதிரான இன்னொரு சாமியாரும் பங்களாவுக்கு வர ஆரம்பித்திருந்தார். மழுங்கச் சிரைத்த மண்டை. பாவாடை தாவணிபோல, இடுப்பில் கட்டி நெஞ்சின் குறுக்கே ஓடி முதுகு வழியாய் முன்பக்கம் கொண்டுவந்து போர்த்திய ஒற்றை வஸ்திரம். நிதானமான, அடங்கின குரல். வலதுகையில் பிடித்த கறுப்புநிறக் கப்பரை. மரத்தால் செய்து இழைத்தது மாதிரி இருக்கும். அதைவிட அதிகப் பளபளப்பும் வழுவழுப்பும் கொண்ட, ஒட்ட மழித்த முகம். சாந்தத்துக்கு மனித உருவம் கொடுத்து நடக்கவிட்ட மாதிரி இருக்கும் புத்த சன்னியாசி.

இரண்டு பேரும் ஒரே சமயத்தில் பங்களாவுக்கு வந்துவிடாமல் அவர்களே பார்த்துக்கொண்டார்களா, அல்லது துரைதான்

கவனமாக இருந்தாரா என்று எனக்குத் தெரியாது. பெரும்பாலும், நங்கா வந்துவிட்டுப் போன மறுநாள், பவுத்தர் வருவார். அவன் மூலமாக துரைக்கு நடக்கும் அசுரவைத்தியத்துக்கு மாற்று மருந்து இவர் என்று நினைத்துக்கொள்வேன்.

நான் சொல்ல வந்த சம்பவம் இதுதான்:

ஒருநாள் கீழே இறங்கி, நான் முன்னமே சொன்ன டீக்கடை இருக்கும் கிராமத்தில் வாராந்திரச் சந்தைக்குப் போய் வருகிறேன். போகும்போது நன்றாய்த்தான் இருக்கும். தோளில் சுமையோடு, மலைப்பாதையில் மூச்சிரைக்க ஏறும்போது, கொட்டை[3] கன்னத்துக்கு ஏறிவிடும்.

வாசலில் நின்றிருந்த புதிய கூர்க்கா கொஞ்சம் பதற்றமாக இருக்கிறான் என்று பட்டது. சைகையால் விசாரித்தேன். அவன் வெறுமனே தலையாட்டினான். மேற்கொண்டு நின்று அவனிடம் பேச்சுக்கொடுக்கத் தெம்பில்லை எனக்கு. தோள் சுமை அழுத்துகிறது. புது கூர்க்காவுக்கு வாய் கடுமையாகத் திக்கும். விஷயத்தை வாங்கிக்கொள்ள நேரம் பிடிக்கும் என்பதோடு, வார்த்தைக்கு வார்த்தை திக்குபவனின் முகம் படுகிற பாட்டைப் பார்த்துக்கொண்டு நிற்பது ரொம்பச் சங்கடமாக இருக்கும்.

உள்ளே போனேன். பங்களாவின் வரவேற்பறை பிரம்மாண்டமானது. இரண்டு முழு அணிகள் உத்தி பிரித்து கபடி ஆடலாம்– அவ்வளவு விசாலம். அதன் இடது வலது சுவர்களையொட்டி, மெத்தை தைத்த ஆசனங்கள் போட்டிருக்கும். உயரமான கூரையில் விட்டுவிட்டுப் பதித்த கண்ணாடிச் சதுரங்களில் ஏகப்பட்ட ஓவியங்கள் அச்சிட்டிருக்கும். இப்போது நினைத்துப் பார்க்கும்போது, அவற்றில் நீலநிறம்தான் ஓங்கியிருந்தது என்பதும், யானைகளும் பட்சிகளும்கூட வெளிர்நீலமாய் இருந்ததும் தெரிகிறது. உத்தரத்திலிருந்து குட்டியானை பருமன் உள்ள லஸ்தர் தொங்கும். அத்தனையும் கண்ணாடிச் சில்லுகளா, தரையிலிருந்து மூன்றாள் உயரத்தில் தேவலோகம் இருப்பதாகப் பிரமை தட்டும்.

நான் நுழையும்போது, நங்காவின் குரல் உச்சமெடுத்திருந்தது. சேர்ந்தாற்போல் நாலுவாக்கியம் பேசியிராத புத்தபிட்சு, இவனுடைய ஒவ்வொரு வார்த்தைக்கும் மறுப்பாகத் தலையாட்டிவிட்டு, அவசரமாகத் தான் கொஞ்சம் பேசினார். ஆனால், குரல் மட்டும் தணிந்தே இருந்தது.

---

3. இதைவிடவும் வெளிப்படையான வார்த்தைதான் சீதாபதி சொன்னார். எனக்குத்தான் அப்படியே எழுதக் கூசுகிறது!

ஊர்சுற்றி

ஒரே நிமிடத்தில் விஷயம் விளங்கிவிட்டது. துரையின் பூர்வ ஜென்மம் பற்றி சூடாக விவாதம் நடந்துகொண்டிருக்கிறது. நங்கா சொல்கிறான் – துரை முந்தின பிறவியில் காபாலிகராக இருந்து, இந்தியா முழுக்க அலைந்து சிவத்தொண்டு செய்தவர். முற்பிறவிப் புண்ணியம் காரணமாகத்தான் பிரித்தானியாவில் பிறந்து அரசாங்கத்தில் உயர் அதிகாரியாக இருக்கிறார். பூர்வ ஜென்ம ஞாபகம்தான் அவரை பாரதத்துக்கு வரவைத்திருக்கிறது. எவ்வளவு துரைகளைப் பார்க்கிறோம் – அவர்களெல்லாம் இவரை மாதிரி சைவமாகவும், பக்திமானாகவும் இருக்கிறார்களா என்ன? இவருக்கு இதுதான் கடைசிப் பிறவி. இனி, நேரே மோட்சம்தான். அதனால்தான், சிவபக்தி இவ்வளவு வேகமெடுத்திருக்கிறது...

பிட்சு வேறுமாதிரி அபிப்பிராயப் படுகிறார். முந்தின ஒரு பிறவியைப் பற்றிப் பேச்சில்லை. கடந்த பதிமூன்று பிறவிகளிலுமே துரை பௌத்தராகத்தான் இருந்திருக்கிறார். சீனாவில், கொரியாவில், வியத்நாமில், ஜப்பானில்[4] என்று கிழக்கு நாடுகளில் மட்டுமே பிறந்திருக்கிறார். ஒரு பிறவியில் கௌதம புத்தரின் கரங்களில் தவழும் பாக்கியம் பெற்ற ஆட்டுக்குட்டியாக இருந்தார். இன்னொன்றில், பகவானின் பாதங்களை அலங்கரிக்கும் தாமரை மலர்களை விளைவித்த நீர்க்கொடியாக இருந்தார். மற்றொன்றில், சாட்சாத் போதிசத்துவராகவே இருந்தார். இவர் பூர்வ பௌத்தர் என்பதற்கு, உள்ளங்கையில் தாமரை வடிவத்தில் ரேகை இருக்கிறது என்ற ஒரு சான்று போதாதா? எத்தனை நாடுகளில் பிறந்தபோதும், இந்த மனிதப் பிறவியை, பௌத்தம் தோன்றிய பாரதத்தில், அதுவும் அதன் பிறப்பிடமாகிய ஹிமாலயத்தில் கழிக்க வேண்டும் என்பது அவருடைய மனோ சக்தியின் ஓட்டம் விதித்த கட்டளை என்கிறார் பிக்கு.

இருவரும் ஒத்துப்போகும் ஒரே சமாசாரம் – துரைக்கு இது முதல் பிறவி இல்லை என்பது. மற்றபடி, இனிமேல் பிறக்க மாட்டார் என்று நங்காவும், அப்படியெல்லாம் முழுக்கப் பிறவியில்லாமல் போய்விடுகிற ஆன்மா இருக்கவே முடியாது

4. இத்தனை நாடுகளின் பெயர்கள் சீதாபதிக் கிழவருக்குத் தெரிந்திருப்பது எனக்கு ஆச்சரியமாய் இல்லை. 'வெள்ளென எந்திரிச்சு, தந்திப் பேப்பரெத் தலெகீளாப் பொரட்டாட்டி, கிளவனுக்குக் கிறுக்குப் பிடிச்சிரும்' என்று சொர்ணம் அம்மாள் சொன்னாரே. சீதாபதிக் கிழவரை ரகசியங்களின் கோட்டை என்று நான் எண்ணியதற்குக் காரணம் இதுபோன்ற சங்கதிகள்தாம்.

தவிர, அவர் கதைசொல்லும் பாங்கு, கதைகள் மூலம் எனக்குத் தெரியப்படுத்த விரும்பிய ஞானம் இவற்றையெல்லாம் கோத்துப் பாக்கும்போது, ஏதோ ஒரு கட்டத்தில் ஷேக்ஸ்பியரிலிருந்தோ, பகவத் கீதையிலிருந்தோ மேற்கோள் ஏதாவது வந்து விழக்கூட வாய்ப்பிருக்கிறது என்று எதிர்பார்த்துக்கொண்டே இருந்தேன்! ஆனால், கடைசிவரை அப்படி நடக்கவில்லை . . .

என்று பிட்சுவும் கருதுவதையொட்டியே வாதம் ஆரம்பித்திருக்க வேண்டும்.

ஆக, ஒத்துப்போகாத சங்கதிகளைப் பற்றி ஆரம்பித்த விவாதம் தகராறாக முற்றிவிட்டிருக்கிறது. அவசரமாய்த் தந்தி வந்ததால் ஊர் திரும்பிப் போயிருக்கும் துரைசாணியம்மாள் மட்டும் இருந்திருந்தால் இப்படியொரு சம்பவம் நடுவீட்டில் நடக்குமா என்று தோன்றியது எனக்கு.

பிட்சுவின் சாந்தமான குரலில் வந்து விழுந்த எந்த வாக்கியம் நாகனை அந்த அளவு உசுப்பிவிட்டது என்று தெரியவில்லை. பந்து மாதிரித் துள்ளி எழுந்து நின்றான். தேவலோகம்வரை உயர்ந்தெழுந்தது சூலத்தின் தண்டு – லஸ்தரில் மோதி நொறுக்கிவிடுமோ என்று அஞ்சினேன். தரையிறங்கி, ணங் என்ற பேரோசையுடன் ஊன்றிய வசத்தில் நின்றபோது என் அடிவயிறு பதறியது.

இரண்டு கைகளாலும் பிடித்த தலையைக் கவிழ்த்தி தரையைப் பார்த்துக்கொண்டிருந்த துரை சடாரென்று நிமிர்ந்தார். மற்றவர்களின் பேச்சு உடனடியாய் நின்றது. துரை நிதானமாக, ஆனால் வெள்ளைக்கார அதிகாரியின் கம்பீரத்துடன், சொன்னார்:

> முந்தின பிறவியில் என்னவாக இருந்தேன், அடுத்த பிறவியில் என்னவாக இருப்பேன் என்பதெல்லாம் என் கவலை இல்லை. இந்தப் பிறவியில் யோக்கியனாக, சுத்தமாக இருப்பதைப் பற்றி மட்டுமே யோசிக்கிறேன். உங்களுடைய உதவாக்கரை விவாதத்தை இனி என் முன்னிலையில் நடத்த வேண்டாம். ஒரு மாத காலத்துக்காவது இருவரும் இந்தப்பக்கம் தலைகாட்டாமல் இருந்தால் போதும். நான் சமனப்பட அவ்வளவு நாள் தேவைப்படும் என்றுதான் தோன்றுகிறது ...

பிட்சுவின் முகம் சலனமெதுவும் இல்லாமல் இருந்ததும், நாகனின் முகம் சுண்டிச் சுருங்கியதும் ஞாபகமிருக்கிறது.

அது பெரிசில்லை தம்பி, மிகச் சரியாக ஒரு வாரம் கழித்து, அடுத்த முறை நான் சந்தைக்குப் போய்விட்டுத் திரும்பும்போது, ஒரு சங்கதியைப் பார்த்தேன். பிட்சு உடுத்தியிருந்த அதே காவிநிறத் துணியை இழுத்துக்கொண்டு நாய் ஒன்று ஓடியது. மலைப்பாதையின் ஓரப் புதரில் கறுப்பு நிறமாய் விழுந்து கிடந்த வஸ்து கப்பரையேதான்.

கொஞ்சம் மேலே, பாதையை ஒட்டியே ஒரு மையத்தை நோக்கியபடி தாழப் பறந்து வட்டமிடும் கழுகுகளையும் கண்டேன். நடையில் விசை கூட்டினேன். அசையாமல் நின்றால், என்னையும் இரை என்று அவை கருத வாய்ப்பிருக்கிறது.

நூறடி தூரம் நடந்திருப்பேன் – பாதைக்குக் கொஞ்சம் தள்ளி அடர்ந்திருந்த குத்துப்புதருக்குள்ளிருந்து வருவதாகப் பட்ட துர்வாடை தாங்கமுடியாததாக இருந்தது. ஊடுருவிச் சென்று எட்டிப் பார்க்க எனக்கு ஆர்வமில்லை, தைரியமும் இல்லை. ஆனாலும் மானசீகமாய்த் தென்பட்ட பிம்பங்களை உதறுவது அவ்வளவு சுலபமாய் இல்லை. அடிவயிற்றில் தொடங்கி, நெஞ்சின் மேல்பகுதிவரை கிடுகிடுவென்று பரவிய நடுக்கம் லேசில் அடங்க மறுத்தது. ஒருவாரம் பத்து நாளுக்கு நீடிக்கவும் செய்தது . . .

அன்றைக்கு ஏனோ விலகிவந்துவிட்டேனே தவிர, நானெல் லாம் விகாரமாய்க் கிடந்த பிணங்கள் எத்தனை பார்த்திருக்கிறேன் என்கிறாய் தம்பி! பாதி எரியும்போது மழை கொட்டியதால், மேல்பகுதி மட்டும் கரிந்து வெட்டவெளியில் கிடந்த சுடுகாட்டுப் பிணம்; வயிறு சினைமாடு மாதிரிப் பெருத்து, அடையாளம் தெரியாமல் முகம் வீங்கி, கங்கையில் மிதந்துபோனது; அத்துவான ரஸ்தாவின் ஓரம் மரக்கிளையில் அனாதரவாய்த் தொங்கிய கிழட்டுப் பிணம்; புதருக்குள் பூனை கத்துகிற மாதிரிக் கேட்கிறதே என்று வேகமாய் ஓடிப் பார்த்தால், அந்தக் கணத்தில் குரல் ஓய்ந்து பிராணனை விட்ட சிசுவின் பிணம்; கண்மாய்க்கரைப் புதருக்குள் உடம்பெல்லாம் ரத்தக் கோடுகளும் ஈயும் எறும்பும் மொய்த்து, நிறை அம்மணமாய்க் கிடந்த பெண்பிள்ளையின் பிரேதம் . . .

ஆனால், ஒரு உண்மையையும் சேர்த்துச் சொல்லவேண்டும், நான் பார்த்த அனாதைப் பிணங்களில் பெரும்பான்மை பெண் பிணங்கள்தாம் . . .

துரையைவிட்டு நான் விலகிப்போகக் காரணம் அந்தச் சண்டை இல்லை. நான் பார்க்காமல் தவிர்த்த பிட்சுவின் பிணமும் இல்லை. என் உள்ளங்காலில் ஒளிந்து கிடந்த சக்கரமும்கூடக் காரணமில்லை.

வாஸ்தவத்தில், மேற்படிச் சண்டைக்கு ஓரிரு வாரங்கள் முன்பே கிளம்பத் தயாராகிவிட்டேன். அதற்கும் மூன்று மாதங்களுக்கு முன்னால் பிரித்தானியாவிலிருந்து துரைசாணி

வந்து சேர்ந்ததிலிருந்து என்று சொன்னால் இன்னும் சரியாக இருக்கும்... என்னதான் தொலைதூரம் என்றாலும், திரும்பி வருவேன் என்றுதானே சொல்லிப் போயிருக்கிறாள்.

துரையின் சம்சாரம் என்று சூடம் அணைத்துச் சத்தியம் செய்தாலும் யாரும் நம்பமாட்டார்கள். அந்த அம்மாள் ஒரு மைலுக்கு அந்தப்புறம் வருகிறாள் என்றால், இங்கேயே மணக்க ஆரம்பித்துவிடும். துரையிடம் இருக்கிற மாதிரி சந்தனமும் விபூதியும் கலந்த மணம் அல்ல. ஒரு மாதிரி வெள்ளைக்கார மணம். அலங்கார மேசைமீது பரத்திய விதவிதமான சீசாக்களி லிருந்து பீய்ச்சவும் தடவவுமாய் வாசனை பொங்க வெளியே வருவாள். வீட்டுக்குள் ஊதுபத்தியோ சாம்பிராணியோ கொளுத்தக் கூடாது, நெடி அடிக்கிறது என்று, வந்த மறுநாளே நிப்பாட்டிவிட்டாள் மகராசி.

அடுத்த பிரச்சினை சாப்பாடு. மாட்டுக்கறி இல்லாமல் ஒரு வேளையும் சாப்பிட முடியாது அவளுக்கு. எனக்கானால் சைவம்தான் சமைக்கத் தெரியும். உருளைக்கிழங்குக்கு பதிலாக கறித் துண்டங்கள், கத்தரிக்காயின் இடத்தில் மீன் என்று சமைத்துப் பார்த்தாலும், அசைவம் நிரம்பிய சைவச் சமையல் மாதிரித்தான் இருந்தது என்று எனக்கே பட்டது. மசால் மணமே இல்லாத அசைவத்தைப் பார்த்துக் கோபப்படுவாள் துரைசாணி. புருஷனை அவள் வையும் வார்த்தைகள் இங்கிலீஸ் மாதிரியே எனக்குத் தோன்றாது – ஓரிரு தடவை முதல்கவளத்தையே காறித் துப்பிவிட்டு, எச்சில் தட்டை என்மீது வீசியடித்திருக்கிறாள்.

சும்மாவே, அந்த அம்மாள் வந்தபிறகு எனக்கு வேலை இரட்டிப்பாகிவிட்டது. தனிப் பாத்திரம் தனிக் கரண்டிகள் தனி அடுப்பு என்பதோடு நிற்கவில்லை துரை – சமையலறைகளும் இரண்டு அமைத்துவிட்டார். ஓடிஓடிச் சமைப்பது மாத்திர மில்லாமல், நீளமான சமையல் மேசையில் இந்தக் கோடிக்கும் அந்தக் கோடிக்கும் ஓடிஓடிப் பரிமாறவும் வேண்டும். அசைவச் சாப்பாட்டின் அருகில் உட்கார்ந்து சாப்பிடச் சம்மதிக்க மாட்டார் துரை – அவர் இல்லாமல் தனியாகச் சாப்பிட துரைசாணி சம்மதிக்கமாட்டாள். நமக்கானால், முழங்கால்ச் சோறு வற்றிவிடும்.

நான் படும் அவஸ்தையை மனசுக்குள் துரை கவனித்திருப்பார் போல. அதனால்தானே அவரைத் தங்கமான ஆள் என்கிறேன்! அல்லது இத்தனை விஷயங்களைத் தனியாக ஏற்பாடு செய்து விட்டோம், சமையல் ஆளை மட்டும் விட்டுவைப்பானேன் என்றுகூட அவர் யோசித்திருக்கலாம். துரையின் யோசனை இந்தவிதமாகப் போகக்கூடியதுதான்.

அசைவம் சமைப்பதற்கு ஒரு ஆந்திரப் பெண்பிள்ளை வந்து சேர்ந்தாள். அவள் வேறு யாருமில்லை, நான் முதன்முதலில் வந்தபோது உள்ளே விடமாட்டேன் என்றானே, அந்தப் பழைய கூர்க்காவின் பெண்டாட்டியேதான். அவள் வந்த பிறகு, கொஞ்சம் ஆசுவாசம் கிடைத்தது எனக்கு. துரையையும் துரைசாணியையும் இன்னும் நன்றாகக் கவனிக்கும் அவகாசமும் கிடைத்தது.

லவுகீக வாழ்க்கைக்கு இழுக்கும் துரைசாணி, மனப்போக்கில் திரிய அழைக்கும் நங்கன், மனத்தையே இல்லாமல் ஆக்கத் திட்டமிடும் பவுத்தர் என்ற முக்கோணத்தில் சிக்கி அல்லாடும் துரையைப் பார்த்தால் பாவமாக இருக்கும் எனக்கு.[5]

அந்த அம்மாளின் பார்வை என்மேல் படிந்த விதம் ஏனோ எனக்கு வித்தியாசமாகப் பட்டது. யார் கண்டது, மனசுக்குள்ளே அந்தரங்கமாய் எனக்கும் ஒரு விருப்பம் இருந்து தொலைத் திருக்கலாம் – அம்மணியின் பார்வைக்கு அப்படி அர்த்தம் எடுத்துக்கொள்ளத் தூண்டியிருக்கலாம்...

ஆனால், அதுவும்கூடக் காரணமில்லை தம்பீ – இன்னும் கொஞ்சநாள் அங்கே வண்டி ஓடியிருக்கும் – நான் சொன்னேனே பழைய கூர்க்கா, அவன்தான் காரணம் என்று சொல்லத் தோன்றுகிறது.

அவனுடைய பெண்டாட்டி தெலுங்கு பேசுகிறவள் என்று சொன்னேனில்லையா? இரண்டுபேரும் வெவ்வேறு இனத்தைச் சேர்ந்தவர்கள், வெவ்வேறு பாஷை பேசுகிறவர்கள், இவன் பலாச்சுளை மாதிரி மஞ்சள் நிறமாய் இருக்கிறவன்; அவளானால் எண்ணெய்க் காப்பு சாத்தின கருங்கல் சிலை மாதிரி இருப்பவள்– இருவருக்கும் இடையில் என்னவிதமாய்க் காதல் தோற்றியது என்று இன்னமும் எனக்கு ஆச்சரியம்தான்.

எங்கள் பங்களாவில் அசைவம் சமைக்க வந்தபிறகுதான் அவளைப் பற்றி இன்னும் நன்றாகத் தெரிந்துகொள்ளமுடிந்தது. அடங்காத உடம்பு வேகம் அவளுக்கு. பங்களா வேலையாட்கள் மட்டுமில்லை, அக்கம்பக்க எஸ்டேட்டுகளில் இருந்த பலருடனும் அவளுக்குத் தொடர்பு இருந்தது. ராத்திரிச் சாப்பாட்டை துரைசாணிக்குப் பரிமாறிவிட்டு, உடனடியாகக் காணாமல் போய்விடுவாள்.

---

5. இந்த மாதிரி அவதானங்கள் வந்து விழும்போது, கிழவரைப் பார்க்கவே பரவசமாகிவிடும் எனக்கு. அந்த கிராமத்துக்குத் தொடர்பேயில்லாத வெட்டவெளியில் தன்னிச்சையாய்ப் பறக்கிற ஜடாயுக் கிழம் என்று படும்.

எத்தனையோ விதமாக எனக்கும் நூல்விட்டுப் பார்த்தாள். என்னுடைய ரசனை வேறுமாதிரியானது. அதை அப்புறம் சொல்கிறேன் . . .

இவளிடம் நான் மசியவில்லை என்பதால்தானோ என்னவோ, கூர்க்காவுக்கு என்னிடம் விசேஷப் பிரியம் இருந்தது. அவ்வப்போது எனக்கும் ஒரு குவளை சாராயம் தருவான். என்ன அப்படிப் பார்க்கிறாய், ஊர் ஊராய்த் தனியாகத் திரிந்திருக்கிறேன், இந்த ஒரு பழக்கத்தை மட்டும் விட்டு வைத்திருப்பேனா! கொஞ்சநாள் என்னுடன் இருந்தது – அப்புறம் என்னென்னமோ கழண்ட மாதிரி இதுவும் போய்விட்டது. எதையுமே என்னுடன் நிரந்தரமாகத் தங்க அனுமதிக்காத தலைவிதிக்கு நான் திருப்பிக் கொடுத்த தண்டனையாக்கும் அது – எந்தப் பழக்கத்தையும் நீடிக்க விட்டதில்லை.

பங்களா வாசலையொட்டி அவனுக்கு இருந்த குடிசை முன்னால் போட்ட கல் அடுப்பில், தனக்குத் தேவையான சாராயத்தை அவனே காய்ச்சிக்கொள்வான் கூர்க்கா. வாரம் ஒருதடவை வடித்து, சின்னஞ்சிறிய மரப்பீப்பாயில் நிரப்பி வைப்பான். மூங்கில் சோற்றிலிருந்து வடித்த சாராயம், நெருப்பு மாதிரி உள்ளே இறங்கும். அடுத்த கணமே நமக்கு இறக்கை முளைத்துவிடும்.

அப்படி ஒரு சமயம் பறந்துகொண்டிருந்தபோதுதான் மனம் விட்டுச் சொன்னான் – தன் மனைவிக்கு இப்படியொரு பலவீனம் இருப்பது அவனுக்கும் தெரியுமாம். நான் உத்தமர் என்று நினைத்துக்கொண்டிருக்கும் துரைகூட விதிவிலக்கில்லையாம். அதற்காக அவளை விட்டுவிட முடியுமா என்று கேட்டான். ஒவ்வொருத்தருக்கு ஒவ்வொரு பலவீனம். தான் சாராயம் குடிக்கிறான், பெண்டாட்டி குடிக்கிறாளா? தவிர, அவன் என்ன அவளுடைய உடம்பையா நேசிக்கிறான்? இவனுக்கு ஏதாவது குறை வைத்திருக்கிறாளா? நம்முடைய தோப்பில் விளையும் மாம்பழங்கள் அத்தனையையும் நாமேதான் தின்று தீர்க்கவேண்டும் என்று சட்டமுண்டா – இருந்தாலும் யாராலாவது முடியுமா? அவனுடைய தர்க்கம் புதுசாக இருந்தது . . .

அந்தச் சரக்கெ ஒண்ணரெ க்ளாஸ் குடிச்சாலே எனக்கெல்லாம் கிறுகிறுத்துரும் தம்பி. எல்லாமே ரெண்டு ரெண்டாத் தெரிய ஆரமிக்கும். அந்தப் பயலானா, என்னய மாருதி மூணுபங்கு நாலுபங்கு அடிச்சுப்புட்டு, நட்டுவச்ச மாருதிக் கம்பா உக்காந்திருப்பான். ஒரு சொல்லு கொளறாது.

கதயெல்லாம் சொல்லுவான். ஒருதபா, அவுக ஊரு ராசாராணிக் கதெ சொன்னான். அதெச் சொல்லட்டா?

சொல்லுங்க சொல்லுங்க...

என்று வேகமாய்ச் சொன்னேன்.

கூர்க்கா சொன்ன மணப்பெண் கதை

ராஜா வீட்டில் ஒரே கோலாகலம். பொதுவாக ராஜாங்கங்களில் சுயம்வரம் நடத்துவார்கள் அல்லவா? இளவரசிக்கு மாப்பிள்ளை பார்க்கிற வைபவம்தானே அது! அந்த அரண்மனையில் வேறு மாதிரி நடைமுறை. ராஜகுமாரனுக்குப் பெண் தேடினார்கள். ஒரே பையன். ராஜாவுக்கு வயது மீறிக்கொண்டு போகிறது. மகாராணியானால் கறாராகச் சொல்லிவிட்டாள்:

ஒவ்வொரு தேசமாய்ப் போய் வரிசையில் காத்திருந்து என் மகனுக்கு மனைவி அமையவேண்டியதில்லை. அதற்கு என் பிள்ளை பிரம்மச்சாரியாகவே இருந்துவிட்டுப் போகட்டும்.

ராஜாவுக்குத் தெரியும். பையன் மணமாகாமல்தான் இருக்கிறான், பிரம்மச்சாரியாக இல்லை, அதற்காகவாவது சீக்கிரம் கல்யாணம் செய்துவைத்துவிட வேண்டும். இதைச் சொன்னால், தாயார் மனமுடைந்துவிடுவாள். அல்லது, அவளுமே விஷயம் தெரிந்து, தனக்குள் புதைத்து வைத்திருக்கிறாளோ என்னவோ!

எந்த தேசத்துக்குப் பெண் கேட்டு தூதனுப்பினாலும், 'இத்தனாம் மாசம் இத்தனாம் தேதி சுயம்வரம் நடத்த இருக்கிறோம், வந்தது வந்தீர்கள்; டோக்கன் வாங்கிக்கொண்டு போய்விடுங்கள். ஆரம்ப நம்பர் என்றால் முன்வரிசையில் இடம் கிடைக்கும்' என்கிற மாதிரி என்னத்தையாவது பதில் சொல்லித் திருப்பி விடுகிறார்கள்.

மஹாராஜாவும், ராணியும் ஒருநாள் உப்பரிகையில் உட்கார்ந்து சாவகாசமாக உரையாடும்போது ராஜா ஆலோசனை சொன்னார்: 'பையனுக்கு வாரிசுப்பட்டம் இருக்கிறது, எவள் பெண்டாட்டியாய் வந்தால் என்ன, கழுத்தில் தாலி ஏறினால் ராணியாகிவிடுகிறாள். அப்புறம் என்ன? ராஜகுமாரிதான் வேண்டும் என்றில்லையே, அரசவையில் இருக்கும் யாராவது ஒரு பிரபு அல்லது மந்திரியின் குமாரி எவளையாவது பையனுக்குப் பிடித்துப் போட்டுவிட்டால் போகிறது. அட, கடைசிச் சேவகனின் மகளாகவே இருக்கட்டுமே, என்ன கெட்டுப்போச்சு?'

ராணி சம்மதித்தாள் – ஒரேயொரு நிபந்தனையுடன். தேசத்திலுள்ள உயர்குடும்பக் கன்னிகள் அத்தனைபேரையும்

அரண்மனைக்கு வரவழைத்து விடுவது. தேர்வாகிறவர்கள் மூன்றுமாத காலம் இங்கேயிருந்து பணிவிடைகளும், சமையலும் செய்துவர வேண்டும். இன்னாரென்று ஒருவருக்கொருவர் தெரியாத ஐந்து நடுவர்களை நியமிப்போம். அவர்கள் கொடுக்கும் மதிப்பெண்களின் அடிப்படையில் தேர்வு செய்வோம்.

மணமகனுக்கு இதில் ஆட்சேபணையில்லை. அதிகார பூர்வமாக யாரை மணந்துகொண்டாலும், ஊரில் இருக்கும் பெண் ஒருத்திவிடாமல் படுத்தெழுந்து விடுவது; ராஜாக் கிழவன் மண்டையைப் போட்ட பிறகு, இன்னும் சுதந்திரமாக, அரண்மனைக்கே வரவழைத்துக் களிக்கலாம் என்று திட்டமிட்டிருந்தான் அவன்.

மொத்தமாகப் பதினைந்து பெண்கள் தேர்வாகி, அவர்களை அரண்மனைக்கு அனுப்பும்படி ஆணை சுமந்த ஓலைகள் சென்றன. ஆளுக்கொரு நல்லநாள் பார்த்து வந்துசேர்ந்தார்கள்.

நிதிமந்திரியின் பெண் எல்லாவித சோதனைகளிலும் அதிக மதிப்பெண் வாங்கி முதல் இடம் பெற்றாள். அவளுடைய தாய்தகப்பனை ஒரு முகூர்த்த நேரத்தில் வரவழைத்து இறுதிமுடிவை ஆனந்தமாக அறிவித்தனர் ராஜா தம்பதி. மந்திரிக்கும் அவர் சம்சாரத்துக்கும் அப்படியொரு மகிழ்ச்சி. ராஜகுடும்பத்துடன் சம்பந்தம் என்றால் சும்மாவா? ஆனால், குமாரி தீர்க்கமாகச் சொன்னாள்:

கல்யாணத்துக்கு முன்னாடியே இவ்வளவு வேலை வாங்கி இப்படிச் சோதனை செய்யும் குடும்பம், பிற்பாடு எப்படியெல்லாம் படுத்தும்? ராஜா மகனுக்குக் கழுத்தை நீட்ட மாட்டேன். நீங்கள் ரொம்ப ஆசைப்பட்டால், அவன் என் பிணத்துக்குத்தான் தாலி கட்ட வேண்டும்.

பிறகென்ன, கதை சுபமாய் முடிந்தது. இரண்டாம் இடம் வாங்கிய கன்னி, ராஜகுமாரியானாள். திருமணம் நடந்த அதே நாளில், நிதிமந்திரியின் மகளை யானைக்காலால் இடறவிட்டார்கள். பெண்ணை ஒழுங்காக வளர்க்காத தகப்பனை உடம்பில் கரும்புள்ளி செம்புள்ளி குத்தி, கழுதைமேல் அமர்த்தி திருமண ஊர்வலத்தின் முன்னணியில் செலுத்திப் போனார்கள். அவளது அம்மாவை மூக்கையும் நாக்கையும் அறுத்து, சங்கிலியில் கட்டிப்போட்டார்கள் ...

இப்படி எந்த ஊர் என்றாலும், எந்த பாஷை என்றாலும் சுகப்படாத ஜென்மம்தானே பெண்ஜென்மம்? நம்மிடம்

வந்துசேர்ந்த அப்பிராணியையாவது அதன் மனப்போக்கில் விடுவதுதானே தர்மம்? எப்படிப்பட்டவளாய் இருந்தாலும், இவள்தான் என் மனைவி என்பதில் மாறுபாடே கிடையாது.

என்று சொல்லிமுடித்தான் கூர்க்கா. அந்த நிமிஷத்தில் விசுவரூபம் எடுத்தவன் மாதிரி என் கண்ணுக்குப் பட்டான். அவனை ஆவிசேர்த்து அணைத்துக்கொள்ள வேண்டும்போல இருந்தது எனக்கு. ஆனால், பிறத்தியாரைத் தொடவிட மாட்டான் பயல். சாதாரணமாகத் தொட்டாலே அவனுடைய உடம்பு இறுகுவது தெரியும் நமக்கு.

இப்படிப் பேசிய மறுவாரமே அவன் அல்பாயுசில் போய்ச் சேர்வான் என்று யார் கண்டார்?

பக்கத்து எஸ்டேட் காளைப்பிரியர் ஒருவருக்குச் சொந்த மானது. விதவிதமான காளைகள் வளர்த்தார். நம்மூர் ஜல்லிக்கட்டுக் காளை மாதிரி இருக்கும் ஒவ்வொன்றும். இரண்டாள் உயரக் கம்பி வேலிக்கு உட்புறம் சுதந்திரமாக நடமாடும்போது, அந்நியர்கள் யாரையாவது பார்த்துவிட்டால், படுவேகமாக ஓடிவந்து நின்று முறைக்கும். மூச்சு சீறுகிற சத்தம் வேலிக்கு இந்தப்பக்கம் வரை கேட்கும். கைப்பருமன், முழங்கை நீளம் உள்ள கொம்புகளோடு, மூக்கணாங்கயிறும் இல்லாத அசுரப் பிராணிகளைப் பார்த்ததும், நம்மை மாதிரி ஆட்களுக்கு அடிவயிறு கலங்கும்.

சம்பவம் நடந்தபோது, மத்தியான நேரம். சாப்பாட்டுக்குப் பிறகு துரை தம்பதி குட்டித்தூக்கம் போடும் வேளை. சும்மாவே அமைதி நிரம்பிய பங்களா இன்னும் அதிகமாக ஓசையடங்கிக் கிடந்தது.

குடிசை வாசலில் கூடி சன்னமான குரலில் பேசிக்கொண் டிருந்தோம். நான் ஒரு பாறைமீதும், கூர்க்கா வெறுந்தரையில் நட்டமாகக் குத்தவைத்தும் உட்கார்ந்திருந்தோம். அதே நிலையில் மணிக்கணக்காக இருக்க முடியும் அவனால். சற்று எட்டத்தில், பீஹாரிகளான தோட்டக்காரர்கள் இருவரும் அமர்ந்து ஒரே திசையில் பார்த்துக்கொண்டிருந்தார்கள். அவர்கள் பார்வை குவிந்த இடத்தில், பெண்டாட்டிக்காரி வீரமண்டி போட்டு, மீன் அரிந்துகொண்டிருந்தாள் – துரைசாணியின் ராச்சாப்பாட்டுக்காக. முந்தானை தாராளமாக விலகியிருந்தது. பீஹாரிகளை உத்தேசித்தேகூட இருக்கலாம்.

மலைப்பிரதேசம் என்பதால் நன்னீர் மீன்கள் மட்டும்தான் அங்கே கிடைக்கும். அபார மிருதுவும் ருசியுமிருக்குமாம்– 'சாப்பிட்டுத்தான் பாரேன்' என்று பலதடவை அவள்

தூண்டியதுண்டு. மீனைச் சாக்குவைத்து என்னுடன் நெருங்க முனைகிறாள் என்று தோன்றும். இல்லாவிட்டாலும், நான் சைவக்குடும்பத்தில் பிறந்தவன் அல்லவா!

யாரோ கூக்குரலிட்டுக்கொண்டு ஓடிவரும் சத்தம் கேட்டது. சலங்கைச் சத்தமும் கேட்டது. அந்த வேளையில் கால்சலங்கை போன்று கேட்ட ஒலி அமானுஷ்யமாக இருந்தது. ஓசைகள் பங்களாவை நோக்கித்தான் வருகின்றன. கூர்க்கா பிறவிக் காவல்காரன். அவசரமாக எழுந்து வாசலுக்கு ஓடினான். நானும் வேகமாகத் தொடர்ந்தேன். கதவை நெருங்கும்போதே, காட்சி துலங்கிவிட்டது.

வேலிக் கதவு அசட்டையாய்த் திறந்திருந்த வேளையில், வெளியே பாய்ந்துவிட்ட காளையை, காவலன் துரத்தி வருகிறான். கையில் உருவாஞ்சுருக்குப் போட்ட கயிறு. சுருக்கு நுனி இவன் ஓட்டத்துக்கேற்ப ஆடுகிறது. ஏதோ கூவிக்கொண்டே வருகிறான்– நிதானித்துக் கேட்டபோது, ‘விலகு, விலகு, ரோஷக்காரக் காளை’ என்கிற மாதிரிப் புரிந்தது. ஆனால், எதிர்கொண்டு ஓடிய கூர்க்காவுக்கு நிதானிக்க அவகாசமில்லை – அவனுடைய வேகம் அப்படிப்பட்டது.

நொடிப்பொழுதில் நடந்து முடிந்துவிட்டது எல்லாம். ஓடுபாதையின் குறுக்கே வந்தவனை கூரான வலது கொம்பின் நுனியில் குத்தித் தூக்கியது காளை. அடிவயிற்றில் ஆழமாய்ப் பாய்ந்ததுக்கு அடுத்த கொம்பு அவனுடைய இடுப்பை உரசி அடைப்புக்குறி மாதிரி நீட்டியது. மறுநிமிஷமே, அவனுடைய கதறல் முடிவதற்கு முன்பாகவே, தலையை உதறிக் கொம்பை உருவிக்கொண்டது.

வயிற்றிலிருந்து குபுகுபுவென ரத்தம் பெருக, இரண்டுதடவை கால்களை உதறிவிட்டு அசைவிழந்தான் கூர்க்கா. பின்னால் வந்திருந்த பீஹாரிகள் பிரமை பிடித்து நின்றார்கள். ஒரு கையில் பாதி அரிந்த மீனும், மறுகையில் அரிவாள்மணையுமாக ஓடி வந்தவள் இரண்டு கையையும் உதறிவிட்டு, நெஞ்சிலும் வயிற்றிலும் அடித்துக்கொண்டு அய்யோ அய்யோவென்று அலறினாள்.

செய்த தவறை உணர்ந்தமாதிரி, காளை தலைகுனிந்து நின்றது. கூர்க்காவின் உடம்பருகில் முகத்தைக் கொண்டுபோய் முகர்ந்தது. முன்னங்காலால் தரையில் பறித்து ஓரிரு தடவை கீறியது. இதற்குள், துரத்தி வந்தவன் காளையின் கழுத்தில் கயிறைப் போட்டான். சாவதானமாக அவனுடன் திரும்பி நடந்தது. மூச்சு மட்டும் இன்னும் சீறிக்கொண்டிருப்பது தெளிவாகக் கேட்டது.

நாங்கள் கூர்க்காவை நெருங்கினோம். ஒரு பீஹாரி அவன் நாடியைப் பிடித்துப் பார்த்துவிட்டு உதட்டைப் பிதுக்கினான். மற்றவன் வலதுகையால் வாயையும் மூக்கையும் சேர்த்துப் பொத்திக்கொண்டு, மறுகையை உச்சந்தலைமேல் வைத்திருந்தான். பெண்டாட்டிக்காரி, கூர்க்கா உடம்பின்மீது விழுந்து கதறினாள். அவளுடைய முந்தானை முழுக்கவே கீழே விழுந்திருந்தது. கருங்கற்களுக்கிடையே வழுவழுவென்று தெரிந்த மார்ப்பிளவு விகாரமாக இருந்தது. எனக்கு அடிவயிற்றைப் புரட்டியது. வாந்தியெடுத்துவிடுவேனோ என்று அச்சம் தட்டியது.

இரண்டாவது நாள், அவள் வேலையைவிட்டுப் போய் விட்டாள். எங்கே போனாளோ. நண்பன் இல்லாத இடம் எனக்கும் வசிக்க லாயக்கில்லாததாகியது.

துரைக்கு வருத்தம்தான். ஒரே சமயத்தில் மூன்று விசுவாசிகள் விலகிப் போனால்?

சரி, அதற்கு நாமென்ன செய்ய முடியும்.

ஆனால், வேறொரு ஆச்சரியம் இன்றுவரை விலகாமல் எனக்குள்ளே தங்கியிருக்கிறது. முன்னொரு தடவை, ஒரு சாமியாரின் பிம்பம் கைபிடித்து என்னைக் காப்பாற்றியதல்லவா, அப்போது பாய்ந்துவந்த அதே காளையின் சாயல், கூர்க்காவைக் கொன்ற காளையிடமும் இருந்தது!⁶

வணிகரும் மூலதனமும்

காளை என்றவுடனே ஞாபகம் வருகிறது. இன்னொரு எஜமானிடம் நான் வண்டியோட்டியாக இருந்தேன். போன கதையில் சொன்னேனே, அதேமாதிரிக் கூர்கொம்பு உடைய உயர்ஜாதிக் காளைகள் இரண்டு ஜோடி வைத்திருந்தார் அவர். ஒரே அச்சில் வார்த்த மாதிரி இருக்கும் நாலும். எவ்வளவோ சந்தைகளில் தேடி அவற்றை ஜோடி சேர்த்ததாகப் பெருமையாகச் சொல்வார்.

அந்த ஊர்ப்பக்கமெல்லாம் சாதிவித்தியாசம் பார்ப்பது பயங்கரமாக இருக்கும். எஜமான் பெரும் பணக்காரர் – அதனால் தானே எஜமானாய் இருந்தார்! – என்பது மட்டுமில்லை. உயர்ந்த

---

6. காளைகளிடம் சாயல் ஒற்றுமை பார்ப்பது ஒருபுறம் இருக்கட்டும், அந்தக் கதையைக் கேட்டபோது, 'மறுபடியும் அதே காளையைப் பார்த்தாலும் அடையாளம் எப்படித் தெரியும்' என்று எனக்குள் உதித்த கேள்வியும், அதெல்லாம் சாதாரணமாக இயல்கிற விஷயம்தானா என்ற சந்தேகமும் இருக்கட்டும், கிழவர் கதைகளை ஒன்றோடொன்று கோக்கிற விதம்தான் என்னுடைய கவனத்தில் சுவாரசியமாய்ப் பதிந்தது!

சாதிக்காரர். வைசியர். அந்த ஊரில் நவதானியம், கோதுமை, பாஸ்மதி அரிசி மொத்தவியாபார மண்டி நடத்தினார். அநேக வெள்ளைக்கார அதிகாரிகளின் வீடுகளுக்கு இவர்தான் சப்ளை. சரக்கு சுத்தமாக இருக்கும் என்பதோடு, தாராளமாகக் கடன் கொடுப்பார், பலவேளைகளில் திருப்பிக் கேட்கமாட்டார் என்பதெல்லாம் உபரித் தகுதிகள்.

ஆனால், மேற்படித் தகுதிகளெல்லாம் வெள்ளைக்காரர் களுக்குத்தான். சுதேசி வாடிக்கையாளர்களுக்குப் பதினைந்து நாள் கடன் மட்டும் உண்டு. வட்டி கட்டெறும்பு வேகத்தில் ஏறும். பதினாறாவது நாள் காலையில் அவர்களை மிரட்டுவதற்கு நான்தான் வண்டியோட்டிப் போவேன். கூண்டுவண்டிக்குள் எஜமானரும், மடியில் பேரேடுகளோடு கணக்குப்பிள்ளையும் இருப்பார்கள். வேல்கம்பு சகிதமாக இரண்டு முரட்டு ஆசாமிகள் வண்டியின் பின்னோடு ஓடிவருவார்கள் – எஜமானரின் காவலுக்கு என்று நினைத்துவிடாதே.

ஒருதடவை, கடன் திருப்ப முடியாத சிறுவணிகரின் சம்சாரத்தை வண்டியில் ஏற்றிக்கொண்டு திரும்பினார். பேரேடுகளைத் தூக்கிக்கொண்டு, இரண்டு வேல்கம்புகளுக்கும் இடையில் தாமும் ஓடிவந்தார் கணக்குப்பிள்ளை. அந்தம்மாள் பேரழகி என்பதைத் தனியாகச் சொல்ல வேண்டுமாக்கும்!

சில்லறை வியாபாரிகளுக்குள் இவர் சம்பந்தமாய் இருந்துவந்த பொது எரிச்சல் ஆத்திரமாக மாறியது அதன் பிறகுதான். சங்கம் என்று ஏற்படவில்லையே தவிர, அவர்களெல்லாம் ஒன்றுகூடி முடிவெடுத்துத்தான் ஆள் ஏற்பாடு செய்திருப்பார்கள் என்று நினைக்கிறேன்.

அந்தப் பகுதியில், கொள்ளையர் புழக்கம் உண்டு. காலங்காலமாகப் பட்ட அவமானம் தாளாத கீழ்சாதிக் காரர்கள்தாம் அரிவாளையும், கொக்கு சுடும் துப்பாக்கியையும் தூக்கிக்கொண்டு கிளம்பிவிடுவார்கள் என்று கேள்வி. அவர்களில் பலருக்கும் என் எஜமானர் மாதிரியான ஆட்கள் மாதந்தவறாமல் கப்பம் கட்டிவந்ததும் தெரியும்.

சில்லறைவியாபாரிகள் ஏற்பாடு செய்த ஆள், பூட்டிய நகைகளோடு எஜமானரின் மனைவியைக் கடத்திவிட்டான். வேலைக்காரப் பெண்ணை அழைத்துக்கொண்டு சாயங்காலம் கோவிலுக்குப் போனவள் வீடு திரும்பவில்லை. எஜமானி யம்மாளுக்கு என்று தனி வண்டி உண்டு. கொஞ்சம் உயரக்

குறைவான காளைகளும், கொஞ்சம் பெண்சாயல் கொண்ட வண்டிக்காரனும் உண்டு. அந்த வண்டிக்குப் பின்னால் ஓடுவதற்கும் இரண்டு பலசாலிகள் இருந்தார்கள்.

வண்டி மட்டும் திரும்பிவந்தது. மணிக்கயிறால் கைகால்கள் கட்டி உள்ளே கிடந்த வேலைக்காரியின் வாய்க்கட்டை அவிழ்த்தபிறகு எங்களுக்குத் தெரியவந்தது – பலசாலிகளை அவர்கள் கையில் இருந்த வேல்கம்பைப் பிடுங்கியே நெஞ்சில் பாய்ச்சிக் கொன்றுவிட்டார்கள் என்பது. வண்டிக்காரன் மாரில் அறைந்துகொண்டு அழுத பாவனை, வேலைக்காரப் பெண் அழுத மாதிரியே இருந்தது.

இரண்டு நாட்களில் தூது வந்தது. ‘எஜமானர் வந்து ஒரு தொகை கொடுத்து மீட்டுக்கொண்டு போகலாம்’ என்று. என்னை வண்டி பூட்டச் சொன்னார்.

நாலு அடுக்குப் பாதுகாப்பு இருந்தது அந்தக் கொள்ளைக்காரனுக்கு. இங்கே ஒன்று, ஒரு ஃபர்லாங் தள்ளி இன்னொன்று என்று நாலு இடத்தில் எங்களை நிறுத்திச் சோதனை போட்டார்கள் – வண்டிக்குள் ஆயுதம் எதுவும் வைத்திருக்கிறோமா, தொகை கொண்டு வந்திருக்கிறோமா, நாங்கள் இருவர் மட்டும்தான் வந்திருக்கிறோமா என்றெல்லாம்.

நாலாவது அடுக்கைத் தாண்டியதும், மண்பாதை ஒரு பள்ளத்தைப் பார்த்து இறங்கியது. இறங்கிவிடலாம், சிரமமில்லை; ஆனால், வண்டி திரும்ப ஏறுவது கடினம் என்று எஜமானரிடம் சொன்னேன். காளைகளை வண்டிச் சக்கரத்தில் பிணைத்து, முன்னால் தீவனத்தைப் பரத்திவிட்டு இறங்கி நடந்தோம்.

சிறு திடல் மாதிரித் திறந்தவெளியில், கல் ஆசனத்தில் அமர்ந்திருந்தான் கொள்ளையன். அவனுக்குச் சற்றுத் தள்ளி, கொஞ்சம் சிறிய கல்மீது முன்னர் சொன்ன, மனைவியைப் பிணையாகப் பறிகொடுத்த, கடன்கார வியாபாரி இறுகிய முகத்துடன் அமர்ந்திருந்தான். எஜமானைப் பார்த்தவுடன் அவன் முகம் மேலும் இறுகியதைக் கண்டேன்.

திரும்பி நடந்து வரும்போது, அவ்வப்போது திரும்பி எஜமானியம்மாளின் முகத்தைப் பார்த்துக்கொண்டே வந்தேன். இவ்வளவு அழகான முகம் என்று முன்னர் எனக்குத் தட்டுப்பட்டதில்லை. அந்நியர்கள் முன் முக்காடிட்டு முழுக்க மூடிய முகத்துடன் நடமாடுகிற பெண்மணி. தலையை மூடும் முந்தானைத் துணி

கழுத்தில் விழுந்து கிடக்க, செக்கச்செவேலென்ற கீறல்களும் அளவில்லாத துக்கமும் மண்டிய பிறகும் மஹாலட்சுமி மாதிரி இருக்கிறதே, சாதாரண சமயத்தில் எவ்வளவு பொலிவாக இருந்திருக்கும் என்று ஆச்சரியப்பட்டபடி வந்தேன்.

வண்டியில் ஏறிய மாத்திரத்தில் குமுற ஆரம்பித்திருந்தாள் அம்மணி. எஜமான் பேசாமல் வந்தார். வண்டிப்பாதையில் சக்கரங்கள் கடகடப்பதற்குப் பக்கவாத்தியம் மாதிரி அந்த அம்மாளின் விசும்பல் கேட்டுக்கொண்டிருந்தது... நாலாவது அடுக்கைத் தாண்டியதும் எஜமானர் வாய் திறந்தார்:

நாம்தான் கோழை என்று பார்த்தால், அவன் நம்மைவிட பயந்தாங்குள்ளியாக அல்லவா இருக்கிறான்!

யாரைச் சொல்கிறார், வியாபாரியையா கொள்ளையனையா என்று நான் உள்ளுக்குள் வியந்தது அவருக்கு மானசீகமாகக் கேட்டது மாதிரி பதில் சொன்னார்:

கொள்ளைக்கார முந்த்ராவைத்தான் சொல்கிறேன்... நாமாவது ஊருக்குள் வசிக்கிறோம் – எத்தனை தப்பு செய்தாலும். அவனைப் பார், எவ்வளவு காவல், எவ்வளவு வசதிக்குறைச்சலான வாசஸ்தலம்! எவ்வளவு உயிர் பயம்... கோழை... கோழை...

அந்த அம்மாளின் விசும்பல் நின்றது. சாதாரணமாக வண்டிக்குள் திரும்பிப் பார்க்கிறவனில்லை நான். ஏனோ அப்போது திரும்பிப் பார்த்தேன். அம்மணியின் பார்வையில் இருந்த உஷ்ணத்துக்கு சூரியன் கூட ஈடாகாது.

விடு, விடு. என்னமோ நடக்கக்கூடாதது நடந்துவிட்ட மாதிரி மூஞ்சியை வைத்துக்கொள்கிறாயே. நாம் செய்யாத காரியத்தையா அவன் செய்துவிட்டான்?

பந்தடித்த மாதிரி பதில் வந்தது:

வார்த்தையில் கவனம் இருக்கட்டும். 'நாம்' என்று சொல்லாதீர்கள்...

சரி, இருக்கட்டுமே. நான் என்றே வைத்துக்கொள்ளேன்!

இவனிடமா இவ்வளவு நாளாக வேலைபார்த்துக்கொண்டிருக்கிறேன். என்னை நினைக்க எனக்கே கேவலமாக இருந்தது. எஜமானியம்மாள் உஷ்ணம் அதிகரித்த குரலில் பதில் சொன்னாள்:

நீங்கள் செய்த தப்புக்கு என்னை ஏன் சித்ரவதை செய்வது?

நீ என் பெண்டாட்டி என்பதால்தான்!

ஊர்சுற்றி

எஜமானின் குரலில் விரசம் பொங்கியது. அன்றிரவில், அவருடைய பெண்டாட்டியாக இல்லாமல் ஆனாள் அந்த மகாலட்சுமி. பூச்சிமருந்தைக் குடித்துப் பிராணனை விட்டுவிட்டாள்... நானும் என்னுடைய சுபாவப்படி, வேறு இடம் பார்த்துக் கிளம்பினேன்.

வாஸ்தவத்துலே, அந்தக் காளைகளெ விட்டுட்டு வர்றதுக்குத்தேன் மனசு ரெம்பவும் வேதனெப் பட்டுருச்சு தம்பி.

ம்.

அம்புட்டு ஓங்குதாங்கா இருக்குமேயொளிசி, சொபாவத் துலெ நாய்க்குட்டிக மாதிரி. குளுதாடிக் களுனியிலெ தவுட்டெக் கரைக்கிம்போது எங் கையை நக்கித் தீத்துரும். கட்டுத்தறீட்டேருந்து நான் தள்ளி நின்னாக்கெ, கிட்டெ வா ண்டு மூச்சுவிடாமெக் கூப்புட்டு அலறும். வண்டி பூட்டப்போனம் ண்டா, எம்புட்டு ஆசையாக் களுத்தெக் குனிஞ்சு காட்டும் ண்றே. இத்தனெ ஊரு அலைஞ்சு திரிஞ்சதிலே, நாங் கண்டுபிடிச்ச உம்மெ இதுதான் தம்பி. உசிர்ப்பொருளு அம்புட்டுக்குமே வண்டிவண்டியாப் பிரியம் தேவெப்படுது. இன்னொரு செம்மத்தோட மனசு ஒட்டாத ஒரு பிராணியும் பூமியிலெ கிடையாது. என்னா, மனுசனுக்கு மட்டும், பிறத்தியார் மேலெ உள்ள பிரியத்தவிட, தன் மேலெயே இருக்குற பிரியம் கொஞ்சம் சாஸ்தியா இருக்கு. அம்புட்டுத்தேன்!

வாய்விட்டுச் சிரித்தார் சீதாபதி.

7

வாழ்க்கையிலெ எவ்வளவோ நாள் வருது, போகுது. ஆனாலும், ஒவ்வொரு நிமிசமும் நெனவிருக்கிற மாருதி செல நாள் அமஞ் சிருதால்லியா? ஒருவாரம் பத்துநா போல நான் தரையிலெயே நடக்காதது கணக்கா நடந்துச்சு எனக்கு. அதெச் சொல்லட்டுமா?

சொல்லுங்க. அவசியம் சொல்லணும்.

இல்லே, அதெயெல்லாம் சொல்றது ண்டா செத்தெ நேரமாகுமே ண்றதுக்கோசரந்தேன் கேட்டேன்.

பரவால்லே. சொல்லுங்க. கொஞ்சம் லேட்டாத் தூங்கணும், அவ்வளவுதானே. போய்ட்டுப் போகுது...

மலைத்தொடரின் அடிவாரத்தையொட்டி வாரக்கணக்கில் நடந்துபோனேன். மனிதர்கள் யாரையும் பார்த்துவிடக் கூடாது என்று மனம் தவித்துக்கொண்டிருந்த சமயம். கண்ணாடிகூடப் பார்க்கக்கூடாது என்று அடம். வெறுப்போ குரோதமோ கிடையாது – ‘அட, வேண்டாமே’ என்று மட்டும் தோன்றும். இது மாதிரியான உணர்வுகள் எங்கிருந்து ஊறுகின்றன, ஏன் ஊறுகின்றன என்றெல்லாம் காரணம் சொல்ல முடியுமா என்ன?

தவிர, அந்தப் பிராயம் அப்படி. வாலிபம் முற்றி, நடுவயதுக்குள் நுழைகிற பருவம். எப்படியெப்படியோ இருந்திருக்க வேண்டிய வாழ்க்கை, இப்போதிருக்கிற விதமாய் இருக்கிறதே என்று மெலிதாக சலனம் தட்டும். நானொன்றும் சன்யாசி இல்லையே. தேசாந்திரம் போனதுவும் ஆசையினால் அல்லவே. ஏதோ, விதிவசமாய் ஊரைவிட்டுக் கிளம்பிவிட்டேன். ஆரம்பத்தில் நாடோடி வாழ்க்கை நன்றாகத்தான் இருந்தது. நாள்பட நாள்படப் பழகியும் போனது. இன்னொரு இடத்தில் வேர் பிடிக்க அடிமனத்தில் துளிக்கூட விருப்பம் இல்லை; இப்போது திரும்பிப் பார்த்தால், தைரியமும் இல்லாமல் போயிருந்தது என்றுதான் சொல்லவேண்டும்.

தனியாக இருப்பது சந்தோஷம்தான். ஆனால், எல்லா நேரங்களிலும் அல்ல. தகப்பனின் தோளில் உட்கார்ந்து, அவன் தலைமுடியைக் கொத்தாக ஒரு கையால் பிடித்து, மறு கையில் இருந்த மக்காச்சோளக் கதிரை அவ்வப்போது கடித்து வாய் ஓயாமல் மென்றுகொண்டே திருவிழாவுக்குப் போன சிறுவனைப் பார்த்துவிட்டு ஒதுங்கி நின்று குமுறியதும் உண்டு. கிழிந்த லுங்கியும், வெற்றுடம்பும், தோளில் அழுக்கு அப்பிய மூட்டையுமாக அவனைத் தூக்கிப் போனவனைப் பார்த்து, பொறாமையில் பொசுங்கினேன் அன்று.

இதெல்லாமும்கூட ஒரு கட்டம்வரைதான். அப்புறம், கோடை மாதிரி, குளிர்காலம் மாதிரி, மனத்துக்குள் நிகழ்ந்து கழியும் ஒரு பருவம்தான் இந்த மனச் சோர்வு என்று வகைப்படுத்திக்கொண்டு விட்டேன். வருஷத்தில் சில மாதங்கள் வந்துபோகும் துக்கம். மற்றபடி, துவளும்போது தனியாக இருப்பது, மீண்ட பிறகு கூட்டத்தில் கலப்பது என்று அந்த நடைமுறையும் பழகிவிட்டது.

இந்த மனம் இருக்கிறதே, அதுமாதிரி விநோதமான இன்னொரு சமாசாரம் பூமியிலேயே கிடையாது தம்பி. எதை வேண்டுமானாலும் பழகிக்கொள்ளும், அனுசரித்துப்போகும். செல்ல நாய்க்குட்டி மாதிரி அதைக் கொஞ்சிக் கூப்பாடு போடுகிறவர்கள்தான் சிரமப்படுவார்கள். ‘அப்படியா, நீ இப்படி இருக்கிறாயா. இரேன். உனக்கே அலுப்புத்தட்டும்வரை இருந்துகொள். எனக்கொன்றும் கவலையில்லை’ என்று விடுகிறவன் பின்னால், விசுவாசமாக வாலாட்டிக்கொண்டு ஓடிவரும் பார்த்துக்கொள்.[1]

---

1. ‘மனத்தைப் பற்றிய இவ்வளவு யோசனைகளும், அவதானங்களும் நடப்பதும் அதே மனத்துக்குள்தானே பெரியவரே ?’ – என்று எனக்குள் தர்க்கபூர்வமாக ஒரு கேள்வி உதித்தது. ஆனால், கேட்கவில்லை. அவருடைய சரளத்தைக் கெடுக்கும் எந்தக் காரியத்தையும் செய்வதில்லை என்று தெளிவான தீர்மானம் எடுத்திருந்தேன். தும்மலோ இருமலோ செருமலோ என்றாலும்கூட, ஓசையெழாமல்தான் செய்வேன்.

நாலைந்து மைலுக்கொருமுறை ஏதாவது கிராமம் வரும். சிலவேளை, பத்துப் பன்னிரண்டு மைலும் நடக்க வேண்டி வரும். ரொம்பதூரத்துக்கு ஊரே தட்டுப்படவில்லை என்றால் மனத்துக்கு மிகவும் ஆறுதலாக இருக்கும். அடிவாரத்தையொட்டி விவசாயவேலை செய்பவர்கள், மலையின் உடம்பில் படர்ந்திருக் கும் காட்டினுள் வசிப்பவர்கள் என எப்போதாவது மனிதவாடை தட்டுப்படும். கூசி எனக்குள் ஒடுங்கிக்கொள்வேன். அவர்களின் பார்வையை, கவனத்தை ஈர்க்காதபடி விலகி நடந்துவிடுவேன்.

கிராமத்தினூடே கடந்து செல்லும் நேரங்களிலும் யாருடனும் பேச மாட்டேன். யாரும் என்னை நிறுத்திக் கேள்வி கேட்க மாட்டார்கள். காவி வேட்டியும், முதுகில் கிடந்த கந்தை மூட்டையும் ஒரு காரணம். இன்னொன்று, தேசாந்திரிகள் என்று தனியாக ஒரு இனமே இருந்த காலகட்டம் அல்லவா. தன் போக்கில் போகிறவனை சீந்துவார் கிடையாது. சொல்லப் போனால், அதிதிக்கு ஒரு கவளம் பிட்சை அளிக்காமல், அன்றைய ஆகாரம் கொள்வதில்லை என்று உறுதியாய் இருந்த குடும்பங்கள் அநேகம் இருந்தன.

ஆக, காற்று இழுத்துப்போகும் குப்பைக்காகிதம் மாதிரிப் போய்க்கொண்டே இருப்பேன். அந்தப் பருவம் பற்றி விசேஷமான இன்னொரு தகவலும் சொல்ல வேண்டும் தம்பி. அது மாதிரி சோர்ந்து இருக்கிற நாட்களில், பெண் வாசனையே பிடிக்காது. அதைப்பற்றி நினைக்கவே பிடிக்காது. யாராவது பெண்பிள்ளை கண்ணில் பட்டால், பேயைக் கண்ட மாதிரி மிரண்டுவிடுவேன். வேகமாய் அந்த இடத்தைவிட்டு நகர்ந்துவிடுவேன்.

பிற்பாடு, பலதடவை தோன்றியிருக்கிறது, எனக்குத்தான் அப்படி. இன்னொருத்தனுக்கு வெறியும் வேகமும் ஜாஸ்தியா வதற்கும் வாய்ப்பு உண்டே. ஊரூராய்ப் போய்த் தனியாய்ச் சிக்கும் பெண்களைக் கெடுத்துக் கொன்று போட்டான் என்று பேப்பரில் போடுகிறார்களே, அவனெல்லாம் அப்பேர்ப்பட்டவன்தானே? படிக்கும்போது, ஒரேயடியாய்க் கோபம் மட்டும் வராது. ஐயோ பாவம் என்றும் தோன்றும்.

அப்படி ஒரு விட்டேற்றியான மனநிலையில் போய்க் கொண்டிருந்தபோது, சில சம்பவங்கள் நிகழ்ந்தன. அல்லது,

---

'ஞாபகத்தின் புராதனத் தெருக்களில் அவர் மேற்கொள்ளும் யாத்திரையின் பாதையில் சிறு கூழாங்கல் கூட இடறாமல் பார்த்துக்கொள்வது என் பொறுப்பு அல்லவா?' என்று என் நாட்குறிப்பில் எழுதி வைத்திருக்கிறேன்.

பிறகு, அந்தக் கேள்வி மறந்துபோய்விட்டது. பின்னாளில், மட்கி உதிர்ந்தும் போய்விட்டது. அவர் சொன்ன பெண்யானைக் கதையில் வருகிற மாதிரி, என்னுடைய தர்க்கத்துக்கு அவர் எப்படிப் பொறுப்பாவது, பதில் சொல்வது?

என் மனம் பழைய நிலைக்குத் திரும்புவதற்கு விதி ஏற்பாடு செய்த கூத்தோ என்னவோ. அல்லது, மீள்வதற்குக் காத்திருந்த மனம் அந்தச் சந்தர்ப்பத்தை அனிச்சையாகப் பயன்படுத்தியும் கொண்டிருக்கலாம். காரணம் கண்டுபிடிப்பதா முக்கியம், என்ன நடந்தது என்பதுதானே?

போகட்டும், நடந்ததையெல்லாம் சொல்வதற்கு முன்னால், கொஞ்சம் ஒன்றுக்குப் போய்விட்டு வந்துவிடுகிறேன்...

1

மூடுக்கிவிட்ட யந்திரம் மாதிரி நடந்துகொண்டிருந்த சீதாபதி ஒரு சிறுநகரத்தின் எல்லைக்கு வந்து சேர்ந்தான். அந்திப் பொழுது. மெல்லிய தூறல் போடுகிறது. உடம்பையும், அதன் உட்புறத்தையும் ஒருசேரக் குளிரவைத்தது சிலுசிலுவென்ற மழைக்காற்று. கோடைநாள் மாதிரியே இல்லை. முந்தின நாள் கொளுத்திய வெயில் தொடர்பாக ஆகாயம் குற்றவுணர்ச்சி கொண்டமாதிரி, விடிகாலையிலேயே சீதோஷ்ணம் தலைகீழாக மாறிவிட்டது.

பகல் முழுவதும் நடைக்கு உதவிகரமாக இருந்த காற்று, சடாரென்று வேறு குணம் கொண்டது. வெப்பத்தை உடம்பு வேகவேகமாக இழந்து பனிக்கட்டியாகும் பாதையில் நகர்கிற மாதிரிப் பட்டது. முழங்கால்கள் துவண்டிருந்தன.

ஊர் ஒன்று தட்டுப்பட்டது. ஊரின் பகுதிபோலவும், விரோதத்தால் விலகியது மாதிரியும் ஒற்றையாய் நின்றிருந்த குடிசை கண்ணில் பட்டது. அதற்கு அடுத்திருந்த வீடு வெகு தொலைவில் இருக்கிற மாதிரித் தென்பட்டது. கூரையின் மீது புகை எழும்பியதையொட்டித்தான் அங்கே ஒரு வீடு இருப்பதே தெரியவந்தது.

இரண்டாவது வீட்டின் இடத்திலிருந்து ஊர் ஆரம்பிக்கும் தடயங்கள் இருந்தன. அடுத்தடுத்து வீடுகளும், மனித நடமாட்டமும் தென்பட்டது. அவர்களின் உடைகளில் சிவப்புநிறமே பிரதானமாய் இருந்தது. மழைக்கால வெல்வெட் பூச்சிகள் மாதிரி சிலுசிலுவென்று புழங்கினார்கள்.

முதல் குடிசையில் ஆதரவான குரல் கேட்டால், மேற்கொண்டு நடக்க வேண்டாம் என்று பட்டது. கடந்த சில மாதங்களில், முதல் தடவையாக மனிதப் பிரசன்னத்தை அணுகலாம் என்று தோன்றியது பற்றி சிறு ஆச்சரியக் குமிழ் உதித்து, உடனடியாக வெடிக்கவும் செய்தது. வேறு மார்க்கம் ஏது இருக்கிறது?

ஆனால், அப்போது சீதாபதிக்குத் தெரியாது – இதுவரையில் இருந்ததைவிடவும் அடர்த்தியான தனிமைக்குள் மறுநாளே தான் இறங்கவிருப்பது.

குடிசை வாசலில் கொஞ்சநேரம் நின்றான். ஒரு கிழவி வெளியில் வந்தாள். பழுத்த கிழவி. முக்காடாய் ஏறியிறங்கிய முந்தானை. முன்னங்கைச் சதை சுருங்கி, வெறுந்தோலாகி ஆடியது. அத்தனை பற்களும் உதிர்ந்து, உட்புறம் மடிந்த உதடுகள். வாய் ஒரு கோடுபோலத் தெரிந்தது. அபாரமான வெண்ணிறம். அந்தப் பிராயத்திலும் கண்ணுக்கு மைதீட்டத் தவறவில்லை அவள். முதல் பார்வைக்கு சூனியக்காரி போலத் தெரிந்தாள். ஆனால், மலர்ந்த கண்களில் குளுமை இருந்தது. புது ஆளைப் பார்க்கும் பாவமே இல்லாதவை. நிலைத்து ஓர் இடத்தைப் பார்க்காமல் அலைபாயும் கண்கள், சீதாபதியின்மேல் பட்டுப் பட்டு விலகின.

இவனிடம் எதுவும் பேசவில்லை. குடிசை வாசலில் கிடந்த பிரப்பங்கழிகள், அவற்றை நாணல் பருமனுக்கு வகிர்ந்து எடுத்த குச்சிகள், வர்ணம் ஏற்ற உதவும் நார்க்குச்சங்கள், வர்ணம் குழைத்து உலர்ந்த மண் கோப்பைகள் என சகலத்தையும் ஒதுக்கினாள். நிற்கலாமா, தொடர்ந்து நடப்பதா என்று இவன் குழம்ப ஆரம்பித்தபோது, நேருக்குநேர் பார்த்து, ‘இரு’ என்கிற அர்த்தத்தில் தலையசைத்துவிட்டு உள்ளே போனாள்.

உள்ளே சென்று, நைந்த பிரப்பம்பாய் ஒன்றைக் கொண்டுவந்து போட்டாள். இவன் மௌனமாக அமர்ந்தான். மண் குடுவையை[2] எடுத்துக்கொண்டு மறுபடியும் உள்ளே போனாள். குடிதண்ணீர் கொண்டுவந்து வைத்துவிட்டு, குடிசையின் பின்புறம் போனாள். கரகரவென்று கப்பிச்சத்தம் கேட்டது. இரும்பு வாளியைத் தூக்க முடியாமல் தூக்கிக்கொண்டு வந்து வாசலோரம் இருந்த சிறு மரத்தொட்டியில் கவிழ்த்தாள். தொட்டிக்குச் சற்றுத் தள்ளி இருந்த மூன்று கல் அடுப்பில் பித்தளை அடுக்கை ஏற்றி வெந்நீர் போட்டாள்.

கூன் விழுந்த முதுகுடன் பரபரவென வேலை பார்க்கும் கிழவியை வைத்த கண் மாறாமல் வேடிக்கை பார்த்துக் கொண்டிருந்தான் சீதாபதி. ஏதோ தினசரி அலுவலகம்

2. ‘சுராய்’ என்று குறிப்பிட்டார் சீதாபதி. அப்படியென்றால் என்னவென்று கேட்டேன். நாரை போலக் கழுத்து நீண்ட, சினைப் பன்றி போல வயிறு பெருத்த, புனல் போல வாய் அகன்ற நீர்ப்பானை என்று விளக்கம் சொன்னார். சாதாரணமாக அதன் கழுத்தைப் பிடித்து உயர்த்திக் குடிக்கிற அளவுக்குத்தான் இருக்குமாம். ‘நம்மூர் கூஜா போலவா’ என்று கேட்டேன். ‘இல்லை, சுரைக்குடுக்கை மாதிரி என்று வைத்துக்கொள்ளலாம்’ என்றார்.

சென்று திரும்பும் குடும்ப உறுப்பினருக்கு நடக்கிற மாதிரியான உபசரணைகள் ஏற்பாடாகின்றன. ஆனால், இவன் முகத்தையே பார்க்கவில்லை கிழவி.

வெந்நீர் தளைத்ததும் சைகையால் இவனைக் குளிக்க அழைத்தாள். முதன்முறையாக சீதாபதிக்கு சந்தேகம் தட்டியது– கிழவி ஊமையோ? ஆனாலும், அவளுடைய சைகைகள் இழுத்தவிதமெல்லாம் ஆட்பட்டான். தனக்கு அது பிடித்திருக்கிறது என்பது பற்றிய ஆச்சரியமும் ஒரு மூலையில் இருந்துகொண்டே இருந்தது.

மழைக்காலம் போலக் கூடியிருந்த மேகங்கள், வேகமாகக் கலைந்து இடைவெளி உண்டானது. பகலாய்ப் பொலிந்த முழுநிலவின் கீழ் இவனுக்குச் சுடச்சுட சோளமாவு ரொட்டியும், அமிர்தத்துக்கு நிகரான கீரைத் தொடுகறியும் படைத்தாள். எதிரில் அமர்ந்து தானும் சாப்பிட்டாள்.

இரண்டு தனிமைகள் ஒன்று சேரும்போது மாபெரும் கூட்டத்தின் பரிமாணம் கொள்வதை ஆனந்தமாக அனுபவித்துக் கொண்டிருந்தான் சீதாபதி. வெகுநாட்களுக்குப் பிறகு வீட்டுச் சமையல், அபாரமான ருசியுடன். ஏதோ ஒரு கணத்தில் மளுக்கென்று கண்ணில் நீர் கோத்தது. ரொட்டியோடு சேர்த்து அதையும் விழுங்கினான் . . . சாப்பிட்டுக் கை கழுவியபிறகு, சாவதானமாகக் கேட்டாள் கிழவி:

நீ யார் மகனே?

அட, பேசுகிறாள்! கொஞ்சம் கிசுகிசுப்பான குரல். சொன்னான். குடிசை வாசலுக்கு வந்தது வரையிலான கதையின் சுருக்கம் அரைமணி நேரத்தில் தீர்ந்துவிட்டது. பிறகு, கிழவியின் முறை ஆரம்பித்தது.

கிழவியின் காதலர்கள்

எனக்குப் பூர்விகம் இந்த ஊர் இல்லை. இங்கிருந்து எண்பது கல் தொலைவில், வேட்டைக்காரக் குடும்பத்தில் பிறந்தவள் நான். மலையில் என்போக்கில் திரிந்த ஒருநாளில் குறவனைப் பார்த்தேன். சாபமும் வரமும் சம அளவில் என்மீது பொழிந்த நாள் அது. அவனைப் பார்த்த கணத்திலேயே காதல் பிறந்துவிட்டது. குடும்பத்தில் தெரிவித்தபோது, கொஞ்சம் சடைத்துக் கொண்டார்கள். ஆனால், என் விருப்பத்தைக் கொஞ்சமும் மறுக்காத பிறந்தவீடு.

ஊரறிய உறவறிய கல்யாணம் நடந்தது. தீர்க்கமான முகமும், எந்நேரமும் சிரிக்கும் கண்களும், கெச்சலான ஆனால் உறுதியான

உடம்புமாய் துருதுருவென்று இருப்பான் குறவன். என்மீது அபரிமிதமான மோகம் கொண்டிருந்தான். நானும் அந்த நாளில் அப்படித்தான் இருப்பேன். சுயேச்சையின் மனோகரம் உடம்பெங்கும் பாவனையெங்கும் சொல்லெங்கும் நிரம்பிய அழகி என்று என்னை சதா வர்ணித்து மாளாது அவனுக்கு!

இங்கே வந்து குடியமர்ந்தோம். இந்த ஊர் ஜமீனில் அவனுக்குத் தொடர்பு இருந்தது. காட்டுக்குள் திரிந்து தேன் எடுப்பதுதான் தொழில். வாரம் ஒருதடவை தேனும் தேன்மெழுகும் ஜமீன் அரண்மனைக்குக் கொண்டுபோய்க் கொடுக்க வேண்டும். அன்று மட்டும் தானியம் ஏதாவது கொடுப்பார்கள். மற்ற நாட்களில், மீந்த சாப்பாடு ஏதாவது கிடைக்கும். அரண்மனையின் புறவாசலில் போய் நின்று குரல்விடுத்து வாங்கிவரவேண்டும்.

நான் பிரம்பு முடைவேன். கூடைகளையும் தட்டுகளையும் நகருக்குள் போய் விற்று, மளிகை சாமான் வாங்கிவருவேன். மனசு உல்லாசமாய் இருக்கும் நாட்களில், எட்டினாற்போல வேட்டைக்குப் போய் முயலோ, காடையோ அடித்து வருவேன்.

தங்கமான புருஷன். சௌகரியமான வாழ்க்கை. மதர்த்த உடம்புகள் இரண்டிலும் அடங்காத தினவு. தூங்கும்போதுகூட என்னைவிட்டு விலகமாட்டான். உடம்பின் ஆழத்தில் இருக்கும் சொர்க்கத்தைக் கண்டுபிடித்துவிட்டோம் – அங்கேதான் நிரந்தரமாக வசிக்கிறோம் என்கிறமாதிரி, நாளும் பொழுதும் கோலாகலமாகக் கழிந்தது. அவனுக்குக் குடிப் பழக்கம் உண்டு. எனக்கும் ஏற்படுத்த எவ்வளவோ முயற்சி செய்தான் – நான் பிடிவாதமாக மறுத்துவிட்டேன். தாளமுடியாதபடி இருக்கிற ஒரு போதையே போதும்.

அன்று மிக அதிகமாகக் குடித்திருந்தான். என்னை 'ராணித் தேனீ' என்றான். தேன் எடுத்தே மாளிகைபோன்ற காரைவீடு எனக்குக் கட்டித் தருவதாகப் பிதற்றினான். இரவு முழுவதும் உரசிக்கொண்டு படுத்திருந்தான். அதிகாலையில் எழுந்து, பிரிய மனசேயில்லாமல் மலைக்காட்டுக்குக் கிளம்பினான்.

விடிந்து சில நாழிகை போயிருக்கும். சூரியனார் ஆள் உயரம் வந்திருந்தார். சுளித்த முகமும், தள்ளாடும் நடையும், உடம்பு முழுக்கக் கன்றிய செந் தடங்களுமாகத் திரும்பிவந்தான். சொல் குழறியது. கடைவாயில் எச்சில் களகளவென்று தன்னிச்சையாக ஒழுகியது.

அடையை இரண்டு கையாலும் குழந்தைபோல எடுத்தால், தேனீக்கள் ஒன்றுமே செய்யாது. ராணித்தேனீயை, இதோ இப்படி, சிட்டிகை எடுப்பது போலக் கவனமாகத் தூக்கி அருகிலிருக்கும்

ஊர்சுற்றி 145

மரக்கொம்பில் மெல்லக் கிடத்திவிட்டால் போதும் – மற்றவர்கள் படை திரண்டு அந்த இடத்துக்குப் போய்விடுவார்கள்.

இவன் குடிவெறி இறங்குவதற்குள் தேன்கூட்டில் கை வைத்திருக்கிறான். என்ன செய்து தொலைத்தானோ – உடம்பு முழுக்கப் பாய்ந்து விளையாடிவிட்டன. அவர்கள் இனத்தில் இவனைப்பற்றிய குரோதம் ஆழமாய் இறங்கியிருக்கும் என்று படுகிறது – இப்போது உன்னிடம் சொல்லும்போது.

ஆயிரமாயிரம் கொடுக்குகள் பதிந்த உடம்பு; ஒத்தடம் கொடுக்கிறேன் என்று தொட்டால் பதறுகிறான். கையைத் தட்டிவிடுகிறான். கஷாயம் வைத்துக் கொடுத்தேன் – உடனே வாந்தி எடுத்தான். கடும் மஞ்சள் நிறத்தில், போதை மணக்கும் வாந்தி. தலையில் அடித்துக்கொண்டேன். வேறென்ன செய்ய?

அன்றிரவு ஜன்னி கண்டது. நடுக்கம் அதிகரித்து, நாலாம் ஜாமத்தில் திடுக்கென்று ஓய்ந்துவிட்டான். அடுத்த நாள் காலையிலிருந்தே வாழ்க்கையைத் தனியாக எதிர்கொள்ள வேண்டியதாகிவிட்டது.

நினைவு தப்புவதற்கு முன்னால் அவன் சொன்ன இரண்டு சங்கதிகளை இன்றுவரை மறக்க முடியவில்லை மகனே.

> பாவிப்பயலே, உடனடியாக அந்த இடத்தைவிட்டு ஓடி மலையிறங்கியிருக்கலாமே. இவ்வளவு கொடுக்கும் பதியும் வரை என்ன செய்துகொண்டிருந்தாய்?

என்று கேட்டேன். தேனீக்கள் தன்னுடன் விளையாடுகின்றன என்று நினைத்தானாம், மடையன். குடிவெறி இன்னும் இறங்க வில்லை என்பதால், ஆரம்பத்தில் ஏழெட்டுக் கொட்டுகள் விழும்போது இன்பமாகவே இருந்ததாம். இணையும்போது அவன் செய்யும் இம்சைகள் எனக்குப் பிடிக்குமே அதுமாதிரி என்று புரிந்துகொண்டேன். அப்புறம், உண்மை நிலையை உணர்ந்தபோது, நகர முடியாமல் ஆகியிருக்கிறான்.

இரண்டாவது, அவன் கேட்ட வரம். தான் இறந்துபோனால் நான் இன்னொருத்தனைக் கல்யாணம் செய்துகொள்ளக் கூடாது என்று சொன்னான். அப்போதிருந்த மனநிலையில் அவன் கையைப் பிடித்துக்கொண்டு அழுதேன். நெற்றியில் முத்தமிட்டு சத்தியம் செய்தேன்.

ஆறுமாத காலம்போலக் கட்டுப்பாடாய் இருக்கவும் செய்தேன். ஆனால், மனசென்ன வளர்ப்பு நாயா, வாலைக் குழைத்துக்கொண்டு கீழ்ப்படிய!

ஒரு சமயம் லம்பாடிக் கூட்டம் ஊருக்குள் வந்தது. இன்னது தான் என்றில்லாமல் விதவிதமான வேடிக்கைகள் காட்டும் கூட்டம். அதில் ஒரு கழைக்கூத்தாடி வாலிபன். இரண்டு ஆள் உயரக் கோலின் நுனியில் ஒரு குழந்தையைக் குப்புறப் படுக்க வைத்து, மறுநுனியைத் தன் நெற்றியில் ஊன்றி உயர்த்தி அரை நாழிகை நடந்துகொண்டே இருந்தான்.

குழந்தையும் கோலும் சறுக்கிவிடாமல் அவனுடைய உடம்பின் ஒவ்வொரு அங்கமும் கவனம் கொண்டது. தோள்ச் சதையும், மயிரடர்ந்து புடைத்த வெற்றுமார்பும், இழைத்த கருங்கல் நிறமும் எனக்குள் ஒருவிதமான தாபத்தை உண்டாக்கின. நெஞ் சடைக்க ஆரம்பித்தது. மூச்சுவிட சிரமப்பட்டேன். கூட்டத்தை விட்டு வேகமாக நகர்ந்தேன்.

ஆனால், மனத்துக்குள் ஓர் உருவம் நிலைபெற்றுவிட்டது. முன்னும் பின்னுமாய் அசைகிறதே தவிர, நகரவோ நீங்கவோ மாட்டேனென்கிறது.

இதில் ஆச்சரியம் என்னவென்றால், அந்த உருவத்துக்கு முகமேயில்லை. தலையிருந்ததா என்றுகூட நினைவில்லை. உடம்பு உடம்பு உடம்பு. என் உடம்பின் ஒவ்வொரு புள்ளியிலும் நமைச்சல் ஏற்பட்டு, ஓர் எட்டு வைக்கவிடாமல் கால்கள் துவண்டன. சதையைத் தின்று விழுங்கவேண்டும் என்று வெறி.

உடம்புக்குள் நெருப்பு பற்றி எரிகிறது. நடக்கமுடியாமல் தகிக்கிறது. நடுத்தெருவில் துணிகளைக் களைந்தெறிந்துவிட்டு அம்மணமாய் ஓடிவிடுவேனோ என்று அச்சமாக இருந்தது. திக்கித் தடுமாறி நடந்து வீடு சேர்ந்தபோது நானே அலைபாயும் தீக் கொழுந்தாக மாறியிருந்தேன்.

தான் இல்லாதபோதுகூட என்மீது ஆதிக்கம் செய்ய நினைத்த புருஷன்மீது கடும்கோபம் வந்தது. அவனைப் போய்த் துரத்தித்துரத்திக் காதலித்த பாவத்தை நொந்துகொண்டேன். விடியும் தறுவாயில், முக்கியமான ஞானத்தை எட்டினேன். 'கல்யாணம் செய்ய மாட்டேன்' என்றுதானே வாக்குக் கொடுத்தேன் – இது கூடாதென்பதில்லையே. தவிர, மனத்துக்குத் தானே கல்யாணம் அது இது எல்லாம்? சேர்க்கை உடம்புக்கு அல்லவா.

இப்படித் தோன்றிய மாத்திரத்தில், உடம்பும் மனமும் தனித்தனியாகக் கழன்றுவிட்ட மாதிரி இருந்தது. நிம்மதியாக உணர்ந்தேன்.

ஊரின் மறு எல்லையில், இந்த இடமல்ல, எதிர்க்கோடியில், குடிசை போட்டுக்கொண்டேன். மாதத்தில் ஓரிரு தடவை யாரிடமாவது உடம்பை ஒப்படைப்பேன். தொழில் என்று சொல்ல முடியாது. கடைத்தெருவில் போய் நிற்பேன். மனசுக்குப் பிடித்தவன் யாரையாவது நெருங்கிப் பேச்சுக்கொடுப்பேன். பெரும்பாலும் உடன்படுவார்கள். தானாக ஒருத்தி வந்து கேட்டால் கசக்குமா என்ன!

ஆனாலும், ஓரிரு வருடங்களில் ஒருவித அவமான உணர்வு எழ ஆரம்பித்துவிட்டது. எவனெவனிடமோ போய் யாசகம் கேட்கிற மாதிரி நினைப்பு வர ஆரம்பித்தது. நல்லவேளை, அந்தச் சமயத்தில் ஒரு நாவிதனுடன் பழக்கம் ஏற்பட்டது.

எங்கோ தொலைதூர ஊரிலிருந்து பஞ்சம் பிழைக்க வந்தவன் அவன். ஆறுமாதத்துக்கு ஒருதடவை சொந்த ஊருக்குப் போய்விட்டு, ஒருமாதம் கழித்துத் திரும்பி வருவான். அவனுடைய குடும்பம் குழந்தைகுட்டியெல்லாம் அங்கேதான் இருந்ததாம். என்னுடன் பழக்கம் ஏற்பட்ட பிறகு ஊருக்குப்போவது நின்று விட்டது.

அவன் பேரழகன். பெண்களை மாதிரி அடர்ந்த தலைமுடி. பிடரிவரை இறங்கியிருக்கும். சிங்கம் மாதிரி நடந்து வருவான். கனத்த குரலில் சிரிக்கச் சிரிக்கப் பேசுவான்:

ஜமீன் குடும்பத்தின் சகல ஆண்பிள்ளைகளும் என் முன்னால் தலைகுனிந்தாக வேண்டும் பார்த்துக்கொள்.

நானும் அவன் சொல்லும் வார்த்தைகளுக்கு, கொஞ்சம் அதிக மாகவே சிரித்து வைப்பேன்.

அவனிடம் ஒரே ஒரு பிரச்சினைதான். பிரியம் அதிகமாகி விட்டால் என்மீது சவரக்கத்தியால் வருடுவான். உரிமையாக என் அந்தரங்க இடங்களைச் சிரைத்து விடுவான். உண்மையில், எனக்கு அது பிடிக்காது. ஆண்கள் அந்தந்த இடங்களைத் தொட்டு என்னென்ன செய்யவேண்டுமோ அதைத்தானே செய்யவேண்டும்? ஆனாலும் பொறுத்துக்கொள்வேன். காரணம், அவன் தன் வாடிக்கையாளர்களில் எனக்கு ஏற்றவன் என்று தனக்குப் படும் ஆட்களை என்னிடம் அனுப்பி வைப்பான். என் வாழ்க்கை வறண்டுவிடாமலும், என்னுடைய சுயமரியாதை கெட்டுவிடாமலும் ஏற்பாடுகள் செய்கிறவனை எதற்காக விரோதிக்க வேண்டும்?

இதையெல்லாம் நம்மிடம் ஏன் சொல்கிறாள் இந்தக் கிழவி, புத்திசுவாதீனம் தவறிவிட்டதோ என்று யோசிக்கிறாயா மகனே?

யுவன் சந்திரசேகர்

உன் சம்பந்தமாக எனக்குள் ஒரு ஆசை முளைவிட்டிருக்கிறது. அதை முன்னிட்டுத்தான் என் பூர்வோத்திரத்தை முழுசாக உன்னிடம் சொல்ல முனைந்திருக்கிறேன்...

ஆயிற்றா, இந்த நாவிதனின் உறவும் அதிக நாள் நீடிக்க வில்லை. என் யோனியின் ராசி போல. ஒருநாள் தொழில் செய்துகொண்டிருந்தானாம். கை பிறழ்ந்து, விரல் நுனியைச் செதுக்கிவிட்டது சவரக்கத்தி. ரத்தம் வருகிறது, வலி இல்லை. உள்ளூர் வைத்தியனிடம் காண்பித்தான். பெருவியாதியின் ஆரம்பம் என்று கண்டு சொல்லியிருக்கிறான் அவன்.

ஒருவாரம் புழுங்கிக்கொண்டிருந்தவன், ராவோடு ராவாக சவரக்கத்தியைத் தொண்டையில் அழுத்திக்கொண்டுவிட்டான். சண்டாளன்.

இப்போது தனியாகத்தான் இருக்கிறேன் – நாவிதன் சாவதற்குமுன்னால் கொஞ்சம் நிலம் எழுதி வைத்தான் என் பேரில் – இதைக் குத்தகைக்கு விட்டு ஜீவனம் நடத்துகிறேன். கிணறோடு கூடிய இந்த இடத்திலேயே குடிசை போட்டுக்கொண்டு வந்துவிட்டேன். இத்தனை வருடங்களில், வயிற்றில் ஒரு புழுகூடத் தக்காமல் போனது, சின்ன வயதில் ஆசுவாசமாகத்தான் இருந்தது. சமீப காலமாக, ஒருவித ஏக்கம் பீடித்துவருகிறது. ஒரு பையனோ பெண்ணோ இருந்திருந்தால் வேறுவிதமாக வாழ்க்கை நடத்தியிருப்பேனோ என்று அடிக்கடி தோன்றுகிறது.

'எனக்கு ஒரு மகன் பிறந்து அவன் உத்தியோகத்துக்குப் போயிருக்கிறான் வீடு திரும்பும் நேரமாகிவிட்டது இன்னும் குழந்தையைக் காணவில்லையே' என்று நான் நீளமாகப் பகல்கனவு கண்டுகொண்டிருந்த சமயத்தில் நீ வாசலில் வந்து நின்றாய். என்னுடைய கனவிலிருந்தவன் எப்படித் தரையிறங்கினான் என்று ஆச்சரியம் முட்டியது எனக்கு. அந்தக் கனவைத் தொடர ஆசைப்பட்டுத்தான், ஒரு சொல்லும் பேசாமல் உனக்குத் தேவையானவற்றைச் செய்ய ஆரம்பித்தேன். தானாக சுகம் தரும் கனவை நானாக எதற்குக் கலைத்துக்கொள்வது...

2

கிழவி தன்னுடனேயே இருந்துவிடும்படி சொன்னாள். சீதாபதி ஆர்வமாய்ச் சம்மதிக்காததில் வருத்தம் அவளுக்கு. ஆனாலும், திரும்பத்திரும்பச் சொன்னாள். அவளுடைய ஜாதகத்தில், கிழப் பிராயத்தில் குழந்தை கிடைக்கும் என்று இருக்கிறதாம். தன்வசமுள்ள தாவர சங்கம சொத்துக்கள் எல்லாவற்றையும் சீதாபதிக்கே கொடுத்துவிடுவாள் – பதிலுக்கு

சீதாபதி எதுவுமே செய்ய வேண்டியதில்லை. அவளோடு வசிக்க வேண்டும். அவளுடைய காலம் முடிகிறபோது கொள்ளிவைக்க வேண்டும். அவ்வளவுதான்...

...என்னெய சம்மதிக்க வைக்கிறதுக்கு ஒரு கதெ சொன்னா கிளவி. தாயாரோடெ அருமெயெ எனக்குத் தெரியப் படுத்துறதுக்காம். ஜீவராசியமான கதெதான். அதையும் இப்பயே சொல்லிர்றேன். பெறகு மறந்துரப் போகுது.

சொல்லுங்க...

கிளவி தானாக் கட்டின கதையில்லையாம். சோறு திங்ய மாட்டேண்டு மக்கர் பண்ணின குளந்தைக்கி யாரோ தாயார் சொன்ன கதையெ இவ கேட்ருக்கா. 'எங்கிணெ, எப்பண்டல்லாம் யாவுகமில்லே, அதெல்லாமா முக்கியம், ஒண்ணு நடந்துச்சுண்டு சொன்னா, அதுலெ இருக்குற நீதியெத்தானே பாக்கணும்'ண்டு சொல்லி ஆரமிச்சா...

நரியின் பரிவு

தனியாக நடந்து வந்துகொண்டிருந்தது நரி. அந்தக் காடு அதற்குப் புதுசு. இங்கே உள்ள ராஜா யார், அவருடைய குணபாவங்கள் என்ன, பிரஜைகள் எந்த அளவு சுதந்திரமாக இருக்கிறார்கள், இந்தக் காட்டில் உணவு வசதிகள் எப்படி, தண்ணீருக்குப் பஞ்சம் இல்லாத பிரதேசமா என்றெல்லாம் எதுவுமே தெரியாது. கால் போன போக்கில் போய்க்கொண்டிருந்த தான் இங்கே எப்படி வந்து சேர்ந்தோம் என்பதும் தெரியவில்லை. கைவசம் இருக்கும் ஒரே தைரியம் நரிவம்சத்தில் பிறந்திருக்கிறோம் என்பது மட்டும்தான்.

மொத்தக் கூட்டமும் முடிவெடுத்துத்தான் அனுப்பி வைத்திருக்கிறது. பழைய காட்டில் பிரச்சினைகள் ஜாஸ்தியாகி விட்டன. வேட்டைக்காரர்கள் தொந்தரவு அதிகமாகிவிட்டது. மலைக்கு அப்பால் உள்ள காடுகளில் தண்ணீர்ப் பஞ்சம் வந்ததாகக் கேள்வி. இங்கேயும் வறட்சி வர வாய்ப்பிருக்கிறது என்று மூத்த நரிகள் ஆருடம் சொல்கின்றன. இதுபோக, மலைக் காட்டில் வசித்த புலிக்குடும்பம் ஒன்றும், கரடி ஜோடியும் இடம்பெயர்ந்து இங்கே வந்திருக்கின்றன என்பதால், இவர்கள் கூட்டத்தின் நடமாட்டமே சிக்கலாகி விட்டது. ஆக, முந்தின பத்தியில் சொன்ன பட்டியல், வேவு பார்த்துவரச் சொன்ன கூட்டத்தின் கேள்விகள்தாம்.

தனிமை நடையில் குறுக்கிடுகிற மாதிரி பிளிறல் கேட்டது. எச்சரிக்கையாக, ஆனால் சற்று வேகமாக சப்தம் வந்த இடம் நோக்கிப் போனது நரி.

ஒற்றையாக நின்று பிளிறிக்கொண்டிருந்தது பெண் யானை. இடதுபக்கம் அடிக்கடி திரும்பிப் பார்த்துக்கொண்டும், தானாக உயரும் காலை இடதுபக்கம் நகர்த்திவிட்டு, பிறகு தயக்கத்துடன் பழைய இடத்திலேயே வைத்துக்கொள்வதுமாக அல்லாடியது. அவ்வப்போது தலையையும் தும்பிக்கையையும் ஆகாயத்தைப் பார்த்து உயர்த்தி, அடிவயிற்றிலிருந்து பிளிறியது.

நின்ற இடத்தை விட்டு நகராமல்தானே அரற்றுகிறது; பக்கத்தில் இருக்கும் மரங்களை செடிகளை துவம்சம் செய்யக் கிளம்பவில்லையே; கிட்டே போய்ப் பார்த்தால் தப்பில்லை என்று நரிக்குப் பட்டது. யானையும் பக்கத்தில் ஒரு ஜந்து வந்து நிற்பதைக் கவனிக்காமல், துக்கமே கண்ணாக நின்றிருந்தது. ஆமாம், யானையின் கண்ணிலிருந்து நீர் வழிகிறது. கிட்டே போய்,

என்னம்மா பிரச்சினை?

என்று பரிவாகக் கேட்டது நரி.

பதில் சொல்ல முடியாமல் தொண்டையை அடைக்கிறது யானைக்கு. இடதுபக்கத்தைத் திரும்பிப் பார்த்து விம்முகிறது. நரியும் இப்போது அந்த இடத்தை ஊன்றிக் கவனித்தது.

நாலைந்து கஜம் தள்ளி, சிறு உலக்கைப் பருமனுள்ள கறுப்புத் தடி தரையில் ஊன்றியிருந்தது. அதன் நுனியில் விரல்போல ஒரு துண்டு ஒட்டியிருக்கிறது. உலக்கையின் உயரம் சிறுகச் சிறுகக் குறைந்துவருகிற மாதிரி இருக்கிறது.

என் குழந்தை... என் குழந்தை...

என்ற வார்த்தையைத் தவிர வேறெதுவும் பேசமுடியவில்லை யானைக்கு.

மேற்கொண்டு சின்னச்சின்னக் கேள்விகளாகக் கேட்டு, விஷயத்தைத் தெரிந்துகொண்டது நரி. யானையும் அதன் குட்டியும் நடந்து வந்துகொண்டிருந்தார்களாம். திடீரென்று குட்டி துள்ளாட்டம் போட்டுக்கொண்டு விலகிப் போனது. தாயார் கண்டித்துக் கூப்பிடுவதற்குள்ளாக விபரீதம் நடந்துவிட்டது. சேறு நிரம்பிய புதைகுழிக்குள் வீழ்ந்துவிட்டது குட்டி. கனம் தாளாமல் வேகமாக அமிழ ஆரம்பித்தது. தாய் அருகில் போக முடியாமல் தவிக்கிறாள். ஒரு எட்டு எடுத்து வைத்தாலும் தரை நெகிழ்கிறது.

அவன் என் பார்வையிலிருந்து முழுக்க மறைந்தவுடன் நானும் இறங்கிவிடுவேன். என் குழந்தை இருக்கும் இடத்துக்குப் போய்ச் சேர்ந்துவிடுவேன்.

நரி கொஞ்சநேரம் சிந்தித்தது. அதாவது, சிந்திக்கிற மாதிரி முகத்தை வைத்துக்கொண்டு, பேசாமலிருந்தது. பிறகு சொன்னது:

அம்மா, உன் வேதனை நியாயமானது. குழந்தையைப் பறிகொடுத்த எந்தவொரு தாயும் இப்படித்தான் யோசிப்பாள். ஆனால், சாவதற்கு சேற்றுக்குழியில் இறங்குவதுதான் ஒரே மார்க்கமா? அதனால் வேறு யாருக்காவது பிரயோசனம் உண்டா? அப்புறம் உலகம் உன்னை சுயநலமி என்று தூற்றாதா?

யானைக்கு நரி என்ன சொல்லவருகிறது என்று புரியவில்லை. கூர்ந்து பார்த்தது. நரி தொடர்ந்தது:

மேலே, தரையில் இருந்தே இறப்பதற்கு வழி தேடலாம். குழந்தையுடன் போய்ச் சேர்ந்த மாதிரியும் ஆயிற்று. மற்றவர்களுக்கு உதவிய மாதிரியும் ஆயிற்று. வீணாய்ப் போகப்போகிற உடம்பை நாலு ஏழைகள் உண்டு பசியாறவும் ஆகும். அத்தனை ஆத்மாக்களின் ஆசிகளும் சேர்ந்து உன்னையும் உன் குழந்தையையும் நேரே சொர்க்கத்தில் கொண்டு சேர்க்கவும் வாய்ப்புண்டே?...

இப்போது யானை சிந்தித்தது. நிஜமாகவே சிந்தித்தது. யானை அளவுக்கு வெகுளியான காட்டுவிலங்கைப் பார்க்கவே முடியாது. நேர்மையும், சாந்தமும் ஒன்றாய்த் திரண்ட பிறவி. இல்லா விட்டால், அவ்வளவு பெரிய உருவம் சாகபட்சிணியாய் இருக்குமா?

நல்ல யோசனை நண்பா. உண்ணாவிரதம் இருந்து உயிரைவிட முடிவுசெய்துவிட்டேன். ஆனால், அதில் ஒரே ஒரு பிரச்சினைதான் இருக்கிறது. என் இதயத்தைப் புசிக்கிறவர்கள் கடுமையான கசப்பை ருசிப்பார்கள், பாவம்.

என்று கம்மிய குரலில் சொன்ன யானை, புதைகுழியைத் திரும்பிப் பார்த்தது. உலக்கை நின்ற தடயமேயில்லை. அடிவயிற்றிலிருந்து ஒரு தடவை ஓலமிட்டு விட்டு, மண்டியிட்டு அமர்ந்தது.

நரி, தன்னுடைய காட்டை நோக்கி ஓட ஆரம்பித்தது – உறவினர்களுக்குத் தகவல் சொல்ல.

அதெப்பிடி தம்பி, வகுத்துலெ சொமந்து பெத்தவளே ஒரு ஸெக்கிண்டிலெ தொங்கக் கிளம்பீட்டா. 'என்னாடா, கைப்புள்ளெ மாருதி காலெச் சுத்திக்கிட்டு ஒரு செம்மம் திரியிதே' ண்டு ஒரு தபா, ஒரே ஒரு தபா ரோசிச்சிருந்தாலும் கவுத்துலெ தொத்தியிருப்பாளா? எவ எவளெயோ பொண்டாட்டி ண்டு நெனச்சது வாஸ்தவந்தேன். அதுக்காண்டி, முன்னெப்பின்னெத் தெரியாத பொம்பளைய ஆத்தா ண்டு நெனச்சுக்கிற முடியுமா?

எதையோ நினைத்துக்கொண்டவர் மாதிரி, தாமாகச் சிரித்தார் சீதாபதி. சாலையில் கடகடத்து நகரும் பாரவண்டியைக் கொஞ் சநேரம் உற்றுப் பார்த்தார். பிறகு என்புறம் திரும்பி, வேகமாகச் சொன்னார்:

அது சரி, அந்தப் பொம்பளெ சாதகத்துலெ அப்பிடிப் போட்டுருந்துச்சு. ஏஞ் சாதகத்துலே சகடயோகம் ண்டுல்லெ இருக்கு. வயசு மட்டும் பெரிய பாரமா வந்து எறங்காட்டி இப்பிடி பூர்விக ஊருலே வந்து அமந்திருப்பமா? உப்புமில்லாமெ ஒரப்புமில்லாமெ இந்தக் களுதெ ஆக்கிப்போடுறதெத் தின்னுக்கிட்டு?...

மீண்டும் மௌனம். நாங்கள் அமர்ந்திருந்த மரத்தடிக்கு எதிர்ச்சாரியில் உள்ள பெட்டிக்கடை வானொலி கரகரக்கிறது. ஹிந்தியில் ஏதோ அறிவிப்பும், தொடர்ந்து நிலையத்தை வேகமாக மாற்றுவதும் கேட்கிறது. தடுமாறித் தடுமாறி ஒலிக்கும் குரல்கள் ஓய்ந்து, தெளிவான ஒலிபரப்பில் ஏதோ தமிழ்நிலையத்தில் வந்து நிலைக்கிறது.

எது விளம்பரம், எது அரட்டை, எது பாட்டு என்ற பேதம் கொஞ்சமும் தெரியாதபடி ஒலிபரப்புவதற்குப் பேர்போன நிலையம். துடுக்கான தொனியில், அசட்டு ஆங்கிலம் கலந்த படுமோசமான தமிழ் உச்சரிப்பில் விடலைத்தனமான ஆண்குரல் பேசி முடித்த மாத்திரத்தில் பாட்டு ஆரம்பிக்கிறது. எங்கள் இயக்குநரின் முந்தின படத்தில் இடம்பெற்ற க்ளப் டான்ஸ் பாட்டு. கிறங்கவைக்கும் கிசுகிசு குரலில் பெண்குரல் பாடுகிறது.

மனசு ஒரு கொரங்கு – நீ
உள்ளெ வந்து எறங்கு

என்று பல்லவி. இயக்குநரே எழுதிய பாடல்தான். திரைப்படத்தில் அவர் கைவைக்காத துறையே கிடையாது. ஒற்றை அர்த்தத்தில் ஒரு வரிகூட அவரால் யோசிக்கவும் முடியாது, பாவம் . . . என் சிந்தனையோட்டத்தை சீதாபதியின் குரல் அறுத்தது.

களுதெ என்னாமோ புருசம் பொஞ்சாதீண்டு நெனப்பு மனசுக்குள்றெ. மோந்து பாக்கவாவது எங்கிட்டே சீவன் இருக்கா, இல்லே நீதான் கொமரிப்புள்ளெயா. எந்நேரமும் கொணட்டிக்கிட்டே இருந்தா? நாலு இறுக்கு இறுக்கிப்பிட்டு, பளையபடி ஓடீருவமாண்டு இருக்கு.

தீவிரமாய் ஆரம்பித்த குரல் எதற்காகக் குழைந்தது, உதட்டோரம் குறும்பான சிரிப்பு ஏன் வந்து அமர்ந்தது, கூர்மையான பார்வை கொண்ட விழிகளில் லேசான மங்கல் படர்ந்தது எதனால் – எனக்கு ஒன்றுமே விளங்கவில்லை... ஆனால், நல்லவேளை, சீதாபதி விட்ட இடத்துக்குத் திரும்பிவிட்டார்...

கதையைக் கேட்டபிறகும் சீதாபதி சம்மதிக்கவில்லை என்பதில் கிழவிக்குப் பெரும் மனத்தாங்கல். அதை இவருக்குத் தெரிவிக்க வேண்டும் என்று விரும்பினாள் போல. இவரது கோரைப்பாயை ஒட்டிப் போட்டிருந்த சேலைத்துணியை வேகமாகச் சுவரோரம் நகர்த்தி இடைவெளி ஏற்படுத்தினாள். இரவுத் தேவைக்காகக் குடிநீர் நிரப்பிவந்த மண்சுராயை தலைமாட்டில் லொட்டென்று வைத்தாள். இன்னும் கொஞ்சம் ஓங்கி வைத்திருந்தால் அது நொறுங்கியிருக்கும். அவளுடைய கை வேகமாக அசைந்தபோது, முந்தானை விலகி, ரவிக்கையணியாத உடம்பில் சுருக்குப்பைபோல வற்றிப் பதிந்திருந்த இடது முலை ஆடியது.

சேலையைச் சரிசெய்துகொண்டு, படுத்த மாத்திரத்தில் சுவரை நோக்கித் திரும்பிக்கொண்டாள். சில நிமிடங்களில் சன்னமான குறட்டை கிளம்பியது. ஏறித் தாழும் ஒலிக்கேற்பப் பொக்கைவாய் திறந்து மூடும் ஒலியும் கேட்டது – சீசாவை மூடிய தக்கையை மூடி மூடித் திறப்பது மாதிரி.

பிசுக்கேறியிருந்த தலையணையின் எண்ணெய் மணத்துடன், அவள் சொன்ன கதையும் சீதாபதியின் மனத்தில் உருண்டு கொண்டே இருந்தது; தொடர்ச்சியாகக் கேள்விகளை உற்பத்தி செய்தபடி.

நடுக்காட்டில் நின்று யானை ஓலமிட்டது ஒரேயொரு நரிக்கு மட்டும்தான் கேட்டதா? மற்ற பிராணிகளெல்லாம் பட்டப் பகலில் தூங்கிக்கொண்டா இருந்தன? குறிப்பாக, பிற யானைகள் வந்து கூடியிருக்காது?

யானை குட்டியைத் தன் கால்களுக்கு இடையில் விட்டுக் கொண்டு நடக்கும் என்பார்களே, இப்போது மட்டும் தனியாக நடக்கவிட்டது ஏன்?

ஆனால், முழுக்க உண்மையென்றால் அது எப்படிக் கதை ஆகும். புளுகு சேராமல் கதையை சுவாரசியமாக்குவது எப்படி?

தவிர, சாப்பிட அடம் பிடிக்கும் குழந்தைக்கு யாரோ தாயார் சொன்ன கதை என்றுதானே சொன்னாள். சொன்னவரும் கேட்டவரும் குழம்பாத விஷயத்தில் நான்காம் மனிதனான நான் ஏன் குழம்பவேண்டும்?

குழந்தைக்கதையில் கொண்டுபோய் பெரியவர்களின் கேள்விகளைச் சொருகலாமா?

குழந்தை மனத்தில் இந்தக் கதை சுயநலத்தை விதைக்க வாய்ப்பு இருக்கிறதோ? இல்லாவிட்டாலும், மனித மனத்தின் சுயநலம் பிறர் விதைத்து வந்துசேர்கிற சமாசாரமா என்ன!

ஒட்டுக்கேட்ட கதைக்கு இத்தனை தர்க்க ஒட்டுக்கள் அவசியமா?

மேற்படிக் கேள்விகளெல்லாம் சீதாபதிக்குள் அப்போது எழுந்தவை. இப்போது, மீண்டும் நினைவுபடுத்திச் சொல்லும்போது, இத்தனை வருஷம் இல்லாத புதுத் தர்க்கம் ஒன்று தோன்றுகிறது. யானையும் நரியும் ஒரே பாஷையில் பேசலாம் என்றால், இந்தக் கதையில் வரும் எல்லாமே நடப்பதற்கும் நியாயம் உண்டு. இல்லையா!

ஆனாக்கெ, அந்தக் கிளவிக்கும் தெரியாது, எனக்கும் தெரியாது – நான் அந்த வீட்டுலெ தங்க விதிச்சது ஒண்ணரெ ராத்திரிதேன் ண்டு. என்னா, கேட்டுக்கிட்ருக்கியா?

ம்...

ஜமீன் குடும்பப் படுகொலை

மறுநாள் பகல் முழுவதும், இரையெடுத்த பாம்பு மாதிரி நெளிந்து புரண்டுகொண்டிருந்தான் சீதாபதி. முந்தின நாள்வரை இரந்தும் அரைவயிற்றுக்கும் சாப்பிட்டுவிட்டு, இன்று விருந்துபோலச் சாப்பிட்டால் வயிறு சம்மதிக்க வேண்டாமா? கிழவியின் கைப்பக்குவதையும் சும்மா சொல்லக்கூடாது. அலாதி. ருசியும் மணமும் போட்டிபோட்டன. வயிற்றைவிடவும் மனத்தை நிரப்பிய விஷயம் கிழவியின் பாசம். முந்தைய இரவில் சீதாபதி உறுதியாய் மறுத்ததை மறந்துவிட்டவள் மாதிரி, அதே பிரியத்துடன் பேசினாள். சாப்பாடு போட்டாள். முற்றியிருந்த வெயில் தணியத் தொடங்கிய வேளையில், ஊரைச் சுற்றிப்

பார்த்துவிட்டு வருகிறேன் என்று கிளம்பினான். கௌளி சத்தமிட்டது. கிழவி வேகமாகக் குடிசைக்குள் நுழைந்து ஒரு லோட்டா தண்ணீர் கொண்டுகொடுத்தாள். குடித்துவிட்டுக் கிளம்பினான்.

அடுத்த வீடு இரண்டு நாழிகைத் தொலைவில் இருந்தது. உண்மையில் அந்த இடத்திலிருந்துதான் ஊர் ஆரம்பிக்கிறது. கிராமத்துக்கும் நகரத்துக்கும் இடையில், லேசில் அடையாளம் சொல்ல முடியாத விதத்தில் இருந்த இரண்டுங்கெட்டான்.

தொலைவிலிருந்தபோது தெரியாத சில விஷயங்கள் கவனத்தில் பட்டன. உடைகளில் ரத்தச்சிவப்பு நிறம் பிரதானமாய் இருந்தாலும், எரிக்கும் மஞ்சள் நிறமும் பரவலாகத் தென்பட்டது. ஜனங்களின் நடையில் ஒருவிதமான மந்தம் தெரிந்தது. யார் முகத்திலும் மலர்ச்சியைக் காணோம். ஆனால், உழைக்கச் சலிக்காத ஜனங்கள் போல. பருமனான உருவம் ஒன்றைக்கூடக் காணவில்லை.

வெள்ளி ஆபரணங்கள் பூண்ட பெண்களுக்கு இணையாக ஆண்களும் கனத்த தோடுகள் அணிந்திருந்தனர். பார்வைக்கே பித்தளை என்று தெரிபவை. பல சுற்றுக்கள் ஓடிப் புடைத்த சிவப்பு உருமால் கட்டியிருந்தனர். தெருநாய்களும், எருமைமாடுகளும், மட்டக்குதிரைகள் மாதிரியே தெரிந்த கோவேறு கழுதைகளும் தவிர ஓரிரு ஒட்டகங்களும் தென்பட்டன. முற்றிய யானை சவுகரியமாகப் படுத்துப் புரளுமளவு அகலம் கொண்ட தட்டுவண்டியை இழுத்துப்போனது ஓர் ஒட்டகம்.

ஏகப்பட்ட சலனங்கள் இருந்தும் அசைவே இல்லாததுபோலக் கிடக்கிறதே இந்த ஊர் என்று வியப்பாய் இருந்தது. ஆனால், அது அதிக நேரம் நீடிக்கவில்லை. உலகத்தின் மறுகோடி வரை போகிற மாதிரி நீண்டிருந்த வீதியின் மறுமுனையில் சடாரென்று மேகப்படலமாகப் புழுதி எழுந்தது. ஓரிரு வினாடிகளில் தெளிவுபட்டுவிட்டது.

கடும் வேகத்தில் ஓடிவரும் ஒருவனை ஒரு கூட்டமே துரத்திவருகிறது. துரத்தப்படுபவனுக்குச் சற்றுப் பின்னால், குதிரையின் சேணத்தைப் பிடித்தபடி ஒருவன் ஓடி வருகிறான். அவனுக்கு இணையாக வருவதற்குக் குதிரையும் ஓடத்தான் வேண்டியிருக்கிறது. அடக் கிறுக்குப் பயலே, இப்படி மூச்சிரைக்க ஓடிவருவதற்கு, குதிரையின்மீது தொற்றிவிடலாமே. ஆனால், அதற்கு அவகாசமில்லாத விதத்தில் ஓட ஆரம்பித்திருக்க வேண்டும். ஒரு மின்னல் கணத்தில், சேணத்தைப் பிடித்திருந்தவன் குதிரைமீது தாவி ஏறுகிறான்.

அதற்கு முன்னால், தப்புவதற்காக ஓடிவருபவனையும் குதிரைமீது ஏற்றிக்கொள்ள விழைபவன் மாதிரி கைலாகு கொடுக்க வலதுகையை நீட்டுகிறான் குதிரைக்காரன். இவன் இரண்டுமுறை முயற்சி செய்து தடுமாறுகிறான். கூட்டம் உரத்துக் குரல் எழுப்புகிறது. இவனால் தொற்ற முடியவில்லை. மேலேயிருப்பவன் ஏதோ சொல்வதுபோலத் தலையைக் குனிந்துவிட்டு, குதிரையை முடுக்குகிறான். அவனுடைய குதிகால்கள் கொடுத்த சங்கேதத்தைக் குதிரை கச்சிதமாக வாங்கிவிட்டது. நாலு கால் பாய்ச்சல் எடுக்கிறது

இன்னமும் கூட்டம் எட்டும் தொலைவுக்கு அப்பால்தான் இவன் ஓடி வருகிறான். இவ்வளவு பேர் துரத்துகிறார்களே, அப்படி என்ன செய்தான், தன்னுடைய பங்கு என்ன – வேடிக்கை பார்ப்பது மட்டுமா, அல்லது ஏன் தடுக்கவில்லை என்று கூட்டத்தின் வன்மத்தைத் தாங்க வேண்டி வருமா என்றெல்லாம் பலவிதமான எண்ணங்கள் மின்னல் வேகத்தில் தோன்றி மறைந்துகொண்டிருக்க, மனத்துக்கு வெளியில் இயங்கிய மாதிரி சீதாபதியின் வலதுகால் அனிச்சையாக அவனுடைய காலைத் தட்டிவிட்டது.

குப்புற வீழ்ந்தான். புழுதி அப்பிய முகம் நிமிர்ந்தபோது, 'இப்படிச் செய்துவிட்டாயே' என்ற ஆதங்கமும், 'மாட்டியா விட்டாய்?' என்ற குரோதமும், உயிர் பயமும் ஒரே சமயத்தில் அவனுடைய விழிகளில் மினுங்கின.

கூட்டம் அவனை மொத்த ஆரம்பித்தது.[3]

---

3. இந்த இடத்தில் கதையை நிறுத்திவிட்டு, நாலைந்து வாக்கியங்கள் பேசினார் சீதாபதி. கதையின் ஓட்டம் கெடவேண்டாமே என்பதற்காக அடிக்குறிப்பாகக் கொடுக்கிறேன்:

   தம்பீ, தொரத்தி வந்தவிங்யளும் எனக்கு வேண்டியவிங்ய இல்லே. ஓடியாந்தவனும் வேண்டியவனில்லே. அப்பறம் என் காலு எதுக்காகத் தானாக் குறுக்க பாயணும்? அப்பண்டா, அந்த நேரத்துலே என் காலு என் ஓடம்போடெ அங்கமா இல்லாமெப் போச்சூ ண்டுதானெ அருத்தம்?. . . யாரு கண்டா, அப்ப நீண்டது கடவுளோடெ காலேதானோ என்னமோ.

   அதேன் ஒரு சாமியாரு சொன்னாரு, 'நீ என்னாத்தெ வேணும்ண்டாச் செய்யி செய்யாமெ இரு. மனுச மனசு இயற்கையாவே தரும நியாயத்தோடெ கச்சியிலேதான் இருக்கும். அதுக்கு வேற வளி தெரியாது.'

   சாமியாருக அப்பிடித்தேன் சொல்லுவாக. அப்பத்தானே சாமியாரா இருக்க முடியும்? நம்மளெ மாருதி சாமானிய ஆளுக்குக் கொளப்பமாயிருது: என்னாடா இது, கொல்லுறதும், கொல்லுறதுக்குத் தொணெபோறதும் தருமநியாயமா எப்பிடி ஆகும்?

   சரிவிடு, நாம என்னா தெரிஞ்சா காலெ நீட்டுனோம்?

சீதாபதி பெருமூச்சு விட்டார். இரவு முற்றிவிட்டதன் சான்றுபோல ஒற்றை ஆந்தைக் குரல் இருளைக் கூர்மையாகத் துளைக்கிறது. ஆற்றினுள் எதுவோ தொப்பென வீழும் ஒலி. நீரைக் கிழித்து எதிர்க்கரை நோக்கிப் போகும் ஓசை களகளவென எழுந்து பரவுகிறது.

...கிறுக்குப் பிடிச்ச நாய் எதுவும் குதிச்சிருக்கும் போல.

என்றார்.

...அவிங்ய அவனெ அடிக்க ஆரமிச்சப்பவே தெரிஞ்சுபோச்சு தம்பி. சும்மா நாலு தட்டுத் தட்டுறது இல்லே, அவனெக் கொண்டே போடணும் ண்ற முடிவுலேதான் சாத்துறாங்ய.

ம்.

ஆனா, இன்னைக்கிவரைக்கிம் தீராத ஆச்சிரியம் ஒண்ணு இருக்கு.

சொல்லுங்க.

ஊர்க்காரங்ய கூடி மொத்துனாங்யண்டா, அவிங்யளுக்குக் காரணம் தெரியிம். நா எதுக்கு உள்ளாறெ புகுந்தேன், எம் பங்குக்கு நாலு சாத்துச் சாத்துனேண்டு இப்பொ வரெ வெளங்கலே...

மீண்டும் பெருமூச்சு விட்டார்.

...ரோசிச்சுப் பாத்தா, இப்பிடி லூசுத்தனமா ஊர் சுத்திருக்கெனே, எதையுமே காரணம் தெரிஞ்சு செய்யலேண்டுதான் படுது. இம்புட்டூண்டு, ஒரு கடுகம்புட்டு, நெதானம் இருந்திருந்தாக்கூட என் வாள்க்கெ வேற மாதிரி நகந்துருக்குமோ ண்டு எத்தனையோ வாட்டி நெனச்சிப் பாத்துருக்கேன். ஆனா, அதெல்லாம் ரத்தக்கோளாறு தம்பி. இப்பொக்கூடப் பாரு, பளசெயெல்லாம் ஏன் ஒங்கிட்டெச் சொல்ல ஆரமிச்சேன், இத்தனெ நாளா விடாமெச் சொல்லிக்கிட்ருக்கனே, இதுக்கெல்லாம் கூடக் காரணம் தெரியத்தானே இல்லே!...

தாமாகச் சிரித்துக்கொண்டார். நான் மௌனமாக இருந்தேன்.

...நூறு பேரு கூடி வெளுத்தாக்கெ ஒரு ஆளு என்னா செய்வான், பாவம். மூஞ்சி மொகரெயெல்லாம் பாத்தா, நல்லா வசதியா உள்ள குடும்பத்திலே பொறந்து செல்லமா வளந்த களுதெ மாதிரி இருந்தான். நாலு அடி

விழுந்தவொடனே கடெவாயிலெ நத்தம் வளிஞ்சிருச்சு. அஞ்சே நிமுசந்தேன். பயபுள்ளெ உசிரெ விட்டுட்டான். காக்காக்கூட்டத்துக்கு அப்பத்தேன் தெரியவருது – இன்ன காரியம் பண்ணிப்புட்டோமே ண்டு. சிட்டாப் பறந்து கலஞ்சிருச்சு. ஒடம்புலே அங்கங்கே சதெ கிளிஞ்சு, வாய் மூக்கு காதுண்டு எல்லா ஓட்டெயிலெயும் ரத்தம் வளிஞ்சு பொடனி திருகி ஒரே பார்வையா ஒருக்களிச்ச மொகரெயும் குப்புறப் படுத்த ஒடம்புமாக் கிடந்தவனெ அனாதையாப் போட்டுப்புட்டு ஆளாளுக்கு ஓடீட்டாங்ய. நானும் கிளவி வீட்டப் பாத்துத் திரும்பீட்டேன் – ஊரு பாத்த லச்சணம் போதும்டா சாமீ ண்டு. எங்கூட நெணல் மாதிரி ஒருத்தென் கூடவே வெரசா நடந்துவந்தான். அவந்தேன் அடிபட்டுச் செத்தவனெப் பத்தி எடுத்துச் சொன்னான் ...

இறந்தவன், ஜமீந்தாரின் கடைக்குட்டி மகன். அதாவது, அவருடைய அதிகாரபூர்வ மனைவியின் ஐந்தாவது பிள்ளை. மற்ற நால்வரையும் போலவே அயோக்கியன். அந்த ஐந்துபேர் மட்டுமில்லாமல், ஜமீந்தாரின் வைப்பாட்டிகளுடைய மகன்களும் சேர்ந்து அடிக்கும் கொட்டம் ஜமீனில் உள்ள ஊர்களில் ரகசியமான கொந்தளிப்பை ஏற்படுத்தியிருந்தது. கிழ ஜமீந்தாரால் தன் நேரடி மற்றும் மறைமுக வாரிசுகளை எதுவுமே செய்ய முடியாமல் போனதற்கு அவருடைய முதுமை மட்டுமே காரண மல்ல, பால்யத்தில் அவர் போட்ட ஆட்டமும்தான்.

இந்தப் பையன் என்ன செய்தான் என்றால், வாசல் முற்றத்தைத் தூர்த்துக்கொண்டிருந்த பெண்ணை, அவளுடைய வீட்டுக்குள்ளேயே தூக்கிச் சென்று மானபங்கம் செய்துவிட்டான். இத்தனைக்கும் அவள் மூன்று குழந்தைகளுக்குத் தாய். நாலாவதை வயிற்றில் தரித்திருந்தாள். அவளுடைய அலறல் ஒலி ஊரெங்கும் பரவி, வயலில் வேலைபார்த்துக்கொண்டிருந்த ஜனங்களையும் எட்டியது. அறுவடைக் காலம் என்பதால், ஊர் முழுவதும் வயலில் கூடியிருந்தது வாகாகப் போய்விட்டது.

பேசிக்கொள்ளாத ஒற்றுமை திரண்டதில் அத்தனை பேரும் ஓடிவந்தார்கள். புருஷன்காரன் வீட்டுக்குள் போய்ப் பார்த்தால், கடுமையான உதிரப்போக்கு ஏற்பட்டு, உயிருக்குப் போராடிக் கொண்டிருந்தவள், புருஷன் வருவதற்காகக் காத்திருந்தவள் மாதிரி, பிராணனை விட்டாள். அவன் வெளியில் வந்து பெரும் ஓலமிட்டான். இன்னது நடக்கிறது என்றே புரியாத காட்சியைப் பார்த்து அரண்டிருந்த குழந்தைகளும் கூடவே குதித்துக் குதித்து அலறின.

வீட்டின் பின்பக்கம் – அங்கே எதற்காகப் போனானோ – போயிருந்த பழிகாரனும், அவனுடைய உதவியாளும் முன்பக்கம் வருவதற்குள் வாசலை நோக்கிப் பெருங்கூட்டம் ஓடிவந்து கொண்டிருந்தது. எதிர்த்து நின்று மிரட்டக்கூடியவன்தான் அவன். ஏன் ஓட ஆரம்பித்தான் என்று தெரியவில்லை. இவர்களுக்கும் புலம்புவதுதான் வழக்கம். எப்படித் துரத்த ஆரம்பித்தார்கள் என்று தெரியவில்லை. காரணமே தெரியாமல் துரத்தினார்கள் என்பதும், இவன் என்பதால்தான் தகவல் அறியாமலே கருத்தொற்றுமை உருவானது என்பதும் மட்டும் நிச்சயம்...

கொஞ்ச நாளாகவே ஆகாயத்தில் வால் நட்சத்திரம் ஒன்று தெரிகிறது பார்த்தாயா?[4]

அப்படியா?

ஆனால், உன்னை நினைத்தால் பெருமையாக இருக்கிறது அப்பனே? நீ மட்டும் இல்லையென்றால் அந்தப் பயல் இப்படி வசமாகச் சிக்கியிருக்க மாட்டான். அது சரி, உன்னை நான் இதுவரை பார்த்த நினைவே இல்லையே? வெளியூர்க்காரனா?

ஆமாம்.

நல்ல காரியம் செய்தாய். இந்த ஜமீனே உனக்குக் கடமைப் பட்டிருக்கிறது. இனி அந்தப் பயல்களுக்கு முன்பை மாதிரி அட்டூழியம் செய்யத் துணிச்சல் வராது. சரி, யார் வீட்டுக்கு வந்திருக்கிறாய்?

ஆனால், அவனுடைய ஆரூடம் பிசகிவிட்டது. இரவு கனத்து முற்றியபோது, குதிரைகளின் கனைப்பொலியும், செம்மண் பாதையில் துருத்தி நீட்டியிருந்த கற்களில் அவற்றின் குளம்போசையும் குடிசையைத் தாண்டிப் போயின. கொஞ் சநேரத்தில், கனவுக்குள் கேட்பது மாதிரி, தொலைவில் விசித்திர மான ஓலங்கள் கேட்டன. இருந்த ஒரே பாயை சீதாபதிக்குக்

4. சீதாபதிக் கிழவர் சொன்னபோது, 1940களில் வால் நட்சத்திரம் ஏதாவது இந்திய வானத்தில் துலக்கமாகத் தென்பட்டதா என்று விவரம் தேடிப் பார்க்க வேண்டும் என்று நினைத்துக்கொண்டேன். அப்புறம் வழக்கம்போல மறந்து போயிற்று. இப்போது இந்தப் பகுதியைப் பெயர்த்து எழுதும்போது நினைவு வருகிறது. தேடுவதும் சுலபமாகிவிட்ட காலகட்டம் இது – வீடுகளில் தண்ணீர்ப்பானைக்கு நிகராகக் கணிப்பொறிகள் மண்டிவிட்ட நாட்கள். ஆனால், இதுபோல சான்றாதாரங்கள் தேடிச் சேர்ப்பது அவசியமில்லை என்ற மனநிலைக்கு இயல்பாகவே வந்திருக்கிறேன் என்பதால் விட்டுவிட்டேன்.

கொடுத்துவிட்டு, கந்தல் துணியை விரித்துப் படுத்திருந்த கிழவி எழுந்து உட்கார்ந்தாள்.

அறிகுறிகள் சரியாக இல்லையே மகனே.

என்ற அவளுடைய வாக்கியத்தின் எதிரொலி மாதிரிக் குடிசை வாசலில் ஆளரவம் கேட்டது. எழ முயன்ற சீதாபதியின் முன்னங் கையைப் பற்றி அழுத்திவிட்டு, தான் எழுந்து வாசலில் போனாள்.

சீதாபதி தன்னுடைய கவனம் முழுவதையும் செவிகளில் குவித்தான். வாசலில் கிழவி யாருடனோ பேசுகிறாள். வந்திருப்பது ஆண்பிள்ளை போலிருக்கிறது. குரல் பரபரப்பாக இருக்கிறது – இரண்டாவது வாக்கியத்திலேயே அடையாளம் தெரிந்துவிட்டது.

ஜமீன் கொலை முடிந்து திரும்பும் வழியில் உடன் வந்தவன்.

தொலைவில் கேட்ட ஓலங்கள் இப்போது வலுத்துவிட்டன. வந்தவன் வேகமாகச் சொன்னது இதுதான்:

ஜமீன் வீரர்கள் படைதிரண்டு வந்திருக்கிறார்கள். ஆண்களைக் கட்டிப்போட்டுவிட்டு, அவர்கள் கண்முன்னாலேயே ஒரு பெண் விடாமல் பலாத்காரம் செய்கிறார்கள். இன்னொரு பட்டாளம், துரத்தி வந்தவர்களை அடையாளம் பார்த்துக் கொல்லப் புறப்பட்டிருக்கிறது. உன்னுடைய விருந்தாளியையும் தேடி வருவார்கள். ஊர்க்காரனே எவனாவது காட்டிக் கொடுப்பான். நான் தப்பித்து ஓடும் வழியில் இவனையும் எச்சரிப்பதற்காக நின்றேன். உடனே அவனை எழுந்து ஓடச் சொல்லு . . .

அவன் சொல்லி முடித்தபோது வீட்டின் வாசலை நெருங்கி வந்திருக்க வேண்டும். வியர்வை வீச்சம் அலை மாதிரி வீட்டுக்குள் புகுந்தது.

3

புறவாசலில் இருந்த கப்பிக் கிணற்றைத் தாண்டி வேகமெடுக்கும்போது, ஒருமுறை திரும்பிப் பார்க்கத் தோன்றியது. இவன் போவதையே பார்த்துக்கொண்டு கிழவி தனியாக நின்றிருந்தாள். இவள் மகனாகப் பிறந்திருக்கலாமோ என்று ஒரு நொடி தோன்றியது. அப்புறம் இவளும் ஒருவேளை தூக்கில் தொங்கியிருப்பாளோ என்னவோ என்று உடனே பதில் ஊறியது. ஆமாம், தன்னுடையது தாயைத் தின்னும் ஜாதகமோ என்னவோ. கால்கள் இன்னும் வேகமெடுத்தன.

சுழன்றுயரும் மலைப்பாதையில் ஓடுவது அவ்வளவு சுலபமாயில்லை. வைகறையின் ரேகைகள் மலையின்மீது மெல்லப் படிய ஆரம்பிக்கின்றன. அடர் கறுப்பு நிறம் சிறுகச் சிறுகப் பச்சையாகி வருகிறது. அப்புறம் அடர் பச்சை வெளிறி பசுமையின் வெவ்வேறு சாயல்களாக மாறிக்கொண்டே போகிறது. விரல்களால் தொட்டுவிடலாம் என்கிறமாதிரி சாம்பல் நிறம் எங்கெங்கும் பூத்தபோது, மரக்கூட்டத்தின் அடர்த்திக்குள் நுழைந்திருந்தான் சீதாபதி.

இனி ஓட வேண்டியதில்லை என்று பட்டது. நிதானமாக நடக்கத் தொடங்கினான். தோளில் தொங்கும் சிறு மூட்டை மட்டும் இல்லாதிருந்தால், நடப்பது இன்னும் சுலபமாக இருக்குமோ என்று தோன்றியது. ஆனால், அதை விட்டெறிய முடியாது. இருக்கிற இரண்டு மூன்று சட்டை துணிமணிகள் அதற்குள்தான் இருக்கின்றன. தவிர, தையல் இலையில் கிழவி பிரியமாகச் சுருட்டிக் கொடுத்த வறட்டு ரொட்டிகள் ஏழெட்டும் இருக்கின்றன. முந்தின இரவு தின்றது போக மீந்தவை. அம்மாவின் நினைவு வந்தது. அவள் சொல்லும் பழமொழியும்தான் – 'மேயப்போகுற மாட்டுக்குக் கொம்பிலெ பில்லுக்கட்டாக்கும்?' என்பாள்.

பகல் முற்றியபோது, நிழல்போலக் காட்டுக்குள் பரவியிருந்த மெல்லிருட்டும் வெளிறியது. சீதாபதிக்குள் திடீரென்று ஏதோ குறுகுறுப்புத் தட்டியது. மரத்தடியில் பம்பைத் தலையன் ஒருவன் உட்கார்ந்திருந்தான். இவன் பார்த்த அதே கணத்தில் அவனும் இவனைப் பார்த்துவிட்டான். மடியில் இருந்த மூட்டையை அவசரமாகப் பின்னால் தள்ளிக்கொண்டான். பக்கவாட்டில் குவித்துவைத்திருந்த கற்களை எடுத்து இவனைப் பார்த்து எறிய ஆரம்பித்தான். முஷ்டிப் பருமனுள்ள கற்கள். உடம்பில் பட்டால் நிச்சயம் எலும்பைப் பெயர்த்துவிடும்.

கற்களுக்கு நெளிந்து விலகியவாறு, சீதாபதி கைகள் இரண்டையும் கூப்பி உயர்த்தினான். தோளிலிருந்த மூட்டையைத் தொப்பென்று கீழே போட்டான். எதிரியின் கண்களைவிட்டுப் பார்வையை விலக்காமல் நின்றான். அவனும் சில நொடிகள் தீர்க்கமாகப் பார்த்துவிட்டு, ஓங்கிய கையிலிருந்த கல்லைக் கீழே போட்டான். இவன் நிதானமாக முன்னேறி நடந்து அவன் அருகில் சென்றான்.

உட்கார்ந்தான். இருளில் ஓடத் தொடங்கியபோது உடம்புக்குள் முறுக்கேறியிருந்த அச்சம் எதிர்ப்புறம் கறங்கி விலகுகிறது. தலை கிறுகிறுக்கிற மாதிரியும், வியர்வை மிகமிக அதிகமாகத்

துளிர்க்கிற மாதிரியும் இருந்தது. மரத்தண்டில் முதுகைச் சாய்த்து, கால்களை நீட்டினான்.

ஒருவரையொருவர் பார்ப்பதும், பார்வையை விலக்கிக் கொள்வதுமாக இருந்தார்கள். கடைசியில் அவன்தான் மௌனத்தை உடைத்தான்.

நீ யார்? எதற்காக இவ்வளவு உயரம் ஏறி வந்திருக்கிறாய்?...

சீதாபதி விரிவாகச் சொன்னான்.

. . . ஓஹோ, கொலை செய்துவிட்டு வந்திருக்கிறாயா! உன் பதட்டம் நியாயம்தான்.

என்று இளித்தான். ஓங்கி அறையவேண்டும் என்று சீதாபதியின் மனம் துடித்தது. சிரமப்பட்டு அடக்கிக்கொண்டான். 'எந்த ஊர்' என்று அவன் கேட்டதற்கு, இவன் 'தெரியவில்லை' என்று சொன்னான். தான் புறப்பட்டு வந்த திக்கைத் தோராயமாகக் கைகாட்ட மட்டுமே முடிந்தது. அவன் தன்னுடைய ஊர் என்று இவன் வந்த திசைக்கு எதிர்ப்பக்கம் காட்டினான். 'மலையின் மறுபக்கம்' என்றான்.

கிழவி கொடுத்த ரொட்டிகளில் ஆளுக்கிரண்டாக எடுத்துக்கொண்டார்கள். சிறு அலுமினிய டப்பியில் ஊறுகாய் கொடுத்துவிட்டிருந்தாள். புதிய நண்பன் சுட்டுவிரலால் விழுதை வழித்து நாக்கில் தீற்றிக்கொண்டான். பெரிதாக ஒலியெழும்புகிற மாதிரி நொட்டை விட்டது நாக்கு. வீட்டுச் சாப்பாட்டுக்கு ஏங்கிக் கிடந்திருக்க வேண்டும்.

நம்பிக்கை ஸ்திரப்பட்ட பிறகு, அவன் தன் கதையைச் சொன்னான். சிறிய கதைதான். தானும் ஒரு ஜமீன் மாளிகையில் குதிரைக்காரனாக இருந்தவன்தான். விசுவாசமான வேலையாள். இளவரசியின் கள்ளக்காதலனுக்குத் தூது போகிறவன் இவன்தான் என்றால் பார்த்துக்கொள்ளலாம். அவள் சன்மானமாக ஒரு மோதிரம் கொடுத்திருந்தாள். 'நம்மை மாதிரிப் பராரிகளுக்கு மோதிரம் ஒரு கேடா? சொல்லு.' என்று துக்கமாகச் சொன்னான்.

பணமுடை என்று அதை அடகு வைக்கப் போனபோது கடைக்காரன் சந்தேகப்பட்டான். முந்தின இரவில் ஜமீன் மாளிகையின் கருவூலத்திலிருந்து திருட்டுப் போயிருக்கிறது என்று இவனுக்கு ஆரூடமா தெரியும்?

கணக்குப்பிள்ளை மேஜைக்குப் பின்னால் சம்மணமிட்டு அமர்ந்திருந்தவன் எழுந்து முன்வந்து இவனைப் பிடிக்க முயல்வதற்குள் இவன் தெருவிறங்கிச் சிட்டாகப் பறந்துவிட்டான்.

சிக்கினால் உரித்து உப்பைத் தடவிவிடுவார்கள் ஜமீன் ஆட்கள். என்ன, அவசரத்தில், மேஜையில் கிடந்த மோதிரத்தையும் எடுக்காமல் ஓடிவர வேண்டியதாகிவிட்டது.

> இங்கே பக்கத்தில் ஒரு காட்டாறு இருக்கிறது. இப்போது நீர்வரத்து நன்றாகவே இருக்கிறது. வா, முங்கி ஒரு குளியல் போட்டால் ஓடிவந்த அலுப்பெல்லாம் ஓடியே போய்விடும்.

என்று அழைத்துப்போனான்.

நடையின் சுவாரசியத்தில் இவன் இடவலம் மாறும் போதெல்லாம், அவன் தோள்மூட்டையை அவசரமாக இடம் மாற்றிக்கொள்வது விசித்திரமாக இருந்தது. மூட்டையிலிருந்தும், அவனிடமிருந்துமே கூட, குதிரைக் கவிச்சி அடிக்கிற மாதிரி இருந்தது – அது தனது பிரமையாகக்கூட இருக்கலாம் என்று பட்டது சீதாபதிக்கு.

நீர் பனிக்கட்டி மாதிரிக் குளிர்ந்திருந்தது. கணுக்காலளவு இறங்கிய மாத்திரத்தில், நொந்திருந்த பாதங்கள் வலியை மறந்துவிட்ட மாதிரி, ஆனால் உணர்வே இல்லாது மரத்துவிட்ட மாதிரி இருந்தது. ஆனாலும் 'வா வா' என்று அழைத்தது குளுமை.

ஆனால், மற்றவன் நீரில் இறங்கவில்லை. சீதாபதியின் பார்வை பட்டுவிடாதபடி தன் பொதிமூட்டையைத் திறந்து ஒரு குவளையை எடுத்து மொண்டு குளித்தான். இவனுடைய பார்வையைப் புரிந்துகொண்ட மாதிரி,

> எனக்கு நீச்சல் தெரியாது அய்யா. ஓடும் தண்ணீரைப் பார்த்தால் அவ்வளவு பயம்.

என்று தானாகச் சொன்னான். தனக்கு நீச்சல் நன்கு தெரியும் என்றாலும், சரிவான பாதையில் இறங்குகிற, அசாத்தியமான இழுவை கொண்ட, பரிச்சயமற்ற ஆற்றிடம் கவனமாயிருக்கவேண்டும் என்று தனக்குத்தானே சொல்லிக்கொண்டான் சீதாபதி. உள்ளங் கால்களில் உருண்டையான, நெல்லிக்காய்ப் பருமனுள்ள கூழாங் கற்கள் நிரடின. இடுப்பளவு தண்ணீரில் கால் புரளாமல் சும்மா நிற்பதற்கே பிரயாசைப்பட வேண்டியிருந்தது ...

இரவு இறங்கியது. மீந்திருந்த ரொட்டிகளைத் தின்று தீர்த்தார்கள். காலியான ஊறுகாய் டப்பியைத் தூர எறிந்தான் சீதாபதி. இயற்கை ஒலிகள் நிரம்பியிருந்த காட்டின் நிசப்தத்தில், உலோகம் கல்லில் மோதி உருளும் ஓசை அசந்தர்ப்பமாய் ஒலித்தது.

செடிகொடிகளை இணைத்துக்கட்டி, மெத்தென்ற படுக்கைகள் இரண்டு தயாரித்தான் மற்றவன். தொடர்ந்து ஏதோ பேசிக்கொண்டும் இருந்தான். தன்னுடைய காதுகள் வலிவை இழந்துவிட்ட மாதிரிப் பட்டது சீதாபதிக்கு. அவன் பேசிக் கொண்டே தொலைவுக்கு நகர்கிறான். குரல் மங்கிக்கொண்டே போகிறது. நிசப்தம் போர்வைபோலப் போர்த்தி மூடுவதை இதமாக சீதாபதி உணர்ந்தபோது, அயர்ந்திருந்த உடம்பை ஆதரவாய் வருடி அமிழ்த்தியது உறக்கம்.

பொழுது விடிந்தபோது, மற்றவன் தன்னுடைய கணுக்காலை ஆராய்ந்துகொண்டிருந்தான். தலையைத் தலையை ஆட்டிக் கொண்டான். இவன் கேட்காமலே, சொன்னான்:

> தூங்கும்போது ஏதோ சனியன் தீண்டிவிட்டுப் போயிருக்கிறது போல. நான் வழக்கமாக மரக்கிளையில்தான் தூங்குவேன். புதியவன் வந்திருக்கிறாயே, தனியாக ஏன் விடுவது என்று தரையில் படுத்தேன்... உன்னிடம் பேசிக்கொண்டே இருந்த சுவாரசியத்தில், பச்சிலைச் சாற்றைத் தடவிக்கொள்ள மறந்துவிட்டேன்...

அருகில் சென்று பார்த்தான் சீதாபதி. கணுக்காலில் சிறு ரத்தப் புள்ளி மாதிரிக் கடித்தடம் தெரிந்தது. கணுக்கால் முதல் முழங்கால்வரை ஆடுசதையில் மெல்லிய தடிப்பு படர்ந்திருந்தது—அடைபோல.

காற்றின் பச்சை வாசனை இதமாக இருந்தது. பேசாமல் அமர்ந்திருந்தார்கள். மீண்டும் ஒருதடவை அந்தக் காட்டாற்றில் இறங்கி நிற்கவேண்டும்போலிருந்தது சீதாபதிக்கு. மற்றவன் வரவில்லையென்றுவிட்டான். மலையில் வந்து ஒளிந்த இந்தப் பத்து நாட்களில் மூன்றுமுறைகள்தான் குளித்தானாம் அவன். நேற்று இவனுடன் வந்தது மூன்றாவது தடவை. திரும்பி வரும்போது, இரண்டு கை நிறையக் கொய்யாப் பழங்கள் பறித்துவந்தான் சீதாபதி.

மற்றவன் சோர்ந்து படுத்திருந்தான். தடித்திருந்த இடம் முழுக்க, லேசாகப் பொரிந்திருந்தது. வியர்க்குரு போலத் தெரிந்த புள்ளிகள் மதியத்துக்குள் மாதுளை முத்து பருமனுக்குப் பெருத்தன. முழங்காலுக்குக் கீழே தோல் சற்றே புடைத்து, கனிந்த பழம் போலச் சிவந்திருந்தது.

அவனானால், எதுவுமே நடக்காத மாதிரி, ஓயாமல் பேசிக்கொண்டிருந்தான். குதிரைகள் பற்றி, மனைவி மக்கள் பற்றி, அவர்களைத் தான் விரும்பிய விதத்தில் வசதியாக வைத்துக்கொள்ள முடியாத பாவியாகிவிட்டது பற்றி, இனி

அவர்களை வாழ்நாளில் பார்க்கமுடியுமா என்று அடிமனம் ஏங்குவது பற்றி, அநாதரவாக விட்டுவிட்டு வந்துவிட்டோமே குஞ்சுகுளுவான்களை வைத்துக்கொண்டு அந்தப் பாவிமகள் சாப்பாட்டுக்கு எப்படி அலையப் போகிறாளோ என்பது பற்றி, நிரபராதியாய் இருந்தும் அச்சம் மீறி ஓடிவந்தது பற்றி, ஓடும் முடிவை மூளை எடுக்கவில்லை, உடம்பில் எந்நேரமும் ஊறியிருக்கும் உயிர்பயம் தானாக எடுத்துக்கொண்டது; அந்த வேளையில் உயிர்தப்புவதைத் தவிர, வேறு சிந்தனைகளே இல்லை, மனைவி குழந்தைகளின் நினைவு ஒரு நொடி வந்திருந்தாலும் போதும், செத்தாலும் பரவாயில்லை என்று அதே இடத்தில் நின்றிருப்பான், ஜமீன்தாரிடம் தான் நிரபராதி என்று மன்றாடியிருப்பான், தலையெழுத்தின் ஒரு சொல்லில் அண்டபேரண்டமும் உருமாறி வேறு இடமாகிவிடுகிறது பார்த்தாயா என்றெல்லாம் நிறுத்தாமல் பேசிக்கொண்டிருந்தான்.

அழுகும் காலின் வலி பொறுக்க முடியாமல்தான் இவ்வளவு பேசுகிறான் போல என்று சீதாபதி பொறுமையாகக் கேட்டுக் கொண்டிருந்தான். அவனுடைய குரல் கம்மிக்கொண்டே வந்தது. இரவு இறங்கியபோது அமைதியாகிவிட்டான்.

முந்திய நாள்போல அவ்வளவு ஆழ்ந்த உறக்கம் இல்லை. விதவிதமான கனவுகளுக்குள் சஞ்சரித்துக் கொண்டிருந்தான் சீதாபதி. எந்தக் கனவாய் இருந்தாலும், கிழவி அதில் புகுந்து,

நான் சொன்னேனா, இல்லையா?

என்று கேட்டாள். அவளுடைய காதுச் சவ்வில் தோடுகள் மாதிரி கருந்தேள்கள் ஒட்டியிருந்தன. வரும்போதெல்லாம், பாயத் தயாராய் இருக்கிறவள் மாதிரி, காலை அகட்டி நின்றாள்.

கடைசியாக வந்த கனவில் பகல்போல வெளிச்சம் மண்டி யிருந்தது. கிழவி வராத ஒரே கனவு. நனவில் தான் படுத்திருந்த மரத்தடிக்கு, முதல் தடவையாக வருகிறான் சீதாபதி. திடீரென்று தோளில் ஈரமாக எதுவோ விழுந்த உணர்வு. நிமிந்து பார்க்கிறான். இவன் மீது காறித் துப்பியவன் இரண்டுகையையும் கூப்பி மன்னிப்புக் கேட்கிறான்.

இறங்கி வருகிறான். எவ்வளவு முயன்றும் அவனுடைய முகம் தெரிய மாட்டேனென்கிறது. இத்தனைக்கும் நல்ல வெளிச்சம். அவனும் முகமூடி எதுவும் தரிக்கவில்லை. ஆனாலும், முதுகு மாதிரித் தட்டையாக இருக்கிறதே முகம் என்று வியந்தவாறே அவன் சொல்வதைக் கேட்டுக்கொண்டு நிற்கிறான் சீதாபதி. அவன் சொல்வது, நனவில்போலத் தெளிவாய்க் கேட்கிறது.

அய்யா, சமஸ்தானத்தில் கன்னம் வைத்துவிட்டேன். நல்ல தேட்டை. ஏழு தலைமுறைக்கு உட்கார்ந்து சாப்பிடலாம். அவர்களுக்கு இருக்கும் சம்பத்துக்கு, இந்த நகைகள் குறைந்ததே தெரியாது. ஆனால், விற்கப் போனால் கண்டுபிடித்துவிடுவார்கள். இனி ஏழெட்டு வருஷங்களுக்குக் காட்டுவாழ்க்கைதான். எல்லாரும் எல்லாவற்றையும் மறப்பதற்காகக் காத்திருக்கவேண்டும்.

உருக்கிவிடவேண்டியதுதானே.

என்று சீதாபதி கேட்கிறான்.

நகைகளைப் பார்த்தால் இப்படிக் கேட்கமாட்டாய் அப்பனே. உருக்கினால் தங்கத்தின் விலைதான் கிடைக்கும். வெள்ளைக்காரத் துரைசாணிகளிடம் விற்றால், கொட்டிக் கொடுப்பார்கள். தெரியுமா!

என்றவாறே, தோள்மூட்டையைத் திறந்து காட்டுகிறான் திருடன். அவன் சொன்னது வாஸ்தவம்தான் என்று தோன்றுகிறது. ஆபரணங்களின் வேலைப்பாடு அப்படி.

கனவில் தனது ஞாபகங்கள் தெளிவாக இருந்ததும், திண்ணைப்பள்ளிக்கூட வாத்தியார் சொன்ன நீதிக்கதையில், இதே மாதிரி பெண்டாட்டியின் ஒரேயொரு சிலம்பை பொற்கொல்லர் தெருவில் விற்கப்போய், அது திருட்டுநகை என்ற சந்தேகம் எழுந்து, விற்க வந்தவனை சிரச்சேதம் செய்து, அவன் பெண்டாட்டி விட்ட சாபத்தால் ஊரே எரிந்தது, காட்டிக் கொடுத்த பொற்கொல்லன் உள்ளிட்டு ஏகப்பட்ட உயிர்கள் பலியானது எல்லாம் நினைவு வந்ததும் இன்றுவரை சீதாபதிக்கு ஆச்சரியம் தரும் விஷயங்கள். அதைவிட ஆச்சரியமான சம்பவம் மறுநாள் நடந்துவிட்டது.

விடிந்தபோது, மற்றவன் இறந்துபோயிருந்தான். அவனைச் சுற்றிலும், அவன் மீதும் எறும்புச்சாரிகள் திரிய ஆரம்பித்திருந்தன. நாசித்துவாரத்துக்குள் ஒரு வரிசை நுழைந்திருந்தது. செவிமடல்களில் வெளிவந்தது அதே வரிசைதானா என்று தெரியவில்லை.

அவன் தலைக்கடக்கமாக வைத்திருந்த மூட்டை தலையை விட்டு விலகிக் கிடந்தது. சற்றுத் தள்ளிக் கிடந்த கனத்த சுள்ளியை எடுத்து, மூட்டையின் முடிச்சை அகட்டித் திறந்தான் சீதாபதி.

மூட்டெக்குள்ளாற என்னா இருந்துச்சு ண்றது பெரிய கம்பசூஸ்திரமில்லே தம்பி. யாருமே ஊகிச்சிறலாம்.

ஆனாக்கெ, அதுலெ இருந்த நகைக அம்புட்டும் என் கனவுலே வந்த அதே உருப்படிகதேன்ண்றது ஆச்சிரியமில்லையா!

ஆமா.

கனவுலெ நாம் பாத்த அதே பெரகாரம் கலைஞ்சு கிடந்துச்சுக. ஆனாக்கெ, இப்ப, இத்தனெ வருசம் களிச்சு ஒண்ணு தோணுது. என்னாண்டா...

நான் குறுக்கிடாமல் அவர் முகத்தையே பார்த்தேன். தியானம் மாதிரி ஒரு அமைதி படிந்தது அதில்.

நெசம்மாவே அதுகல்லாம் அப்பிடி இருந்துச்சா, இல்லே நான் நெசத்துல பாத்ததெத்தான் கனவுலெயும் பாத்தேண்டு நானா நெனச்சிக்கிட்டெனா? இதெயெல்லாம் யாருகிட்டப் போயி வெவரம் கேட்டு உறுதிப்படுத்திக்கிர்றது சொல்லு.

நியாயந்தான்.

அதெவுட மனசெ அரிக்கிறது இன்னோரு ஆச்சிரியந்தேன் தம்பி...

சிறு இடைவெளி விட்டார். ஒரு நீண்ட பெருமூச்சு வெளியேறித் தீரும்வரை காத்திருந்து கேட்டேன்:

அது என்னா?

ஒரு நிமுசம் நகெ மாருதித் தெரிஞ்சது, மறுநிமுசம் பாம்பு, பூரான், தேளு, நட்டுவாக்காலி கணக்கா நெளியிது. பொன்னு நெறம் போயி, அதுக அசல் நெறத்துலெ நெளியிதுக. அரண்டு போனேன் நானு.

அப்பறம் என்னா செஞ்சீங்க?

அங்கிணெயே அம்புட்டையும் விட்டுப்போட்டு விறுவிறுண்டு நடக்க ஆரமிச்சிட்டேன். பத்து எட்டு போனவிட்டு, திரும்பிப் பாத்தேன். ஒறங்குற மாருதிக் கெடந்தான் அந்த ஆளு. என்னெவுடப் பத்துப் பதினஞ்சு வயசு சாஸ்தி இருக்கும். அம்புட்டுத்தேன். அட, கூதரெப் பயலே, இப்பிடி அனாதெப் பொணமாக் கெடக்குறதுக்குத்தானா இந்தப் பாடு? ண்டு தோணுச்சு... நானும் எம்புட்டோ தபா பாத்துட்டேன் தம்பி, பெருசாக் கோடிச்சு என்னத்தையாவது செய்யப் பாக்குறம் – அது பொசுக்குண்டு போயிருது. அருவமில்லாமெ என்னமாவது நடந்துதொலைக்கிது – ஆயுசு முளுக்கக் கூடவே இருந்துருது. என்னா சொல்றே?

சரிதான்.

இப்பப் போனாக்கூட, அந்தக் காட்டுலெ அதே எடத்துலெ பொதையல் கெடக்கலாம். மனுசக் காலு தீண்டாத காடு. எடமும் எளவும் யாருக்கு யாவுகமிருக்கு... அது சரி, மையா இருட்டீச்சே. மீதிக் கதயெ நாளைக்கி வச்சிக்கிருவமா?

என்னுடைய கைபேசியை எடுத்து நேரம் பார்த்தேன். பதினொன்றரை.

ஒங்களுக்குக் கஷ்டமில்லேன்னா, இன்னும் ஒண்ணு ஒண்ணரைமணி நேரம் பேசிக்கிட்டிருக்கலாமே.

எனக்கென்னா வந்துச்சு. கிளட்டுக் களுதைக்கி. அசந்து தூங்குறதே ஒண்ணு ஒண்ணரெ மணி நேரந்தேன். அதுக்கு முன்னயும் பின்னயும் ஏளுதடவெ எந்திரிச்சு மோளணும். கொஞ்சம் கண்ணசந்தா, இந்தா ண்டு முளிப்பு வந்துருது. மோட்டுவளையைப் பாத்துக்கிட்டுப் படுத்துக் கெடப்பேன் ... அங்கிணெ போயி முளிச்சிக்கிட்டுக் கெடக்குறதுக்கு, ஒங்கூட இருந்தாப் பொளுதாவது வெரசாப் போகும்... சொல்லியே முடிச்சிர்றன்.

சிரித்தார்.

4

உச்சிமலை மர்மங்கள்

நகைமூட்டை கிடக்கும் இடத்திலிருந்து பத்துநிமிஷ நடைத் தொலைவில் இருந்தது ஆறு. அதை நோக்கிப் போனேன். சரிவைப் பார்த்துப் பெரும் மோகத்துடன் நுரைத்துப் பாய்ந்தது நீர். அவசரமாக உள்ளே இறங்கினேன். இரண்டு நாள் நண்பனுக்கு முழுக்குப் போட்டேன். முந்தின நாளைவிட இழுவை கடுமையாக இருந்தது. கால் பிறழாமல் நிற்பது இன்னும் சிரமமாக இருந்தது. குனிந்து உள்ளங்கை நிறையச் சேந்தினேன். தாமிரப் பாத்திரத்தில் சேமித்துவைத்த தண்ணீர் மாதிரி ருசித்தது.

இப்போதுதான் சாவகாசமாகப் பார்க்கக் கிடைத்தது – அது காட்டாறு இல்லை. ஏதோ ஒரு பெருநதியில் இணைவதற்காகப் போகிற கால்வாய். ஓடும் சீரைப் பார்த்தால், வருடம் முழுக்க சளைக்காமல் ஓடும் என்று பட்டது. கரைகள் இரண்டிலும் ஓங்கி வளர்ந்த மரங்களையும், கரையோடு மண்டிய புதர்களின் அடர்த்தி மற்றும் பசுமையையும் பார்த்தால், நதியேதான் அது. கொஞ்சம் ஒடுக்கமானது. சமவெளிக்குப் போன பிறகு மிக மிக அகலமாகிவிடும் வாய்ப்பிருக்கிறது. அதற்கு ஏதாவது பெயர்

வைத்திருப்பார்கள். மலைக் காட்டுக்குள், மனிதத் தடமே இல்லாத ஏகாந்தத்துக்குள், தன் போக்கில் பாய்கிறது –. பெயர் சுமக்க வேண்டிய அவசியம்கூட இல்லாத சுதந்திரத்துடன்.

எங்கிருந்து வருகிறது இது? என்று தானாகக் கேள்வி உதித்தது. ஊர்ப்பக்கம் 'நதிமூலம் பார்க்கக்கூடாது' என்று பழமொழி சொல்வார்களே என்று ஞாபகம் வந்தது. அதற்காகவே இதன் தடத்தைத் தேடி மேலே போக வேண்டும் என்றும் தோன்றியது. தவிர, குறிப்பான இலக்கு ஒன்றும் இல்லாத மனத்துக்கு, இப்படி ஒரு கேள்வி கிடைப்பது எவ்வளவு அனுகூலம் – முக்கியமான பொறுப்பைச் சுமக்கிற மாதிரி, மேற்கொண்டு போய்க்கொண்டே இருக்கலாமா இல்லையா!

உடனடியாகக் கிளம்பிவிட்டேன். நதியின் பிறப்பிடம் நோக்கி. அங்கே பார்க்கக் கிடைத்தது நதியின் மூலம் மட்டுமா!...

மேலேறி நடக்க ஆரம்பித்தேன். ஆற்றின் கரையைவிட்டு ஓர் அடி நகர்ந்தாலும், பாதம் பதிய இடைவெளியின்றி மண்டிய புதர்கள். ஒவ்வொன்றுக்குள்ளும் ஏதோ மர்மம் ஒளிந்திருக்கிற மாதிரி உணர்வு. ஏதேனும் ஊர்ந்தோ பாய்ந்தோ வெளியேறிவருமோ என்று நினைத்தாலே முதுகுத்தண்டு சிலிர்த்தது. ஆனால், திரும்பிவிடுவோம் என்று ஒருதடவைகூடத் தோன்றாதது ஆச்சரியம்தான்.

மேலே செல்லச் செல்ல, ஆற்றின் அகலம் குறைந்துகொண்டே வந்தது மட்டுமல்ல, ஏற்றம் இன்னும் இன்னும் செங்குத்தாக ஆகிவந்தது. முழங்கால் சோரும் இடங்களில் நின்று நடந்தேன். சூழ்நிலையில் குளிர் இருந்ததால், தாகமே எடுக்கவில்லை. மதியப் பொழுது மங்க ஆரம்பித்தபோது, ஓர் இடத்தில் இறங்கி இரண்டு கை அள்ளி அருந்தினேன். ஆகா, இளநீர் மாதிரி ருசித்தது.

சட்டென்று ஒரு கவலை உதித்தது. பைத்தியக்காரன் மாதிரி நடந்துகொண்டிருக்கிறேனே, நேற்றிரவு மாதிரி கண்கொட்டாமல் நதிக்கரையில் இன்றும் உட்கார்ந்திருந்தால் மூர்ச்சையல்லவா போட்டுவிடும்? ஆனால், இன்றிரவும் நிச்சிந்தையாகப் படுத்துறங்க உசிதமான இடம் ஏதும் தட்டுப்படக் காணோமே,. என்ன செய்வது?

கலவரம் படர்ந்த மனத்துடன் மேற்கொண்டு தொடர்ந்த போது, களகளவென்று சற்றே வித்தியாசமான ஒலி கேட்டது. நதியின் போக்கில் நீர் குறுக்கிடும் சப்தம். எதிர்க்கரையின் திக்கிலிருந்து ஓடிவரும் சிறு ஓடை இதில் கலக்கும் ஒலி அது. அந்தியின் நிறம் அடர்ந்து கறுக்கும் நேரம் நெருங்குகிறது.

ஒரு நாழிகை கழித்து, ஒரு குகை தட்டுப்பட்டது. அதன் முன்பு திறந்த வெளி. ஆற்றின் கரையில் இருந்ததைவிட இங்கே வெளிச்சம் கொஞ்சம் அதிகமாய் இருந்தமாதிரிப் பட்டது.

நாலைந்து குழந்தைகள் அம்மணமாய் நடமாடின. அவற்றின் கண்களில் பட்டுவிடாதபடி, முற்றிய மரமொன்றின் பின்னால் ஒளிந்து நின்று கவனித்தேன்.

கையில் கொஞ்சம் கூழாங்கற்கள், நாணல் தட்டைகள் போன்ற தாவரச் சுள்ளிகள், மிருக எலும்புகள் என்று ஆளுக்கொரு சாமானுடன் போய் வந்தன. ஸ்திரமான விளையாட்டு என்று எதுவும் நடக்காதபோதும் அவ்வளவு சுறுசுறுப்பாய்ப் போவதும் வருவதும் ஏன் என்று எனக்கு விளங்கவில்லை.

கடைக்குட்டியாகத் தெரிந்த இரண்டு – இரட்டைக் குழந்தைகள் – மூத்தவளாகத் தெரிந்த பெண்குழந்தையுடன் நிழல்மாதிரி ஒட்டித் திரிந்தன. அவள் செய்வதையெல்லாம் தானும் செய்ய முயற்சித்தன. பெரியவள் பூப்பெய்தி விட்டவள். அப்போது விடாய் நேரம் போல. மாநிறமான தொடைகளின் உட்புறம் ரத்தம் காய்ந்த கறை இருந்தது. மேலும் துளிர்த்த துளிகளைப் புறங்கையால் இழுவிக்கொண்டாள் – மூக்குச் சளியைத் துடைப்பது மாதிரி. நிழல்களும் அதே மாதிரி அடிக்கடி துடைத்துக்கொண்டன. இரண்டுமே ஆண்குழந்தைகள்!

அந்தச் சிறுமியைப் பார்த்த மாத்திரத்தில் எனக்குள் நடந்த சங்கதியையும் சொல்லவேண்டும். அந்த நாளில் என் ரத்தத்தில் தனிக் கொதிப்பு இருக்கும். என் வயசாக, அல்லது என்னைவிட இளையவளாகத் தோற்றம் கொண்டு தாண்டிப் போகும் பெண் ஒவ்வொருத்தியையும் உரித்துப் பார்த்துவிட வேண்டும் என்று வேகம் இருக்கும். இது வெளிப்படையாகத் தெரியுமோ என்னவோ. நேரே நின்று பேசும் பெண்களும் என் கண்ணைப் பார்த்துப் பேச மாட்டார்கள்.

ஆனால், முழுக்கத் திறந்த உடம்புடன், ஒடிசலான வாகுடன், தீர்க்கமான முகத்துடன், மலரத் தொடங்கியிருக்கும் செப்பு முலைகளுடன், ஆண்களைப் போல ஒயிலற்று அசைகிற புட்டத்துடன் நடமாடிய பெண்பிறவியைப் பார்த்தபோது எனக்குள் எந்தக் குறுகுறுப்பும் உதிக்கவில்லை. பதிலாக, விசித்திரமான வாஞ்சையுணர்வு கிளர்ந்தது.

ஆமாம், அதுநாள்வரை எனக்குள் தீராத வேட்கையுடன் இருந்து வந்த ஆண்பிள்ளை திடீரென்று தகப்பனாக மாறி விட்டான். அப்போதைய என் பிராயம் காரணமா, அந்தச் சூழலில் நிலவிய வெகுளித்தனம் காரணமா, புது இடம், புதுக்

காட்சி காரணமாக எனக்குள் பெருகியிருந்த அச்சவுணர்வு காரணமா என்று சொல்லத் தெரியவில்லை – ஆனால், அந்த ஒரு தருணத்துக்குப் பிறகு, இன்றுவரை, சமவயதுப் பெண்களை மட்டும்தான் ஏறெடுத்துப் பார்க்க முடியும்; ஒரு மின்னல் கணம் இணையாக வரித்துக் கற்பனை செய்யமுடியும் என்று ஆகிவிட்டது எனக்கு.

இப்படியே அரை நாழிகை போயிருக்கும், நடுவயதுப் பெண்ணொருத்தி வந்துசேர்ந்தாள். பார்த்த மாத்திரத்தில், இவள் அந்தக் குழந்தைகளின் தாயார் என்பது தெரிந்தது. குழந்தைகளின் ஆரவாரம் அதை உறுதிசெய்தது. இடுப்பிலும் தலையிலும் சுமந்துவந்திருந்த தாவரக் கட்டுகளைத் தரையில் போட்டாள். இரட்டையர் அவளுடைய கைகளை ஆளுக்கொன்றாகப் பற்றிக் கீழே இழுத்தனர்.

சட்டடியாகத் தரையில் அமர்ந்தாள். ஆளுக்கொரு புறம் பால்குடிக்கத் தொடங்கினர். குட்டிகள் குடிக்கக் காம்புகளைத் தொய்யவிட்டு நடுத்தெருவில் நிற்கும் நாய்போல, சலனமற்று இருந்தது அவள் முகம். குழந்தைகளின் அழுத்தத்தை சமாளிக்கப் பின்னங்கை கூட ஊன்றாமல் கால்நீட்டி செங்குத்தாக அமர்ந்திருந்தாள். உயிருள்ள ட னா மாதிரி.

இன்றுவரை என் மனத்தில் விலகாமல் இடம்பிடித்திருக்கும் காட்சி அது தம்பி. மூன்று அம்மண உடம்புகளின் வழியாக, உயிர்ப் பிராணிகளின் வளர்ச்சி வரலாற்றையே பார்க்கிற மாதிரி இருந்தது. என்ன அப்படிப் பார்க்கிறாய், தாயாரும் நிறை அம்மணம்தான்.[5]

---

5. சீதாபதியின் கூற்றுகளில் முதன்முறையாக சந்தேகம் தட்டியது இந்த இடத்தில்தான். சமகாலத்தில் நடந்துவந்த அவருடைய கதை சடாரென்று கற்காலத்துக்குள் நுழைந்துவிட்டதாகப் பட்டது. ஆனால், கிழவரின் வயது, சம்பவங்கள் நடந்ததாக அவர் சொல்லும் காலகட்டம் இவற்றை உத்தேசித்து, சில சமாதானங்களும் தோன்றின.

    1. மேற்படி குகை அனுபவம் இவருடைய எத்தனாவது வயதில் நடந்தது என்று சொல்லவில்லை. தோராயமான கணக்கின்படி– பிறந்தது 1920இல்; பதினாறு வயதில் ஊரைவிட்டுக் கிளம்பினார்; வைத்தியர்களோடு இரண்டு வருடம் இருந்தார்; அப்புறம் சாமியார்கள். அதற்கும் பிறகு கொஞ்சகாலம் வெறுமனே ஊர்சுற்றிவிட்டு, மலையேறினார் என்று வைத்துக்கொண்டால் சுதந்திரத்துக்கு முன்னால், நாற்பதுகளின் பிற்பகுதியில், இது நடந்திருக்க வாய்ப்புண்டு. ஜமீன்தாரி முறை நிலவிய நாட்கள் என்றும் சொல்கிறார். அப்போதைய தமது வயது என அவர் சொல்லுவதும் ஒத்துப்போகத்தான் செய்கிறது.

கண்ணை எடுக்க முடியாமல் பார்த்துக்கொண்டு நின்றேன். உட்கார வேண்டுமென்றுகூடத் தோன்றவில்லை. இரண்டு பகல்கள் ஓயாத நடை, ஓர் இரவு முழுக்கக் கண்ணிமைக்காத விழிப்பு என, நான் நிற்கும் மலையை நானே சுமந்திருப்பது மாதிரி உடம்பு தள்ளாடியது. ஆனாலும், அந்தக் காட்சியின் வசீகரம் கொடுத்த திராணி சாமானியமானதல்ல.

அதிக நேரம் ஆகவில்லை, நன்கு விளைந்த ஆண்மகன் ஒருவன் காட்சிக்குள் நுழைந்தான். அவனும் அம்மணம்தான் என்று சொல்ல வேறு வேண்டுமா என்ன! இடது தோளில் காவடி கணக்காகக் கிடத்திய கழியை இடது கையால் பற்றியிருந்தான். ரத்தக்காயம் பட்டு உயிரிழந்த முயல்கள் கழியின் இரண்டு பக்கமும் நுனிக்கு இரண்டாகத் தொங்கின. வலது கையில், உயிருள்ள ஆடு. கழுத்தில் தாவரத்தை முறுக்கிய கொடியைக் கட்டி இழுத்துவந்தான்.

சுதந்திரம் கிடைத்துப் பல ஆண்டுகள் கழித்து, எண்பதுகளில்கூட, அந்தமான் தீவுகளில், நரமாமிசம் சாப்பிடும் ஆதிகுடிகள் இருந்ததாகக் கேள்விப் பட்டிருக்கிறோமே.

2. என்னிடம் விவரித்த நாட்களில், கிழவருக்கு எண்பத்திச் சொச்சம் வயது. மறதியின் ஆதிக்கத்தினுள் முழுக்க அகப்பட்டிருக்க வாய்ப்புள்ள பிராயம். தமக்குத்தாமே அதை மறுத்துக் கொள்ளும் உந்துதலும் வலுவாக இருக்க முடியும். வருடக்கணக்கை கூடக்குறையச் சொல்லலாம்; கிரமத்தை மாற்றிச் சொல்லலாம்; தம்முடைய பாலியகாலக் கனவுகளில் ஓரிரண்டைக்கூட நிஜமாகவே நடந்ததாகச் சொல்லலாம். தனியாகத் திரிந்த நாட்களில் ஊறிய கற்பனைகளை, நடந்திருக்கலாமே என்று ஆசைப்பட்டவற்றை, நடந்ததாகச் சொல்லித்தான் பார்ப்போமே, பயல் ஆசையாகவும் நம்பிக்கையாகவும் கேட்கத்தானே செய்கிறான், என்றுகூடத் தோன்றியிருக்கலாம். நடந்தவைதானா என்பதைவிட, நடக்க சாத்தியம் உள்ளவையா என்பதல்லவா முக்கியம்!

3. வருடக்கணக்காகத் தனிக்கட்டையாய்த் திரிந்தவர். சீரான வடிகால் இல்லாது தவித்த காமம் என்னென்னவிதமான குறளிகளை உருவாக்கித் தந்ததோ. அவற்றில் ஒன்றை நிஜமாகவே நடந்ததாக நம்பவைத்திருக்கலாம் முதுமை. ஒருவேளை அத்தனையுமே கிழவரின் கற்பனைதான் என்னும் பட்சத்தில், டெக்கமரான் கதைகளுக்கு ஈடான காமக்கதைகள் புனைய வல்லவர் என்றல்லவா ஆகும்!

4. இந்தக் கதை அவர் சொன்ன மற்ற எந்தக் கதைக்கும் சளைத்தது இல்லை என்று பட்டது. சொல்லும்போது சீதாபதியின் கண்கள் சொக்கியிருந்த விதம், அந்த நாட்களுக்குத் திரும்பப் போய்விடமாட்டோமா என்ற ஏக்கம் அவர் முகத்தில் அழுத்தமாகப் படிந்திருந்த மாதிரிப் பட்டது. சொல்லும் விதத்திலும், வேகத்திலும் வழக்கமான நேர்மை ததும்பத்தான் செய்தது.

   பார்க்கப் போனால், சுவாரசியமாக இருப்பதும், அதில் ஒரு பார்வை ஓடுவதும் போதாதா ?

5. உண்மையோ பொய்யோ, எனக்கு இவை அத்தனையுமே கதைகள்தாமே, சீதாபதிக் கிழவரின் வாழ்க்கை வரலாறு என்று நானாக ஏன் வரித்துக்கொள்ள வேண்டும் ?

பால்குடித்தவற்றைவிட சற்றுப் பெரியதான ஒரு உருப்படி, ஆட்டைப் பார்த்ததும் குதித்தோடி வந்து அதன் முதுகில் ஏற முயன்றது. ஆடு மிரண்டு துள்ளியது. இது மட்டமல்லாக்க விழுந்தது. அத்தனை பேரும் சிரித்தார்கள். அட அட, என்னவொரு களங்கமற்ற சிரிப்பு என்கிறாய் தம்பி!

காட்சிக்குள் நான் நுழையவேண்டிய தருணம் அது என்று எனக்குப் பட்டது. அப்படி ஒரு சமத்காரமான யோசனை எப்படி எனக்குள் உதித்தது என்பது இன்றுவரை புரியவில்லை— பரபரவென்று என் உடைகளைக் கழற்றினேன். தோள் மூட்டையை இறக்கி அதற்குள் துணிகளைப் பொதிந்து, மரத்தின் மறைவிலேயே வைத்தேன். காரணமே புரியாமல், கைகளை முன்னால் தொங்கவிட்டு, நன்றாகக் கூன்போட்டு, இடமும் வலமும் லேசாக ஊசலாடியவாறு அவர்களை நெருங்கினேன்.

குழந்தைகள் கூ கூ வென்று கூச்சலிட்டன. ஓரிடத்தில் நிற்காமல் குதித்தன. தாய்க்காரி, இரட்டையரைத் தன் கால்களுக்குப் பின்னால் மறைத்துக்கொண்டாள்.

ஆண்மகன் சட்டென்று குனிந்து, நன்கு விளைந்த பப்பாளிப் பருமன் கொண்ட கல்லை எடுத்தான். அப்பா, அதன் ஒருபக்கம் இருந்த கூர்மையை நினைத்தால், இப்போதும் அடிவயிறு கலங்கு கிறது. உள்ளுணர்வு மீண்டும் கைகொடுத்தது. உடனடி முடிவில் தரையில் தொப்பென்று வீழ்ந்து படுத்துக்கொண்டேன். கண்களை இறுக்க மூடினேன். வருவது எதுவாயிருந்தாலும், இருட்டிலேயே வரட்டும். ஆனால், அப்பேர்ப்பட்ட நெருக்கடியிலும், பெரும் சோர்வுடன் துவண்டிருந்த உடம்புக்கு, கட்டாந்தரையே மெத்தை போல் இருந்ததை மனத்தின் இன்னொரு பகுதி கவனிக்கவும் ரசிக்கவும் செய்தது.

பேச்சு என்ற ஒன்று மட்டும் இல்லாமல் போயிருந்தால், மனித சமூகத்தில் நிலவக்கூடிய அன்பும் சரி விரோதமும் சரி, இப்போது இருக்கிற மாதிரி இருந்திருக்காது என்றுதான் எனக்குத் திரும்பத்திரும்பத் தோன்றிக்கொண்டிருந்தது தம்பீ – அந்த ஒரு வாரமும்.

சக மிருகம் என்று என்னைக் கருதியிருப்பார்கள் பாவம். சீக்கிரமே இணக்கமாகிவிட்டார்கள். தங்கள் சாப்பாட்டை எனக்கும் கொடுத்தார்கள். சமையல் தெரிந்தவர்கள்தான் தம்பி. வெந்த சாப்பாடுதான். ஆனால், நம்மை மாதிரி சட்டிபானை, தொடுகறி, மசாலா, ஊறுகாய் – இதெல்லாம் கிடையாது!

யுவன் சந்திரசேகர்

குகைக்குள் கங்கு பத்திரப்படுத்தி வைத்திருந்தார்கள். ஒருபக்கம் காய்ந்த சுள்ளிகளைக் குவித்திருந்தது. குளிர்காலம் இறங்கும் போது, கணப்புப் போடுவதற்காக இருக்கும் என்று நானாக ஊகித்துக்கொண்டேன்.

உப்பும் உறைப்புமில்லாத, வெறுமனே வெந்த மாமிசம். பழகாத நாவுக்கு ருசியாய் இல்லை. ஆனால், அப்போதிருந்த பசிக்கு, வெறும் களிமண்ணைப் பிசைந்துகூடச் சாப்பிட்டிருப்பேன்! கொஞ்சம் வயிறு அடங்கியதும், லேசாக தைரியம் கொடுத்தது. வெற்று உடம்பில் குளிர் உறுத்தியது. உடைகளைக்கூடக் கழற்றி யிருக்க வேண்டாமோ – அவை இவர்களுக்கு விசித்திரமாய்த் தோன்றாமலும் இருந்திருக்கக்கூடுமே என்று தோன்றியது. ஆமாம், வரிக்கோடுகளுடன் வரும் புலியையும், விதவிதமான நிறங்களில் தோகை கொண்ட மயிலையும்போல, உடம்பின் மீது வர்ணங்கள் கொண்ட பிராணி என்று என்னை நினைத்திருக்கலாமே.

ஐந்தாவது நாள் அந்த அதிர்ச்சி நிகழ்ந்தது. அன்று பகலில் வெயில் சற்று உரத்துத் தெரிந்தது. எந்நேரமும் சோம்பியிருப்பது போல இருக்கும் காட்டுக்குள் புதுவிதமான உயிர்ப்பு உதயமாகி விட்டமாதிரிப் பட்டது. அல்லது, குளிரின் மந்தம் கொஞ்சம் குறைந்ததால் நானேதான் அப்படி உணர்ந்தேனோ என்னவோ. பகல் முழுவதும் சும்மா கிடந்தேன்.

முந்தினநாட்களில், அந்த ஆண்பிள்ளையோடு கூடவே திரிந்தேன். ஆனால், ஒன்று சொல்லவேண்டும், தனியாக இருக்கும்போதோ, அற்பாயுசில் போன திருட்டுப்பயலோடோ எனக்கு அனுபவமான காடு அல்ல – இவனோடு திரியக் கிடைத்த காடு. கூட ஓர் ஆள் இருக்கும்போது தைரியமாக இருக்கவேண்டும் அல்லவா. இவனோடு இருப்பது கடுமையான அச்சத்தை ஏற்படுத்தியது.

ஆமாம். அவனுடைய உடம்பின் அனிச்சையும் வேகமும் மனம் சம்பந்தப்படாதவையாகப் பட்டன. ஈடுகொடுக்க முடிய வில்லை என்னால். அவன் தாவுகிற லாகவமும், ஓடுகிற வேகமும், இரையைப் பார்த்தவுடன் அவன் கண்களில் திமிறும் மூர்க்கமும் என எல்லாமே அச்சுறுத்துவதாக இருந்தன. மனித உருக்கொண்ட விலங்குடன் திரிகிறோமோ என்று மயக்கம் தட்டியது.

ஐந்தாவது நாளில், கிளம்பும்போது நானும் உடன் வருகிறேனா என்றுகூடப் பார்க்காமல் அவன் போய்விட்டான். ஒருக்களித்துப் படுத்திருந்தேன். இந்தச் சூழ்நிலையில் தொடர்ந்து இருப்பதற்கான நியாயம் ஏதும் என்வசம் இருக்கிறதா என்று யோசித்துக்கொண்டிருந்தேன். திடீரென்று, மூடியிருந்த

இமைகளினுள் படர்ந்திருந்த பழுப்பு நிறம் அடர்த்தி கூடியது. கண்ணைத் திறப்பதற்கு முன்பே என் உடல்மீது எதுவோ அமர்ந்து அழுந்தியது.

முதன்முதல் நாள் ஆடுமீது ஏற முனைந்த சிறுவன். என்மீது அமர்ந்து சவாரி செய்ய முனைந்திருந்தான். அப்படி ஒரு குழந்தையின் தொடுகை எனக்குக் கிடைத்ததே கிடையாதா, கிளுகிளுப்பாக இருந்தது. ஆனால், நான் நகராத மிருகம் என்பதில் எரிச்சலடைந்தான் போல. திடீரென்று என் தோள்பட்டையிலும், முகத்திலும் இரண்டு கைகளாலும் குத்தவும் கீறவும் தொடங்கினான். வேகம் அதிகமானது. வேறு வழியில்லை, அவனைத் தூக்கி எறிய வேண்டி வந்தது. அந்த உலகின் நியதிதான். யோசிக்காமல் செய்துவிட்டேன். என்றாலும், ஒரு கணம் கூசத்தான் செய்தது.

இதற்குள் என்னை எதுவோ ஊடுருவுகிற மாதிரி உணர்ந்தேன். திரும்பிப் பார்த்தேன். தாய்க்காரி என்னை உறுத்துப் பார்த்துக்கொண்டு நின்றாள். அந்தப் பார்வையின் பொருள் எனக்குப் பரிச்சயமானதுதான். ஆனால், அதற்கான தனிமையில்லாத இடமாயிற்றே. தவிர, எனக்குள் அப்படியொரு சங்கதி தற்காலிக உறக்கத்தில் இருக்கிறது என்பதே நினைவு வராதவிதமாகத்தானே கடந்த சிலநாட்கள் கழிந்திருக்கின்றன.

வழக்கத்துக்கு விரோதமாகச் சீக்கிரம் திரும்பிவிட்ட தகப்பன்காரன் காட்சிக்குள் நுழைந்தான். குழந்தைகளும், இணையும் பார்த்துக்கொண்டிருக்க, அவள் என்னை நெருங்கினாள். என் முகத்தை இரண்டு கைகளாலும் இறுக்கிப் பிடித்து, தன் மார்புக்குவட்டில் புதைத்துக்கொண்டாள். எனக்குப் பதறியது. நான் என்ன செய்யவேண்டும் என்று புரியவும் இல்லை, தாமாக எனக்குள் திறக்கும் மதகுகளை, விறைக்கும் அங்கங்களை எப்படிச் சமாளிப்பது என்றும் தெரியவில்லை. தவிர்க்கவியலாமல் இணங்கத் தொடங்கினேன். எப்போதும்போல இயங்கவும் தொடங்கினேன்.

ஆரம்பத்தில் தடுத்த தயக்கம் தன்னியல்பாகக் கழன்று கொண்டது. ஆனால், வந்த நாளிலேயே, உடைகளைக் களைந்த மாத்திரத்தில், அந்த இடத்தின் நீதிக்கு ஆட்பட்டுவிட்டேன் என்றுதான் தோன்றுகிறது.

அவளுடைய வாயிலிருந்து ஒருவித கசப்புமணம் பெருகியவாறிருந்தது. ஓரிரு நிமிடங்கள் வேடிக்கை பார்த்து விட்டு அவரவர்போக்கில் போய்விட்டனர் குழந்தைகள். தாவரக் கொடிகளை முறுக்கி ஏதோ செய்துகொண்டிருந்தான் அந்த

யுவன் சந்திரசேகர்

ஆண்மகன். இரட்டையரில் ஒன்று மட்டும் தாயின் அருகில் வந்தது. என்னுடன் அவள் சம்போகத்தில் இருக்கும்போதே, அவளது மல்லாந்த முலையைப் பற்றிச் சவைக்கத் தொடங்கியது.

மொத்தமும் எப்படி நடந்து எப்படி முடிந்தது என்பது இப்போதும் எனக்குள் குழப்பமாகத்தான் இருக்கிறது. ஆனால் ஒன்று தம்பி, அவ்வளவு அற்புதமான கலவியை என் வாழ்நாளில் அனுபவித்தது கிடையாது. முடிந்ததும் அவள் வசீகரமாகச் சிரித்தாள். வருஷக்கணக்காகத் துலக்காத பல்லின் மஞ்சள் நிறம் ஒளிர்ந்தது. எழுந்தவள், என் புட்டத்தில் ஓங்கி ஓர் அறை வைத்தாள். சுளீரென்று எரிந்தது. ஆனாலும், அது திருப்தியின் சான்றிதழ் என்றே எடுத்துக்கொண்டேன்!...

முதல் பார்வைக்கு எவ்வளவோ அபத்தமாகத் தெரிந்த வாழ்க்கை அது. ஆனால் இரண்டாவது நாளே, மலைக்குக் கீழே, சமவெளிச் சமூகத்தில் நடக்கும் வாழ்க்கைதான் அபத்தமானது என்று பட்டுவிட்டது. எல்லாவிதத்திலும் மறைவும், அதன் காரணமான பொய்மையும், அதையொட்டிய தந்திரங்களும் என்று வசிக்கவே லாயக்கில்லாத ஒரு வட்டாரத்தில்தான் வாழக் கிடைத்திருக்கிறது நமக்கெல்லாம். ஆனால், குகைவாசிகளிடம் இருந்த அம்சங்கள் அத்தனையுமே நேரடியானவை.

அவர்களுடனே நான் தொடர்ந்து இருந்திருக்க முடியும். எதுவும் கெட்டிருக்காது. ஆனால் வேறுவிதமாக வாழ்ந்து பார்த்ததின் ஞாபகங்களைச் சுமந்துகொண்டு நடமாடுவது மாபெரும் துயரமாக ஆகிவிடக் கூடும் என்று பட்டது. ஆமாம், ஒரே வாரத்தில் மூச்சுத் திணறத் தொடங்கிவிட்டது.

சமவெளிக்கும் பழைய வாழ்க்கைக்கும் திரும்ப முடிவு செய்தேன். நல்லவேளை, உணர்ச்சிவசப்பட்டு என் உடைகளை எதுவும் செய்துவிடவில்லை என்பதை ஆசுவாசமாக உணர்ந்தேன். ஆனால், என் தீர்மானத்தை அவர்களிடம் தெரிவிக்க வேண்டியிருக்கவில்லை. அந்த இடத்தை நீங்கலாம் என முடிவு செய்த மாத்திரத்தில் உறைத்தது – அவர்களில் யாருக்கும் நான் இல்லாது போவது உறுத்தலாகவே இருக்காது இல்லையா? இப்படி ஒருத்தன் இருந்தானே என்ற ஞாபகமாவது இருக்குமோ என்னவோ. உறவு, பிரிவாற்றாமை என்பதெல்லாம் வேறு ஒரு சூழலின் சொற்கள் அல்லவா.

அன்றிரவு, மரத்தடியில் தனித்திருந்தபோது, அந்தக் குழந்தைகள் என் கழுத்தையும் காலையும் கட்டிக்கொண்டு முத்தமாகப் பொழிகிற மாதிரி பிரமை தட்டியது. தாய்க்காரி என் அருகிலேயே வராமல் எட்டச் சுற்றிச் சுற்றி வருகிற மாதிரி

நினைத்துக்கொண்டேன். எனக்குள் விநோதமான கசிவை உணர்ந்தேன். நல்லவேளை, அவர்களுக்கு இதுமாதிரி சங்கதிகளெல்லாம் கிடையாது – எதிரிலிருப்பதை வாழ்வதே அவர்களது வழக்கம் என்பது ஆறுதலாய் இருந்தது.

ஆனால், காலையில் குடும்பத் தலைவன் என்னுடன் புறப்படத்தான் செய்தான் – அவனுடைய உள்ளுணர்வு அப்படிச் செய்யத் தூண்டியமாதிரி. ஒரு எல்லைவரை உடன்வரவும் செய்தான். இடையில் என் மூட்டையை நான் மீண்டும் எடுத்துக் கொண்டபோதும் அவன் நேர்ப்பார்வையாகப் பார்த்துக் கொண்டு நின்றான்.

குறிப்பிட்ட இடம் வந்த மாத்திரத்தில் அவனுடைய கண்களில் ஒருவிதத் தற்காப்புணர்வு ஏறிவிட்டதைக் கண்டேன். தானாக நின்று என்னை உறுத்துப் பார்த்தான். ஓரிரு கணங்களுக்குப் பிறகு திரும்பி ஓடத் தொடங்கினான். அவ்வளவு நாளும் எனக்குள் உறுத்திக்கொண்டிருந்த சமாசாரத்துக்கு விடையும் அப்போதுதான் கிடைத்தது.

அவர்களுடைய கண்களில் ஒரு விசித்திரத்தைக் கண்டிருந்தேன் – பரிவு காட்டினாலும், பயந்தாலும், கோபப்பட்டாலும் அது அவர்களுடைய செயலில்தான் தட்டுப்படும். பார்வை ஒரே மாதிரித்தான் இருக்கும். அதன் பொருள் இப்போது புரிந்தது. மிருகக் கண்கள் போல இருந்தன அவர்களுடைய விழிகள். அவை மனிதக் கண்களாக மாறுவதற்குரிய ரசாயனங்கள் அவர்களுடைய மனத்தில் இன்னும் ஊறாததே காரணம் என்று நானாக நினைத்துக்கொண்டேன்.

திரும்பும் பாதையில் என் திருட்டு நண்பன் கிடந்த இடத்தையே காணவில்லை. ஓடை உடன் வரவில்லை என்பதும், மலைவாசி என்னை வேறு வழியில் கூட்டிவந்திருக்கிறான் என்பதும் உறைத்தது. அடிவாரத்தில் இறங்கியபோது, பழைய ஜமீனின் சாயலில் அந்த இடம் இல்லை – முழுக்க வேறு திக்கில் வந்திருக்கிறேன் என்று உறுதிப்பட்டது. ஆனால், அந்த இடத்தை அடைய இன்னும் ஒரு முழுநாள் பாக்கியிருந்தது.

இருட்ட ஆரம்பித்தபோது, அகலமான மரமொன்றின் கவையில் ஏறி அமர்ந்து, லேசாகக் கண்ணயர்ந்தேன். உடனடியாக ஏதோ கனவு திறந்தது – இரவு முழுவதும் இப்படியே கழிந்தது. விதவிதமான பித்துக் காட்சிகள். மனத்தில் கொஞ்சமும் தங்காதவை. ஆனால், ஆழ்ந்த உறக்கத்துக்கு நகர அனுமதிக்காதவை. செவிகளும் அசாத்தியக் கூர்மை அடைந்திருந்தன. சிறு சலனத்தையும் பேரோசையாகப் பெருக்கிக் காட்டின.

அடுத்த நாள் விடியும் வேளையில், மீண்டும் நடக்கத் தொடங்கினேன். கொஞ்ச தொலைவு போயிருப்பேன் – உரத்து சீத்தடிக்கும் ஓசை கேட்டது. வனமிருகம் காதோரத்தில் மூச்சுவிடுகிற மாதிரி.

வலப்புறம் லேசாய்த் திரும்பினவன் மூச்சடைத்துப் போனேன். ரோமக்கால்கூட அசையாதபடி அப்படியே நின்றுவிட்டேன். எனக்கு நேரே செங்கோணத்தில் இருந்த புதரினுள்ளிருந்து படமெடுத்து நின்றிருந்தது ஒரு கருநாகம். கரும்பளிங்குக் கல்லில் செதுக்கி மெருகுபோட்டது போல, ஊன்றின கழிபோல, உடல். இரண்டு உள்ளங்கை அகலம் இருக்கும் படம். என்னை உற்றுப் பார்த்தது. பார்த்துக்கொண்டேயிருந்தபோது, அதன் படம் இடவலமாக ஆடுகிற மாதிரி இருந்தது.

ஆனால், இரண்டுபேரும் அசையாமல்தான் நின்றோம். ஒரேவிதமான உள்ளுணர்வுதான் செயல்பட்டதோ என்னவோ. ஒருத்தருக்கொருவர் இயற்கையான உணவு இல்லை. நாங்கள் விரோதம் கொள்வதற்கான காரணமும் எதுவுமில்லை. இது எனக்குத் தெரிந்த அதேநேரத்தில் நாகத்துக்கும் தெரிந்திருக்கலாம். தலையை ஒருமுறை வேகமாய் முன்னும்பின்னும் ஆட்டியது.

மறந்திருந்த முக்கியமான வேலை ஞாபகம் வந்துவிட்ட மாதிரி சரசரவென இறங்கி வேகமாகப் போய்விட்டது. அதன்பிறகு தான், எனக்குள் நடுக்கம் நிரம்பியிருப்பதை உணரவே செய்தேன். அதேநிலையில் இன்னும் கொஞ்சநேரம் நின்றுவிட்டு, நடுக்கம் குறைந்ததும் என் போக்கில் போனேன். முழங்கால்களின் உட்புறம் மட்டும் ஓர் உதறல் வெகுநேரத்துக்கு நீடித்தது. பெரும் பிரயத்தனத்துடன், நாலைந்து நாழிகை நடந்ததற்கப்புறம் தோன்றியது – விலகிக் கொஞ்சதூரம் ஊர்ந்து போனபிறகு நாகமும் நிம்மதிப் பெருமூச்சு விட்டிருக்கலாமோ என்று!

நானாகச் சிரித்துக்கொண்டேன். உயிரின் ஆழத்திலிருந்து ஊறிய சிரிப்பு அது...

சீதாபதி சிரித்தார். வழக்கம்போல இயல்பாக என்னால் அவருடைய சிரிப்பில் கலந்துகொள்ளமுடியவில்லை என்னால். மனத்தில் கலவையான உணர்ச்சிகள் பொங்கிப் பொங்கி மறிந்தன. சூழ்ந்திருந்த இருளில் அமானுஷ்யம் ஏறிவிட்ட மாதிரி உணர்ந்தேன். காரணமற்ற சிறு அச்சம் உடம்பின் ஆழத்தில் தொற்றியிருந்தது. அதை அதிகப்படுத்துகிற மாதிரி, கூகை ஒன்று அலறியது.

ஊர்சுற்றி

அநயம்பேருகிட்டெ இதையெல்லாம் சொன்னதில்லெ தம்பி. நம்ப மாட்டாங்ய. இல்லாட்டி, கேவலமாக் கேலி செய்வாங்ய. ஏங்கிட்டே ஏகப்பட்ட துட்டு இருக்கு, ஒங்கிட்ட ஓட்டெக் காலணாகூட இல்லெ, ஓங் கிணத்தெத் தவுத்து வேற தண்ணி நீ குடிச்சதே இல்லெ. மத்தவனைப் பாத்துப் பொச்சரிப்பு வரத்தானே செய்யும் ... நேர்லெ சொன்னாங்யண்டாக் கூடப் பரவால்லே, பதுலுக்கு என்னத்தையாச்சும் சொல்லி ஆத்திக்கிறலாம். கூறுகெட்ட பயபுள்ளைக, ஆளெப் போகவிட்டுப் பின்னாடி பேசுவான். அதெ எவனாச்சும் ஒரு வெங்கப்பய வேலெ மெனக்கிட்டு நம்பகிட்டெ வந்து ஒப்பிப்பான். எதுக்கு இந்த ரோதனை யெல்லாம் ...

'அவ்வளவுதான் இன்றைக்கு' என்கிற மாதிரி எழுந்தார் கிழவர். நிலாவெளிச்சத்தில் மணிக்கட்டைத் திருப்பிப் பார்த்தேன். அட, மூன்று மணி!

8

மரத்தடி காலியாக இருந்தது. வழக்கமாக உட்காரும் இடத்தில் சீதாபதிக் கிழவரைக் காணோம் என்பது மட்டுமல்ல, சாயங்காலத்திலிருந்து நடுராத்திரி வரை, கையோடு கொண்டுவந்த கோரைப்பாயில் புரண்டுகொண்டிருக்கும் வெங்கடாசலக் கிழவரையும் காணோம்.

துணைக் கிழவர் இல்லாதது எனக்கு ஒரு விதத்தில் ஆசுவாசமாக இருந்தது. இத்தனைக்கும் கதையில் குறுக்கிட மாட்டார். உரிய இடங்களில் எடுத்துக்கொடுத்து உதவியதும் உண்டு. என்றாலும், அவரிடம் எனக்கு ஒரு விசேஷமான சிரமம் இருந்தது. நிரந்தரமான அஜீரணம் வெங்கடாசலத்தைப் பீடித்திருந்தது. அமிலம் கணக்காக நெடியடிக்கும் பூண்டு நாற்றம், புளித்த நாற்றம், அவித்த மொச்சை நாற்றம் என்று வேளைக்கொன்றாய்த் தாக்கினால் எவ்வளவுதான் சகித்துக்கொள்ள முடியும்?

கதை சூடுபிடிக்கும்போது நெருங்கி வேறு வந்துவிடுவார் . . . சிலசமயம் ஓசை பெரிதாக வெளிப்படும். அப்போது சீதாபதிக் கிழவர் அவரைப் பார்த்துப் பிரியமாகச் சிரிப்பார். எனக்குள் ஊறும் எரிச்சலை சிரமப்பட்டு அடக்கிக்கொள்வேன். கதையின் போக்குக்கு என்னால் ஊறு வந்துவிடக் கூடாது என்ற கவனம்தான்.

கைக்கடிகாரத்தைப் பார்த்தேன். ரேடியம் முள் எட்டு மணி என்றது. சக உதவிஇயக்குநர்கள் என்னைக் கேலி செய்வதற்கு உதவிகரமாக இருக்கும்

உருப்படிகளில் இந்தக் கடிகாரமும் ஒன்று. அவர்களெல்லாம் டிஜிட்டல் கடிகாரத்துக்கு மாறிய பிறகும் நான் இதைக் கட்டிக் கொண்டுஅழுகிறேனாம். கல்யாணத்துக்குப் பிறகு வாங்கிய முதல் சம்பளத்தில் கமலம் பரிசளித்தது இது. நீர் இறங்கி, வாரத்துக்குப் பத்து நிமிடம் வீதம் தாமதமாக ஓடி, மூன்று மாதத்துக்கொரு தடவை கணிசமான செலவு வைத்தாலும் இதை நான் மாற்றுவதாயில்லை. வாங்கிக்கொடுத்த கமலத்திடமும் இதே மாதிரியான சிக்கல்கள் இருக்கத்தான் செய்கின்றன – மாற்றுவேனா என்ன!

அவளை மாதிரி ஒரு பெண்பிள்ளை வாழ்க்கைக்குள் வந்திருக்காவிட்டால் நானெல்லாம் என்னவாகியிருப்பேனோ? நான் வந்த சமயத்தில், கிட்டத்தட்ட என் கனவுகளையே சுமந்துகொண்டு, சென்னையில் தஞ்சம் புகுந்த என் வயதுக் காரர்கள் பலரும் வெவ்வேறு தொழிலில் இருக்கிறார்கள். பெட்டிக்கடை, இஸ்திரி வண்டி, கல்யாண சமையல் கோஷ்டியில் உதவியாள், கொத்தனார், ரியல் எஸ்டேட் புரோக்கர் என்பதில் தொடங்கி, நாலைந்து துணை நடிகைகளின் பராமரிப்பில் எடுபிடியாய்இருக்கிறவர்கள்வரை. பெரும்பாலும் வீட்டைவிட்டு ஓடிவந்தவர்கள்தாம். பின்னே, உத்தரவாதம் எதுவுமே இல்லாத துறையை நோக்கி, உற்சாகமாய், ஆதரவாய் வழியனுப்பி வைக்கும் பெற்றவர்கள் எத்தனைபேர் இருப்பார்கள்?

ஆறுமாதத்துக்கு முன்னால்[1], ஒரு சாயங்கால வேளையில், கார்மேகத்தை வடபழனி பேருந்து நிலையத்தில் பார்த்தேன். ஆளே மாறிவிட்டிருந்தான். சலவை வேஷ்டியும், தூய வெள்ளை நிற மல் சட்டையும் நெற்றியில் சந்தனமும் வாய்நிறையத் தாம்பூலமுமாய் உதித்து, தனியாக நின்றிருக்கும் ஒவ்வொரு ஆண்பிள்ளையிடமும் ஓரிரு நிமிடங்கள் பேசி நகர்ந்தான். நல்லவேளை, என்னை அடையாளம் தெரியவில்லை என்று நினைத்துக்கொண்டேன். வீட்டு வாசல் ஏறும்போது சுளீரென்று தைத்தது – என்னை அடையாளம் தெரிந்திருந்ததோ, நானும் தனியாகத்தானே நின்றேன்? அத்தனைபேரை நெருங்கியவன் என் பக்கம் திரும்பாமலே அல்லவா போனான்?

அன்றிரவு முழுவதும் கமலத்திடம் சொல்லிப் புலம்பினேன். மறுநாள் ஞாயிற்றுக்கிழமைதான். கமலம் வேலைக்குப் போக வேண்டியதில்லை. அவளும் என் கலக்கத்துக்கு ஈடுகொடுத்தாள். கடைசியாக, தனது முத்திரை வாக்கியத்தைச் சொல்லி, நெற்றியில் அழுத்தமான முத்தம் கொடுத்தாள்.

---

1. 2004இன் ஆறு மாதம்.

அவிங்யளெயெல்லாம் ஏம்ப்பா யோசிக்கிறே. ஒனக்கிருக்கிற தெறமைக்கி, நீயெல்லாம் எங்கியோ போயிருவ. ஒரே ஒரு படம் கிடைச்சிருச்சின்னா, அப்பறம் ஒன்னையக் கையிலெ பிடிக்க முடியுமா? ஏரப்பிளான்லெ போகுறப்ப, என்னைய மாதிரி அப்புராணி சப்புராணிகளை மறந்துராதீக டைரட்டரய்யா!

இத்தனை வருடம் இந்தத் துறையில் உழன்றும், பேரழகிகளான அபலைகள் சுட்டுவிரல் தூரத்தில் நின்றும், விரல் நகம்கூட மற்றவள் மீது படாமல் நான் வாழ்ந்து வருவதற்குக் காரணம், கமலம் என்ற தேவதைதான். இத்தனைக்கும் தான் அழகி என்று தானேகூட நம்பமாட்டாள். ஆனால், அழகு என்ன வெறும் சருமமும் சதையும் மட்டும் சம்பந்தப்பட்ட விஷயமா!...

விசித்திரமான வேகத்துடன், விட்ட இடத்துக்குத் திரும்பியது மனம். காலையில் திடீரென்று படப்பிடிப்பை வேறு இடத்துக்கு நகர்த்திவிட்டார் இயக்குநர். மதுரையிலிருந்து இரண்டு பஸ்கள் வரவழைத்து ஆற்றுக்கரையோடு ஏழெட்டு மைல் தள்ளிக் கூட்டிப்போய்விட்டார். காதலர்கள் ரகசியமாகச் சந்திக்கவும், பாடலின் ஒரே சரணத்தை நாகரா திரும்பத் திரும்ப ஒலிக்க, மூச்சிரைக்காமல் சுற்றிச்சுற்றி ஓடுவதற்கும், நடன இயக்குனன் மெனக்கெட்டுக் கற்பனை செய்த ஆபாச அசைவுகளை அவர்கள் வியர்க்க வியர்க்க அபிநயம் பிடிப்பதற்கும் தோதாக அங்கே ஒரு இடம் கண்டுபிடித்து வைத்திருந்தார்.

நாலு சரணங்கள் கொண்ட, அலுப்பூட்டும் மெட்டில் அமைந்த பாட்டு அது. 'தாழையாம் பூ முடித்து' என்ற முந்தைய யுகத்தின் அழியாவரம் பெற்ற பாடலை மோசமாகப் போலிசெய்த மெட்டு. பாடலின் அடுத்த சரணம் ஒரு கடற்கரையிலோ, அல்லது அடர்ந்த காட்டுக்குள்ளோ, அருவிக்கரையிலோ நிகழ வாய்ப்பிருக்கிறது. அதற்கடுத்தது, தயாரிப்பாளர் அம்மிபோல வாகாகத் தலையைக் காட்டும் பட்சத்தில், ராஜஸ்தானப் பாலைவனத்தில்கூட நடக்கலாம். இத்தனையும் ஒரே ஊரிலா, ஒரே கனவிலா என்று தமிழ்ரசிகன் கேட்கமாட்டான் என்பது மட்டுமல்ல, ஒரே பாட்டில் ஐவகை நிலங்களையும் காட்டிவிடும் ஆவேசம் கொள்ளாத மொண்ணையர் அல்ல எங்கள் இயக்குநர்.

நேற்று, கதாநாயகன் பசுங்கதிர்கள் கோலாகலமாகத் தலையசைக்கும் நெல்வயல் நடுவில் நின்று, கலப்பையின் மேழியைப் பிடித்து நிற்கும் துணை நடிகரிடம்,

அண்ணே, நீ சேத்துல கைவைக்கிறியே, அதுனாலெதாண்ணெ நாங்க சோத்துல கைவைக்க முடியிது.

என்று வசனம் பேசியபோது, என் அருகில் நின்றிருந்த வேலுச்சாமி, வழக்கம்போலக் காதருகில்,

ஆமா. அடுத்து இவென் சூத்துல கைய வெப்பாரு.

என்று சிரிக்காமல் சொன்னான். அடக்கிக்கொள்ள நான்தான் சிரமப்பட்டேன்.

அப்போது நாயகன் அணிந்திருந்த உடையையும் சொல்ல வேண்டும். மஞ்சள் நிற பேண்ட்டும், பச்சைநிறச் சட்டையும் போதாதென்று, கழுத்தில் ரத்தச் சிவப்பில் கைக்குட்டையைக் கட்டி முன்னால் முடிச்சிட்டிருந்தார். கறுப்புக் கண்ணாடியும் தொப்பியும் வேறு. ஆமாம், வயலுக்கு வரும்போதுதான் இத்தனை அலங்காரமும்.

ஆரம்பகாலத்தில் இதையெல்லாம் சுட்டிக்காட்டி மூக்கு உடைபட்டிருக்கிறேன். முதல்தடவை இயக்குநர் வேகமாகக் கேட்டார்:

ஓ, நீ அந்த குரூப்பா?...

எனக்குப் புரியவில்லை. விளக்கம் தொடர்ந்தது.

...ஒருத்தன் சுருட்டுப் பத்தவைக்கிறான்னா, கடைசி இளுப்பு வரைக்கும் அதெயே காட்டிக்கிட்டு இருக்குறதுதான் கலைம்பானுகளே...

படப்பிடிப்புத் தளத்தை ஒருமுறை கண்களால் முழுக்க அளந்தார். ஆவேசமாக என்னிடம் சொன்னார்:

இந்தா பாரு போட்ட காசெ மொதோ ரெண்டு வாரத்துக்குள்ள எடுத்துக் குடுக்கணும். இல்லாட்டி செட்டியாரு அடுத்த படம் குடுக்க மாட்டாரு. தெரியுதா... மூடிக்கிட்டு, சொன்ன வேலையெ மட்டும் செய்யணும். லாஜிக்கெல்லாம் பாத்தா, தொடந்து ரெண்டு ஹிட் குடுத்திருக்க முடியுமா?

ஆக, தமிழ் சினிமா எந்தத் திக்கில் எவ்வளவு தூரம் நகர்ந்து விட்டாலும், வந்த பாதையை அது மறந்துவிடக் கூடாது என்பதில் பெரும் அக்கறை கொண்டவர் என்று சொல்லி, முடித்துவிடலாம்...

யோசனைகளைக் கட்டுப்படுத்தும் விதமாக, சீதாபதிக் கிழவரின் தெரு வந்துவிட்டது. விசாலமான தெரு என்று சொல்ல முடியாது. இரண்டு இரட்டை மாட்டு வண்டிகள் எதிரெதிராய் வந்துவிட்டால், உரசாமல் தாண்டிப் போவது

சிரமம். ஆனால், வீடுகள் சீரான ஒழுங்கில் இருந்தன. சிமெண்ட் பாவின தரை. மத்திய அரசின் ஏதோவொரு கிராமத் திட்டத்தின் கீழ் போடப்பட்டது என்று தெருமுனைப் பலகை முன்னமே தெரிவித்துவிட்டது.

ஒரே மாதிரிச் சார்ப்பு ஓடு இறங்கிய வீடுகள். இரண்டு சாரியிலுமாக எழுபது எண்பது இருக்கலாம். அநேக வீடுகளில் திண்ணை இருந்தது. பல வீடுகளின் கூரையில் அந்த நாள் நியதிப்படி, ஒற்றைக்கோலின் உச்சியில் ஏணியைப் படுக்க வைத்த மாதிரி தொலைக்காட்சி ஆண்ட்டெனா. ஒரு வீட்டிலும் மாடி இல்லை என்பது கவனத்தில் தைத்தது. தெருவாசிகள் அனைவரும் மானசீக ஒப்பந்தம் போட்டு ஒரே முடிவை எடுத்திருக்கிறார்கள் என்று தோன்றியது – கடந்தகாலத்துக்கும் நிகழ்காலத்துக்கும் இடையில் ஒரு கண்ணியாக மட்டுமே இருப்பது, தங்கள் பங்குக்கு வேறெதுவும் செய்வதில்லை என்ற முடிவு. ஆண்ட்டெனா மாட்டிய அடுத்த தலைமுறை என்ன முடிவெடுக்குமோ.

கிழவரின் வீடு பூட்டியிருந்தது. கனத்த, துருப்பிடித்த, திண்டுக்கல் பூட்டு. அவர் வீட்டில் இருப்பார் என்று காரண மில்லாமல் எனக்குள் உறுதிப்பட்டிருந்த குருட்டு நம்பிக்கை தகர்ந்து தூள்தூளாவதை விழுங்கிக்கொள்ள சங்கடமாக இருந்தது. அதே நேரம் பக்கத்துவீட்டுக் கதவு திறந்தது. அந்த வீட்டின் தெருவைப் பார்த்த ஜன்னல் திறந்திருந்ததை அப்போதுதான் கவனித்தேன் ...

> என்னா, சீதாபதியெத் தேடி வந்தீகளா? வெளியூரு போயிருக்கானே ... மருதைக்கிப் போயிருக்கான். பொளச்சுக்கெடந்து விடியக் கருக்கல்லெதான் வருவான். காலையிலேயே போயிட்டானேப்பு ...

பள்ளிக்கூடச் சீருடையில் மூக்கொழுகிக்கொண்டு பெரியவர் என் மானசீகத்தில் ஒரு கணம் நின்றார். சிறுவனின் உடம்பும், தற்போதைய முகமும் கொண்ட கார்ட்டூன் மாதிரி!

> ... சினிமாக் கம்பேனிக்காரவுகளா?
>
> ஆமா.
>
> அவனெப் படம் புடிக்கப் போறீகளாக்கும்?
>
> இல்லெயே?
>
> அதானே. அவனுக்கு அதெல்லாம் புடிக்காதே. ‘ஆயுசு கொறெஞ்சிரும்’ண்டு பதறுவானே.
>
> ஒங்களுக்கு அவரு நல்ல பளக்கமோ?

பளக்கமா! சின்னப்பயலா இருந்தப்பருந்து தெரியும் தம்பி. என்னெயவுட நாலு வயசுதேன் பெரியவென். அப்பயே நல்ல எளந்தாரி கணக்கா ஓங்குதாங்கா இருப்பான். ஆத்தாளும் அப்பனும் போயிட்டாகண்டு ஊரெவுட்டு அவென் ஓடுனப்ப எனக்குப் பதினாலு வயசு. சடங்காயி ரெண்டு வருசம் போல ஆயிருந்துச்சு. மாப்பிளெ பாக்க ஆரமிச்சிருந்தாக. கம்மாயில்லே, பத்து வருசம் தேடுனாக. எஞ் சாதகம் அம்புட்டு விசேசம்! எங்க வூட்டுக்காரரு மிலிட்டிரியிலெ அவுல்தாரரு. சீனா யுத்தத்திலெ தவறிப் போனாக. அதுக்குப் பெறகுட்டு, சர்க்கார் குடுத்த காசெத் தூக்கிக்கிட்டு ஊரோடெ வந்துட்டென். பிஞ்சின் வருது. ரெண்டுபேரு சாப்பாட்டுக்கு தாராளம். திருணெயிலெ ஒக்காருங்க... நிக்கிறீக?

யோசிக்காமல் உட்கார்ந்தேன். கிழவி எதிர்த்திண்ணையில் அமர்ந்து, மூக்குநுனியை ஒருமுறை வலது உள்ளங்கையால் மேல்நோக்கித் தேய்த்துக்கொண்டார்.

சீதாபதி அய்யா வீட்டுக்கு எதுத்தாப்பிலெ களம் இருந்துச்சுன்னு சொன்னாரு. இங்கெ ரெண்டுபக்கமும் வீடா இருக்கே. இதெல்லாம் பின்னாடி வந்ததோ?

அவென் சொன்னது நாயந்தேன் தம்பீ. அப்பெல்லாம் ஊரு தெக்கே இருந்துச்சு. கொஞ்சங் கொஞ்சமா நகந்து இங்கிட்டு வந்துருச்சு. நாந் தாலியறுத்து வந்த வருசம் ஒரு வடக்கத்தி தொரெயும் அவரு பொஞ்சாதியும் இங்கிட்டு வரப்போக இருந்தாக. அவரு டாக்டரய்யா. ஏளெபாளெகளுக்கு எனாமாவே வைத்தியம் பாப்பாரு. அவரு சம்சாரம் எங்களெக் கூட்டிவச்சு, 'குளிக்கணும் குண்டி களுவணும்' ண்டு எந்நேரமும் புத்தி சொல்லிக்கிட்டு இருக்கும்... அதுதேன் இந்தத் தெருவயே உண்டாக்குச்சு. அப்பறமேட்டு ஊரு இங்கிட்டே வளர ஆரமிச்சிருச்சு...

பெரியவரு ஒங்களுக்கு உறவுகாரரா?

அதெல்லாம் இல்லெ தம்பி. நாலஞ்சு வருசம் முன்னாடி திரும்பிவந்தான். அறுவது வருசம் களிச்சு ஊருக்கு வந்தாக்கெ யாருக்கு அடெயாளம் தெரியும்? என்னமோ இவென் யோகம், நானும் இருந்தென். அந்தப்பய வெங்கடாசலமும் இருந்தான். அவென் என்னையவுட ஒரு வயசு மூத்தவென். எங்க ரெண்டுபேருக்குந்தேன் இவனெ இன்னாருண்டு தெரிஞ்சிச்சு.

கிழவி தாமாகச் சிரித்துக்கொண்டார்.

அப்பிடியும், வந்தன்னைக்கி எங்களுக்கு நம்பிக்கெ வரலே. நாங்களே மறந்துபோனதெல்லாம் ஒண்ணொண்ணா எடுத்துச் சொன்னான். இந்த வெங்கடாசலமும் அவனும் பளைய சேக்காளிக. அந்த நாள்லெ இவனுக்கு 'வெளெக்கெண்ணெ வெங்கிடு'ண்டு பட்டப்பேரு. வாணியச் செட்டியாரு சாதி. வெங்கிடுவுட்டு அப்பாரு செக்கு வச்சிருந்தாரு ... இவனுக்கு, அதேன் சீத்தாவுக்கு, 'ஊளெமூக்கு' ண்டு வச்சிருந்தம். எம் பேரு என்னாண்டு கேட்டுராதீக. வெளியெ சொன்னா அசிங்கம்..! இதுமாதிரி பளெய விசயம் ஏகப்பட்டது சொன்னான்.

ஆமாமா. எவ்வளவு சமாசாரம் நெனவு வச்சிருக்காரு ...

அப்பறம்? எனக்கெல்லாம் முந்தநாத்து என்னா கொளம்புடீ முண்டே வச்சே ண்டு கேட்டா யாவுகமிருக்காது. சீத்தா சின்னவயசிலெயே இப்பிடித்தேன். 'என்னாடா நேத்து ஆளெக்காணம்?'ண்டு சும்மாக் கேட்டாப் போதும். கடகடகடண்டு வண்டி ஓட ஆரமிச்சிரும். நாயி மோளுறதும் காக்கா பேளுறதுங்கூட அவனுக்கு ஒரு விசேசந்தேன், வேடிக்கைதேன் ...

கிழவி மீண்டும் சிரித்தார். நானும் சிரித்தேன்.

அத்தனெ வருசமா ஒத்தையாக் கெடந்தவதானே. வயசான காலத்துலெ இந்தப்பய தொணைக்கி வந்து சேந்தானா, நல்லவேளெ பெளைச்சம்னு நெனச்சிக்கிட்டேன். பின்னே, எல்லாம் முடிஞ்சு போச்சு, தொலஞ்சு போச்சுண்டு நெனச்சிக்கிட்டு இருக்கும்போது, யாவுகத்துலேர்ந்து உசிரோடெ ஒருத்தன் எதுத்தாப்பிலெ வந்து நிண்டா சந்தோசமா இருக்காதா? ஓடியடங்குன வயசுபூராம் திரும்பக் கையிலெ கெடச்ச மாருதி இருக்காது? பக்கத்துவீட்டெ ஒத்திக்கி எடுத்து அவனெக் குடிவச்சேன். என்னதான் இருந்தாலும் ஊருக்குள்றெ பேச்சு வந்துரக்கூடாது பாருங்க. நானெல்லாம் ஆயுசு முளுக்கா கங்கு மாருதி இருந்தவ ...

பெரியவருக்கு வருமானம் ஒண்ணும் கெடையாதா?

உருப்படியா ஒண்ணும் பண்ணாமெ ஊரெச் சுத்திப்புட்டு வந்தா கையிலே என்னா புண்ணாக்கு இருக்கும்? எங்க பூர்வீகத்துலெ கொஞ்சம் வயக்காடு இருந்துச்சு குத்தகைக்கி விட்ருந்தம். இவென் வந்ததுக்குப் பெறகுட்டு, குத்தகையெ எடுத்துட்டம். குடியானவுகளெ வச்சு இவெந்தான் பாத்துக்கிர்றான். தங்கமான பய தம்பி. கொஞ்சங்கூட கோவப்பட மாட்டான். ஏகப்பட்ட கதெ

வச்சிருக்கான். ஒண்ணுவிடாமெக் கேளுங்க. நல்லாச் சொல்லுவான் ...

சரளமாகப் பேசிக்கொண்டு வந்த கிழவி, திடீரென்று குரலைத் தழைத்து,

... என்னெயெப் பத்தி எதுனாச்சிம் சொன்னானா?

என்று கேட்டார். நான் சிரித்துக்கொண்டே தலையாட்டினேன்.

சரி, நாம் பொறப்புடுறென்.

எழுந்தேன்.

இருங்க, இம்புட்டுக்காணு காப்பித் தண்ணி குடிச்சிட்டுப் போவீக.

என்றார் கிழவி.

எங்கள் குழாம் மும்முரமாகச் சீட்டாட்டத்தில் ஆழ்ந்திருந்தது. வேலுச்சாமி என்னைப்பார்த்து, 'என்ன, இவ்வளவு சீக்கிரம்?' என்கிற மாதிரிப் புருவம் நெரித்தான்.

பெருசு மதுரைக்கிப் போயிருக்காம்ப்பா.

என்று வாய்விட்டுச் சொல்லிவிட்டு, படுக்கையை விரித்தேன்.

கிழவரின் வாசனை பட்டதாலோ என்னவோ, இதேமாதிரிக் கிராமத்தில் கழிந்த என்னுடைய இளமைப் பருவம் ஒரு தகவல் பாக்கியில்லாமல் ஞாபகத்தில் கிளர்ந்து ஓடியது ...

சின்ன வயதிலேயே சினிமாப் பித்து தலைக்கேறிவிட்டது எனக்கு. நாள் தவறாமல் டூரிங் கொட்டாய்க்குப் போவதில் ஆரம்பித்தது. வாங்கித் தின்னக் கொடுக்கும் காசை மிச்சம் வைத்து தரை டிக்கட்டில் சினிமாப் பார்ப்பதில் அடங்காத போதை இருந்தது எனக்கு. காசு பேறாதபோது, அம்மா சிறுவாடு சேர்த்து வைத்திருக்கும் நாலணாக்கள் கைகொடுக்கும். அவளுக்கே சிலவேளை மறந்திருக்கலாம், எந்த டப்பாவில் போட்டுவைத்தோம் என்று. எனக்கு உள்ளங்கை மாதிரித் தெரியும். கூசாமல் களவாடி, கொட்டகைக்குப் போவேன். கண்டுபிடித்த நாட்களில் விளக்குமாற்றால் சாத்துவாள் அம்மா.

அப்பா இது எதையும் கண்டுகொள்ளாத அப்பாவி மனிதர். சர்க்கரை மில் தொழிலாளியாய் இருந்தார். வருடக்கணக்கில் எந்திரங்களோடு இயங்கி, தானும் ஒன்றாக மாறிவிட்ட மாதிரி

நடமாடுவார். எதையுமே அவர் காதுபட நாலு தடவை சொல்ல வேண்டும் – அப்போதுதான் மனத்துக்குப் போய்ச் சேரும், பாவம்.

அவர் வேலைபார்த்த தொழிற்சாலையின் மனமகிழ் மன்றம் ஆண்டுவிழா கொண்டாடியது. மன்றச் செயலர் அப்பணசாமி அப்பாவின் நெருங்கிய சிநேகிதர். அவரிடம் கெஞ்சிக் கூத்தாடி, நான் எழுதிய நாடகம் ஒன்றை அரங்கேற்றினேன். தாய்ப் பாசமும், தாலி செண்டிமெண்ட்டும், தீயவர்களை அழிக்க அவதாரமெடுத்த நல்லவன் தான் ஆசைப்பட்ட பெண்ணை மணமுடிக்க இயலாமல் தடுத்த அந்தஸ்து வித்தியாசமும் என்று நூறுநாள் கியாரண்டி உள்ள கதை.

மன்ற உறுப்பினர்கள் சிலரே நடித்தார்கள். தாய் வேடமிட்ட அருணாசலம் பின்னாட்களில் அறுவை சிகிச்சை செய்துகொண்டு பெண்ணாகவே மாறி, பம்பாய்ப்பக்கம் வாழ்க்கை நடத்த ஓடிவிட்டதாகக் கேள்விப்பட்டபோது, மேற்படி நாடகமும் ஒரு காரணமாக இருந்திருக்குமோ என்ற குற்ற உணர்வும், ‘சீச்சி, இருக்காது. உயிரியல் சிடுக்குக்கு கேவலம் ஒரு அமெச்சூர் நாடகம் எப்படிப் பொறுப்பாகும்’ என்று சமாதானமும் ஒரே சமயத்தில் எனக்குள் பொங்கின.

எப்படியோ, தாயாரைப் பற்றி நாயகன் பேசிய கண்ணீர் வசனங்கள் அமோகமாய்க் கைதட்டல் வாங்கின.

குடும்பத்தில் என்னைக் கலைஞன் என்று ஒத்துக்கொண்டு விட்டார்கள். சினிமாப் பார்க்க தாராளமாகக் காசு கிடைத்தது. ஊர்க்காரர்கள் என்னை ‘டையரட்டரே’ என்று கூப்பிடத் தொடங்கினார்கள். எனக்குள் ஏறிய மிதப்பும் கொஞ்சநஞ்சமல்ல.

அப்புறமும், வீட்டுக்குத் தெரியாமல் ஓடிப்போகும் முடிவை ஏன் எடுத்தேன் என்பது இன்றுவரை விளங்கவில்லை. ஒருவேளை, வீட்டைவிட்டு ஓடியவர்கள்தாம் திரையுலகில் சிறப்பாக முன்னேறியிருக்கிறார்கள் என்கிற மாதிரி நம்பிக்கை ஏதாவது எனக்கே தெரியாமல், என் ஆழ்மனத்தில் பதிந்திருந்திருக்கலாம். சென்னைக்கு ஓடி வந்துவிட்டேன்.

வெகுநாட்கள் குடும்பத்துக்குத் தெரிவிக்காமல்தான் இருந்தேன். என்னை ஆஃபீஸ் பையனாக வேலைக்கு எடுத்துக் கொண்ட கம்பெனிக்கு அடிக்கடி வந்துபோன ஓர் இயக்குனர், தன்னிடம் உதவியாளனாக வருகிறாயா என்று கேட்டார். நானும் சரி என்று போன பிறகுதான் தெரிந்தது, திரையுலகில் உதவியாளன் அல்ல. அவருடைய சில்லறை வேலைகளுக்கு எடுபிடியாக என்னை நியமித்திருக்கிறார் என்று. போகட்டும்,

என்னதான் கலை ஆர்வம் என்றாலும், சாப்பிடாமல் எத்தனை நாள் இருக்க முடியும்?

அவரை சும்மா சொல்லக் கூடாது, கழுத்து முட்டக் குடித்துவிட்டு, நட்ட நடு ராத்திரியில் ஏதாவது படம் பார்க்க அமரும்போது, அந்த இடத்தில் நானும் இருக்க அனுமதிப்பார்— தொழில்ரீதியான பெண்கள் யாராவது அவரைப் பார்க்க வந்திராத நாட்களில். அப்படித்தான் ஒருதடவை, சார்லி சாப்ளினின் மாடர்ன் டைம்ஸ் பார்க்கக் கிடைத்தது. இரண்டு கைகளிலும் உபகரணங்கள், சதா திருகும் பாவனை, மிரண்ட கண்கள், உயர்த்திய புருவம், தத்துப்பித்து நடை என சுற்றிலும் உள்ள அத்தனைபேருடைய கேலிக்கும் இலக்கான அப்பாவியைப் பார்த்ததும், அப்பாவின் நினைவு திமிறியேறியது. மறுநாள் இரவே கிளம்பி ஊருக்கு வந்தேன்.

அம்மா என் காலைக் கட்டிக்கொண்டு கதறினாள். நான் சற்றும் கலங்காமல், அவளுடைய கண்ணீரால் என் முழங்கால் நனைய அனுமதித்துவிட்டு சிலை மாதிரி நின்றிருந்தேன். மில்லுக்குப் போயிருந்த அப்பா, பின்மதியத்தில் திரும்பினார். எப்போதும்போலவே சலனமற்று இருந்த அவரது முகத்தைப் பார்த்தபோது, ஒருவேளை நான் வீட்டை விட்டு ஓடியதெல்லாம் வெறும் கனவுதானோ, நானாக உருவாக்கிக்கொண்ட பிரமையோ, நேற்றுத் தூங்கி இன்று எழுந்ததைத்தான் நானாகப் பெரிதாய் அலட்டிக்கொள்கிறேனோ என்றெல்லாம் சந்தேகம் தட்டியது. அவர் அருகில் சென்று,

எய்யா.

என்றேன். வழக்கத்துக்கு விரோதமாக அவருடைய கை லேசாக நடுங்கியது.

வாப்பு.

என்றபோது அவருடைய குரலும் சற்று நடுங்கியதாகப் பட்டது.

அவ்வளவுதான். நான் உடைந்து நொறுங்கினேன். அப்பாவின் காலில் நெடுஞ்சாண்கிடையாக வீழ்ந்தேன். கதறுவது இப்போது என் முறை. அப்பா குனிந்து என் தோளைத் தொட்டார். கையில் நடுக்கம் நின்றிருந்தது. ஸ்பானர் பிடித்துக் காய்த்த கையின் சொரசொரப்பு எனக்கு அவ்வளவு இதமாக இருந்தது.

ஒரு வாரம் போல இருந்ததில், பிறந்த கிராமமும் தாயன்பின் கட்டுப்பாடுகளும் திகட்டி, விட்டு வந்த மாய உலகத்தை விட்ட

இடத்திலிருந்து தொடரும் ஆவல் கிளர்ந்தபோது, அம்மா விசுவரூபம் எடுத்தாள். இனி, நான் ஊரைவிட்டுக் கிளம்பினால் தானும் கூட வந்துவிடுவேன் என்றாள். 'சிரெட் பிடிச்சுப் பிடிச்சு' என் உதடெல்லாம் கறுத்துவிட்டதாம். கண்ணுக்குக் கீழ் இருக்கும் கருவளையங்களைப் பார்த்தால், தண்ணிப் பழக்கமும் வந்திருக்குமோ என்று சந்தேகப்படுகிறாளாம். 'வேற எதுனாச்சிம் சாவாசம் இருக்கா?' என்று நாசூக்காகக் கேட்டாள்.

'சினிமாக்காரன்னா இதெல்லாம் உண்டு மாரியாயி, ஒளுங்கா ஓம் மயெனெப் புடிச்சுப்போடு' என்று பணியாரக்கடை ஆச்சி அம்மாவுக்குப் புத்தி சொன்னதையும் சொன்னாள். ஊரைவிட்டு ஓடுவதற்கு முன்னால் அந்த ஆச்சியிடம் நான் பனிரெண்டு ரூபாய் முப்பது காசு கடன் வைத்திருந்தது எனக்கு அசந்தர்ப்பமாக நினைவு வந்தது – அதற்காகத்தான் ஆச்சி என் அம்மாவைக் கிளறிவிட்டாள் என்று சொல்ல வரவில்லை. சும்மா ஞாபகம் வந்தது, சொன்னேன். மற்றபடி, நான் ஊர் திரும்பிய அன்று அம்மாவுக்குச் சமமாக ஆச்சியும் அழுதாள்.

எல்லாருமாக எனக்குத் திருமணம் செய்துவைக்க முடிவெடுத்தார்கள். நான் இரண்டு நிபந்தனைகள் விதித்தேன். ஒன்று, திருமணம் செய்துகொண்டு மறுபடியும் மெட்ராஸ் போய்விடுவேன்; வேறு தொழிலுக்கு மாறும் பேச்சே கிடையாது. இரண்டாவது, நான் சொல்லும் பெண்ணைத்தான் திருமணம் செய்வேன்.

அம்மா பழையபடி கதறினாள். இரண்டு நாட்கள் உண்ணாமல் சுவரோரம் படுத்துக்கிடந்தாள். இந்த மாதிரிக் காட்சிகளையெல்லாம் நானே இயல்பாகக் கற்பனை செய்வேனே என்று திமிராய் நினைப்பு ஓடியதை இப்போது, அவர்களெல்லாம் அமரர்களாகிவிட்ட பிறகு, நினைத்தால் எனக்கே அவமானமாக இருக்கிறது.

சொந்தபந்தத்தில் எனக்குத் தோதான பெண் பெற்று வைத்திருந்தவர்கள், முன் அறிமுகமே இல்லாதவர்கள் போல முகத்தை வைத்துக்கொண்டார்கள். கிட்டத்தட்ட ஒரு மாதம் போராடிவிட்டு, 'ஒன் இஸ்டம் போல செய்துக்க ராசா. ஒடம்பு பூரா எண்ணெயெத் தடவிக்கிட்டு ஆத்து மணல்லெ பொரண்டாலும், ஒட்டுறதுதானே ஒட்டும்?' என்று சொல்லி சரணடைந்தாள் அம்மா. நான் சென்னை திரும்புவதற்காக மூட்டை கட்டினேன்.

திரும்பிவந்து, ஒரு கம்பெனியில் கிளாப் பாயாகச் சேர்ந்தேன். ஒரு சகாவின் புண்ணியத்தில், மதுரை ஜில்லாவில் நடந்த ஒரு

படப்பிடிப்பைப் பார்க்க வில்வண்டியில் கூட்டிப்போனது மட்டும்தான் பெற்றவர்களுக்கு நான் அளித்த ஒரே வெகுமானம். சுமார் நூறடி தொலைவில் நின்றுதான் என்றாலும், அம்மாவுக்கு நடிகர்களைப் பார்த்த புண்ணியமே போதுமானதாய் இருந்தது. அப்பாவுக்குத் தன்னையே சரியாய்த் தெரியாது, படப்பிடிப்பு எந்த மூலைக்கு?...

அந்த உணர்ச்சிப் பரபரப்பின் போதையில் கிறங்கிக்கிடந்த வேளையில், கமலத்தைப் பற்றிச் சொன்னேன். நான் நாலில் ஒருபங்கு வாடகைக்குக் குடியிருந்த மேன்ஷனுக்கருகில் ஒரு சாப்பாடுக் கடையில் பணிபுரிந்தவள். ஏனோ அவளை எனக்குப் பிடித்துவிட்டது. காரணம் புரியாத ஒரு இதமும் உற்சாகமும் அவளைப் பார்க்கும்போதெல்லாம் எனக்குள் நிரம்பிவிடும். தவிர, எங்கள் பெயர்ப்பொருத்தம். அவள் கமலம். நான் கமலக் கண்ணன். வாழ்க்கையை இணைத்துக்கொள்ள இந்த இரண்டு தகுதி போதாது?

கமலம் முதலில் ஆச்சரியப்பட்டாள். பிறகு வெட்கப்பட்டாள். திருமணத்துக்குப் பின் ஒருநாள் இரவில், அவளைப் பற்றி நான் உணர்ந்த விதமாகவே முன்னர் தானும் உணர்ந்திருந்ததைச் சொல்லிப் புல்லரிக்கவும் செய்தாள்.

ஆனால், அடுத்த சிக்கல், அவள் அனாதை இல்லத்தில் வளர்ந்தவள் என்பது. 'சாதிகெட்ட பொம்பளையவா கட்டிக்கிருவேண்றே?' என்று அம்மா அடிவயிறு குமுறக் கேட்டாள். 'யாரு கண்டா, ஒம் மருமக நம்மளெவிட மேல்சாதியாக்கூட இருக்கலாமே' என்று நான் அளித்த பதில் அவளுக்கு ரசிக்கவில்லை. 'சாதி தெரியாதவரைக்கும், அவளை நம்ம சாதிக்காரின்னேகூட வச்சுக்கிறலாமே' என்ற தர்க்கத்துக்கும் முறைத்தாள். ஆனால், அவளாலும் ஈடுகொடுக்க முடியாத ஒரு பலவீனத் தருணத்தில் சம்மதித்துவிட்டாள்.

சாப்பாட்டுக்கடை வருமானம் போதாது என்று பட்டதால், ஆயத்த ஆடைத் தயாரிப்பு நிறுவனமொன்றில் பேக்கிங் செக்ஷனில் பணிபுரிகிறாள் கமலம். இரண்டு குழந்தைகள். கண்கொட்டாமல் டிவியில் சினிமாப் பார்க்கும் குழந்தைகளைப் பார்க்கும்போது எனக்கு அடிவயிற்றில் பகீரென்னும். கமலம் சமாதானம் சொல்வாள் – மற்ற குழந்தைகள் மாதிரித்தான் அவர்களும், சும்மா படம் பார்க்கிறார்கள். இதற்குப்போய் ஏன் வீணாக அலட்டிக்கொள்கிறீர்கள். அதெல்லாம் நல்லாப் படிச்சு, நல்ல உத்தியோகத்துக்குப் போய்விடுவார்கள்.

குழந்தைகளை உசத்தியான இங்கிலீஷ் மீடியம் பள்ளியில் படிக்கப் போட்டிருக்கிறேன். என்னிடம் காசு ஏது, இருக்கும்

சொற்ப சம்பாத்தியம் சிகரெட்டுக்கும் டீக்குமே சரியாய்ப் போய்விடுகிறது. ஆரம்பகால அறைத்தோழனும், தட்டுத்தடுமாறி ஒரு தோல்விப் படம் எடுத்தவனுமான கதிர்வேல் பருவம் தவறாமல் பணம் கட்டிவருகிறான். நீலப்படம் எடுத்துச் சம்பாதிக்கிறான் என்று அவனைப் பிடிக்காதவர்களும், சினிமா விவாதங்களில் கேந்திரமான பங்கு வகித்துச் சம்பாதிக்கிறான் என்று அவனுக்கு வேண்டியவர்களும், அமேரிக்காவிலும் வளைகுடா நாட்டிலும் இருக்கும் மூத்த சகோதரர்கள் இவனைக் கண்ணாகப் பேணுகிறார்கள் என்று நடுநிலையாளர்களும் சொல்கிறார்கள். எதற்குமே புண்கொள்ள முடியாத வாழ்க்கைமுறை எனது. நாற்பது வயதைத் தாண்டிவிட்டேனல்லவா, சுரணை குறைந்துவருவது எனக்கே தெரிகிறது ...

நின்றவாக்கில் ஐமுக்காளத்தை உதறுகிறான் வேலுச்சாமி. 'என்னாப்பா, இன்னம் தூங்கலையா?'

தூங்கத்தான் வேண்டும் ...

ஆனால், வெகுநேரம் கண்மூடிக் கிடந்தும் உறக்கம் தொற்ற வில்லை. எழுந்து வெளியே போனேன். மரத்தடியில் நின்று சிறுநீர் கழித்துமுடித்தபின் சிலிர்த்தபோதுதான் அந்த யோசனை உதித்தது. வாய்ஸ் ரெக்கார்டரை நோண்டி, கிழவரின் குரலைக் கேட்கலாமே.

பெட்டியைத் திறந்து, தோள்பைக்குள் கிடந்த கருவியை எடுத்துக்கொண்டு படுக்கைக்குத் திரும்பினேன். காதில் மாட்டிய குட்டி ஸ்பீக்கர்களில் அந்தரங்கமாகப் பேசத் தொடங்கினார் கிழவர். யதேச்சையாக அகப்பட்ட தடத்தில் அவர் சொல்லியிருந்த கதையை, இதுவரை கேட்காததுபோன்ற புத்துணர்வுடன் கேட்கத் தொடங்கினேன்.

சீதாபதிக் கிழவரின் வயோதிகக் குரல் அவ்வப்போது செருமியபடி வாய்ஸ் ஓவர் கொடுக்க, லஸ்தர்கள் தொங்கும் சபாமண்டபங்கள், சரவிளக்குகள் ஊசலாடுகிற, வெல்வெட் புடைப்புடன் சப்பரமஞ்சங்கள் பளபளக்கிற மாபெரும் படுக்கையறைகள், திடல் போல விரிந்த உத்தியானவனங்கள் என மானசீகத்தில் விரிந்துகொண்டே போயின.

இளவயது முதல் பார்த்த சரித்திர, புராணப்படங்களின் மிகை ஒப்பனை மற்றும் ஆபரணங்கள் ஆடைகளுடன் பாத்திரங்களும் உபபாத்திரங்களும் நடமாடினர். மற்றவர்கள் முகம் நினைவிலில்லை. மன்னர் மட்டும் மூன்று கதைகளிலும்

எஸ் வி ரங்கராவ் ஆகவே இருந்தார் என்பது அழுத்தமாக நினைவில் தங்கியிருக்கிறது!

சுபாவமாகவே எனக்கு இசையறிவு குறைவு. ஸாரங்கியும் புல்லாங்குழலும் ஷெனாயும் ஸித்தாரும் வீணையும் வயலினும் தபலாவும் மிருதங்கமும் அமோகமாகக் கலந்தொலிக்கும் பின்னணி இசையை மட்டும் என் ஆழ்மனம் கோக்க மறுத்துவிட்டது... இயற்கையான பேச்சொலிகள் மட்டுமே கேட்டன..!

இரண்டு சமாதிகளும் மூன்று கதைகளும்

யமுனைக் கரையோர கிராமம். வேகவேகமாக நகரமாகி விடும் துடிப்பு இருப்பது அப்போதே பார்வைக்குப் பட்டது – இப்போது தாலுக்கா தலைநகரமாவது ஆகியிருக்கலாம்.

ஊர் எல்லையில் இரண்டு பளிங்குக் கல் சமாதிகள் அடுத்தடுத்து இருப்பதைப் பார்த்தேன். ஒன்று வெண்பளிங்கு. மற்றது கரும்பளிங்கு. வெள்ளைக் கல் சமாதியில் பூவின் சித்திரமும், மற்றதில் வில் அம்பின் படமும் பொறிக்கப்பட்டிருந்தன. பெயர்க்குறிப்போ, வருடக்குறிப்போ இல்லாது மொண்ணை யாக நின்றிருந்த சமாதிகளைப் பற்றி ஊருக்குள் விசாரித்தேன். மூன்று விதமாகச் சொன்னார்கள். முதலில் ஒரு பெரியவர் சொன்னது: அபாரமான தாடி அவருக்கு. தொப்புள்வரை நீண்டிருந்தது. மேலிருந்து கீழாக அடிக்கடி அதை உருவிவிட்டபடி சொன்னார்:

1

அந்தக் கிராமம் ஒருகாலத்தில் ராஜாங்கத்தின் தலைநகராய் இருந்ததாம். மந்திரிமார்களின் சதியும், ராஜாவின் முட்டாள்தனமும் சேர்ந்துதான் சீரழித்தன. ஆனால், எதற்குமே எடுத்துச் சொல்கிற மாதிரியான ஆரம்பம் வேண்டுமல்லவா– ஓஹோ என்று இருந்த ராஜ்யத்தின் வீழ்ச்சி, ஒரு கம்பள வியாபாரியின் வருகையுடன் தொடங்கியது.

அரசவை கூடியிருக்கும்போது அவன் வந்தான். லேசாக விந்திவிந்தி நடந்து வந்தான். உற்றுப் பார்த்தபோது, ஒரு காலைவிட இன்னொரு கால் ஒரு அங்குலம் அளவுக்கு உயரம் குறைவு என்பது தெரிந்தது. வசீகரமான மாறுகண். நாலு ஆள் விசாலமாகப் படுத்துறங்க இடம் கொண்ட கம்பளத்தை சபை நடுவில் விரித்துப் போட்டான். அபூர்வமான மரகதப் பச்சை நிறத்தில், மான்களும் மயில்களும் மரங்களும் கொடிகளும் மலர்களும் செடிகளும் உள்ள வனாந்திரம் நெய்திருந்த கம்பளம்.

என்னப்பா விசேஷம் இதிலே?

என்று மன்னர் கேட்டுக்கொண்டிருக்கும்போதே கம்பளத்தின் இடது மேல்மூலைக்கு நகர்ந்து, கால் கட்டைவிரலால் அழுத்தினான்.

எல்லாரும் பார்க்க, விரிப்பின் நடுவில் இருந்த மயில் மெல்ல எழுந்தது. மூன்று பரிமாணம் கொண்ட நிஜ மயிலாக மாறியது. தோகையை விரித்தது. நடனமாட ஆரம்பித்தது. அவை முழுக்க சாதாரண வெளிச்சம் நிலவியிருக்க, கம்பளத்தின் நீள அகலத்துக்கு மேலே சுமார் பத்தடி உயரத்துக்கு மோடம் போட்டு மெல்லிய இருட்டு பரவியிருந்தது

சபை பிரமித்தது. பேரழகியான இளவரசி கைகொட்டி ஆர்ப்பரித்தாள். ஒரு கணம் நின்ற மயில் அவளைத் திரும்பிப் பார்த்தது. பிறகு நடனத்தைத் தொடர்ந்தது. முடியும் தறுவாயில், அரியணையை விட்டு இறங்கி ஓடிவந்தாள் இளவரசி. மயிலைத் தொட்டுப்பார்க்கக் கை நீட்டினாள். வியாபாரி அவசரமாய்க் கைநீட்டி மறித்தான். ஓட்டத்தின் வேகத்தில் ராஜகுமாரியின் மார்பில் அவன் கை பதிந்து விலகியது. அந்தக் கணத்தில் அவனிடம் மனம் பறிகொடுத்தாள் அவள்.

தொடக்கூடாது இளவரசி. காந்தம் மாதிரி உள்ளே இழுத்துக் கொண்டுவிடும்.

என்று கமறிய குரலில் அவன் சொல்லுவது, எங்கோ தொலை தூரத்திலிருந்து கேட்கிற எதிரொலி மாதிரி அவளது செவிகளில் ஒலித்தது.

கம்பள வியாபாரியை ஆஸ்தான கலைஞனாக நியமித்தார் ராஜா. அவருக்குள் ஒரு ரகசியத் திட்டம் இருந்தது. பக்கத்து நாட்டு ராஜா ஓயாமல் குடைச்சல் கொடுக்கிறான் – எல்லை தாண்டி உளவாளிகளை அனுப்புவது, எல்லைக்காவல் வீரர்களை காரணமில்லாமல் கொன்று தள்ளுவது, உள்நாட்டு நீர்நிலைகளில் ஆள்வைத்து விஷம் கலப்பது என்று பெருந் தொந்தரவு. ஆனால், தூதர்களை அனுப்பினால் பாசமாகப் பேசுகிறான், பரிசுப்பொருட்கள் அனுப்புகிறான். மதிமந்திரியின் ஆலோசனைப்படி, தந்திரத்தைத் தந்திரத்தால் அறுப்பதுதான் சரி. மந்திரிக்கோ ஆலோசனை சொல்லுமளவுக்குத்தான் மதி இருக்கிறதே தவிர, தந்திரோபாயம் எதையும் புனைந்து தரத் தெரியவில்லை. கம்பள வியாபாரியை முன்னிட்டு மன்னருக்கு ஒரு யுக்தி உதித்தது.

விதவிதமான விஷப்பூச்சிகளும், நாகங்களும், வெட்டரிவாள் களும், வீரர்களும் நெய்த கம்பளத்தைப் பரிசாக அனுப்புவது.

சித்திரங்கள் உயிர்பெற்றுத் தீண்டி அவன் சாகட்டுமே. அல்லது இந்த விசித்திரத்தைப் பார்த்ததும், தமது மகள் மாதிரியே தொடப் பாய்ந்து கம்பளத்துக்குள்ளே சித்திரமாகி ஒழியட்டுமே...

ஆனால், விதியின் தந்திரம் வேறுவிதமாக இருந்தது. பறக்கும் பல்லக்கு ஒன்றைக் கம்பளத்தில் நெய்தான் வணிகன். கண நேரத்தில் காதல் கொண்டு, ஒவ்வொரு வார வெள்ளிக்கிழமையும் ரகசியமாய் சந்தித்து, ஒரேயொரு திருட்டு முத்தம் வழங்கிவந்த ராஜகுமாரியுடன் ஏறி அமர்ந்தான். கம்பளம் பறக்கக் கிளம்பியது.

தலைக்குமேல் மூன்று பனை உயரத்தில் பறக்கும் கம்பளம் யாரைச் சுமந்து செல்கிறது என்று அறியாத தளபதி, அம்பெறிந்து இறக்க ஆணையிட்டான்.

ஆசனவாயில் அம்பு தைத்து இறந்த காதலர்களின் சமாதிகளே அவை என்று விவரித்தார் பெரியவர்.

2

கிராம எல்லையில் ஜோதிடநிலையம் நடத்தியவர் வேறு மாதிரிச் சொன்னார். காதல்ஜோடி பறந்தது வாஸ்தவம்தான். ஆனால், இளவரசியுடன் இருந்தவன் கம்பள வியாபாரி அல்ல, அத்தர் விற்பதற்காகப் பாரசீகத்திலிருந்து வந்தவன் என்றார் அவர்.

விசேஷமான நறுமணத் திரவியம் ஒன்று கொண்டு வந்தானாம் அவன். புருவ மத்தியில் அதைத் தடவிக்கொண்டால், மனத்தில் தோன்றும் கற்பனைக்குள் நிஜமாகவே உலவ முடியும். காட்சியும் சுவையும் மணமும் ஒலிகளும் தத்ரூபமாக இருப்பது மட்டுமில்லாமல், சகலத்தையும் தொட்டு உணரவும் முடியும்.

மன்னருக்குத் தெரியாத இரண்டு சங்கதிகள் இருந்தன. ஒன்று, நொடிப்பொழுதில் பலகாதம் பறக்கவல்ல கம்பளம்[2] அவனிடம் இருந்தது. இரண்டாவது, முன்னமே அவனுடன் இளவரசிக்குக் காதல் உதித்திருந்தது; அவளுடைய ஆலோசனைப்படியே அவன் அரண்மனைக்கு அத்தர் விற்க வந்தான் என்பது.

---

2. எதையோ நினைத்து, தாமாகச் சிரித்துக்கொண்டார் கிழவர். தயங்கி, என்ன என்று விசாரித்தேன்:

அட, அது ஒண்ணுமில்லெ தம்பி. சாதாரணமா நாம சமக்காளம் ண்டு சொல்லுறது, ராசாராணிக் கதெக்குள்ளெ வரும்போது கம்பளம் ஆயிருதா இல்லியா! இன்னம் மயிரு கூந்தலாயிரும் தோட்டம் நந்தவனமாயிரும் நகெ ஆபரணமாயிரும் – இந்த வார்த்தெகளெல்லாம் இல்லாட்டி, ராசாராணிக் கதெ சப்புண்டு ஆயிருமில்லே! எங்காத்தா சொல்லும், 'மயிருண்றதும் இந்த நாக்குதேன், மயிலுண்றதும் இந்த நாக்குதேன்.' ஆனாக்கெ, வாங்கிக்கிற மனசு ஓரே மனசு இல்லெ போல . . !

புருவத்தில் தடவிய புனுகின் உதவியால், நூறு நூறு பெண்களுடன் ஒரே நேரத்தில் சம்போகித்து இன்புற்றிருந்த மன்னர், திகட்டிப்போய்த் தரைக்குத் திரும்பியபோது, உயர எழும்பாத கம்பளத்தின் மத்தியில் அமர்ந்திருந்த மகளையும், எழும்பவைக்க முயன்று தோற்று வியர்வை சொட்ட நின்றிருக்கும் வியாபாரியையும் பார்த்தார்.

வழக்கமாகச் சொல்லும் மந்திரத்தைத்தானே சொன்னோம், கம்பளத்தின் சூத்திரம் எதுவும் பழுதடைந்துவிட்டதா என்று குழம்பியவாறும், கழுத்தில் பாயவிருக்கும் கொலைக்கத்தியின் நினைவில் வியர்க்குருபோலப் புல்லரித்த உடம்புடனும் நின்றிருந் தான் வியாபாரி வேடத்தில் வந்த காதலன். தகப்பனுக்கு இவ்வளவு விரைவில் நினைவு திரும்பும் என்று எதிர்பார்த்திராத இளவரசி, அவசரமாக எழுந்து வெறுந்தரைக்கு நகர்ந்தாள்.

பதட்டத்தில் காலிடறி வீழ்ந்து எழுந்தாள். இடுப்பில் செருகி யிருந்த சாவிக்கொத்து நழுவி விழுந்திருந்தது. அற்பாயுசுக் காதலன் ஆசையாகவும் அத்துமீறியும் எழுதிய காதல் ஓலைகளை அவள் பூட்டி வைத்திருந்த அலமாரியின் சாவி அது.

பயணிகளின் உடம்பில் இரும்புப் பொருட்கள் இருந்தால் கம்பளம் பறக்காது என்ற ஆதாரப் பாடத்தை அவளிடம் முன்கூட்டியே சொல்லாமல் போன தனது முட்டாள்தனத்தை நொந்தபடி கொலைக்களத்துக்குப் போனான் காதலன். ‘அவனோடு தன்னையும் கொல்லாவிட்டால் தற்கொலை செய்துகொள்வேன்’ என்று மிரட்டிய காதலி பின் தொடர்ந்து போனாள். கண்ணீர் மல்க நின்ற மகளின் இறுதி ஆசையை, தயங்காமல் நிறைவேற்றி வைத்தார் ராஜா.

3

நெறிதவறிக் கருவுற்ற அண்டை ஊர்ப் பெண்களுக்குக் கருக்கலைப்பதை முதல் உத்தியோகமாகவும், தலைவலி காய்ச்சல் இன்னோரன்ன தற்காலிக உபாதைகளுக்கு சூரணம் கொடுப்பதை உபதொழிலாகவும் வைத்திருந்த கிராம வைத்தியர் வேறொரு விதமாகச் சொன்னார்.

கம்பளமும் இல்லை, கருமாந்தரமும் இல்லை – அதெல்லாம் பின்னால் வந்தவர்கள், ராஜாங்கத்தை உயர்த்திக் காட்டுவதற்காகப் புனைந்த கட்டுக்கதைகள். வைத்தியரின் குடும்பம் நேரடியாகச் சம்பந்தப்பட்ட விவகாரம் என்பதால், வம்சாவளியாகத் தொடர்ந்துவரும் செவிவழிக் கதையொன்று இருக்கிறது; அதுதான் நிஜமாக நடந்தது என்று அடித்துச் சொன்னார்

வைத்தியர். எனக்கு அவர்மீதுமே முழு நம்பிக்கை இல்லை – சிலபேரைப் பார்த்த மாத்திரத்தில் நமக்குள் அவநம்பிக்கை உதித்துவிடுமல்லவா, காரணமேயில்லாமல்? ஆனால், அந்த ஆள் சொன்னதுதான் நடைமுறைக்கு நெருக்கமாக இருந்தது என்றும் பட்டது. சரி, வளர்ப்பானேன், கதை இதுதான்:

இளவரசி மணமாகாதவளும் இல்லை, காதலித்துத் தோற்றவளும் இல்லை. தாய்தகப்பன் பார்த்துவைத்த, விமரிசையாய் மணமுடித்து வந்த புருஷனோடு வாழ்க்கையைத் தொடங்கிய முதல்நாளிலேயே அவன் பரிபூரண நபும்ஸகன் என்று தெரியவந்து மனமுடைந்த அபலை.

அரண்மனை அந்தரங்கம், வெளியில் தெரியக்கூடாது என்று பொத்திப்பொத்தி வைத்தார்கள். ஆனால், உடைந்த மனத்தின் ரணத்தை என்ன செய்வது? ஆஸ்தான வைத்தியரை ரகசியமாய் வரவழைத்தாள் இளவரசி. ‘வலியில்லாமல் சாகடிக்கும் பாஷாணம் ஏதாவது தயாரித்துத் தரமுடியுமா’ என்று கேட்டாள். இவள் பிறக்கும் தறுவாயில் ராஜமாதாவுக்கு ஜன்னி கண்டது. மருத்துவச்சிகளை விலக்கி, நாயகமாய் நின்று தாயையும் மகளையும் நல்லபடியாகப் பிரித்தெடுத்தவர் அதே வைத்தியர்தாம். இளவரசியை முதன்முதலில் கையில் ஏந்தியவர். என்னிடம் கதை சொன்ன உள்ளூர் வைத்தியரின் மூதாதை.

இளவரசியின் வேண்டுகோளைக் கேட்டதும் பதறிப்போனார். ‘எதற்காகத் தாயே?’ என்று விசனமாகக் கேட்டார். தான் ஆசையாய் வளர்க்கும் மானுக்கு முன்னங்கால்களில் புண்வைத்துப் புரையோடி இருப்பதாகவும்; ஓர் எட்டுகூட வைக்க முடியாமல் அது தத்தளிப்பதைக் காணச் சகிக்காமல் இந்த முடிவைத் தான் எடுத்ததாகவும்; மற்றபடி தன் வாழ்வு வீணானதுக்கு யார்மீதும் பழிசுமத்துவதாயில்லை, அப்படியே யாராவது பழியேற்றுத்தான் தீரவேண்டும் என்றால், பெண்ணாய்ப் பிறந்துதொலைத்த தனக்கு மட்டும்தான் உரிமையுண்டு என்றும் விளக்கிச் சொன்னாள் – வைத்தியர் சம்மதிக்கும் தினுசில்.

இரண்டு நாள் கழித்து, பள்ளியெழுப்பப் போன தாதியர் கூட்டம் பதறிப் பின்வாங்கியது. நீலம் பாரித்த நிர்வாண உடம்புகளில் ஆணுடம்பு கட்டிலிலும், பெண்ணுடம்பு கதவருகிலும் உருண்டு கிடந்தன.

மூன்று கதைகளிலும் உள்ள ஒற்றுமைகள் காரணமாகத்தான் இன்றுவரை அவை சீதாபதியின் நினைவில் இருக்கின்றன.

காரணங்களும் சம்பவங்களும் வெவ்வேறாக இருந்தாலும், வெள்ளைச் சமாதிக்குள் இருக்கும் பெண்பிள்ளை ராஜகுமாரி, கறுப்பில் இருப்பது அவளது இணையாக இருந்த ஆண்மகன் என்பதில் மாற்றமில்லை. இன்னும் வருஷங்கள் போனபிறகு உருவாகக்கூடிய புதுக் கதைகளிலும்கூட, ராஜகுமாரி மாற மாட்டாள்; பக்கத்து சமாதியில் புதையுண்டிருக்கும் ஆண் மட்டும் வெவ்வேறு நபராகவும் அவர்களின் இறப்புக்குக் காரணம் வெவ்வேறாகவும் மாற வாய்ப்பிருக்கிறது – நிஜமாகவே நடந்தது என்ன என்பது தானும் அதே சமாதிக்குள் புதைபட்டு இருக்கிறது.

ஊர்சுற்றி

9

நேத்து வீட்டுப்பக்கம் வந்தீக[1]ளாமில்லே!

கிழவரின் குரலில் லேசான கொணகொணப்பு இருந்தது.

ஆமா.

கிளவி பேசியே கொண்ருப்பாளே ...

அதெல்லாம் இல்லே. சும்மா ஒரு அஞ்சு நிமிசம் பேசிக்கிட்டுருந்தோம்.

மருதைக்கிப் போயிருந்தென். நீங்க அங்கிட்டுப் போயிருப்பீக, நான் இங்கிட்டு வந்துட்டேன். அட மூதேவி, தம்பியெ இருக்கச் சொல்லி யிருக்கலாமே ண்டு கேட்டேன். நீ இப்பயே வந்துருவ ண்டு எனக்கு என்னா சோசியமா தெரியும் ண்டா. அதும் வாஸ்தவம்தானே.

ஆமா.

மருதெயிலே வேலேண்டு ஒண்ணுமில்லே. மாசம் ஒருக்கா அப்பிடியே போயிப் பாத்துட்டு வர்றதுதேன். சித்திரெ வீதியிலெ காலாற

---

1. எனக்கு சீதாபதி என்னவாய்த் தெரிந்தார் என்பது இருக்கட்டும், அவருடைய பார்வைக்கு நான் யாராக இருந்தேன் என்பது கடைசிவரை பிடிபடவில்லை. தம்பீ என்பார், ஸாரு என்பார், ஒருமையில் விளிப்பார், அது பன்மையாக மாறும் ஒரேயொருதடவை பேச்சுவாக்கில் போடா என்றும் வந்து விழுந்தது!

   ஆனால், விளியில்தான் மாற்றமே தவிர, நான் அனுபவம் கொண்ட பிரியத்தில் கொஞ்சமும் மாற்றமில்லை.

நடந்துட்டுத் திரும்பீர்றது. வடக்கத்தி சனங்க ஏகப்பட்டது திரியுமால்லியா. இங்கெ என்னா, திரும்பத்திரும்ப பாத்த மொகரெகளெத்தானெ பாத்துக்கிட்ருக்கோம்? மேலாவணி மூலவீதி முக்குலெ ஒரு பட்ணுக்காரரு ஓட்டல் வச்சிருக்காரு. அங்கிணெ போயி என்னத்தனாச்சும் பிச்சுப் போட்டுக்கிட்டு, ஒரு காப்பி குடிச்சிட்டுத் திரும்பீருவேன். ஓட்டமா ஓடிப் பளகுன கால் இல்லியா தம்பி, ஏக்கம் இருக்கத்தானே செய்யும். என்னா சொல்றீக?

நியாயம்தான்.

நீங்க வர்றங்காட்டியும் ஊரு திரும்பீறலாம் ண்டுதேன் நெனச்செசன். பஸ்ஸுக்காரென் புண்ணியம் கட்டிக் கிட்டான்...

அதுனாலெ என்ன.

சமவெளிக்கு வந்து நாலைந்து நாட்கள் ஆகியிருந்தன. ஆகாயத்தி லிருந்து தரையிறங்கின உணர்வு என்னைப் பீடித்திருந்தது. தரை அவ்வளவு இதமானதாக இல்லை. ஆமாம், மலையில் அனுபவித்த அன்றாடம் வேறுவிதமானது. இங்கே சாப்பாடு உள்பட சகலத்தையும், சம்பாதித்தாக வேண்டும். பணம் ஈட்டியாக வேண்டும். மனத்தின் ஏதோ ஒரு மூலை, யாசிக்கச் சம்மதிக்காத பிடிவாதத்தை ஆரம்பத்திலிருந்தே அடைகாத்து வந்தது.

அந்த ஊரின் வெளிவிளிம்பில், மத்திய அரசாங்கத்தின் கிட்டங்கி இருந்தது. நாள்தோறும் தானியமூட்டைகள் வந்திறங்கும் – வண்டியேறிப் போகும். சுமை தூக்க ஆள் எடுக்கிறதாய்ச் சொன்னார்கள். நானும் பதிந்துகொண்டேன். வெளியூர்த் தொழிலாளிகள் தங்குவதற்கு, பக்கத்து வளாகத்தில் தகரக் கொட்டகை உண்டு. எனக்கும் இடம் கிடைத்தது குடக்கூலி வாரம் ஓர் அணா. சம்பளத்தில் பிடித்துக்கொள்வார்கள். குளிப்பிடமும், கழிப்பிடமும் திறந்தவெளியில். தினக் கூலி என்றாலும், வார இறுதியில் மொத்தமாய்த் தருவார்கள். எட்டணா. ஞாயிற்றுக்கிழமை விடுமுறை.

கிட்டங்கியில் இருந்த காலத்தில் எனக்கு இன்னொரு அனுபவம் ஏற்பட்டது. அதையும் கட்டாயம் சொல்லவேண்டும். இப்போது ஆரம்பித்ததை முடித்து விடுகிறேன். மறக்காமல், அப்புறம் ஞாபகப்படுத்து தம்பி – அதையும் சொல்கிறேன்...

ஆயிற்றா, முதல்வார வருமானத்தை இடுப்பில் முடிந்து கொண்டேன். நிச்சிந்தையாகப் படுத்துத் தூங்கினேன். மறுநாள் வெயில் மங்கியதும், ஊருக்குள் போகத் தோன்றியது. ஜனநடமாட்டம் அதிகமுள்ள தெருக்களில் நடந்தபோது, ஏனோ கால் கூசியது. பொக்கிஷத்தைப் பறிகொடுத்த சீமான் மாதிரி ஒருவித ஏக்கம் நிரம்பியிருந்தது மனத்தில்.

நாலைந்து வீதிகள் தாண்டி, திடல் ஒன்று வந்தது. ஜனங்கள் கூட்டமாக நின்றிருந்தார்கள். மத்தியிலிருந்து மத்தளமும், புல்லாங்குழலும், சீராகத் தாளமிடும் சலங்கையும் ஒலித்தன. கூட்டத்தைக் கீறிக்கொண்டு முன்னால் போனேன். நினைத்தது சரிதான். இளம்பெண் ஒருத்தி ஆடிக்கொண்டிருந்தாள் முறையாகப் பயின்றவள் மாதிரி இருந்தது நடனம்.

சுத்த வைத்தியருடன் இருந்தபோது, மைசூரில் சதிர்க் கச்சேரிகள் பார்த்திருக்கிறேன் என்று சொன்னேனில்லையா. முறையாக நடனம் கற்ற தேவதாசிகள் ஆடுவார்கள். வைத்தியர் உரிய இடங்களில் ஆஹா என்பார். நமக்கு நாட்டிய சாஸ்திரம் பற்றி என்ன இழவு தெரியும். எதிரில் ஒரு பெண்ணுடம்பு ஆடுகிறது. உடம்பின் வளைவு நெளிவுகளோடு காற்றில் பொம்மை மாதிரி அது துள்ளிக் குதிப்பதை, அங்கங்கள் திமிறுவதை, கண்ணை எடுக்காமல் பார்த்துக்கொண்டிருப்பேன். இப்படி ஒருத்தியைச் சொந்தமாய் ஆளவேண்டும் என்ற ஆசையில் அடிமனம் துடிக்கும். அதற்குத் தேவையான அளவு துட்டு சேர்த்துவிடவேண்டும் என்று திட்டமிடும். பிற்பாடு ரொம்பகாலத்துக்கு என் கனவுகளில் வந்து ஆடி இம்சை செய்த பெண்ணுருவங்கள் அவை. அப்புறம் வேறு பெண்கள் நிஜமாகவே என் வாழ்க்கையில் வந்துபோக ஆரம்பித்த பிறகு, தடயமே மிஞ்சாமல் தேய்ந்து காணாமல் போய்விட்டன...

இப்போது ஆடியவளும் அதுமாதிரியே நயமான அசைவு களுடன், பாத வேலைகளுடன் ஆடினாள். நேர்த்தியான, வசீகரமான, சாந்தம் தருகிற பாவனைகள். இதமான சங்கீதம். இவ்வளவு வித்தை உள்ளவள், நடுத்தெருவில் ஆடுகிறாளே என்று கேள்வி உதித்தது. ஆனால், அது அதிக நேரம் நீடிக்கவில்லை. இசையோடும் ஆட்டத்தோடும் கொஞ்சநேரம் முயங்கின மனம், தன்னிச்சையாக வேறு பக்கம் திரும்பிவிட்டது. நாட்டியப் பெண்ணின் உடம்புடன், மலையின் ஆழத்தில் அனுபவிக்கக் கிடைத்த உடம்பை ஒப்பிட்டுப் பார்த்தது. இன்னும் இன்னும் என்று இழுத்துக்கொண்டே போனது...

மலையில் பார்த்த குடும்பத்தின் உடலசைவுகள் இயற்கை யானவை. இங்கே ஒருவரையொருவர் இடித்துக்கொண்டு சும்மா

நிற்பதும், நாட்டியத்தைப் பின்தொடர விழிகளை அசைப்பதும் கூடச் செயற்கையானதாகப் பட்டது. இந்த வாழ்வுக்கும் அந்த வாழ்வுக்கும் பொதுவாக இருந்த அம்சங்கள் மிகமிகக் குறைவு. ஆனாலும், மிகமிக ஆதாரமானவை. அவற்றில் ஓர் அம்சம் திரும்பத்திரும்ப மேலேறி மிதந்தது. மலைவாசிப் பெண்ணுடன் எனக்குக் கிடைத்த சம்போகம்.

நாலு குழந்தைகள் பெற்ற பிறகும் திடம் இழக்காத அவளது உடல்வாகு என் மனக்கண்ணில் நடமாடத் தொடங்கியது. அவளுடைய ஆவேசம், கொஞ்சம்கூடக் கூச்சம் வெளிப்படாத ஆத்மார்த்தம் ...

உடம்பில் மின்சாரம்போலத் தினவு கிளர்ந்தது. நாட்டியக் கூட்டத்தைவிட்டு வெளியேறினேன். என்னை அடையாளம் கண்டவன்போல ஒருத்தன் விலகி வந்தான். கண்சிமிட்டி, தலையசைப்பால் கேட்டான் – 'வேண்டுமா!'. ஆமாம் என்று தலையசைத்தேன். கைபிடிக்காத குறையாய் இட்டுச் சென்றான். இரண்டு மூன்று ஃபர்லாங் நடந்ததும், ஒதுக்குப்புறமாக ஒரு வீடு தென்பட்டது. என்னை ஒப்படைத்துவிட்டு, அவளிடம் காலணாவும், என்னிடம் காலணாவும் வாங்கிக்கொண்டு போய்ச் சேர்ந்தான்.

ஆனால், இந்தத் தாசி லாயக்கில்லை. தொழில் ரீதியாக உடம்பைத் திறந்து வைத்தாள். எனக்கு அது கொஞ்சமும் போதவில்லை – அதற்காக நான் விலகி வந்துவிடவும் இல்லை. தொண்டையில் சிக்கியதை ஒன்று வெளியில் எடுக்க வேண்டும்; இல்லாவிட்டால் விழுங்கித்தொலைக்க வேண்டும். அதுவரை இயல்பாக மூச்சுவிடுவதற்கில்லை. நான் எப்போதுமே விழுங்கிப் பழகியவன்.

ஆனால், வெளியேறி நடக்கும்போது, வேறு ஒரு ஞாபகம் என்னை ஆக்கிரமித்தது. முன்னொரு சமயம் நான் போன தாசியின் முகம். எத்தனை ஆயுள் எடுத்தாலும் மறக்காத முகம் அது. பின்னொட்டாக அவள் சொன்ன கதைகள் நினைவு வந்தன.

சொன்னால் நம்பமாட்டாய் தம்பி. அன்று கிட்டங்கியின் தகரக்கொட்டாயில் கழிந்த இரவு புதிய இரவாகவே இல்லை. பழைய தாசியின் கட்டிலில் படுத்து விடியவிடியப் பேசிக் கொண்டிருந்த இரவாகவே ஆகிவிட்டது. அவளுடைய குரலும், பஞ்சுபோன்ற உடம்பும், நெகிழ்வாகப் பின்னிய வலை தினுசில் விரல்நுனிகளிலிருந்து முழங்கைவரை அவள் இட்டிருந்த மெஹந்தியும், தீர்க்கமாக திருத்தமாகச் செதுக்கிய முகமும்,

இடது மோவாய்க்கட்டையில் ஒரே ஒரு முடியுடன் லேசாய்ப் புடைத்திருந்த கறுப்பு மருவும்... அடடா, நான் சந்தித்த பேரழகிகளில் ஒருத்தி.

நான் போன தாசிமனையின் உரிமையாளர் அந்தப் பெண்மணி. குரல் கொடுத்து வரச்சொல்லி என்முன்னால் அவள் நிறுத்திய இளம்பெண்கள் யாருமே எனக்கு வசீகரமாய்த் தென்படவில்லை. பஞ்சத்துக்காக உடம்பை விற்பவர்கள், பாவம் என்று பட்டது. ஆசையேயில்லாமல், கூலிக்குப் படுத்து எழும் ஆயாசம் நிரம்பிய முகங்கள். ரத்தச்சிவப்பில் புடவையும், இளஞ்சிவப்பு ரவிக்கையும் அணிந்திருந்த ஒருத்தி விதிவிலக்காக இருந்தாள். நடுவயதை வேகமாக நெருங்குகிறவள். ஆனால், அவளுடைய கண்களின்கீழ் அடர்த்தியாகப் படிந்திருந்த கருவளையங்களைப் பார்த்தபோதும் என் மனத்தில் அனுதாபமே பொங்கியது. அவளுக்குப் பக்கத்தில் நின்றிருந்ததாலோ என்னவோ, தலைவியின் கம்பீரம் சற்றுத் தூக்கலாகத் தெரிந்தது.

நீதான் வேண்டும்.

என்றேன் – அவளிடம் அனுபவத்தின் முதிர்ச்சியும், அடங்காத அழகும், தலைமைப் பொறுப்பின் அகங்காரமும் இருந்தன. அதைவிட, நான் தேர்ந்தெடுத்ததில் அவளுக்கு உண்டான ஆச்சரியம். கண்கள் பேரழகாய் மலர்ந்தன. என்னைவிடப் பத்து வயதாவது அதிகமிருக்கலாம். தளர்ந்து கட்டுவிட்ட உடம்பு. இருக்கட்டுமே.

நான் எதிர்பார்த்தது சரிதான். வெகுநாளைக்குப் பிறகு அவளுக்குக் கிடைத்த வாடிக்கையாளனாய் இருக்கலாம் நான். அபாரமான ஆவேசத்துடனும், ஆசையுடனும், கிளுகிளுப்புடனும் ஈடுபட்டாள். தாசி மாதிரியே இல்லை, அவள் நடந்துகொண்ட விதம்.

காரியம் முடிந்தபிறகு, சாப்பிடச் சொன்னாள். கட்டின பெண்டாட்டி மாதிரிப் பக்கத்தில் உட்கார்ந்து தாம்பூலம் மடித்துக் கொடுத்தாள்.

இந்த ஒரு ராத்திரி மட்டும் இங்கேயே தங்கேன், நீ போய் விட்டால் ஏங்கிப்போவேன் என்று தோன்றுகிறது...

என்று இறைஞ்சினாள். இருந்தேன்.

கண் அயராமல் பேசிக்கொண்டிருந்தோம். அவள்தான் நிறையப் பேசினாள். எனக்குள்ளேயும், அப்படியொரு

சூழ்நிலையில் அப்படியொரு அந்தரங்கத்துக்கான ஆசை ரொம்பநாளாய் இருந்திருக்க வேண்டும். அலுப்பேயில்லாமல் கேட்டுக்கொண்டு படுத்திருந்தேன். கதைகளுக்கூடே, நான் வேண்டியபோதெல்லாம் இணங்கினாள் அவள்.

அவள் சொன்னதில், எனக்குள் அழுத்தமாகப் பதிந்திருப்ப வற்றைச் சொல்கிறேன்.

தாசி சொன்ன ஆறு கதைகள்

1

'**கா**துகளும், கைகளும், கால்களும் மூளியாக இருக்கிறது, மூக்கில் மட்டும் ஜொலிக்கிறாயே' என்று அந்த நாட்களில் பலரும் என்னை சந்தேகம் கேட்பார்கள். என் மூக்கில் கிடப்பது அசல் வைர மூக்குத்தியேதான்.

தனவணிகரைப் பற்றிச் சொன்னால் காரணம் விளங்கிவிடும். அவர் என்னை நாடி வந்த நாட்களில், அவர் யார் என்பதே எனக்குத் தெரியாது. எதற்காக வாரத்தில் இரண்டு நாள் தாசிவீட்டைத் தேடி வருகிறார், குடும்பம் குட்டி இல்லாதவரா, தாசியிடம் போய் ஏன் இவ்வளவு மிருதுவாக நடந்துகொள்கிறார், எதுவும் தெரியாது.

அவரும் தன்னைப் பற்றி எதுவுமே சொல்லமாட்டார். என்னைப்பற்றிக் கேட்டதும் இல்லை. அநேகமாகப் பேச்சே இருக்காது. காரியம் மட்டும்தான். அதிலும் முரட்டுத்தனம் கிடையாது. அலுங்காமல் கையாளும் அவரது கைகளில், நானே ஒரு பூவாக மாறிவிட்ட மாதிரி உணர்வேன். மனப்பூர்வமாக அவருடன் இணங்குவேன்.

வந்தால், முழு இரவும் தங்குவார். மற்றவர்கள் வந்தால் அடிக்கொருதடவை வந்து சத்தம் கொடுக்கும் அத்தை, இவர் இருக்கும்போது இந்தப் பக்கமே வரமாட்டாள். இவருக்கு மாடியறை வர அனுமதி உண்டு. அவள் என்ன தொகை சொன்னாளோ, அவர் எவ்வளவு கொடுத்தாரோ, அதெல்லாம் எனக்கெப்படித் தெரியும்.

வணிகருடைய முகமே கொஞ்சம் துக்கமானது. எவ்வளவு முகங்களை எவ்வளவு கிட்டத்தில் பார்த்திருக்கிறேன், ஒவ்வொரு கண்ணிலும் தெரியும் வேகமும், தாபமும், வன்மமும், வெறியும் எனக்கு அத்துப்படி. ஆனால், இவர் முகத்தில் நிரந்தரமான வேதனை இருந்தது. எதையோ முழுங்க முடியாமல் சிரமப்

படுகிறவர் மாதிரி இருக்கும். அதற்காக, ஆண்பிள்ளை இல்லையோ என்று சந்தேகம் வேண்டாம் – அதிலெல்லாம் ஆள் கெட்டி.

வாரத்தில் இரண்டு நாள் என்றேனில்லையா, எப்போதுமே செவ்வாயும் சனியும்தான். பிற்பாடு யூகிக்க முடிந்தது – அவருக்கு வாடிக்கையாளர்கள் மிகக் குறைவாக வரும் நாட்கள் அவை, அதனால் சீக்கிரமே கிளம்பி வந்திருக்கிறார்.

மணிகள் கலகலக்கும் ஒற்றைக்குதிரை வண்டியைத் தாமே ஓட்டி வருவார். எங்கள் ஊர் பிரம்மாண்டமானது. ஒரு கோடியிலிருந்து மறுகோடிக்கு நடந்து போவது என்று முடிவெடுத்து, காலையில் வெயில் ஏறப் புறப்பட்டால், வெயில் தாழத்தான் போய்ச்சேர முடியும்.

ஒருநாள், 'பசிக்கிறது, சாப்பிட ஏதாவது இருந்தால் கொடேன்' என்றார். நான் மறுபேச்சுப் பேசாமல் எழுந்து அறைக்கு வெளியில் வந்தேன். சமையல் கட்டுக்குப் போய், எங்களுக்காக வைத்திருந்த ரொட்டியில் நாலைந்தும், ஒரு பெரிய கும்பாவில் ராஜ்மாவும் எடுத்துக்கொண்டு வந்தேன். அவசரமாகச் சாப்பிட்டார் – நடுவில் யாரும் பறித்துவிடுவார்கள் என்று அஞ்சிய மாதிரி.

'நல்ல ருசி' என்றார். பித்தளைச் செம்பில் மிச்சமிருந்த தண்ணீரைக் கடகடவெனக் குடித்தார். தட்டிலேயே கைகழுவச் சொன்னேன். பிறகு, அவருடைய வழக்கத்துக்கு விரோதமாக, நீளமாய் ஒரு வாசகம் பேசினார். 'ரெண்டு முழு நாளுக்கு அப்புறம் சாப்பிட்டால், எதுவுமே ருசியாகத்தான் தெரியும்!'. பிறகு, தாமாகச் சிரித்துக்கொண்டார்.

அன்று என்னை வெறுமனே அணைத்தபடி படுத்திருந்தார். வேறு எதுவும் நடக்கவில்லை. பின்வந்த நாட்களில், இந்த நடைமுறை தொடர ஆரம்பித்தது. எனக்கும் ரொம்ப ஆறுதலாகவும், இதமாகவும் இருந்தது. அன்றுவரை உடம்பிலும் மனத்திலும் பட்ட காயங்கள் ஆறத்தொடங்கிவிட்ட மாதிரி உணர்வேன். ஆனால், அத்தையிடம் சொல்லவில்லை, அவள் இன்னதுதான் செய்வாள் என்று யோசித்தே பார்க்க முடியாது.

அன்றைக்கு, மஞ்சள் நிறத் துணிப்பையுடன் வந்தார். அந்த நாளை இரண்டு காரணங்களுக்காக என்னால் மறக்கவே முடியாது. ஒன்று அன்று நடந்ததுக்காக. இரண்டு, மறுநாளுக்காக.

விசித்திரமான காரியம் செய்தார். என் துணிகளை ஒவ்வொன்றாக அவரே அவிழ்த்துப் போட்டார். உதவுவதற்காக

எழும்பிய என் கைகளை வன்மமாகத் தட்டிவிட்டார். நான் பார்த்தேயிராத புது ஆள் அவருக்குள் புகுந்திருப்பதுமாதிரி உணர்ந்தேன். லேசாக பயம் தட்டியது.

சுவரோரமாகப் போய் நிற்கச் சொன்னார். தாம் கட்டிலில் அமர்ந்துகொண்டார். எத்தனையோ தடவை பார்த்தவர், தொட்டுக் கையாண்டவர்தான். ஆனாலும், விளக்கையும் போட்டுக்கொண்டு, அவர் முன்னால் சும்மா அப்படி நிற்கக் கூசியது. திடீரென்று மறுபடியும் நான் பெண்ணாகிவிட்ட மாதிரி இருந்தது. ஆனால், அவர் பார்க்கப் பார்க்க, அவர் கண்ணால் என் உடம்பைப் பார்க்கத் தொடங்கினேன். அப்போதெல்லாம், கட்டுவிடாத வயது. பளிங்குச் சிலை மாதிரி இருப்பேன். உள்ளூரப் பெருமிதம் பொங்கியது.

எழுந்தார். வாய் முடிச்சிட்ட பையைத் திறந்து, கட்டிலில் கவிழ்த்துக் கொட்டினார். நான் அதிர்ந்தேன். அத்தனையும் சொர்ணம். விதவிதமாய் நகைகள். அருகில் அழைத்தார். ஜடைவில்லை, நெற்றிச்சுட்டியில் தொடங்கி, வங்கி, கங்கணம், கொலுசு, மெட்டி என்று ஒவ்வொன்றாகப் பூட்டினார். ஒட்டியாணத்தை மாட்டும்போது, விஷயம் வேறுபக்கம் திரும்பும் என்று எதிர்பார்த்தேன். இல்லை, கர்மமே கண்ணாயிருந்தார். நடமாடும் நகைப்பெட்டகமாக என்னை ஆக்கி, மறுபடியும் சுவரோரமாகப் போய் நிற்கச் சொன்னார். நடக்கும்போது, எனக்கு சந்தேகம் தட்டியது – எனக்குத்தான் அவர் இன்னார் என்று தெரியாதே. அவ்வளவும் திருட்டு நகைகளோ? இல்லாவிட்டால் தாசி முன்னால் கொண்டு கொட்டத் தோன்றுமா ஒருத்தருக்கு?

அவர் முகத்தைப் பார்த்தேன் – எப்போதையும்விடப் பலமடங்கு துயரம் அதிகரித்திருந்தது. நானானால், ஆபரணங்கள் பூட்டிய அம்மண விக்கிரகமாய் நின்றிருக்கிறேன்.

எவ்வளவு நேரம்தான் ஒருவர் சும்மாவே பார்த்துக்கொண்டிருப்பார்? சலிப்புத் தட்டத்தான் செய்தது. மூன்றாம் ஜாமம் முடியும்வரை நின்றதில், காலில் வலிவேறு பின்னியது. ஆனால், நான் வசியத்தில் சிக்கியிருந்திருக்கவேண்டும். நகரவோ, பேசவோ எண்ணம் எழும்பவில்லை – சூத்திரம் நகைகளில் இருந்திருக்கலாம். ஆமாம், தத்ரூபமாக நிகழ்ந்துகொண்டிருக்கும் கனவைக் கலைக்க மனமில்லை.

திடீரென்று, மீண்டும் அருகில் அழைத்தார். எழுந்து நின்று, இறுக்க அணைத்தவர் காதருகில் கிசுகிசுத்தார்:

அவ்வளவும் உனக்குத்தான். வைத்துக்கொள்.

நான் பயந்து போனேன். ஜன்மஜன்மமாய்ப் படுத்தெழுந்தாலும் சம்பாதிக்க முடியாத ஐசுவரியம். அத்தைக்குத் தெரிந்தால், மறுநிமிஷம் என்னைக் கொன்றுவிட்டு, அத்தனையையும் எடுத்துக்கொள்ளக்கூட வாய்ப்பிருக்கிறது. பின்னே, எவ்வளவு நல்லவர்களையும் கொலைகாரராக்கும் வல்லமை உள்ள சரக்கு அல்லவா அது. வேகமாக மறுத்தேன். அன்றுதான், அதிகபட்சம் பேசிக்கொண்டோம். ஆமாம், பேச்சு மட்டும்தான்.

மிகவும் வற்புறுத்தி, என் மூக்கில் கிடந்த ஒற்றைக்கல் மூக்குத்தியை மட்டும் எனக்கே தந்துவிட்டார். மறுநாள் விசாரித்த அத்தையிடம் கண்ணாடிக் கல், நடைபாதைக் கடையில் வாங்கியது என்று சொல்லிச் சமாளித்தேன் – இது வைரம் என்பது எனக்கே பல வருஷம் கழித்துத்தான் தெரியவந்தது.

மறுநாள் நடந்ததையும் சொல்லவேண்டுமே, விடிகாலையில் வீடு திரும்பிய அவரையும், வண்டிக்குதிரையையும் கொன்று கொள்ளையடித்துவிட்டார்கள். பத்திரிகையில் படத்துடன் போட்டிருந்ததை அத்தை காண்பித்தாள். அவர் மிகப்பெரிய வைர வியாபாரியாம். செய்தியில் போட்டிருந்தது.

2

'**எ**ப்படி இந்தத் தொழிலுக்கு வந்தாய்' என்று என்னைக் கேட்காதவர் கிடையாது. அந்நியப் பெண்ணைத் தொடும்போது சுவாதீனம் கிடைப்பதற்காக என்னத்தையாவது பேசவேண்டாமா. ஆளுக்கொரு கதை சொல்வேன். வேறென்ன, புளுகுதான். உண்மை சொன்னால் தன்னுடன் கூட்டிப்போகவா போகிறார்கள்? அப்படியே போனாலும், நிம்மதியாய் வாழ்ந்துவிட முடியுமா. தழும்பு அழியக்கூடிய காயமா பட்டிருக்கிறது, இந்த உடம்புக்கு? 'இந்தப் பிறவியில் இவ்வளவுதான்' என்று ஆகிவிட்டது. அவர்கள் ஏன் தாசியைத் தேடி வருகிறார்கள் என்று யாரையாவது நான் கேட்டதுண்டா. அப்புறமென்ன.

ஆனால், உன்னிடம் உண்மை சொல்லப் போகிறேன் சீதாபதி. எப்படி இதில் இறங்கினேன் என்று நீ கேட்கவில்லை அல்லவா? அதனால். கேட்டிருந்தாலும் நிஜத்தைச் சொல்லியிருப்பேன். உன் கண்களில் இருக்கும் வெளிச்சம் அப்படி. யாரையுமே உன்னிடம் பொய்சொல்ல விடாது.

அதைவிட, என்னிடம் வருகிறவர்களின் கண்ணுக்கு நான் வெறும் சதைக்குவியலாகத்தான் தெரிவேன் போல. உடம்பையும் மனத்தையும் புண்ணாக்காமல் அகல மாட்டார்கள்.

தாசியுடனான சம்போகத்தை இவ்வளவு சந்தோஷமான விஷயமாய்ப் பார்க்கிறாயே நீ, எனக்கும் ஆக்குகிறாயே, உனக்குள் இருக்கும் ரசிகனை எனக்கு மிகவும் பிடித்திருக்கிறது அய்யா. அவனுடன் பேசிக்கொண்டே இருக்க வேண்டும் போல இருக்கிறது.

இன்னொரு காரணமும் உண்டு – அதைக் கடைசியில் சொல்கிறேன். ஒருவேளை, நீ கூப்பிட்டால் உன்னுடன் நிரந்தரமாக வந்துவிடுவேனோ என்று பயமாகக்கூட இருக்கிறது, அய்யா.

என் அப்பா தையல்காரராக இருந்தார். நான் பிறக்கும்போது அவருக்கு முப்பத்தைந்து வயது. எனக்கு ஐந்து வயதானபோது, அப்பாவை நரம்புத் தளர்ச்சி பீடித்தது. 'நடுக்கு வாதம்' என்று பெயர் சொன்னார் வைத்தியர். வருடம் முழுக்கக் கடும் குளிர்ஜுரத்தில் இருப்பவர் மாதிரி அப்பாவின் கைகள் நடுங்கும். ஒரு பித்தான் தைக்க அரைமணி நேரம் ஆகும். ஒரு துவாரத்துக்கு காஜா எடுப்பதற்குள் வியர்த்து விறுவிறுத்துவிடுவார். ஆனால், நடையின் வேகம் மாத்திரம் குறையவில்லை என்பது ஓர் ஆறுதல்.

வருமானம் கணிசமாகக் குறைந்தது. வாழ்க்கைநிலை வேகமாகக் கீழிறங்கியது. நானும் வளர்ந்து பெரியவளான பிறகு, என் சம்பந்தமான கவலைகள் குடும்பத்தில் மண்டின. இயல்பாகக் கேட்கும் சிரிப்புச்சத்தம் கூட நின்றுபோனது. அவ்வளவெல்லாம் கவலைப்பட்டிருக்க வேண்டியதே இல்லை. ஆனால், பின்னால் வரவிருப்பது என்ன என்று தெரிந்தால், யாராவது கவலைப்படுவார்களா, அல்லது சிரிக்கத்தான் செய்வார்களா!

அம்மா ஒரு பணக்கார வீட்டில் சமையல் வேலைக்குச் சேர்ந்திருந்தாள். ஆரம்பத்தில் மிக நன்றாக இருந்தது. விடிந்தும் விடியாத பொழுதில் அவள் வேலைக்குக் கிளம்பும்போது, பக்கத்தில் உள்ள முருகன் கோவிலுக்குப் போக ஆயத்தமாவார் அப்பா. பிரசித்திபெற்ற கோவில் அது. செருப்புப் பாதுகாக்கும் இடத்தில், மேற்பார்வையாளராக வேலை கிடைத்தது. கூலி அதிகமில்லை. அப்பாவின் சம்பாத்தியம் ஒப்புக்குத்தான் என்றாலும், இரண்டுபேர் சம்பாதிக்க, வீட்டு வேலைகளை நான் பார்த்துக்கொள்ள என்று தகரக் குடிசைக்குள் நிம்மதியாக வாழ்ந்தது குடும்பம். யார் கண் பட்டதோ.

அம்மாவின் உடைகள் மாற ஆரம்பித்தன. பளபளப்பான, வழுவழு புடவைகள் கட்ட ஆரம்பித்தாள். எந்த இடத்திலும்

ஒட்டுப்போடாத புடவைகள். எஜமானி கொடுத்தாள் என்று எனக்கும் நல்ல நல்ல பாவாடைகள், தாவணிகள் வந்தன. கிட்டத்தட்டப் புதியவை. வீட்டின் சாப்பாடு மாற ஆரம்பித்தது. முன்பெல்லாம், எஜமானன் வீட்டில் மீந்தது என்று அம்மா எடுத்துவரும் பண்டங்களால், எங்கள் ராச்சாப்பாடு மட்டுமே ருசியாக இருக்கும். இப்போது, வீட்டில் தானியங்களும், சமையல் பொருட்களும் நிரம்பத் தொடங்கின.

அப்பா இதைப்பற்றி மட்டுமே தொடர்ந்து யோசித்தார் போல. அவருடைய கை நடுக்கம் அதிகரித்தது. வேலைக்குப் போவதில் உற்சாகம் குன்றிக்கொண்டே போனது. நினைத்து நினைத்து லீவு போடுவார். பழைய பாயை விரித்து பகல் முழுவதும் படுத்திருப்பார். தகரக்கூரையைத் தாங்கும் உத்தரங்களை எவ்வளவு நேரம்தான் ஒருத்தர் பார்த்துக்கொண்டிருப்பார்?

ஒருநாள், வழக்கத்தைவிட அதிகமாக அலங்கரித்துக்கொண்டு வேலைக்குக் கிளம்பினாள் அம்மா. எஜமானி குடும்பத்தோடு வெளியூர் போகிறாள் என்று முந்தினநாள் பேச்சுவாக்கில் சொல்லியிருந்தாள். எஜமான் மட்டும்தானே, எளிமையாகச் சமைத்தால் போதுமே, இவ்வளவு சீக்கிரம் ஏன் போகவேண்டும், என்று எனக்கே தோன்றியது. ஆனால், மாளிகையில் ஆள்படை அதிகம். எல்லாருக்கும் சமைத்துப்போடுவாள் போல என்று நினைத்துக்கொண்டேன்.

அப்பா சமாதானப்படவில்லை போலிருக்கிறது. ஒரு நாழிகை கழிந்து இவரும் கிளம்பிப் போனார். வியாதியஸ்தருக்குப் பொருந்தாத வேகம்.

எஜமானர் வீட்டுக்கு நடந்து திரும்பும் நேரம்தான். தலைவிரி கோலமாக அம்மா உடன் வர, அதே வேகத்தில் திரும்பிவந்தார். பேயைப் பார்த்த மிரட்சி இருந்தது முகத்தில். குடிசைக்குள் நுழைந்தவர், துணிவெட்டும் கத்திரிக்கோலை ஓங்கிக்கொண்டு அம்மாவை நெருங்கினார். அம்மா கைகூப்பினாள். காலில் விழுந்தாள்.

என்னை வெளியில் போகும்படி சைகை செய்தார் அப்பா. இருந்தால், கத்திரிக்கோல் என்மீதும் பாய்ந்துவிடுமோ என்று பயமாக இருந்தது – வேகமாக வெளியேறினேன். உள்ளே தணிந்த குரலில் பேச்சு ஓடிக்கொண்டிருக்க, சில கணங்கள் திகைத்து நின்றுவிட்டு, கோதாவரிக் கரையைப் பார்த்துப் போனேன். எத்தனை நாழிகை உட்கார்ந்திருந்தேனோ.

வண்ணார்துறை அது. விதவிதமான நிறங்களில், அளவுகளில், தரையிலும் கொடியிலும் துணிகள் காய, இன்னும் இன்னும் என்று துவைத்துக்கொண்டிருந்தார்கள். அடுத்த ஊருக்குப் போகும்

தண்ணீர் இவ்வளவு அழுக்கையும் சுமந்துகொண்டல்லவா போகும், அங்கே குடிதண்ணீர் சேந்தும் ஜனங்கள் பாவமல்லவா என்று தோன்றியது. ஆனால், இங்கு ஓடும் தண்ணீரில் முந்தின ஊர் ஜனங்கள் என்னனெவெல்லாம் செய்தார்களோ என்று தோன்றிப் பார்வை தொலைவுக்குப் பாய்ந்த மாத்திரத்தில், பிளந்த புட்டம் பளபளக்க, மலம் கழுவும் பெண்ணொருத்தி கண்ணில் பட்டாள்.

திரும்பிவந்தபோது வீடு எப்போதும்போல அமைதியாக இருந்தது. என்ன உடன்படிக்கை ஆயிற்று என நான் கேட்கவில்லை, அவர்களும் சொல்லவில்லை.

மூன்றாவது நாள் அத்தை வந்திறங்கினாள். அப்பாவின் ஒரே உடன்பிறப்பு. மராட்டிய மாநகரம் ஒன்றில் வசதியாக வாழ்கிறவள். என்னை அழைத்துச் செல்லத்தான் அவள் வந்திருக்கிறாள் என்று எனக்குத் தெரியாது.

நாங்கள் கிளம்பிப்போன மறுநாள், என் பெற்றோர் சாப்பாட்டில் விஷம் அருந்தித் தற்கொலை செய்துகொள்ளவிருக்கிறார்கள் என்பது எங்கள் இருவருக்குமே தெரியாது.

ஊருக்கு வந்தபிறகு தெரிந்தது – அத்தை தனியாகத்தான் வசிக்கிறாள் என்பதும், அவளுடைய வசதிக்குக் காரணமும். உடனடியாகச் சம்மதித்து என்னை அவள் அழைத்துக்கொண்டு வந்த காரணம், மறுவாரம் புரிந்தது. ஆமாம், தன்னைப் போலவே தொழிலில் இறங்குவதைத் தவிர எனக்கு வேறு வழியில்லை என்று நயமாக உணர்த்தினாள் அத்தை. எனக்கும் அவளை விட்டால் வேறு நாதி இல்லை.

'திருமணம் செய்துகொண்டு, சாதாரண வாழ்க்கை வாழ ஆசையாய் இருக்கிறதே அத்தை' என்று அழுதேன். அத்தை நிதானமாகச் சொன்னாள்: 'முதன்முதல் உன்னிடம் வருகிறவன் தான் உன் புருஷன் என்று நினைத்துக்கொள். நான் அப்படித்தான் நினைத்துக்கொண்டேன். அப்புறம் அவன் எத்தனை தடவை வந்தாலும், அவனிடம் காசு வாங்க மாட்டேன்.'

ஆக, புருஷனைத் தவிர ஒரே ஒருத்தனிடம் சோரம் போனதுக்காக விஷமருந்திச் செத்தாள் ஒருத்தி. அவளுடைய நாத்தியும் மகளும் ஊருக்கே முந்தி விரித்தார்கள். இதெல்லாம் யாருடைய ஏற்பாடு? எந்த தர்க்கத்தில் சேரும்?

ஆனாலும் அத்தை நியாயமானவள், சீதாபதி. அவள் என்னிடம் முதன்முதலாக அனுப்பியவன், பிராயத்தில்

இளைஞன். பார்ப்பதற்கு அழகானவன். அச்சு அசல் உன் ஜாடையில்தான் இருந்தான்.

3

ஒரு சின்னப்பையன் வந்தான். பதினெட்டு இருபது வயதிருக்கலாம். நான் அப்போது முப்பத்தைந்தை எட்டியிருந்தேன்.

வந்ததிலிருந்தே சுரத்தில்லாமல் இருந்தான். அவனாகச் செய்த ஒரே காரியம், சட்டைப்பையிலிருந்த குட்டி சீசாவை எடுத்து கட்டிலுக்கு அடியில் வைத்தது மட்டும்தான். ஏதோ எனக்காக மனமிரங்கி இந்த ஒரு தடவை எனக்கு வரம் கொடுக்க வந்திருக்கிறவன் மாதிரி. அளந்து பேசினான். அப்படி மௌனச் சாமிகளாய் இருக்கிற புதிய வாடிக்கையாளர்களை வாயைப் பிடுங்குவது எனக்கு இனிப்பு சாப்பிடுகிற மாதிரி. யந்திரமாகத் துணியை விலக்கி, கடனே என்று உடன்படும் வாழ்க்கைதானே. இதில் சுவாரசியம் கூட்டுகிறவர்கள் இந்த மாதிரி ஆசாமிகள்தாம். புதிய வம்பு எதாவது கிடைத்தால், மறுநாள் தோழிகளிடம் சொல்லிக் கேலிபேசிச் சிரிக்க உதவியாய் இருக்குமல்லவா.

படுதாவுக்கு உள்ளே இவன் வந்த மாத்திரத்திலேயே தோன்றியது – இன்றைக்கு நமக்கு ஒரு கதை கிடைத்துவிட்டது என்று. ஆனால், பயல் ஏமாற்றிவிட்டான். நான் ஆர்வமாகக் கேட்ட கேள்விகளுக்கெல்லாம் 'ஆமாம், இல்லை' என்கிற மாதிரி ஓரிரு சொற்களில் வேண்டாவெறுப்பாக பதில் சொல்லி வந்தான்...

ஆனால், ஒரு பெண்பிள்ளை மேலேமேலே வந்து விழும்போது, அதுவும் வித்தை தெரிந்தவள் சீண்டும்போது, எவ்வளவு நேரம்தான் தாக்குப்பிடிக்க முடியும் ஒரு ஆண்பிள்ளையால்? ஆனானப்பட்ட விசுவாமித்திரரே தோற்றுப்போன இடம் அல்லவா. நானும் அப்போது, அப்சரஸ் மாதிரித்தான் இருப்பேன். ஆன வயதுக்கு, கொஞ்சம்கூட முதிர்ச்சி தெரியாத உடல்வாகு.

ஆனால், அவன் வாய்திறந்தபோது, இரண்டாவது தடவையாக ஏமாந்தேன். உப்புச்சப்பில்லாத கதை அது. சொந்த மாமன் மகளை ஒருதலையாய்க் காதலித்திருக்கிறான் பயல். சொல்வதற்குத் தைரியமில்லாமல் நாலைந்து வருடம் அடைகாத்திருக்கிறான். தாசியிடமே துணிச்சல் காட்டாதவன், காதலியிடம் எப்படிக் காட்டுவான். ஒருவழியாக முடிவெடுத்து அவளிடம் சொன்னானாம். அவள் நிதானமாக மறுத்துவிட்டாள். 'என்னுடைய கனவில் முரட்டுத்தனமான ஆண்பிள்ளைதான்

வருகிறான். உன்னை மாதிரிப் பூஞ்சையிடம் கழுத்தை நீட்டுவதற்கு பதில், கன்னியாகவே இருந்து செத்துப்போவேன்' என்று கறாராகச் சொல்லிவிட்டாளாம்.

இவன் மனமுடைந்துவிட்டான். ஆனாலும், பெண்வாசனையே தெரியாமல் சாவதற்கு மனமில்லை. தவிர, மறுத்தவளைப் பழிவாங்காமல் சாகக் கூடாது என்று வீம்பு வேறு. நான் கேட்டேன்:

> நீ என்னிடம் படுத்து எழுவதில் அவளுக்குத் தோல்வி என்ன இருக்கிறது? அவள்தான் உன்னைக் காதலிக்கவில்லையே. தவிர, நீ இங்கே திருட்டுத்தனமாகத்தானே வந்திருப்பாய். யாருக்குமே தெரியாமல் நடந்து முடிகிற விஷயத்தில் அவளுக்கு என்ன தண்டனை இருக்கிறது!

முகத்தை மூடிக்கொண்டு விசும்பினான். சரி, அழட்டும் என்று விட்டுவிட்டு, வெளியில் போனேன். அத்தையிடம் நேரே சென்று,

> இன்றைக்கு வேறு யாரையும் அனுப்பாதே.

என்று கேட்டுக்கொண்டேன். அவள் உத்தமி. எனக்கென்று இல்லை, யாரிடமுமே அவர்களுடைய சம்மதமில்லாமல் வாடிக்கையாளரை அனுப்ப மாட்டாள். யாருக்குமே சம்பளம் என்று அவள் கொடுத்ததில்லையே. ஒருத்தி எத்தனை பேருடன் படுக்கிறாளோ அந்த அளவுக்கு வருமானம் படுத்தவளுக்கு. அதில் நாற்பது சதமானம் அத்தைக்கு. சாப்பாடும் தங்குமிடமும் கொடுத்துப் பராமரிக்கிறவள் என்பதால், அன்றன்றைக்கு ஒவ்வொருத்தியிடமும் வரும் முதல் இரண்டு வாடிக்கையாளர்கள் தரும் ரேட் தொகை அத்தைக்குப் போய்விடும். உனக்கு அதிகம் சம்பாதிக்க வேண்டுமானால், நிறையப்பேரை ஏந்துவது உன் பொறுப்பு...

ஆனால், நான் ரத்த உறவு என்பதாலோ, உள்ளூற என்னைத் தன் வாரிசாக அவள் கருதியிருந்ததாலோ, பொதுவிதிகள் எதுவுமே எனக்குக் கிடையாது. உபரியாக சலுகைகளும் உண்டு. இதில் எதுவுமே மற்றவர்களுக்குத் தெரியாதபடி, இருவருமே பார்த்துக்கொள்ளவும் செய்தோம்.

ஆயிற்றா, இந்தப் பையனிடம் வருகிறேன். நான் திரும்பி வரும்போதும் அவன் அழுதுகொண்டுதான் இருந்தான். என் கையில் எடுத்துக்கொண்டேன். உடம்பின் ரகசியங்களை ஒவ்வொன்றாய் அவனுக்குப் புகட்ட ஆரம்பித்தேன். முதலில் கொஞ்சம் விறைப்பாய் இருந்தவன் போகப்போக மெழுகு மாதிரிக் குழைய ஆரம்பித்தான். எனக்கே, நான்தான் ஆண், அவன் பெண்ணோ என்று மயக்கம் தட்டியது.

கிட்டத்தட்ட விடியும்வரை என்னுடன் இருந்தான். கிளம்பும் போது அவனருகில் நின்றிருந்தேனா, என்னைத் தழுவினான். எலும்புகள் நொறுங்கி விடுமோ என்று அஞ்சுமளவு இறுக்கினான். நெற்றியில் வகிடு தொடங்குமிடத்தில் அழுத்தி முத்தமிட்டான். பிறகு கீழே குனிந்து, கட்டிலுக்கடியில் இருந்த சீசாவை எடுத்தான்.

என்ன அது?

என்று கேட்டேன்.

விஷம்.

என்றான்.

அடப்பாவி.

என்றேன்.

பதறாதே. இங்கேயிருந்து வெளியில் போனதும் குடிப்பதாக இருந்தேன். முடிவை முழுக்க மாற்றிக்கொண்டுவிட்டேன். ஒரே ஒரு தோல்விக்காக, இவ்வளவு பெரிய ஆனந்தத்தை இழப்பதாயில்லை நான். அவள் இல்லாவிட்டால், இன்னொருத்தி. அவளிடம் என்ன கிடைக்கும் என்று நான் கற்பனை செய்திருந்தேனோ, அதைவிடப் பலமடங்கு இன்னொருத்தியிடம் கிடைப்பதற்கு வாய்ப்பிருக்கிறது என்று தெரிந்துவிட்டது இப்போது. என்னை நிஜமாக வருத்திய உஷ்ணம் எது என்பதும் தெரிந்துவிட்டது. விடிந்ததும், இதை நீயே தூக்கி எறிந்துவிடு.

என்று சொல்லி இன்னொரு முத்தத்தையும் அந்த சீசாவையும் கொடுத்துவிட்டுப் போய்விட்டான்.

அத்துடன் முடியவில்லை அவன் கதை. இரண்டு வருஷம் கழித்து, அலஹாபாதுக்கு எங்களைக் கூட்டிச் சென்றாள் அத்தை. திரிவேணி சங்கமத்தில் முக்குளி போட்டு அவள் தூய்மையாக்க நினைத்தது தனது உடம்பையா, எங்களது உடம்புகள் மொத்தத்தையுமா, அல்லது எங்கள் அனைவரதும் வாழ்க்கைகள் அத்தனையையுமேதானா என்று தெரியவில்லை!

ஸ்நானம் முடித்துத் திரும்புகிறோம். அவர்கள் எல்லாரும் முன்னே நடக்கிறார்கள். எப்போதுமே, கூட்டம் பார்ப்பதில் அலாதி விருப்பம் எனக்கு. ஜனங்கள் அதிகமாக ஆக, அடையாளமில்லாத சின்னஞ்சிறு துளி மாதிரி நான் கரைந்துபோகிற உணர்வு தட்டும். பராக்குப் பார்த்தபடி பின்தொடர்கிறேன்.

திடீரென்று என் பாதையில் ஒரு தம்பதி குறுக்கிட்டனர். இரண்டாவது பார்வைக்கு அவனைத் தெரிந்துவிட்டது. தெரிந்த மாதிரிக் காட்டிக்கொள்ளத் தயக்கமாக இருந்தது. அருகில் இருந்தவளிடம், கல்யாணத்தின் புதுக்கருக்கு இன்னமும் மங்கவில்லை. தவிர, பொது இடங்களில் வாடிக்கையாளர்களைத் தெரிந்த மாதிரிக் காட்டிக்கொள்வது தொழில் தர்மமில்லை. இந்த முறையும் அவன் என்னை ஏமாற்றிவிட்டான். மனைவியிடம் சொன்னான்:

> ... நான் சொல்லவில்லை? அது இவர்கள்தான். என்னை சாவிலிருந்து வாழ்வுக்கு மீட்டு வந்தவர்கள்.

எனக்குப் புல்லரித்துவிட்டது. அவள் செய்த காரியம் இன்னும் விசேஷமானது. சடாரென்று குனிந்து என் காலைத் தொட்டுக் கண்களில் ஒற்றிக்கொண்டாள். கண் கலங்கிச் சொன்னாள்:

> இவர் ரத்தினம் அம்மா. இப்படியொருத்தரை பத்திரப்படுத்தி எனக்குக் கொடுத்ததற்கு உங்களுக்குப் பாதபூஜைதான் செய்யவேண்டும்.

மனித குலத்திலேயே வேசியைப் பாராட்டிய முதல் குலஸ்திரீ அவளாகத்தான் இருப்பாள்! அவளை என்னுடன் சேர்த்து அணைத்து உச்சிமுகர்ந்தேன். என் கழுத்திலிருந்த சங்கிலியைக் கழற்றி அவள் கழுத்தில் போட முனைந்தபோது, பதறித் தடுத்தாள். அவனும்தான்.

> எதுவும் சொல்லாதே பெண்ணே. இது புக்ககத்து சீதனம். மறுக்காதே.

அவர்கள் இருவரும் கைகூப்பினார்கள். மனசுக்கு முன்னால், உடம்பெல்லாம் ரொம்பரொம்பச் சின்ன விஷயம் சீதாபதி. என்ன சொல்கிறாய்?

4

அப்போது வேறு இடத்தில் தொழில் நடத்தினோம். இப்போதுபோல முழுக்கக் காரைவீடு கிடையாது. ஒரேயொரு கட்டடம். ஆனாலும் அந்த இடமும் இங்கே மாதிரியே சுத்தமாக இருக்கும். அத்தைக்கு அதில் பிடிவாதம் அதிகம்.

> வசிக்கும் இடத்தை நறுவிசாக வைத்துக்கொள்வது குலஸ்திரீகளின் குத்தகையா என்ன? அவர்களுக்கு நாம் எந்தவிதத்தில் குறைந்துபோனோம்? நாம் என்ன வஞ்சகம் செய்கிறோமா, திருடுகிறோமா. ஏதோ, இந்த

மாதிரி வாழ்க்கை அமைந்திருக்கிறது. நடத்துகிறோம். ஊர்ப்பட்ட பெண்களிடம் போகிற ஆண்கள் இல்லை? அவர்களுக்கெல்லாம் தனி அடையாளமோ, தனிப் பெயரோ இருக்கிறதா?

என்று பலதடவை சொல்லியிருக்கிறாள்.

அந்தக் கட்டடத்தில் சின்னச் சின்னதாய் ஆறு அறைகள் கொண்ட மாடியும், கீழே வாடிக்கையாளர்களுக்கு எங்களைக் காட்டவும், பகல் பொழுதில் நாங்கள் பேசிச் சிரிக்கவும், சாப்பிடவும் என்று புழங்குவதற்குப் பெரிய ஹாலும் உண்டு. எங்களில் பேரழகியும், சாஸ்திரீய நடனம் கற்றவளுமான ரஞ்சனா பலநாள் எங்களையும், சிலவேளை வசதியான வாடிக்கையாளர்களையும் ஆடி மகிழ்விக்கும் இடமும் அதுதான்.

ஒரு தபலாக்காரனும் உண்டு. திருமணமானவன். கிட்டத் தட்ட இரண்டு வருடம் என்னுடைய தொடர்வாடிக்கையாளனாக இருந்தான். மற்றவர்களையும் தொட்டிருக்கிறான். ரஞ்சனாவிடம் மட்டும் போகமாட்டான். விநோதமான காரணம் சொல்வான்— முதன்மைக் கலைஞர்கள் பக்கவாத்தியக்காரனை விட உயர்ந்த ஸ்தானத்தில் இருப்பவர்களாம்.

ஆள் அழகன். ரஞ்சனாவின் பாதங்களை அவனுடைய விரல்கள் கட்டுப்படுத்தும் விதம் அற்புதமாக இருக்கும். லயதேவதை அவனிடம் மயங்கிக் கிடக்கிறாள் என்று படும். இவ்வளவு திறமை இருக்கிறவன் புகழ்பெற்ற வாத்தியக்காரனாக ஆவதற்கு முயற்சி செய்யாமல், இப்படி தாசிமனையில் வந்து கிடக்கிறானே என்று பாவமாக இருக்கும்.

என்ன ஆயிற்றோ, ரஞ்சனா தூக்கு மாட்டிக்கொண்டு இறந்த பிறகு அவன் வருவது சிறுகச் சிறுகக் குறைந்துகொண்டே போய், அறுதியாக நின்றும் விட்டது. என்ன ஆனானோ. வேறு மனை எதற்காவது போயிருக்கவும் செய்யலாம். சிலபேரால் பெண்டாட்டியை மட்டும் வைத்துக் குடித்தனம் நடத்த முடியாது, பாவம்...

எப்போதுமே பத்துப்பேரைத் தாண்டாத சபையின் முன்னால் அவ்வளவு உற்சாகமாக ஆடக்கூடிய ரஞ்சனா ஏன் தற்கொலை செய்துகொண்டாள் என்பதும் மர்மம்தான். ஆனால், மிகத் தெளிவாகத் தெரிந்த ஒரு சங்கதி, அவளுடைய சாவுதான் அத்தையின் ஆரோக்கியத்தைக் கறையான் மாதிரி அரிக்கத் தொடங்கியது.

அவளுக்கு நான் என்ன குறைவைத்தேன், என்ன குறைவைத்தேன்.

என்று புலம்பியே பகல்பொழுதைக் கழிப்பாள் அத்தை. நாளுக்கு நாள் தேய்ந்துவந்தாள் ...

போகட்டும், அப்போதிருந்த வீட்டைப் பற்றியல்லவா சொல்லிக்கொண்டிருந்தேன் ... மாடியில் எல்லா அறைகளுக்கும் தனித்தனிக் கழிப்பறைகளும், அத்தனை அறைகளுக்கும் பொதுவான கழிப்பறை இரண்டும், ஒரு குளியலறையும் உண்டு அங்கே. கீழே வீட்டுக்குப் பின்பக்கம் ஷாமியானா போட்டு, படுதாவால் தடுத்த தனிப் பகுப்புகளில் நார்க் கட்டில் இருக்கும். மாடி அறைகளில் மாதிரி மரக் கட்டிலும், இரும்பு அலமாரியும் கிடையாது. மாடிக்கு வாடிக்கையாளர் வர அனுமதி கிடையாது.

ரொம்பச் சௌகரியம் செய்துகொடுத்தால் லேசில் போக மாட்டான்கள்.

என்று கறாரக்குரலில் சொல்வாள் அத்தை. அபரிமிதமான வசதி படைத்த வாடிக்கையாளர்களைத் தவிர, பிறரை ஒருபோதும் பன்மையில் குறிப்பிட மாட்டாள்!

ஆயிற்றா, அந்தச் சமயத்தில் ஒரு வெள்ளைக்காரத் துரை வரப்போக இருந்தார். இரண்டு மூன்று மாதத்துக்கொருதரம் வருவார். தொடர்ந்து இரண்டு மூன்று நாட்கள் தங்குவார். நானேதான் வேண்டும் என்று எனக்காகக் காத்திருப்பார். அவருக்கு மட்டும் மாடியில், என்னுடைய அறையில் தங்க அனுமதி உண்டு. கைநிறையப் பணம் தருவார், வெள்ளைக்காரர், என்பது மட்டுமல்லவாம்.

யார் கண்டார்கள், என்றைக்காவது நம்முடைய ஜில்லாவுக்கே கலெக்டராக வந்து தொலைக்க வாய்ப்பிருக்கிறது அல்லவா.

என்று அத்தை முனகுவாள் – அவர் தங்கிப் போனபின்பு. இருக்கும்போது எதுவும் சொல்ல மாட்டாள் – துரை நன்றாக மராத்தி பேசக்கூடியவர்.

அவரிடம் ஒரு சிறப்பம்சம் உண்டு. என்னை அவர் பயன்படுத்தியதே இல்லை. ஆனால், முன்பு சொன்னேனே, நகைவியாபாரி, அவரை மாதிரித்தான் இவரும். அறைக்குள் வந்த மாத்திரத்தில் துணியை முழுக்க உருவிப் போட்டுவிட வேண்டும். ஒரேயொரு வேறுபாடு, நானாகத்தான் கழற்றிப் போட வேண்டும். துரை தமது மேல்சட்டைப் பித்தானைக்கூட அவிழ்க்க மாட்டார்.

முதல் தடவை, அவ்வளவு வெளிச்சத்தில் அம்மணமாய் நிற்கக் கூசியது. கீழே கூடாரத்தில் வாடிக்கையாளர்களிடம் எவ்வளவு பாடு பட்டாலும், அது முட்டை விளக்கு வெளிச்சத்தில்தான். பாதி இருட்டு இருக்கும். அறையில் அப்படி இல்லையே. குண்டு பல்பு பிரகாசமாய் எரியுமே. ஒரு சில விநாடிகள்தான். அப்புறம் 'தொடுவதைவிடப் பார்ப்பது கடினமா என்ன' என்று நானே சமாதானம் செய்துகொண்டேன்.

என்னைக் கொஞ்சநேரம் உற்றுப் பார்த்துக்கொண்டிருப்பார் துரை. முதல்நாளில் அது இன்னும் அதிகமாகக் கூசியது. 'தொட்டுத் தொலையேனடா, சண்டாளா' என்று மனத்துக்குள் அரற்றினேன். பிறகு, நிதானமாகத் தன் கைப்பையைத் திறந்து ஓவிய உபகரணங்களை எடுப்பார்.

கட்டிலில் என்னைக் குப்புறப் படுக்கச் சொல்வார். அடுத்த இரண்டு மணிநேரத்துக்கு நரகமேதான். என் முதுகில் ஓவியம் வரைய ஆரம்பித்துவிடுவார். விதவிதமான தூரிகைகள், விதவிதமான புள்ளிகளில் ஈரமாகப் பதிந்து விலகும்போது என் உடம்பு துடிக்கும். ஒருபுறம், உள்ளூர ஆச்சரியமாகவும் இருக்கும். அதெப்படி, கொடூரமான, வன்மமான, ஆவேசமான நடவடிக்கைகளை சர்வசாதாரணமாகத் தாங்கிக் கொள்கிறவள், இவ்வளவு மிருதுவான ஸ்பரிசத்தைத் தாங்க முடியாமல் இப்படி நெளிகிறேனே.

துரையானால், 'நெளியாதே, நெளியாதே' என்று அதட்டிக் கொண்டே இருப்பார். சிலசமயம், பொய்க்கோபத்துடன், புட்டத்தில் ஓங்கித் தட்டுவார் – அந்தப் பகுதிவரை ஓவியம் நீளும். பிறகு என்னை சமாதானப்படுத்துகிற மாதிரி செல்லமாகச் சிரிப்பார்!

முதல் தடவை அவர் வரைந்து முடித்தபிறகு, பின்னால் திரும்பி என் புட்டத்தை எட்டிப் பார்த்தேன். தண்டை அணிந்த பெண்ணின் கால்கள். சரிதான், காதல்தோல்வி விவகாரம் போலிருக்கிறது என்று நினைத்துக்கொண்டேன். அவர்கள்தான் சதா அழுது குளிப்பார்கள். மாறுபட்ட விதங்களில் எங்களைக் கையாண்டு வதைப்பார்கள். என் போன்றவர்கள் சம்போகத்தைவிடவும் இதில் நிறையவே அவஸ்தைப்படுவோம். பின்னே, மனசு சம்பந்தப்பட்டு விடுகிறதா இல்லையா. இவ்வளவு தங்கமானவனை ஏமாற்றிய, அடையாளம் தெரியாத பிடாரியை மனம்போன விதமாக சபிப்பேன். தான் படுத்தியது போதாது என்று, என்னையுமல்லவா மாட்டிவிட்டுவிட்டாள்!

ஓவியம் முழுமையான பிறகு துரை வேறுவிதமான தொந்தரவைத் தொடங்குவார். ஓவியப்பெண்ணின் முகத்தில்— என்றுதான் நினைக்கிறேன். ஏனென்றால், கிட்டத்தட்டப் பிடரியையொட்டி ஆரம்பிக்கும் – தொடங்கி, என் புட்டம் வரை முத்தமிட்டு முத்தமிட்டுக் கிறங்குவார். சிலவேளை, பல் பதியுமளவு கடிப்பார். அப்புறம் எட்டி நின்று பார்த்துக் கண்ணீர் மல்குவார். அவ்வப்போது கேவி அழுவதும், குழந்தை மாதிரி விசிப்பதும் உண்டு.

அடுத்த இரண்டு மூன்று நாட்களுக்கு எங்கள் அறைக் கதவு தாழிட்டே இருக்கும். என்னைக் கதவருகில் ஒதுங்கச் சொல்லிவிட்டு, ஜன்னலைத் திறந்து சாப்பாடு வாங்கிக்கொள்வார். நான் குளிக்கக்கூடாது, முகம் கழுவக்கூடாது, அவர் பார்வையை விட்டு நீங்கக்கூடாது. இத்தனைநாள் கழித்து இப்போது தோன்றுகிறது, அத்தனை தடவைகளிலும் துரை வரைந்தது ஒரே பெண்ணின் முகத்தைத்தானா, வெவ்வேறு முகங்களா? நான் கேட்டதில்லை. என் முதுகைப் பார்க்க என்னால் முடிந்தது மில்லை!

அந்த முறை துரையின் முகம் ரொம்பவே வாடியிருந்தது. வந்த மாத்திரத்தில் வரையத் தொடங்குபவர், உத்தரத்தைப் பார்த்தபடி பேசாமல் கட்டிலில் படுத்திருந்தார். எனக்கு என்ன செய்வதென்று விளங்கவில்லை. நானும் பேசாமல் சுவரோரம் குந்தியிருந்தேன். அம்மணமாய்த்தான்.

துரை எழுந்தார். கழிப்பறையைப் பார்த்துப் போனார். அப்போதுதான் கவனித்தேன் – சட்டையின் முதுகில் ஏழெட்டு விரற்கடை நீளத்துக்குக் கறை இருந்தது. எங்கே சாய்ந்தாரோ தெரியவில்லையே, கவனிக்கவில்லை போலிருக்கிறது, என்று நினைத்தவள் அவர் வந்ததும் சொன்னேன். துரையின் முகம் உடனே கோணியது. உள்ளங்கைகளில் முகத்தைப் புதைத்துக் கொண்டு விசும்பினார்.

எழுந்து அருகில் போனேன். ஏனோ, அந்தக் கணத்தில் துரை என் புருஷன் என்றே மனத்துக்குப் பட்டது. தலையை வருடினேன். அவர் உடனே என் மார்க்குவட்டில் முகத்தைப் புதைத்துக்கொண்டார். இயல்பாக அவருடைய முதுகில் இறங்கியது என் கை. கறைமீது லேசாகப் பட்டது. துரையின் உடம்பு விதிர்த்தது. சட்டை ஒட்டியிருக்கிறது. அட, ரத்தக் கறையா அது. அடப் பாவமே, என்ன பிரச்சினை...

ஊர்சுற்றி

துரையின் சட்டையை நானே கழற்றினேன். மறுக்காமல் காட்டிக்கொண்டு அமர்ந்திருந்தார். அவித்து உரித்த உருளைக்கிழங்குபோல வெளுத்திருந்த தோலில் அங்கங்கே சவுக்கு வீறிய மாதிரி ரத்தம் கட்டிய தடங்கள். பதறியது எனக்கு. ஓரிரண்டில் பொருக்குத் தட்டியிருந்த விதத்தைப் பார்த்தால், அதெல்லாம் பழைய காயம், உள்ளுக்குள் ஆறவில்லை என்று தெரிந்தது.

துரை நிதானமாகச் சொன்னார்: அவை சவுக்கு நுனியால் வீறியவை அல்லவாம். பிரம்படி பட்ட இடங்கள். அடித்தது, அவருடைய சொந்த மனைவி.

துரையின் கதை பரிதாபமானது. பிரித்தானியாவில், டாம்பீகச் செலவால் ஏறிவிட்ட கடனுக்கு ஈடுகொடுக்க முடியாமல் திவாலான குடும்பம். 'இந்தியாவுக்குப் போய் எப்படியாவது பிழைத்துக்கொள்' என்று கப்பலேற்றி அனுப்பிவிட்டார்கள். உலகப்புகழ் பெற்ற ஓவியனாகவேண்டும் என்று ஆசை வைத்திருந்தவர், பாவம். எதிர்காலம் பற்றிய கனவு அனைத்தையும் மூட்டைகட்டி வைத்துவிட்டு இங்கே வந்திறங்கினார். இவருடைய படிப்புத் தகுதிக்கு, ஜில்லா அதிகாரியின் உதவியாளராக வேலை கிடைத்தது. அதிகாரியைப் பார்க்க வந்த பிரபு ஒருத்தருக்கு இவர்மீது கண் விழுந்தது. தம் ஒரே மகளைக் கட்டிவைத்தார்.

துரையின் மனைவி பேரழகி. பிரபுக் குலத்தைச் சேர்ந்தவள் என்பதற்கான சகல அடையாளங்களும் கொண்டவள். ஒரேயொரு குறை, பிராயம் கடந்தும் ருதுவாகாதவள். இனி அதற்கு வாய்ப்பே யில்லை என்று மருத்துவர்கள் அடித்துச் சொன்னதால்தான், சாதாரண குமாஸ்தாவான ஏழைப் பையனுக்குச் சீட்டு விழுந்தது.

அவளுக்குக் கலவியில் நாட்டம் கிடையாதாம். கலவியைப் பார்ப்பதில்தான் நாட்டம். அதுவும் ஆண்களின் கலவியை.[2] ஆமாம், தன் சகோதரனைவிட்டு இவரைப் புணரச் சொல்வாளாம். மறுத்தாலும், சம்மதித்தாலும் பிரம்படி உண்டு. அவளேதான் அடிப்பாள். கலவியின்போது இன்னும் ஓங்கி அடிப்பாள். 'சத்தம் போட்டால் சுட்டுவிடுவோம்' என்று இருவரும் இவரை மிரட்டியிருந்தார்கள்.

துரையின் கதையைக் கேட்டதும் எனக்குப் பரிதாபம் பொங்கியது. முழு மனசோடு என்னைக் கொடுத்தேன். துரை

2. இந்த இடத்தில் சீதாபதி தமது பூந்தோட்ட எஜமானர் பற்றிச் சொன்னது நினைவு வந்தது எனக்கு.

முழுசான ஆண்பிள்ளை என்பது தெரியவந்தபோது பரிதாபம் இன்னும் அதிகரித்தது.

இதையும் சொல்லவேண்டும், துரையுடைய ஆளுகையின்கீழ் இருந்தபோது, 'விக்டோரியா மஹாராணிக்குச் சமானமாக்கும் நான்' என்று எனக்குள் இறுமாப்பு பொங்கியது.

5

ஒரு நாள் நள்ளிரவு. லேசாகத் தூறல் போடுகிறது. முதல் துளி விழுந்ததுமே ரம்மியமாக மண் மணம் கிளர்ந்துவிட்டது. அத்தை காலமாகி நாலைந்து மாதங்கள் ஆகியிருந்தது. முதல் ஓரிரு மாதங்களுக்கு என்னைப் பீடித்திருந்த துக்கமும் தனிமையுணர்வும் மெல்லமெல்ல விலகி, அபூர்வமான சுதந்திரத்தில் ஆழத் தொடங்கியிருந்த நாட்கள்.

முதல்மாடியில் இருந்த என்னுடைய அறையின் ஜன்னலருகில் அமர்ந்து தார்ச்சாலையைப் பார்த்துக்கொண்டிருந்தேன். மழைத் துளிகள் கழுவியதில் கறுப்பு அதிகமாக அடர்ந்து, பரிதாபமாக மினுங்கும் தெருவிளக்கின் மஞ்சள் ஒளியைப் பிரதிபலிக்கவும் சிரமப்பட்டுக்கொண்டிருந்தது சாலை.

கொஞ்சநாளாகவே, 'தொழிலை விட்டுவிட வேண்டும், அதற்கான வேளை வந்துவிட்டது' என்று திரும்பத்திரும்பத் தோன்றிக்கொண்டிருந்தது. அத்தையின் மரணம் இந்த நினைப்பை வேகப்படுத்தியது. அண்டியிருக்கும் ஏழெட்டுப் பேருக்கும் ஒரு மார்க்கத்தைக் காட்டிவிட்டால் என் போக்கில் வாழ்க்கையை அமைத்துக்கொள்ளலாம்.

அத்தை சேர்த்துவைத்த நகைகளை, புதிதாக வாங்கியிருந்த இரண்டடுக்கு வீட்டை, ஊரின் விளிம்பில் அவள் விலைக்கு வாங்கிக் குத்தகைக்கு விட்டிருக்கும் விளைநிலத்தையெல்லாம் கிரயம் செய்தால் கணிசமாகத் தேறும். அந்தப் பெண்களுக்கு ஆளுக்கொரு கறிகாய்க் கடையோ, இஸ்திரிக் கடையோ போட்டுக்கொடுத்து வழிகாட்டலாம். மீந்திருக்கும் பணத்தை வட்டிக்கு விட்டாலே மாதத்தை ஓட்டுவது சிரமமில்லாது ஆகிவிடும்.

அன்று காலையில்தான் ஒருத்தியிடம் மெல்லப் பேச்சுக் கொடுத்துப் பார்த்தேன். நான் கொஞ்சமும் எதிர்பாராத பதிலைச் சொன்னாள் அவள்:

இந்தவிதமாய் இத்தனை வருடம் வாழ்ந்தாகிவிட்டது. இனி வேறுவிதமாய் வாழ்க்கையை அமைத்துக்கொள்ள மனத்திலும் உடம்பிலும் திராணியில்லை. விருப்பமும் இல்லை. நீ 'போ' என்று சொன்னால் போய்விடுவேன். இன்னும் வயதிருக்கிறது. பம்பாய் கல்கத்தா என்று பெரிய ஊரில் போய்ப் பிழைப்பு தேடிக்கொள்வேன். முதலீடு இல்லாத தொழில்தானே, என் பாட்டை நான் பார்த்துக் கொள்வேன்.

என்றாள்.

கண்ணில் ஒருதுளி கலக்கமில்லாமல் அவள் சொன்னது என்னை ஒருவித ஊசலாட்டத்தில் ஆழ்த்தியது. அப்புறம், இது அவள் முடிவு. நான் எதற்காகக் கவலைப்பட வேண்டும். கொடுக்கவேண்டும் என்று நான் உத்தேசிக்கும் தொகையைக் கொடுத்து அனுப்பிவிட்டால் பிறகு அவளுக்கும் எனக்கும் என்ன சம்பந்தம். வீணாகச் சுமையை ஏற்றிக்கொள்கிறேன் என்கிற மாதிரி எண்ணம் ஓடிக்கொண்டிருந்தது.

எனக்கு அன்று வாடிக்கையாளர்கள் தேவையில்லை என்று முடிவெடுத்தது மனம். ஆசுவாசமாய் ஒரு பெருமூச்சு வெளியேறியது. தன்னியல்பாக ஏறித் தாழ்ந்தது என் மார்பு. விபரீதமாகப் பருத்திருந்த முலைகளை, பல வருடங்கள் கழித்து, அவமான உணர்ச்சியில்லாமல் முதல்தடவையாகப் பார்த்துக்கொண்டேன். இளம் வயதிலேயே அபரிமிதமாகப் பூரித்திருந்தேன். அதுபற்றி அந்த நாட்களில் எனக்கு உள்ளூர நிரம்பியிருந்த பெருமிதம் ஞாபகம் வந்தது...

கீழே யாரோ கதவைத் தட்டும் சப்தம் கேட்டது. நேரம் தப்பி யார் வந்திருக்கிறார்கள் – புதிய வாடிக்கையாளன் என்றால்தான் இப்படி அகாலத்தில் வந்து சேருவான். பெண்கள் எல்லாருமே திகட்டத் திகட்ட ஈடுபட்டு ஓய்ந்திருக்கும் வேளை. வந்தவன் வற்புறுத்தினால், நானேதான் ஈடுகொடுக்க வேண்டிவரும். தவிர, வேளைகெட்டவேளையில் வருபவன் பெரும்பாலும் இங்கித மில்லாதவனாக, இம்சை செய்கிறவனாகத்தான் இருப்பான்.

மாடியிறங்கி வந்தேன். சமையலுக்கும், எடுபிடி வேலை களுக்கும், ராத்திரிக் காவலுக்கும் என்று அலி[3] ஒருவனை

3. சீதாபதி 'பொண்டுகன்' என்றே திரும்பத் திரும்பச் சொன்னார். இப்போதெல்லாம் அரவாணி, திருநங்கை என்றெல்லாம் பெயர் சூட்டுகிறார்கள். கௌரவஸ்தர்கள்

நியமித்திருந்தாள் அத்தை. தெலுங்கு ஊர்க்காரன். செளந்தர்யா என்று பெயர் சொல்வான். ஏனோ உள்ளூர எனக்கு அவனைப் பெண்ணாக ஏற்றுக்கொள்ள முடிந்ததில்லை – ஆண்களுக்கும் இதே பிரச்சினை இருந்திருக்குமோ என்னவோ. கழுத்துக் கயிறோடு தொங்கும் சாவியை இழுத்துப் பூட்டைத் திறந்து கொண்டிருந்தான். கதவு திறக்கிறது, எனக்கு அதிர்ச்சி காத்திருந்தது. வந்திருந்தவள் இளம்பெண்.

கடுமையாக வியர்த்திருந்தாள். கைகால்கள் நடுங்கிக் கொண்டிருந்தன. என்னைப் பார்த்தவுடன் கண்ணில் நீர் கோத்தது.

என்னம்மா வேணும் உனக்கு?

என் குரலைக் கேட்ட மாத்திரத்தில் பெரிதாக அழ ஆரம்பித்தாள். சடாரென்று என்முன்னால் மண்டியிட்டாள்.

எனக்கு என்ன செய்வதென்று தெரியவில்லை. ஆண்கள் என்றால் சமாளித்துவிடுவேன். குமுறி அழும் குமரிப்பெண்ணுக்கு[4] என்னவிதமாய் ஆறுதல் சொல்ல? குனிந்து அவள் தோள்களைத் தொட்டேன். காத்திருந்தவள் மாதிரி எழுந்து என்னைக் கட்டிக் கொண்டு கதறினாள். பெண்ணுடம்பைத் தழுவி நிற்பது ஒருவித அசௌகரியம் கொடுத்தது எனக்கு. மெல்ல அவளை விலக்கி, மறுபடியும் கேட்டேன்:

என்னம்மா வேணும்?

பசிக்கிறது அம்மா. சாப்பிட ஏதாவது இருக்கா?

மிருதுவான குரல் அவளுக்கு. என் தோளைப் பற்றின உள்ளங் கைகளும் பஞ்சுபோல இருந்தன. என்னைவிட ஒரு பிடி உயரம். அளவான சதைப்பற்று. தீர்க்கமான, முக்கோண முகம்.

செளந்தர்யா ...

என்று அழைத்தவாறே திரும்பினேன்.

சூட்டிய பெயர்கள். ஒன்று படுகளத்தில் மாண்ட ஆணைச் சார்ந்து உருவான பெயர். மற்றது அவர்களுடைய இரட்டைநிலையின் துயரத்தைக் கணக்கில் கொள்ளாது 'பெண்' அடையாளம் சேர்க்க முனைவது. பெண்ணாக இருந்துவிட்டால்தான் இப்போதிருக்கும் வேதனையும் அவலமும் அவர்களுக்குக் கிடையாதே. என் சிறு பிராயத்தில் நான் கேட்டுப் பழகிய பெயரில் அகௌரவமாக ஏதும் இல்லை என்று நான் கருதுவதால் 'அலி' என்றே குறிப்பிட விரும்புகிறேன்.

4. இந்த வாக்கியத்தில் வரும் எதுகை சீதாபதிக் கிழவருடையதேதான்!

இதற்குள் எங்கள் உரையாடலைக் கவனித்திருந்தவன் சமையலறைக்குள் போயிருந்தான். மிச்சம் மீதி இருந்ததை எடுத்து வந்தான். அன்றைக்கு இரவுணவாக பெஸரெட்டும், கோங்கூராத் துவையலும் செய்திருந்தான். சாயங்காலம் செய்த பெஸரட் – உலர்ந்து வறட்டிப் பதத்துக்கு வந்திருந்தது. அதையும் அந்தப் பெண் அமிர்தத்தைப் புசிக்கிற மாதிரி வேகமாக விழுங்கினாள். எத்தனை வேளை, எத்தனை நாள் பட்டினியோ.

அம்மா, எனக்குக் கல்யாணம் ஆகி ஆறு மாதம் ஆகிறது. எனக்கு விருப்பமேயின்றி நடந்தது. என் மனத்தில் ஒருத்தனை வரித்திருந்தேன். அவனுக்கும் என்னிடம் அசாத்திய மோகம். அப்பா சம்மதிக்கவில்லை. என் காதலனுக்கு எதிராகச் சொல்வதற்கு அவரிடம் எதுவுமே இல்லை. ஆனால், ‘அதெப்படி, பெற்று வளர்த்தவன் கல்லுக்குண்டாய் உயிருடன் இருக்க, நீயாக உன் திருமணம் பற்றி முடிவெடுக்கலாம்?’ என்று திரும்பத் திரும்பச் சொல்லி ஏசினார். அம்மா சில வருடங்களாகவே படுக்கையில் கிடந்தவள். என் மனம் புரிந்தாலும், கண்ணீர்விட மட்டுமே முடிந்தது அவளால். இப்போது மோட்சம் சேர்ந்துகூட இருக்கலாம், பாவம்.

சாந்தி முகூர்த்த அறையில் அவருடைய காலைக் கட்டிக் கொண்டு அழுதேன். தர்மிஷ்டர் பாவம். அடுத்த ஐந்து மாதங்களும் என்னைத் தொடவேயில்லை. அப்படிப்பட்ட உத்தமரை உதறிவிட்டு வெளியேறினேன் அல்லவா, அதனால்தான் இந்தக் கதி வந்தது எனக்கு.

ஆனாலும், ஊரறிய என்னை அனுப்பிவிட பயம் அவருக்கு. ‘உரிய நேரம் வரட்டும். நீ கிளம்பிப்போய் விடு. ஓடிப்போய்விட்டாள் என்று சொல்லி மற்றவர்களை சமாளித்துக்கொள்கிறேன்’ என்று சொல்லியிருந்தார்.

இவனோடு ஒரு இரவில் புறப்பட்டு, ரயில் மாறி ரயில் மாறி, இரண்டு முழு நாட்கள் பிரயாணம் செய்து இந்த ஊருக்கு வந்துசேர்ந்தோம். அபாரமாக பீடா மடிப்பவன் இவன். வட இந்தியாவின் எந்த மாநிலத்தில் கொண்டு விட்டாலும் பிழைத்துக்கொள்வான் – அவ்வளவு திவ்வியமாக இருக்கும் அவனுடைய சேர்மானங்கள். ஆனால், மனசு சுத்தமில்லாதவன். ஓடிவந்ததுக்கு அப்புறம்தானே இது தெரிகிறது.

முதல் வாரத்தில் மிரண்டே போனேன். எல்லாப் புருஷன்மாருமே பெண்டாட்டியிடம் இவ்வளவு மூர்க்கமாகத்தான் நடந்துகொள்வார்களா! அதென்ன பல்லா வெட்டிரும்பா. இந்த

ரீதியில் போனால், வாழ்நாள் முழுவதும் ரத்தக் காயங்களுடன் தான் காலம் கழிக்க வேண்டுமோ.

இரண்டாவது வாரத்தில் அவன் புத்தி புரிந்தது.

சாயங்காலம் ஒரு நண்பனை வீட்டுக்குக் கூட்டிவந்தான். சாவகாசமாக உட்கார்ந்து பேசிக்கொண்டிருந்த இருவருக்கும் டீ போட்டுத்தரச் சொன்னான். ‘அதெப்படி வந்த முதல் வாரத்திலேயே இப்படி நெருக்கமான நட்பைச் சம்பாதித்தான்!’ என்ற ஆச்சரியம் எனக்கு அடங்குவதற்குள், அவனைப் படுக்கையறைக்குள் அனுப்பினான். என்னையும் போகச் சொன்னான். உடனடியாகப் புரிந்துவிட்டது எனக்கு. ஆகா, தனக்குப் பெண்டாட்டியாக என்னை அழைத்து வரவில்லை, மூலதனமாகக் கூட்டி வந்திருக்கிறான்.

அரிவாள்மணையை எடுத்தேன். இரண்டுபேருக்கும் பொதுவாக ஓங்கினேன். வந்தவன் வேகமாக வெளியேறிவிட்டான். இவனும் ‘எத்தனை நாள் இப்படி முரண்டு செய்வாய், பார்க்கிறேன்’ என்று கொஞ்சநேரம் குரைத்துவிட்டு, வெளியில் போய்விட்டான். தெரியாத ஊர், பழகாத மனிதர்கள், திரும்பிப் போகமுடியாத பூர்விகம் – இன்றில்லாவிட்டால் நாளைக்குப் படிந்துவிட்டுப் போகிறாள் என்று நினைத்திருப்பான், அற்பன்.

குமைந்துகொண்டே தனியாகப் படுத்திருந்தேன். ஊருக்குத் திரும்பிப் போவதைவிட தற்கொலை உத்தமம். ஆனால், எவனோ ஒரு படுபாவி ஏமாற்றியதற்காக நான் ஏன் சாகவேண்டும். ஊரறிய மணந்து, ரகசியமாக அனுப்பிவைத்த உத்தமரிடம் போகலாம். அவர் எப்படி ஏற்றுக்கொள்வார்? தவிர, அப்பேர்ப்பட்ட மனிதருக்கு இப்படி ஒரு துரோகியின் எச்சில் படிந்த உடம்பைப் படைக்கலாமா?

மஹாபாரத காலத்திலும் இதேமாதிரி சந்தியில் நின்ற ஒருத்தியின் கதை கேள்விப்பட்டிருக்கிறேன். அது இதிகாச காலம். ஆணாக மாறி யுத்தம் செய்யக் கிளம்பலாம். நூறுநூறு ஆண்பிள்ளைகளைக் கொன்று வன்மம் தீர்த்துக்கொள்ளலாம். என்னைமாதிரி சாமானியப் பெண்பிள்ளை என்ன செய்வது. சரிதான், என் பெண்மையை அழித்துக்கொண்டால் போகிறது என்று முடிவெடுத்தேன்.

பக்கத்துவீட்டுக்காரியிடம் யோசனை கேட்டேன். அவளுக்குப் பால்காரன் ஒருவனுடன் பழக்கம் இருந்தது. அவன் இந்த இடத்தையும் விலாசத்தையும் சொன்னான், ‘இன்னாருக்கு என்று சொல்லாமல்தான் கேட்டேன், இல்லாவிட்டால் முதல் போணியாகத் தானே வர ஆசைப்படுவான் அந்தக் கிழவன்,

என்னுடைய ஆசைநாயகனை நான் யாருக்கும் விட்டுத்தர மாட்டேன்' என்று சிரித்தாள் அந்தப் பெண்மணி!...

இதோ, வந்துவிட்டேன். இனி நான் உங்கள் அபயம்.

இந்த இடம் உனக்கு ஒத்துவரும் என்று தோன்றவில்லையே அம்மா...

என்று நிதானமாகச் சொன்னேன்.

... உணர்வு மரத்தால்தான் இங்கே காலந்தள்ள முடியும். நீயானால், இப்படிக் கொதிக்கிறாயே.

தயவுசெய்து என்னைக் கைவிட்டுவிடாதீர்கள் அம்மணி. நான் நம்பி வந்தவன் என்னை ஒருத்தனுக்குக் கொடுப்பது என்று கூசாமல் முடிவெடுத்தான் இல்லையா. நான் ஊருக்கே கொடுக்கிறேன். இதைவிட அவனைப் பழிதீர்க்க வேறுவழி தெரியவில்லை அம்மணி.

அவள் குரலில் உறுதி இருந்தது. நிஜமாகவே என்ன காரணத்துக்காக இந்த நிலைமைக்கு வந்து சேர்ந்தாளோ. யாருக்குத் தெரியும். என்னிடம் இப்படி ஒரு கதையும் காரணமும் சொல்கிறாள். அதை ஆராய்வது என் வேலையா என்ன?

ஆனால், என்னைப் பெற்றவர்களும், அவர்களுடைய போராட்டமும், இந்தக் கதிக்கு என்னைக் கொண்டுசேர்த்த தலைவிதியும் ஞாபகம் வந்து மனசு கனத்தது.

அதுநாள்வரை, அத்தையின் அறையைக் காலியாகவே வைத்திருந்தேன். வந்தவளை என்னுடைய அறையில் தங்க வைத்துவிட்டு, அத்தையின் அறையில் போய்ப் படுத்தேன். மனசு அடங்காமல் திமிறித்திமிறி யோசனை ஓடியது.

அந்த இரவோடு, அத்தை மீதிருந்த கோபம் முழுக்க முழுக்கத் தீர்ந்துவிட்டது. முறையாகக் கல்யாணம் செய்துகொண்டோ, மனசுக்குப் பிடித்தவரைக் காதலித்தோகூட நான் இதே இடத்துக்கு வந்திருக்க முடியும். அவரவர் தலைவிதிப்படிதானே நடக்கும். என்னை நல்லபடியாக நடத்தியவளை எதற்காக நொந்துகொள்வது? எனக்குக் கைகாட்டின தொழிலில் தானும் ஈடுபட்டிருந்தாள்தானே – பிறகெதற்கு அவள்மீது ஆத்திரம்.

பொழுது விடிந்தபோது, முந்தின நாளின் சஞ்சலங்கள் எல்லாம் முழுக்கத் தீர்ந்து, பழைய ஆளாக மீண்டிருந்தேன்.

மிருதுளா இன்னமும் என்னுடன்தான் இருக்கிறாள் அய்யா. அவள்தான், ரத்தநிறப் புடவையும் ரோஜாநிறச் சோளியும் அணிந்திருந்தவள். இந்த ஸ்தலத்தில் இன்னமும் கடுமையான கிராக்கி அவளுக்குத்தான். அவள் இல்லையென்றால் திரும்பிப் போகிற வாடிக்கையாளர்களும் இருக்கிறார்கள். நீ அவளைக்கூடப் புறக்கணித்து என்னைக் கூப்பிட்டபோது எப்படிப் புல்லரித்தது தெரியுமா எனக்கு!

அவள் லேசுப்பட்டவள் இல்லை. பிரமாதமான தொழில்காரி என்பதற்காகச் சொல்லவில்லை. பகல்பொழுதில் எங்களை உற்சாகமாக வைத்திருப்பவள் அவள்தான். பாட்டுப் பாடுவாள்— நூர்ஜஹான், சுரையா பாட்டுக்களையெல்லாம் தத்ரூபமாகப் பாடக்கூடியவள். வேடிக்கையாகப் பேசுவாள். விதவிதமான கதைகள் சொல்வாள் – பாதியும் அவளே இட்டுக்கட்டியதாகத் தான் இருக்கும் என்று நினைக்கிறேன். உதாரணத்துக்கு ஒன்று சொல்லட்டுமா!...

தாசி மிருதுளா சொன்ன தாசிக் கதை

தீர்த்த நகரத்தின் வெளிவிளிம்பில் தாசி லீலாவதியின் வீடு இருந்தது. நகரின் பெயர்ப்பொருத்தம் யாராலும் யூகிக்க முடியாதது. தலைநகரம் என்பதால், வசதிகளுக்குக் குறையாத வாழ்க்கையை நடத்தினர் குடிமக்கள், அவர்கள் சதா குடியில் மூழ்கிக் கிடப்பது ராஜாங்கத்துக்கும் பலவிதங்களில் அனுகூலமாக இருந்தது. அன்றன்றைய குடிக்குத் தேவையான சம்பாத்தியமே குறியாக இருந்தார்களே தவிர, அதுவேண்டும் இதுவேண்டும் என்று சர்க்காரைக் கேட்கமாட்டார்கள் அல்லவா!

தாசியின் பெயர்ப்பொருத்தத்துக்குக் காரணம் சொல்ல வேண்டியதில்லை. ஆனால், தளபதி நாயகம் நாள்தவறாமல் அவளுடைய வீட்டுக்கு ஒரு நடை சென்று திரும்பியதற்கு, மேற்படிக் காரணம் காரணமில்லை; அவள் கூட்டித் தரும் தாம்பூலம்தான் என்று சொன்னால் யார் நம்புவார்கள்!

இதுபோக, அவளிடம் இருந்த சமையல்காரன். அசைவம் சமைப்பதில் நிபுணன். முன்கோபியான தளபதிக்கு, அசைவம் இல்லாமல் சாப்பாடு இறங்காது. அது பிரச்சினையில்லை – முயல் கறி மட்டுமே சாப்பிடுவார். ஒரு கட்டத்தில், முயல் இனம்பெருக்கும் வேகத்தைவிட அதிகமான வேகத்தில் அவற்றைச் சாப்பிடும் தளபதிக்கு ஈடுகொடுக்க முடியாமல் வீட்டிலேயே கணிசமான எண்ணிக்கையில் முயல் வளர்க்க வேண்டியதாயிற்று.

அதற்கு முந்தைய காலகட்டத்தில், பூனை நாய் பெருச்சாளி என்று கைக்குக் கிடைக்கும் பிராணிகளின் மாமிசத்தை, வித்தியாசமே தெரியாமல் எத்தனை முறை பக்குவம் செய்து கொடுத்திருக்கிறான் என்பது சமையல்காரனுக்கும், லீலாவதிக்கும் மட்டுமே தெரிந்த ரகசியம்.

முயலும் லீலாவதியும் இல்லாத ராத்திரியை நினைத்தே பார்க்க முடியாது என்று சமையல்காரனிடம் சொல்லுவார். அவன் தனக்குள் சிரித்துக்கொள்வான். லீலாவதி சுத்த சைவம். இவரிடமிருந்து எழும் மசால் மணத்தையும், பெருந்தீனியின் விளைவாகப் பீறிடும் ஏப்பங்களையும், தினசரி வருகிறார் என்பதால், வீடுமுழுக்க நிரம்பியிருக்கும் முயல் கவிச்சியையும் நினைத்து நினைத்து மறுகுவாள். ஆனால், விதி?

சிறுகச்சிறுக, லீலாவதியிடம் பிற வாடிக்கையாளர்கள் வருவது குறைந்து, அறுதியாக நின்றே விட்டது. பின்னே, முயல் நாற்றம் அடிக்கும் பெண்ணிடம் சம்போகம் கொள்வதற்கு யாருக்குத்தான் பிடிக்கும். தளபதி கொடுக்கும் சன்மானம் இத்தனைநாள் நடத்திய ராஜவாழ்க்கையைத் தொடர்வதற்குப் போதாதிருப்பதை, தன்னுடைய சுதந்திரம் கொஞ்சம் கொஞ் சமாகப் பறிபோவதை, வெளியுலகத் தொடர்பு குறைந்துகொண்டே வருவதை துக்கமாக லீலாவதி உணர்ந்த சமயத்தில் மந்திரவாதியின் சிநேகிதம் கிடைத்தது. ஜோசியம் சொல்கிறேன் என்று வந்தவன், இவள் உள்ளத்தைக் கவர்ந்துவிட்டான். புறவாசல் வழியே, பகலில் மட்டும், வந்துசெல்லும் ஒரே வாடிக்கையாளன் ஆனான்.

நட்பு இறுகிய பிறகு, தன் மனத்தாங்கலை அவனுடன் பகிர்ந்துகொண்டாள் லீலாவதி. தனக்கே குமட்டும் மட்டரக திரவியங்களைப் பூசிக்கொள்கிற அளவுக்கு பொருளாதாரம் மங்கிய துக்கத்தையும்தான்.

இரண்டாம்பேர் அறியாமல் தளபதியைக் காலிபண்ணும் திட்டத்தை அவன்தான் முதலில் சொன்னான். இரண்டுமூன்று நாட்களுக்கு அடிவயிறு பதறிக்கொண்டிருந்தது. ஆனால், சுதந்திரம் கிடைத்த பிறகான வாழ்க்கை பற்றிய கனவுகள் ஊற ஊற, இன்றைக்கே அதைச் செய்துவிட்டால் என்ன என்று தோன்ற ஆரம்பித்தது. இவளுடைய நச்சரிப்பின் வேகத்தைத் தாள முடியாமலும், இவள் கொடுக்கும் இன்பத்திலிருந்து விடுபட முடியாமலும் மந்திரவாதி தவிக்கலானான்.

அன்றைக்கு விதியின் போக்கில் சுழி அதிகமாகிவிட்டது. முந்தின இரவில் லீலாவதிக்குள் புதைந்து கிடந்த தளபதி, தன்

வீடு திரும்பி நீராடப் போனார். முதல் குவளைத் தண்ணீர் வெற்றுடம்பில் வழிந்தபோது லீலாவதியின் தழுவல் போன்ற குறுகுறுப்பை உணர்ந்தார். அவசரமாக அரண்மனைக்குப் போய் ஆஜர் கொடுத்துவிட்டு, மதியத்திலும் முயல்கறி உண்ணும் அவசத்துடன் வந்தார்.

மசால்சாமான்கள் தீரும் தறுவாயில் இருப்பதைக் கவனித்த சமையல்காரன் அங்காடிக்குப் போயிருந்தான். ரகசியமாக ஊரும் பாம்புபோலப் புறவாசலில் நுழைந்தான் மந்திரவாதி. இன்றைக்கு ஒரு புதிய வித்தையை நிகழ்த்தி அவனுடைய திட்டத்தை துரிதப்படுத்தும் நோக்கத்தில், ஆவேசமாக ஈடுபட்டாள் லீலாவதி.

தளபதியின் குதிரை வாசலில் வந்து நின்றது. முன்னங்கால்களில் பற்றிய முள்ளங்கியை விட்டுவிட்டு அசட்டுத்தனமாய் நிமிர்ந்து பார்த்தன திறந்தவெளிக் கூண்டிலிருந்த முயல்கள். சுற்றுச்சுவர்க் கதவை அவர் திறந்தபோது எண்ணெய் போடாத கீல் எழுப்பிய கிரீச்சொலியில் மிரண்டு குதித்தன.

லீலாவதி பதறி விலகினாள். அவசரத்துக்குப் பாவமில்லை என்று மந்திரவாதி உடனடியாக முயலாக மாறினான். அவன் மீண்டும் மனிதப் பிறவியாக மாறுவதற்கான சூத்திரம் இன்னொரு மனிதத் தொண்டையிலிருந்து வந்தாக வேண்டும். சூழ்நிலை சரியான பிறகு, லீலாவதிக்கே சொல்லிக்கொடுத்து நடத்திக்கொள்ளலாம் என்று தீர்மானித்துக்கொண்டான்.

நிம்மதியாக் குளிக்கவிடாமல், வீட்டுக்குள்ளே வந்து வம்பா பண்ணுகிறாய்? அசட்டுக் கழுதை...

என்று செல்லமாகக் கொஞ்சியபடி, இரண்டு காதுகளையும் பிடித்துத் தூக்கி வந்தாள். மாரளவு கட்டிய பூத்துவாலையை மீறிப் பிதுங்கிய சதைத் திரட்சியை ஏக்கமாகப் பார்த்தபடி வந்தது முயல். வாயிற்கதவை ஒயிலாகத் திறந்து, பிற முயல்களின் கூட்டத்தில் விட்டுவிட்டு, தளபதியைப் பார்த்துப் புன்னகைத்தாள்:

இது என்னாடி புதுப் பழக்கம்? இந்த நேரத்துலெ வந்துருக்கீக??[5]

என்று கழுத்தை நொடித்தாள். முதலில் கடிக்கவேண்டியது அந்த சங்குநிறக் கழுத்தைத்தான் என்று நினைக்கும்போதே

---

5. எந்தப் பிரதேசத்தில், எந்தக் காலகட்டத்தில் நடந்த சம்பவமாய் இருந்தாலும், பாத்திரங்கள் மதுரை வட்டாரத் தமிழில் மட்டுமே பேசின என்பது சீதாபதிக் கிழவரின் சிறப்பம்சங்களில் ஒன்று!

ஊர்சுற்றி

உடலில் விறைப்பு ஏறுவதை ஆனந்தமாக உணர்ந்தபடி உள்ளே வந்தார் தளபதி.

அதற்கப்புறம் விஷயங்கள் வேகமாக நடந்து முடிந்தன. தெருமுனையில் நுழையும்போதே, வீட்டுவாசலில் குதிரை நிற்பதைப் பார்த்து வியப்பும் வேகமுமாய் ஓடிவந்த சமையல்காரன், உள்ளே வரும்போதே ஒரு முயலைக் கையோடு தூக்கிவந்தான். கூட்டத்தோடு சேராமல் தனியாக நின்றிருந்த முயல், தானாகவே முன்வந்து தளபதிக்காகத் தியாகம் செய்யத் தயாராக நின்றமாதிரிப் பட்டது.

ஆனால், கழுத்தில் வெட்டுக்கத்தியை இறக்கியபோது, மனிதக்குரலில் முயல் அலறியதும், சமையல்காரன் மூர்ச்சைபோட்டதும் அறியாமல் அறைக்குள் அவர்கள் முயங்கிக்கொண்டிருந்தார்கள்.

> இதுலேருந்து என்னா தெரியுது? என்னாதான் மந்திரம் தந்திரம் செஞ்சாலும், ஒருவாட்டி வேசீண்டு வாள்க்கெ அமஞ்சிட்டா, அதுலேர்ந்து தப்பிக்கவே முடியாது. போங்க போங்க, வாய் பாத்தது போதும். போயி கண்மையும் பஹுடரும் பூசுங்க...

என்று சிரித்தபடி விரட்டுவாள் மிருதுளா. முகம் சுண்ட மாட்டார்கள் யாரும். சிரித்துக்கொண்டே அவரவர் வேலையைப் பார்க்க நகர்வார்கள்!

6

அத்தையின் கடைசி காலத்தில் ஒரு வாலிபன் வந்தான். சின்னப் பையன். இருபது வயது இருக்கலாம். அன்றைக்கு ஏனோ எனக்குத் தொழில் செய்ய மனம் இல்லை. ஆனால், அத்தை அனுப்பிவிட்டாள். முதலிலேயே சொல்லியிருந்தால் ஒருவேளை, அன்றைக்கு என்னை ஓய்வெடுக்க விட்டிருப்பாள்.

ஆனால், மாடியறையில் தனியாகக் கிடக்கவும் எனக்கு மனமிருப்பதில்லை. தனியாய் இருந்து கழிக்கும் ராத்திரிகள் மிகமிகக் கொடூரமாக இருக்கும். வீணாகிப் போன பால்யம், அந்த நாட்களில் நான் கண்டிருந்த கனவுகள், அதில் ஒன்று கூட நிறைவேறாமல் அத்தனையும் உதிர்ந்து மட்கிய துக்கம்,

இரக்கமேயில்லாமல் என்மீது கடந்துபோன நாட்கள் என்று பெரும் துயரம் சூழ்ந்துவிடும். சிலதடவை, தற்கொலை செய்து கொள்ளலாமா என்றுகூடத் தோன்றியதுண்டு.

ஆனால், அதற்கெல்லாம் அசாத்திய தைரியம் வேண்டும் சீதாபதி. இப்போதிருக்கும் எதுவுமே இல்லாமல் போகும் வெறுமையைக் கற்பனை செய்து பார்த்து, அதில் திருப்தியும் சமாதானமும் கொண்டு, ஒரு கணத்தில் நிகழ்த்தியும் பார்த்துவிடும் துணிச்சல் எல்லாருக்கும் கூடிவருமா என்ன? ...

பையன் துருதுருவென்று இருந்தான். என்னிடம் பேச்சுக் கொடுக்கவென்றே வந்தவன் மாதிரி சளசளசளவென்று பேசினான். ஏகப்பட்ட கேள்விகள் கேட்டான். அவனுக்கு ஒரு சிநேகிதன் இருக்கிறானாம். பெண்கள் விஷயத்தில் மகா கெட்டிக்காரன். அவன்தான் இந்த இடத்தைப் பற்றிச் சொல்லி அனுப்பினவன். இவனுக்கும் பல விஷயங்கள் கற்றுக்கொடுத்திருக்கிறான்.

சிநேகிதப்பயல் பார்த்த மாத்திரத்தில் பெண்களின் ஜாதி பற்றிச் சொல்லிவிடுவானாம். இவன் அதையும் கற்றிருக்கிறான். கண்ணை விரிக்காதே அய்யா, சாஸ்திரி, பனியா, யாதவ் என்கிற மாதிரி இல்லை; பெண்களின் அங்க லட்சணத்தை வைத்து, பத்மினி, சங்கினி, அத்தினி, சித்தினி என்று பிரித்திருக்கிறதாம். என்னைப் பார்க்கும்போது பத்மினி ஜாதிப் பெண்ணாகத் தெரிகிறது என்று சொன்னான். உள்ளதிலேயே உசத்தியாக்கும் அது என்றும் சொன்னான்.

எனக்குப் பெருமை பிடிபடவில்லை. தவிர, தொழிலில் இறங்கக் கூடிய பெண் என்றால், மார்ப் பிளவில் முடி முளைத்திருக்குமாம் – 'ஆனால் நீ மெழுகு மாதிரி வழுவழுவென்று இருக்கிறாயே, உள்ளங்கைகளும் தாமரை மலர் மாதிரி மிருதுவாக இருக்கிறது?' என்று ஆச்சரியமாகக் கேட்டான். அசட்டுச் சிரிப்பு சிரித்து வைத்தேன். வேறென்ன செய்ய!

பையன் சர்வகலாசாலையில் மேல்படிப்புப் படிக்கிறவன். ஏதோ ஆராய்ச்சியில் ஈடுபாடு உண்டாம். சும்மா சுகத்துக்காக இங்கே வரவில்லை. இந்த மாதிரி இடத்தைப் பார்க்க வேண்டும். இப்படி ஒரு பெண்ணுடன் பேச வேண்டும். அதுதான் நோக்கம்...

> அதுசரி, பத்மினி ஜாதிப் பெண்களின் சுவாசத்தில் தித்திப்பு வாசனை இருக்கும் என்பார்களே. நீ பேசும்போது புளித்த மாவு வாடை அல்லவா வருகிறது?

இத்தனைக்கும் எனக்கு வாசனைப் பாக்கு போடும் பழக்கம் உண்டு.

ஆமாம், நாள்தவறாமல் யார்யாருடனோ படுத்து, வேளை தவறித் தூங்கி எழுந்து, எந்நேரமும் எதையோ பறிகொடுத்த உணர்வு அடிமனசில் உறுத்த நடமாடினால்?... கஸ்தூரி மணக்கவா செய்யும்!

இன்னும் என்னென்னவோ கேட்டான். நமக்கு அதெல்லாம் என்ன தெரியும். ஏதோ எனக்குத் தெரிந்ததைச் சொல்லியும் செய்தும் கிளுகிளுக்க வைத்தேன். அதுக்கப்புறமும் கொஞ்ச நேரம் பேசிக்கொண்டிருந்தான். அதைப் பற்றித்தான் உன்னிடம் சொல்லத் தோன்றியது.

மறுநாள் அத்தை கேட்டாள்:

என்ன, நேற்றுப் பேச்சுச் சத்தமும் சிரிப்பும் பலமாகக் கேட்டதே.

நானும் சிரித்துக்கொண்டே, அவனுடைய கேள்விகளையும் சந்தேகங்களையும் சொன்னேன். அத்தையின் முகம் சிவந்து விட்டது. ஏன் அவ்வளவு ஆத்திரப்பட்டாள் என்று தெரியவில்லை.

எச்சில்கலையில் தீனி தின்ன வந்த நாய்க்குக் கற்பூர வாசனை வேறு கேட்கிறதாக்கும். போய் அவன் வீட்டுப் பெண்களின்... ஐ மோப்பம் பிடிக்கச் சொல்.

என்று வேகமாகச் சொன்னாள். மூச்சிரைத்தது. எனக்குத் தொண்டைவரை ஒரு கேள்வி எழும்பியது. ஆனால், கேட்க விருப்பமில்லை. விழுங்கிவிட்டேன். அந்தக் கேள்வி என்ன என்கிறாயா? இதுதான்:

எச்சில்கலைக்கு ஜாதி கவுரவம் மட்டும் எதற்கு அத்தை?

ஆமாம், வருகிற வாடிக்கையாளர்களிடம் ஜாதி கேட்டுத்தான் எங்களில் யார்யாரைக் காட்டுவது என்று முடிவுசெய்வாள். கீழ்ஜாதிக்கார ஆண்பிள்ளை ஒருவர்கூட தன்னைத் தொட்ட தில்லை என்று பெருமையாகச் சொல்லிக்கொள்வாள் – நான் அவளுடைய செல்ல மருமகளில்லையா!

ஆனால், நான் தனியாகத் தலையெடுத்தபிறகு, அப்படியெல்லாம் யோசித்தது கிடையாது. அன்றைக்கு விழுங்கி வைத்தேனே, அந்தக் கேள்விதான் காரணம். தவிர, நாமென்ன வருகிறவனிடம் பிள்ளையா பெற்றுக்கொள்ளப் போகிறோம்!

வாசனை சமாசாரத்துக்கே இப்படிக் கொதிக்கிறாளே, அந்தக் கடைசிக் கேள்வியைச் சொன்னால் என்ன ஆவாள் அத்தை

யுவன் சந்திரசேகர்

என்று பட்டது. அதனால், அத்துடன் நிறுத்திக்கொண்டேன். வயசான காலத்தில், சேர்ந்தாற்போல அரைமணிநேரம் உட்காரக் கூடத் திராணியில்லாமல் போன சீக்குக்காரியை எதற்காகப் புண்படுத்துவது.

நல்லவளோ, கெட்டவளோ. இத்தனை வருஷம் கூறையும் சாப்பாடும் கொடுத்திருக்கிறாள். பெற்றவர்கள் செய்த அசட்டுக் காரியத்துக்கு, என் தலையெழுத்துப் பிரகாரம், முன்னமே சொன்னமாதிரி, நான் இதே இடத்துக்குத்தான் வந்திருப்பேனோ என்னவோ. வேறொரு பாதையில் வந்திருக்கலாம், ஒருவேளை. அப்போது வாழ்க்கை இன்னும் மோசமாக அமைந்திருக்கலாம். யார் கண்டார்?

இந்த இடத்தில் இன்னொன்றையும் சொல்லவேண்டும். அத்தை எங்களிடம் காட்டிய அன்பிலும் அக்கறையிலும் பத்தில் ஒரு பங்கையாவது இப்போது என்வசம் இருந்து தொழில் செய்கிறவர்களிடம் என்னால் காட்ட முடியவில்லை. அத்தை எங்களுக்கு மட்டமான திரவியங்களும் முகப்பவுடரும் வாங்கித் தரமாட்டாள். எல்லாமே உசத்திச் சரக்குதான். துரைசாணிகள் வாங்கும் கடையில் எங்களுக்காகக் கணக்கு வைத்திருந்தாள். துணிமணியும் அப்படித்தான்.

உள்ளூர் வைத்தியன் ஒருவனிடமும் நிரந்தரக் கணக்கு உண்டு. பத்துநாள் தப்பிவிட்டாலே அத்தையிடம் சொல்லிவிட வேண்டும். அவன் வந்து சூரணம் கொடுப்பான். அலுங்காமல் கலைந்துவிடும். நானெல்லாம் எத்தனைமுறை கலைத்திருப்பேன் என்கிறாய். ஆனால் உடம்பில் அதற்கான தேய்மானமே இல்லாமல் போனதற்கு அவனும் அத்தையும்தான் காரணம்...

போகட்டும், அத்தையிடம்தானே சொல்லக்கூடாது, உன்னிடம் சொல்லலாமே. வருஷக்கணக்காக உள்ளேயே புகைந்துகொண்டிருக்கும் தணலை இறக்கிவைத்த நிம்மதி கிடைக்கட்டுமே எனக்கு...

வந்த வேலை முடிந்து, புறப்பட்டுப் போகும் சமயத்தில், சட்டைப் பித்தானை மாட்டியபடி, அவன் கேட்டான்:

உன்னிடம் வருகிறவர்களை நீ எப்படி அழைப்பாய்?

இந்தக் கேள்வி புரியவில்லையே எனக்கு?

இல்லை, 'அய்யா, ஸார்' இந்த இரண்டைத் தவிர, உறவு முறை வருகிற மாதிரிக் கூப்பிட முடியாதில்லையா?

ஓ. அப்படியா அர்த்தம்? இங்கே வருகிறவர்கள் எல்லாரும் பேசி மகிழவா வருகிறார்கள், உன்னை மாதிரி? அவர்களை

நானும், என்னை அவர்களும் கூப்பிட வேண்டிய அவசியமே யில்லையே. ஒருவருக்கு என்ன வேண்டும் என்றுதான் மற்றவருக்குத் தெரியுமே!

நான் சிரித்தேன்.

போகட்டும், மௌனமாகவே அவர்களுடன் இருக்கும்போதும் உனக்குள் சிந்தனை ஓடுமா இல்லையா, உனக்கு நீயே பேசிக்கொள்கிற மாதிரி?

எனக்குள் லேசாக எரிச்சல் ஊறியது. என்பாட்டுக்கு இருக்கிறவளை யோசிக்க வைக்க முயல்கிறான் என்று தோன்றியது. இவன் போய்விடுவான், யோசனை வெடித்துக் கிளம்பிவிட்டதென்றால், அப்புறம் நரகத்தை அனுபவிப்பது யார்?

இது என்ன கேள்வி. பல் தேய்க்கும்போதும், கக்கூஸ் போகும் போதும் கூடத்தான் யோசனை ஓடுகிறது. உடம்பைப்பற்றி யோசனையெல்லாம் போய் ரொம்ப நாளாகிவிட்டது. ஒவ்வொரு அங்கமும் மரத்தே போய்விட்டது.

அதைக் கேட்கவில்லை அம்மணி. முன்னறியாத அந்நியனோடு இவ்வளவு நெருக்கமாய்ப் படுத்திருக்கும் போது உனக்குள் என்ன மாதிரி சிந்தனை ஓடும்?

ஏனோ அந்தக் கேள்வி என்னை மோசமாகத் தாக்கியது. என் உடம்பின் அந்தரங்கத்தைத் திறந்து காட்டியது போதாதா? மனத்தையும் திறந்து காட்ட வேண்டுமாம். இதைவிட அவன் என் மூஞ்சியில் உமிழ்ந்திருக்கலாம், என்னை நாலு இடத்தில் கத்தியால் குத்தியிருக்கலாம், ஏன், திரும்ப ஒருதடவை படுக்கக் கூப்பிட்டிருக்கலாம் . . .

பெரிசாய் என்ன தோன்றிவிடப் போகிறது? 'போதும்டா, விட்டுடுடா. போதும்டா விட்டுடுடா நாயே' என்ற பல்லவி தான் திரும்பத்திரும்ப ஓடிக்கொண்டிருக்கும். முடிந்து அவன் விலகியவுடன், 'அப்பாடா' என்று ஆசுவாசமாக இருக்கும். ஆனால், அதையும் முழுசாக அனுபவிக்க முடியாதே. உடனே போய்க் கழுவிக்கொண்டு திரும்ப வேண்டும். அடுத்தவன் காத்திருப்பான். முதன்முதல் நாளிலிருந்து இதே கதைதான். முடியாத கதை . . .

என்னை மீறிப் பெருமூச்சு வந்தது. அதற்கப்புறம் நடந்ததைத்தான் என்னால் மறக்கவே முடியவில்லை சீதாபதி.

அந்தப் பையனின் முகம் சட்டென்று கறுத்தது. பாய்ந்து எழுந்தான். படுதாவைத் தாங்கும் இரும்புத்தூணில் மடேர்மடேரென்று நெற்றியை மோதிக்கொண்டான். 'தப்புப்

பண்ணிவிட்டேனே, தப்புப் பண்ணிவிட்டேனே' என்று புலம்பியபடி மேலும் மேலும் மோதியவனின் நெற்றிக்கும் தூணுக்கும் இடையில் கையைக் கொடுத்துத் தடுத்தேன். சிறு குழந்தை மாதிரிக் கேவினான். என் நெஞ்சோடு அணைத்து உச்சந்தலையை வருடினேன். அவன் கண்ணில் பெருகிய நீர் என் நெஞ்சுக்குவட்டை நனைத்தது.

திடீரென்று விடுவித்துக்கொண்டு என் காலில் விழுந்து நமஸ்கரித்தான். நான் பதறிவிட்டேன். ஒரு ஆண்பிள்ளை என் காலில் விழுந்து வணங்குகிறான்! 'என்ன இது, என்ன இது' என்று எனக்குள் ஏதோவொன்று அரற்றியது. அவ்வளவுதான், கிளம்பிப் போய்விட்டான்.

ஆனாலும், அவன் போனபிறகு, எனக்குள் அசைந்து அரற்றிய அதே ஒன்று விம்ம ஆரம்பித்தது. எவ்வளவு காலம் தொழிலில் கிடந்து நாறியபின்னும், பவித்திரம் கெடாமல் உள்ளே மீந்திருக்கும் அதை அனுபவபூர்வமாக உணரக் கிடைத்துவிட்டது சீதாபதி. எனக்குள் ஊறித் தடித்திருந்த தாழ்வுணர்ச்சியும், கேவல உணர்வும் அந்தக் கணம் பொசுங்கித் தீர்ந்துவிட்டது. என்னால் நிமிர்ந்து நடக்க முடியும். எனக்கு நேர்ந்த எதற்கும் வீணாக நான் பொறுப்பேற்றுப் புழுங்க வேண்டியதில்லை...

அவனைத் தேடிப் பிடித்து என் மடியில் போட்டுச் சீராட்ட வேண்டும் என்று தோன்றியது. அப்போது, சற்றுமுன் ஆவேசமாக அவன் பற்றி ருசித்த முலைகளில் பால் கூட ஊறலாம் என்று தோன்றியது. ரொம்ப வருஷம் கழித்து என் கண்ணில் நீர் ஊறியது. ஆமாம், நான் வெறும் சதைக்குவியல் இல்லை. இன்னமும் பெண்தான்... கிட்டத்தட்ட ஒருமாத காலம் ஆயிற்று, அந்த விம்மல் அடங்க...

இன்னொன்று பாக்கியிருக்கிறது. சில வருடங்கள் கழித்து, தேசிய அளவில் அந்தப் பையன் புகழ் பெற்றான். அவனுடைய புகைப்படத்தைப் பத்திரிகைகளில் பார்க்கும்போதெல்லாம் என் மேல்பாதத்தில் அவன் கண்ணீர் பட்ட இடம் கூசுகிற மாதிரி இருக்கும். எனக்கும் அவனுக்குமான தனிப்பட்ட ரகசியமாய்க் கழிந்த ராத்திரியின் ஒவ்வொரு விநாடியும் உயிர்ப்படமாய் ஓடும். அவன் யார் என்பதை மட்டுமில்லை, எந்தத் துறையைச் சேர்ந்தவன் என்றுகூட இன்றுவரை யாரிடமும் சொன்ன தில்லை – உன்னிடமும் சொல்ல மாட்டேன்...

கிழவர் எழுந்தார். நானும் உடன் நடக்க ஆரம்பித்தேன். பார்த்தறியா அந்நியர்கள் போல அவரவர் மௌனத்துக்குள்

அமிழ்ந்து நடந்தோம். தமது தெருவுக்குள் அவர் திரும்பி நடந்தார். உபசாரத்துக்காவது என்னிடம் ஒரு வார்த்தை சொல்லிப் பிரிந்திருக்கலாமே என்று ஒரு கணம் தைத்தது.

அதை உடனடியாக ரத்து செய்கிற மாதிரி ஒரு நினைவு வந்தது. இன்றைக்குத் தமக்கு நடந்த சம்பவம் என்று எதுவுமே சொல்லவில்லை அவர். இரண்டாவது, முழுக்க முழுக்கப் பெண்ணாக இருந்து கதை சொல்லியிருக்கிறார். தாம் பேசாமலே இருந்த ஒரே கதையும் இதுதான்.

அத்தனையுமே ஒரே பெண்ணுக்கு நடந்தவை; ஒரே இரவில் இவர் கேட்டவை என்று என்னால் நம்ப முடியவில்லைதான். ஆனால், வருடக் கணக்காக ஊர்சுற்றியதில் தாம் சந்திக்கக் கிடைத்த அத்தனை பெண்களின் தொகுப்பாக, அவர்கள் தொடர்பாகத் தமக்குள் வெகுகாலமாய் நடந்துவந்திருக்கும் விசாரணையின் பதிவாக இந்த இரவை நடத்தியிருக்கிறாரோ என்று தோன்றியது.

இன்றிரவு என்னுடைய உறக்கத்தில் தேவதைகளின் ஆதிக்கம் அதிகமாய் இருக்க வாய்ப்பிருக்கிறது. தேவதைகள் எப்போதுமே சிறுமிகளாக, விலாவில் இறக்கை முளைத்த அதிமானுடர்களாக, குறைந்தபட்சம் குலஸ்திரீகளாக, இருந்தாக வேண்டும் என்று சட்டம் இருக்கிறதா என்ன!

எங்கள் தங்குமிடத்தை நெருங்குகிறேன். இன்னொரு எண்ணம் தாக்கியது – கிட்டங்கியில் ஏற்பட்ட ஏதோ அனுபவம் பற்றிச் சொல்கிறேன் என்றாரே, கேட்க மறந்துவிட்டதே. நாளைக்கு மறக்காமல் கேட்கவேண்டும்...

10

இந்த ஊரின் சிறப்புகளில் ஒன்று, வருடத்தில் ஒன்பது மாதங்கள் ததும்பத் ததும்ப நீரோடும் கால்வாய். ஆறு என்று சொல்லுமளவு அகலமாகவும், ஓடை என்று குறிப்பிடுமளவு குறுகலாகவும் இல்லாத நீர்ப்பெருக்கு. பெரியாற்றுக் கால்வாய் என்கிறது பெயர்ப்பலகை. ஊர்மக்கள் 'ஆறு' என்றுதான் சொல்கிறார்கள். மங்களநாதர் கோயில் குருக்கள் 'நதி' என்றார். கங்கையின் அம்சம் உள்ள புராண கால நதியாம். வேலுச்சாமி அதையும் நக்கலடித்தான்.

> இந்தக் காவா வெள்ளெக்காரன் வெட்டினதுங்குறது ஒலகத்துக்கே தெரியும்... இவரு என்னாடான்னா கங்கைக்கிக் கீளெ ஒரு இஞ்சுகூட எறங்க மாட்டேங்குறாரு. என்ன யிருந்தாலும் அய்யிருவாளில்ல!...

கேலிக்காக வேண்டுமானால் அப்படிச் சொல்லலாம். ஊர் ஜனங்கள் அனைவருக்குமே அந்த நீரோட்டத்தின்மீது அபாரமான அபிமானம் இருப்பதை சாதாரண உரையாடல்களில் கூட உணர முடிந்தது. இருக்கத்தானே செய்யும் – ஊரைச்சுற்றிலும் படர்ந்திருக்கும் பசுமைக்குக் காரணமல்லவா அது. மதுரை மாவட்டத்தின் முக்கியமான விவசாயக் கிராமமாக ஆக்கியிருப்பதல்லவா. சாப்பாட்டுக்குக் கஷ்டப்படாத ஜனங்கள் என்பது இவர்களைப் பார்த்த மாத்திரத்திலேயே புலப்படும்.

எனக்கு இந்த நீர்ப் பெருக்கின்மீது ஈர்ப்பு ஏற்பட்டதற்கு உபரிக் காரணம் ஒன்று உண்டு. சாயங்கால நேரங்களில் தெற்கேயிருந்து வரும் காற்று, கால்வாயின் நீர்ப்பரப்பைத் தழுவி அபூர்வமான

குளுமையேற்று வரும். கிழவரின் கதைகளைக் கேட்பதற்கான ஆனந்த மனநிலையை உருவாக்கித் தரும்...

நான் கிழவரின் முன்னிலையில் சென்று சேர்ந்தபோது, கனத்த இரும்போசையுடன் பாலத்தின்மீது தடதடத்து வந்த ட்ராக்டரை உற்றுப் பார்த்துக்கொண்டிருந்தார். பின்னிணைப் பாகக் கோத்திருந்த வண்டியில் வயல்வேலை முடிந்து திரும்பும் பெண்கள் சுமார் இருபதுபேர் நின்றிருந்தார்கள். பகல் முழுக்க உழைத்ததின் சோர்வு சுமந்த முகங்கள். சிலருடைய கன்னங்கள் வெற்றிலையால் அதைத்திருந்தன. ஏழெட்டுப்பேர் தலைச் சும்மாட்டைக்கூடக் கழற்றவில்லை... கிழவர் திடீரென்று சொன்னார்:

எம்புட்டோ மாறிப்போச்சு தம்பி. நான் ஊரெவுட்டுப் போகையிலே, இந்த நேரத்துக்கு, உளவு மாடுக கலப்பையெ இளுத்துக்கிட்டுத் திரும்பி வரும். இப்போப் பாரு, பிள்ளெ பெர்றதுக்கு மட்டுந்தேன் இன்னும் மிசின் வரலே...

கொஞ்ச நேரம் மௌனமாக இருந்தார். வண்டி கடந்துசென்று, பழைய நிசப்தம் மீண்டதும், மறுபடி வாய் திறந்தார்.

... ஆனா, மாறுனதுலெ நல்ல விசயங்களும் இருக்கத்தேன் செய்யிது. அங்கிட்டெல்லாம் சாதி ரெம்பப் பாப்பாக. நம்பூருலெ அது கொறஞ்சு போன மாருதித்தானே இருக்கு? இப்ப எங்க வீட்டுக்கு நாலுவீடு தள்ளித்தானே கோயிலய்யிரு குடியிருக்காரு. இதெல்லாம் அந்தக்காலத் துலெ ரோசிச்சாவது பாக்க முடியுமா? ஆனாலும், ஒரு தாவந்தம் இருக்கத்தேன் செய்யிது...

சொல்லுங்க.

நாடு முளுக்க சமுதாயத் தலைவருக, கச்சித் தலைவருக ண்டு இம்புட்டுப் பேரு இருக்காகளே, அவுகவுக கச்சிக்காரனெ, சாதிக்காரனெ, நல்லாப் படிங்கடா, அக்கறெயாப் படிங்கடாண்டு சொல்றவுக அனயம்பேரு இல்லேல்ல. என்னா சொல்றே.

வாஸ்தவம்தான்.

அப்போ என்னாச்சு, கீளெ இருக்குறவன்லெ பேர்பாதிப் பேரு கீளெயேதானெ இருப்பான்?.

சிறு இடைவெளி. அதை இட்டு நிரப்புகிற மாதிரி, ஓரிரு நிமிடங்கள் கழித்துக் கேட்டேன்:

அந்தக் கிட்டங்கியிலே என்னமோ நடந்துச்சுன்னு நேத்துச் சொன்னீங்க. பெறகு ஞாபகப்படுத்துன்னீங்க, பேச்சு வாக்கிலே நானும் மறந்துபோனேன்.

அடடே, அப்பிடியா சொன்னேன்? என்னா எளவெ யாவுகப்படுத்தச் சொன்னேண்டு மறந்துருச்சே!

நெற்றியை அழுத்தித் தடவியபடி யோசித்தார் பெரியவர்.

குறிப்பா எதுனாச்சிம் சொன்னனா?

இல்லேங்களே.

மறுபடியும் யோசனையின் சுருக்கங்கள் நெற்றியில் ஓடின.

அடிவானத்தையொட்டி, சாலை ஊரைப்பார்த்துத் திரும்புமிடத்தில் இரண்டு பெரிய புள்ளிகள் உதித்தன. பிறகு ஒன்றின் பின் மற்றது மறைந்தது. நெருங்கி வரவரத் துலக்கமாயின. முதலில் வந்தது விரித்த பம்பைத்தலையுடன், மூர்க்கமாகத் தென்படும் முகத்துடன், ராட்சச பாவனையில் வந்த வைக்கோல் லாரி. பின்னால் வந்த வண்டியின் அடையாளம் அதைப் பார்க்காமலே தெரிந்தது – கருவாட்டு லாரி. இரண்டும் தாண்டிப் போனபின்னும் கருவாட்டு மணம் காற்றில் நிரம்பியிருந்தது.

அந்தப் பயலெப் பத்திச் சொல்லணும்ண்டு ரோசிச்சிருப் பென்...

எந்தப் பயல் என்று கேட்பதைத் தவிர்ப்பதுதான் கடந்த சில நாட்களாக நான் மேற்கொண்டிருக்கும் பழக்கம். தானே பொங்கிப் பாயும் அருவியைத் தூண்டிவிட வேண்டிய அவசியம் என்ன?

...கிட்டங்கியிலெ வேலைக்கிச் சேந்து நாலஞ்சு மாசம் போலப் போயிருக்கும்...

ஒரு நாள் பகல் முழுக்க சுமை தூக்கி அலுத்த உடம்புடன் கிட்டங்கியை விட்டு வெளியேறி, கொட்டகை வளாகம் நோக்கி நடக்கிறார் சீதாபதி. அடுத்தடுத்து இருப்பவைதாம் என்றாலும், சுமார் நானூறடி நடந்தாகவேண்டும். இரண்டு வாசல்களும் அமைந்திருக்கும் விதம் அப்படி. கூலியாட்கள் வழி தானியங்கள் களவுபோகாமல் தடுக்க இப்படி ஒரு ஏற்பாடு செய்திருக்கலாம்.

கிட்டங்கியின் பிரதான வாசலுக்குக் கொஞ்சம் உள்ளே தள்ளி இருக்கும் சாவடியில் காவலர்கள் நாலைந்துபேர் நிற்பார்கள். வெறுங்கையோடு வெளியே வருகிறவர்களையும்

உடம்பு முழுக்கக் கையால் வருடிச் சோதிப்பார்கள். சட்டைப் பையிலும், கால் சராயின் பக்கவாட்டுப் பைகளிலும் படிக் கணக்கில் தானியத்தைத் திருடிக்கொண்டு போவார்கள் என்று சந்தேகப்படுவார்களோ என்னவோ!

வாசலையொட்டி தள்ளுவண்டிக் கடைகள் ஏழெட்டு இருந்தன. சாப்பாட்டு வண்டிகள் இரண்டு. புகையிலை பீடி விற்கும் கடை ஒன்று. நொறுக்குத் தீனிகள், இளநீர், பழங்கள் என்று தனித்தனி வண்டிகள். கடைசியாய் இருக்கும் வண்டியில், லங்கோடுகள், துண்டுகள் என்று சில்லறை உடைகள் விற்பனைக்கு இருக்கும். எல்லா வண்டிகளுமே கடன்வசதி தரக்கூடியவை.

கடைசி வண்டியிலிருந்தும் ஐம்பதடி தொலைவில் தகரக்கொட்டகை வளாகத்தின் வாசல் இருந்தது. அதை நெருங்கும்போதுதான் சீதாபதியின் கண்ணில் பட்டான் அவன். தரையோடு தரையாய் வயிறு அழுந்தி பல்லி மாதிரி ஒட்டிக் கிடந்தான். சாலையை நோக்கி ஒருக்களித்த முகத்தில் கண்கள் மூடியிருந்தன. வாயில் தெரிந்த ஈரநைப்பு, எச்சிலா உலர்ந்த நுரையா என்று தெரியவில்லை.

அத்தனைபேர் தாண்டிப்போகும் இடத்தில் ஒருவர்கூட நின்று பார்க்கவில்லையே என்ற சங்கடத்துடன், சீதாபதி நின்றார். குனிந்து அருகில் குத்தவைத்து, அவனை மெல்லத் தொட்டார். உஷ்ண சரீரம். வெதுவெதுவென்று இருந்தது. அசைவில்லை. லேசாகத் தட்டினார். திறந்த கண்கள் சிவந்திருந்தன. ஏக்கமும் இறைஞ்சலும் நிரம்பிய கண்கள். உடனடியாகத் தனக்குள் ஊறிய பச்சாதாபம் உந்த, இரண்டு கைகளாலும் அவனைத் தூக்கி நிறுத்தினார்.

பத்துப் பனிரெண்டு வயது இருக்கலாம். மருவற்ற, திருத்தமான முகம். அழுக்கோடிய வெள்ளை நிறம். அரும்பவிருக்கும் மீசையின் ஆரம்பப் பச்சைநிறம் லேசாகப் பூசிய மேலுதடு. பெரிய கண்கள். இமையிலும், கீழ் இமையிலும் அடர்த்தியான ரோமங்கள் மைதீட்டிய மாதிரித் தென்பட்டன.

சீதாபதியின் விசாரணைக்கு கைகளை ஆட்டி பதில் சொன்னான் சிறுவன். குழறிய நாவிலிருந்து சொட்டிய வார்த்தைகள் எதுவுமே உருவம் பெறவில்லை. அடடா, பேச முடியாதவனா[1]. அவனுடைய பெயரோ, பூர்விக ஊரின் பெயரோ எதுவுமே புரியவில்லை. இவருடைய கேள்விக்குத்தான் பதில்

1. சீதாபதியின் இன்னொரு பரிமாணம் தெரியவந்த சந்தர்ப்பம் இது. கதை முடியும்வரை, ஊமை என்ற சொல்லை தவறிக்கூடப் பயன்படுத்தவில்லை அவர்.

சொன்னானா என்பதுகூடப் புரியவில்லை. பேசமுடியாதவர் களாகப் பிறப்பவர்கள் காது கேளாதவர்களாக இருப்பதற்கும் பெருமளவில் வாய்ப்பு இருக்கிறதே.

ஆக, ஏகப்பட்ட ஒலிகள் அவனுடைய தொண்டையிலிருந்து எழும்பினவே தவிர, அவன் எதுவுமே சொல்லவில்லை. ஆனால், நாட்கணக்காகப் பட்டினியாய் இருக்கிறான் என்பதைப் புரிந்து கொள்வதற்கு வார்த்தைகள் தேவையில்லை.

தன்னோடு அணைத்தபடி சாப்பாட்டு வண்டிக்கு அவனை நடத்திவந்தார் சீதாபதி. பையன் அள்ளி வாய்க்குள் திணித்த வேகத்தைப் பார்த்ததும் சீதாபதியின் கண்கள் சுரந்தன. கற்பனை செய்துகூடப் பார்க்க முடியாத வேகம். பாவம், எத்தனை நாளாயிற்றோ. முதல் வாயை முழுசாக விழுங்கி முடிப்பதற்குள் அவனுக்கு விக்கல் எடுத்துவிட்டது. உச்சந்தலையில் தட்டினார் சீதாபதி.

செல்லையா என்று பெயர் சூட்டினார். தன்னுடைய இடத்தில் தங்கவைத்துக்கொண்டார். உபரியாகக் காலணா வாடகை கொடுக்க வேண்டி வந்தது. காலையிலும் இரவிலும் தாமே அழைத்துச் சென்று சாப்பாடு வாங்கித் தருவார். மத்தியானத்தில் அவன் கேட்பதைக் கொடுக்கும்படி சாப்பாட்டு வண்டிக்காரனிடம் சொல்லிவைத்திருந்தார். இரவுச் சாப்பாட்டின்போது கணக்குத் தீர்க்கிற மாதிரி ஏற்பாடு.

பகல் முழுக்கத் தனியாய் இருக்கும் சிறுவனுக்கு, ஏதாவது வாங்கித்தின்ன ஆசை வரலாம் என்பதால், கையில் கொஞ்சம் சில்லறைக் காசும் கொடுத்து வைத்திருந்தார். வாரக் கடை‍சியில் சந்தைக்கு அழைத்துச் சென்று நாலைந்து டவுசர் சட்டைகள் வாங்கித் தந்தார். சகுந்தலாவின் வயிற்றில் உதித்து, அற்பாயுசில் போன அதே குழந்தைதான் வேறு ரூபத்தில் தம்மைத் தேடி வந்துசேர்ந்திருக்கிறது என்பதில் சீதாபதிக்குத் துளியும் சந்தேக மில்லை.

மூன்றே நாட்களில் பையன் புதுசாகிவிட்டான். கண்களில் குறும்பும், நடையில் சுறுசுறுப்பும், குரலில் துறுதுறுப்பும் கூடி விட்டன. குழறும் நாவைச் சுழட்டி, 'பா ஜீ' என்று பிரியமாக அழைக்கவும் ஆரம்பித்துவிட்டான்.

அவனுக்கு ஒரு ட்ரங்குப் பெட்டி வாங்கியபோது, தமக்கும் ஒன்று வாங்கிக்கொண்டார். 'பாரேன், பையன் கிடைத்த மாத்திரத்தில் குடும்பம் உருவாகி, சொத்தும் சேர ஆரம்பித்தா யிற்று' என்று மனத்தில் சந்தோஷம் குமிழியிட்டது.

அத்தனை வாரச் சம்பளத்தில் செலவழித்தது போக மீந்ததை இடுப்பிலேயே முடிந்து வைத்துக்கொண்டு திரிந்தவர், அதுதான் பகல்முழுக்கப் பயல் இருக்கிறானே என்று மடித்த வேஷ்டிக்கு அடியில் பெட்டியில் வைத்துவிட்டு வேலைக்குப் போனார்.

அது முதல் தவறு என்றால், பையன் பார்க்கும்போது வைத்தது இரண்டாவது.

சாயங்காலம் கொட்டகைக்குத் திரும்பியபோது, இரண்டு பெட்டிகளும் வாய்திறந்து கிடந்தன. அந்த மாதக் கடைசி வரைக்கும், மேற்படி உண்மையை ஏற்க மனம் சம்மதிக்கவில்லை.

அப்புறம் என்ன, கிட்டங்கி வேலையைவிட்டு நீங்குவதற்கு மிக நல்ல சாக்கு கிடைத்துவிட்டது அல்லவா!

நெசம்மாவே அவெம் பேச முடியாதவந்தானா ண்டே எனக்கு இன்னமும் சந்தேகம் இருக்கு தம்பி.

ம்.

ஆனாக்கெ, ஒரு விசயத்துலெ மட்டும் சந்தேகமே கெடையாது ... நமக்கு லவிச்சதெல்லாமே வில்லங்க மானதுதேன் ...

சிரித்தார். வழக்கம்போல நான் எதிர்வினை செய்ய அறியாதவனாக எதிரில் உட்கார்ந்திருந்தேன்.

... நல்லது மாதிரியே தெரியும். அட, சொகமா இருக்கே ண்டு நமக்குத் தோணுனவொடனே பிச்சிக்கிட்டுப் போயிரும். கெரகம் அப்பிடி. மொத்த வாள்க்கையே வில்லங்கந்தேண்டு சாதகச் சனியன்லெ இருக்குபோல ...

சிரிப்பு வலுத்தது. கொஞ்சநேரம் தாமே ரசித்துச் சிரித்துக் கொண்டிருந்தார். இயல்பாக அது ஓயும்வரை மௌனமாய்க் காத்திருந்தேன். அவரே மீண்டும் பேசினார்.

சாப்பாடும் வாங்கிப் போட்டு, சில்லுண்டிச் செலவுக்கும் காசுகுடுத்தா, மப்பு ஏறத்தானே செய்யும். நம்ம தாவந்தத்துக்கு அவென் எப்பிடிப் பொறுப்பாளியாவான், சொல்லு! விட்டகொறெ தொட்டகொறெ மாருதி அந்த ஒரு ஒறவு பாக்கியிருந்துச்சு. அதுவும் கண்ணுல பட்டு, காணாமெயும் போயிருச்சு.

ம்.

ஆனாக்கே, அதுக்கப்பறம் எம்புட்டோ வருசம், சோத்தெப் பாக்குறப்பல்லாம் அந்தப் பய யாவுகம் வந்துரும் பாத்துக்க...

மௌனமானார். சுவாசத்தின் ஓசை வழக்கத்தைவிடப் பெரிதாகக் கேட்டது. இருட்டு கனத்து இறங்கிவிட்டது. சிம்னி விளக்கின் சாயலில் பலவீனமாகச் சுடர்ந்த தெருவிளக்குகள் தோல்வியை ஒப்புக்கொள்வது போலத் தலைவளைந்து நின்றன.

...**நா**ன் சொல்லப் போகிற சம்பவம் நடந்தபோது எனக்கு வயது முப்பதுக்குள்தான் இருக்கும். ஒரிஸ்ஸாவில் இருந்தேன். வறட்சிக்குப் பேர்போன பகுதி அது. மழைவேறு தொடர்ந்து இரண்டாவது வருஷமாகப் பொய்த்திருந்தது. விவசாயவேலைகள் சுணங்கியிருந்தன. பாலைவனத்துக்கு நடுவில் திகைத்தவனுக்கு அகப்பட்ட சுனையாக என் வாழ்க்கையில் சகுந்தலா வந்து, ஒருவருஷம் போலக் குளுமை கொடுத்து, 'இது போதும் உன் மூஞ்சிக்கு' என்கிற மாதிரி உயிரையும் விட்டு ஒரு வருடம் ஓடியிருந்தது.

வயல்வரப்புகளில், ஓடும் ஓடைநீரில், ஒரியாய் நிற்கும் பனைமரங்களில், இரவின் அடர்த்தியை அதிகரிக்கும் குடிசைவீட்டின் தனிமையில் என்று எங்கெங்கும் ஒரே முகம் திரும்பத்திரும்ப வலம் வருவது தாங்க முடியாததாய் இருந்ததால், கிழவி கிளம்பிப்போன மறுவாரமே நானும் கிளம்பி வழக்கம்போல நெடுஞ்சாலை நடைவாசியாகியிருந்தேன்.

அதனால், கிட்டங்கியை வேலையை விட்டு வெளியேறியபோது மனத்தில் துளிக்கூட சஞ்சலமில்லை. என்னைப் பெற்றவர்கள் நெடுஞ்சாலைக்கு என்னை சுவீகாரம் கொடுத்துவிட்டார்கள் என்பதில் இரண்டாவது அபிப்பிராயத்துக்கே இடமில்லையே.

கட்டாக்குக்கு அருகில் ஒரு சிறுநகரம். நான் நுழைந்தது இரவு நேரம். ஊரே பெரும் கோலாகலத்தில் அமிழ்ந்து மூச்சுத் திணறிக்கொண்டிருந்தது. எங்கே பார்த்தாலும் பாட்டும் கூத்தும். ஜனங்கள் தெருவில் கொத்துக்கொத்தாய் நிரம்பியிருந்தார்கள். என் போக்கில் போகிறவனை நிறுத்தி யார்யாரோ இனிப்புகள் கொடுத்தார்கள். ஓர் இளம்பெண் வாயில் ஊட்டவே செய்தாள். ஆரம்பத்தில் எதையும் பொருட்படுத்தாமல் என் மனத்தை மட்டும் சுமந்துகொண்டு என் போக்கில் போனேன்.

கொண்டாட்டத்தின் வீரியம் தாள முடியாத இம்சையாய் ஆனபோது, ஒரு பெரியவரை நிறுத்தி விசாரித்தேன். அவர் என்னை விசித்திரமாகப் பார்த்தார். நாலு காலும் வாலும்

கொம்பும் உள்ள பிறவி மனிதக் குரலில் பேசுகிறதே என்று ஆச்சரியப்பட்டது பார்வை.

இன்று நடுராத்திரியோடு பாரதத்துக்கு விடியப் போகிறது.

தினசரி விடியத்தானே செய்கிறது?

இப்போது அவர் பார்வையில் ஏளனம் அதிகரித்தது. என்னைப் புழுவின் பரிமாணத்துக்கு இறக்கிவிட்டார் என்று தோன்றியது.

இன்று இரவோடு பாரதம் சுதந்திரமான நாடாகிவிடும் அப்பனே. வெள்ளைக்காரர்கள் நம்மைவிட்டு நிரந்தரமாக வெளியேறிவிடுவார்கள்.

இதுகூடத் தெரியாத ஆளுடன் நின்று பேசிக்கொண்டிருப்பது தன்மானத்துக்கு இழுக்கு என்று நினைத்தவர்போல வேகமாக அகன்றார். அவர் என்னைத் தற்குறி என்று நினைத்ததில் எனக்கு வருத்தமொன்றுமில்லை. மக்காக இருப்பது பாவகாரியமா என்ன!

இந்தியா ஆங்கிலேயர் ஆளுகையில் இருப்பதும், அவர்களை வெளியேற்ற மாபெரும் போராட்டம் நடந்துவருவதும், ஒருவிதமான உடன்படிக்கையை எட்டிய மாத்திரத்தில் வடக்கே பல ஊர்களில் ரத்தம் ஆறாய் ஓடியதும் தெரியாத அளவு ஞானசூனியமில்லை நான். என் சொந்தச் சித்தப்பாவே மேற்படிப் போராட்டத்தில் பலியானவர்தானே. ஆனால், இலக்கில்லாமல் திரிந்தலையும் வாழ்க்கையில் நாள் கிழமை தேதி என்பதற் கெல்லாம் தனி அர்த்தமோ அழுத்தமோ கிடையாது இல்லையா. இன்றுதான் அந்த நாள் என்று தெரிந்திருக்கவில்லை.

இருக்கட்டுமே. நாளைக்காலை பொழுது விடியும்போது சுபிட்சமும் வந்து இறங்கியிருக்கும் என்று ஜனங்கள் நம்புகிறார்கள். அது அவர்களுடைய சுதந்திரம். கொண்டாடட்டும். எனக்கு இப்போதைக்குப் படுத்துறங்க ஓர் இடம் வேண்டும். மனத்தையும் உடம்பையும் கிடத்தி, கொஞ்சமாவது திராணியை மீட்டுக்கொள்ள வேண்டும். மறுநாள் விடியும்போது, உழைத்துச் சம்பாதிக்க ஏற்றவிதமாக உடம்பும் மனமும் ஆகிவிட வேண்டும்...

திறந்தவெளி மந்தை ஒன்று வந்தது. அதில் நடனமும் கூத்துமாகக் கேளிக்கைகள் நடந்தன. தேனடையில்போல ஜனங்கள் அப்பியிருந்தார்கள். கூட்டத்தின் வெளிவிளிம்புக்கும் அப்பால் கொஞ்சம் இருட்டும், தனிமையும் கிடைத்தன. தோள்துண்டை விரித்து, கொடுங்கையைத் தலைக்கு வைத்துப் படுத்தேன். ஓசைகள் மெல்லமெல்ல நகர்ந்து வெகுதூரத்துக்கு, வெகு

ஆழத்துக்குப் போயின, மூடிய இமைகளுக்குள் முழுமையான இருட்டு நிரம்பியது. சீக்கிரமே தூங்கிவிட்டேன்.

ஆனால், அவ்வளவு கொண்டாட்டமும் கோலாகலமும் அவசியமேயில்லை என்பதை மறுநாளே உணரக் கிடைத்தது. சாப்பாட்டுக் கஷ்டம் தீராத தேசத்தில் சுதந்திரம் சுபிட்சம் இதெல்லாம் வெறும் வார்த்தைகள்தானே தம்பீ?

மனப்போக்கில் போய்க்கொண்டிருந்தேனா. அன்னசத்திரம் ஒன்று தட்டுப்பட்டது. கல்யாணவீடு மாதிரி இருந்தது. ஆட்கள் வருவதும் போவதுமாக இருந்தார்கள். ஒலிபெருக்கியில் பெருகிய ஓசையை வைத்துப் பார்த்தால், யாரோ உரையாற்றுகிறார்கள். கூட்டம் உரிய இடங்களில் ஆர்ப்பரிக்கும் ஒலியும் வழிந்தது. பத்துநிமிஷம் போல நின்று கேட்டேன்.

சுதந்திர பாரதத்தில் ஜனங்கள் செய்ய வேண்டியவை என்ன, செய்யக் கூடாதவை என்னென்ன, இதுவரை நடந்தவற்றில் மாற்றிக்கொள்ள வேண்டியவை, மாற்றவே கூடாதவை என்று நீளமான பட்டியல் ஓடியது. பேசி முடித்ததும் எழுந்த கரகோஷத்தில், அதுவரை தாம் பேசியது அவருக்கேகூட மறந்துபோயிருக்கும்!

அடுத்ததாக சாப்பாட்டுப் பந்தி ஆரம்பித்திருக்க வேண்டும். அணைக்காமல் விட்ட ஒலிபெருக்கியில் விதவிதமான ஒலிகள் கேட்டன. பாத்திரங்கள் உருள்வது, இடம் பிடிக்க முந்துகிறவர் களின் சச்சரவு என்று யூகிக்கக்கூடிய ஒலிகள்தாம். ஓசைகள் கொஞ்சம் தணிந்த மாத்திரத்தில், பதார்த்தங்களின் மணம் கசிந்தது.

'விடிந்து இவ்வளவு நேரமாகியும் உள்ளே ஒன்றும் வந்து சேரவில்லையே சீதாபதீ?' என்று வயிறு குரல் விடுத்தது. என்னையுமறியாமல், சுற்றுச்சுவரின் அருகில் போனேன். அட, வெறும் விருந்து இல்லை. அன்னதானம் நடக்கிறது. அப்பாடா, வயிறை சமாளித்துவிடலாம்... ஆனால், தானத்திலும் மூன்றடுக்கு முறை இருப்பதைப் பார்த்தேன்.

ஆமாம், வசதி படைத்தவர்களுக்கு உள்ளே இலை போட்டுச் சாப்பாடு. என்னை மாதிரி அன்னக்காவடிகளுக்குத் தையல் இலையில் தானம். நெய்யொழுகும் ரவா கேசரி மாதிரி ஏதோ ஒன்று என் கையிலும் விழுந்தது. மூன்றாவது அடுக்குக்கு, மண்டப வாசல்வரைகூட அனுமதியில்லை. சகலத்தையும்

வேடிக்கை பார்த்தபடி எதிர்ச்சாரியில் ஓரமாய்க் குந்தியிருந்தது அது. ஏதோ நாடோடிக் கூட்டம் – நம்மூர் நரிக்குறவர்கள் சாயலில் இருந்தார்கள்.

ஒவ்வொரு முகமாகப் பார்த்துவந்தேன். அத்தனை ஜோடிக் கண்களிலும் என்னவொரு ஆவல் என்கிறாய்! முதல் பந்தி முடிந்து எச்சில் இலைகள் சுவருக்கு இந்தப்பக்கம் கொத்தாக விழுந்தன. நவீன பாரதத்தின் சகல அம்சங்களும் அந்த ஒரு நாளின் ஒரு சந்தர்ப்பத்தில் முழுமையாக மலரத் தொடங்கிவிட்டதாகத்தான் பட்டது. குப்பைத்தொட்டி என்று தனியாக ஒன்று தேவையில்லை என்று இந்திய சமூகம் முடிவெடுத்து எவ்வளவோ காலமாயிற்று. தெரு என்னும் மகத்தான குப்பைத்தொட்டி இருக்க, தனியாக எதற்கு மெனக்கெடுவது?

மூன்றாம் அடுக்கிலிருந்து முதலாவதாக ஒரு சிறுவன் ஓடிக் கிளம்பினான். அதை சங்கேதமாக எடுத்துக்கொண்டு மொத்தக்கூட்டமும் எழுந்து உயர்ந்து பாய்ந்தது. சிறுவனின் கையில் உருண்டையாக ஏதோ பதார்த்தம் சிக்கியது. போண்டாவின் சாயலில் இருந்தது. தித்திப்பா காரமா என்று தெரியவில்லை. இலைமுன் அமர்ந்த மகானுபாவனுக்குப் பிடிக்காத அல்லது ஒத்துக்கொள்ளாத எதுவோ. முழுசாக இவன் கையில் கிடைத்தது.

அடுத்து நடந்ததுதான் இன்னமும் எனக்குள் தைத்துக் கிடக்கிறது. வெற்றிக் களிப்புடன் நிமிர்ந்த சிறுவன்மீது, மண்டபக் காவலாளி, காரணமேயில்லாமல், தன் குறுந்தடியை வீசினான். அவனிடம் ஒரு சொட்டு அதிகாரம் இருக்கிறது, அதைப் பிரயோகித்துப் பார்க்கவேண்டாமா? துளியின் பாடே இப்படி யென்றால், ஏரிகளை, சமுத்திரங்களைக் கையில் வைத்திருக்கப் போகிறவர்களுக்கு என்னென்ன விதமான மனச்சிக்கல்கள் இருக்கக்கூடும் என்பதை நினைத்துப் பார்க்கவே பீதியாக இருந்தது...

பையன் நிலைகுலைந்து வீழ்ந்தான். ஓரமாய்க் காத்திருந்த இரண்டு மூன்று நாய்கள், அவன் இன்னமும் விடாமல் பிடித்திருக்கும் உருண்டையை நோக்கிப் பாய்ந்தன. அதற்குள், மின்னல்வேகத்தில் குறுக்கே வந்த குரங்கு அதைப் பற்றிப் பிடுங்கியது. இரண்டாவது கணத்தில், தரையை நோக்கி இறங்கிய காக்காய்க் கூட்டத்தில் சில நெருங்கி மிரட்ட, ஒன்று தைரியமாகக் குரங்கின் தலையில் கொத்தியது. மற்றொரு யோகக்காரக் காக்காய் உருண்டையைத் தட்டிப் பறித்துக் கால்களில் தூக்கிப் பறந்தது. குரங்கைத் தாக்கவிருந்த நாய்கள் பதறிப் பின்வாங்கின. குரைத்தபடியே கொஞ்சதூரம் ஓடித் திரும்பின. வெற்றிபெற்ற காக்காயைத் துரத்திக் கிளம்பின நாலைந்து காக்காய்கள்.

ஆகாசவாசிகளில் மற்றவர்கள் எச்சில் இலைக் குப்பையை நோக்கித் திரும்பியபோது, நான் நின்றிருந்த இடமும் சூழலும் எனக்குள் உணர்வு தட்டியது. அபத்தமாக உணர்ந்தேன்.

கண்முட்டிய நீருடன், பின்னந்தலையைத் தடவிப் பார்த்தான் பையன். ஓர் இடத்தைக் குறிப்பாகத் தொட்டுணர்ந்த சுட்டுவிரலை உற்றுப் பார்த்தான். சிவப்புப் புள்ளி இருந்தது அதில். பெரிதாக ஓலமிட்டு அழத் தொடங்கினான். அதைப் பொருட்படுத்தாது அவனுடைய கூட்டம் இலைகளை மும்முரமாக ஆராய்ந்துகொண்டு, கிடைத்தவை சம்பந்தமாக தாவாவில் ஈடுபட்டுக்கொண்டு இருந்தது.

அவனை நோக்கிப் போனேன். என் கையிலிருந்த தையல் இலையைப் பையனிடம் நீட்டினேன். மிரண்ட கண்களுடன் நிமிர்ந்து பார்த்தான். அப்புறம் வாங்கிக்கொண்டான்.

நகர்ந்தேன். என் அடிவயிற்றில் குமுறலும் குமட்டலுமாக இருந்தது – பசியல்ல காரணம். அடுத்த ஆறேழு நாட்களுக்கு சாப்பிடும்போதெல்லாம் அந்தக் காட்சி எனக்குள் வந்து இம்சைப் படுத்தியது. அதுசரி, அதற்காக ஆயுள் முழுக்கச் சாப்பிடாமலே இருந்துவிட முடியுமா என்ன? ...

ஆனாலும், கிட்டத்தட்ட ஒருவாரம் சாப்பாட்டையே கண்ணில் பார்க்காமல் இருந்ததும் உண்டுதான் ...

கூரையில்லாமல் உறங்குவது எனக்குப் புதிதில்லை. இங்கே எங்கள் வீட்டின் எதிரில் இருந்த களத்தில் படுத்துத்தான் பழக்கம் – சிறுவயதிலிருந்தே. ஆனால், மழைக்காலத்தில்? வெட்டவெளியின் சாயல் முழுக்க மறைந்துவிடாத திண்ணையில் படுத்திருப்போம்.

ஊரைவிட்டு வெளியேறிய ஆரம்ப வருடங்கள், வைத்தியர் களோடும் சன்யாசிகளோடும் கழிந்தது என்று சொன்னேனல்லவா. அந்தப் பிராயம் எல்லாம் முடிந்து, தனியாகத் திரிய ஆரம்பித்த சமயம். மழைக்காலம். ஆகாயத்துக்குக் கிறுக்குப் பிடித்துவிட்டது. ஓயாமல் பொழிகிறது. ஒரு நாள் இரண்டு நாள் அல்ல, தொடர்ந்து ஏழு நாள். கண்ணுக்குத் தெரியாத ஒரு சமுத்திரம் மேலே இருக்கிற மாதிரியும், பூமியின் மீது அதற்குள்ள விரோதம் முற்றிப்போய், வாழ்வா சாவா என்கிற யுத்தத்தில் இறங்கிவிட்ட மாதிரியும் ஆகிவிட்டது. ஒன்று, மேலே உள்ள கடைசிச் சொட்டுவரை காலியாகவேண்டும், இல்லையோ, கீழே இருக்கிற கடைசித் துகளும் கரைந்து ஓடிவிட வேண்டும் – அப்படிக் கொட்டுகிறது.

இப்போது ஒரு எண்ணம் துளிர்க்கிறது – ஒருவேளை, நான் கண்மூடிக் கிறங்கிய வேளைகளில் கொஞ்சம் ஓய்ந்திருந்ததோ என்னவோ. நமக்கெப்படித் தெரியும்?

நான் விளைந்த ஆண்பிள்ளை ஆகியிருந்தேன். முதுகு நிமிர்ந்த பிராயம். கையேந்தி உண்பதில்லை என்று ஒரு சங்கல்பம். அது சரி, கையேந்துவது என்றே வைத்துக்கொண்டாலும் நாலு வீட்டு வாசலுக்குப் போய்த்தானே ஆகவேண்டும், இப்படிக் கொட்டுகிற மழையில் எங்கே வெளியேறுவது?

அப்போதெல்லாம், இருட்ட ஆரம்பிக்கும்போதே, கைவிடப் பட்ட வீடோ, குடிசையோ தட்டுப்படுகிறதா என்று கண்கள் தேடும். அப்படிக் கிடைத்த ஒரு பாழடைந்த மண்டபத்தில், அட, நமக்காக ஒரு மாளிகையே காத்திருக்கிறதே என்று ஆசையாக உள்ளே போய்ப் படுத்தேன். நாள் முழுக்க நடப்பவனல்லவா, பேய் பிசாசு, பூச்சி பொட்டு என்றெல்லாம் யோசிக்கக்கூடத் தோன்றாது. மேல் துண்டை விரித்து, கொடுங்கையைத் தலைக்குயரம் வைத்தால், மறு நிமிஷம் கண்ணை அமட்டிவிடும். அப்படித்தான் நானாகப் போய் சிறையில் மாட்டிக்கொண்டேன்.

கல் மண்டபம். கூரையும் கல் கூரை. தோள்பையில் இருந்த நாலு வாழைப்பழத்தைச் சாப்பிட்டுப் படுத்தேன். கொஞ்சம் சுதாரித்திருந்தால், ஒரு நாளைக்கு ஒன்றாகத் தின்பதற்கு இருப்பு வைத்துக்கொண்டிருக்கலாம். ஆனால், நான் படுக்கை போட்டபோது வெக்கையாக அல்லவா இருந்தது? இவ்வளவு புழுக்கமும், ஈக்கள் மாதிரி மண்டிப் பறக்கும் தட்டாரப் பூச்சிகளும், எங்கோ தொலைவில் குமுறும் ஆகாயத்தின் அடிவயிறும், அங்கே இருட்டும் இல்லாமல் வெளிச்சமும் இல்லாமல் குழம்பிப் படர்ந்திருந்த செந்தூரம் மங்கிய நிறமும் என்று மழைவரப்போகிறது என்ற அறிகுறிகள் தெரியத்தான் செய்தன. பிரளய வெள்ளம் கொட்டப்போகிறது என்று எவன் கண்டான்?

அவ்வளவுதான். தூக்கத்தின் நடுவில், லேசாகக் குளிர்ந்தது உடம்பில் உறைத்ததுவும், சரி போ தூற்றல் போடுகிறது போல என்று அரைக்கண் திறந்து பார்த்துவிட்டுப் புரண்டு படுத்ததுவும் நினைவிருக்கிறது. கண் விழித்தபோது, ஐந்தடிக்கு அப்பால் எதுவும் தெரியாதபடி திரை விழுந்திருக்கிறது.

இந்தப் பக்கம் ஊர் ஏதாவது இருக்கிறதா, எவ்வளவு தூரம் எவ்வளவு நேரம் நடந்தால் மனிதவாசனை கிடைக்கும் என்பதெல்லாம் கொஞ்சமும் தெரியாமல் வந்து மாட்டிக் கொண்டோமே என்று இரண்டாம் நாள் சாயங்காலம் முதல்

தடவையாகத் தோன்றியது. சாயங்காலம் என்று எப்படித் தெரிந்தது என்று கேட்காதே – கருங்கும்மென்றிருந்தால் ராத்திரி, சாம்பல் பூத்திருந்தால் பகல் என்கிற அளவுக்கு அடையாளம் தெரியத்தான் செய்தது. ஆனால், உருவங்களே தட்டுப்படாத தண்ணீர்த் திரையைத் தொடர்ந்து பார்த்தால், கண் நொந்தது.

மூன்று நாள்வரைக்கும் தாங்கியது. நாலாவது நாளில் அடிவயிற்றில் காந்தல் எழுந்தது. அது மெல்ல உடம்பு முழுக்கப் பரவுகிறது. ஒவ்வொரு மயிர்க்காலும் அந்தச் சூட்டில் பொசுங்க ஆரம்பிக்கிறது. தலைவலி மாதிரி, பசியும் ஒரு நோவு என்பது அப்போதுதான் புரிந்தது. ஆனால், இந்த நோவில் ஒரு வித்தியாசம். இது தொடர்ந்து துடிக்க வைக்காது – கொஞ்சம் கொஞ்சமாகத் துடிப்பை அடங்க வைக்கும். ஆமாம், மழை எப்போது ஓய்ந்தது, நான் எப்போது மூர்ச்சையானேன் என்பது எதுவுமே எனக்குத் தெரியாது. நினைப்பு ஓய்கிற சமயத்தில், என்னடா இது எங்கே பிறந்து எங்கெங்கெல்லாம் திரிந்து இப்படி அனாதை மாதிரி வந்து சாகப்போகிறோமே என்று துக்கம் பெருகியதும், அம்மாவின் சமையல் மணம் தத்ரூபமாக என் நாசியில் தொற்றியதும், அடக்க மாட்டாமல் கண்கள் பெருகியதும் நினைவிருக்கிறது...

அதிக நேரம் போயிருக்காது. உடம்பின் கிடையைவிட உயரமாய்த் தலை இருக்க, உதடுகளில் யாரோ அமிர்தம் சொட்டுகிறார்கள். முழுக்க வறண்டிருக்கும் தொண்டையை நனைத்து அது உள்ளே இறங்க இறங்க, சைக்கிள் மிதித்து மேடேறுவது மாதிரி என் சங்கு பிரயாசைப்பட்டு விழுங்க விழுங்க எனக்குள் மறுபடி உயிர் ஊறுவது தெரிந்தது.

யாரோ இளம்பெண். தன் மடியில் கிடத்தி, துணிக்கிழிசலைக் கிண்ணத்தில் நனைத்து ஒவ்வொரு சொட்டாகப் பால் புகட்டிக் கொண்டிருந்தாள்...

தரையிறங்கிவிட்டேன் என்பது எவ்வளவு ஆசுவாசமாய் இருந்தது என்கிறாய்?

அப்புறம் அவள் தான் இன்னாரென்று சொன்னாள். அந்தக் கதையை அப்புறம் சொல்கிறேன். இப்போது இருக்கும் மனநிலையில், அதைச் சொன்னால், சிறுகுழந்தை மாதிரி அழ ஆரம்பித்துவிடுவேன்.

ஆனால், இப்போது, இத்தனை வயது ஆன பிறகு, நான் கண்ட கனவுகளில் ஒன்றுதானோ அது, அல்லது தத்ரூபமாக என் மேல் கிடந்துபோன பிரமையோ என்றுகூடத் திகைப்பாய்

இருக்கிறது. ஒன்று மட்டும் உறுதி, அந்தப் பெண்ணை என்னுடைய அம்மா என்றே சொன்னாலும் தப்பில்லை...

எங்க ஆத்தா செத்ததுலெதானே எங்கெரகமே மாறிப் போச்சு...

ஞாபகத்தின் அடுக்குகளில் அவர் தாவிச் செல்லும் வேகம், இப்போது நினைத்தாலும் வியக்க வைக்கிறது என்னை. அம்மா என்ற ஒரு சொல்லில், ஏகப்பட்ட வருடங்களை, எண்ணற்ற சம்பவங்களைத் தாண்டி, தாம் ஊரைவிட்டுப் புறப்பட்ட அந்த ஆதிநாளில் சென்று நிலைத்தார் அவர்.

இதுபோன்று உணர்ச்சிமயமான நேரங்களில், அவரிடம் அபூர்வமான மௌனம் கவிந்துவிடும். முழு அரிசிமூட்டையை முதுகில் சுமந்து, நிமிரவோ தலையுயர்த்தவோ இயலாது, நாட்கணக்காக வாரக்கணக்காக ஒரே இடத்தில் நிற்பவர் மாதிரியான ஆயாசம் அவருடைய குரலிலும், உடல் இருப்பிலும் தொற்றியிருக்கும். தாமே உடைக்கட்டும் அந்த இடைவெளியை என்று நான் அமைதியாக அமர்ந்திருப்பேன்.

கிழவரின் சிறப்பம்சம் அதுதான். மிகச் சீக்கிரமே அந்தப் பீடிப்பிலிருந்து விடுபட்டு வேறெங்கோ பாய்ந்துவிடுவார். பழையகால க்ளாஸிக் நாவல் போல, விவரிப்பில் வேறு களம், வேறு மனநிலை, வேறு நாள் மேலெழும்பி, முன்பைவிட அதிக வேகத்தில் ஓட ஆரம்பிக்கும் வண்டி...

ஆனாலும், அம்மாவை இன்னொரு தடவை சந்திக்கிற மாதிரி ஆகிவிட்டது. என்ன விழிக்கிறாய், செத்துப்போன அதே அம்மாவைத்தான். இதிலெல்லாம் பெரிதாக தர்க்கம் பார்க்க வேண்டியதில்லை. நம் ஊரிலிருந்த ஒருத்தர் வேறு ஊர் போயிருக்கிறார்; அந்த ஊரிலிருந்து அவர் கொஞ்சதூரம் வெளியே வந்திருக்கும் அதே சமயத்தில், நம் ஊரை விட்டு நாமும் வெளியில் போயிருந்தோம் என்று வை. பாதி வழியில் சந்திக்க மாட்டோமா? அப்புறம் அவரவர் ஊருக்குத் திரும்பவும் செய்வோம்தானே!

கால்போன போக்கில் நான் நடந்து சென்ற சாலை என்னை ஒரு கிராமத்தின் எல்லைக்கருகில் கொண்டு சேர்த்தது. வெயில் அடங்க ஆரம்பித்த நேரம். அதுவே பட்டப்பகல் போல வெளிச்சமும் வெப்பமுமாய் இருந்தது. வடக்கே உள்ள கோடை காலம் அப்படிப்பட்டது. ராத்திரி நன்றாக இறங்கும்வரை

வெளிச்சம் இருந்துகொண்டே இருக்கும். என்னடா இது, பகல் முடியாது போலிருக்கிறதே என்று மலைப்புத் தட்டும். வெளிச்சம் குறைந்துவிட்டாலும், வெக்கை கொஞ்சமும் குறையாது. கோடை முடிந்து காற்றுக்காலம் ஆரம்பிக்கும்போது, உடம்பால் நம்பவே முடியாது, அப்படியொரு காந்தல் இருந்த காற்றிலா இப்படிக் குளுமை சேருகிறது, இது நிஜம்தானா, மாயையா என்ற சந்தேகத் துடனே மெல்ல மெல்ல ஆசுவாசப்பட ஆரம்பிக்கும் உடம்பு.

ஆனால், அந்தப் பருவம் இன்னும் வந்துசேரவில்லை. தரையில் கொதிப்பு அடங்கவில்லை. கோடைகாலத்தின் மிகப் பெரிய பிரச்சினை, நினைத்த மாத்திரத்தில் குடிதண்ணீர் கிடைக்காது. தேங்கின தண்ணீர் பெரும்பாலும் சேறு போலக் கலங்கியிருக்கும். நான்தான் தோள்ச்சுமை வைத்துக்கொள்ளாத ஆளாயிற்றே. ஒரு சின்ன சீசாவைத் தூக்கிக்கொண்டு போவதைக்கூட, பெரிய பளுவாக நினைக்கிறவன். இப்போதுதானே தோள்ப்பை வாழைப்பழம் பற்றிப் பேசினான் என்று யோசிக்காதே. இரண்டு சம்பவமும் அடுத்தடுத்து நடக்கவில்லையே! குறைந்தது ஆறேழு வருஷ இடைவெளியாவது இருக்கும்!

ஆள் நடமாட்டம் தூரத்தில் தட்டுப்பட்டது என்பதால்தான் கிராமம் நெருங்கிவிட்டது என்பது தெரிந்தது. உலர்ந்து தடித்திருந்த நாக்கு, கொஞ்சம் தண்ணீர் குடித்தால் தேவலையே என்று ஏங்கிக்கொண்டிருந்ததா, கால்கள் தாமாக வேகமெடுத்தன.

சடாரென்று இன்னொரு காட்சி தென்பட்டது. சாலையின் இடப்புறத்தில் திடல் மாதிரி இருந்த கட்டாந்தரையில், ஐந்தாறு பேர் சுறுசுறுப்பாக வேலை செய்கிறார்கள். மழைக்காலத்தில் வெல்வெட் பூச்சிகள் பார்க்கமாட்டோம், வெயிலில் வதங்கி அவற்றுக்கு நிறம் மாறிவிட்டது போன்ற அசட்டுக் காவிநிறத்தில் எல்லாருமே உடுத்தியிருக்கிறார்கள்.

நெருங்கிப் போனபோது, அவர்களிடத்தில் இன்னொரு விநோதமும் தெரிந்தது. எல்லாருக்குமே மொட்டைத்தலை. தூய வெள்ளைத் துணியால் வாயையும் மூக்கையும் மூடிக் கட்டியிருந்தார்கள். எத்தனை சாமியார்களுடன் இருந்திருக்கிறேன், இவர்களைப் பார்த்தால் சந்யாசிகள் மாதிரித் தெரியவில்லை. அவர்கள் செய்துகொண்டிருந்த காரியமும் அப்படிப்பட்டதுதான். விறகுக்கட்டைகளை சிறிய மேடைபோல அமைத்துக்கொண்டிருந்தார்கள்.

இன்னும் கிட்ட நெருங்கியபோது தெரிந்தது, அது மேடை இல்லை. சிதை. ஆமாம், மேடைக்குக் கீழே ஐந்தாறு சிறு உருவங்கள் கிடந்தன. அப்படியொரு கறுப்பு நிற மூட்டைகளை நீ பார்த்திருக்கவே முடியாது.

ஊர்சுற்றி

அவர்களில் ஒருவர் என்னைப் பார்த்துவிட்டார். கையை ஆட்டி ஆட்டி ஏதோ கத்தினார். அது என்ன என்று புரிந்து கொள்வதற்காக இன்னும் வேகமாய் ஓடி நெருங்கினேன்.

அவர் கையை ஓங்கிக்கொண்டு என்னை நோக்கி வந்தார். அந்தச் சலனத்தில், கீழே கிடந்த உருவங்களிலிருந்து ஒரு திரை எழும்பியது. ஆஹா, பத்தாயிரம், லட்சம், பத்துலட்சம் ஈக்கள். ஈக்கூட்டத்துக்கு இவ்வளவு உரத்த ரீங்காரம் இருக்கும் என்று நான் நினைத்தே பார்த்ததில்லை. தரையில் கிடந்த உருவங்கள் எல்லாமே, குழந்தைப் பிணங்கள்.

இப்போது நான் திரும்பி ஓட ஆரம்பித்தேன். மொத்தத்தி லிருந்து பிரிந்த ஈக்கொத்து ஒன்று என் மீது அப்ப முயன்றது. ஓடுகிறேன் என்பதால் அநேக ஈக்களுக்கு வெற்றி கிடைக்கவில்லை. என்றாலும் பத்துப் பனிரெண்டு என்னைச் சுற்றிச் சுற்றிப் பறந்து தொடர்ந்தன. முகத்திலும் கழுத்திலும் முன்னங்கையிலும் சில உட்காரவும் செய்தன. ஈ கடிக்கும் என்பது எனக்குப் புதிய சங்கதியாய் இருந்தது.

தட்டிவிட்டவாறே ஓடினேன். இப்போது சாலையில் இன்னொரு காட்சி தெரிந்தது. தூளிபோல ஒன்றைத் தூக்கிக் கொண்டு இன்னும் ஏழெட்டுப்பேர் ஓடிவருகிறார்கள். அவர்களில் பெரும்பான்மை சாதாரண உடையில்தான் இருந்தார்கள். ஓரிருவர் மட்டும் காவியில்.

எனக்குப் புரிந்துவிட்டது. ஏதோ கொள்ளைவியாதி தாக்கி யிருக்கிறது. மோசம் போனாயே சீதாபதி, ஓடு திரும்பி ஓடு என்று என் உள்மனம் எச்சரித்தது. இதற்குள், ஓடிவந்த சவ ஊர்வலம் என்னை நெருங்கியிருந்தது. பத்து இருபதடி தூரத்திலேயே அவர்களிடமிருந்து ஒருவிதமான பச்சை நாற்றம் நெடியடித்தது. காயப்போடாமல் பெட்டிக்குள் வைத்த ஈரத்துணியை மறுநாள் எடுத்து முகர்வது மாதிரி, காலங்காலமாய் மீன்பிடித்த வலை கழுவாமல் கரையில் கிடக்கிற மாதிரி நாற்றம். இப்போதைய ஞாபகத்தில், அந்த நாற்றத்துக்கு மஞ்சள் கலந்த பச்சை நிறம் இருப்பதும், அந்த நிறம் நீர்ப்பதத்தில் இருப்பதும் வார்த்தையால் சொல்லி விளக்க முடியாது.

எத்தனை மைல்கள் ஓடினேன் என்று தெரியாது. கிணற்றடி ஒன்றும், அதையொட்டி, கைவிடப்பட்ட கூரைக்குடிசையும் தென்பட்டது. ஓடியது போதும் என்று பட்டது. கோடையின் வெப்பமும், ஓடிவந்ததின் உஷ்ணமும் இளைப்பும் அடங்காமலே

குடிசையின் மண் தரையில் படுத்தேன். நாக்கு கடுமையாக உலர்ந்திருந்தது. ஆனால், எதையாவது விழுங்குவதைப் பற்றி நினைக்கக்கூட விடமாட்டேன் என்று தொண்டைக்குழி குமட்டியது. எப்போது தூங்கினேன் என்று தெரியவில்லை.

நள்ளிரவில் வயிறு எழுப்பியது. குழாயில் தண்ணீர் கொட்டுகிற மாதிரி ஆசனவாயிலிருந்து பீய்ச்சியது. கடிகாரத்தில் அளவு வைத்த மாதிரி, ஒரு நாழிகைக்கு இரண்டு மூன்று தடவை, மிகச் சீரான இடைவெளியில் வயிறு காலியாகிக் கொண்டிருந்தது. இன்னும் மறக்கவில்லை என்று சொன்னேனே, அதே நாற்றம் இப்போது என் உடம்பிலிருந்து ஊறியது.

நாலாம் ஜாமம் நெருங்கும்போது, உடல் வெகுவாகத் தளர்ந்துவிட்டது. சதையின் ஒவ்வொரு அங்குலத்திலும் வறட்சியை வலியாய் உணர்ந்தேன். இனி பிழைக்க மாட்டேன் என்று தோன்றியது. இத்தனை காலம் ஆகிய பிறகு, முதல் முறையாக அம்மா நினைவு வந்தது.

கட்டுப்பாட்டை மீறி, அடிவயிற்றிலிருந்து துயரம் பொங்க ஆரம்பித்தது. கண்கள் ஓயாமல் சொரிகின்றன. பீய்ச்சியது போக உடம்பில் மிச்சமிருக்கும் நீர்ச்சத்து கண்கள் வழியாகக் காலியாகிறதோ என்று பீதியாக இருந்தது.

நகரக்கூட முடியாத பெரும் அலுப்பு வலைபோல என்னை மூடி இறுக்கியது.

அப்போதுதான் அம்மா என்முன் தோன்றினாள். வாய்திறந்து அவளிடம் மன்றாடினேன்.

> இதுக்குத்தானா என்னெப் பெத்துப்போட்டே? நாம்பாட்டுக்கு எம் போக்குல போயிக்கிட்டுத்தானே இருந்தேன். இப்போ என்னா அவசரம்னு என்னயத் தூக்கிக்கிட்டுப் போக வந்துருக்கெ. பெத்த தாயி செய்யிற வேலையா இது. நா என்னா ஒங் குடியவா கெடுத்தேன்? ஒரு சணத்துலே நடுத்தெருவுலெ நிக்ய வச்செ. இப்ப, கொண்டுபோயிரப் போறயாக்கும். செய்யி, செய்யி. ஒன் இஸ்டம் போலச் செய்யி. உசிரோடெ இருந்தப்ப யார்மேலயாவது பிரியமா இருந்துருக்கியா. கல்லுப்பொம்மெ கணக்கா நடமாடுன செம்மம்தானே நீயி. செத்துப்போன பெறகு மட்டும் சொபாவம் மாறிருமா? வெறுவாக்கலங்கெட்ட ராச்சசிதானெ. நாண்டுக்கிட்டுச் செத்த பிசாசுதானே ...

சொன்னால் நம்ப மாட்டார்கள் தம்பி. என் அம்மா வாய் திறந்து பேசினாள்.

சும்மா திட்டாதேடா சீதா. நான் ஏன் போனேன் என்கிற காரணம் எனக்கு மட்டும்தான் தெரியும். அதை யாரிடமும் சொல்வதில்லையென்று சபதம் எடுத்திருக்கிறேன். ஆனால் ஒன்று, அதே காரணத்துக்காகத்தான் உன் அப்பாவும் போய்ச் சேர்ந்தார். இதெல்லாம், விதியின் வேலை அய்யா. நாம் செய்வதற்கு ஒன்றும் இல்லை.

அவள் உதடு பிரியாமல்தான் பேசினாள். ஆனால், ஒரு சொல்லும் என் காதுக்குத் தப்பவில்லை. மூடிய அறைக்குள் எதிரொலிக்கிற மாதிரி, என் நெஞ்சுக்குள் அவள் குரல் மோதி, என் காதில் கேட்கிற மாதிரி இருந்தது. நான் பதில் பேசவில்லை. நான் பேசினால் அவளுக்குக் கேட்காது என்று ஏனோ பட்டது. அம்மாவே தொடர்ந்து பேசினாள்:

... உன்னைக் கொல்வதற்காகவா இத்தனை பிரயாசைப்பட்டு வந்திருக்கிறேன். அதற்கா உன்னைச் சுமந்து பெற்றெடுத்தேன். சொஸ்தப்படுத்த வந்திருக்கிறேன் மகனே ...

பக்கத்தில் உட்கார்ந்து என் தொப்புளைச் சுற்றி வருட ஆரம்பித்தாள். வயிற்றினுள்ளே கேட்டுக்கொண்டிருந்த பிரளய இரைச்சல் கொஞ்சம் கொஞ்சமாகக் குறைகிறது. தூங்கிவிட்டால் தேவலையே என்றும், தூக்கத்தினிடையில் அம்மா காணாமல் போய்விடுவாளோ என்றும் மனம் கிடந்து அல்லாடியது. ஆனால், உடம்பு தன்னிச்சையாக முடிவெடுத்துவிட்டது.

அந்தச் சம்பவத்துலெ, ஆச்சிரியப் படுற மாதிரி செல வெசயங்க இருக்கு தம்பி.

சொல்லுங்க.

ஒண்ணு, எங்காத்தா உருவம் வந்துச்சே, அது உரியிலெ தொங்குன உருவம் இல்லே. வெள்ளிக்கெளமெக் காலையிலே சுடுதண்ணி வச்சுத் தலெ முளுகீட்டு, கோடாலி முடிச்சுப் போட்ட தலையோட இருந்த பளைய உருவம். மொகரெ முளுக்க மஞ்சளெ அப்பி, காது மூக்கு எல்லாம் மூளியா, வகுட்டுக்கோட்டுலெ குங்குமம் அப்பி, கொசுவம் வச்சுக் கண்டாங்கி கட்டி இருந்துச்சு.

ஓ.

ரெண்டாவது, எங்கிட்டெ இருந்த வலெ நாத்தம் வெலகி, மஞ்சக் கிளங்கெ உரசுன மாதிரி ஒரு வாசம். அப்பறம் பத்துப் பன்னெண்டு நாளைக்கி என்னெச் சுத்திக்கிட்டேயிருந்துச்சு அந்த வாசனெ.

ம்.

மூணாவது, அத்தோட எனக்குப் பேதியாகுறது நிண்டு போச்சு.

ம்.

கடோசியா, இன்னோரு விசயம். அதுதான் இன்னைக்கி வரைக்கி ஆச்சிரியமா இருக்கு.

சொல்லுங்க.

எனக்கு ஒடம்புலெ ஒபாதெ வந்தது அதுதான் கடோசி. அதுக்கப்பறம், ஒரு தடுமன், காச்ச ண்டு எதுவுமே என்னெப் பிடிச்சதுல்ல. செத்துப்பொனவுகல்லாம் கடவுளாயிர்றாக ண்டு சும்மாவா சொன்னான்?

சீதாபதி, வழக்கம்போல, நீண்ட இடைவெளிகளில் பெருமூச்சு விட்டார். வழக்கத்தை விட, மீள்வதற்குக் கொஞ்ச அதிக நேரம் எடுத்துக்கொண்டார். இடைவெளியைக் கடந்தபிறகு, மெல்லிய சிரிப்பு தொனிக்கும் குரலில் பேச ஆரம்பித்தார்:

அதுல பாரு, நாம்பாட்டுக்குக் கொச்செயாப் பேசுனனா, அந்தம்மா எங்கிட்டெப் பேசுன பாசையே வேறெ. புராண சினிமாவுலெ அம்மன் வந்து பேசும்லெ, அதுமாருதி வக்கணையாப் பேசுச்சு பாத்துக்க!...

சிரிப்பு வலுத்துவிட்டது!

சரி விடு, சாப்பாட்டைப்பற்றித்தானே பேச ஆரம்பித்தோம்? அந்த ஒரு வார்த்தையைத் தொற்றிக்கொண்டு, நினைவு எங்கெல்லாம் போய்விட்டது... விட்ட இடத்துக்கு வருவோம்.

சும்மா, அங்கங்கே கிடைத்த வேலைகளைப் பார்த்துக் கொண்டு ஊர் ஊராய்ப் போனவன், கொஞ்சநாளில் பம்பாய் சென்று சேர்ந்துவிட்டேன். தாராவியில் எனக்கு அறிமுகமாகிய ஆரணிக்காரன் சொன்னது நினைவு வருகிறது.

இங்கெ வந்துட்டீல்ல? இன்னிமே வேற எங்கயும் போவ மாட்டெ. இந்த ஊரு ராசி அப்பிடி. என்னத்தையாவது செஞ்சு இங்கிணெயே பொளைக்கத்தான் பாப்பெ.

அது அவனுடைய அபிப்பிராயம். சரியாகக் கூட இருக்கலாம்.

ஆனால், எனக்குள் இருந்து வெற்று ஓட்டம் பழகிய நாய்க்கு எந்த இடமும் நிலையாகப் பொருந்தாது. நீட்டித் தொங்கும்

நாக்குநுனியில் எச்சில் வழிய சதா ஓடுவதையே முழுநேர வேலையாகச் செய்து பழகியதல்லவா. ஒரு வருஷம் போல பம்பாயில் இருந்தேன். பிறகு புறப்பட்டுவிட்டேன்.

நான் சொன்னேனே, ஆரணிக்காரன், அவன் பெயர் கோவிந்தசாமி. தான் வேலைபார்த்த இடத்தில் எனக்கும் ஏற்பாடு செய்து தந்தான். சங்கத்தில் உறுப்பினனாகச் சேர்த்துவிட்டான். அந்த அடையாள அட்டை ரொம்பநாள் என்னிடம் பத்திரமாக இருந்தது. அப்புறம், விதியின் போக்கில் எங்கேயோ காணாமல் போய்விட்டது.

அவன் என்னைச் சேர்த்துவிட்ட வேலை என்ன தெரியுமா? டப்பாவாலா என்று கேள்விப்பட்டிருப்பாயே. பம்பாயில் அலுவலக ஊழியர்களாக இருப்பவர்களுக்கு, மதியச் சாப்பாடு தூக்கிச் செல்லும் வேலை. டப்பா என்று சொல்வார்களே தவிர, ஒவ்வொன்றும் பல அடுக்கு கொண்ட கேரியர்கள். ஒரே மாதிரியான வட்ட வடிவ அலுமினியக் கேரியர்களை, வட்டக் கூடையில் வைத்து, தலையில் சுமந்து கொண்டுசேர்க்கும் பணி.

வெளிப்பார்வைக்கு சாதாரண உத்தியோகம் என்று தோன்றும். ஆனால், நானும் பார்த்துவிட்டேன் தம்பி, மனிதர்கள் சம்பந்தப்பட்ட எல்லா சமாசாரங்களிலுமே விசித்திரமான ஒரு அம்சம் நுழைந்துவிடத்தான் செய்கிறது. அதிலும் அந்தப்பயல் கோவிந்தசாமி சொன்ன கதைகள் இருக்கிறதே...

இங்கே வருவதற்கு முன்னாலும் வேறுவேறு ஊர்களில் சாப்பாட்டுக் கூடைக்காரனாக இருந்திருக்கிறான் அவன்.

கோவிந்தசாமி சொன்ன சாப்பாட்டுக் கதைகள்[2]

1

நீ பம்பாய்க்கு வருவது இதுதான் முதல்தடவை அல்லவா. ராட்சச விஸ்தீரணம் கொண்ட ஊர். திசைகளும் பெயர்களும் பழகுவதற்குக் கொஞ்சம் நாளாகும். அதனால் இடங்களின் பெயரைச் சொல்லியும் ஒன்றுதான், சொல்லாவிட்டாலும் ஒன்றுதான்!

டப்பாவாலா சமூகத்தில் சேருவதற்கு முன்னால், தனியாளாக நாலைந்து குடும்பங்களுக்கு சேவை செய்துகொண்டிருந்தேன்.

---

2. எடுத்தெழுதும்போது, இந்தக் கதைவரிசை தொடர்பாகச் சில கருத்துகள் தோன்றின. வாசிப்புக்கு இடையூறாக இருக்கவேண்டாமே என்பதால், நூலின் கடைசியில் நான் எழுதியிருக்கும் குறிப்புகளில் அவற்றைச் சேர்த்திருக்கிறேன்.

என்னுடைய வாடிக்கையாளர்களில், தாதரில் வேலை பார்க்கும் புருஷனுக்கு அந்தேரியிலிருந்து மதியச் சாப்பாடு கொடுத்தனுப்பும் மனைவியும் ஒருத்தி. அந்த அம்மாள் மகாலட்சுமி மாதிரி இருப்பாள், நண்டும் சிண்டுமாய் மூன்று குழந்தைகள். டப்பா எடுக்கப் போகும் எனக்கு நாள் தவறாமல் நீர்மோர் தருவாள். அமிர்தமாய் ருசிக்கும். கோடாலி முடிச்சுப்போட்ட, ஈரம் சரியாகக் காயாத தலையும், நெற்றியில் சந்தனக் கீற்றுமாய் அவள் டப்பாவைக் கொண்டு வைக்கும்போது எனக்கே மனசு ஒரு நிமிஷம் சலனப்பட்டுவிடும். அப்படியொரு அழகு.

தாதரில் தனியார் நிறுவனத்தில் வேலை பார்த்த புருஷன் இவளுக்கு சரியான ஜோடி. வாட்டசாட்டமாக, திருத்தமான மூக்கு முழியுடன், நல்ல நிறமும், கருகருவென்று மீசையும் எந்நேரமும் பீடா போட்டுப் போட்டு நிரந்தரமாகச் சிவந்த உதடுகளும் என்று இவனும் மன்மதனேதான். அவர்கள் இருவரையும் ஒருநாள் ஒன்றாக நிறுத்திப் பார்க்க வேண்டும் என்று ஆசையாய் இருக்கும். எங்கே, லீவு நாளில்தான் அவன் வீட்டில் இருப்பான், அன்றைக்கு நான் வரவேண்டாம் என்று முந்தின நாளே அந்த அம்மணி சொல்லிவிடுவாளே!

பார்க்கப்போனால், நானறிந்தவரை எதுவுமே நடக்காத கதை அவர்களுடையது. ஆனால், எனக்கு மட்டும் தெரிந்த ரகசியம் ஒன்று இருந்தது. புறாக்கூடுகள் மாதிரி அமைப்பும், எலிவளை மாதிரி வசிப்பிடமும் கொண்ட அடுக்குமாடிக் கட்டடங்கள் வேகவேகமாக அந்தேரியில் எழும்பிவந்த காலகட்டம். நான் சொன்ன தம்பதியின் கூடு முதல் மாடியில் இருந்தது. அதற்கு நேர் மேலே நாலாவது மாடியில் வசித்த ஒரு ஆசாமி, இந்தக் குடும்பத் தலைவனின் அலுவலகத்திலேயே வேலை பார்த்தார். இந்த ஆளின் சிநேகிதர். இவனுக்கு ஒருபடி மேல்நிலையில் பதவி என்பது என் யூகம்.

முதல் ஆளைப் பற்றி வர்ணித்தேன் இல்லையா, அது எல்லா வற்றுக்கும் எதிர்ப்பதம் போட்டுக்கொள். அதுதான் இந்த ஆள். உபரியாக, அழுத்தமாய் அம்மை விளையாடிய தழும்புகள் கொண்ட முகம். இவன் தனிக்கட்டை. இரண்டுபேருக்கும் இவர்கள் வீட்டிலிருந்துதான் சாப்பாடு போகும். மாதாந்திரம் ஏதாவது தொகை கொடுப்பானாயிருக்கும். தனித்தனிக் கேரியர்களில் எடுத்துப்போவேன். வீட்டில் மாதிரியே அலுவலகத்திலும் இரண்டுபேரும் வேறு வேறு மாடியில் வேலை பார்த்தார்கள்.

தவிர, இருவருக்கும் ஒரே சமயத்தில் சாப்பாட்டுவேளை என்று இல்லாமல் இருக்கலாம்; சேர்ந்து சாப்பிட முடியாத படித்தர வித்தியாசம் அவர்களுடைய பதவிகளுக்கிடையில்

இருக்கலாம்... 'நாம் என்னத்தைக் கண்டோம்?' என்று நினைத்துக் கொள்வேன். இரண்டாவது ஆளுக்கு மட்டும் தனியாக ஒரு சம்புடமும் கொடுத்தனுப்புவாள் அந்த மகாலட்சுமி.

ஒருநாள், மின்சார ரயிலில் கோளாறு. நண்பர்கள் இருவருக்கும் நான் டப்பாக்களைக் கொண்டு சேர்க்க வழக்கமான நேரத்துக்குக் கொஞ்சம் பிந்திவிட்டது – அதிகமில்லை, அரைமணிநேரம். அதனால்தான் அந்த உண்மை தெரியவந்தது. புருஷன்காரனிடம் டப்பாவை ஒப்படைத்துவிட்டு, மாடியேறிப் போனேன். சாப்பாட்டு அறையிலேயே தயாராகக் காத்திருந்தான் சிநேகிதன். டப்பாவை மேஜையில் வைத்தேன். தனிச் சம்புடத்தை நான் எடுத்து வைத்த மாத்திரத்தில் அவசரமாய் எடுத்துத் திறந்தான்.

நான் ஆச்சரியப்பட்டுப் போனேன் சீதாபதி. அதில் என்ன இருந்தது என்று நினைக்கிறாய்? ஒரு ரோஜாப்பூ. முழுசாக மலர்ந்த, விளாம்பழம் அளவு பெரிய பூ. சாப்பாட்டில் முழுக் கறிவேப்பிலை கிடந்தால் எப்படி எடுப்போம், அதே மாதிரிப் பூவை எடுத்து என்னிடம் கொடுத்துக் குப்பைக் கூடையில் போடச் சொன்னான் அந்த ஆள். முன்னமே சாப்பிட்டவர்களின் எச்சில் மிச்சங்கள் கிடந்த கூடையில் அதைப் போடுவதற்குக் கூசியது எனக்கு. ஆனால், அவன் அதைப் பார்த்த முறையும், நடந்துகொண்ட விதமும் பார்த்தால், இது அன்றாடம் நடக்கிற காரியம் என்றே பட்டது.

மறுநாளிலிருந்து அந்த அம்மாள் கொடுக்கும் நீர்மோரின் ருசி எனக்குப் பிடிக்காமல் போய்விட்டது! அப்புறம் பலதடவை யோசித்துப் பார்த்திருக்கிறேன், எவனோ ஒருத்தனின் பெண்டாட்டி, எவன்மீதோ ஆசை வைப்பதில் எனக்கெதற்கு ஆட்சேபணை! எங்கள் பாட்டி சொல்வாள்: 'வண்ணானுக்கு வண்ணாத்தி மேல் ஆசை, வண்ணாத்திக்குக் கழுதை மேல் ஆசை.'

ஆனால், நான் டப்பாவாலா சமூகத்தில் உறுப்பினனாகும் வரை மேற்படி நடைமுறை தொடர்ந்தது. நாரிமன் பாய்ண்ட்டில் எனக்கு வேலை கொடுத்தார்கள். அப்புறம் அந்தக் கதை எப்படித்தான் முடிந்திருக்கும் என்று பலதடவை யோசித்துப் பார்த்ததுண்டு. பெரும்பாலும் அந்தப் பெண்பிள்ளை ஜெயித்திருப்பாள் என்றுதான் தோன்றும் – அழகிகள் தோற்பது சாமானியமாய் நடக்கிற விஷயமில்லையே?... அந்தத் தழும்பு முகத்தானிடம் சன்னமான பொறாமையும் எழும் அந்த நேரங்களில்!

2

இன்னொரு சம்பவம் நினைவு வருகிறது. பார்க்கப்போனால், சம்பவம் என்று சொல்வதற்கும் இல்லைதான்!

ரயில்வே நடைமேடையில் பதித்த சிமெண்ட்டுப் பெஞ்சில் ஓர் இளம்பெண் உட்கார்ந்திருந்தாள். அருகில் இருந்து ஒன்றுடன் ஒன்று மல்லுக்கட்டின இரண்டு சிறுவர்களை விலக்கிவிட, படாத பாடு பட்டுக்கொண்டிருந்தாள். அடுத்த கணம் கீழேவிழுந்து கட்டி உருளப் போகிறார்கள் என்று எனக்குத் தோன்றிய அதே நேரம் அவள் என்னைப் பார்த்துவிட்டாள்.

மடியில் கிடந்த குழந்தையை பெஞ்சில் கிடத்திவிட்டு எழுந்து நின்றாள். 'அடிப்பாவி' என்று பதறியது எனக்கு. ஆமாம், இருப்பது போதாது என்று அடிவயிறு மேடிட்டிருந்தது அவளுக்கு. அன்றைக்கெல்லாம் இருந்தால் இருபது இருபத்திரண்டு வயசு தான் இருக்கும். சண்டைபிடித்தவர்களில் மூத்தவனுக்கே ஆறேழு வயசு இருக்கலாம். அவள் பேசிய கொச்சை மராத்தி புரியுமளவு எனக்கு பாஷை பழகியிருந்தது.

> அய்யா, புருசன் துரத்திவிட்டுவிட்டான். இந்தக் குழந்தைகளும் என்னோடு இரண்டு நாளாய்ப் பட்டினி. – ஏதாவது கொடுங்கள் தருமதுரையே!

என்று கையேந்தினாள். நீட்டிய கைகள் நடுங்கின. கண்களில் அசாத்திய வேதனையும் உண்மையும் இருந்தது.

இந்த இடத்தில் இரண்டு மூன்று விஷயங்கள் சொல்ல வேண்டும். வேலையில் சேர்ந்த நாலைந்து மாதங்களிலேயே சில நுட்பங்கள் பிடிபட்டிருந்தன எனக்கு. கிட்டத்தட்ட இருபது டப்பாக்கள் சுமந்து செல்வேனா, யார்யார் முழுக்கச் சாப்பிடுவார்கள், யார்யார் எவ்வளவு மீதம் வைப்பார்கள் என்பதெல்லாம் அத்துபடி. டப்பாவாலாக்களில் சிலர், மிஞ்சுவதைச் சாப்பிட்டு ஒருவேளையைத் தாட்டி விடுவார்கள். இன்னும் சிலர், சல்லிசான விலைக்கு விற்று, அன்றைய சாயங்காலக் குடிக்கு ஏற்பாடு செய்துகொள்வார்கள். நான் இரண்டுமே செய்ததில்லை, எச்சில் சாப்பாட்டைப் பார்க்கவே அருவருப்பாக இருக்கும் எனக்கு. எதற்கு இவ்வளவும் சொன்னேன் என்றால், நான் டப்பாவாலா என்பதாலேயே அவள் என்னை நிறுத்திக் கேட்டிருக்கலாம். ஆனால், திரும்பிவரும் நேரத்தில் கேட்பதுதானே நியாயம்? இப்படியெல்லாம் யோசிக்க, பசி அனுமதித்திருக்காது.

இரண்டாவது, இந்த வயதுக்குள் இத்தனை குழந்தைகள் என்றால், எத்தனாவது வயதில் வாக்கப்பட்டாள், எத்தனை வயதில் முதல் குழந்தை பெற்றாள். பூப்படைந்த வருடத்திலேயே குழந்தை பெற்றவள் மாதிரியல்லவா தெரிகிறாள்? எனக்கு மனசைப் பிசைந்தது.

மூன்றாவது, நானே அன்றாடப் பாட்டுக்கு லோல் படுகிறவன் – என்னையும் ஒருத்தி தருமதுரை என்கிறாள்!

மனசுக்குள் ஒரு சுனை கசிந்தது. இந்த வயதுக்குள் இவ்வளவு பட்டுவிட்டாள், வயதும் வாளிப்புமாய் இருக்கிறவள், இன்னும் என்னவெல்லாம் படப் போகிறாளோ. இந்த ஒரு வேளை அவளை சந்தோஷப்படுத்த வேண்டும் என்று தோன்றிவிட்டது. அதன் மூலம், வாழ்நாள் முழுவதும் என்னை சந்தோஷப்படுத்தப் போகிற ஒரு ஞாபகத்தை ஸ்திரப்படுத்திக்கொள்ளலாமே!

சட்டைப்பைக்குள் கிடந்த எட்டணாவை எடுத்து அவளிடம் கொடுத்தேன். ஒரு குடும்பம் தாராளமாக ஒருவேளை சாப்பிட லாம். கொஞ்சம் மீதம்கூட இருக்கும்! நம்ப முடியாமல் என்னை யும் நாணயத்தையும் மாறிமாறிப் பார்த்தவள், படுவேகமாகத் தன் குழந்தைகளை நோக்கிப் போனாள். மனம் மாறித் திரும்பக் கேட்டுவிடுவேனோ என்று பயந்தவள் மாதிரி, அவசர அவசரமாக இடத்தைக் காலி செய்து பறந்தது குடும்பம்.

நடைமேடைக் கோடியில் இருந்த பாலம்வரை அவர்கள் ஓட்டநடையில் செல்வதைப் பார்த்துக்கொண்டே யிருந்தேன். முதல்படியில் கால் வைக்குமுன் அவள் திரும்பி என்னைப் பார்த்தாள். என்ன நினைத்தாளோ, மறுபடி கைகூப்பினாள்...

கூடையைப் பார்த்தேன். பத்து டப்பாக்கள் இருந்த கூடையில், எனக்குள் அந்த உருவெளித்தோற்றம் மலர்ந்தபோது, ஒரேயொரு டப்பா மிச்சமிருந்தது. சற்றுக் கனமாகவே இருப்பது. அரசாங்க அதிகாரி ஒருவருக்குரியது.

கே ஏ பாய்[3] என்று பெயர் அவருக்கு. அடர்ந்த புருவங்களை யொட்டி வட்டமான தங்கநிறக் கண்ணாடி அணிந்திருப்பார். முழுக்க மழித்த முகத்தில் நிரந்தரக் கடுகடுப்பு இருக்கும். தினமும் சாப்பாட்டை டபேதாரிடம் ஒப்படைக்க வேண்டும். வெள்ளிக்கிழமைகளில் மட்டும் அவருடைய அறைக்குள் நானே வந்து வைத்துவிட்டுப் போகவேண்டும் என்று உத்தரவு.

3. 'அவிங்ய ஊர்லெ பாயி, தலயாணீண்டு பேரு வச்சுக்கிருவாங்ய – வெள்ளெக்காரன் வெறகு, பாலம்ண்டெல்லாம் பேரு வப்பானாமுல்ல, அது மாருதி' என்று சொல்லிவிட்டு, தாமே சிரித்துக்கொண்டார் சீதாபதி!

260 யுவன் சந்திரசேகர்

அன்று காலணா இனாம் போடுவார். அவர் கையில் படாமல் வாங்கிக்கொள்ள வேண்டும்.

அவருடைய உத்தியோக அந்தஸ்துக்கு, தினசரியுமே தமது ப்யூனை வீட்டுக்கு அனுப்பி உணவு வரவழைக்கலாம். ஆனால், மிகவும் கறாரான நியாயசீலர் என்று அவருடைய அறைக்கதவுக்கு வெளியில் முக்காலியில் அமர்ந்திருக்கும் டபேதார் சொல்வான். பதவி தமக்கு அளித்திருந்த ஜீப்பைக்கூட விடுமுறை நாட்களில் பயன்படுத்த மாட்டாராம் - நகர்ப்பேருந்திலோ மின்சார ரயிலிலோ தான் போவார். சற்று அதிகமாகவே சாப்பிடக் கூடியவர்.

கணத்தில் எடுத்த முடிவின்படி, அவருடைய டப்பாவை அதன் மொத்தக் கனத்தோடும் கீழே போட்டேன். அடித் தட்டு நெளிந்ததே தவிர, எதுவும் சிந்தவில்லை. மறுபடியும் ஒருதடவை போட்டேன். பக்கவாட்டிலும் நெளிந்தது.

அந்தக் குடும்பம் ஆவலாய் அள்ளி விழுங்குவதைப் பார்த்தபோது, எனக்குள் ஏதோ கசிவதையும், அடிவயிறு தொய்வதையும் உணர்ந்தேன். மூன்று வேளை முட்டமுட்டச் சாப்பிடும் வாழ்க்கை எனக்கு அமைந்திருப்பது பற்றி ஒருவிதக் குற்றவுணர்வும் எழுந்தது. ஒவ்வொரு குழந்தையாக என்னோடு சேர்த்துக்கொண்டு தலையை வருட ஆசை முட்டியது...

இன்னும் கொஞ்ச நேரத்துக்கு அந்தக் காட்சி நீடித்திருக்கும். ரயில் வந்துவிட்டது. அவசரமாகக் கூடையை எடுத்துக்கொண்டு ஆயத்தமானேன்.

டப்பாவாலா சமூகத்துக்கு ஒரு பெருமை உண்டு. லட்சத்தில் ஒரு தடவைதான் நேரம் தவறுவார்கள். அந்த ஒருநாளில், லட்சத்தில் ஒருவனாக ஆகிவிடுவேனோ என்ற அச்சம்தான் என்னை நனவுலகத்தின் விளிம்புகளுக்குள் இழுத்துப் பிடித்திருக்க வேண்டும்.

நியாயத்துக்கு, அந்தப் பகல்கனவின் பிரகாரம்தான் நடந்திருக்க வேண்டும். வரும் தண்டனை எதுவானாலும் சந்தோஷமாக வாங்கிக்கொண்டு பெருமைப் பட்டிருக்கவேண்டும்! ஆனால், இந்தப் பாழும் மனசுக்கு அது தெரிகிறதா? உத்தியோகத்தின், சம்பாத்தியத்தின் பாதுகாப்பை விட்டுக்கொடுக்க லேசில் சம்மதிக்குமா அது!

ஆனாலும், தலைக்குமேலே தொங்கும் பிடியை இறுக்கிப் பிடித்தபடி லேசாக அசைந்தவாறு பிரயாணம் தொடர்ந்தபோது, மேற்படிக் கனவு தொடர்ந்தது. அதிகாரிக்குக் கொண்டுவந்த

ஊர்சுற்றி

சாப்பாட்டை அநாதரவான குடும்பத்துக்கு வழங்கிய வள்ளல் அல்லவா நான்... அவருடைய அலுவலகம் நோக்கி நடக்கும்போது அடிவயிற்றில் பயம் கிளம்புகிறது...

அதிகாரியிடம் என்ன சொல்லப் போகிறேன், பதிலுக்கு அவர் என்ன செய்வார் என்றெல்லாம் யூகித்து யூகித்து மண்டை காய்ந்தது. அதிலும் மாடிப்படியில் ஏறியபோது கால்கள் பின்னி முறுக்கிக்கொண்டது போல உணர்ச்சி.

அதிகாரி பார்ப்பதற்கு வெள்ளைக்காரத் துரை மாதிரி நிறம். கறுப்புக் கோட்டும் பஞ்சகச்ச வேஷ்டியும் அணிந்து நாற்காலி யின் முதுகு உயரத்துக்கு அமர்ந்திருப்பார். கோட்டின் வலது நெஞ்சில் பளீரென்ற வெள்ளைக் கைக்குட்டை முக்கோணமாக வெளியில் தெரிகிற மாதிரிச் சொருகியிருக்கும்.

டபேதார் எதிரில் சென்று நின்றேன். அன்று வெள்ளிக் கிழமை இல்லை. வழக்கம்போலச் சாப்பாட்டை ஒப்படைத்துவிட்டுத் திரும்பாமல் நான் நிற்பதை அவன் ஆச்சரியமாகப் பார்த்தான். முகம் தொய்ந்திருப்பதைக் கண்டு, 'என்ன' என்கிற மாதிரிப் பார்வையை உயர்த்தினான்.

ஸாபைப் பார்க்க வேண்டும்.

இரு, அவரிடம் கேட்டு வருகிறேன்.

உள்ளே போய்ப் பந்து மாதிரித் திரும்பினான்.

போ. கூப்பிடுகிறார்.

போனேன். குளுகுளுவென்றிருந்தது அறை. விசாலமான அறையின் கூரையில் ஆடாத பங்கா தொங்கியது. அதை இழுப்பதற்கு ஓர் ஆள் இருப்பானில்லையா? அவன் சாப்பிடப் போயிருப்பான் என்று நினைத்துக்கொண்டேன்.

கொஞ்சம் அதிகப்படியான பதட்டத்தை உடம்பிலும் முகத்திலும் வரவழைத்துக்கொண்டு, அதிகாரியிடம் தகவல் தெரிவித்தேன். 'வரும் வழியில் தலைசுற்றிக் கீழே விழுந்து விட்டேன். டப்பா கீழே விழுந்து நெளிந்ததோடு, திறந்தும் கொண்டது. பாதிக்கும் மேல் கொட்டிவிட்டது. உள்ளேயும் மண் புகுந்துவிட்டது.' அவர் என்னையே உறுத்துப் பார்த்தார். நிதானமான குரலில் கேட்டார்:

நிஜமாக என்ன நடந்தது?

மறுபடியும் நான் சொன்னதையே சொன்னேன். அவர் எழுந்தார். அப்போதுதான் கவனித்தேன், அவருடைய நாற்காலியின் வலது

கைத்தாங்கியின்மேல் ஒரு மணிப்பிரம்பு சாத்தியிருப்பதை. கேள்வியைவிட நிதானமாகப் பிரம்பை எடுத்தார்.

சொல்லு, நிஜமாக என்ன நடந்தது?

இந்த முறை எனக்கு வாய் எழும்பவில்லை. அவர் என்னை நோக்கி இரண்டு எட்டு வைத்தார்.

சாப்பிட்டுவிட்டாயா?

இல்லை, ஸாப்.

விற்றாயா?

இல்லை, ஸாப்.

கீழே விழுந்தேன் என்கிறாய், பைஜாமாவும் குர்த்தாவும் கசங்கவேயில்லை. புழுதி ஒட்டிய தடம்கூட இல்லை... அதையெல்லாம்விட, உன் கண்ணில் நேர்மையில்லை. உண்மையைச் சொல்லு. இல்லாவிட்டால் உதைத்தே கொன்றுவிடுவேன்.

அதனால்தான் அவர் அதிகாரியாக இருக்கிறார்; நான் அவருக்குச் சாப்பாடு கொண்டு தருகிறவனாக இருக்கிறேன். அது போகட்டும், கோர்வையாகப் பொய் சொல்வது எவ்வளவு சிரமமான காரியம் என்கிறாய்!

கடகடவென ஒப்பிக்க ஆரம்பித்தேன். அவளைப் பார்க்கப் பாவமாக இருந்தது. வேறு டப்பாக்கள் எதுவும் இல்லை. என் கையில் காசிருந்ததுதான், ஆனாலும், காசு கொடுப்பதைவிட சாப்பாடு கொடுப்பதுதான் சரி என்று பட்டது. துரைக்கு என்மீது கோபம் வருவதற்கு முழு நியாயம் இருக்கிறது. அவர் என்ன தண்டனை கொடுத்தாலும் ஏற்றுக்கொள்ளும் கடமை எனக்கு உண்டு. ஆனாலும், நான் விதிவசமாகச் செய்த அன்னதானத்தில் அவருக்கும் பங்கு இருக்கிறது – பார்க்கப்போனால் அவருடைய கணக்கில்தான் அதிகப் புண்ணியம் சேரும் . . . அவர் கைகாட்டி நிறுத்தினார்.

எனக்கு வேண்டிய புண்ணியத்தை நானே சம்பாதித்துக் கொள்வேன் . . . நீ பண்ணியது தவறுதானே கோன்ஸாமீ?

ஆமாம், ஸாப். உணர்ச்சிவசப்பட்டுப் பண்ணிவிட்டேன். இனி இப்படி நடக்காது.

இனி வேறு நடக்க வேண்டுமா இப்படி. போகட்டும், இன்றைய தப்புக்கு தண்டனை தரவேண்டுமில்லையா!

இன்னும் முன்னால் வந்தார். எனக்கு உள்ளுக்குள் உதற ஆரம்பித்தது.

கையை நீட்டு.

வீட்டுப்பாடம் செய்யாத மாணவனை அடிக்கும் ஆசிரியர் மாதிரி முகத்தை வைத்துக்கொண்டு, விரித்து நீட்டிய கையில் வீறினார். அப்பா! எலும்புவரை வலி தொற்றியது. சரியாக ஐந்து அடிகள். உள்ளங்கையில் தோல் பொசுங்குகிற மாதிரி எரிந்தது ...

கனவில் ஆழ ஆழ இறங்கிப் போனபோதும், இறங்கவேண்டிய நிலையத்தை என் அனிச்சை தவறாமல் கவனித்துவிட்டது. கூடையைத் தூக்குவதற்கு முன்னால் உள்ளங்கையில் பார்வை பட்டது. வழக்கம்போலவேதான் அது இருக்கிறது என்பது மானசீகத்தில் பட்ட புண்ணைவிடவும் அதிகமாகக் காந்தியது ... அதைவிட, பசி தீர்ந்த முகங்களின் மலர்ச்சியைப் பார்க்கமுடியாமல் போனதே என்ற ஏக்கம் இன்னும் அதிகமாகக் காந்தியது. என் கற்பனையில் அதிகாரியின் அறைக்குள் அரங்கேறிய நீதியும், ப்ளாட்ப்பாரத்தில் நிகழத் தவறிய உத்தமமான நீதியும் நான் மண்டையைப் போடும்வரை உறுத்தத்தான் செய்யும் ...

இந்த கோவிந்தசாமி இருந்தானே, அவனிடம் எனக்கு அபாரமான நெருக்கம் உண்டானதுக்கு இதுவும் ஒரு காரணம். என்னை மாதிரியே கதைசொல்லக் கூடியவன் என்பது. தவிர, அவனை மாதிரிப் பிரியமான ஆட்களெல்லாம் அடிக்கடி கிடைப்பவர்கள் இல்லை. ஆனால், பாவம், என்னை வேலையில் சேர்த்துவிட்ட நாலாம் மாசம் ஊரைவிட்டே ஓடிவிட்டான்.

அவனும் என்னை மாதிரித்தானோ என்னவோ, ஒரு இடத்தில் பொருந்த முடியாத கால் உள்ள மகராசன் போல என்று நினைத்துக்கொண்டேன். ஆனால், வாழ்நாள் முழுக்க சாப்பாடு தூக்கும் வேலை மட்டுமே செய்தவன் மாதிரிக் கதைகள் சொல்கிறானே, அதில் எத்தனை சதவீதம் உண்மை இருக்கும் என்று சந்தேகமும் வரத்தான் செய்யும். சரி, கற்பனையாகவோ, புளுகாகவோகூட இருக்கட்டுமே, கேட்க சுவாரசியமாய் இருக்கிறதா இல்லையா? எல்லாருமே ஒருத்தருக்கொருத்தர் உண்மையை மட்டும்தான் சொல்லிக்கொள்ள வேண்டும் என்றால், உலகத்தில் பேச்சு சப்தமே குறைந்துபோய்விடாது?! நம்முடைய ராசியையும் சொல்லவேண்டும், திறந்த காதை மூட முடியாதபடி ஏதாவது உள்ளே பாய்ந்தபடி இருக்கிற ராசி.

அந்தப் பயல் சொன்ன இன்னொரு கதையும் நினைவு வருகிறது. ஆனால், இது பம்பாயில் நடந்த சம்பவம் இல்லை. அகமதாபாதிலோ சூரத்திலோ நடந்தது என்றான் – சரியாக நினைவில்லை ... அந்தக் கதையையும் சொல்லிவிடுகிறேன்.

3

கோவிந்தசாமியும் அவனுடைய சேக்காளியும் டப்பா எடுப்பது அடுத்தடுத்த அடுக்கு வீடுகளில். சேக்காளியின் வாடிக்கையாளர்களில் சிடுமூஞ்சி ஒருத்தன் இருந்தான். இவனைப் பார்த்த மாத்திரத்தில் சுடுசொல் பேச ஆரம்பித்து விடுவானாம். ஒருநாள் ஏதோ கோபத்தில் இருந்திருக்கிறான். இவனிடம் அவன் ஏதோ கேட்க – இவனும் தன்வசமில்லாமல் இருந்த நாள் அது – ஆறிப்போன குழம்பை இவன் மூஞ்சியில் விசிறியடித்திருக்கிறான்.

> திருப்பி ஒன்று கொடுத்துவிடுவதுதானே. ரத்தப் புள்ளி காட்டினால்தான் இவனை மாதிரி ஆள்களெல்லாம் அடங்குவார்கள் ...

என்றானாம் கோவிந்தசாமி.

> இவனெல்லாம் வெறும் கொசு. நசுக்கிக் கொல்வதை விட்டுவிட்டு, பீரங்கி தூக்கச் சொல்கிறாயே. இவனுக்கு நான் எப்படி ஆப்பு வைக்கிறேன் பார்.

என்று சொன்னபடியே, குர்த்தாவைக் கழற்றி, தெருக்குழாயில் அலசினான் சிநேகிதன். கீரைக் குழம்பு வழிந்த துணியல்லவா, கசடு நீங்கியும் பச்சை நிறம் போகவில்லை.

அந்த ஆள் பற்றி முன்னமே சொல்லியிருக்கிறான். அன்றாடம் சாப்பாட்டை வாங்கிக்கொண்டு, தன் மனைவியைப் பற்றி ஒரு வார்த்தை விசாரிப்பானாம். கோவிந்தனும் அந்த அம்மாளைப் பார்த்ததுண்டு ...

சாந்தமான முகம். கூரான மூக்கில் இடதுபுறம் வெள்ளிவளையம், கழுத்தில் மாங்கல்யத்துடன் பிணைந்து சுருண்டிருக்கும் கறுப்புக் கயிறு, வலதுபுறம் எடுத்த கோணல் வகிட்டில் ஆரஞ்சுநிறச் சிந்தூரம், அதே நிறத்தில் சுளை மாதிரி உதடுகள், மேட்டு நெற்றியில் சீரான வட்டப் பொட்டு, ஒடிசலான உடம்பு என்று இரண்டாம் தடவை பார்க்கச் சொல்கிற பெண்பிறவி. விதவித நிறங்களில் சன்னமான புட்டா போட்ட வெள்ளை நூல்சேலைதான் தினசரி கட்டுவாள். வங்காளியாக இருக்கும் என்று நினைத்துக்கொள்வான் இவன்.

அவள்மீது புருஷனுக்கு ஏதோ சந்தேகம். கூடைக்காரனிடம் கேட்டுத் தீர்த்துக்கொள்ளக்கூடிய விஷயமா இதெல்லாம். ஆனாலும், நாள்தவறாமல் கேட்பானாம்.

குழம்பை வீசியதற்கு இரண்டுவாரம் தள்ளி, இந்தப் பயல் அவனுடைய கேள்விக்குப் பதில் சொல்லியிருக்கிறான். என்ன சொன்னான் என்பதை கோவிந்தனிடம் சொல்லிக் காட்டினான். புதுசாகக் கல்யாணம் ஆகிவந்த பெண்பிள்ளை மாதிரி, தயங்கின குரலில், வலது கால் கட்டைவிரலால் தரையில் வட்டம் போட்டபடி தான் சொன்னதை இவனிடம் நடித்துக் காண்பித்தான்:

ஆமாம் ஸாப். மா ஜீ இன்றைக்கு அவசர அவசரமாய்க் கொண்டு வந்து லொட்டென்று வைத்தார்கள் டப்பாவை. உள்ளே யாரோ இருக்கிற மாதிரிச் சத்தம் கேட்டது. மா ஜீயின் வகிட்டுக் குங்குமம் லேசாகக் கலைந்திருந்தது. முகத்தில் அப்படியொரு வியர்வை. ஸாபுக்கு விசுவாசமாக இருக்க வேண்டும் என்றுதான் இதைச் சொல்கிறேன். என்னைக் காட்டிக் கொடுத்துவிடாதீர்கள் ஸாப்...

அடப் பாவி, மகாலட்சுமி மாதிரி இருப்பாளே. அவளைப் பற்றியா இப்படி அபாண்டம் சொன்னாய்?

என்று பதட்டமாகக் கேட்டான் கோவிந்தன்.

ஐந்து நிமிஷம் பார்க்கிற என்னையே இப்படி வதைக்கிறானே, கூடவே இருந்து வாழ்க்கை நடத்துகிற பெண்பிள்ளையை என்ன பாடு படுத்துவான் அந்த பத்மாஷ். அந்த அம்மணிக்கும் என் மூலமாக விமோசனம் கிடைக்கட்டுமே என்றுதான்...

இவன் தலையில் அடித்துக்கொண்டான்.

மறுநாள் அவர்களுடைய குடியிருப்பைத் தாண்டுகிறான். அந்த வீட்டு வாசலில் கூட்டம். கேதவீடு என்று பார்த்தவுடனே தெரிந்தது. வாசலில் மடக்கு நாற்காலிகளில் முப்பது நாற்பது பேர் உட்கார்ந்திருந்தார்கள். என்ன நடந்தது என்று கேட்க இவனுக்குத் தைரியமில்லை; அவசியமும் இல்லை என்று பட்டது. கயிறால் கட்டிக்கொண்ட எலி-தவளை ஜோடி. யாருக்கு விமோசனமானால் என்ன?

கூடைக்கார சிநேகிதனை அதற்கப்புறம் பார்க்கக் கிடைக்க வில்லையாம் கோவிந்தசாமிக்கு...

வழக்கம்போல, நானுமே அந்த வேலையில் அதிக நாள் நீடிக்கவில்லை தம்பி. இழுத்துச் செல்லும் கயிறா, முட்டி நகர்த்தும்

கழுதையா ஏதோவொன்றுக்கு வலு அதிகரித்த நாளில் 'போதும், புறப்படலாம்' என்று முடிவெடுத்துவிட்டேன்.

ரொம்ப விசேஷமான நாள் அது. நடைமுறையில் எந்தவிதமான மாற்றமும் இல்லாமல் இருந்தபோதே, மனம் தன்னியல்பாகத் தடம் புரண்ட நாள்.

அன்றைக்கு ரயில் நிலையத்தில் நுழைகிறேன். ஏனோ வழக்கத்தைவிடப் பலமடங்கு அதிக நெரிசல். அடுத்தநாள் மும்பையில் பிரளயம் வரவிருக்கிற தகவல் தெரிந்து ஊரைவிட்டு ஓடுவதற்காகக் குவிந்தமாதிரி, இமைக்காத கூட்டம். அத்தனை ஜனங்களைப் பார்த்த மாத்திரத்தில், காரணமில்லாத துக்கம் மனத்தில் படிந்தது. நடைமேடையில் போகிற வருகிற அத்தனை பேருக்குமே அவசர வேலை இருக்கும் போல. தண்ணீர் ஓடுகிற விசையில் ஜனங்கள் வேகமாகப் போகிறார்கள். அத்தனை அமளிக்கும் நடுவில், கூரையிலிருந்து இறங்கும் தூண் ஒன்றில் சாய்ந்து அமர்ந்து ஒரு பெண்பிள்ளை பால் கொடுத்துக் கொண்டிருந்தாள்.

வலதுகாலை ஆட்டி ஆட்டிக் குடித்துக்கொண்டிருந்த சிசு, தாய் எழுந்து போய்விடக் கூடாதே என்பதற்காகப் பிடித்த மாதிரி வலது கையால் அவளுடைய தாலிக்கொடியைப் பற்றியிருந்தது. கொஞ்சம் தள்ளி மீசைக்காரன் ஒருத்தன் உட்கார்ந்திருந்தான். இவளையும், கடந்துபோகும் கால்களையும் மாறிமாறி வெறித்துக்கொண்டு இருந்தான்.

திடீரென்று என் தாய் தகப்பனின் ஞாபகம் வந்துவிட்டது. அடேயப்பா, எத்தனை வருஷம் கழித்து. ஆனால், மனத்தில் தோன்றிய பிம்பங்கள் இரண்டும் பளீரென்று இருந்தன. அவர்கள் செயலாக நடமாடிய காலத்தில் இருந்த பிம்பங்கள்.

கண்ணைமூடி நானும் ஒரு தூணில் சாய்ந்து அமர்ந்தேன். இமைகளுக்கு வெளியில் இருந்த சீதாபதி இல்லை, உள்ளே இருந்தவன். முற்றாத பிராயத்தில் இருந்துகொண்டு, வரவிருக்கும் எதையும் அறியாத மக்குத்தனத்துடன், தாயாரும் தகப்பனாரும் ஒரே முட்டைக்குள் இருந்தபடியே வெவ்வேறு ஜீவராசிகளைப் பிறப்பிக்கும் இரண்டு கருக்களாக விளங்கும் ஆச்சரியத்தில் மூழ்கி மூச்சுத் திணறியவன் . . . வெகுளியாய் விளையாடித் திரியும் சிறுவனைப் பார்க்கப் பார்க்க, ஆற்றாமையும் துக்கமும் அபரிமிதமாய் எனக்குள் பொங்கியது.

மோவாய்க்கட்டையை நெஞ்சில் பதித்து எவ்வளவு நேரம் உட்கார்ந்திருந்தேனோ. என்னையுமறியாமல் கண்ணீர் பெருகியிருக்க வேண்டும்—சட்டையின் நெஞ்சுப்பகுதி நனைந்தபோது

தெரிந்தது. விதிர்த்துப் போய் விழித்தேன். எனக்கு முன்னால் தரையில் காசுகளும் நாலைந்து ஒரு ரூபாய் நோட்டுகளும் இறைந்து கிடந்தன.

ஜனங்களின் தர்மசிந்தை இருக்கட்டும், யாசகம் வாங்கி எனக்குப் பழக்கம் இல்லையா, உடம்பின் உள்பகுதி முழுக்கக் கூசுகிற மாதிரி இருந்தது. என் உயரத்தை முழுக்க இழந்து, வில்லை மாதிரித் தரையில் அழுந்திக் கிடக்கிற மாதிரி உணர்ந்தேன். முன்பு பெருகியதைவிட அதிகமான பிரவாகம் கண்களில் ஊறி வழிந்தது.

இப்படியொரு நிலைக்கு என்னைக் கொண்டுசேர்த்துவிட்ட சண்டாள ஜன்மங்களைப் பற்றித் துக்கம் கொண்டாடுவது எதற்கு?... வருத்தப்பட்டு சும்மா உட்கார்ந்திருக்கிறவன் முன்னால் காசை இறைந்துவிட்டுப் போன ஒவ்வொரு ஆளாகத் தேடிப் பிடித்து செருப்பால் அடிக்க வேண்டும் என்று ஆத்திரம் தலைக்கேறியது.

ஒரு கணம்தான். இது என்ன முட்டாள்தனம், நீ யார் எதற்காக உட்கார்ந்திருக்கிறாய் உன் பின்னணி என்ன குலம் கோத்திரம் என்ன என்றெல்லாம் தெரிந்துகொண்டா பிச்சை போடுவார்கள். போகிற போக்கில் புண்ணியம் தேடக் கிளம்பினவர்களைக் கேவலமாக நினைக்க உனக்கென்ன யோக்கியதை—என் மனத்தில் பொங்கிய விமர்சனத்தை என்னாலேயே தாங்க முடியவில்லை.

கழிவுகள் மாதிரி என் முன்னால் கிடந்த காசை என்ன செய்வது? திரட்டி அள்ளினேன். நிலைய வாசலில் தொழுநோயாளி ஒருவன் அமர்ந்திருப்பான். திறந்த வெளியின் காற்றில் கற்பூரம் போல நாளுக்குநாள் தேய்ந்து வருகிறவன். கரைவதற்காகத்தான் இங்கே வந்து உட்கார்ந்திருக்கிறேன் – பிச்சையெடுப்பதற்கு அல்ல என்கிற மாதிரி. கையேந்தாமல், யாசகம் கேட்டுக் கூவாமல், கூசி இடுங்கிய கண்களால் பாதசாரிகளை வெறுமனே பார்த்துக்கொண்டிருப்பான். விரல்கள் முழுக்க உதிர்ந்த கைகள் அவ்வப்போது முகத்தைத் துடைக்க உயரும்.

அவன் முன்னால் இருந்த அலுமினியப் போணியில் காசுகளையும் நோட்டுகளையும் கொட்டினேன். இடுங்கிய கண்கள் மாறுதலேதுமின்றி நிமிர்ந்து பார்த்தன. ‘இதில் என்ன இருக்கிறது, உன் கடமையைத்தானே செய்கிறாய்’ என்ற அர்த்தம் தொனித்தது எனக்கு...

வளக்கத்தெவிட ரெம்பநேரம் பேசிட்டமோ?

அப்பிடியெல்லாம் ஒண்ணுமில்லேங்களே. பன்னண்டுதானே ஆகுது. இன்னொரு விசயம் கேக்கணும்ண்டு தோணுது. கேக்கட்டா?

இது என்னா, அந்நிய மனுசன் மாருதி இம்புட்டுத் தயக்கம். தோணுனவொடனே பட்டுண்டு கேட்டுற வேணாமா!

நேத்தும் சொன்னீங்க, இன்னைக்கும் நடுவுலே ஏதோ பேச்சுலெ சொன்னீங்க...

அட நீயென்னப்பா இந்தப் பம்மு பம்முறே. அப்பிடி என்னாத்தெச் சொல்லிப்புட்டேன், ஊர்ல ஒலகத்துலெ இல்லாததெ.

இல்லே, ஒரு பொம்பளெ பத்திச் சொன்னீங்க.

எம்புட்டோ பொம்பளைகளெப் பத்திச் சொல்லிக்கிட்டே தானே இருக்கேன்?

இல்லே, இந்தம்மாவோடெ பேரையே சொன்னீங்க. சகுந்தலாண்ற மாதிரி...

அதுவா. அவளெப் பத்தி இன்னம் சொல்லலே?

இல்லே. அந்தப் பேரையே இப்பத்தான் மொதமொதக் கேள்விப் படுறேன்.

அடப் பாவமே. ரெம்ப முக்கியமான சங்கதியாச்சே. அது எப்பிடி விட்டுப்போச்சு. சரி, சொல்லீற வேண்டியதுதான். அவளெப் பத்திச் சொல்லாமே எங் கதெ பூர்த்தியாகாது. ஆனா இன்னைக்கி வேண்டாம். தெம்பு இல்லே. நாளைக்கி வச்சிக்கிருவோம். என்னா!

எழுந்து, இருளின் மர்மத்தைத் துளைத்துக்கொண்டு வேகமெடுக்கும் தண்டவாளங்கள் போல நடந்தோம்.

11

தொலைபேசியில் கமலம் கூப்பிட்டாள். நாங்கள் குடியிருக்கும் வீட்டைக் காலிபண்ணச் சொல்லிவிட்டார்களாம். சென்னை மாநகரத்தில், என்னை மாதிரி சினிமா ஆசாமிக்கு வாடகைவீடு கிடைப்பது எவ்வளவு கடினமான காரியம் என்பதைச் சொல்லி விளங்கவைக்க முடியாது. அதைவிட, யாரோவொரு உத்தமர் வீடு தர முன்வந்தாலும், முன்பணம் என்ற பிரம்மாண்டச் சுவர் முன்னெழுந்து நிற்கும் – உத்தமர்களுக்குப் பணத்தாசை இருக்கக் கூடாது என்று சட்டமா என்ன!

நாங்கள் குடித்தனம் தொடங்கிய காலத்திலேயே ஒரு ஜோசியனிடம் எங்கள் ஜாதகத்தைக் கொண்டு காட்டினாள் இவள். அந்த நாட்களில் எனக்கு இந்த மாதிரி சமாசாரங்களிலெல்லாம் நம்பிக்கை இருந்ததா இல்லையா என்று அறுதியாகச் சொல்ல முடியவில்லை. ஆனால், நம்பவும் சார்ந்திருக்கவும் ஆரம்பித்துவிடுவேன் என்ற எல்லையை நோக்கித் தான் காரியங்கள் நடந்து வந்தன . . . எங்கள் பொருளாதார நிலை பற்றி ஜோசியன் சொன்னது இதுதான்:

> சாப்பாட்டுக்குக் கஸ்டப்பட மாட்டீங்க. ஆனா, கைக்கும் வாய்க்கும் சரியா இருக்கும்.

வெற்றிப்படங்கள் எடுத்துக் கோடிகோடியாய்க் கொழிப்பதெல்லாம் கனவில் மட்டும்தானா! ஆனால், என் அன்பு மனைவி வேறு மாதிரி விளக்கம் சொன்னாள்:

அது ஏன் எப்பப் பாத்தாலும் குதர்க்கமாவே யோசிக்கிறீங்க? நாலு கார் வச்சிருந்தம்னா, நாலுக்கும் பெற்றோல் போடுற அளவுக்கு மட்டும்தான் சம்பாதிப்பம் ண்றாரு. கையோடெ சைஸையும் பசியோடெ அளவையும் பத்தி எதுனா சொன்னாரா?

நான் சமனமடைவதாய் இல்லை. அப்புறம் சொன்னாள்:

விடுங்க. இந்தாள் என்னா சோசியத்துலெ கரைகண்டவனா. இவனெவுடப் பெரிய ஆளுகிட்டேக் கேட்டுட்டாப் போச்சு. இதெல்லாம் வெறும் கணக்குதானேங்க.

ஆனால், இன்னொருவரிடம் போய்க் கேட்கும் பேச்சையே எடுக்க வில்லை அவள். அவர் இன்னும் மோசமான ஆரூடங்களைச் சொல்லிவிட்டால் என்ன செய்வது என்று பயந்திருக்கலாம், ஒருவேளை!...

இந்த மனநிலையோடு கிழவரிடம் சென்று சேர்ந்தேன். உள்ளுணர்வில் என் எண்ணவோட்டத்தை அறிந்தவர் மாதிரி முதல் வாக்கியத்தைப் பேசினார்:

நானெல்லாம் நினைச்சிருந்தாப் பெரீய பணக்காரனா யிருப்பேன் தம்பி. அதிஸ்ட தேவதெ இருக்காளே, ஒரே வாரத்துலெ ரெண்டு தபா என் முன்னாடி வந்து நின்னா பாத்துக்க, நா மட்டும் கைய விரிச்சி நீட்டியிருந்தா ஓடோடி என்னெக் கட்டிப் பிடிச்சிருப்பா. அம்புட்டுத்தேன், நா கோடீசுவரனாயிருப்பேன்...

நீளமாய்ப் பெருமூச்சு விட்டார். பக்கத்து ஊர் ஆலையின் சங்கு ஓங்கிக் குரலெடுத்து ஊதியது. எட்டு மணிச் சங்கு. முன்னிரவின் சாந்தத்துக்குள் அவலமாக ஒலித்தது அது. ஓரிரு நிமிட இடைவெளிக்குப் பிறகு பெரியவர் தொண்டையைச் செருமிக்கொண்டார். விட்ட இடத்திலிருந்து தாமே தொடர்ந்தார்:

...அப்பறம் நெனச்சிக்கிருவேன். அட அப்பிடியே, ஆயிருந்தா? கைவிட்டுப் போனது எல்லாம் திரும்பக் கெடச்சிருக்குமா? எல்லா நேரத்திலெயும் பணம் பெரிசாத் தெரியுதா என்னா? அதெவுடப் பெரிய விசயம் எதிர்லெ நிக்யும்போது, ‘அடப் போடா, துட்டு என்னா மயிரு துட்டு’ ண்டு உள்ளாறெ ஒரு சத்தம் கேக்கத்தானே செய்யிது?

தொடர்ந்து அந்த இரண்டு சந்தர்ப்பங்களையும் விவரிக்க ஆரம்பித்தார்.

முதலாவது சந்தர்ப்பம், நேற்று விட்ட இடத்திலிருந்து ஆரம்பித்தது! யதேச்சையாகவா, கிழவரிடம் திட்டம் இருந்ததா என்று தெரியவில்லை...

பசுமையான வயல் அது. காற்றில் உல்லாசமாக ஆடிக் கொண்டிருந்த நெற்பயிருக்கு மத்தியில், அபூர்வமாக முளைத்த செடிகள் மாதிரி[1] நாற்பது ஐம்பது பெண்கள் குந்தியும் குனிந்தும் களையெடுத்துக்கொண்டிருந்தார்கள். வயல் வேலைக்கு மிகவும் உகந்த சீதோஷ்ணம். சிலுசிலுவென்று காற்று. உறுத்தாத இளம் வெயில்.

இந்தமாதிரி இடங்களைப் பற்றி இரண்டு விஷயங்கள் நினைவில் தங்கியிருக்கின்றன. ஒன்று, மதியவேளையில் இதுபோன்ற வயல்வெளியைக் கடக்க நேர்ந்தால், சாப்பாடு சிரமமில்லாமல் கிடைக்கும். எந்த மாநிலமானாலும், எந்த கிராமமானாலும் எனக்கு இது தவறாமல் நடந்துவந்தது. அதிலும் பெண்கள் பெரும்பான்மையாக இருந்து வேலை பார்க்கும் இடங்களில், நாம் கேட்காமலே கிடைத்துவிடும்.

பஞ்சத்தில் அடிபட்ட ஜனங்கள் அல்லவா. அடுத்தவன் பசியைப் பொறுக்க மாட்டார்கள். ஆளுக்கொரு கவளம் என்று அவர்களாகவே முடிவெடுத்து விடுவார்கள். வெவ்வேறு குடும்பத்திலிருந்து வந்த சாப்பாடுகள் என்றாலும், பெரிய வித்தியாசம் ஒன்றும் இருக்காது. பின்னே, பழைய சோற்றிலும், பச்சை மிளகாயிலும் பெரிய ருசிபேதம் என்ன இருந்துவிடப் போகிறது!

இரண்டாவது, இப்படி ஜனங்கள் மாய்ந்து மாய்ந்து வேலை பார்க்கும்போது, நாம் மட்டும் விருதாவாக ஊர் சுற்றிக்கொண்டிருக்கிறோமே என்று குற்ற உணர்ச்சி பொங்கும். பிறகு ஒருவிதமாகச் சமாளித்துக்கொள்வேன் – சரி, அவர்கள் நிலைத்து ஓரிடத்தில் இருப்பவர்கள். உழைப்பு அவர்களுடைய வாழ்முறையின் பகுதி. நான் அப்படியில்லையே.

---

1. கிழவர் சொன்ன உதாரணத்தில் எனக்கு சிறு ஆட்சேபணை இருந்தது. பயிருக்கு மத்தியில் முளைக்கும் செடியை களை என்றல்லவா சொல்லவேண்டும்?! அது நேர்மறையான சமாசாரம் கிடையாதே?... வழக்கம்போல என் தர்க்கம் என்னோடு.

சாப்பிட்டுவிட்டு ஓரிரு நாழிகை கண்ணயர்வார்கள். தூங்கப் பிடிக்காத பெண்மணிகள் கொத்தாக உட்கார்ந்து வம்பு பேசுவார்கள். இது அநேக இடங்களில் நடப்பதுதான். நான் ஒரு ஓரமாக இருந்து பார்த்துக்கொண்டும் கேட்டுக்கொண்டும் இருப்பேன். நிறைவயிறு உண்ட பிறகு, உடனே நடக்க ஆரம்பிக்க முடியுமா?

இந்த இடத்தில் இன்னொன்றும் சொல்லிவிடுகிறேன். நம்ப முடியாத விஷயங்கள்தான் எத்தனை நடந்துவிடுகின்றன. யாரோ கிறுக்கன் கிழித்துப்போட்ட துணி மாதிரி, தலையும் வாலும் இல்லாமல் ஒரு மண்ணும் பிடிபடாமல் எவ்வளவோ இருக்கிறது என் வாழ்க்கையில்.

அந்த வயல்வெளியை நான் நெருங்குவதற்கு முந்தினநாள் எனக்கொரு கனவு வந்திருந்தது. முக்காடு போட்ட பெண்பிள்ளை ஒருத்தி முதுகு காட்டி அமர்ந்திருக்கிறாள். ஒடுக்கமான உடம்பு. ஓயாமல் அழுதுகொண்டிருக்கிறாளா, முதுகு அதிர்ந்த வாறிருக்கிறது. விசும்பும் ஒலி சன்னமாகக் கேட்கிறது – முனகல் மாதிரி.

முன்னால் ஒரு ஆள் நின்றிருக்கிறான். இவளை அவ்வப் போது எட்டி உதைக்கிறான். இவள் பந்து மாதிரி உருள்கிறாள். என்னதான் உருண்டாலும் முதுகு மட்டும்தான் என் பார்வையில் படுகிறது. முகம் தெரியவில்லை என்றாலும், அவர்களுக்குள் நடக்கும் பிணக்குக்கு என்ன காரணம் என்று தெரியாவிட்டாலும், அவள் எனக்கு வேண்டியவள் என்பதும் உதைக்கும் காலை வெட்டிப்போட வேண்டும் என்றும் எனக்குள் பதட்டம் உயர்கிறது.

உச்சமாக, நுனிக்காலால் கெந்தி உந்தி எறிகிறான் அவளை. கூரையிலிருந்து சொத்தென்று விழும் பல்லிபோல என் பாதத் தருகில் வந்து வீழ்கிறாள். அவசரமாகக் குனிந்து இரண்டு கைகளாலும் பற்றித் தூக்குகிறேன்... கனவு கலைந்துவிட்டது...

கூடி உட்கார்ந்து, கூடடையும் பறவைகள் மாதிரி ஒலியெழுப்பிய பெண்களில் ஒருத்தி என்னைப் பார்த்து எழுந்து வந்தாள். முதல் பார்வையிலேயே அயர வைத்துவிடும் பேரழகி. அழும்போது கூட விகாரம் தட்டாத முகவாகு. மோடம் போட்டிருக்கும் சந்தர்ப்பத்தில் தோகை விரித்து உல்லாசம் காட்டும் மயில்களை ஏகப்பட்ட தடவைகள் பார்த்திருக்கிறேன். 'நடனமாடும் பட்சி'

என்று பெயர் வந்ததற்குக் காரணம், அவ்வளவு பெரிய சுமையுடன் அது ஒயிலாகப் பாதம் பதித்து நடக்கும் விதம்தான் என்று தோன்றும். இவள் நடையும் அப்படித்தான். தன் அழகின் பளு தாளாமல்தான் நளினமாக நடக்கிறாளோ என்று தோன்றியது!

அவளுடைய முகமும் மோடம் போட்டுத்தான் இருந்தது.

கையெட்டும் தொலைவில் முன்னால் வந்து அமர்ந்தாள். எனக்குள் மின் அதிர்ச்சி மாதிரி உணர்ந்தேன். காரணம் என்ன என்கிறாய்? முந்தினநாள் கனவு வந்தது என்று சொன்னேனே, அதில் முகம் தெரியாமல் ஒரு பெண்பிள்ளை வந்தாள் அல்லவா, அது இவளேதான்.

கனவில்தான் முகம் தெரியவில்லையே அப்புறம் அவளேதான் இவள் என்று எப்படிச் சொல்கிறான் என்று தோன்றுகிறதல்லவா. உள்ளுணர்ச்சி காட்டிக் கொடுக்கும் சமாசாரங்களுக்கு, தர்க்கம் எதுவும் கிடையாது தம்பி. அந்த வேளையில், அந்த இடத்தில் அவள் வந்திருப்பது என் கனவுக்குள்ளிருந்து இறங்கியேதான் என்பதில் எனக்குத் துளியும் சந்தேகமில்லை.

வெற்றிலை சிவந்த உதடுகளில் சாறு ததும்பப் பேசியபோது, அவளைப் பார்த்துக்கொண்டிருப்பதைவிடவும் பக்திபூர்வமான காரியம் வேறில்லை என்று பட்டது. அவள் முகத்தில் நிலவிய காந்தியை இன்னொரு முகத்தில் நான் கண்டதில்லை – இன்று வரை.

சாமீ

என்றாள்.

ஆகா. காவிவேட்டியைப் பார்த்து என்னை சாமியார் என்று நினைப்பவர்கள் அநேகம் – இவளும் அந்த வகையறாதான் போல.

அவர்களுடைய கற்பிதத்தை நான் மெனக்கெட்டு முறிக்க மாட்டேன். நாமோ பரிகாரம் என்று எதையும் சொல்லப் போவதில்லை – இரண்டு காதுகளை இரவல் கொடுப்பதில் என்ன நஷ்டம்! தவிர, அவர்களுக்குத் தேவை பரிகாரம் அல்லவே. ஆறுதலான நாலைந்து வார்த்தைகள். 'எல்லாம் சரியாகிவிடும். நாலு அமாவாசை தாண்டிவிட்டால் சுபிட்சம் வந்து சேர்ந்துவிடும்' என்கிற மாதிரி எதையாவது சொல்லும்போது அவர்கள் முகம் மலர்வதைப் பார்க்க எவ்வளவு ஆனந்தமாய் இருக்கும் தெரியுமா!

சிலபேர் தட்சணை கொடுக்க முன்வருவார்கள். உறுதியாக மறுத்துவிடுவேன். எனக்கெதற்குக் காசு... அதுபோக, ஏமாற்றிச்

சம்பாதித்துவிட்டு, அந்தக் குற்றவுணர்வைவேறு ஆயுள் முழுக்கச் சுமந்து திரியவேண்டுமா? . . . என் முகத்தையே பார்த்துக் கொண்டிருந்த அவளிடம்,

சொல்லம்மா.

என்றேன். அவளை ரசிக்கிறேன் என்பதைக் காட்டிக்கொள்ளாமல் பேசுவது பெரும் சிரமமாய் இருந்தது.

எனக்கு எப்போ விமோசனம் கிடைக்கும் சாமீ?

பிரச்சினை இன்னதென்றே தெரியாமல் முடிவு சொல்வது எப்படி.

உனக்கு என்ன பிரச்சினை அம்மணீ?

எம் புருசன்கிட்டேயிருந்து எனக்கு விடுதலை கிடைக்கணும் சாமி . . .

இவ்வளவு பேரழகியைச் சரியாக நடத்த முடியவில்லை ஒருத்தனுக்கு என்றால் அவன் நிச்சயம் பார்வையில்லாதவனாகத்தான் இருக்க வேண்டும்.

. . . அப்புறம், என் புருசன் திரும்பக் கிடைக்கணும் சாமி . . .

எனக்குக் குழப்பம் தலைக்கேறியது.

நீ சொல்வது புரியவில்லையே அம்மா?!

ஆமா சாமி. என் வீட்டுக்காரரைக் காணோம். – நாலு வருஷமாய்.

காலையிலெ உன்கூட வந்தது?

அவர் என் வீட்டுக்காரர்.

குழப்பம் பலமடங்கு அதிகரித்தது. ஆனால், துளியும் கபடம் படியாத, பளிங்குமாதிரித் தெளிந்த முகத்துடன் அவள் பேசப்பேச, சகலமும் தெளிவாகி விட்டது.

இவளுடைய தகப்பனார் இவள் சிறுமியாய் இருக்கும்போதே காலமாகி விட்டார். சகோதரிகள் இருவரையும் பெரும்பாடு பட்டு வளர்த்தாள் தாயார். மூத்தவளைத் திருமணமும் செய்துகொடுத்தாள். அவன் ஜோசியன். ரேகை சாஸ்திரத்தில் தொடங்கி, சகலவிதமான ஆரூடங்களும் அறிந்தவன். ஆனால், இந்தப் பெண்பிள்ளை சொல்கிற பிரகாரம், மனசு சுத்த மில்லாதவன்.

சகோதரியைத் திருமணம் செய்த பிறகு, இயற்கையாகவே இந்தக் குடும்பத்தின் தலைவனாகிவிட்டான். ஏகப்பட்ட ஜாதகங்கள், அறிகுறிகள், சகுனங்களைப் பார்த்து இவளுக்கு அவனே ஒரு திருமணம் செய்துவைத்தான். வந்தவன், சித்த சுவாதீனமில்லாதவன். 'திருமணம் ஆனால் சரியாகிவிடும்' என்று சொல்லித்தான் அக்காள் புருஷன் திருமணத்தையே நடத்தினான். அக்காள் சுமாராக இருப்பாள் – அவளை நானுமே பிற்பாடு சந்தித்தேனே. இரண்டாம் தடவை பார்க்கத் தோன்றாது. தங்கை விஷயமே வேறு. இவள் தேவலோகத்தில் பிறந்து, அங்கேயே வாழ்க்கைப்பட்டிருக்க வேண்டியவள்.

மிகச் சரியாக ஆறுமாதம் கழித்து, மைத்துனி புருஷனை வைத்தியத்துக்காகக் கூட்டிப் போகிறேன் என்று சாக்குச் சொல்லி, ரயிலேற்றிக் கூட்டிப்போனான். தெற்கே எங்கேயோ அத்துவானக் காட்டில் விட்டுவிட்டு வந்துவிட்டான். அவ்வளவுதான் – இந்தப் பெண்ணை முழுக்கத் தன் ஆதிக்கத்தில் கொண்டுவந்தான்...

> **இ**ந்தாளை மோசம்னு சொல்ல மாட்டேங்க. அதெல்லாம் நல்லாத்தான் வச்சிக்கிர்றாரு. ஆசையா நடந்துக்கிரு வாரு. ஏதோ நம்ம கெரகம்தான் சரியில்லாமெப் போச்சுண்டா, கூடப்பெறந்த அக்கா வாழ்க்கையையும் பகுந்துக் கிட்டமேண்டு அம்புட்டு வருத்தமா இருக்குங்க சாமி.

என்று சொன்னாளாம் சீதாபதியிடம்.

அவள் தெலுங்கிலோ, வேறேதும் மொழியிலோகூடச் சொல்லியிருக்கலாம். சீதாபதியின் வாக்கியங்களில் அதை மீண்டும் கேட்டபோது, அவள் மதுரை ஜில்லாவில் பிறந்து வளர்ந்தவள் என்றே எனக்குப் பட்டது. சொல்லும்போது அவள் முகத்தில் அபூர்வமான பளபளப்பும், பிரகாசமும் கூடியிருந்தனவாம். துக்கம்தான் எத்தனை அழகு என்று சீதாபதிக்குத் தோன்றியது.

> இந்தாம்மா, மொதோ என்னெ சாமீ ண்டு கூப்புடுறதெ நிறுத்து. நான் சன்யாசியுமில்லே, புண்ணாக்குமில்லே. ஒங் கெரகம் மாதிரித்தேன், எனக்கும் சுளி செரியில்லாமெப் போச்சு. இப்பிடி ஊர் ஊரா அலைஞ்சிக்கிட்டுத் திரியிறேன்...
>
> அட, அப்ப நம்ம ரெண்டுபேரும் ஒண்ணூண்டு சொல்லுங்க!

இந்த வாக்கியத்தை அவள் சொன்ன மாத்திரத்தில் இரண்டு கைகளாலும் அவளைத் தழுவி இறுக்கிக்கொள்ள வேண்டும் என்று சீதாபதிக்குள் இருந்த இன்னொரு சீதாபதிக்குப் பரபரத்ததாம்.

தொடர்ந்து அவளைப் பற்றிப் பேசியபோது, அவருடைய குரலில் சன்னமான குழைவு ஏறிவிட்டது. சில இடங்களில் தொண்டை அடைக்கவும் செய்தது...

எழுந்து நடந்துபோனாள். ஆந்திராவின் கிராமப்புறப் பெண்கள் மாதிரி, சேலையைத் தார்ப்பாய்ச்சிக் கட்டியிருந்தாள். பின்புறம் பார்த்தாலும் மயில்தான். இத்தனை வருஷம் கழித்து இப்போது யோசித்தால் மனசில் படுகிறது – அவளுடைய அழகு உருவத்தில் இல்லை. தான் அழகி என்று அவளுக்குத் தெரியாது. ஆமாம், கொஞ்சம்கூடத் தெரியாது. அந்த வெகுளித்தனத்தைப் பார்த்துத் தான் நான் சொக்கியிருக்க வேண்டும்.

அந்த ஊரில் கொஞ்சகாலம் இருக்க முடிவுசெய்தேன். அவளுக்கு வேலைகொடுத்த மேஸ்திரியிடமே நானும் வேலைக்கு அமர்ந்தேன். மடைமாற்றி நீர் பாய்ச்சுவது என்னுடைய வேலை. ஏக்கராக் கணக்கில் இருந்த வயல் என்பதால், மண்வெட்டியும் கையுமாய்ப் பகல் முழுக்கவே அலைந்து திரிய வேண்டும். ஆனால், எவ்வளவு தொலைவு போயிருந்தாலும், மதியச் சாப்பாட்டுக்கு அவள் இருக்கும் இடம் வந்துவிடுவேன்.

மிகச் சரியாக இரண்டு வாரத்தில் அந்த முக்கியமான முடிவை எடுத்துவிட்டோம். ஆமாம், என்ன வந்தாலும் சரி, அவளுடைய அக்காள் புருஷனிடம் சென்று பேசிவிட வேண்டியதுதான்.

ஆனால், அவள் இரண்டு நிபந்தனைகள் விதித்தாள். ஒன்று, அவளுடைய தாயாரையும் எங்களுடன் வைத்துக்கொள்ள வேண்டும். இரண்டு, அவளுடைய பூர்விக வாழ்க்கை பற்றி நான் பேச்செடுக்கவே கூடாது... நிபந்தனையில்லாமல் சம்மதித்தேன்.

அவளுடைய அக்காள் புருஷன் மிடுக்கான ஆள். தான் சாதாரண ஜோசியன் அல்ல, அந்தக் கிராமத்தின், ஏன் அந்தப் பிராந்தியத்தின் தலைவன் என்கிற மாதிரி தோரணை இருந்தது அவனிடம். வாய் நிறைய வெற்றிலையும், புஸ்தி மீசையும், இரண்டு காதிலும் கனத்த கடுக்கனும், ஏந்திச் சீவிய அடர்ந்த கேசமும், அது சரிந்து அகல நெற்றியின் குறுக்கே பாய்ந்த மூன்று கோடுகளுமாக நான் சொன்னதை முழுக்கக் கேட்டான். திரும்பத் திரும்ப நான் சொன்னது இதுதான்:

சகுந்தலாவெ எனக்குக் கட்டிக் குடுத்துருங்க. அவளெ என் கண்ணு மாதிரிப் பார்த்துக்கிருவேன்.

அவன் என்னையும் அவளையும் மாறிமாறிப் பார்த்தான். இரண்டு விஷயங்கள் எனக்கு ஆறுதலாகப் பட்டன. ஒன்று, அவன் எடுத்த மாத்திரத்தில் என்மீது கடிந்து விழவில்லை என்பது. இரண்டாவது, அவளை அவன் பார்த்த பார்வை வறண்டு இருந்ததாகத் தோன்றியது. என்னதான் பேரழகியாய் இருந்தாலும், அவனுக்குப் பழகிப் புளித்திருக்க வேண்டும் அவள்!

சண்டாளன், தன் வலது கை விரல்களை மடக்கியும் நீட்டியும் கூட்டியும் விரித்தும் கட்டைவிரலால் விரல்களின் உள்பகுதிக் கணுக்களைத் தொட்டும் ஏதேதோ கணக்குப் போட்டான். அப்புறம் 'சரி' என்றான். ஆனால், அவனும் இரண்டு நிபந்தனைகள் விதித்தான்.[2] ஒன்று, சீர் செனத்தி, ஊரைக் கூட்டுவது என்று எதுவும் கிடையாது. மஞ்சள் கயிறும் ஒருவேளைச் சாப்பாடும் மட்டும்தான். இரண்டு, முகூர்த்தம் முடிந்தவுடனே ஊரைவிட்டுக் கிளம்பிக் கண்காணாத இடத்துக்குப் போய்விட வேண்டும்.

இப்பத்தான் நான் சொல்ல வந்த விஷயத்துக்குப் பக்கமா வந்துருக்கோம் தம்பீ. வழியனுப்பக் கூட யாருமில்லாமெப் பொறப்புட்டுட்டோம். நாலு கண்டுசனோடெயும், ரெண்டு பொம்பளைகளோடெயும் ஊரெவிட்டுக் கௌம்பியாச்சு. ஆத்தாக்காரி கண்ணு முளுக்கத் தண்ணி ரெம்பி, அளுகுறாளா சிரிக்கிறாளாண்ற தடயமே தெரியாமெ எங்ககூட நடந்து வந்தது என் கண்ணுக்குள்ளெயே பத்தரமாக் கெடக்கு. ஆனாக்கெ, அவ முளூமனசா எங்ககூடக் கிளம்பி வந்தாண்டு எனக்குத் தோணலே...

என்றார் சீதாபதி. பேச்சு நின்றது. ஒரே மௌனத்தின் இரண்டு பக்கங்கள் மாதிரி அவரவர் அமைதிக்குள் அமிழ்ந்திருந்தோம். இரண்டு சுவாசங்கள் மட்டும் தாளம் தப்பிய இணைவாத்தியங்கள் போல ஒலித்தன. எனக்கு ஒரு சிகரெட் தேவைப்பட்டது.

எழுந்து, சற்றுத் தள்ளி நான் நடந்து போனது அவருக்குத் தெரிந்திருக்காது என்றே நினைக்கிறேன். எங்கோ தொலைவில்

---

2. சீதாபதி கதைசொல்வது சம்பந்தமாக ஒரு விஷயம் கவனித்திருந்தேன். ஒவ்வொரு நாள் ஒவ்வொரு எண்ணுடைய ஆதிக்கத்தில் இருப்பார் அவர். இன்றைக்கு எல்லாமே இரண்டிரண்டாக இருக்கிறதா. சில நாள் மூன்று, சில கதைகளில் நாலு, ஐந்து என்று பத்தி பிரிப்பார். அவருடைய சிந்தனையின் நேர்த்தி என்று இதைச் சொல்வதா, கற்பனையின் ஒழுங்கு என்றா என்று என்னால் உய்த்துணர முடியவில்லை. ஆனால், தமிழின் மிகப் பெரிய எழுத்தாளராக அல்லது கதைசொல்லியாக மலர்ந்திருக்கவேண்டியவர் என்று அவரைப் பற்றி நான் மறுகுவதற்கு இன்னொரு காரணமாய் அமைந்த அம்சம் இது.

புதைந்து கிடந்த நாள் ஒன்றின் அந்தரங்கத்தில் புதையுண் டிருக்கலாம் அவர். தார்ச்சாலையில் விரைந்து வந்த சரக்கு லாரி, பாலத்தைக் கடப்பதற்காக வேகம் குறைத்தது.கூசவைக்கும் விதமாகப் பாய்ந்த ஒளியில் சீதாபதியின் முகத்தைத் திரும்பி நோக்கினேன்.

அவருடைய பார்வை நிலைகுத்தி ஒரே இடத்தில் நின்றது. சரக்கு லாரி அத்துவானத்தின் தொலைவுக்குள் விரைந்து மறையும் ஒலி தேய்ந்து விலகியது. ஆனாலும் அதன் ரீங்காரம் சில வினாடிகள் எனக்குள் மீந்திருந்தது..

ஆனால், ஒரு சிகரெட் பிடிக்கும் அவகாசம்தான். இன்னும் சற்று எட்டப் போய் நான் சிறுநீர் கழித்துத் திரும்பியபோது, மாயக் கம்பளம் மரத்தடிக்கு மீண்டிருந்தது. அவசரமாகவும், முன்பைவிட வேகமாகவும் விவரிக்கத் தொடங்கினார் சீதாபதி.

ஊரைவிட்டுக் கிளம்பி, ரயிலடியைப் பார்த்துப் போகும் வண்டிப்பாதையில் நடந்தார்கள். இரண்டு மூன்று ஃபர்லாங் தாண்டியிருக்கலாம். சகுந்தலா திடீரென்று நின்றாள். வயிற்றைக் கலக்குகிறதாம் அவளுக்கு. தலைச்சுமையுடன் நின்ற தாயாரை முன்னால் போய்க்கொண்டே இருக்கும்படியும், புதரடியில் ஒதுங்கிவிட்டு புருஷனுடன் வந்துசேர்வதாகவும் சொல்லி அனுப்பினாள்.

கிழவியின் தலையசைப்பில் லேசான தயக்கம் தெரிந்தது. ஆனாலும், நடக்கத் தொடங்கினாள். அவள் தலை மறைந்ததும், அக்கம்பக்கம் யாரும் இல்லையே என்று பார்த்துவிட்டு, ஒரு புங்க மரத்தடிக்குப் போனாள் சகுந்தலா. மறுபக்கம் அவளுடைய புட்டம் மட்டுமே துருத்தித் தெரியுமளவு பருமனும் அகலமுமான தண்டு கொண்ட, நன்கு விளைந்த மரம். அடையாளம் வைத்துக் கொள்ளத் தோதுவான பிரம்மாண்டம் கொண்டது. இன்னது செய்கிறாள் என்பது தெரியாமலே பத்து நிமிஷம் போலக் கழிந்தது.

நிமிர்ந்தவள் சீதாபதியைக் கைகாட்டி அழைத்தாள். நெற்றி முழுக்க ஊறி வழிந்த வியர்வை. போனார்.

அப்போதுதான் அவள் வெறுங்கையால் தோண்டி முடித்திருந்த சிறு குழிக்குள், மூடியிட்ட மண் கலயம் பாதி புதைந்த நிலையில் இருந்தது. தோண்டிப் போட்ட மண் மீது வேரோடு சாய்ந்து பரட்டையாய்க் கிடந்தது ஒரு முள்செடி.

இவர் அருகில் வந்ததும் மூடியைத் திறந்தாள். ஆபரணங்கள் சிலவும், வெள்ளிக்காசுகள் ஏகப்பட்டதும் மினுங்கின உள்ளே. தாய்க்கும் ஜோசியனுக்கும் தெரியாமல் சேர்த்துவைத்த ஐசுவரியமாம் அது.

இந்தச் சனியன் எதுக்கு நமக்கு?

என்று தன்னையுமறியாமல் சொன்னார் சீதாபதி. அவள் முகம் ஒரு கணம் கூம்பி, மீண்டும் பழைய நிலைக்குத் திரும்பியது. ஆச்சரியமும்[3] காதலுமாய்க் கண் மலர்த்தி சீதாபதியைப் பார்த்தாள். மறுவார்த்தை பேசாமல் மண்ணைக் குழிக்குள் சரிக்கத் தொடங்கினாள். முள்செடியைப் பழையபடி நட்டுவிட்டு நிமிர்ந்தவள், மண் அப்பிய கைகளோடு இவரைத் தன்னுடன் சேர்த்து அணைத்துக்கொண்டாள். வியர்வையும் மண்ணும் உறுத்தும் உதடுகளால் இவரை அழுத்தி முத்தமிட்டாள். கன்னில் பொங்கிப் பொங்கி வழிந்தது கண்ணீர்.

மழைக்கால ராத்திரி. சிணுசிணுவென்று தூறிக்கொண்டிருந்தது. இது என்ன இழவு, ஒன்று அடித்துப் பெய்ய வேண்டும், இல்லையோ சாதாரணமாக இருக்க வேண்டும். குடிசைக்குள்ளேயும் படுக்க முடியாமல், வெட்டவெளிக் கயிற்றுக் கட்டிலில் விச்ராந்தியாய்க் கிடக்கவும் முடியாமல், ஓலைச்சார்ப்புக்குக் கீழே ஒண்டவைத்து விட்டதே. இப்படியா இரண்டுங்கெட்டானாய்க் கழுத்தறுக்கும் என்று அலுப்புத் தட்டியது. சரி, வாழ்க்கை முழுக்க அப்படித்தானே கழிந்திருக்கிறது எனக்கு.

தூறல் சற்று ஓய்ந்தது. கட்டிலுக்குத் திரும்பினேன். நார்ப் பிரிகளின்மேல் விரித்த மேல்துண்டையும் தாண்டி ஈரத்தின் நசநசப்பு முதுகில் தொற்றியது.

படுத்தவாக்கிலேயே ஒரு பீடியைப் பற்றவைத்தேன். ஆமாம், இடையில் கொஞ்சநாள் பீடிப் பழக்கம் இருந்தது. யார் பழக்கி விட்டார் என்று ஞாபகமில்லை. சிலநாள் நாலைந்து கட்டுகள்கூடக் குடித்துவிடுவேன். சகுந்தலா கறாராகச் சொல்லியிருந்தாள்—குழந்தை பிறந்தபிறகு இந்தக் கேடுகெட்ட பழக்கத்தை அடியோடு விட்டுவிடவேண்டும். நானும் அப்போதைக்குச் சரி என்றிருந்தேன். அவள் வாக்குறுதி கேட்ட சந்தர்ப்பம் அந்த மாதிரியானது!

---

3. அந்த அம்மாள் தானே சேர்த்துவைத்த பணம்தானே அது, புதிய வாழ்க்கை தொடங்க அதை எடுத்துப் பயன்படுத்துவதில் தவறு என்ன இருக்க முடியும், எவ்வளவோ நாளாகச் சேமித்துவந்ததை ஒரே கணத்தில் உதறுவதற்கு அந்தப் பெண்மணி எப்படி சம்மதித்தாள்... பொங்கிவந்த கேள்விகளை உச்சந்தலையில் அடித்து அடக்கினேன். நாயகர் அல்லவா சீதாபதி, அதற்குத் தக்கபடி நடந்துகொள்ள வேண்டாமா!

ஆனால், சும்மா இருக்கும் நேரங்களிலும்கூட, அவள் சொன்னால் தட்டத் தோன்றாது தம்பி. மனசின் கனிவு முழுக்க அவள் முகத்தில் படர்ந்திருக்கும். அத்தனை வெகுளியான கண்களை நீயெல்லாம் பார்த்திருக்கவே மாட்டாய். மற்றவன் காது வலிக்குமோ என்கிற மாதிரி, தயங்கிக் கிசுகிசுக்கிற குரல். ஆமாம், அவள் என்னிடம் பேசிய ஒவ்வொரு வார்த்தையுமே ரகசியம் மாதிரித்தான். கொஞ்சத்தை மட்டும்தான் உன்னிடம் சொல்லியிருக்கிறேன்.

அவளைப் பற்றி விசேஷமாகச் சொல்லவேண்டிய இன்னொரு விஷயம் இருக்கிறது. சகுந்தலா அப்படியொரு சுத்தக்காரி. பூங்காவனத்துக்கு மருமகளாக வர முழு யோக்கியதை உள்ள பெண்பிள்ளை.

வேலைவிட்டுத் திரும்பியதும் குளிக்கப் போனால், ஒரு மணிநேரம்போல ஆகும். இருவருமே சிலேட்டுக் கல் குவாரியில் வேலை பார்த்தோம். நான் கல் உடைப்பேன். அவள் கூடை சுமப்பாள். இப்பேர்ப்பட்ட அழகுச்சிலையை வெயிலிலும் சாம்பல்நிறப் புழுதியிலும் புழங்கவிடுகிறோமே என்று ஆதங்கமாக இருக்கும். வேலை முடிந்து திரும்பும்போது, தங்க விக்கிரகத்துக்கு விபூதிக் காப்பு சாத்திய தினுசில் இருப்பாள். இமைமுடிகளில்கூட தூசுப்பொடி அடர்ந்திருக்கும்.

நாங்கள் வசித்த குடிசைக்குப் பின்புறம் பொதுக் கிணற்றடி இருந்தது. ஒருபுறம் பெண்களும் மறுபுறம் ஆண்களும் நின்று குளிப்பார்கள். ஆண்களுக்கு இணையான வேகத்தில் தோழிகள் குளித்துவிட்டுத் திரும்பிய பிறகும் கூட, சகுந்தலா அந்த இடத்தை விட்டு நகர மாட்டாள். ஒவ்வொரு நகக்கண்ணாகச் சுத்தம் செய்து குளிப்பாள்.

கோதி வாரிய ஈரக் கூந்தலும், சலவை மணக்கும் பருத்திப் புடவையும், தேங்காயெண்ணெய் மணமுமாகப் படுக்கைக்கு வரும் தேவதையை உடனடியாகக் கையில் ஏந்திக்கொள்வேன். விடியும்வரை அவளுடைய அணைப்பையும் வெதுவெதுப்பையும் விட்டு விலக மனம் வராது. ஒன்றுமே நடக்காவிட்டாலும் அவள் கைகள் என்னைச் சுற்றிக் கயிறுபோல இறுகியிருக்க வேண்டும்.

வீடும் பளிங்காக இருக்கும். மண் சுவரும், வைக்கோல் கூரையும் கொண்ட குடிசையை அவ்வளவு சுத்தமாகப் பராமரிக்க அவளால் மட்டும்தான் முடியும். பிள்ளைத்தாய்ச்சியாக இருந்தாலும், சாணம் கரைத்து மெழுகுவதென்ன, வேளை தவறாமல் ஊதுபத்தி கொளுத்துவதென்ன, வாசல் முற்றத்தையும் பின்கட்டையும் ஓயாமல் பெருக்குவதென்ன . . . ‘முற்றத்தில்போய்

ஏன் இவ்வளவு மெனக்கெடுகிறாய்' என்று கேட்கமாட்டேன். தாய்க் கிழவி இரவில் படுப்பது அங்கேதான். சகுந்தலாவின் மனசு மாதிரியே வீடு என்று நினைத்துக்கொள்வேன்...

அந்த நாள் என்னுடையது இல்லை தம்பி. நிற்காமல் ஓடும்படி சவுக்கைச் சொடுக்கி உத்தரவு போடுகிறானே, அந்த ராட்சசனுக்குரியது. அவன் சொடுக்கும் ஒலியும், தடதடவென்ற நடையும் கொஞ்சமும் காதில் விழாத பேதையாய்க் கயிற்றுக் கட்டிலில் கிடந்ததை, பின்னாட்களில் நினைத்து நினைத்து மறுகியிருக்கிறேன்.

கொசுத்தூறல் போடும் ஆகாயத்தை வெறித்துப் பார்த்தேன். இந்த ஆகாயத்துக்கும் என்னுடைய ஊரின் ஆகாயத்துக்கும் ஏதாவது வித்தியாசம் தெரிகிறதா என்று உற்றுக் கவனித்தேன். அப்புறம் ஏன் இந்த ஊர் என்னுடையது இல்லை என்று தோன்றுகிறது? இந்த ஊரின் மண்ணும் தெருப்புழுதியும் கூட என் ஊரில் இருப்பது மாதிரித்தான் இருக்கிறது. என் ஊர் என் ஊர் என்று நினைத்துக்கொள்கிறேனே, அங்கே நான் பிறந்தேன் சிறுவயதில் அங்கேதான் வளர்ந்தேன் என்பதால், ஊரின் ஒவ்வொரு அங்கமும் எனக்குத் தெரியும் என்பதால் மட்டுமா அப்படிச் சொல்கிறேன்.

இத்தனை ஊர் பார்த்திருக்கிறேனே, எந்த ஊரிடமும் எனக்கு அன்னியோன்னியம் ஏற்பட்டதில்லை; ஒப்பிட்டும் பார்த்ததில்லை. சகுந்தலாவுடன் இங்கே குடித்தனம் அமர்ந்ததால் தான் இந்த ஊரையும் என்னுடைய ஊரையும் ஒன்றாய் வைத்துப் பார்க்கத் தோன்றுகிறது போல...

இதோ, பிரசவ நோவெடுத்து முக்கிக்கொண்டும் முனகிக் கொண்டும் குடிசைக்குள் உருண்டு புரளும் சகுந்தலா என்னை இன்னும் ஒரு தளத்துக்கு நகர்த்திவிடுவாள். ஆமாம், நான் தகப்பனாகிவிடுவேன் – இன்னும் கொஞ்ச நேரத்தில்.

எங்கேயோ பிறந்து, எங்கேயெல்லாம் அலைந்து, இப்படி எங்கோ ஓர் ஊரில் மல்லாந்து காத்துக் கிடக்கிறேனே... இதற்கெல்லாம் புது அர்த்தம் சேர்ந்துவிடப் போகிறதா என்ன? பிச்சைக்காரன் சட்டை மாதிரி ஏகப்பட்ட கந்தல்களும் ஒட்டுகளுமாய் இருந்துவந்த வாழ்க்கை புதுத் துணியாக மாறப்போகிறதா!... பீடி கையைச் சுட்டது.

சட்டென்று, குடிசைக்குள் அரவம் அதிகரித்துவிட்ட மாதிரி இருந்தது. மாமியார்க்காரியின் அழுகுரல் போலக் கேட்டது.

எழுந்து உள்ளே நுழையலாமா, அசந்தர்ப்பமாக இருக்குமா என்று யோசித்து முடிக்கவில்லை – ஒத்தாசைக்கு வந்திருந்த உள்ளூர் மருத்துவச்சி வெளியில் வந்தாள். வீட்டுக்கு வந்தபோது இருந்த மாதிரி இல்லை – தலை தொய்ந்திருந்தது.

அவ்வளவுதான், தாயும் பிஞ்சும் ஒன்றாகப் புறப்பட முனைந்திருந்த சமயத்தில் கையைச் சுட்ட பீடிதான் நான் கடைசியாய்க் குடித்தது. அதற்கப்புறம் பீடி நினைவு வரும்போதெல்லாம், மருத்துவச்சியின் தொய்ந்த தலையும் கூடவே வரும்.

அடுத்தடுத்துக் காரியங்களில் இறங்கினேன்.

மிகச் சரியாகப் பதினைந்தாவது நாள், சகுந்தலாவின் அம்மா தன்னுடைய பழைய ஊருக்கே திரும்பப் போவதாகச் சொன்னாள். மனப்பூர்வமாகச் சம்மதித்து அனுப்பிவைத்தேன். அவளுடைய பஸ் புறப்பட்டுப் போகும்போது கிளப்பிய புழுதிப் படலத்துக்குள்ளிருந்து என்னை ஒரு சந்தேகம் தொற்றியது. ஆரம்பத்திலிருந்தே என்னுடன் சுமுகமாக இல்லையே அந்தக் கிழவி, பிள்ளைப்பேற்றின்போது என் மனைவி இறந்து போனதில் இந்தக் கிழவியின் கைவேலை ஏதாவது இருக்குமோ?

ஒரு நொடி ரத்தம் தலைக்கேறியது. ஒரு நொடிதான். அப்புறம் தானாகச் சமனப்பட்டது – ஆராய்ந்து கண்டுபிடித்து என்ன பிரயோசனம்? தவிர, துக்கத்தில் மூழ்கின மனசு தப்புத்தப்பாய்த்தான் யோசிக்கும். அதையெல்லாம் பொருட் படுத்தலாமா.

கண்ணுக்குத் தெரியாத உயரத்திலிருந்து என்னைப் பொம்மை மாதிரி ஆட்டிவைக்கிறானே சண்டாளன், விளங்குவானா அவனெல்லாம் என்று அடிமனம் குமுற ஆரம்பித்தது.

கடந்த இரண்டு வாரங்களில் ஊர் திரும்பிவிடலாம் என்று அடிக்கடி தோன்றிக்கொண்டிருந்தது. கிழவி பற்றிய சந்தேகம் தொற்றிய மாத்திரத்தில் அந்த எண்ணம் அறுபட்டுவிட்டது. தெரியாத மனிதர்கள் தெரிந்தவர்களானவுடனே அவர்களுடைய அழுக்கும் தெரிய ஆரம்பித்துவிடுகிறதே . . .

மறுபடியும் வடக்கே கிளம்பினேன். போகும் வழி முழுக்க மனம் அரற்றிக் கொண்டேயிருந்தது. அத்தனை அழகும், அத்தனை அன்பும், ஒரு கர்ப்பகாலம் மட்டிலும் நீடித்திருக்கத்தானா?

என்னுடையதுதான் என்ன மாதிரி ஜென்மம்? பஞ்ச பூதமும் எனக்கு எதிராக இருக்கிறதே . . .

ஆமாம் தம்பீ. சொன்னால் நம்பமாட்டாய். டப்பாவாலாவாக இருந்தபோது கொஞ்சம் சாமான் சேர்க்க ஆரம்பித்தேன். திடீரென்று ஒருநாள் முற்பகல் பொழுதில் தாராவியில் பற்றிய நெருப்பு முழுசாகக் காவு வாங்கியது வெறும் பத்துக்குடிசைகளை மட்டும்தான். அதில் ஒன்று என்னுடையது. காலையில் வீட்டைவிட்டுக் கிளம்பிப்போனவன், சாயங்காலம் திரும்பியது சாம்பல் மேட்டுக்கு.

நர்மதையின் அக்கரைக்கு இடம் பெயரலாம் என்று படகில் கிளம்பியபோது என்னிடம் ஒரு ட்ரங்க்குப் பெட்டி இருந்தது. சகுந்தலாவும் நானும் கல்யாணமான புதிதில் ஜோடியாக எடுத்துக்கொண்ட கறுப்புவெள்ளைப் புகைப்படம் அதில்தான் இருந்தது. கரைக்கு நூறடி தூரம் இருக்கும்போது, சுழியில் மாட்டி, படகு கவிழ்ந்தது. என்னுடைய ஒருவருடக் காதல் வாழ்க்கையின் கடைசிமிச்சமும் நீருக்குள் மூழ்கிப் போனது.

வண்டியோட்டியாக இருந்தபோது, எஜமான் எனக்கொரு குடிசை போட இடம் கொடுத்திருந்தார். அந்தப் பகுதியில் காற்றின் வேகம் ஜாஸ்தி. அடிக்கடி புயல் அடிக்கிற பிரதேசம். ராத்திரி தூங்கிக்கொண்டிருக்கிறேன் – விடிந்து பார்த்தால் ஆகாயம் தெரிகிறது. ராவோடு ராவாகக் கூரை பிய்த்துக்கொண்டு போயிருக்கிறது. அதுகூடத் தெரியாமல் அயர்ந்து உறங்கினேன் போல.

வைத்தியர்கள் சங்காத்தம் போதும் என்று விலகிய அந்த ஆரம்பக் கட்டத்திலேயே, டிக்கெட் எடுத்துப் பிரயாணம் செய்த ரயில் பெட்டியில், தோள்பையின் வாரைக் கத்தரித்து, பையைக் கொண்டுபோய்விட்டான் யாரோ ஒரு புண்ணியவான்.

இதையெல்லாம் கண்ணால் பார்த்துவிடுகிறோம். பஞ்ச பூதம் என்று கணக்கும் சொல்கிறோம். 'ஆறாவது பூதம் ஒன்று இருக்கிறது. குழந்தையைக் கிழவனாக்குவது, சினைப் பசுவைப் பிள்ளைபெற வைப்பது, பாலைத் தயிராக்குவது, மலையை மணலாக்குவது, உடம்பை மண்ணாக்குவது என்று எல்லா வேடிக்கையையும் நடத்திவைப்பது அதுதான்' என்று வங்காளத்துச் சாமியார் எனக்குச் சொல்லியிருக்கிறார். கண்ணுக்குத் தெரிகிற சனியன்களை மாதிரியேதான், இந்த மாயபூதமும் எனக்கு எதிராகக் கங்கணம் கட்டி வேலை செய்து வந்திருக்கிறது. எப்போதோ ஒரு சமயத்தில் என்னை மொத்தமாகச் சுருட்டி வாரிக் கொண்டுபோயிருந்தால்கூட நன்றாயிருந்திருக்கும். உசிரோடு இருக்க வைத்து வதைக்கிறது.

ஆக, நமக்கு விதித்தது வேர்பிடித்த வாழ்க்கை இல்லை. பாதையில் கிடக்கும் சாணி மாதிரி, ஏதோ வண்டிச்சக்கரத்தில்

ஒட்டி, தேயத்தேய எங்கெங்கோ உருண்டு நசுங்கி, உருவமழிந்து காய்ந்து உதிர்ந்து போகிற வாழ்க்கை...

நல்லவேளை, ஒரே மாதத்தில் இந்தத் துக்கத்தின் கனமும் வழக்கம்போல ஆவியாகிவிட்டது.

ஆனால், கொஞ்சநாள் காணாமல் போயிருந்த துக்கம் முழுசாக ஆறிவிடவில்லை, வறண்டு காய்ந்த பொருக்குக்கு அடியில் பச்சை ரணமாகத்தான் இருக்கிறது என்பதை உணரக் கிடைத்த சந்தர்ப்பமும் சீக்கிரமே வந்துவிட்டது சீதாபதிக்கு.

ரயில்பாதை ஓரமாக நடந்துகொண்டிருந்தார். ரயில் என்ற சொல்லை உச்சரிக்கும்போதெல்லாம் தமக்குள் அபூர்வமான வாஞ்சை உயர்வதை உணர்வார் சீதாபதி. கடந்து செல்லும் ரயிலைப் பார்க்கும்போது, தமது தாய்வீடு விட்டுச் செல்கிறமாதிரி மனம் கனக்கும். பின்னே, அந்த நாட்களில் அனாதைகள், கையில் காசில்லாத பராரிகள் ஓர் இடத்திலிருந்து இன்னோர் இடம் பெயரவேண்டுமானால், ஒன்று, நடக்க வேண்டும்; கால் செத்த பிறவி என்றாலோ, ரயில்தான் கதி. போக்கு வண்டிக்காரர்கள் உதவுவார்கள்தாம். ஆனால், வண்டியும் காலியாய் இருந்து, மனசும் நிறைந்திருந்தால் மட்டுமே ஏற்றிக்கொள்வார்கள். நெடுஞ் சாலைகளில் அவர்களை அதிகம் பார்ப்பதற்கில்லை.

கூட்டம் அதிகமான பெட்டியைப் பார்த்து ஏறிவிட வேண்டியதுதான். சௌகரியம் எதிர்பார்க்கக் கூடாது. பலசமயம் ராத்திரிமுழுக்க நின்றவாறே பயணம் செய்யவேண்டியிருக்கும். தவறுதலாக முன்பதிவுப் பெட்டிகளில் ஏறிவிட்டால்தான் பிரச்சினை. பரிசோதகர்கள் ‘ஜெயிலுக்கு அனுப்பட்டுமா?’ என்று மிரட்டுவார்கள். சிலர் அனுப்பவும் செய்வார்கள் என்று கேள்விப்பட்டிருக்கிறார்.

இறங்கும் இடத்தில் பிடிபட்டதும் உண்டு. கோபமாக நாலு வார்த்தை பேசி அனுப்பிவிடுவார்கள். சிலா கெட்டவார்த்தை திட்டித் திருப்திப்படுவார்கள். சீதாபதிக்குக் கோபமே வராது. ‘என்னுடைய நிலைமைக்கு இப்படித்தான் பிரயாணம் செய்ய முடியும் என்கிற மாதிரி, அவருடைய கடமையை அவர் செய்கிறார் – இதில் சடைத்துக்கொள்ள என்ன இருக்கிறது’ என்று சிந்தனை ஓட, தலைகவிழ்ந்து நின்றிருப்பார்.

ரயில்களால் இன்னொரு பிரயோசனமும் இருந்தது. கைச்சுமை எதுவும் இல்லாமல் தனியாகப் போகிற ஆள் என்பதைக் கவனித்து யாராவது பேச்சுக் கொடுப்பார்கள்.

அதிலிருந்து ஒரு சிநேகிதமோ உறவோ உருவாகும். சிலது ரயிலைவிட்டு இறங்கும்வரை நீடிக்கும். சிலபேர் அவர்களுடைய இடத்துக்கு அழைத்துச் செல்வார்கள். குறைந்தது நாலைந்து நாள் அந்த உறவு நீடிக்கும். நிலையாகக் காலூன்றும் நிர்ப்பந்தம் எதுவும் இவருக்குக் கிடையாது என்பதால் முதல் வாய்ப்பிலேயே புளித்துவிடும்.

பெரும்பாலும், சக பிரயாணியாக வந்த ஆளுக்கும், தன் இடத்துக்குக் கூட்டிச்சென்ற ஆளுக்கும் சம்பந்தமே இருக்காது – அநேகமாக சல்லிசான கூலிக்குக் கிடைத்த வேலையாள் என்றே இவரை நடத்துவார்கள்!'[4]

விட்ட இடத்துக்கு வருவோம். தண்டவாளம் பதிந்த சரளைக் கற்களில் கால் இடறஇடறப் போய்க்கொண்டிருந்த சீதாபதியின் மனமானது, தடையற்று ஆகாயத்தில் மிதக்கும் பட்டம் மாதிரி தன்னிச்சையாகத் திரிந்தது – வால்போலத் தொங்கும் கேள்விகளோடு.

நிஜமாகவே தான் யார். தற்செயலாகக் கொஞ்ச காலம் தாய்தகப்பனோடு வாழநேர்ந்த பிறவி நாடோடியா, தலைவிதியின் சுமை அழுத்துவதால் துறவுக்குள் நுழைய முடியாமல் போன குடும்பஸ்தனா, அல்லது முறையாகக் குடும்ப வாழ்க்கை அமைத்துக்கொள்ளத் துப்பில்லாத சன்யாசியேதானா. நாலாவதாக ஒரு வகையும் இருக்கிறது – பிரியமும் காதலும் பொங்க ஆவேசமாக நெருங்கும் நேரங்களில் நிஜம்போல சகுந்தலா சொல்லிச்சொல்லிக் கொஞ்சுவது. ஆமாம், தன் வாழ்க்கையை உய்விக்க வந்த கந்தர்வன் என்று அவள் பிதற்றுவாள். சாபம் வாங்கி பூமியில் பிறந்து, முற்பிறவிக் கர்மம் அனைத்தையும் தனியாய்த் திரிந்து கழிக்க வேண்டியிருக்கிறதோ ... இவரையும் முந்திக்கொண்டு தேவலோகத்துக்குத் திரும்பிவிட்ட தேவதை அல்லவா சகுந்தலா! ...

ரயில் பாதையையொட்டியே தார் ரஸ்தாவும் போகும் பிரதேசம் அது. இரண்டுக்கும் இடையே மிஞ்சிப்போனால் நூறடி இடைவெளி இருக்கும். சாலையோரம், சற்று நீளமான கூண்டுகொண்ட வண்டி சரிந்து நிற்பது கண்ணில் பட்டது. தரையில் ஊன்றிய நுகக்கால் நுனியில் அமர்ந்து பீடி குடித்துக் கொண்டிருந்தான் உருமால் ஆசாமியொருத்தன். சக்கரத்தில் கட்டிய இரட்டை மாடுகளில் ஒன்று, தரையில் பரப்பிய

---

4. மறுநாளும் இதே கருத்தைச் சொன்னார்!

வைக்கோலை நோக்கிக் குனிவதும், எஜமானின் முன்னங்கையை மோந்து பார்ப்பதுமாய் இருந்தது. அப்பா, எவ்வளவு நீளமான கொம்புகள்!

உருமால்காரன் அடிக்கடி திரும்பிப் பார்த்த திக்கில், ஒரு மரத்தடி. மூன்று பெண்கள் சேலையைத் திரைமறைப்பாகப் பிடித்து நின்றார்கள்.⁵ கைவாக்கில் திரை உயரும்போது தெரிந்த தரையில் இடவலமாக அசையும் கறுப்புத் தலையும் அதை வருடி மீள்கிற, கண்ணாடி வளையல் கையும் தெரிந்தன.

இதற்குள் வண்டியை நெருங்கியிருந்தார் சீதாபதி. வண்டிக்கார னிடம் பேச்சுக் கொடுத்தார். அவனுடைய மகள்தானாம். உள்ளூர் மருத்துவச்சி இல்லாததால், நோவெடுத்தவுடனே பக்கத்து ஊருக்கு வண்டி கட்டிக் கிளம்பியிருக்கிறார்கள். பாதிவழியில் நிறுத்தவேண்டியதாயிற்று. பனிக்குடம் உடைந்துவிட்டது என்று தாயார்க்காரி கண்டு சொல்லிவிட்டாள்.

திரை மறைப்புக்குப் பின்னாலிருந்து உச்சமாக வீறிட்ட பெண்குரலும், அதன் பலவீனமான எதிரொலி மாதிரி சிசுவின் குரலும் ஒலித்தன. தாய்க்குரல் மட்டும் அடங்கி, பிஞ்சுக்குரலின் வேகம் அதிகப்பட்டது.

பாட்டன் பீடிக்கட்டை நீட்டினான். இவர் ஒன்றை உருவிய படி, தீப்பெட்டிக்காக மறுகையை ஏந்தினார். சகுந்தலாவின் மறைவுக்குப் பின்னர் சீதாபதி குடித்த முதலும் கடைசியுமான ஒரே பீடி!

கருமேகம் கலைந்த ஆகாயம் மாதிரி வெளுப்புத் தட்டிய அவனது முகத்தில்தான் எவ்வளவு மகிழ்ச்சி.

---

5. இந்தச் சூழ்நிலையை முன்னரே கேட்டதுமாதிரி இருக்கிறதே என்று எனக்குத் தோன்றி, அட, கர்நாடகத்துக்கார ஷெட்டி சொன்ன கதை அல்லவா இது என்று உடனடியாகத் தெளியவும் செய்தது.

ஆனாலும் என் வழக்கப்படி குறுக்கிடாமல் கேட்டுக்கொண்டிருந்தேன்:

1. ஒரே அனுபவம் இரண்டு வெவ்வேறு நபர்களுக்கு நேர முடியாது என்று சொல்வதற்கில்லையே.
2. ஒரே அனுபவத்தை எதிர்கொள்ளும் இரண்டு மனங்கள் ஒரே மாதிரி எதிர்வினை புரியும் என்பதற்கு உத்தரவாதம் உண்டா?
3. சீதாபதிக்கு அந்தச் சூழ்நிலையிலிருந்து என்ன கிடைத்தது என்பதை அறிவதுதானே என் அக்கறை?
4. ஷெட்டி விட்ட இடத்திலிருந்து தன்வயமாகக் கதையை வளர்க்கும் உரிமை சீதாபதிக்கு உண்டுதானே?

முழுக்கக் கேட்டு முடித்த பிறகு, சீதாபதி என்னை ஏமாற்றவில்லை என்றே பட்டது.

ஊர்சுற்றி

ஆயிற்று, மனிதகுலம் இன்னொரு சந்ததியை உருவாக்கிக் கொண்டது. இப்படி நிமிஷத்துக்கு நிமிஷம் ஆட்கள் வந்து சேரும் மாபெரும் மைதானத்தில் நின்றுகொண்டு, தனியாக இருக்கிறோம் என்று குமைவது எவ்வளவு அபத்தம்? எந்தப் பிராயத்தில் உனக்கு சகபாடி வேண்டும் என்று சொல், உடனே தருகிறேன் என்று மொத்த பூமியும் காத்து அல்லவா கிடக்கிறது. திரைமறைப்புக்குப் பின்னால் வீறும் அரும்பை எடுத்து உடம்போடு அணைத்துக் கொள்ள வேண்டும் என்று ஆசையாய் இருந்தது.

புகை நிரம்பிய நெஞ்சுக்குள் நிலவிய ஆசுவாசம் சில கணங்கள் மட்டுமே நீடித்தது. திடீரென்று, சகுந்தலாவின் வயிற்றுக்குள்ளேயே இறந்துவிட்ட தன் பாலகன் நினைவு வந்தது சீதாபதிக்கு. உடம்பு பரபரப்புக் கொண்டது. நிண வாசனை அடங்காத குருத்தை மூங்கில்கழித் தூளியில் தூக்கிக்கொண்டு காட்டுக்கு நடந்த விசனம் மூச்சை அடைத்தது. தாய் தனியாக முன்னால் போகிறாள் – படுக்கைவச ஏணியில். குவாரித் தொழிலாளிகள் புடைசூழப் போன ஊர்வலம், எத்தனைமுறை தலையை உதறியும் மனத்திரையை விட்டு அகல மறுத்தது.

‘வீணாய்ப்போன இந்த உலகத்தில் உலகத்தில் என்ன லட்சணம் கொட்டிக் கிடக்கிறது என்று இப்படி வந்து பிறந்திருக் கிறாய் செல்வமே?’ கேள்வி முடிவதற்கு முன்பே மளுக்கென்று உள்ளுக்குள் எதுவோ முறிந்து, கண்கள் கசியத் தொடங்கின.

அந்த இடத்தை விட்டு உடனே அகன்றார் சீதாபதி. அவ்வளவு விசையாக அதற்கு முன்னும் நடந்ததில்லை – பின்னும் நடந்ததில்லை. சுமார் அரைமைல் ஓட்டநடைக்குப் பிறகு நிற்கத் தோன்றியது. சாலையோரம் வெற்றுத் தரையில் சம்பிரமமாகச் சம்மணமிட்டு அமர்ந்து குமுறி அழத் தொடங்கினார்.

எம் பொஞ்சாதி செத்தப்பக்கூட நான் அப்பிடி அளுகலே தம்பி. அது ஏன், எளந்தாரி வயசுக்குள்ளெ நொளையிறப்ப ஆத்தாளும் அப்பனும் ஒண்ணாப் போய்ச்சேந்தாகளே, ஒரு சொட்டுக் கண்ணீரு விட்ருப்பனா? அதென்னமோ அன்னைக்கி அப்பிடியொரு சுளி, பொத்துக்கிருச்சு.

கிழவர் ஓய்ந்துவிட்டார். சொல்லும் வேகம் கொஞ்சம் கொஞ் சமாகக் குறைந்து வந்திருந்தது. மேற்படி வாக்கியத்தைத் தொடர்ந்து இடைவெளி விழுந்தபோது, புதியதொரு பிராந்தியத்தில் புதியதொரு வேகத்துடன் பாய்வதற்காகப்

பதுங்குகிறார் என்றே நினைத்தேன். அவரானால், எழுந்து வேஷ்டியின் புட்டப்பகுதியைத் தட்டியபடி,

கிளம்புவமா?

என்றார். வழக்கத்தைவிட மிகவும் சீக்கிரம்தான். ஆனால், வேறு வழி?

அந்த இரவு எனக்குப் பசுமையாக நினைவிருக்கிறது. இருள் மண்டியிருந்த தெரு... தெருவிளக்குகளின் சோகையான வெளிச்சம். யாரோ வருகிறார்களே என்று நிமிர்ந்துகூடப் பார்க்காமல் சுணங்கிப் படுத்திருந்த நாய்கள். ஊருக்கு வெளியிலிருந்து கூர்மையாகக் கேட்கும் ஆந்தையின் வீறல் – அதிலும் இரண்டு இனம் உண்டாமே, கூகை என்பது மற்றதின் பெயராம். யாரோ சொல்லிக் கேட்டது கிழவரிடம் நாளை கேட்கவேண்டும் என நினைத்து, மறுநாள் வழக்கம்போல மறந்தும் போனது...

பூட்டியிருக்கும் வீடுகள் ஓரிரண்டினுள் நடமாட்டம் போன்ற சலனத்தின் ஒலி கேட்டது. அவர்களெல்லாம் தம்பதியர் என்றும், இன்ன காரியத்துக்காகத்தான் நடமாடுகிறார்கள் என்றும் அவசரமாகக் கற்பித்துக்கொண்டது மனம். உடனே கமலத்தின் சித்திரத்தை ஏந்தி, ஏங்கவும் ஆரம்பித்தது. நாலைந்து எட்டுகள் நடந்தவுடனே, இன்னொரு பகுதி விழித்துக்கொண்டது. சமாதான வார்த்தைகளைப் பொழிய ஆரம்பித்தது.

இதோ, இன்னும் ஒரே வாரம். ஊர் திரும்பிவிட முடியும். எனக்காகவே காத்திருக்கும் கமலத்தைத் தொட்டுவிட முடியும். சீதாபதிக் கிழவரின் இழப்போடு ஒப்பிட்டால், இரண்டுவாரப் பிரிவு என்பது ஒரு விஷயமேயில்லை. அது சரி, நிஜமாகவே மனம் ஏங்குவது சக உடம்புக்காகவா, அல்லது அந்த நேரத்தில் நேரிடும் மனப் பிணைப்புக்காகவா?

இரண்டாவதாகத்தான் இருக்க வேண்டும் என்று முடிவு கட்டினேன். அப்போதுதான் நான் யோக்கியன் என்று எனக்கே உறுதிப்படும் என்பதற்காக மட்டும் அல்ல – வேலுச்சாமி போன்ற தீரர்கள் திரையுலகத்தில் ஆடும் ஆட்டங்கள் பற்றித் தெரிந்திருப்பதாலும், அதுபோன்ற முனைப்பு என்னிடம் எந்தக் காலத்திலுமே இருந்ததில்லை என்பதாலும்தான்...

எனக்காகக் காத்திருந்த கயிற்றுக்கட்டிலைத் தூக்கி வெட்ட வெளியில் போட்டுப் படுத்தேன். தூக்கம் வெகுதொலைவில் இருந்தது.

கிழவரும் இப்படித்தானே ஓர் இரவு அந்த சகுந்தலாவுடன் வசித்த குடிசை முன்னால் கிடந்தார் என்று நினைப்புத் தட்டியது.

எத்தனை கனத்த இரவாக இருந்திருக்கும் அவருக்கு – எதிர் பார்ப்பும் கனவுமாக ஆரம்பித்து, இழப்பும் தவிப்புமாக முடிந்த மறுநாள்வரை ஒவ்வொரு கணமும் ஒவ்வொரு கணுவாக முறிந்து கொண்டே போயிருக்கும் அல்லவா?...

அதுசரி, அதிர்ஷ்டம் ஒரே வாரத்தில் இரண்டுதடவை கதவைத் தட்டியது என்றாரே, ஒன்று சகுந்தலா காட்டிய புதையல். மற்றது என்ன என்று சொல்லவில்லையே. கிளைக்கதைகளுக்கு நகரும்போதும், மூலக்கதையை அவர் ஒருமுறையும் மறந்த தில்லை. சொல்லவே பிடிக்காததைச் சொன்னதால் இப்படி நடந்திருக்குமோ? அவரிடம் ஞாபகமாய்க் கேட்கவேண்டும் என்று நினைத்துக்கொண்டேன்.

மறுநாள் இதுவும் மறந்துபோயிருந்தது. இப்போது மொத்தத்தையும் காகிதத்துக்கு நகர்த்தும்போது நினைவு வருகிறது – எப்படிக் கேட்பது!

இன்னொரு சமாதானமும் கொள்கிறேன். மலைக்காட்டில் ஒரு திருடனைச் சந்தித்தது பற்றியும், அவன் திருடிக் கொண்டு வந்திருந்த ஆபரணங்கள் பற்றியும் சொன்னாரல்லவா? காலக் குழப்பத்தால், இரண்டும் ஒரே வாரத்தில் நடந்த சம்பவங்கள் என்று கோக்க ஆரம்பித்திருப்பாரோ – ஒன்றை ஏற்கனவே விலாவாரியாகச் சொன்னதை மறந்து?

12

ஏதோ காரியமாக மதுரைக்குப் போன வேலுச்சாமி (இயக்குநரின் அபிமான வெளிநாட்டுச் சரக்கை வாங்கிவர என்பது என் யூகம்) தனக்கொன்றும் எனக்கொன்றுமாகச் சட்டைகள் வாங்கிவந்திருந்தான். இந்த மாதிரிப் பிரியமாக ஏதாவது செய்துவிடுவான் என்பதால்தான் அவனுடைய குதர்க்க புத்தியை நான் பொருட் படுத்துவதேயில்லை. அளவெடுத்துத் தைத்த மாதிரி அவ்வளவு கச்சிதமாக இருந்தது சட்டை. இன்றே போட்டுக்கொள்ள வேண்டும் என்று வற்புறுத்தவேறு செய்தான் ...

இதென்னா, சட்டெ புதுசாக்கும்?

என்று கேட்டார் சீதாபதி.

ஆமா ... எப்பிடிக் கண்டுபிடிச்சீங்க?

என்று கேட்டேன்.

இல்லே, வளக்கமா இப்பிடிப் பெரிசாப் பூப் போட்ட சட்டெயெல்லாம் போட மாட்டியே ண்டு தோணுச்சு. கலரு வேற கண்ணெக் குத்துது ...

கிழவரின் கவனம்தான் எவ்வளவு கூர்மையாய் இருக்கிறது என்று உள்ளூர வியந்துகொண்டே,

நீங்க சொல்றது சரிதான். வேலுச்சாமி வாங்கியாந்து குடுத்தான்.

என்றேன்.

ஓ, அந்தத் தம்பியா. ரெம்ப அக்குருமம் பிடிச்ச ஆளில்லே!

தானாகச் சிரித்துக்கொண்டார். நானும் சிரித்தேன். திடீரென்று நினைவு வந்தவர் மாதிரி, குரலில் ஒரு வேகத்துடன் கேட்டார்:

ஆமா, அந்த பொம்மலாட்டக்காரனெப் பத்திச் சொன்னனா?

இல்லேங்களே!

சொல்றேன். பெறகு சொல்றேன்... என்னைய மாருதி தத்தாரியாத் திரிஞ்சவனுக்கெல்லாம் சிநேகிதம் எங்கே அமையப் போகுது ண்டுதானெ யாருக்கும் தோணும்?

சரிதான்.

எனக்கு எம்புட்டுப் பேரு கெடைச்சா ண்றெ?

எங்கிருந்தோ எங்கேயோ போகும் பாஸஞ்சர் ரயில் அது. வடகிழக்கை நோக்கி இரண்டு இரவுகளும் இடையில் ஒரு முழுப் பகலும் போய்க்கொண்டேயிருப்பது. இன்ன இடத்தில் தான் நிற்கும், இவ்வளவு நேரம்தான் நிற்கும் என்று சொல்ல முடியாது. உலகம் ஆரம்பிப்பதற்கு இன்னும் ஏகப்பட்ட நாள் இருக்கிறது என்கிற மாதிரி அப்படியொரு சாவகாசம். தன்னுடைய தடதடப்பைத் தானே ரசிக்கிற மாதிரி ரொம்ப நிதானமாகவும், அவ்வப்போது நடைமாறும் தாளத்துடனும் போய்க்கொண்டிருந்தது.

கள்ள ரயில் ஏறித்தான் போவார் என்றாலும், சீதாபதிக்கு ஒரு கொள்கை உண்டு. இருக்கையில் உட்கார மாட்டார் – ஒரு பலகை முழுக்கக் காலியாக இருந்தால்கூட. பகுப்புகளை இணைக்கும் நடைபாதையிலோ, கழிவறைகளின் இடைவெளியிலோ, கதவுக்கு அருகிலோதான் அமர்வார். காசு கொடுத்துச் சீட்டு வாங்கியவன் இருக்கவேண்டிய இடத்தில் நாம் எதற்கு அமர்வது?

மிகப் பல சிநேகிதர்கள் அவருக்குக் கிடைத்தது ரயில்களின் புண்ணியத்தால்தான். ‘ரயில் சிநேகம் ஜெயில் சிநேகம்’ என்ற பழமொழியில் சீதாபதிக்கு நம்பிக்கை கிடையாது. பக்கத்துவீட்டில் வருடக்கணக்காகக் குடியிருப்பவனிடம் உண்டாகாத நட்பும் நெருக்கமும் அடுத்த நிலையத்தில் இறங்கி வாழ்நாள் முழுவதும் சந்திக்க இயலாமல் போகக்கூடியவனிடம் கிடைக்க வாய்ப்பிருக்கத் தானே செய்கிறது. என்னதான் தனித்தனியாக இருந்தாலும், மனிதர்கள் கூட்டாக வாழ்வதில் அர்த்தமிருக்கிறது என்ற நம்பிக்கை சிதையாமல் பாதுகாக்கும் அமிர்தத்துளி அல்லவா அது!

ஆனால், ரயிலில் கிடைத்த நண்பர்களில் அநேகர் சம்பந்தமாகச் சொல்வதற்கு சீதாபதியிடம் ஒரு செய்தி இருக்கிறது. பிரியமாய்ப் பேசி, சாப்பாடு வாங்கிக் கொடுத்து ஊருக்குக் கூட்டிப் போவார்கள்; வீட்டுப் படியேறிய மாத்திரத்தில் பேச்சு மாற ஆரம்பிக்கும். 'வேலையாள் தேவை என்றுதான் உன்னைக் கூட்டி வந்திருக்கிறேன்' என்று புரிய வைத்துவிடுவார்கள். கூலி அல்லது சம்பளம் பற்றி அவர்கள் பிரஸ்தாபித்த மறு நிமிடம், அந்த இடத்தைக் காலிசெய்து விடலாம் என்று சீதாபதிக்குத் தோன்றும். தொகை போதாது என்பதால் அல்ல – நண்பன் என்று நம்பி வந்தவனுக்குக் கீழே வேலையாளாய் எப்படி இருப்பது என்ற தர்மசங்கடத்தால்.

ஆக, ரயிலில் பேச்சுக்கொடுப்பவர்களிடம் சுயக் கட்டுப்பாட்டுடன் இருக்கப் பழகிவிட்டது. தவிர, தம்மை மாதிரி வீடு இல்லாதவர்கள் எத்தனையோ கோடிப் பேர் இருக்கிறார்கள் – அவர்களுடன் மட்டும்தானே சமானமாகப் பழகமுடியும்? ஒரேயொரு அங்குல நிலம் சொந்தமாக இருப்பவனும் தன்னை மிராசுதார் என்றுதானே நினைத்துக்கொள்வான். அவர்களுடைய நியாயத்தைக் குறைசொல்ல நமக்கேது அதிகாரம்?

இருந்தாலும் மூன்று நண்பர்களைச் சொல்லாமல் விட முடியாது.

காணாமல் போனவள்

இவனைப் பற்றிச் சொல்ல ஆரம்பிக்கும்போதே ஒரு குழப்பம் எழுகிறது. அவன் நண்பன்தானா, விரோதியா என்று. சரி விடு, ஆயுள் முழுக்கக் கூட இருப்பவர்களைப் பற்றியே முழுமையான முடிவுக்கு வர முடிவதில்லை; ஒரே ஒரு ரயில் பயணத்தில் கூட வந்தவனைப் பற்றி எப்படிச் சொல்வது!

ஆனால், அவனுடன் இருந்தபோது மனசுக்குக் கிடைத்த ஆறுதல் அபூர்வமானது. வீட்டைவிட்டுக் கிளம்பிப் பல வருடங்கள் கழித்து, தமிழ் கலந்து பேசிய ஒருத்தன் கிடைத்தான் என்பதே முக்கியமான சமாசாரம்தானே!

நாங்கள் இருவரும் உட்கார்ந்திருந்த இடம் கழிவறைச் சுவர் அருகில், இரு பக்கக் கதவுகளைக் கோக்கும் நடைபாதையில். அரைமணி நேரத்துக்கொருதடவை பீடியை உருவிப் பற்ற வைப்பான். கசப்பின் மணம் கமறுகிற, மலையாளச் சாயல் உள்ள வார்த்தைகளில் பேசுவான்.

அது வெறும் பீடியில்லை என்று ஆரம்பத்திலேயே தெரிந்துவிட்டது. சாமியார்களுடன் திரிந்த காலத்தில் ஒரேயொருதடவை

நானும் கஞ்சா இழுத்திருக்கிறேன். புகை உள்ளே இறங்கி நெஞ்சு நிரம்பிய மாத்திரத்தில் நான் இரண்டாகப் பிளப்பது தெரிந்தது. கோமாளித்தனமான யோசனைகளும், நடத்தையும், அபாரமான கிளுகிளுப்பு ததும்பும் மனமும், வெலவெலவென்று தளர்ந்த உடம்புமாக ஒரு பாதி. இத்தனை சமாசாரங்களையும் வேடிக்கை பார்த்தபடி பெரும் ஆசுவாசத்தில் ஆழ்ந்த இன்னொரு பாதி. உடம்புக்கு வெளியே அந்தரத்தில் மிதக்கும் அது.

இரண்டாவது பாதி வேடிக்கை பார்க்க மட்டுமே செய்யும். முதல் பாதியின் மீது எந்தக் கட்டுப்பாடும் செலுத்த முடியாமல், இரண்டு கைகளும் இரண்டு கால்களும் அற்ற வெற்றுத்தண்டு மாதிரி, ஏதும் செய்ய முடியாமல் இருக்கும் நடு உடம்பு. மேற் சொன்ன இரண்டு பாதிகளுமில்லாத மூன்றாவது தளம் போன்ற அந்தரங்கத்தில், உச்சபட்சமான பயம் தட்டியது. எப்போதடா பழைய நிலைக்குத் திரும்புவோம் என்று ஏக்கமாகிவிட்டது. அதற்கப்புறம் அந்தச் சனியனை மோந்தும் பார்த்ததில்லை...

ரயில் நண்பன் ஆறுதலான குரலில் என்னைப் பற்றி விசாரித்தான். நாடோடியாய் இருந்தாலும், வாழ்க்கையை சந்தோஷமாகக் கழிப்பதற்கு உள்ள வழிமுறைகள் பற்றி நிறையப் பேசினான். குறிப்பாக, நிரந்தரமான இடம் இல்லாதவர்கள் மனத்தைத் தனியாகக் கழற்றிவைத்துவிட வேண்டும் என்று எடுத்துச்சொன்னான். மான அவமானமெல்லாம் குடியமர்ந்தவர்கள் பேணவேண்டிய வசதிகள். என்னை மாதிரி ஆட்களெல்லாம், இந்த வேளைக்குச் சாப்பாடு கிடைத்ததா, இன்றைக்கு உறங்க இடம் கிடைத்ததா என்று போய்க்கொண்டே இருக்கவேண்டும். இதற்கு அதிகமாக ஒரு இம்மி ஆசைப்பட்டாலும், சிரமம்தான். துன்பப்பட வேண்டியதுதான்...

இடையில் இரண்டு தடவை சாப்பாடு வாங்கித் தந்தான். அழுக்குச் சட்டையின் உள் பைக்குள் ஏகப்பட்ட பணம் வைத்திருந்தான்! ஓரிரு நிலையங்களில், இறங்கிப் போய், பெண்கள் பெட்டிக்குள் ஒருமுறை எட்டிப்பார்த்துவிட்டு வருவான். உரையாடல் சகஜமான பிறகு நான் கேட்டேன்:

நீங்கள் என்ன செய்கிறீர்கள்?

நானா, நான் கடைசியாய்ப் பார்த்த வேலை சர்க்கஸில் சாணியள்ளுவது...

என்று சிரித்துக்கொண்டே சொன்னான். எனக்குப் புரியவில்லை.

...என்ன, குழப்பமாய் இருக்கிறதா. அது ஒரு நாலுவருஷத்துக்கு முந்தி. இப்போது நானும் உன்னை மாதிரித்தான். தேசாந்திரியாய் அலைகிறவன்.

புரிந்தமாதிரித் தலையாட்டி வைத்தேன்.

அவன் மேற்கொண்டு சொல்லச் சொல்லப் புரிந்தது. ஒருவகையில் அவனுமே ஊர் ஊராய்த் திரிபவன்தான். ஆனால், என்னை மாதிரி இலக்கில்லாமல் போகிறவன் இல்லை. காணாமல் போன ஒரு பெண்ணைத் தேடி அலைகிறான்.

என் நாடோடி சக பயணி அழுத்தமாக நினைவில் பதிந்திருப்பதற்கு அவன் சொன்ன சுயபுராணமும் முக்கியமான காரணம்.

வசதியான வீட்டுப் பையன் அவன். ஏக்கரா கணக்கில் தோட்டங்களும் வயல்களும் உள்ள பணக்காரக் குடும்பம். கொஞ்சம் ஷோக்குப் பேர்வழி என்றாலும், உழைக்க விருப்பமில்லாமல் திரிந்த தறுதலை இல்லை. அதிகாலையில் எழுந்து விவசாய வேலைகளையும் தோட்டவேலைகளையும் பகல் முழுக்க மேற்பார்வை பார்த்துக்கொண்டிருந்தவன்தான்.

விதி அனுப்பிவைத்த மாதிரி அந்த ஊருக்கு ஒரு சர்க்கஸ் காட்சி வந்தது. முக்கியஸ்தர் குடும்பம் என்பதால் வீடுதேடி இலவசச் சீட்டு வந்தது.

முதல் நாள் முதல் காட்சியிலேயே இவன் சொக்கி விட்டான். சர்க்கஸில் இடம் பெற்ற விளையாட்டுகளைப் பார்த்து அல்ல –. விளையாட வந்த ஓர் அழகியைப் பார்த்து. ஜட்டிபோல ஆரம்பித்து, முண்டா பனியன் போல முடிந்த உடையில், ரோஸ் பவுடர் அப்பிய முகமும் எண்ணெய்ப் பளபளப்பு கொண்ட மெழுகுத் தொடைகளும் அச்சில் வார்த்தெடுத்தது போன்ற சமச்சீரான உருளை உடற்கட்டுமாய்க் குதித்துக் குதித்து வந்து சர்க்கஸ் ஆடிய பெண்களில் அவள் மட்டும் தனியாகத் தெரிந்தாள். பொதுவாக சபையைப் பார்த்தபடிதான் வித்தை காட்டினாள். இவனுக்கானால், தன்னையே பார்த்தபடி, தனக்காக மட்டுமே ஆடுகிறாள் என்று பட்டது.

அவ்வளவுதான், தினசரி எல்லாக் காட்சிகளுக்கும் முதல் வரிசையில் போய் உட்கார்ந்து ரசிக்க ஆரம்பித்தான்.

அவள் மூன்று அயிட்டங்களில் வருவாள். ஒன்று, நிகழ்ச்சியின் ஆரம்பத்திலேயே இடம்பெறுவது. பதினைந்து இருபது பெண்கள் கூடி, ஒருவர்மேல் ஒருவர் தொற்றி, கீழே ஆறுபேர் உச்சியில் ஒருத்தி என்று கணப்பொழுதில் உருவாக்கும் கோபுரம். உச்சியில் நிற்பவள் இவள்தான். இமைக்கும் நேரம் மட்டுமே நீடித்துவிட்டு, உருவான வேகத்தில் கலையும் கோபுரம். பந்துகள் போலத்

ஊர்சுற்றி 295

துள்ளிக் கோத்து, அதைவிட அதிகத் துள்ளலுடன் சிதறுவார்கள். இவளிடம் துள்ளலும் வேகமும் அதைவிட நளினமும் அதிகமாக இருக்கிறமாதிரித் தோன்றும்.

இரண்டாவது, சராசரி யானையைவிட அதிக உயரமும் அதிகப் பருமனும் கொண்ட நாராயணனின் தும்பிக்கையில் ஒயிலாக அமர்ந்து சர்க்கஸ் வளையத்தை மூன்றுமுறை வலம் வருவது. நாராயணனின் நிறத்துக்கு நேரெதிரான ரோஸ்நிறப் பளபளப்பும், இறுகப் பிடித்த அரைக்கால் சராயின்கீழ் பிதுங்கும் தொடைகளும் என்று இவனுக்கு ரத்த அழுத்தம் கடுமையாக எகிறுமாம். போதாக்குறைக்கு, முழுக்க உரித்து தோல் கழறாத வாழைப்பழம் ஒன்றை வலதுகையில் ஏந்திப் பார்வையாளர்களுக்குக் காட்டியவாறு அமர்ந்திருப்பாள் – குதித்து இறங்கியதும், அவள் நாராயணனின் தும்பிக்கைநுனியில் வைக்கும் பழம் அது. உரித்த பழம் எதையெதையோ நினைவூட்டி நிம்மதியைக் கெடுக்கும்!

இறுதிக் காட்சியாக, ட்ரப்பீஸ்[1] விளையாட்டு. ஊஞ்சல் விட்டு ஊஞ்சல் தாவும் மூன்று பெண்களில் ஒருத்தியாக அவள் வருவாள். இறக்கையசைக்காமல், கூரையையொட்டிப் பறக்கும் பறவை மாதிரித் தெரிவாள். ஊசலாடும் ஒற்றைக் கட்டையில் கால்களை மடித்துத் தொங்கி இவர்களைப் பெற்றுக்கொள்ளவும் உதறி அனுப்பவுமாக இருக்கும் பயில்வான்கள் நால்வர் மீதும் பொறாமை திமிறும் என் நண்பனுக்கு.

சர்க்கஸ் ஊரைவிட்டுக் கிளம்பும் நாள் வந்தது. இவன் வீட்டில் தன் விருப்பத்தைத் தெரிவித்தான். அந்தப் பெண்ணைத் தான் காதலிப்பது பற்றி இல்லை – சர்க்கஸ் நிறுவனத்தில் வேலைக்குச் சேரப்போவதாக. குடும்பம் கொந்தளித்தது. ஆனால், இவன் தீர்மானமாக இருந்தான்.

இருபத்தைந்து வயது வாலிபனுக்கு, அதிலும் வசதியான வீட்டில் செல்லமாக வளர்ந்தவனுக்கு, என்ன வேலை தர முடியும் என்று திகைத்துப் போனார் சர்க்கஸ் முதலாளி. ஏதும் துர்நோக்கம் இருக்குமோ என்று சந்தேகமும் பட்டார். தற்போதைக்கு வேலை ஒன்றும் காலி இல்லை, வேண்டுமானால், மிருகக் கூண்டுகளை அன்றாடம் சுத்தம் செய்யும் வேலை தரலாம். ஏற்கனவே ஒருவன் இருந்து பார்க்கும் வேலைதான். ஒரே ஆளால் சமாளிக்கமுடியவில்லை. இவன் அவனுக்கு ஒத்தாசையாக இருக்கலாம் என்று தெரிவித்தார்.

1. ‘அந்தரத்துலே நடக்குற ஊஞ்சலாட்டம்’ என்றார் சீதாபதி.

மறுப்பில்லாமல் சம்மதித்தான். முதலாளிக்கு அதிர்ச்சி. ஆனாலும், வாக்குக் கொடுத்துவிட்டார் அல்லவா?

அதிகாலையில் எழும் வழக்கம் முன்பே இருந்ததால், சிரமமொன்றுமில்லை இவனுக்கு. ஒரு கையில் விளக்குமாறும் மறுகையில் முறமுமாய் ஒவ்வொரு கூண்டையும் சுத்தம் செய்யும் வேலை சாமானியமானதல்ல. ஒரு கையில் துப்பாக்கியும், மறு கையில் மின் சவுக்குமாய் மிருகங்களின் ஆணையர் அருகில் நின்றாலும், வன மிருகங்கள் உறுமத்தான் செய்யும். பழைய ஆள் கூண்டுக்குள் போய்த் தூர்த்துத் தள்ளும் கழிவுகளை முறத்தில் திரட்டி, வாளியில் போடும் வேலைதான் இவன் செய்யவேண்டியிருந்தது. ஆகார மிச்சங்களிலும், சாணங்களிலும் கடும் வீச்சம் இருக்கும். விதவிதமான வீச்சங்கள்.

சிறுகச்சிறுக நிறுவனத்தின் நம்பிக்கையைச் சம்பாதிக்கவே மூன்று வருடங்களுக்கு மேல் ஆகிவிட்டது. அதற்குள்ளாக, வீடு திரும்ப வற்புறுத்தி முன்னூறுக்குக் குறையாமல் கடிதங்கள் வந்துவிட்டன. எந்த ஊருக்கு, எவ்வளவு தொலைவு போனாலும் துரத்திப் பின்தொடர்ந்த கடிதங்கள்.

ஒரு சுபநாளில் அம்மிணியிடம் தன் விருப்பத்தைத் தெரிவித் தான். நிறுவனத்தில் தாரகை அந்தஸ்துள்ளவள் அவள். இரண்டு காரணம் சொல்லி மறுத்தாள். ஒன்று, அவளுடன் ஊஞ்சலாடும் கட்டுமஸ்தான ஆளிடம்[2] தன் காதலைத் தெரிவித்தாயிற்று. அவன் இன்னும் பதில் சொல்லாததால் காத்திருக்கிறாள்.

எவ்வளவு நாளாய்க் காத்திருக்கிறாய்?

என்று இவன் கேட்டான். அவளுடைய பதிமூன்றாவது வயதில் காதல் அரும்பியதாம். உடனே கேட்டுவிட்டாள். இப்போது இருபத்து நாலு ஆகிறது.

இவ்வளவு காலம் பதில் சொல்லாதவன் இனிமேலா சொல்லப் போகிறான்?

அவள் பொறுமைசாலி. 'நீ யார் இதைக் கேட்க?' என்று கோபிக்க வில்லை. நிதானமாக பதில் சொன்னாள்:

யாருக்கு எந்தக் கதவு எப்போது திறக்கும் என்று எப்படிச் சொல்வது விக்ரமா?

நியாயம்தானே.

---

2. 'மண்டெக்கனம் பிடிச்சவ. அவிங்ய நாலுபேருலெ எவன்ங்கிறதெச் சொல்ல மாட்டேண் டுட்டாளாம்' என்று அங்கலாய்த்தார் சீதாபதி. எப்போதோ காணாமல் போன நண்பன்மீது அவருக்குள்ள பிரியமும் கரிசனமும் என்னை ஆச்சரியப் படுத்தின.

ஊர்சுற்றி

ஆனால், எந்நேரமும் வாசனைப்பூச்சுடனும், திடமான உடற்கட்டுடனும், அமர்த்தலான நடையுடனும், திமிர் துலங்கும் முகபாவனையுடனும் திரியும் அந்த நாலுபேருக்குப் பதிலாக, நாராயணனைக் காதலிக்கிறேன் என்று அவள் சொல்லியிருந்தாலும் ஆறுதலாக இருந்திருக்கும். வாழைப்பழத்தைக் கொடுத்துவிட்டு முழு உடம்பாலும் தும்பிக்கையை ஆவிசேர்த்து அணைத்துக்கொண்டு அவள் நிற்பதைப் பார்த்து இவன் எவ்வளவு பொறாமைப்பட்டிருக்கிறான்!

அவள் சொன்ன இரண்டாவது காரணம், இன்னும் சங்கடமானது: என்ன இருந்தாலும் இவன் சாணி அள்ளுகிறவன். அருகில் வந்தாலே சாணவாடை அடிக்கிறது. சோப்புகளும் செண்ட்டுகளும் போட்டு நாற்றத்தை சமாளித்துக்கொள்ளலாம் என்றால், அவளுடைய மனத்துக்குள் இவனுடைய உருவம் சாணத்தால் செய்ததாக அல்லவா பதிந்திருக்கிறது – அதை ஒன்றும் செய்ய முடியாதே.

எப்படியாவது அவளைத் திருமணம் செய்துகொண்டு, மறுநாளே சாணிக் கரைசலை அவளுடைய உச்சந்தலையில் ஊற்றி அபிஷேகம் செய்யவேண்டும் என்று ஆத்திரப்பட்டது இவன் மனம். மறு கணமே, அடைக்கோழி மாதிரித் தலை தொய்ந்தது.

அட, இவ்வளவு நாள் மிருகக் கவிச்சியிலும், வைக்கோல் படுக்கையிலும் அளவுச்சாப்பாட்டிலும் விட்டை அள்ளிக் கொண்டு காலந் தள்ளியது, எடுபிடி என்று வித்தைவீரர்கள் வீராங்கனைகளிடம் அவமானப்பட்டது, எல்லாமே வீணா? இந்தக் கேள்வி எழுந்ததும் முன்னைவிடவும் அவளிடம் மோகம் அதிகமாகியது.

வேட்கையின் வேகம் தாளமுடியாது தூக்கமிழக்கும் இரவுகளில், அவளைத் தாக்கிக் கையையோ காலையோ சேதப்படுத்திவிடுவதாக கற்பனை ஓடும். 'இனி என்னால் வித்தை ஆடமுடியாது விக்ரமா, நீதான் எனக்கு ஒரே புகலிடம்' என்று முழந்தாளிட்டுக் கெஞ்சுவாள். 'நான் இருக்கிறேன். கலங்காதே' என்று இவன் ஆறுதல் சொல்வான். அப்போது அவளை இறுக்கி அணைத்திருப்பான் என்பதையும், அவ்வப்போது முத்தமிடுவான் என்பதையும் சொல்லவேண்டுமா என்ன! ஆனால், வெறும் உருவெளித்தோற்றம்தான் அது என்று தெளிவடைய ஆரம்பிக்கிற சமயத்தில் மனம் குன்றிவிடும். ஆசைப்பட்ட பெண்ணைப் போய் ஊனமாக்கலாமா, அப்படி நினைத்தாவது பார்க்கலாமா என்று எதிர்ச் சிந்தனை ஓடும். அத்தோடு, காலை உடைத்தவனிடமே யாராவது சரண் புகுவார்களா? என்று துக்கமாக இருக்கும்.

மீளமுடியாதபடி முள்கம்பி வலைக்குள் சிக்கிவிட்ட மாதிரி உணர்வான்.

சம்பவ நாள் வந்தது. அன்றைக்குப் பகலில் காற்றின் வேகம் அதிகமாய் இருந்தது. கணக்கு வித்தை காட்டும், சைக்கிள் ஓட்டும், நாய் ஒன்று ஓயாமல் ஊளையிட்டுக்கொண்டிருந்தது. புசுபுசுவென்று பஞ்சுப் பொதி போல இருக்கிற நாய். சும்மா யிருக்கும்போதும் அதன் முகம் சிரிக்கிற மாதிரியே இருக்கும். அன்றைக்கு என்ன கோளாறோ – ஒரு நொடிகூட வாய் மூட வில்லை.

இடையில் ஒரு முக்கால் மணிநேரம், கூடாரமே பிய்த்துக் கொண்டு போய்விடுமோ என்கிறமாதிரிக் காற்று வீசியடித்தது. நல்லவேளை, அப்படியேதும் நடக்கவில்லை. ஆனால், கூடார உச்சியில், நடுத்தண்டின் தொப்பி மாதிரி இருந்த வட்டக்கூரை கழன்றுவிட்டது.

சரிசெய்ய அவகாசம் இல்லை. காட்சி நேரம் நெருங்கியாயிற்று. ட்ரப்பீஸ் ஆட்டம் நடக்கும்போது, பக்கவாட்டுத் தூண்களிலும் தரையிலுமிருந்து ஒளிவீசிய வண்ணவிளக்குகளுக்கு நிகராக விதான உச்சியிலிருந்து கருப்பு நிற விளக்கு ஒளிர்ந்தது.

ஆரம்பத்தில் கனவானாய் முதல் வரிசையில் அமர்ந்து பார்த்த அதே காட்சிகளை, ஊழியனான பிறகு, சர்க்கஸ் வட்டத்துக்குள் நுழையும் பாதையோரம் நின்று பார்ப்பான் விக்ரமன். ஒரேயொரு வித்தியாசம், வேடிக்கை பார்க்கும்போதும் முறமும் விளக்குமாறும் கைக்கொன்றாய் இருக்கும். வித்தை காட்டும் மிருகங்கள் எப்போது சாணிபோடும் என்று சொல்ல முடியாதில்லையா. குறிப்பாகக் குதிரைகள். ஓடிக்கொண்டே லத்திபோடுவதில் அவற்றுக்கு அலாதி இன்பம் போல. அதிலும், ஒரு நாட்டியக் குதிரை இருந்தது – ஆட்ட வட்டத்துக்குள் நுழையும்போதே வாலை உயர்த்திக்கொண்டுதான் வரும்!

அல்லது, அதிகபட்ச பயம் உள்ள விலங்கினமாய் இருக்கலாம். கடிவாளம் பூட்டிய குதிரையின் விழி எப்படி மிரண்டு பிதுங்கி முறைத்து இருக்கும். அப்படியானால், ராஜாராணி காலத்தி லெல்லாம் முன்னணியில் நின்று சண்டைபோட்டதே, அது எப்படி? ஒருவேளை, யானைப்படையும் கூட இருந்த தைரியமோ என்னவோ...

கண்கள் ஊஞ்சலாட்டம் பார்க்க, மனம் தனக்குத்தானே கேள்வி அடுக்கி, தானே பதிலால் முறித்துக்கொள்ளும். ட்ரப்பீஸ்

நடக்கும்போது விளக்குமாற்றையும் முறத்தையும் ஓரமாய் வைத்துவிட்டு, கைகளை சுதந்திரமாக வைத்துக்கொள்ளலாம்தான். ஆனால், அத்தனை வருடப் பழக்கத்தில் வெற்றுக்கையுடன் நிற்க மனம் சம்மதியாமல் ஆகிவிட்டது.

ஒவ்வொரு ஜோடிக் கைகளுக்கும் அவள் இடம் மாறும்போது, வழக்கம்போல, இவனாய் இருப்பானோ, அல்லது அவனோ, என்று குழம்பியபடி கீழே நின்றிருந்தான் இவன்.

ஆட்டம் முடிய இன்னும் நாலைந்து நிமிடம் இருக்கிறது. உயர்த்தி நீட்டிய கைகளும், பம்பரச் சுழற்சியில் சுழலும் உடம்பும் அசைவற்று நீண்ட கால்களுமாகக் காற்றில் போய்வரும் பெண்கள் மீது எதிரெதிர்ப் புறங்களிலிருந்து வீசிய வண்ண விளக்குகள் அவர்களை மிதக்கும் தேவதைகளாகவே காட்டின. மூன்று பெண்களும் ஒரே அச்சில் வார்த்தமாதிரி இருப்பார்கள், கிட்டத்தட்ட பத்து ஆள் உயரத்தில் பறப்பார்கள் என்றாலும், யார் அம்மிணி என்பதில் இவனுக்குக் குழப்பம் இருந்ததேயில்லை. உள்ளுணர்வைவிடவும் உறுதியான அடையாளம் ஒன்று உண்டா என்ன?

மடக்கிய கால்களின் வலுவில், ஊஞ்சலில் தலைகீழாய்த் தொங்கியவன் வழக்கமான லாகவத்துடன் அவளை உதறி வீசுகிறான். எதிர் ஊஞ்சலின் வருகைக்கேற்ற விசையுடன் பாய்ந்தவள் திடீரென்று திசை மாறுகிறாள். ஊஞ்சலாட்டத்தின் அரைவளையப் பாதையை நீங்கி செங்குத்தாக உயர்கிறாள். அடுத்த கணம், கூரையுச்சித் திறப்புவழி காணாமல் போய்விட்டாள்.

அவளை வாங்கிக்கொள்ள வேண்டிய எதிர் ஊஞ்சல்காரன், மடக்கிய கால்களின் பிடியை விடுத்து கீழே இரண்டாள் உயரத்தில் கட்டியிருந்த வலையில் வீழ்ந்தான். விழுந்த மாத்திரத்தில் ஓராள் உயரம் எவ்வி, மறுபடி விழுந்தான். மற்ற விளையாட்டுக்காரர்களும் அடிபட்ட பறவைகள் மாதிரி சொத்சொத்தென்று வீழ்ந்து எவ்வினார்கள். இதெல்லாமும் நொடிக்கணக்கில் நடந்து முடிந்தன. வலையின் விளிம்பையொட்டி நின்றிருந்த ஊழியர்கள் அய்யோ என்று அலறிக் கிளம்பினார்கள். அமளி வெடித்தது. ரசிகர் கூட்டம் மொத்தமும் கலவரமாய் ஓலமிட்டு எழுந்தது.

தலைகுனிந்தபடி கூடாரத்தையும் நிறுவனத்தையும் விட்டு வெளியேறினான் இவன். பின்னால் பார்வையாளர்கள் களேபரத்தில் ஈடுபட்டுவிட்ட ஓசைகள் உரத்துக் கேட்க, நிதானமாக நடக்க ஆரம்பித்தான். திறப்பில் பாயும் தருணத்தில்கூட அழகுப் பதுமையாகத் தென்பட்ட தன் காதல் பிம்பத்தைத் தேடிக் கிளம்பிவிட்டான் ...

கதை சொல்லிவந்த சிநேகிதனா, சீராக 'ம்' கொட்டிவந்த தானா யார் முதலில் உறங்கினார்கள் என்பது சீதாபதிக்கு நினைவிலில்லை. ஆனால், கடைசிப் பகுதியை நெருங்கும் நேரத்தில் அவனிடமிருந்து கிளம்பிய கசப்பு நெடி உச்சத்தைத் தொட்டிருந்ததும், அவனது கதைநாயகி காணாமல் போன விதத்தின் அதிர்ச்சி தாளாமல் தன் உடம்பு நெட்டுயிர்த்ததும் அழுத்தமாக நினைவிருக்கிறது.

விழிப்புத்தட்டியபோது, கதவருகில் சாமான்களுடன் ஆட்கள் வந்து நிற்பது தென்பட்டது. பெரிய ஊர் எதுவோ நெருங்குகிறது. ரயில் கடைசியாகச் சேருமிடமாகக்கூட இருக்கலாம். பரமபதப் பாம்புகள் கணக்காகக் கோணாமாணாவென்று ஓடும் தண்டவாளங்கள் ஒரே திக்கில் குவியும் நோக்கத்துடன் உடன் வந்தன.

தோளில் சாய்ந்து உறங்கும் நண்பனை ஓரக்கண்ணால் பார்த்தார் சீதாபதி. குழந்தை மாதிரிக் கனிந்திருந்தது முகம். மூடிய விழிகள் சற்றுப் பெரிதாகவே புடைத்திருந்தன. நாசி விடைத்திருந்தது. எவ்வளவு அடர்த்தியான மீசை அவனுக்கு. ஓரங்களில் சீராக நறுக்கிய மீசை... வலது கடைவாயின் ஓரத்தில் ஒழுகிக் காய்ந்த வெள்ளைத் தடம்.

> நிஜத்தில் நீ எப்படிப்பட்டவனாய் இருந்தாலும் சரி, ஆசைப் பட்டது உனக்குக் கிடைக்கட்டும் நண்பனே.

என்று மனம் தன்னிச்சையாக வாழ்த்தியது.

அந்தராத்மாவில் இவருடைய வாழ்த்து எதிரொலித்த மாதிரி அவன் விழித்தான். ஓரிரு கணங்கள் நிதானமின்றி அலைபாய்ந்தன கண்கள். கொத்தி விலகும் நாகப் படம் மாதிரி வெடுக்கென்று தலையை எடுத்துக்கொண்டான். குறுகுறுவென்று சீதாபதியைப் பார்த்தான். முன்பு இல்லாத குரோதம் அவன் கண்களில் ஊறுவதை இவர் கவனித்து முடிப்பதற்குள், பக்கவாட்டில் கைவீசி இவருடைய பிடரியில் ஓர் அடி போட்டான்.

என்ன நடக்கிறது ஏன் நடக்கிறது என்றெல்லாம் கேள்விகள் எழுவதற்கு முன்பே, மாறி மாறி உள்ளங்கையாலும் புறங்கையாலும் இவருடைய தலையில் தோளில் கன்னத்தில் காதோரம், மறுபடி பிடரியில் நெஞ்சில் என்று அடிகளும் குத்துகளும் விழுந்து கொண்டேயிருந்தன. ஓரிரு கணம் நிப்பாட்டுவான். பிறகு, நினைவு திரும்பிவிட்ட மாதிரி மீண்டும் அடிப்பான்.

இறங்குவதற்காக பெட்டிபடுக்கைகளுடன் கதவருகில் வந்து நின்றிருந்த யாருமே தலையிடவில்லை என்பது, அவர்கள்

வேடிக்கை பார்த்ததைவிட அதிக அவமானம் தந்தது சீதாபதிக்கு. ஆனால், அவர்களைச் சொல்லிக் குற்றமில்லை – இரண்டு பிச்சைக்காரர்களுக்குள் நடக்கிற தகராறில் யாருக்குத்தான் தலையிடத் தோன்றும்?

எதற்கு என்று தெரியவில்லையே தவிர, அடிகள் உரத்துப் படவில்லை என்பது ஆறுதல்தான். அல்லது, உழைத்து இறுகிய உடல்வாகுக்கு, உரப்பாகத் தெரியாமல் இருந்திருக்கலாம். ஒரே ஒரு புறங்கை அடி மட்டும் அதிகவேகத்துடன் கன்னத்தில் அறைந்தது. வாய்க்குள் உப்புக் கரிக்கிற மாதிரி ஊறிய திரவம் ரத்தமேதான்.

நல்லவேளை, நிலையம் வந்துவிட்டது. இறங்கியவுடனே ஓடிவிடலாம் என்று சீதாபதி திட்டமிடுவதை அறிந்தவன் மாதிரி, இவரது கைக்குள் தன் கையைக் கோத்தபடி இறங்கினான். நடைமேடையில் கால் ஊன்றிய மாத்திரத்தில் அடி உற்சவம் விசையாகத் தொடர்ந்தது. இப்போது இருவருமே நிற்கிறார்கள் என்பதால் உதைகளும் சரளமாகக் கிடைத்தன.

சக பயணிகள் பார்த்துக்கொண்டே கடந்துபோனார்கள். இவர்கள் இருந்தது முன்பதிவு அற்ற பெட்டி; அடுத்திருந்த பெண்கள் பெட்டியிலிருந்து இறங்கிய பெண்மணி இவர்களைப் பார்த்து வேகமாக வந்தாள். அடிக்கிறவனின் கையைப் பிடித்துத் தடுத்தாள்.

உனக்கு அறிவில்லை? இதே பிழைப்பாய்ப் போய்விட்டது. எவ்வளவு உதைத்தாலும் புத்திவர மாட்டேனென்கிறதே?

என்று ஆரம்பித்து சரமாரியாகத் திட்டினாள். சிறுமியின் குரல். சராசரியைவிட இரண்டு மடங்கு பெருத்திருந்த உடம்பு. ரத்தச்சோகை கண்டது மாதிரி வெளுத்த நிறம். அவள் திட்டுவதே கொஞ்சுவது போலத்தான் ஒலித்தது. போதாக்குறைக்கு, அவனுடைய கன்னம் பழுக்கிற மாதிரி ஓங்கி ஓர் அறையும் கொடுத்தாள்.

கஞ்சா நண்பன் உடனடியாகப் பணிந்தான். தவறு செய்த குழந்தை போன்ற பாவத்துடன் தலைகுனிந்து நின்றான். ஓயாமல் அடித்த கைகள் அடிவயிற்றை ஒட்டிப் பெருக்கல் குறிபோலக் கூடிப் படிந்திருந்தன.

அந்தப் பெண்மணியின் தோற்றம் இன்னமும் மறக்கவில்லை சீதாபதிக்கு.

கோணல் வகிடு எடுத்து, தளர்வாகக் கோடாலி முடிச்சுப் போட்ட கூந்தல். சரிகைக்கரை போட்ட, கலங்கிய முட்டைக்கரு

போன்ற அரைமஞ்சள் – அரைவெள்ளை நிறச் சேலை. குளித்து விட்டு நேரே வந்தவள் மாதிரி, பளிச்சென்ற முகம். கோணல் வகிடு. நடு நெற்றியில் சந்தனக் கீற்று.

பிஞ்சுக் குரல் சீதாபதியைப் பார்த்து மன்னிப்புக் கேட்டது. தரதரவென அவனை இழுத்துக்கொண்டு நடந்தாள். பூனைக்குட்டி மாதிரிப் பின்தொடர்ந்தான் அவன். இருவரும் இணையாக நகர்ந்துபோவதைப் பார்த்தபடி, சிலையாக நின்றார் சீதாபதி...

அவன் அவ்வளவு அடித்தபோதும் தனக்கு ஏன் கோபம் வரவில்லை; திருப்பி அடிக்கத் தோன்றவில்லை என்பது அப்போதும் புரியவில்லை. இப்போதும் புரியவில்லை. அத்தனை ஆவேசமாகத் தன்னை வெளுத்துவாங்கியவன், அவளிடம் அறை வாங்கி, பரிதாபமாகத் தலைகுனிந்து நின்ற காட்சியின் அர்த்தமும்தான் ...

பிள்ளை பிடித்ததும் பிடிக்காததும்

அப்புறம் கொஞ்சகாலம் அந்நியர்களைப் பார்த்தால் விலகிப் போய்க்கொண்டிருந்தேன். ஆனால், அதெல்லாம் எவ்வளவு நாளைக்குத் தாங்கும்? எதிராளியுடன் பேசாமலே இருந்தால் நம் குரல் நமக்கே மறந்துவிடாதா? அதுபோக, ஒருவன் நடந்துகொண்ட விதத்தை வைத்து பாக்கி அத்தனைபேரையும் சந்தேகப்படுவதில் என்ன நியாயம் இருக்கிறது?

அதற்கு முன்னும் பின்னும் எத்தனையோ தடவை அடிவாங்கியதில்லையா. என்னுடைய வாழ்க்கைமுறையில் அதெல்லாம் சர்வசகஜம். என்ன, அந்த விக்ரமனை மாதிரி அத்துவானத்திலிருந்து அடி இறக்கிய இன்னொரு ஆளை நான் சந்தித்ததே இல்லை. .

அடி என்றவுடனே இன்னொரு சம்பவம் நினைவு வருகிறது. மேற்படி சம்பவத்துக்குப் பலவருடம் கழித்து நடந்தது என்றாலும், இரண்டும் அடுத்தடுத்து உள்ளே கிடக்கிறது. ஒன்று நினைவு வந்தால்தான் அடுத்ததும் உடனே ஒட்டிக்கொண்டு வந்துவிடுகிறதே!

பொதுவாகவே, எனக்கு அலங்காரம் செய்துகொள்வதில் விருப்பம் கிடையாது. ஆனால், பரட்டைத்தலையாக, மழிக்காத முகத்துடன், உடையில் அழுக்கு மண்டி இருந்ததும் கிடையாது. ஒன்று, தாயாரின் வயிற்றில் இருந்தபோதே எனக்குள் தொற்றிய சுத்தம். முன்னமே சொன்னேனே, பூங்காவனம் மாதிரி சுத்தக்காரியைப் பார்க்கவே முடியாது என்று ஊர்ப் பெண்கள் பேசிக்கொள்வார்கள் என்று.

இரண்டாவது, என்னுடைய மீசையைப் பற்றி எனக்கு எப்போதுமே பெருமிதம் உண்டு. என்னை விரும்பி நெருங்கிய பெண்களுக்கெல்லாம் ஆயிரம் காரணங்கள் இருந்திருக்கலாம் – ஆயிரத்தில் ஒன்றாக இந்த மீசையும் இருந்தே தீரும். இப்போது தான் தளர்ந்து தொங்கிவிட்டது – மற்றதைப் போலவே![3] அப்போ தெல்லாம் அடர்த்தியான கொடுவாள் மீசை வைத்திருந்தேன். இரண்டு பக்கமும் முறுக்கி உயர்த்தியிருப்பேன். விறைத்த நுனியில் எலுமிச்சம்பழம் செருகலாம். உருளாமல் நிற்கும்!

மானாவாரியாக என்னை அடித்தானே, அந்த கஞ்சா நண்பனின் மீசையை விடப் பெரியது – ஆனாலும் அடித்தான் என்றால் எப்பேர்ப்பட்ட தீரனாய் இருக்கவேண்டும் அவன்... தொடர்ந்து, அவனை இழுத்துச் சென்றவளின் மேலுதட்டில் அடர்த்தியாகப் பச்சைத் தடம் இருந்தது நினைவு வருகிறது!

அயர்ந்து உறங்கிக்கொண்டிருந்தேன். தன்னை மறந்த தூக்கம் என்பது எனக்கு அறவே கிடையாது. சொந்த இடம் வேண்டும் என்று ஜனங்கள் அல்லாடுவது வெறும் சொத்து ஆசைக்காக மட்டுமில்லை என்று பலதடவை தோன்றியிருக்கிறது தம்பி. என் மாதிரி நாளுக்கு ஒரு இடமாக மாறிக்கொண்டே இருக்கிறவனுக்கு நிச்சிந்தையான உறக்கம் வாய்க்கவே செய்யாது போல. இல்லை, இதையும் நான்தான் சொல்கிறேனே தவிர, இடம் மாறினாலும் தூக்கம் இழக்காத ஆட்களும் இருக்கலாம் – நாம் என்னத்தைக் கண்டோம். எதையுமே அறுதியிட்டுச் சொல்ல நமக்கேது அதிகாரம், என்ன சொல்கிறாய்?

ஆயிற்றா, அன்றைக்கென்னவோ, உடம்பும் மனமும் வெகுவாகச் சோர்ந்திருக்கலாம் ஒருவேளை, ஆழ்ந்து உறங்கி விட்டேன்.

ஒருக்களித்துப் படுத்தவனின் புட்டத்தில் எதுவோ வேகமாக மோதிய உணர்வு. தலைக்கு அணைப்பாக வைத்திருந்த கையை உருவிக்கொண்டு வேகமாக விழித்தேன். சொன்னால் நம்ப மாட்டாய், என்னைச் சுற்றி சுமார் ஐம்பது பேர் நிற்கிறார்கள். அத்தனைபேரும் ஆண்கள். அழுக்கு உடைகள். உருமால்கள். மீசைகள். அநேகமும் சுருக்கம் விழுந்த முகங்கள். தவறாமல் அத்தனை கண்ணிலும் குரோதம். இப்போது யோசித்துப் பார்க்கும்போது, சுற்றிச் சுற்றித் தானே பின்னிய வலையின் மத்தியில் சிக்கியிருக்கும் சிலந்தி மாதிரித் தெரிகிறேன். வலையைப்

---

3. கிழவரின் முகத்தில் அபாரமான, வசீகரமான குறும்பு இருந்தது!

பார்த்து இரை வந்து சேருவதுதானே நடைமுறை. அந்த இடத்தில் சிலந்தியே இரையாகச் சிக்கியிருந்தது! முன்வரிசையில் இருந்தவன் கரடுமுரடான குரலில் அதட்டினான்:

எந்திர்றா... ரெம்ப நல்லவெங் கணக்காக் கண்ணெமூடிப் படுத்திருக்கே?

அவனெ நல்லாக் கட்டிப்போடுங்கப்பா. எந்திருச்சு ஓடீறக் கீடீறப் போறான்...

என்று அடுத்தவன் ஆலோசனை சொன்னான். அவர்கள் இந்தியில் பேசினார்கள் என்றாலும், நாம் தமிழில்தானே புரிந்து கொள்வோம்? ஆளாளுக்குப் பேச ஆரம்பித்தார்கள். அடிகளும் சரமாரியாக விழுந்துகொண்டேயிருந்தன. உடம்பில் கைகளும் கால்களும் தாக்காத இடம் இல்லை. கூடுதலாக, வன்மம் நிரம்பிய வசவு வார்த்தைகளும் பொழிந்தன. ஆட்டத்தின் உச்சத்தில் உதைபடும் பந்து மாதிரி உருண்டு அலைக்கழிந்தேன். அவ்வளவு வேதனையிலும் ஆறுதலாக ஒரு விஷயம் தட்டுப்பட்டது – நல்லவேளை, யார் கையிலும் ஆயுதம் ஏதும் இல்லை...

அந்தமாதிரிக் கூட்டம் சேர்ந்துவிட்டால், கொஞ்சநேரத்தில், எதற்காக ஆரம்பித்தோம் என்பது அவர்களுக்கே மறந்துவிடும் அல்லவா. உதைப்பதன் இன்பத்துக்காக மட்டுமே தொடர்ந்து தாக்குவார்கள். நேரமாக ஆக வெறி கூடிக்கொண்டே போவதைப் பார்த்திருக்கிறேன். ஜேப்படித் திருடன் ஒருவன் ரயில் பயணி களிடம் சிக்கிப் பட்ட பாட்டை, அப்பப்பா, எவ்வளவு காலமானாலும் என்னால் மறக்க முடியாது. வலது முன்னங்கை தோள்பட்டைக்குக் கீழே ஒடிந்து துவண்டு ஆட, தண்டவாளத்தை ஒட்டிய சரளைக்கல் மீது தட்டுத் தடுமாறி ஓடினான் அவன். துரத்தியவர்கள் கல்லால் அடித்தார்கள். பின்னந்தலையில் இடதுகையைத் தடுப்பாக உயர்த்திப் பொத்தியபடி ஓடினான். ஒரு கட்டத்தில், ஜேப்படித்த மணிப்பர்ஸைக் கீழே எறிந்துவிட்டு ஓட்டத்தைத் தொடர்ந்தான் – அப்படியும் விடவில்லை ஜனங்கள்.

அத்தனை வருட தேசாந்திரத்தில் உருப்படியாக நடந்திருந்த ஒரு காரியம் இருக்கிறது – எந்தப் பிரதேசத்துக்குப் போனாலும், அவர்கள் மொழி கிட்டத்தட்டப் புரிந்துவிடும் எனக்கு. அவர்களுக்குப் புரிகிற மாதிரி என் கைவசம் இருக்கும் ஹிந்தியை வளைக்கவும் நெளிக்கவும் நீட்டவும் ஓரளவுக்குப் பழக்கமாகி யிருந்தது. உறக்கத்தால் வறண்டிருந்த தொண்டையை எச்சில் விழுங்கி நனைத்துக்கொண்டு பரிதாபமாகச் சொன்னேன்:

அய்யாமார்களே, நான் திருடன் இல்லெ. தேசாந்திரி.

என் குரலைக் கேட்டவுடன் கூட்டத்தில் கொஞ்சம் தயக்கம் நிலவியமாதிரி இருந்தது. ஆனால், ஓர் இளம்குரல் இன்னும் ஓங்கிக் கேட்டது:

அப்பண்டா எதுக்குடா ஊருக்குள்ளெ வந்தே?

அடிகள் மீண்டும் பலத்தன. உள்ளுக்குள் பயம் தளும்ப ஆரம்பித்தது. மூத்திரம் முட்டியது. கண்ணோரம் காதுமடலில் முதுகில் பிடரியில் புட்டத்தில் பின்னங்கால் ஆடுசதையில் மூக்குநுனியில் என்று எல்லா இடங்களிலும் காந்தல் எடுத்தது.

திடீரென விபரீதமான ஓர் எண்ணம் முளைவிட்டது. அந்த இடத்தில், அந்த நேரத்தில் சாகவேண்டும் என்று எனக்கு விதித்திருக்கிறதோ? சட்டென்று மனம் ஓய்ந்துவிட்டது. அடிகளைத் தாங்க விறைத்திருந்த உடம்பும் குழைந்துவிட்ட மாதிரி உணர்ந்தேன். அதனால்தானோ என்னவோ, அடிகள் முன்னை மாதிரி உறைக்கவில்லை.

இன்னும் கொஞ்சநேரம்தான், முழு உடம்பும் மரத்துவிடும். கடைசிச் சொட்டுப் பிராணன் சிந்துவதும் உதைத் திருவிழா ஓய்வதும் ஒரே நேரத்தில் நடக்கும் என்று நான் தீர்மானித்த சமயத்தில், இரண்டு கைகளாலும் கூட்டத்தை விலக்கிக்கொண்டு என்னருகில் ஒருவன் வந்து சேர்ந்தான். அவனை முன்னிட்டுத்தான் இந்தக் கதையையே சொல்ல ஆரம்பித்தேன்... அதட்டலாய்ச் சொன்னான்:

அட விடுங்கப்பா. ஆளெப் பேசவே விடாமெ இப்பிடியா மொத்துறது. இருங்க, நான் என்னா எவடம்ண்டு விசாரிச்சுக்குறேன்...

ஊருக்குள் கொஞ்சம் அந்தஸ்தானவன் போலிருக்கிறது. அடிகள் நின்றுவிட்டன. ஆனாலும் ஒரு குரல் எச்சரித்தது:

நீ சொல்றேண்டு விடுறம்டா. தப்புத்தண்டா எதுவும் நடந்து போச்சுண்டா, நீதேன் பொறுப்பு.

சரிங்க அண்ணாச்சி... எங்க குடும்பத்துக்கு நடக்காததுதான் மத்தவிங்யளுக்கு நடந்துறப் போகுதாக்கும்?

என்றபடியே, கைலாகு கொடுத்து என்னை எழுப்பினான்.

யாருப்பா நீயி? இங்கே என்னாத்துக்கு வந்தே?

நான் விவரிக்க ஆரம்பித்ததுமே கூட்டத்தின் சுவாரசியம் குறையத் தொடங்கிவிட்டது போல! சன்னஞ்சன்னமாகக் கலைந்தது.

கூட்டம் விலகியதால் வருடிய காற்றும், தோல் கிழிந்த இடங்களை அது நினைவூட்டியதும், அடிவாங்கிய பொழுதைவிட

இப்போது அதிகரித்துவிட்ட காந்தலும், தேவதூதன் மாதிரி வந்து என்னை மீட்டவன் மீது பொங்கிய நன்றியுணர்ச்சியும் சேர்ந்து என் கண்கள் ஓயாமல் கசிந்தன. எனக்குள் நடுக்கம் போல ஒரு விசிப்பு உண்டாகியிருந்தது.

சிறிய வீடுதான். மண்சுவர்களும், தகரக் கூரையும் கொண்டது. வாசலின் இருபுறமும் திண்ணைகள் இருந்தன. வலதுபுறத் திண்ணையில் அமர்ந்திருந்தவள், அவனுடைய தமக்கை வயது இருப்பாள். ஆனால், ஜாடை இல்லை. ஊருக்குள் மரியாதையான குடும்பமே தவிர, வசதியான குடும்பம் இல்லைபோல என்று தோன்றியது. மரியாதைக்கு எவ்வளவோ காரணங்கள் இருக்கலா மில்லையா – ஜாதி மதம் பரம்பரை படிப்பு என்று!

அந்தப் பெண்மணியின் முகத்தில் கேள்விச் சுருக்கங்கள் உதித்தன. பார்வை குறுகுறுவென்று உறுத்தியது.

> நம்மாளுக அடிச்சுத் தொவெச்சுட்டாங்ய பாவம். புதுசா வந்தவண்டா சந்தேகப்படட்டும், விசாரிக்கட்டும். அதுக்காக இப்பிடியா . . .

திண்ணையில் இருந்தவளின் தொங்கிய பாதங்களுக்கருகில் அமர்ந்து, பிரப்பங் கழிகளும், இழையாய் வகிர்ந்தெடுத்த துவளும் குச்சிகளும் சூழ்ந்து கிடக்க, கைகளும் கண்களும் தீவிரமாய் ஒரே இடத்தில் குவிந்திருக்க, மும்முரமாய்க் கூடை பின்னிய கிழவரிடம்தான் சொன்னான் சீதாபதியின் நண்பன். வரும் வழியிலேயே சொல்லியிருந்த, அவன் பெயர் சரியாக நினைவில் தங்கவில்லை. ஏதோ கீர்த்தியோ பூர்த்தியோ.

> அது சரிதேன். அங்கினெ இருந்தா, நாங்கூட அடிச்சுத்தான் போட்ருப்பேன். உசுரோடெ பறிகுடுத்துருக்கனால்லியா?

என்றாள் அவள். கூடைக் கிழவர் வெறுமனே தலையை மட்டும் ஆட்டினார். பார்வையை எங்கோ நாட்டியபடி,

> ஆனா, ஊருக்கு நல்லது நடக்குதுண்டா, நாம ஒரு சின்னத் தியாகம் செஞ்சாத் தப்பில்லெயே?

என்று சொல்லி முடித்தாள். அவசரமாக அவளுடைய கண்களில் நீர் கோத்தது. முகம் ரத்தமாகச் சிவந்தது. 'அவளிடம் நின்று பேசாதே' என்கிறமாதிரிக் கண்களால் சைகை செய்தான் நண்பன். சீதாபதியின் கையைப் பற்றியிருந்த கை இடப்புறத் திண்ணை நோக்கி இழுத்தது – வெளித் தெரியாமல்.

திண்ணை ஓரத்தை ஊதிவிட்டு அமர்ந்து தன்னருகில் தட்டிக் காட்டினான். அந்தப் பெண்மணி தானாய் எழுந்து

உள்ளே போனாள். கொஞ்சநேரத்தில் வீட்டுக்குள்ளிருந்து தேநீர்மணம் எழும்பியது. வசீகரமான நறுமணம். கொஞ்சநேரம் மௌனமாய் இருந்த மீட்பன் வாய்திறந்தான்:

ஏனோ, உன்னை நம்பலாம் என்று என் உள்மனசுக்குப் பட்டது.

அப்படியா!

ஆமாம். இப்படிக் கொஞ்சம்கூட எதிர்ப்பில்லாமல் அடிவாங்குகிறவனிடம், தவறு இருக்க வாய்ப்பில்லை. அவர்களுமே உன்னைத் திருடன் என்று நினைக்கவில்லை.

பின்னே?

பிள்ளை பிடிக்கிறவன் என்று சந்தேகப்பட்டுவிட்டார்கள்!

அவன் அண்ணாந்து பார்த்து, வாயை முழுக்கத் திறந்து சிரித்தான்.

சரிதான். என்னைப் பார்த்தால் அப்படியா தெரிகிறது!

உன் தோற்றம் காரணமில்லை நண்பனே. ஒரு மாதம் முன்னால் இந்த ஊரில் நடந்த சம்பவம்தான் காரணம்.

வாசல் திண்ணையில் இருந்த பெண்மணி, நண்பனின் சின்னம்மா. அதாவது, தகப்பனாரின் இரண்டாம் தாரம். மூவரையும் சாப்பிட அழைத்தாள். வீட்டுக்குள் நுழைந்தவுடன் மெல்லிய சாப்பாட்டு மணம் சுகந்தமாக உறைத்தது. மீன் பொரித்த மணம். ருசியும் அபாரமானதுதான் என்பதைக் கொஞ்சநேரத்தில் அறியக் கிடைத்தது சீதாபதிக்கு. கைகளையும் தட்டுகளையும் கழுவிய மறுநிமிடமே நண்பன் இவனை இழுத்துக்கொண்டு புறப்பட்டான்.

வா, உனக்கும் வேலை போட்டுத்தரச் சொல்கிறேன்.

ஆமாமாம். கூடுதலாய் இன்னொரு ஆள் வேலைபார்த்துக் கொடுத்தால்தானே நம்முடைய ஜீவனத்துக்குக் கட்டுப்படி யாகும்?

பின்னால் அவளுடைய குரல் மங்க ஆரம்பிக்க, இவர்கள் வேகமாக நடந்தார்கள்.

போகும் வழியில் சித்தியின் கதையைச் சொன்னான். அப்பாவின் போதாத காலம் இப்படியொரு பேராசைக்காரி இரண்டாம் தாரமாக வாய்த்தாள். 'மஹாலட்சுமி மாதிரி இருந்த மூத்தவளின் இடத்தில் இவளா' என்று இவர்கள் கூட்டமே புலம்புமாம். என்ன செய்ய, மஹாலட்சுமிக்கு ஆயுள் கெட்டி இல்லையே.

இவர்களெல்லாம் பரம்பரைபரம்பரையாகக் கிணறுவெட்டும் சமூகத்தவர்கள். இங்கே மாபெரும் அணையொன்று கட்டுகிறது அரசாங்கம். கட்டி முடிக்கவே பத்துவருடம் போல ஆகலாம். அவ்வளவு பெரியது. அவ்வளவு செலவு பிடிப்பது. அணையை நூறு பகுதிகளாய்ப் பிரித்து அவ்வளவு பேருக்கு ஒப்பந்தம் வழங்கி யிருக்கிறது. கட்டுமானத்துக்கான உள்ஒப்பந்தம் அநேகருக்குக் கிடைத்திருக்கிறது. இவர்களுடைய முதலாளி, ஒரிஸ்ஸாவுக்குக் கிளம்பி வந்து, ஒரு கிராமத்தையே ஒட்டுமொத்தமாக இடம் பெயர்த்து வரவழைத்துவிட்டார். அத்தனைபேரும் வந்து சேர்ந்தும் நாலைந்து மாதங்கள் பூமிபூஜை நடக்காமலே இருந்தது. போன மாதம்தான் நடத்தினார்கள்.

ஊரறிந்த ரகசியம்தான் அது. நண்பனுக்குச் சித்தி வயிற்றில் உதித்த சகோதரன் இருந்தான். இவனைவிடப் பத்துப் பனிரண்டு வயது சிறியவன். திடீரென்று காணாமல் போனான். அவன் தலைமறைந்த இரண்டாவது நாளே பூஜை வெற்றிகரமாக நடந்தேறியது.

சகோதரனை நரபலி கொடுத்துவிட்டார்கள் என்பது இவர்கள் சந்தேகம். துக்கத்தில் ஆழ்ந்தவள் மாதிரிப் பாசாங்கு போடுகிறாளே தவிர, சித்திக்காரி பெரும் தொகை வாங்கிக் கொண்டு மகனைக் கொடுத்துவிட்டாள் என்று நம்பாதவர் கிடையாது. பணத்தை இரண்டாம்பேர் அறியாமல் பதுக்கி யிருக்கிறாள். ஆனாலும், ருசு இல்லாமல் எப்படிக் கேள்வி கேட்க? அவரவருக்குள் ரகசியமாகப் பேசி ஆற்றிக்கொள்கிறார்கள்.

அதெப்படி, மகனைப் பலி கொடுக்கச் சம்மதிப்பாளா பெற்ற தாயார்?

சீதாபதியின் குரலில் அவநம்பிக்கையைவிடவும் நடுக்கம் தூக்கலாக இருந்தது. நண்பன் சொன்னான்:

பார்த்தாயா, இந்த வெகுளித்தனம்தான் உன் முகத்தில் அப்பட்டமாய்த் தெரிகிற சமாசாரம்!... தாய்க்காரியானால் அடுத்தநாளிலிருந்தே வேலைக்குப் போவதை நிறுத்தி விட்டாள்... மனசு சரியில்லையாம். இனி வேலை பார்த்து ஜீவனம் நடத்தும் அவசியம் இல்லை அவளுக்கு என்பது தான் என் யூகம்!

புன்சிரித்தான்.

...என் ஒன்றுவிட்ட சகோதரன் மூளைவளர்ச்சி குன்றியவன் தோஸ்த். மலஜலம் கழிக்கவேண்டும் என்றுகூடத் தெரிவிக்க அறியாதவன். ஆக, தானும் தப்பித்து, தன் குழந்தையையும்

கரையேற்றிவிட்டாள் இந்த ராட்சசி. அதுசரி, நீயும் உன் தாயாருக்கு மூத்த மகன்தானே?...

இரண்டாந்தாரத்தின் மகனும்தான் என்று நினைத்துக்கொண்டார் சீதாபதி. சொல்லவில்லை. நண்பன் சொன்ன தகவல் முள்போலத் தொண்டையில் சிக்கி மூச்சுத் திணற வைத்தது. கவனிக்காதவன் மாதிரி அவன் தொடர்ந்தான்:

...அணைக்கட்டின் ஒவ்வொரு கட்டத்திலும் இப்படிப் பலி கொடுக்கப் போகிறார்களாம். இங்குள்ளவர்களில் அத்தனைபேருமே தலைச்சன் குழந்தைகளை வெளியூர்களுக்கு அனுப்பிவிட்டார்கள். நீயும் ஜாக்கிரதையாக இருந்துகொள். நீ அந்நியன் என்பதால் பெரிய பிரச்சினை இருக்காது – இங்கே யாருக்குத் தெரியும், நீ எத்தனாவது குழந்தை என்று!...

ஆனால், சீதாபதி ஒரே மாதத்தில் அந்த இடத்தையும், வேலையையும் விட்டு அகல வேண்டியதாயிற்று. காரணம், மேற்சொன்ன பயம் அல்ல. வேறொரு சமாசாரம். வேலை வாங்கிக்கொடுத்து, தங்க இடமும், சாப்பாடும் வழங்கிய நண்பனை விட்டுப் பிரியுமளவு நிலைமை தீவிரமாகிவிட்டது.

நண்பன் கொத்தனாராக வேலை செய்தான். சீதாபதிக்குப் பயிற்சி எதுவும் இல்லை என்பதால், கடப்பாரை பிடிக்கும் வேலை கிடைத்தது. இரண்டு கையாலும் தலைக்கு மேலே ஓங்கி, தரையில் இறக்கும்போது, அதுநாள்வரை மனத்தில் இலக்கற்றுக் குவிந்திருந்த வன்மம் சொட்டுச்சொட்டாக வடிந்திறங்குவது மாதிரித் தோன்றும். ஆசுவாசமாக இருக்கும்.

மனத்தின் தினவு முழுக்க அடங்கி, சோர்ந்த உடம்புடன் சென்று ஒரு ஃபர்லாங் தொலைவில் இருந்த ஓடையில் குளித்து எழும்போதே, வீட்டில் காத்திருக்கும் சாப்பாட்டின் ருசி வயிற்றில் தகிக்கத் தொடங்கும். சித்திக்காரி எப்படிப்பட்டவளாக வேண்டுமானால் இருக்கட்டுமே, வாரக்கூலியில் முக்கால்வாசியைப் பிடுங்கிக்கொள்ளும் பழிகாரியாகவே இருக்கட்டுமே, சமையலில் அசாத்திய கெட்டிக்காரி.

மிகவும் இதமாக அமைந்துவிட்ட சூழ்நிலை, மனத்தில் லேசாக சஞ்சலம் ஏற்படுத்தியது. பேசாமல் இந்தக் கூட்டத்திலேயே ஒரு பெண்ணைப் பார்த்து, திருமணம் செய்து, சம்சாரியாய் ஆகிவிட்டால் என்ன என்று அடிக்கடி தோன்ற ஆரம்பித்தது.

அப்படியெல்லாம் நடக்க முடியுமா என்ன? சம்பந்தப் பட்டிருப்பது யார்? சீதாபதி அல்லவா ... சாமானியமான யோகக்காரனா அவன்! இன்னமும் படுவதற்கு என்னவெல்லாம் பாக்கி இருக்கிறது ... சகுந்தலாவைப் பார்க்கவேண்டும். மனம் முழுக்க அவள் நிரம்பவேண்டும். காற்றின் வேகத்தில் பறக்கும் சருகுக் குப்பை மாதிரி அவள் பறந்து காலிசெய்த இடத்தில், தூர்க்கவே முடியாத பள்ளம் ஏற்பட வேண்டும் ... எவ்வள வெல்லாம் இருக்கிறது!

தன்னை மாதிரி ஓட்டக்காரனை மணக்காமல் இருந்திருந்தால், சகுந்தலாவின் கிரகங்கள் அவளை வேறுமாதிரி நடத்தியிருக்க லாமோ? இந்த ஒரு கேள்வி எழும்பும்போது மட்டும்தான், சீதாபதியால் தன்னைக் கட்டுப்படுத்திக்கொள்ள முடியாமல் ஆகிவிடுகிறது. எத்தனைநாள் நடுராத்திரியில் விழிப்புத்தட்டி, விடியும்வரை விசும்பிக்கொண்டே இருந்திருக்கிறார் தெரியுமா.

எந்த ஊரில் எந்தத் தேதியில் இருந்தாலும், அவள் ஒருத்தியைப் பற்றி ஆதங்கம் எழுந்துவிட்டால் போதும், அவளது அருகாமையில், அவளுடைய காலத்தில் இருக்கிற மாதிரியே பிரமை தட்டிவிடும். சந்தோஷமும் துக்கமும் ஒருசேரப் பொங்கி, மரண அவஸ்தையாகிவிடும் ...

போகட்டும். அந்தக் கந்தாயத்தை இன்னொரு நாள் வைத்துக் கொள்ளலாம். இன்றைக்கு அணைக்கட்டைப் பற்றித்தான் பேச்சு. அங்கே கிடைத்த சிநேகிதம் பற்றித்தான் பேச்சு.

பரிச்சயமான அன்றே தெரியும் – நண்பன் திருமணமானவன் என்பது. தாய்வீட்டுக்குச் சீராடப் போயிருந்த மனைவி ஊர் திரும்பியதுதான் சுழியை மாற்றிவிட்டது.

அவள் சித்தாளாக வேலைபார்த்தாள். இந்த இடத்தில் அவளைப் பற்றி ஒரு வார்த்தை சொல்லவேண்டும். சும்மாட்டுக்குக் கீழே தெரிகிற முகம், பௌர்ணமிக்கு நாலு நாள் இருக்கிற நிலா மாதிரிப் பொலியும். நாவல் பழம் போலத் திரண்ட கண்கள். அவற்றில் எந்நேரமும் கசிகிற சிரிப்பு. வெறும் தோற்றம் மட்டும் இல்லை, மனப்பாங்குமே நறுவிசானதுதான். சின்ன மாமியார் வீசும் எப்பேர்ப்பட்ட கேவலமான வசவு வார்த்தையையும் சின்னப் புன்னகையால் கடந்து போய்விட முடியும் இவளால். இவளுடைய பெயர் ஆயுசுக்கும் மறக்காது – மங்கா.

ஆனாலும், எவ்வளவு பூரணமான சிற்பத்துக்கும் கண்ணுக்குத் தெரியாத ஒச்சம் வைத்துத்தானே திருஷ்டி கழிப்பான் செய்தவன்?

மங்காவின் அடிமனசில் இருந்து புரையோடிய வில்லங்கம், சீதாபதி வருவதற்காகக் காத்திருந்தது போல. அல்லது, இவருக்கு அப்படிப் படுகிறது – நினைத்துப் பார்க்கும்போதெல்லாம்…

அன்றைக்கு ஏனோ எதுவுமே சரியில்லாமல் போயின[4]. அவ்வளவு ருசியாகச் சமையல் செய்யும் சித்தி, நாஷ்டாவுக்குத் தயாரித்த பருப்புத் துவையலில் இரண்டு தடவை உப்புப் போட்டுவிட்ட மாதிரிக் கரித்தது. வீட்டைவிட்டுக் கிளம்பும் போது காக்காய் வலமிருந்து இடம் போனது. ஒரு வீட்டு வாசலைத் தாண்டுகையில், பசுஞ்சாணம் கிடந்ததைக் கவனிக்கவில்லை போல, சீதாபதியின் கால் வழுக்கியது. கட்டுமானப் பகுதிக்குள் நுழைந்தபோது, சின்னதாக ஒரு சூறை எழுந்து, சருகுகளும் குப்பைகளும் புழுதியுமாய் சிறு தூண் எழுந்து நின்றது. ஓரிரு கணம் கழித்து லேசாக வடக்கே நகர்ந்து, குலைந்து உதிர்ந்தது. ஆனால், தாங்கமுடியாத புழுதி மணம் காற்றில் நிரம்பிவிட்டது. இதையெல்லாம்விட மோசமான சகுனம், சீதாபதி வேலை பார்க்கும் பாத்தியில் மங்கா சித்தாளாக வந்து சேர்ந்தாள்.

இத்தனை நாளிலும் ஒரு விஷயம் கவனித்து வைத்திருந்தார் சீதாபதி. கணவனும் மனைவியும் நேருக்கு நேர் பேசிக்கொள்வதே யில்லை. எதிரில் வரும் ஆண்கள் எல்லாரையுமே சீண்டுகிற கூர்மை கொண்ட கண்கள் அவளுக்கு. புருஷனைப் பார்க்கும்போது மட்டும் அணைந்த கரிக்கட்டை மாதிரி இருண்டு குளிர்ந்துவிடும். இன்னும் உறுத்தலான சங்கதி, இந்தப் பயல் இவரோடு வெட்டவெளியில்தான் தினமும் படுத்துக்கொள்கிறான் என்பது.

வேலைத் தலத்திலும் அப்படித்தான் – அவன் வேலை பார்க்கும் பகுதிக்கு இவள் சித்தாளாகப் போக மாட்டாள். அவர்களைப் பார்க்கும்போது, ஒரே கிண்ணத்தில் வசிக்கிற எண்ணெயும் தண்ணீரும் என்று தோன்றும் சீதாபதிக்கு. ஆனால், யார்மீது தவறு என்று இவர் யோசித்ததே கிடையாது. புருஷன் பெண்சாதி உறவு மிகமிக அந்தரங்கமானது அல்லவா – அவரவர் மனப்போக்கில் மற்றவர்மீது என்ன தாவந்தமோ – அதையெல்லாம் ஆராயவும் கூடாது; விசாரிக்கவும் கூடாது. அடுத்தவனுக்கு இடமே இல்லாத பிரதேசம் அது…

எல்லாரையும் மாதிரித்தான், சீதாபதியையும் அவள் பார்வை தொடரவும், தொந்தரவு பண்ணவும் செய்யும். இவர் கண்டுகொள்ளாத மாதிரி இருந்துவிடுவார். முன்னரே பலதடவை

---

4. இந்த இடத்தில் தொடங்கி, பின்வந்த நாலைந்து தகவல்கள் ஏனோ எனக்கு சாக்கஸ் கூடாரத்தை நினைவுபடுத்தின. ஆனால், சீதாபதி என்ற கதைசொல்லி தனக்கென ஒரு பாணியை வைத்திருக்கிறார். அதில் நாம் சொல்வதற்கோ செய்வதற்கோ என்ன இருக்கிறது!

சாப்பாட்டின் ருசியை வியந்து தள்ளிவிட்டார் என்பதால், இவருக்குப் பரிமாறுவதற்கு வேகமாக எழுந்து வந்துவிடுவாள் சின்னம்மா. அவள் இருக்கும் இடத்தில் இவள் இருக்கமாட்டாள் என்பது ஆறுதல்.

ஆனால், இன்றைக்கு இரும்புச் சட்டியுடன் நேருக்கு நேர் வந்து நிற்கிறாளே. என்ன செய்ய? மனத்தைத் திடப்படுத்திக்கொண்டு வேலையைத் தொடங்கினார் சீதாபதி. இன்றைக்குக் கையாள் வரவில்லை என்பதால், தோண்டுவது மட்டுமில்லாமல் வாரிப் போடுவதும் இவருடைய வேலை ஆகிவிட்டது.

நாலு தடவை மண்வெட்டியால் வாரிப் போடும்போது, முதுகில் அவள் பார்வை படிந்திருக்கிறது என்பதே உறுத்தத்தான் செய்யும். சட்டியை இரண்டு கையாலும் தூக்கி அவள் தலையில் இருத்தும்போது, கவனமாகப் பார்வையைத் தவிர்ப்பார் சீதாபதி. யதேச்சையாகக் கூட அவள் கண்களைச் சந்தித்துவிடக் கூடாதே என்ற உதறலும் இருந்துகொண்டிருந்தது.

ஆனால், தம்மையும் மீறி ஒருமுறை இவருடைய பார்வை பட்டுவிட்டது. அவளது கண்களில் அல்ல – வழுவழுப்பான சறுக்குமரம் போலச் சரிந்திறங்கும் இடுப்பில். அதற்கும் முன்பாகவே, அளவாய்ப் புடைத்த முலைகளின்மீது பதிந்து விட்டது. உள்ளுணர்ச்சியில் அவளுக்கும் தெரிந்ததோ என்னவோ, தடுமாறியவள் மாதிரி சீதாபதிமேல் வீழ்ந்தாள். வேண்டுமென்றுதான் விழுந்தாள் என்பதில் இவருக்குக் கொஞ் சமும் சந்தேகமில்லை[5].

எதுவுமே நடக்காத மாதிரி, சட்டியைச் சுமந்துகொண்டு போய்விட்டாள். இவருக்கானால், உடம்பும் மனமும் பதறுகிறது. ஒரு நிலையில் நிற்க மாட்டேனென்கிறது. அந்த வியர்வையின் மணமும், முழுக்கத் தன்மீது கவிழ்ந்த எடையின் கனமும் அதன் மிருதுவும் என்ன செய்தாலும் அகல மறுக்கின்றன ... அடுத்த நடை திரும்பி வருகிறாள். இந்தமுறை அவளுடைய முகத்தைப் பார்க்காமல் இருக்க முடியவில்லை ...

சாயங்காலம் வீடு திரும்பும்போது, வழக்கம்போல நண்பனும் நானும் ஒன்றாய் நடந்துவந்தோம். பத்துப் பதினைந்தடி முன்னால்

5. சீதாபதிக்கு அமைந்த பெண்ணுறவுகள் அனைத்திலுமே அவர்கள்தாம் இவரை நாடி வந்திருக்கிறார்கள். எம்ஜீயார் படங்களின் அம்சம் பூரணமாக அமைந்த உறவுகள். முழுக்க முழுக்க வடநாட்டிலேயே வாழ்நாளைக் கழித்த ஒருவரின் மனத்தில் இந்த மாதிரியான நினைவுகள் தேங்கியிருக்கின்றன என்றால், இது தமிழ் மனத்தின் அடையாளமா, அல்லது தேசிய மனோபாவமா, ஆண்மனத்தின் பொதுக் குணமேதானா என்று அறுதியிட்டுக்கொள்ள முடியவில்லை எனக்கு.

வேறு பெண்களோடு அவள் போய்க்கொண்டிருந்தாள். அவர்களெல்லாம் தார்ப்பாய்ச்சித்தான் சேலை கட்டுவார்கள். இரண்டு தனிப்பகுதிகளாகப் பிரிந்து தெரிந்த புட்டத்தை சற்று அதிகப்படியாகவே அசைத்து நடக்கிறாள் சண்டாளி என்று தோன்றியது. அல்லது, எனக்குத்தான் அப்படிப் பட்டதோ.

நண்பன் என்றைக்கும்போலப் பேசிக்கொண்டே வந்தான். கவனமேயின்றி உம் கொட்டிக்கொண்டு நடந்தேன். எதுவோ சொல்லி என்னை உலுக்கினான்.

> என்னப்பா இது, சாயா குடிப்போமா என்று இத்தனை தடவை கேட்கிறேன், பதில் சொல்ல மாட்டேன் என்கிறாய்? ஊர் ஞாபகம் வந்துவிட்டதாக்கும்!

குழந்தையிடம் பேசும் பரிவு கொண்ட குரல்.

அந்தக் கணத்தில் முடிவெடுத்தேன். எத்தனை ஜென்மத்தில் எத்தனை சாபம் வாங்கினோமோ, இப்படிக் காற்றாடி போலத் திரியவேண்டியதாகிவிட்டது. இந்தப் பிறவிக் கணக்கில் மித்திரத் துரோகமும் சேரவேண்டியதில்லை. இருக்க இடமும் உத்தியோக மும் சாப்பாடும் உண்டாக்கிக் கொடுத்தவனல்லவா அவன்?

உடம்புக்கு எத்தனைபேர் வேண்டுமானாலும் கிடைப்பார்கள் தம்பி. மனசுக்கு உகந்த சிநேகிதன் கிடைப்பது லேசில்லை...

பாவம், மறுநாள் காலையில் தேடியிருப்பான். அக்கம்பக்கம் குந்துவதற்குப் போயிருப்பேன் என்று நினைத்திருப்பான். நட்டநடு ராத்திரியில், இருட்டோடு இருட்டாக நான் ஓடிப்போனது தெரிய வரும்போது என்ன பாடுபட்டிருக்கும் அவன் மனம்? என்னுடைய ராசியையும்தான் பாரேன், ஒரு இடத்திலேயாவது முறையாகச் சொல்லி விடைபெற்றுக்கொண்டு போக வாய்த்திருக்கிறதா? என்ன ஜென்மம் இது.

திருட்டும் உபசாரமும்

> இவிங்ய ரெண்டு பேரு மாதிரியே இன்னொரு செம்மமும் என் மனசுலே வேர்பிடிச்சு ஒக்காந்திருக்கு. அந்தப் பெருசெப் பத்திச் சொல்லட்டா?
>
> சொல்லுங்க, சொல்லுங்க.

என் குரலில் தெறித்த வேகம் எனக்கே வேடிக்கையாய் இருந்தது.

> பெருசுக்கு அப்பவே எம்பது வயசுக்கிட்டெ இருக்கும். என்னைய மாருதி எளந்தாரியக்கூட, 'வாரயா, ஓட்டப் பந்தயம் வப்பமா, யாரு செயிக்குறாக பாத்துருவமா'ண்டு கேக்குற ஒடம்பு – பீமராசா மாருதி.

ம்.

அந்தாளு மீசையம்புட்டுப் பெரிசான மீசையும் நாம் பாத்ததில்லே, அவுரு சம்சாரத்தப்போலெ அளகான பொம்பளெயெயும் பாத்ததே யில்லப்பு. கிளவிதான். ஆனா, பூர்விகத்துலெ பேரளகியா இருந்துருப்பா. எந்நேரமும் முக்காடு போட்டுருப்பா. அசந்து மறந்து அது வெலகும் போது பஞ்சுகணக்கா நரெச்ச தலெ தெரியுமா, மனசு குளுந்துபோகும் பாக்குறவனுக்கு! உச்சி வகுட்டுலெ சுளீர்ண்டு செந்துருக்கம் வச்சிருப்பா. அதுவா, இல்லெ அவ நெத்தியா, எதுக்கு நெறமும் பளபளப்பும் சாஸ்தீ ண்டு நம்மளாலெ சொல்ல முடியாது. எப்பனாச்சிம் சுதாரணெ தப்பி தலெத்துணி நகர்றப்ப முளு மொகமும் தெரியுமா, அவளோடெ இடது மூக்குலெ மாட்டுன கம்பி வளையம் மாருதியே வட்டமா இருக்கும். மொகரெயிலெ எம்புட்டுச் சுருக்கம் விளுந்தாத்தேன் என்னா, அளகி அளகிதானே. புராணக் கதெயிலெ வரவேண்டிய பொம்பளெ கணக்கா இருப்பா. தேவலோகத்துச் சரக்கு!...

கிழவர் தமக்குள் ஆழ்ந்து புன்னகைத்துக்கொண்டார்.

...இதுலெ ஒரு வேடிக்கெ இருக்கு தம்பி. அவளெ அப்பப் பாத்தப்ப, என்னையவிட அம்பது வயசாவது மூத்தவளா இருந்தா. இப்ப நமக்கே எம்புட்டோ வயசாயிருச்சு. மனசுக் குள்ள இருக்குற அவளோடெ படம் மட்டும் அதே வயசிலெ நிண்டுபோயிருக்கு. ஆனாலும், அவளெக் கிளவீண்டுதான் நெனைக்கத் தோணுது. நமக்கு சோடியா வச்சுப் பாக்க முடியலே!

சிரித்தார்.

அப்படியொரு அத்துவானத்தில் அவ்வளவு பெரிய பங்களா இருக்கும் என்று சீதாபதி எதிர்பார்த்திருக்கவில்லை. அவ்வளவு ஆள் நடமாட்டத்தையும்தான். வாசலில் நட்ட தூண்களின் உச்சியில் கண்ணாடிக் கூண்டுகளுக்குள் காடா விளக்குகள். அகண்ட வளாகத்தின் உட்புறம் இருந்த வீட்டின் இருபுறத் திண்ணைகளிலும் பெற்றோமாக்ஸ் விளக்குகள் எரிந்தன.

சுற்றிலும் வெகுதூரத்துக்கு ஊரோ கிராமமோ இருக்கிற மாதிரித் தடயமேயில்லை. சரி, இரவை இங்கே கழிப்பதற்குக் கேட்டுப் பார்க்கலாம் என்று சீதாபதிக்குள் எண்ணம் ஓடியது. பொதுவாக, தங்க இடம் கேட்கும் அதிதியை விரட்டியடிக்கும்

பழக்கம் இல்லாத ஜனங்கள். பெரும்பாலும் மறுக்க மாட்டார்கள். ஊர் மந்தையில் ஏகாந்தமாய்ப் படுத்திருப்பவனை, உறுத்தாத குரலில் விசாரிப்பார்கள். இன்னார் இன்னவிவரம் என்று தெரிந்த மாத்திரத்தில் நாகரிகமாக விலகிப் போய்விடுவார்கள். ஆனாலும், வெளித்தெரியாத காவல் கண்கள் தன்னை உறுத்துக் கவனித்துக்கொண்டிருக்கின்றன என்பது சீதாபதியின் உள்ளுணர்வுக்குத் தெரியும். ஆனால், அதைப் பொருட்படுத்தாமல் இயல்பாக நடந்துகொள்ளப் பழகிவிட்டிருந்தது அவனுடைய அனிச்சை.

கடுங்குளிர் காலம் அல்லது மழைக்காலத்தில் மட்டும் வீடுகளில் ஒண்ட இடம் கேட்கிற மாதிரி ஆகிவிடும். வாசலில் வந்து நிற்கும் அந்நிய மனிதனிடம் கேட்பதற்கு அவர்களிடம் கேள்விகள் கொஞ்சம் அதிகமாகவே இருக்கும். நியாயம்தானே. நீங்கள் அன்றாடம்காய்ச்சியாகக் கூட இருக்கலாம். ஆனால், உங்களுக்கென்று நிர்ணயமான இடத்தில் அந்நியனுக்குக் கூரை தருவதென்றால், நாலு கேள்வி கேட்பதில் தவறொன்றுமில்லையே.

மிகச்சில இடங்களில் மட்டும், வீட்டில் குழந்தைக்கு உடம்பு சரியில்லை, மறுநாள் மூத்தோர் திதி இருக்கிறது, விருந்தாளிகள் வந்திருக்கிறார்கள் என்கிற மாதிரி ஏதாவது காரணம் சொல்லி நாசூக்காக விரட்டுவார்கள். அல்லது அதில் நிஜம் இருந்தாலும் இருக்கும். நமக்கென்ன தெரியும்.

மற்றபடி, அநேக வீடுகளில் ஒன்றும் சொல்ல மாட்டார்கள். திண்ணையில் படுக்க இடம் தருவார்கள். சில வீடுகளில், தாங்கள் உண்டது போக மீந்த உணவைத் தருவார்கள். வட்டில் கொஞ்சம் நெளிந்தும் பழசாகவும் இருக்குமே தவிர, சாப்பாடு கெட்டிருக்காது. தொண்ணூற்றொன்பது சதவீத வீடுகளில், ஒரு தம்ளர் பாலாவது ஒரு வாழைப்பழமாவது தராமல் இருக்க மாட்டார்கள். இன்னும் பெரிய மனசு படைத்தவர்கள், பழைய போர்வையோ கம்பளியோ கொடுத்து 'நீயே வைத்துக்கொள்' என்பார்கள். அதிகாலையில் எழுந்து அகலும்போது, அவற்றைத் திண்ணையிலேயே விட்டுவிடுவான் சீதாபதி.

ஆமாம், தோளில் மூட்டையுடன் நிற்கும் அதிதி என்றால் கொஞ்சம் சந்தேகம் எழ வாய்ப்பிருக்கிறது. வெறுங்கையுடன் நிற்பவனை தேசாந்திரி என்று நம்பத் தடையேதுமில்லையே!

எப்படியோ, மிகப் பரந்த குணமுடைய ஒரு சூழலைப் புதைத்த மண்மேட்டின்மீதுதான் இன்றைக்கு வாகனங்கள் பறக்கின்றன; மாளிகைகள் எழுந்து நிற்கின்றன; அடுத்தவனைப் பொருட்படுத்தாத, கரிசனம் என்றால் வீசை என்ன விலை

என்று விசாரிக்கிற, தலைமுறைகள் தலையெடுத்திருக்கின்றன. இதெல்லாம் எங்கே போய் முடியப் போகிறது என்று கேட்டால் சீதாபதி போன்ற சாமானியனால் சொல்ல முடியாதுதான் – ஆனால், போய்ச்சேருகிற இடம் நல்லதாக இருக்காது என்று மட்டும் நிச்சயமாய்ச் சொல்ல முடியும். நல்லவேளை, அதை யெல்லாம் இருந்து பார்க்கும் துர்ப்பாக்கியம் இவரை மாதிரி ஆட்களுக்குக் கிடையாது. அதுதான் வீடு போ போ என்கிற, காடு வா வா என்கிற வயதாகிவிட்டதே...

வளாகத்துக்குள் நுழைந்த பிறகு தெரிந்தது, வீட்டின் உட்புறமும் ஏகப்பட்ட அரிக்கேன் லாந்தர்களும், முன்புறமும் பக்கவாட்டிலும் சுவர்களில் பதிந்த மாடங்களில் ஏகப்பட்ட சிம்னி விளக்குகளும் எரிவது. இந்த ஒரு வீட்டின் ஓர் இரவுத் தேவைக்கு மட்டுமே பீப்பாய் நிறைய எண்ணெய் செலவாகும் போலிருக்கிறதே என்று நினைத்தபடி,

ஜீ... மா...

என்று குரல் விடுத்தான்.

வலது திண்ணையின் அகலவாட்டு நீட்சியாக இருந்த அறைக்குள்ளிருந்து ஒரு பெரியவர் வெளிவந்தார். ஆரம்பத்தில் சீதாபதி விவரித்த அதே பீமராசாதான்.

வாருங்கள்... வாருங்கள்...

என்று இரண்டு கைகளையும் நீட்டிக்கொண்டு முன்னே வந்து படிகளில் இறங்கினார். வெளிச்சத்தில் சீதாபதியின் முகத்தைப் பார்த்ததும்,

அட, சின்னப் பையன்தான். இருட்டில் சரியாகத் தெரிய வில்லை.

என்று உரத்துச் சொல்லிக்கொண்டவர், உட்புறம் நோக்கி முகத்தைத் திருப்பி,

வசு, அதிதி வந்திருக்கிறார் பார்.

என்று குரல் கொடுத்தார். இதற்குள், வீட்டினுள்ளிருந்து சீதாபதியின் வயது கொண்ட இளைஞன் வெளியில் வந்தான். கைக்கொன்றாகக் கொண்டுவந்த கோரைப்பாய் நறுக்குகளைத் திண்ணையில் போட்டான்.

பெரியவர் தாம் ஒன்றில் அமர்ந்து, மற்றதில் சீதாபதியை அமரச் செய்தார். நிதானமாக, துல்லியமாக, ஒரு தகவல் விடாமல்

ஊர்சுற்றி

கேட்கத் தொடங்கினார். இதற்கிடையில், முன்னர் சொன்ன அழகுக் கிழவியும் வந்து எதிர்த் திண்ணையில் அமர்ந்திருந்தாள்.

கிழவர் கேட்ட கேள்விகளையும், சீதாபதி சொன்ன பதில் களையும் விஸ்தாரமாகச் சொல்லவேண்டியதில்லை – ஏற்கனவே தெரிந்தவைதானே!

ஆனால், சாப்பாட்டுக்குப் பிறகு கிழவர் சொன்ன சுயபுராணத்தையும், அதில் இடையிடையே நுழைந்து கிழவி சொன்ன உபரித் தகவல்களையும் விரிவாகச் சொல்லவேண்டும். பார்க்கப்போனால், சீதாபதி சொல்ல ஆரம்பித்த சமாசாரமே அதுதானே ...

கிழவரின் பெயர் கர்த்தார் சிங். வசுந்தராக் கிழவியை மணம் புரிந்த பிறகுதான் இவ்வளவு கவுரவமாகச் சொல்லிக்கொள்ள முடிந்தது. அதற்கு முன்னால் சாமானிய கர்த்தார்தான். அதிலும், வெறும் கர்த்தார் இல்லை. கேடி கர்த்தார். அப்புறம், கொஞ்சம் பிரபலமான பிறகு, கொள்ளைக்காரக் கர்த்தார்.

ஆச்சரியப்பட வேண்டாம். கிழவரின் பூர்விகத் தொழில் அதுதான். தொழிலில் கொடிகட்டிப் பறந்த காலத்திலும் சரி, பின்னால் அதை முழுக்கத் தலைமுழுகிவிட்டு யோக்கியமான குடும்பஸ்தனாக வாழ்க்கை நடத்தும்போதும் சரி குற்றவுணர்வோ, அவமான உணர்ச்சியோ கொண்டது கிடையாது.

அவரென்ன ஏழைபாழைகளிடமா திருடினார்? ஊரை அடித்துப் பையில் போட்டுக்கொண்டவர்களிடமிருந்து தமக்கு நியாயமாகச் சேரவேண்டிய பங்கைத்தான் எடுத்துக்கொண்டார். கையில் ஈட்டியும், சவாரிக்குக் குதிரையும், தோளில் வடக்கயிறும் இல்லை என்பதால் மட்டுமே நீ திருடன் இல்லை என்று ஆகிவிடுமா, அல்லது இந்த வழியில் சம்பாதித்தேன் என்பதால் நான் பணக்காரன் இல்லை என்றுதான் ஆகிவிடுமா? ('அந்த அடகுக்காரன் ராம்லால் கதையைக் கேட்டால் இந்தச் சோட்டாப் பையனுக்கே கொலைவெறி ஏறிவிடும்' என்றாள் வசுந்தராக் கிழவி.)

தவிர, ஒரு வழிப்பறிக்காரன் வழிமாறி ராமாயணமெல்லாம் எழுத முடியும் என்றால், இன்னொரு கொள்ளைக்காரன் குடும்பம் நடத்த முடியாதா?

இந்தப் பிறவியிலேயே நாசமாய்ப் போவாய் என்றும், அடுத்த பிறவியில் நரகத்தில் தொங்குவாய் என்றும் எவ்வளவோ

318 யுவன் சந்திரசேகர்

பேர் சாபம் இட்டிருக்கிறார்கள். ('சொந்த மாமனாரே திட்டினார், மாமியார் மண் அள்ளித் தூற்றினாள்' – என்று எடுத்துக்கொடுத்தாள் கிழவி.) பறிகொடுப்பவர்கள் மனம் வெதும்பி சில வார்த்தைகள் உதிர்ப்பது சகஜம்தானே. அதையெல்லாம் பெரிதுபடுத்தக் கூடாது. ஒருவேளை, அவர்கள் சொன்ன பிரகாரம் பாவக்கணக்கு கூடிவிட்டது என்றே வைத்துக்கொண்டாலும், இப்போது வாசல்தேடி வருகிறவர்களுக்கெல்லாம் மனமாரச் சாப்பாடு போடுகிறாரே, இந்தப் புண்ணியத்தின் தட்டும் கீழே இழுக்கத்தானே செய்யும்? ('விருந்து' என்று கிழவி திருத்தினாள்.)

எவ்வளவோ ஐசுவரியத்தைத் திருடியிருக்கிறேன். ஆனாலும், இவள் ஒருத்தியின் அழகுக்கு அதெல்லாம் ஈடாகுமா பையா! இந்த வயசிலேயே இப்படி இருக்கிறாளே, பாலியத்தில் எப்படி ஜொலித்திருப்பாள்!...

கிழவர் குறும்பாகக் கண் சிமிட்டினார். கிழவியின் முகத்தில் ரத்தம் பாய்ந்து சிவந்தது. மறுகணமே அது கறுக்கிற விதமாக அடுத்த வாக்கியம் உதிர்த்தார் கர்த்தார் சிங்.

... இந்தத் திண்ணையிலிருந்து எதிர்த்திண்ணைக்குப் போகவே அலுத்துக்கொள்கிறாள் இப்போதெல்லாம். அரைநாழிகை ஆகிவிடுகிறது! அந்த நாளில் மின்னல்போல இருப்பாள்.

ஆமாம். இவர் கூடத்தான். குதிரையில் பறப்பார். இப்போது பொதியேற்றிய கழுதைமீது கூட ஏறி உட்கார முடியாது!

என்று கிழவி சிடுசிடுத்தாள். கிழவர் உற்சாகமாகச் சிரித்தார்.

அது யாரால் முடியும்? பொதி போக ஓர் ஆள் உட்கார இடமிருக்காதே!

கிழவி முகத்தை நொடித்தாள். உட்புறம் திரும்பி,

அரே, சுக்ராஜ், மூன்று மட்கா தூத் கொண்டு வா.[6]

என்று ஆணையிட்டாள்.

அந்த சுக்ராஜ், பெண்பார்க்க வந்த குடும்பத்துக்கு சிற்றுண்டி கொண்டுவரும் பாவனையில் ஒயிலாக நடந்துவந்தான். கணுக்காலுக்கு மேல் ஏற்றிக் கட்டிய வேஷ்டியும், மாராப்புபோல நெஞ்சின் குறுக்கே கிடந்த பூத்துவாலையுமாக வந்த அவனை இன்னார் என்று முடிவு செய்வதே கடினமான காரியம்தான்.

---

6. கூடுமானவரை தமிழ்ச் சொற்களாலேயே கதை சொன்ன சீதாபதி, இந்தக் கதையில் மட்டும் ஹிந்திச் சொற்களை அதிகமாகப் பயன்படுத்திய காரணம் என்ன என்று எனக்கு விளங்கவில்லை!

ஊர்சுற்றி

ஆக, குதிரையில் பாய்ந்து ஒரு கிராமத்தையே திருட்டுக் களமாக்கும் கூட்டம் ஒன்றை நடத்திவந்தார் கர்த்தார் சிங். அதில் ஏகப்பட்ட நியதிகள் வைத்திருந்தார்களாம். முதல்நாளே சொல்லி விட்டுத்தான் கொள்ளைக்குப் போவார்கள். ('ஊர்க்காரர்கள் ஒன்றுகூடித் துரத்தியடித்ததும் உண்டு; பெரும் யுத்தம் நடந்து இரண்டுபக்கமும் ஆட்சேதம் ஏற்பட்டதும் உண்டு' – கிழவி.) ஒருமுறை போன கிராமத்துக்கு அப்புறம் நாலைந்து வருடங்களுக்குப் போகமாட்டார்கள் – அவர்கள் மீண்டெழ அவகாசம் கொடுக்க வேண்டாமா? இரவில் போகமாட்டார்கள். விளக்கு வைத்தபிறகு அவர்களுடைய ஐசுவரியத்தைக் கவர்ந்தால், பாவம், அந்த கிராமம் நிரந்தரமாக உருப்படாமல் போய்விடாதா? பெண்களைத் தொடவே மாட்டார்கள். பெரிய பெரிய கொள்ளைக்காரர்களெல்லாம் வீணாய்ப் போனது அநேகமாகப் பெண்விஷயம் காரணமாய்த்தான் இருக்கும். ('ஒரேயடியாய் அப்படிச் சொல்லிவிட முடியுமா? பெண்விஷயத்தால் உருப்பட்டவர்களும் இருக்கத்தான் செய்கிறார்கள்' – கிழவி. 'இப்படிக் குறுக்கே குறுக்கே பேசினால் நான் எப்படி இழவு கூட்டுவது? நீயே முழுக்கச் சொல்லித் தொலை' என்று எரிந்து விழுந்தார் கர்த்தார் சிங். பால் அருந்தி முடித்த மண்குவளையை இலக்கில்லாமல் திண்ணைக்குக் கீழே எறியவும் செய்தார். கிழவியின் தலையீடு அத்தோடு நின்றது.)

சில கிராமங்களில் சமரசத்துக்கு வருவார்கள். முன்னரே குறித்த தேதியில் வரவேண்டாம், ஊர்க்கூட்டம் போட்டு நாங்களே ஒரு தொகையைக் கப்பமாகக் கட்டிவிடுகிறோம் என்று தகவல் சொல்லி அனுப்புவார்கள். சொன்ன நாளில் ஒரே ஒரு ஆள் குதிரையில் போய் அவர்கள் கொடுப்பதை வாங்கிவந்துவிடுவான் – பல தடவை இப்படி நடந்திருக்கிறது.

அந்த முறை தகவல் சொல்லப் போன தூதன் வந்து சொன்ன செய்தி மிகுந்த ஆச்சரியம் அளித்தது. இத்தனைக்கும் அது பஞ் சத்தில் அடிபட்ட கிராமம் என்று இவர்கள் நினைத்திருந்தார்கள். அவர்களானால்,நூறு சவரனும், நாலுவண்டி குதிரைத் தீவனமும், இருபது மூட்டை அரைத்துச் சலித்த ஆட்டா மாவும் தருகிறேன் என்கிறார்கள். இதுவரை முன்வைக்கப்பட்ட கப்பத்தொகையில் உச்சபட்சம் இதுதான். கிராமம் வெளித்தெரியாத வகையில் செழுமையானது என்று அர்த்தமா, கர்த்தார் சிங்கின் கீர்த்தி அப்படி உயர்ந்திருக்கிறது என்று கொள்வதா?

ஆனால், அந்தக் கிராமத்துக்குப் போறதுக்கு முன்னாடியே என் தலையெளுத்து மாறிப் போச்சு பையா. தூது போய்ட்டு

வந்த சின்னா சொன்ன சேதியெ என்னாலெ நம்பவே முடியலே. அப்பிடியொரு சங்கதியெ நான் கனவுகூடக் கண்டது கிடையாதா, கிட்டத்தட்டக் கிறங்கியே போனேன்! அவிங்ய குடுக்குறேண்டு சொன்ன சாமாஞ்செட்டெச் சொல்லலே – இந்தப்பய வேறெ ஒண்ணுல்லே சொன்னான்!

என்றார் கிழவர். மனசின் ஆழத்திலிருந்து வரும் சிரிப்பைக் கஷ்டப்பட்டு அடக்குகிறவர் மாதிரி, உதடுகளைச் சுழித்து, மீசையைச் செல்லமாக ஆனால் அழுத்தி வருடிக்கொண்டார்.

ஊர் கூடி நிற்கிறது. கொள்ளையர்களுக்குக் கொடுக்க வேண்டியவற்றைத் திரட்டி ஊர்மந்தையில் அடுக்கியிருக்கிறார்கள். குதிரைகள் வந்தன. உரத்த குரலில் கூவிக்கொண்டு பதினேழு கொள்ளையர்கள் விரைந்து வருகிறார்கள். தாக்குதல் நடத்தப் போவதில்லை என்றாலும், கொள்ளைக்கான சடங்குகளில் குறை வைக்கலாமா!... கர்த்தார் சிங் குதிரையைவிட்டு இறங்காமலே அறிவித்தார்:

நீங்கள் தரும் பொருள் எதையுமே நாங்கள் தொடப் போவதில்லை...

கூட்டத்தில் பெருமூச்சின் ஓசை உயர்ந்து தாழ்ந்தது. கனத்த அமைதி நிலவியது.

...ஆனால், அதற்காக வெறுங்கையுடன் திரும்பப் போவதும் இல்லை.

இப்போது கசகசவென்ற முனகல் ஒலி கிளம்பியது. அடுத்து அவர் சொன்ன வாக்கியத்தில் பெண்களும் ஆண்களும் ஆவென்று வாயைப் பிளந்து, அதைக் கையால் பொத்திக்கொள்ளவும் செய்தார்கள்.

ஊர் முக்கியஸ்தர் வயிற்றிலும் வாயிலும் அடித்துக்கொண்டு எதிர்ப்புத் தெரிவித்தார். அவருடைய மனைவி இரண்டு கைகளாலும் புழுதியை வாரித் தூற்றினாள். ஆனால், அவர்களுடைய மகள் மனமொப்பிக் கொள்ளைக்காரனுடன் போக ஆயத்தமானபிறகு யார்தான் என்னதான் செய்ய முடியும்?

இந்த இடத்தில் கிழவருக்கும் கிழவிக்கும் மறுபடி சண்டை ஆரம்பித்தது. அதுவும் கிழவரின் வாய்த்துடுக்கால்தான். அவர் சொன்னார்:

அன்னைக்கி வாங்காமெ விட்ட சாமான்க போக, எம் பங்காளிகளுக்கு நான் குடுக்கவேண்டி வந்த ஈட்டுத்

தொகெ வேறே. தீவனத்தையும் மாவையும் விட்டுத் தள்ளு. இருவது பேரு இருக்கான் நமக்குக் கீளெ. நூறு சவரம்ண்டா, ஆளுக்கு அஞ்சு சவரம் ஆகுதால்லியா? நாஞ் சேத்து வச்சதிலெருந்து அவிங்யளுக்குப் பங்கு குடுத்தன். அவிங்யளெயும் சும்மா சொல்லக் கூடாது. ஆளுக்கு ரெண்டு சவரம் திருப்பிக் குடுத்துட்டாங்ய – எங்க கலியாணத்துக்கு மொய் எளுதுறாங்யளாம். என்னாத்தையோ நெனச்சு என்னாத்தையோ செய்யிறம் – அப்பறம் ஆயுள் முளுக்க என்னாடா இப்பிடியாக்கொத்த முட்டாத்தனம் செஞ் சுட்டமேண்டு கெடந்து புளுங்குறம்...

சிரித்தார். நீண்டநேரம் மௌனமாய் இருந்த கிழவி ஆங்காரமாய் வாய்திறந்தாள்:

மத்தவங்களுக்கும் அதேதானே. தாக்கல் சொல்ல வந்த நாய்கிட்டெ நம்ம ஆசையெ எதுக்குடா சொல்லியனுப்புனம் ண்டு அவுக தும்பப்பட மாட்டாகளா? மக்யாநா திருட வரப்போறம்ண்டு சொல்ல வந்த எருமெமாட்டுக்கிட்டெ நம்ம ஆசையெ என்னா எளவுக்குச் சொல்லிவிட்டம்ண்டு கலங்க மாட்டாகளா? அப்பிடித்தான் குருதெயிலெ தொத்திக்கிட்டு இடுப்புநோக வந்தமே, அப்பிடி என்னா காணாததெக் கண்டுட்டம்ண்டு தோணாதாக்கும்?

இடுப்பு நோவெத்தான்...

என்று கர்த்தார்க் கிழவர் இன்னும் பெரிதாகச் சிரித்தார். இப்போது கிழவி தனக்கு வந்த சிரிப்பை அடக்கிக்கொள்வதும், அவள் முகம் வெகுவாகச் சிவப்பதும் தெரிந்தது.

...சரிவிடு, மாமனார் ஊருலெ களவாங்கக் கூடாதுண்டு அன்னைக்கி எடுத்த முடிவுதானே இன்னைக்கி வேற மாகாணத்துலெ வந்து வீடும் வாசலுமாக் குடியிருக்க வச்சிருக்கு. போகுது போ, களுதெ என்னாத்தெயெல்லாமோ பறிகுடுத்துட்டம்ண்டாலும், இப்பிடி ஆராம்சே வாளக் கிடைச்சதால்லியா, மனசெத் தேத்திக்கிற வேண்டியதுதான்!

அதேதான், என்னமோ களவாணிமேல ஆசெ வச்சிட்டாலும், பிள்ளெகுட்டிக பேரப்பிள்ளைக யோக்கியமா ஆயிருச்சில்லே. அது நம்ம தாலிபாக்கியம்தானே!

கிழவியும் சமரச மனநிலைக்கு வந்துவிட்டாள் போல!

அந்தத் தம்பதி சீதாபதியைத் தங்களுடனே இருக்க வற்புறுத்தி னார்கள். இத்தனைபேர் சாப்பிடுகிற இடத்தில், கூட ஒரு ஆள்

இருப்பதால் சுமையே கிடையாது என்றும், இவ்வளவு விவசாயம் நடக்கிற இடத்தில், மேழி பிடிக்க இன்னும் இரண்டு கைகள் என்றால் தங்களுக்கும் ஒத்தாசைதானே என்றும் எவ்வளவோ எடுத்துச் சொன்னார்கள்.

ஒரு வாரம் மட்டும் அவர்களுடைய விருந்தாளியாய்த் தங்கிவிட்டு, போதும் என்று கிளம்பிவிட்டார் சீதாபதி.

அப்பிடியெல்லாம் ருசியாச் சாப்புட்டம்ண்டா, சோம்பேறியா ஆயிருவம் தம்பி. அப்பறம் நமக்கும் எதுத்த திண்ணைக்கிப் போக ஒரு நாளி நேரம் பிடிக்கும்!

குதூகலமாய்ச் சொன்னார். இதைமட்டுமே ஒரு முழுநீளத் திரைப்படமாக எடுக்க முடியுமே, மேற்குத்தொடர்ச்சி மலையைக் களமாக வைத்து, நாலு நாட்டுப் பாட்டையும் கோத்துவிட்டால் நூறுநாள் நிச்சயம் என்று வேகமாகக் கணக்குப் போட்ட புத்தியை மானசீகமாகச் செருப்பால் அடித்துக்கொண்டேன். முத்தாய்ப்பாக அவர் இரண்டு விஷயங்கள் சொன்னார்:

அப்பிடி அன்னியோன்னியமான புருசம்பொஞ்சாதியை எங்கயுமே பாக்க முடியாது தம்பி. இந்த நிமுசம் தாவா, அடுத்த நிமிசம் நெருக்கம்ண்டு மளைக்கால சாயங்காலம் மாருதி சீதோஸ்ணம் மாறிக்கிட்டே இருக்கும். அங்கிணெ கெடந்தம்ண்டா, நமக்கும் கல்யாணம் காச்சீண்டு ஆசெ உண்டாயிரும். அதெவிட, அப்பிடிப் பொருந்தி வாள்க்கெ நடத்துறதெல்லாம் லாயக்குப்படாதூண்ற எடத்துக்கு நாம முன்னாடியே வந்திருந்தம்ல்லெ.

எழுந்தார். உடனே நின்றார்.

திருடன் ண்டு ஒருவார்த்தையிலெ சொல்லீர்றம். முன்னாடி ஒருதபா மலெயிலே பாத்தனே, அந்தாளுக்கும் இந்தக் கர்த்தார் சிங்குக்கும் எம்புட்டு வித்தியாசம் பாத்தியா? குடும்பஸ்தனுக்கு மட்டுமில்லே, களவாணிக்கும் அவனவன் தலெயெளுத்தெப் பொறுத்துத்தான் வாள்க்கெ அமையுது, என்னா சொல்றே?

பெருமூச்சு வெளியேறியது. அது உந்திய மாதிரி விசையுடன் நடக்கக் கிளம்பினார்.

13

படப்பிடிப்பு ரத்து என்று அறிவித்தார் தயாரிப்பு நிர்வாகி. அருகில் நின்ற தயாரிப்பாளரின் முகம் தொய்ந்திருந்தது. பொதுவாக, தயாரிப்பாளரைப் படப்பிடிப்பு நடக்கும் இடத்துக்கு வர அனுமதிக்க மாட்டார் எங்கள் இயக்குநர். இங்கே நடக்கும் ஒவ்வொரு செலவும் அனாவசியம் என்று படும் அவர்களுக்கு – அப்படி ஒரு வயிறு பக்கத்திலேயே இருந்து குமுறிக்கொண்டிருந்தால் படம் உருப்படாமல் போய்விடும் என்பது இவருடைய கருத்து.

ஆனால், இந்தமுறை படப்பிடிப்பு ரத்தானதுக்கு, திரையுலகம் சம்பந்தப்பட்ட எதுவுமே, யாருமே காரணமில்லை. முந்தின நாள் இரவு, உள்ளூர்ப் பிரமுகர் ஒருத்தர் காலமாகிவிட்டார். வயதானவர் தான். மாதக்கணக்காக நோய்ப் படுக்கையில் கிடந்தவர்.

ஆனாலும், சங்கும் சேகண்டியும் ஒப்பாரியும் ஓயாமல் ஒலித்துக்கொண்டிருக்கும்போது, கிராமத்தின் குறுக்கும் நெடுக்கும் படப்பிடிப்பு வாகனங்கள் அலைந்தால் ஜனங்களுக்கு எரிச்சல் வந்துவிடாதா? தவிர, இறந்தவர் ஊரின் பெரும்பான்மை ஜாதியில் முக்கியஸ்தர். ஒரு காலத்தில் உள்ளூர் அரசியலில் பிரதானமான ஸ்தானம் வகித்தவர். மாநிலக் கட்சியில் ஏதோ பொறுப்பும் அவர்வசம் இருந்தது. கட்சியில் மூத்தமகன் தலையெடுத்த பிறகு சிறுகச் சிறுக ஒதுங்கிக்கொண்டவர்... அடித்தொண்டையிலிருந்து காறித் துப்பிவிட்டு,

தாளி, இத்தனெ நா கெடந்தவன், இன்னம் ரெண்டு நாளு பொறுத்திருக்கக் கூடாதா?

யுவன் சந்திரசேகர்

என்று தெலுங்கு மணம் கமழும் தமிழில் முனக மட்டுமே முடிந்தது ரெட்டியாரால். அது கேட்கும் அளவு நெருக்கத்தில் நின்றிருந்த எனக்குக் கூசியது. பதிலுக்குக் காறித் துப்ப ஆசையாகவும் இருந்தது. அடக்கிக்கொண்டேன்.

இறுதிச் சடங்கை வேடிக்கை பார்க்கப் போனேன். எங்கள் துறையில், முன்னறிவிப்பு இன்றிக் கிடைக்கும் ஓய்வுநாள்ப் பொழுது எப்படியெல்லாம் கழியும் என்பது பற்றி ஏகப்பட்ட முன் அனுபவம் உண்டு எனக்கு.

இறந்தவரின் வீட்டு வாசலில் அடர்நீலமும் இளஞ் சிவப்பும் மாறிமாறிப் பட்டையாய்க் கோடிழுத்த ஷாமியானா போட்டிருந்தது. நாலைந்துபேர் சேர்ந்து பிரம்மாண்டமான தேர் கட்டிக்கொண்டிருந்தார்கள். பச்சை மூங்கிலைப் பிளாச்சுகளாகக் கீறி, விதவிதமான வளைவுகளில் கொச்சக்கயிற்றால் கட்டும் கலைப்பணியை முழுவேலையாக நின்று பார்க்க வேண்டும் என்று ஆர்வமாக இருந்தது. ஆனால், வீட்டைச் சுற்றிலும் மண்டியிருந்த சாவுமணம் அனுமதிக்கவில்லை. அலங்காரத்துக்காகக் கூடை கூடையாய்க் காத்திருந்த பூக்கள் அனைத்திலும், புதுக் கலயத்தில் நிரப்பிய தணல் விடுத்த புகையிலும், வாழையிலையில் வாழைப் பழத்தில் குத்திப் புகைந்த ஊதுபத்திகளிலும் அதே மணம்தான்.

வாசலில் போட்டிருந்த ப்ளாஸ்டிக் நாற்காலிகளில் காத்திருந்தவர்களில் பத்திருபது கரைவேட்டிகள் அழுத்தமாகத் தெரிந்தன. மாவட்டச் செயலாளர் வரப் போகிறார் என்று சொன்னார்கள். ஒவ்வொரு உறவினர் வந்து நுழையும்போதும், வீட்டுக்குள்ளிருந்து, புது வேகத்துடன் பிலாக்கண ஒலி உயர்ந்தது. பிறகு மெல்ல அடங்கியது.

வீட்டுக்குள், கிராமத்தின் சூழ்நிலைக்குக் கொஞ்சமும் பொருத்தமில்லாத நவீனச் சாயலுடன் நீண்டு கிடந்தது ஐஸ்பெட்டி. உள்ளே மல்லாந்திருந்த சாந்தசொரூபியின் மீசை கருகருவென்றிருக்க, வேர்களில் வெண்ணிறம் முளை விட்டிருந்தது. நாலைந்து நாள்த் தாடியின் பிசிறுகள் முழுக்கவே வெண்மையாக இருந்தன. முறுக்கிய மீசைக்குப் பொருத்தமற்ற பணிவுடன் முன்னங்கைகளை மடியில் கோத்துப் படுத்திருந்தார் அவர் – உறங்குவது போன்று நிச்சிந்தையான முகம்.

ஆனால், 'மனிதர் அவ்வளவு சாத்வீகமானவர் இல்லை' என்று வேலுச்சாமி என் காதில் கிசுகிசுத்தான். உள்ளூரில் விளையாடியது போதாதென்று, மதுரையிலும் திண்டுக்கல்லிலும்

திருச்சியிலும் நிரந்தரமான தொடுப்புகள் வைத்திருந்தாராம். தகவல் சேகரிப்பதில் அவனுக்கு நிகரே கிடையாது!

மயானத்துக்குப் போகும்போதும், திரும்பும்போதும், சீதாபதிக் கிழவருடனே நடந்தேன். கிழவரின் நடை மாதிரியே இல்லாத விசை. போகும்போது அமைதிக்குள் மூழ்கிக் கிடந்தவர், திரும்பி வரும்போது தன்னியல்பாகப் பேசத் தொடங்கினார். வழக்க மாய்ப் பேசும் நேரங்களில் போல உரக்காது, தழைந்த குரலில் பேசிக்கொண்டே வந்தார்.

> தனியா அத்தனெ வருசம் திரிஞ்சனே, நாலைஞ்சு தபா தோணிருக்கு தம்பி – என்னா எளவுக்கு உசிரெச் சொமந்துக் கிட்டுத் திரியுறம் – இந்தமேனக்கி இப்பிடியே போய்ச் சேந்தா ஒரு சொட்டுக் கண்ணீர் விட நாதியிருக்கா நம்மளுக்கு?

ஒரு கணம் நின்றார்.

போகும்போது சீரான ஊர்வலமாய், பெரும்பாலும் மௌனமாய் நடந்தவர்கள், இப்போது ஆளுக்கொரு வேகத்தில், அவரவர் பேச்சுத் துணையுடன் எங்களைக் கடந்தார்கள். கிழவர் தலையாட்டிக்கொண்டு, நடையைத் தொடர்ந்தார் – பேச்சையும்தான்.

1

அப்போதெல்லாம் பூச்சி மருந்து சர்வசாதாரணமாய்க் கிடைக்கும். ஒரு சீசா வாங்கிக்கொண்டேன். கிராமத்து ஓட்டலில் சாப்பாடு பொட்டலமாய்க் கட்டித்தர முடியுமா என்று கேட்டேன், அவன் என் முகத்தில் என்னத்தைக் கண்டானோ, மூன்று ஆள் சாப்பிடுகிற அளவு கட்டித் தந்தான். இல்லாவிட்டாலும், அந்த நாட்கள் மாதிரி தாராளம் இப்போது கிடையாது. அதிதிக்குச் சாப்பாட்டை விற்பது சம்பந்தமான குற்றவுணர்ச்சி இன்னும் முழுக்க விலகாத காலம் அது.

மலையடிவாரத்தையொட்டிய ஊர். மலை ஏறி ஒரு மைல் தாண்டினால் அடுத்த ஊர், அதற்கும் அடுத்த ஊர் என்று மலையின் முழங்காலையொட்டி நெடுகப் போகும் மலைப் பாதை அது. எந்த இடத்திலும், மரணவேதனையில் நான் துடிக்கும்போது யாராவது வந்துவிடுவார்கள் என்கிற மாதிரி ஆள் நடமாட்டம் தெரிந்துகொண்டிருந்தது. இன்னும் இன்னும் என்று எட்டிப் போனேன். சாதாரணமாய், தற்கொலை எண்ணத்தை ஒத்திப்

போட்டால் வீரியம் இழந்துவிடும் என்றுதானே சொல்வார்கள்? எனக்கானால், ஒவ்வொரு தப்படிக்கும் உறுதி கூடிக்கொண்டே போனது.

கிட்டத்தட்ட நடுப்பகல் வந்தபோது, இனி நடக்கவேண்டாம் என்று தோன்றியது. ஆள் வந்தால் வரட்டுமே – சாகத் துணிந் தாயிற்று, யார் பார்த்தால் என்ன. திடீரெனக் கிளம்பிய உத்வேகத் தில், சாலையோரமாக ஒதுங்கினேன். பாதை மிகவும் உயர்ந்து வந்திருந்தது. இடதுபக்கம் கிடுகிடுவென்று சரிந்த பள்ளம். அது வெளித்தெரியாமல் மூடிபோட்டது மாதிரி, பசுமரத் தலைகள். பச்சைப்பரப்பில் அவ்வப்போது சலனம் தெரியும். குரங்குகள் ஜாஸ்தியாய் உள்ள பிரதேசம்.

ஓரமாய் உட்கார்ந்து சாப்பாட்டுப் பொட்டலத்தைப் பிரித்தேன். ஆறிய அரிசிச் சோற்றின் மணம் இதமாக இருந்தது. நான் சாப்பிடும் கடைசிச் சாப்பாடு என்று தோன்றிய மாத்திரத் தில் எச்சில் ஊறியது. 'பொறு சீதாபதி, பொறு' என்று எனக்கு நானே சொல்லிக்கொண்டேன்.

அதுவரை சந்தித்த அந்நிய மனிதர்கள், கடந்து வந்த ஊர்கள், பூர்விக கிராமம், சிநேகிதர்கள், சொந்தக்காரர்கள் என்று முகங்களும் இடங்களுமாய் உள்ளே ஒரு படம் ஓடியது. விரோதி என்கிற மாதிரி ஒரு ஆள்கூட என் வாழ்க்கையில் இடைப்பட வில்லை என்பதைப் பற்றி லேசான வியப்பும் ஊறியது...

மனத்தின் திரையில் தோன்றித் தோன்றி அழிந்த சித்திரங் களில் முழுக்க மூழ்கிவிட்டேன் போல. கைப்போக்கில் சீசாவைத் திறந்து மொத்தச் சோற்றிலும் விஷம் கலந்திருக்கிறேன் என்பது திடீரென உறைத்தது. இவ்வளவையும் சாப்பிடப் போவதில்லையே, எதற்காக இப்படிச் செய்தோம் என்று உள்ளுக்குள் எழுந்த கேள்வி, நடப்புலகின் பக்கம் கவனத்தைத் திருப்பியது.

சுற்றிலும் பத்துப் பனிரெண்டு காக்கைகள் தத்தித்தத்தி அமர்ந்தவாறிருந்தன. எட்டத்தில் நாலைந்து குரங்குகள். ஒன்றின் அடிவயிற்றில் பிஞ்சு ஒன்று தொத்தியிருந்தது – உடம்பில் துருத்திய அங்கத்தைப் போல. மலைப் பிரதேசச் சடைநாய் ஒன்றும் முன்னங்கால் ஊன்றிக் காத்திருந்தது. புடைப்பற்ற வயிறும், திறந்த வாயிலிருந்து நீண்டு தொங்கிய நாக்கும் தன்னிச்சையாக அதிர்ந்தவாறிருந்தன.

வயிறு நிரம்பிய பிறகு நான் மிச்சம் வைக்கப்போகும் சாப்பாட்டை எதிர்பார்த்துக் காத்திருக்கிறார்கள். இப்போது நிலவும் அசாத்திய அமைதி, ஒரு கணத்தில் கலைந்துவிடும். என்னமாய்ப் போர் நடக்கும், அதைப் பார்க்க நான் இருக்க

மாட்டேன். அல்லது அரைக்கண் மூடி நான் காணும் கடைசிக் காட்சியாய் இருக்குமோ என்னவோ...

திடீரென அடிமனத்தில் முள் தைத்தது. ஆஹா, இவர்கள் போராடப் போவது சாப்பாட்டுக்கா – சாவதற்கல்லவா!

நான் சாவது மட்டுமில்லாமல், இவ்வளவுபேரையுமா கொல்லப் போகிறேன். மனமறிய ஒரு உயிருக்கும் தீங்கிழைக்காமலே என் காலில் சக்கரம் தொற்றியிருக்கிறது. இவ்வளவு பேரைக் கொல்வதா?

மறு பிறவி, பாவம், நரகம் அது இது .என்று ஏகப்பட்டது சொல்கிறார்களே, அதையெல்லாம் நான் யோசித்தே பார்த்த தில்லை தம்பி. கண்முன்னால் ஒரு உலகம் திறந்து கிடக்கிறது – இதில் யோக்கியமாக நடந்துகொள்ள வேண்டாமா. அறியாமல் நடந்திருந்தால் பரவாயில்லை, தெரிந்த பிறகு தவறு செய்யலாமா? 'நீ அப்படிப்பட்டவனா சீதாபதீ?' என்று கேட்டுக்கொண்டேன்.

இப்போது உன்னிடம் சொல்லும்போது தோன்றுகிறது – என்னுடைய முடிவுக்கு எதிரான ஒரு சங்கதி எனக்குள்ளேயே வேர்விட்டுத் துளிர்த்திருக்க வேண்டும்; அதுதான் என் கவனத்தை அந்தப் பிராணிகள் மீது கவனமாகப் படியவைத்ததோ என்னவோ.

சாப்பாட்டை விறுவிறுவென்று பொட்டலம் கட்டினேன். எழுந்து நடக்க ஆரம்பித்தேன் – ஏக்கம் நிரம்பிய கண்கள் என் முதுகுக்குப் பின்னால் உறுத்துவதை உணர முடிந்தது. '... அடக் கிறுக்குகளே, நீங்கள் எட்டிப்பார்த்து மீண்டது எந்தப் பிரதேசத்தை என்று உங்களுக்குத் தெரியாது. ஒரு நொடியில் அமிர்தமாகிவிட்ட விஷத்தையாக்கும் சுமந்து செல்கிறேன் இப்போது...'

எனக்குள் ஊறிய வாக்கியத்தில் எனக்கே சிரிப்பு வந்தது.

ஆனாக்கெ, ஒரு தப்புப் பண்ணீட்டென் தம்பி. இன்ன வரைக்கி உறுத்திக்கிட்டுருக்கு.

சொல்லுங்க.

மலெப்பாதையிலெருந்து ஒரு கிளெ பிரிஞ்சு அடிவாரத்தெப் பாத்துப் போச்சு. எறங்கி நடந்து போனென். நாலஞ்சு நாளி நடந்த பெறகு, பெரிய ஏரிக்கரைக்கி வந்து சேந்தேன்.

ம்.

அம்புட்டு நேரமும் அலுங்காமெக் கையிலெ வச்சிருந்த சாப்பாட்டுப் பொட்டலத்தெத் தண்ணியிலெ வீசினேன். திரும்பிப் பாக்காமெ நடக்க ஆரமிச்சிட்டென். ஆனா, அப்பிடியாக்கொத்த தப்பெ நான் செய்திருக்கக் கூடாது…

எனக்குப் புரியலேங்கய்யா. தப்புப் பண்ணியிருக்க வேண்டிய எடத்துலெதான் சுதாரிச்சிட்டீங்களே?

அட நீயென்னப்பா, பச்செப்புள்ளெ கணக்காப் பேசுறெ?

ஏன்?

பின்னே, நான் வீசுனதெத் திண்டு எத்தனெ மீனுக செத்துருக்குமோ, ஆடுமாடு எதும் தண்ணி குடிக்க வந்துருக்குமோ, ஒரு கொடம் பாலுக்கு ஒரு சொட்டு போதும்பாகளே, ஏரித் தண்ணி முளுக்க வெசமாயிருக்குமோ ண்டு இன்னெவரிக்கும் வேதனெ அடங்கலே. எந்தக் கோயில்லெ போயி இந்தப் பாவத்தெக் களுவுறது ண்டு ரோசனெ இருந்துக்கிட்டே யிருக்கு…

சேச்சே, அப்பிடியெல்லாம் நடக்க வாய்ப்பேயில்லே. எத்தனெ கொளம் பாக்குறோம், எவ்வளவு பேர் கால் களுவுறாங்க, தண்ணி நாறவா செய்யிது?

அப்பிடீங்குறே? ஆனா, அதுலெயும் ஒரு ஞானம் கெடச்சது தம்பி.

சொல்லுங்க.

ஒரே ஒரு மனசுலே வெசம் விளுந்துச்சுண்டா அது எத்தனெ உசிருக்கு ஆபத்தாயிருது பாத்தியா!

சரிதான். ஆனா, எனக்கொரு கேள்வி இருக்குங்கய்யா.

சொல்லு.

ஒங்களோடெ எத்தனாவது வயசுலெ இப்பிடி நடந்துச்சு?

கிழவர் யோசித்தார். வழக்கத்தைவிடச் சற்று அதிக நேரம் எடுத்தது. இவ்வளவு துல்லியமான சங்கதியாக நினைவில் தங்கியிருக்கும் சம்பவம் பற்றி மிக மேலோட்டமான தகவலைத் தானே கேட்டோம், அதற்கு இவ்வளவு யோசனை தேவையா என்று நான் யோசித்துக்கொண்டிருந்தபோது, நான் எதிர்பாராத பதிலைச் சொன்னார் அவர்.

அது என்னா எளவு? அதெல்லாம் யாருக்கு யாவுகமிருக்கு. என்னமோ, சாகத் தெரிஞ்சம், நாமளாவே தப்பிச்சுக்கிட்டம். அம்புட்டுத்தானே. சொன்னதெ விட்டுப்புட்டு சொரையெப் பிடுங்குறியே…

நாங்கள் பிரியவேண்டிய இடம் வந்திருந்தது. பெரியவர் நின்றார். இலக்கில்லாமல் ஒரு கணம் வெறித்தார். ஏதோ ஞாபகம் வந்தவர் போல வேகமாக என்புறம் திரும்பினார்:

அது சரி, இன்னைக்கு ஒனக்குத்தான் வேலெ கெடயாதுல்ல. வெயில்த் தாள வீட்டுப்பக்கம் வாறியா? ரவெக்கி ஒனக்கும் சேத்துச் சோறு வைக்கச் சொல்லீர்றேன் கிளவிகிட்டெ.

சரிங்கய்யா.

2

காலைலே சொன்னனே, சாவைப் பாத்துப் போயிட்டு நாந் திரும்பிவந்த கதெ, யாவுகமிருக்கா?

இல்லாமே!

அதே சாவு என்னைய வந்து எட்டிப்பாத்துட்டு வெறுங் கையோடெ போன கதெ சொல்லட்டா?

சொல்லுங்க...

வங்காளத்தில் ஒரு சாமியாரிடம் மிரண்டு விலகிப் போனே னல்லவா? கால்போன போக்கில் நடந்து நவதீப் என்கிற இடம்வரை போய்விட்டேன். அந்த இடத்தில் கங்கையைப் பார்ப்பது தனி அனுபவம்.

கங்கையம்மாள் தனது புருஷனோடு இணையப் போகிற சந்தோஷத்தில் இருக்கிறாள்.

என்று ஒரு படகுக்காரன் அரைகுறை இந்தியில் யாரோ ஒரு யாத்திரீகக் குடும்பத்திடம் விளக்கிக்கொண்டிருந்தான். ஆமாம், சமதரையில் சில மைல்கள் ஓடி சமுத்திரத்தில் ஐக்கியமாகப் போகிறாள் அவள்.

அது சரியாகக் கூட இருக்கலாம். மலையில் புலிச்சாமியா ருடன் இருந்த காலங்களில் பார்த்திருக்கிறேன். கீழே, வெகு ஆழத்தில், பச்சை நிறக் கோவணம் போல நீண்டிருக்கும் கால்வாய்தான் அது. மந்தாகினி அலக்நந்தா கோமுகி என்று அங்கங்கே வந்து சேரும் ஆறுகளெல்லாம் சேர்ந்து ஹரித்துவாரத் துக்கு வரும்போதே அகலமாகிவிடுவாள். மேலே அப்படி அடக்க ஒடுக்கமாய் இருந்தவள்தானா என்று நமக்கு ஆச்சரியம் தட்டும். ஆனால், அதுவும் ஒருவிதத்தில் நியாயம்தான், நம் வீடுகளிலேயே

அநேகப் பெண்பிள்ளைகள் நடுவயதைத் தாண்டும்போது தாட்டியமாகிவிடுவதில்லை?!

நான் போன அந்த நவதீப்பில், கங்கை இரண்டு மடங்கு அகலமாக இருந்தாள். அதற்கு ஒரு காரணம் இருந்தது. ஜாலங்கி என்கிற நதி கங்கையில் வந்து கலக்கிற இடம் அது. அழுக்கும், குப்பையும் மண்டி பழுப்பு நிறமாய் இருக்கும் கங்கையுடன், மரகதப் பச்சை நிறமாய் இருக்கும் ஜாலங்கி கலக்கும் போது, இரண்டு தண்ணீரையும் பிரிக்கும் கோடு துல்லியமாய்த் தெரியும். அந்த ஒரு இடத்தில் மட்டும் ஒரு வித்தியாசமும் எனக்குப் பட்டது. மற்ற இடங்களிலெல்லாம் பெண்ணாக இருந்த கங்கை, அங்கே மட்டும் ஆணாக மாறிவிட்டமாதிரி பிரமை. ஆமாம், இஷ்டம் போல ஊர்மேய்ந்து கெட்டழிந்த ஆண்பிள்ளை – ஏதோ போதாதகாலம், அவன் மீது ஆசைவைத்துப் பிணையவந்த புதுப் பெண்போல ஜாலங்கி.

கையிருப்பு அநேகமாக இல்லாமலே இருந்த சமயம். எனக்கு அக்கரைக்குப் போகவேண்டும் என்று ஆசை. படகுப் போக்குவரத்து உண்டு. படகோட்டி காலணா கேட்டான். என்னிடம் நாலணாவோ ஐந்தணாவோதான் மிச்சம் இருந்தது. அக்கரைக்குப் போனவுடன், பசித்தது என்றால்?

நானும் உன்னைமாதிரித்தானப்பா. அவ்வளவு வசதியில்லாதவன்.

அவன் நம்பின மாதிரித் தெரியவில்லை. 'காசு இல்லாவிட்டால் படகில் ஏறாதே' என்று கறாராகச் சொல்லிவிட்டான்.

நான் பார்த்தேன். எடுக்கக்கூடாத முடிவை எடுத்தேன். நாம் என்ன நீச்சல் தெரியாத ஆளா, ஓடுதண்ணீரிலும், கிடை தண்ணீரிலும் அட்டகாசமாக நீந்தக்கூடியவனல்லவா. கைச்சுமை எதுவும் இல்லாமல் இருக்கிறவனுக்கு மார்க்கமா இல்லை?

வேட்டியைக் கழற்றி உருமால் கட்டிக்கொண்டு தண்ணீரில் இறங்கினேன். படகோட்டி, எதிர் முனையில் துடுப்புடன் உட்கார்ந்திருந்த தனது சகாவிடம் ஏதோ சொல்லிச் சிரிப்பது கேட்டது.

சிரிங்கடா, அற்பப் பதர்களா. உங்களுக்கு முன்னாலே அங்கெ போயி நிக்கிறனா இல்லையா பாரு...

என்று வீம்பாக முனகிக்கொண்டு நீந்தத் தொடங்கினேன்.

கையிலே காசு இல்லாததால் ஏற்கனவே இரண்டு மூன்று நாளாக சரியாகச் சாப்பிடவில்லை. உடம்பு தளர்ந்து இருக்க

வேண்டும். பத்துநிமிஷம் போல நீந்திய மாத்திரத்தில் கை சோர ஆரம்பித்தது. இன்னும் கங்கையின் விளிம்பையே தாண்டியாக வில்லை. முழு ஜாலங்கி வேறு பாக்கியிருக்கிறது.

அடுத்த சிலவினாடிகளில் கால் நரம்பு இழுத்த மாதிரி மதர்த்துக்கொண்டது. நினைத்த வேகத்தில் உடம்பு முன்னேற வில்லை என்பதோடு, பிரவாகத்தின் வேகத்துக்கு இசைந்து இழுபடவும் ஆரம்பித்தது. பயம் உயர்ந்தது. அவ்வளவுதான், சீக்கிரமே தோன்றிவிட்டது – நாம் எதிர்க்கரை சேரப்போவதில்லை; நேரே பரலோகம்தான்.

மனம் குமைய ஆரம்பித்தது. இதென்ன, முட்டாள்தனமாக முடிவெடுத்து இப்படி நட்டாற்றில் வந்து சிக்கிவிட்டோம். தற்கொலைக்குச் சமமான காரியத்தில் இறங்கிவிட்டோமே. இத்தனை வருஷம் இத்தனை ஊர் அலைந்ததெல்லாம் இப்படி ஜலசமாதி ஆவதற்குத்தானா. காலணாவுக்குக் கஞ்சம் பிடித்து இப்படியொருத்தன் சாவானா . . .

கங்கையில் முதலைகள் அதிகம் என்று சொல்வார்களே, இல்லை அது யமுனையில் அல்லவா. நாற்றமெடுக்கும் இந்த அழுக்குத் தண்ணீரையா குடிக்கப் போகிறோம். சாவதற்கு முன்னாலேயே மீன்கள் கடிக்க ஆரம்பித்துவிடுமோ. கண்விழியைக் கடிக்கவந்தால் என்ன செய்வது. தண்ணீரில் சாகிறவர்களுக்கு சொர்க்கத்தில் இடம் உண்டா. சொர்க்கத்துக்குப் போகிற மாதிரியான வாழ்க்கைதான் வாழ்ந்துவந்திருக்கிறேனா – மனம் விதவிதமான குறளிகளை உருவாக்கிக் கொண்டிருந்தது. நீர்க்குமிழி மாதிரி ஒவ்வொன்றும் தோன்றி நிரம்பிப் பெரிதாகும். உடையும்போது, அவ்வளவுதான், சாகத்தான் போகிறோம் என்ற நினைப்பு திரும்ப மேலேறி வரும். நேரமாக ஆக, அது உறுதிப்பட்டு வந்தது. போதாக்குறைக்கு லேசாகத் தூறல்வேறு போட ஆரம்பித்தது. சுற்றிலும் இருந்த நீர்ப்பரப்பு சிலிர்ப்பதற்கு ஒத்துப்போகிற மாதிரி, மனமும் ஓயாமல் சிலிர்த்தடங்கியது . . .

யதேச்சையாய்த் திரும்பிப் பார்த்தேன், என்னை நோக்கி ஒரு முதலை வந்துகொண்டிருக்கிறது. திறந்த வாயுடன், என்னை விழுங்கும் ஆவலுடன் வேகமாக வருகிறது. அதன் இரண்டு பக்கமும் நீண்டிருக்கும் ராட்சசக் கோரைப்பற்கள் தண்ணீரைத் துழாவி உதவுகின்றன. என் பார்வை வேகமாக மங்கியது. தப்பிக்கும் வேகம் மனத்தில் பொங்கியதற்கு நேரெதிராக, எதிர்ப்பின்றி இழுபடத் தொடங்கியது என் உடம்பு.

முதலை நெருங்கிவிட்டது. ஆனால், அது என்னைத் தீண்டுவதற்கு முன்பாக நான் முழுக்க மூழ்கியிருப்பேன் . . .

உச்சந்தலையில் மடாரென்று எதுவோ தாக்கியதுதான் எனக்குக் கடைசியாக இருந்த உணர்வு.

நல்லவேளை, நீ தண்ணீரைக் குடித்திருக்கவில்லை. நீச்சல் தெரிந்தவன் என்பதால் தப்பித்தாய். வயிற்றிலும் நெஞ்சிலும் தண்ணீர் நிரம்பியிருந்தால், படகில் தூக்கிப்போட மிகவும் சிரமப்பட்டிருப்பேன். கையில் காசில்லை என்று இன்னொரு தடவை சொல்லியிருக்க வேண்டியதுதானே...

சொன்னேனே, நீதான் நம்பவில்லை...

என்று உள்ளுக்குள் முனகினேன்.

என் உள்ளங்காலில் ஏதோ எண்ணெயைத் தடவி, பரபரவெனத் தேய்த்துக்கொண்டிருந்த பெண்மணியை அப்போது தான் கவனித்தேன். உடனடியாகக் குமட்டியது. முகமெங்கும், முன்னங்கையெங்கும் சுண்டைக்காய் பருமனுக்குப் பாலுண்ணிகள் மண்டிய உருவம். இமைகளை மூடித்திறக்காவிட்டால், ஏதோ பேயுருவம் என்றே அச்சம் தட்டியிருக்கும்.

என்ன பார்க்கிறாய், என் மனைவிதான்.

எழுந்து உட்கார்ந்தேன். அவளுடைய தொடுகையிலிருந்து விலகுவதற்காகத்தான்.

ஆனால், அன்றைக்கு அப்படி நினைத்தோமே என்று பின்னாளில் பலதடவை வருத்தப்பட்டுப் புழுங்கியிருக்கிறேன். என்னை அண்ணா என்று அழைத்து, நிஜமான சகோதரனாகவே நடத்திய பெண்ஜென்மம் அது. உருவத்தைக் கொஞ்சமும் பொருட்படுத்தாமல் அவளிடம் காதல் கொண்டிருந்தான் என் படகோட்டி மைத்துனன்.

மழைக்காலம் வருகிறது. படகு தள்ள இரண்டு பேர் போதாது. நீயும் சேர்ந்துகொண்டால் நன்றாய் இருக்கும். ஏதோ ஊரில் ஏதோ வேலை செய்து உயிர் வாழத்தானே போகிறாய். என்னுடன் இருந்துவிடேன். உன் தங்கை அமிர்தமாய்ச் சமைப்பாள். பிறகென்ன.

மழைக்காலம் முடியும்வரை அவர்களுடன் இருந்தேன். அப்புறம் வழக்கம்போல விடைபெற்றுக்கொண்டேன். என் ஒரே சகோதரியின் கண்களிலிருந்து சுரந்த கண்ணீர், பாலுண்ணிகளின் மீது வழிந்தபோது, அதுவரை பார்க்கக் கிடைத்த பெண்முகங்களிலேயே ஆகப் பேரழகானது அதுதான் என்று தோன்றியது.

ஊர்சுற்றி 333

பிற்பாடு, பலதடவை அவளுடைய சமையலை நினைத்து ஏங்கியிருக்கிறேன். அவர்கள் பக்குவத்தில் ஒருவிதமான எண்ணெயைச் சேர்ப்பார்கள். உதடும், நாக்கும் மட்டுமில்லை மொத்த உடம்பையுமே சுளிக்க வைக்கும் ருசி கொண்ட எண்ணெய். அது இல்லாமல் சாப்பிட முடியாது அவர்களுக்கு. ஆனாலும், நான் இருந்தவரை வெறும் கடுகெண்ணெய் மட்டுமே பயன்படுத்தினாள் என் தங்கை.

இப்ப ரோசிச்சுப் பாத்தா, அநய விசயங்க நெசமாவே எனக்கு நடந்துச்சா, இல்லே வெறும் பெரமையாண்டு சந்தேகம் தட்டும். ஆனாக்கெ, அந்தத் தண்ணி நாத்தமும், எண்ணெ ருசியும் பொய்யா இருக்க வாய்ப்பே இல்லெ. ஆனாலும், செல விசயங்களெ நெனைச்சுப் பாக்கும்போது சந்தேகம் தட்டத்தான் செய்யிது. சீதாபதிண்ற ஆளுக்கு, அப்ப சீசம் பிடிச்சிருந்துச்சா, இல்லே இப்ப நெனைச்சுப் பாக்குறப்பவா ண்டு கொளப்பமாவே இருக்கு தம்பி. இம்புட்டுச் சொல்லீருக்கேன், அதுகளெ மட்டும் ஏன் விட்டுவைக்கணும்! என்னா சொல்றே?

வாஸ்தவம்தான்.

மேற்கு நோக்கிய திண்ணை. அஸ்தமிக்கும்வரை பாய்ந்த ரேகைகளால் படிந்த உஷ்ணம் இன்னும் முழுக்க அடங்கவில்லை என்பது புட்டத்தில் உறைத்தது. நாட்டுச் சர்க்கரை போட்டு கிழவி கொண்டுவைத்த காப்பியின் சுவை காப்பிபோலவே இல்லை. அலாதியான தித்திப்பு கொண்ட வேறு பானம் அது.

நாங்கள் பேசுவதைக் கேட்பதற்கு எதிர்த்திண்ணையில் வந்து அமர்வார் கிழவி என்று உள்ளூற எதிர்பார்த்துக்கொண்டிருந்தேன். வந்த விசையிலேயே வீட்டுக்குள் திரும்பிவிட்டார். நாங்கள் குடித்து முடித்ததை உள்ளுணர்வில் அறிந்தவர் மாதிரி, ஒரு கணம்கூடப் பிந்தாமல் வந்து தம்ளர்களை எடுத்துக்கொண்டு போனார்...

லோட்டாவெ எடுத்துக்கிறவா..?

என்ற குரலில் அபூர்வமான கனிவு இருந்தது. உள்ளே அவர் தயாரிக்கத் தொடங்கிவிட்ட இரவுணவின் வாசனையில் ஓங்கியிருந்த பூண்டு மணமும் அமிதமாகத்தான் இருந்தது...

இப்படித்தான் ஒரு மத்தியான நேரம். மிதமான வெயில். காலையிலிருந்து நடந்துகொண்டிருந்தேன். பசுமை பொங்கும்

பிரதேசம். இருபுறமும் பரந்த வயல்வெளி இடம்விட்டுப் பெயர்ந்து பாய்ந்துவிடாதபடி வேலி பிடித்த மரவரிசைகளுக்கு நடுவே சாந்தமாக நீளும் தார்ச்சாலை. அத்தனை மரங்களுமே, ரொம்பகாலம் முன்னால் முளைத்தவை. தண்டு முற்றித் தலைவிரித்தவை. மிருதுவாகக் காற்றைக் கிளறியவை. சூரியனும் சமைந்த குமரி மாதிரி எட்டியெட்டிப் பார்த்துவிட்டு மேகத்துக்குள் ஒளிந்துகொண்ட நாள் அது.

நடை அலுப்பு கொஞ்சங்கூடத் தெரியவில்லை. ஆனால், மற்ற மரங்களையெல்லாம் விட வயதானது போலவும், சாலையை விட்டும் வரிசையை விட்டும் நன்கு உள்ளொடுங்கியும் நின்ற மூத்த மரத்தைப் பார்த்ததும் கொஞ்சம் உட்கார்ந்து ஓய்வெடுக்கலாம் என்று நினைப்பு வந்துவிட்டது.

ஆலமரம். நடுத்தண்டை விட்டுக் கொஞ்சம் விலகி, ஏகப்பட்ட விழுதுகள் இறங்கியிருந்தன. சுற்றிலும் திரை மூடி, நீராடி முடித்து, கூந்தல் காயவைத்து நின்றிருக்கும் மகாராணி மாதிரித் தென்பட்டது. திரைகளின் இடைவெளியில் நுழைந்து உள்ளே போனேன். யார் வந்தாலென்ன யார் போனாலென்ன என்று தன்போக்கில் இலைகளைக் காற்று கோத அனுமதித்துக்கொண்டு, அமர்த்தலாக நின்றிருந்தது. மகாராணி என்றால் அப்படித்தானே இருக்க வேண்டும்!

‘இந்தா, என்னுடைய ரகசியத்தை உனக்கும் கொஞ்சம் காட்டுகிறேன்’ என்கிற பாவனையில், தனது வேர்கள் சிலவற்றைத் தரைக்குமேலே பரப்பியிருந்தது – வீட்டு வேலை செய்வதற்காக சேலையை முழங்கால்வரை உயர்த்திச் சொருகியிருக்கும் பெண்பிள்ளைபோல. மகாராணி வீட்டுவேலை பார்க்கவேண்டிய அவசியமென்ன என்ற கேள்வியை மென்று முழுங்கியபடி உட்கார்ந்தேன். பச்சைக்கூரையின் கீழ் அபாரமான குளுமை நிரம்பியிருந்தது.

வலதுகையை மடித்துத் தலைக்குயரமாக வைத்து மல்லாந்து படுத்தேன். நடக்கும்போது நாலுகால்ப் பாய்ச்சலில் கூடவந்த மனசு, மரத்தடியில் கிடந்தபோது தானும் ஓய்வெடுக்க விரும்பிய மாதிரி அடங்கிவிட்டது. யோசனையேயில்லாமல் மர உச்சியை வெறித்துக்கொண்டிருந்தேன்.

பசி என்று ஒரு சங்கதி இருப்பதை வயிறு ஞாபகப்படுத்தியது. அட, ஆமாம், காலையிலிருந்து பச்சைத்தண்ணீர் உள்ளே இறங்கவில்லையே. அந்த நாட்களிலெல்லாம் அப்படித்தான் இருந்தேன். நடக்க விருப்பம் இருக்கும் சந்தர்ப்பங்களில் சாப்பாட்டை அறவே தவிர்த்துவிடுவேன். தேவைப்பட்டால், கிடைக்கும் ஓரிரு இடங்களில் தண்ணீர் குடிப்பேன் –

வெட்டவெளியில் அங்கங்கே ஒன்றுக்கிருந்து விட்டுப் போய்க் கொண்டே இருப்பேன்.

ஒரே மூச்சில் எத்தனை மைல் நடப்பேன் என்கிறாய்! சிலநாள் நடைவேகம் ஜாஸ்தியாக இருக்கும் – இப்போது யோசித்தால் தோன்றுகிறது – படைக்கவும் படைத்து, சிதறுகாய்போல என் வாழ்க்கையைத் தரையில் மோதிச் சுக்குநூறாக்கிய அந்தப் பாவிமேல் பொங்கிய ஆத்திரம்தான் அந்த வேளைகளில் அப்படியொரு வேகமாகப் பீய்ச்சியடித்திருக்குமோ என்று.

பார்வை யதேச்சையாக மேலே திரிந்தது. சின்னவயதில் விழுதுகளைப் பிடித்து ஊஞ்சலாடிய நினைவு வந்தது. ஆமாம், என்னுடைய பால்யம் இன்னமும் முழுசாகவும் தீராமலும் என்னோடு இருந்துகொண்டுதான் இருக்கிறது. நேரில் அனுபவிக்க முடியாதே தவிர, எனக்குள் அது இருக்கிறது என்பதில் துளியும் சந்தேகமில்லை.

சேக்காளிகளுடன் ஆலம்பழம் பொறுக்கித் தின்றதும், கொஞ்சம் பெரியவனான பிறகு இரண்டு விழுதுகளை இறுக்கி முடிச்சுப்போட்டு ஊஞ்சல் பலகையாக்கி ஆடியதும் கண்முன்னே தெரிந்தது. இலந்தை, கள்ளி என்று கிடைத்த பழத்தையெல்லாம் மென்று விழுங்கிய பிராயம். அந்த நாட்களில் நாவல்பழம் என்றால் அலாதிப் பிரியம் எனக்கு. அளவில்லாமல் தின்று கறைபடிந்த நாக்குகளில் யாருடைய ஊதா நிறம் அடர்த்தி என்பதில் போட்டிவேறு.

இந்த மரம் மட்டும் நாவல் மரமாயிருந்தால் எப்படி இருக்கும் – என்று ஆசை துளிர்விட்டது. சொன்னால் நம்ப மாட்டார்கள், உடனடியாக அது நாவல் மரமானது. மாறிய வேகத்தை மனத்தின் ஒரு பகுதி வியந்து தீர்ப்பதற்குள்ளாகவே, இன்னொரு பகுதி தர்க்கபூர்வமாக ரத்து செய்தது – நாவல் பழம் தின்றால் உடனடியாகத் தாகம் எடுக்குமே – தண்ணீருக்கு எங்கே போவது?

திராட்சை என்றால் தேவலை – நாங்கள் அதைக் கொடிமுந்திரி என்போம். பெயரை மனம் உச்சரித்து முடிப்பதற்கு முன்பே, படர்ந்து நின்றிருந்த மரம் மூங்கில்கழிப் பந்தலில் மேவிய கொடிகளானது. கொத்துக்கொத்தாகத் திராட்சை தொங்கியது. இப்போது பரவலாகக் கிடைக்கிறதே, ரசாயனப் பச்சையுடன், அந்த மாதிரி அல்ல – நாவல் பழம் போன்றே பருத்த, ஊதாநிற திராட்சை.

எழுந்து ஒரு கொத்தைப் பறிக்க விருப்பமும், எழ விரும்பாமல் சோம்பலும் ஒரே சமயத்தில் எழும்பின. அதேசமயம், நினைப்பு எவ்வளவு தூரம் போகிறது, நினைப்பதில் எந்த அளவு நிஜமாகிறது

என்று பார்க்கவும் ஆசை. ஏராளமாய்த் தொங்கினால் போதுமா, கையில் கிடைத்தால் நன்றாயிருக்காது! — அவ்வளவுதான், மடியில் சொத்தென்று ஒரு கொத்து விழுந்தது.

ஒரு கட்டிலும் மெத்தையும் இருந்தால் எப்படி இருக்கும்? அட, அலங்காரமான தேக்குமரக் கட்டிலில் பருத்தி மெத்தைமீது சொகுசாகப் படுத்திருந்தேன். நினைப்பதெல்லாம் கிடைக்கிறதே, ஒரு பெண்துணை மட்டும்தான் பாக்கி என்ற எண்ணத்தின் விளைவுபோல, பேரழகியொருத்தி என் முன் நின்றாள். கண்களும் உடம்பும் அப்படியொரு குழைவு காட்டின. கவனம் பிசகாது செதுக்கிய சிற்பம் மாதிரி உடல்வாகு. தொடவேண்டும் என்ற ஆவலும், தொட்டால் மறைந்துவிடுவாளோ என்ற அச்சமும் தொற்றின.

அதிக நேரமில்லை. தானாய்ச் சுழலும் திருகைபோலத் திரும்பிய மனத்தில், பெண்ணில்லை இது, பேயேதான் என்று சந்தேகம் தட்டியது. அவ்வளவுதான், நிபந்தனையில்லாமல் நின்றிருந்த பேரழகி, ஒரே கணத்தில் நிறம் கருகி, கோரைப்பல் நீட்டி, உருட்டிவிழிக்கும் கண்களுடன் ஓங்குதாங்கான பெண்ணுருவமாய் ஆனாள். திறந்திருந்த முலைகளின் காம்புகளிலிருந்து நீலநிறமாய்க் கசிந்தது ஆலகால விஷமேதான் என்று உறுதியாய் நம்பினேன்.

எதற்கு இந்த வம்பெல்லாம், பழைய ஆலமரத்தடியே தேவலை என்ற எண்ணத்தின்மீது கால் இடறியது. பத்திரமாகத் திரும்பிவிட்டேன். நடந்ததெல்லாம் பிரமையா நிஜமேதானா என்ற குழப்பம் இன்றுவரை தீரவில்லை. அவசரப்பட்டு நானே கெடுத்துவிட்டேனோ என்ற ஆதங்கமும்தான் . . .

இப்போ யோசிக்கிறப்ப வேற ஒண்ணு தோணுது தம்பி.

சொல்லுங்க.

அடிமனசிலெ எம்புட்டோ ஆசைக அலையடிச்சுக்கிட்டே தானெ இருக்கு?

ஆமா.

அதுக்குக் கொஞ்சமும் கொறையாம சாவுபயமும் இருந்துக் கிட்டே இருக்கு . . .

சரிதான்.

. . . மேலெ சாந்தமாக் கிடக்குற தண்ணிக் கிடங்குக்குள்ளாறெ எதுரெதுரா ரெண்டு நீரோட்டம் பாயுற மாருதி.

ம்.

ஆக, என்னோடெ ஆசையையும் பயத்தையும் ஒரே சமயத்திலே தத்ரூபமாப் பாத்துக்கிட்ருந்தோம் போல! ஆனா, அன்னைக்கி எனக்கு என்னா தோணுச்சு தெரியுமா?

சொல்லுங்க.

விக்கிரமாதித்த ராசாவோட சிங்காசனத்துலெ ஏறி ஒக்கார்றதுக்கு போசராசா போனாரு. அந்தக் கதெ தெரியுமா ஒனக்கு?

கேள்விப்பட்டதில்லெ. சொல்லுங்க.

விக்கிரமாதித்தரு காலத்துக்கப்பறம், கொஞ்சநஞ்ச நாளில்லே, நூத்துக்கணக்கான, ஆயிரக்கணக்கான வருசத்துக்கப்பறம், ஒரு தோட்டத்துல, காவலுக்குப் போட்டுருந்த பரணுக்கு நேர்கீளெ பொதைஞ்சு கெடந்துச்சு அவரு சிங்காசனம் . . .

ஓ.

ஆமா. பரணு மேலெ ஒரு பாப்பான் காவலுக்கு இருந்தான். போசராசா பட்டாளத்தெப் பாத்ததும் குசியாயிப் போச்சு அவனுக்கு. ‘வாங்க. எல்லாரும் வாங்க. நம்ம வீட்டுலே விருந்து சாப்புட்டுப் போகலாம்’ ண்டு கத்துனான்.

ம்.

இவுக கிட்டத்துலெ வந்தாக. அவனும் எறங்கி வந்தான். அம்புட்டுத்தேன் – பேச்சு சுத்தரவா மாறீருச்சு. ‘இம்புட்டுப் பேருக்கு ஆக்கிப்போட நானென்ன தர்மசத்தரமா வச்சிருக்கேன்? இல்லெ எங்கிட்டெ பொக்கிசம் எதுனா கொட்டிக்கெடக்கா..? போங்க போங்க’ ண்டு வெரட்டுனான்.

அட.

பளையபடி மேலெ போனதும், திரும்பச் சத்தம் போடுறான். ‘அட, தெரியாமெ நடந்து போச்சு. போகாதீக மகாராசா. கோவப்பட்டுக்கிறாதீக. வாங்க. வந்து சாப்புட்டுட்டுப் போங்க.’ மானங்கெட்டுப்போயி இவுகளும் திரும்புவாக. ‘துட்டு என்னா மரத்துலெயா காய்க்கிது?’ ண்டுஅவென் திரும்ப வெரட்டுவான். இப்பிடியே ரெண்டு மூணு தபா நடந்துபோச்சு. ‘என்னாடா இது. இந்தப்பயலோடெ பெரிய

சள்ளையா இருக்கே'ண்டு போசராசாவுக்குச் சந்தேகம் தட்டீருச்சு. அப்பத்தேன் பரிவாரத்துலெ ஒராளு யோசனெ சொல்றாரு. 'என்னாங்க ராசா, அந்தப் பரண்லெ ஏதோ விசயம் இருக்கு போலவே. வேணும்ண்டா தோண்டிப் பாத்துருவமா?' ...

அட!

நாம் படுத்துருந்த ஆலமரத்துக்குக் கீளெயும் அப்பிடியாக்கொத்த சிங்காசனம் எதுனாச்சும் இருந்துச்சோ என்னமோ!

பெருமிதமாகச் சிரித்துக்கொண்டார் பெரியவர். உண்மையில், அவருக்குத் தோன்றிய பிரமை அல்லது உருவெளித் தோற்றம் அல்லது கற்பனைக்கும் மேற்படிக் கதைக்கும் என்ன சம்பந்தம் என்று எனக்குள் கேள்வி எழுந்தது. என்னுடைய வேலை கதைகளைக் கேட்பதும் பதிந்துகொள்வதும் மட்டும்தானே. அவருடைய நினைவுகள் தூண்டப்படும் விதமாகக் கதைசொல்லி வருகிறார். சொல்லட்டும், சொல்லட்டும்... சிரிப்பு மெல்லத் தேய்ந்தவுடன், சற்றுத் தழைந்த குரலில் சொன்னார்:

அந்த எடம் மட்டுமா தம்பி, இப்ப நாம ஒக்காந்துருக்குற எடம்கூட விக்கிரமாதித்த ராசா சிங்காசனம்தான். அது இல்லாத எடம் ஒண்ணு பூமியிலே இருக்கா என்ன?

இருவரும் மௌனமானோம். என் மூலக் கேள்வியின் பக்கத்தில் இந்த நீதியையும் கிடத்திக்கொண்டேன்.

இன்னொரு சம்பவம் நினைவு வருகிறது. அன்றைக்கும் மல்லாந்து படுத்திருக்கத்தான் செய்தேன். சாயங்கால நேரம். பொதுவாக அந்த நேரத்தில் படுப்பது வழக்கம் இல்லை. அன்று எதனால் அப்படிக் கிடந்தேன் என்பது ஞாபகம் வரமாட்டேனென்கிறது—மற்ற சங்கதிகளெல்லாம் அழுத்தமாக நினைவிருப்பதுதான் காரணமோ என்னவோ. படுத்திருந்த இடமும் மரத்தடி அல்ல. பிரம்மாண்டமான ஏரி ஒன்றின் கரைமீது பசேலென்று விரிந்த புல்தரையில் கிடந்தேன்.

ஆகாயம் தெளிவாக இருந்தது. அஸ்தமன சூரியனின் ஆரஞ்சு நிறம் படிந்த அடிவானம். சூரியவட்டம் தொடுவானத்தின் நீர்ப்பரப்பில் பாதி இறங்கியும்கூட, பிம்பத்தோடு சேர்ந்து

முழுசாகத் தெரிந்தது. அதனால், ஆகாயம் எது தண்ணீர் எது என்ற வித்தியாசம் தெரியாமல் மெழுகிக் கிடந்தது. பார்த்துக் கொண்டே யிருந்தபோது, அந்த நிறப்படுகைக்குள் அமிழ்ந்து புதைந்தேன்.[1]

என்னுடைய உடைகளும், உடம்பும், மனசும்கூட ஆரஞ்சு நிறமாகிவிட்டது. கொஞ்சங்கொஞ்சமாகக் கொதி ஏறுகிறது. உடம்பைச் சுற்றிலும் உஷ்ணம் பரவுகிறது. ஆமாம், நான் புதைந்தது நீர்ப்பரப்பு அல்ல, கொதிக்கத் தொடங்கும் எண்ணெய்ப்பரப்பு.

மெல்ல மெல்ல ஒரு திரியானேன். உச்சந்தலையில் கொழுந்து விட்டு எரியும் திரி. சகலத்தையும் கொளுத்தும் நோக்கத்துடன் நடமாடக் கிளம்பிவிட்ட திரி.

நான்பாட்டுக்குப் பொசுக்கிக்கொண்டே போகிறேன். எரியக்கூடிய வஸ்துக்களெல்லாம் நெருப்பின் பகுதியாகின்றன. அடையாளம் கரைகின்றன. எரியாத வஸ்துக்கள் பிழம்பின் உஷ்ணத்தில் தகிக்கின்றன. எனக்கு மட்டும் உச்சந்தலையில் நடனமாடும் சுடர் தவிர வேறு பாதிப்பில்லை; தலையில் கொதிப்பும் இல்லை. இது என்ன விசித்திரம் என்பதோடு, அச்சம் தருகிற இன்னுமொரு நினைப்பும் ஊறியது. ஆமாம், எவ்வளவு தான் தீப்பிரளயமாய் ஆகிவிட்டாலும், என் நினைப்புகள் ஒன்றுகூட எரிந்து கருகவில்லை. அப்போதுதான் பட்டது, அடடா, யதேச்சையாகப் பிடித்த நெருப்பு, பிடித்தவற்றையுமல்லவா எரித்துக்கொண்டு போகிறது? அதோ, அந்த அப்பிராணி சகுந்தலாவும் அல்லவா எரிய ஆரம்பிக்கிறாள் . . . உடம்பு விதிர்த்துக்கொண்டது.

இந்தக் காட்சி வந்தவுடன், ‘ஐயோ பாவம்’ என்று நினைப்பு ஊறியது. என்ன அசட்டுத்தனம் செய்துகொண்டிருக்கிறேன் – நானாக முனைந்து செய்யாவிட்டாலும், முனைந்து நிறுத்தவாவது மெனக்கெட வேண்டாமா? எனக்கென்று பிரத்தியேகக் குரோதம் ஏதும் இல்லாதபோது, சகலத்தையும் எதற்காக எரித்துத் தீர்ப்பது. தவிர, எரிப்பது இல்லையே என் இயல்பு?

அவ்வளவுதான். பிழம்புத் தரையைவிட்டு மேலெழுந்து பின்வாங்க முனைந்தேன். நுழைவது மாதிரியேதான், வெளிவருவதும் கடினமாயில்லை – புகைக்குள் புகுந்து மீள்வது

1. ‘என்னடா இது, திரும்பத் திரும்பச் சொல்கிறானே’ என்று எண்ணவேண்டாம். ‘நிறப்படுகை’ என்ற சொற்றொடர் சீதாபதியினுடையது அல்ல. ஆனால், இப்படியொரு காட்சியை நான் மானசீகமாகக் காணும்விதமாகத்தான் அவர் சொன்னார். அவருடைய அபூர்வமான கொச்சைப் பேச்சை எழுத்தாக மொழிபெயர்க்கும்போது சில வார்த்தைகள் வாக்கியங்கள் பொருத்தமாக இருக்கும் என்பதால் நான் பிரயோகித்து வருகிறேன்.

மாதிரி லகுவாக இருந்தது. மெல்லமெல்ல நெருப்பு அவியும் நீர்த்தரை மீது நான் நடந்துவருவதை நானே பார்த்தேன். நான் வரவர, எனக்குப் பின்னால் எண்ணெய்ப்பரப்பு மீண்டும் நீராகியிருக்கவேண்டும். முதுகில் குளுமையும் முன்புறம் உஷ்ணமுமாக விநோத உணர்வு பீடித்தது என்னை.

ஆனால் ஒரு வித்தியாசம். போகும்போது மேற்பரப்பில் நடந்து சட்டென்று அமிழ்ந்தது போல இல்லை இப்போது. இரண்டு பாதங்களும் கணுக்கால்வரை புதைந்திருக்க, மணற்படுகையில்போல திரவப் பரப்பைக் கோதிக்கொண்டு நடந்தேன். பழைய விசை இல்லாத நடை. ஆனால், மனம் முழுக்க நிறைவு தளும்பியது.

அதைவிட, என்னை உணர்ச்சிவசப்பட வைத்த விஷயம் வேறொன்று. ஆமாம், போகும்போது வாலிபனாய் இருந்தவன், திரும்பிவரும்போது குடுகுடு கிழவனாக மாறியிருந்தேன். முகத்தில் ஏகப்பட்ட சுருக்கங்களும், தொய்ந்து தொங்கியாடும் முன்னங்கைச் சதையும், பொக்கைவாயும், முழுவழுக்கை மண்டையும் என்று பழுத்த கிழவன்.

இந்த வாலிபன்தான் அந்தக் கிழவன் என்று பார்க்கிற யாருக்கும் தோன்றியிருக்காது. இரண்டும் நானேதான் என்பதால் எனக்குக் கொஞ்சமும் சந்தேகமில்லை . . . இப்படி ஒரு நொடியில் முதுமையடைந்துவிட்டோமே என்று ஏக்கம் ஊறுவதுதானே இயற்கை. எனக்கானால், பெருமிதமும், ஆனந்தமும் மனம் கொள்ளாமல் ததும்புகிறது.

நடந்துவர வர, கிழவனின் உயரம் அதிகரித்துக்கொண்டே போனது. விசுவரூபம் எடுத்திருந்தான் அவன். கரையை நெருங்கிவந்து நின்றபோது, என் பார்வையை முழுக்க மறைத்த திரையாகியிருந்தான் . . .

கண்மூடித் திறந்தேன். படுத்திருந்த பச்சைத்தரை முன்னை விடவும் குளுமையாகியிருந்தது. எது அதிக இதம், பார்வைக்குள் ததக்ததகாயமாய் ஒளிர்ந்து நிரப்பும் பசுமையா, மயிர்க்கால்கள் ஒவ்வொன்றையும் வருடும் குளிரா. யோசித்து மாளவில்லை எனக்கு . . .[2]

2. உணர்ச்சிமயமாக இதை விவரித்தபோது அபரிமிதமான வேகம் தொற்றியிருந்தது அவருடைய குரலில். அவருடைய வார்த்தைகளின்வழி நானுமே அந்தக் காட்சியைக் கண்டுவிட்டேன் என்று உணர்ந்தேன். சொல்லிமுடித்ததும் வழக்கத்தைவிட மிக நீண்ட இடைவெளி விட்டார். என்னால் பொறுத்துக்கொள்ள முடியாத இடைவெளி. நாலைந்து பெருமூச்சுகள் விட்டார். எனக்குமே உள்ளுக்குள் அத்தனை பெருமூச்சுகள் உயர்ந்தன. பெரும் பிரயத்தனத்துடன் அடக்கிக்கொண்டேன். ஒன்று வெளியேறினாலும், கேலி செய்கிறேன் என்று அவருக்குத் தோன்றிவிடுமோ என்ற அச்சம்.

அடிவானத்தில் ஊன்றியிருந்த பார்வையை மீட்டு நேர்மேலே பார்க்கிறேன் – சிவப்பு மங்கிவிட்ட சாந்தத்தின்மீது ஊர்வலம் வந்துகொண்டிருக்கிறது. வெள்ளைச் சீருடைக் காவலாட்கள் முன்னேவர, மிகப் பெரிய பரிவாரமே வருகிறது. குதிரைகளென்ன, ரதங்களென்ன, பதாகைகளென்ன, பல்லக்கென்ன என்று பிரம்மாண்டமான ஊர்வலம். மெல்ல மெல்ல ஊர்ந்து வருகிறது. ஒரு கணம், ஊர்வலம் நிற்கத்தான் செய்கிறது – நான் படுத்திருக்கும் தரைதான் எதிர்ப்புறம் நகர்கிறதோ என்ற பிரமை தட்டியது. மறுகணம் பரிவாரத்தைப் பார்வையிடும் மகாராஜா என்று உணர்ந்தேன் என்னை.

ஒரே கணம்தான் – 'இது போதும் உனக்கு' என்கிற மாதிரி, வலதுபுறத்திலிருந்து, வலுத்த காற்று வீச ஆரம்பித்தது. மதம் பிடித்த யானை ஊர்வலத்துக்குள் பாய்ந்தமாதிரி சகலமும் சிதறியோட ஆரம்பித்தன. காலங்காலமாய் ஆண்ட சொத்து பறிபோவதைக் கையாலாகாமல் பார்த்துக்கொண்டிருக்கும் துக்கம் நிரம்பியது எனக்குள்.

ஊர்வலம் இல்லாமலாகி, ஆளற்ற அத்துவானமாக மாறிவிட்டது ஆகாயம். விரட்டியடித்த யானை மட்டும் மீந்திருந்தது. இப்போது அதுவும் சாந்தமாகிவிட்டது. தும்பிக்கையைத் தொங்கப்போட்டு அசையாமல் நின்றது – 'தப்புப் பண்ணிவிட்டோமோ' என்று தலைகுனிந்து யோசிக்கிற மாதிரி... இதுவும் சில கணங்கள்தாம்.

தும்பிக்கை பிரிந்து தனியாகப் போகிறது. உடம்பின் பகுதியாய் இருந்து முன்னே நீண்ட மத்தகம் கழண்டு கலைகிறது. ஒவ்வொரு காலாய் உதிர்கின்றன. வால் சிதைந்து உடம்புக்குள் மறைகிறது. பருத்த யானைப் பிண்டம் மட்டும் அசட்டுச் சதுரமாக நிற்கிறது...

என்னுடைய வாழ்க்கையேதான் அது என்று பட்டது. அடடா, அடடா, என்னவொரு பிரம்மாண்டம், எப்பேர்ப்பட்ட

திடீரென்று, இரண்டு உள்ளங்கைகளையும் கொண்டு, தமது நெற்றிப்பொட்டுகளுக்கும் பின்மண்டைக்கும் இடைப்பட்ட பகுதியை இறுக்கிப் பற்றினார். அழுத்தியிருப்பார் போல. அது போதாது என்கிற மாதிரி இரண்டுமூன்றுதடவை இரண்டு கைகளாலும் ஓங்கித் தட்டிக்கொண்டார். யாரிடமோ சொல்கிற மாதிரி,

'அட போ களுதயெ. என்னமோ அசட்டுக் கனா. அந்த வயசுலெ, தனியாத் திரிஞ்ச மனசுலெ ஊறுன கிறுக்குத்தனம். இதையெல்லாம் போயி ஓங்கிட்டெ எதுக்காக விலாவாரியா ஒப்பிச்சுக்கிட்ருக்கென்...'

என்று முனகினார். நல்லவேளை, இந்த வாக்கியத்தைச் சொல்லியிருக்காவிட்டால், நானுமே மீண்டிருக்க மாட்டேன். ஏனென்றால், மேற்படி உருவெளித்தோற்றத்தை உணர்ந்த சமயத்தில், கரையில் படுத்திருந்தது கிழவரா, நானேதானா என்ற மயக்கத்தை அடைந்திருந்தேன்.

தேய்மானம். உள்ளே ததும்பிய உணர்ச்சியை விளங்கிக்கொள்ள முடியவில்லை. துக்கமா ஆனந்தமா என்று கொஞ்சமும் புரியாத ஒரு உருண்டை நெஞ்சில் அடைத்தது. கொஞ்சநேரம் நின்றுவிட்டு ஆவியாகி வெளியேறத் தலைப்பட்டது – விசிக்க ஆரம்பித்தேன். எவ்வளவு நேரம் அழுதேன் என்று தெரியவில்லை. போதும் என்று தானே முடிவெடுத்துக் கண்ணீர் ஓய்ந்தபோது இருட்டு இறங்கியிருந்தது.

எழுந்து நடக்க ஆரம்பித்தேன்.

3

பெருமூச்சு விட்டார் சீதாபதி. இப்போது எனக்குள்ளிருந்தும் அதேசமயத்தில் வெளியேறியது பெருமூச்சு. களகளவென்ற ஓசை யுடன், தொண்டையைச் செருமினார். அவசரமாக எழுந்தார். நாலெட்டு நடந்து சென்று, திரண்டு தொண்டையைத் தாண்டி வந்திருந்த கபத்தைக் காறி உமிழ்ந்துவிட்டுத் திரும்பினார் ... அதே இடத்தில், அதே விதமாக மறுபடி அமர்ந்துகொண்டார் ...

வடக்கெ நான் நடந்த தூரத்தெ இப்பொ நினைச்சுப் பாத்தா மலெப்பா இருக்கு தம்பி.

ம்.

பாசெ தெரியாட்டியும், லெக்கு தெரியாட்டியும் அம்புட்டுத் தொலெவு நடக்குறதுக்கான காலம் அது. எம் பிராயத்தெச் சொல்றேண்டு நெனச்சுறாதெ. இம்புட்டு ரயிலு காருக பொளங்காத காலம் ண்றேன். வக்கு உள்ளெவென் வண்டி கட்டிப்போவான். என்னெய மாதிரி அன்னக்காவடிக நடந்துதான் போகணும். ஊருவிட்டு ஊரு போகவே ரெம்ப ரோசிப்பாங்ய. இருக்குற எடம் சொர்க்கம்ண்டு கிணத்துக்குள்றெ கெடந்து வாள்க்கெயெ முடிச்சுக்கிர்ற தவளெகதேன் சாஸ்தி. பொளுது எம்புட்டு மந்தமா நகரும்ண்றெ? இப்ப மாதிரியா, துண்டெக் காணம் துணியெக் காணம்ண்டு கண்ணெ மூடிக்கிட்டு ஓடுறாங்யளே– அப்பெல்லாம் எங் கூட்டாளி ஆளு வெளியூரெப் பத்தி சொப்பனங்கூடக் காங்க மாட்டான்.

ம்.

என்னா சொரத்தே இல்லாமெ ஊங் கொட்றெ. நாஞ் சொன்ன காச்சியெல்லாம் கேட்டு மனசொடைஞ்சு போச்சாக்கும்!

அதெல்லாம் இல்லெ பெரியவரே.

நாந்தேன் சொன்னனால்லியா, தனியாத் திரிஞ்ச களுதெ – செல நாளு கும்மாளி போடும்; செல நாளு மொகரேலெ செருப்படி வாங்குன மாருதி வாலெச் சுருட்டிக்கிட்டுக் கெடக்கும். இப்பொ என்னா, அதெல்லாம் வெறும் நெனப்புதானே. மனசு ஒட்டாமெக் கேட்டுக்கிறனும். சொல்லவும் செய்யணும். அதெ விட்டுப்புட்டு, என்னைக்கோ விளுந்த எளவுக்கு இன்னைக்கி ஒப்பாரி வய்க்கிறதா!...

சற்று எட்டி, என் தோள்பட்டையில் தட்டினார். லேசான தட்டுதான். ஆனால், காய்த்த உள்ளங்கையின் உறைப்பு தெரிந்தது. கனிவு கூடிவிட்ட குரலில் தொடர்ந்தார்:

...நானும் எம்புட்டோ பாத்துட்டென் தம்பி – எல்லா மனுசனுக்கும் இதேன் கதி. சேந்தாப்புலெ சிரிச்சிக் கிட்டுருந்தவனும் இல்லே, நாள்க்கணக்காத் தலெ தொங்கிக் கெடந்தவனும் இல்லெ. அது செரி, நான் சொன்னதெக் கேட்டு இப்பிடி இறுகிப் போனயே – கொண்டாட்டமுங் கூத்துமாத் தாண்டிப்போன நாளுகளும் இருக்கத்தானே செஞ்சுச்சு எனக்கு?

ம்.

ஒரு நாடோடிக் கூட்டத்தோடெ ஒரு மாசம் போல இருந்தேன். அந்தக் கதெ சொல்லட்டா?

சொல்லுங்க.

அங்கிட்டெல்லாம் ஒரே மணலுக்காடாக் கெடக்கும் பாத்துக்க. எங்கிணெ பாத்தாலும் செகப்பு. கட்டடங்க, உருமாலுக, சேலெக, எல்லாமே ரத்தச் செகப்பு... 'என்னாடா இது வேற வர்ணமே இல்லாமெப் போச்சா ஒலகத்துலே' ண்டு தோணீரும் நம்மளுக்கு. பொம்பளைக துணி உடுத்துனது போக மிச்ச எடத்துலெயெல்லாம் வெள்ளியெ மாட்டிக்கிட்டுத் திரிவாளுக. அவளுகளே வெள்ளி நெறமாத்தேன் மினுங்குவாளுக. பாதிமூஞ்சி முக்காட்டுக்குள்றெ மறெஞ்சிருக்கும். பெறத்தியாரு கிட்டப் பேசும்போது, மிச்சப்பாதியையும் இளுத்து மூடிக்கிரு வாளுக...

பொம்மலாட்டம் நடத்தும் கூட்டம் அது. ஏதாவது ஒரு பெரிய நகரின் வெளிப்புறத்தில் ஜாகை போடுவார்கள். நாலைந்து தனிக் குழுக்களாகப் பிரிந்து, நகரின் பல்வேறு பகுதிகளுக்கும் போய் நிகழ்ச்சி நடத்தித் திரும்புவார்கள்.

கையோடு கொண்டுவரும் கித்தான் துணியை வைத்து இரண்டு கூடாரம் அடிப்பார்கள். ஒன்றில், பிள்ளைத்தாய்ச்சிகள், வயசாளிகள், கைக்குழந்தைக்காரிகள் என்று மிகச் சிலருக்குப் படுக்கை. மற்றவர்கள் வெட்டவெளியில் தங்குவார்கள்.

பொம்மைப் பெட்டிகள், ஆட்டத்துக்கு அரங்கம் அமைக்கத் தேவையான சாமக்கிரணங்கள், துணிமணி மூட்டைகள், சமையல் பொருள்கள், தட்டுமுட்டுச் சாமான்கள் இதெல்லாம் இன்னொரு கூடாரத்துக்குள் இருக்கும். அதன் வாசலிலும் பின்பக்கமும் தாட்டியமான ஆண்பிள்ளைகள் படுத்துறங்குவார்கள். சமையல் பாத்திரங்கள்³, தண்ணீர்ப் பீப்பாய்கள், அநேகமும் துருப்பிடித்த தகரப் பெட்டிகள் எல்லாம் வெளியே கிடக்கும்.

வெட்டவெளியில் படுத்திருக்கும்போது, ஆகாயம் ரொம்பக் கிட்ட இருக்கிற மாதிரித் தெரியும். அதிலும் நடுராத்திரி ஆகாயம் ரொம்ப அந்தரங்கமானது. நட்சத்திரங்கள், நிலா, அதற்குத் திரைபோட்டும் விலகியும் வேடிக்கை காட்டும் குட்டி மேகங்கள் என்று எல்லாவற்றுடனும் ஒருவித நெருக்கம் உண்டாகும். தனியாக இருக்கிறோம் என்ற நினைப்பே தட்டாது.

சிலநாள் வேறு மாதிரிப் படும். ஒவ்வொரு நட்சத்திரமும் ஒவ்வொரு மேகப் பிசிறும், நாளுக்குநாள் தேயும் நிலாவும் அவரவர் உலகத்தில் தனியாகத்தானே இருக்கிறார்கள் – இதில் சதா நம்மைப் பற்றி நினைப்பதற்கு இருக்கிறது – அவ்வளவுதான் மனசு இலவம் பஞ்சு மாதிரி லேசாகிவிடும்.

பகல்பொழுது அப்படியில்லை. மனிதர்களும், தரையும், ஆசைகளும் நிராசைகளும், வஸ்துக்களும் வர்ணங்களும் குதியாட்டம் போடும் வேளை. எனக்கும் அது ஆரம்ப காலம்... முற்றாத பிராயம். கொஞ்சதூரம் நடந்தாலே அலுப்புத் தட்டிவிடும். அடிக்கடி பசிக்கும். நடந்துகொண்டிருக்கும்போதே மற்ற அங்கங்களெல்லாம் இல்லாமல் போய், ஆளுயர வயிறாக நான் மாறிவிட்டமாதிரி இருக்கும். முகம் பார்த்துப் பரிமாறும் கைகளுக்காக மனசு ஏங்கும்.

கால்ப்போக்கில் போய்க்கொண்டிருந்தவன், பசி பொறுக்காத ஒரு வேளையில் அந்தக் கூட்டத்தைப் போய்ச்சேர்ந்தேன். கல் அடுப்பு முன்னால் குத்தவைத்து உட்கார்ந்து, மரக்கரண்டியால் கிளறிவிட்டுக்கொண்டிருந்தவள் என்னை நிமிர்ந்து பார்த்தாள்.

மசால் மணம் பிரமாதமாக இருந்தது. வெறும் ருசியின் மணம் மட்டும் இல்லை அது, எனக்குள் கொதித்த பசியின் மணம்.

---

3. 'ஏனங்கள்' என்றார்.

ஊர்சுற்றி   345

கூச்சத்தை ஒதுக்கிவிட்டு, வயிற்றைத் தட்டிக்காட்டிக் கையேந்தினேன். 'பொறு, சமையல் இன்னும் முடியவில்லை' என்கிற அர்த்தத்தில் கையமர்த்தினாள். அவள் சுட்டிய இடத்தில் உட்கார்ந்தேன். காலைவேளை முற்றி மதியமாக ஆகிக்கொண்டிருந்த நேரம். சுற்றிலும் ஆடவர்கள் உறங்கிக் கொண்டிருந்தார்கள்.

அவ்வளவு மனிதர்கள் இருக்கும் கூட்டத்தில், பெண்களுக்கு மட்டுமே உயிர் இருக்கிற மாதிரித் தோன்றியது. நடமாடும் பெண்களையும், உறைந்து கிடக்கும் ஆண்களையும் பார்த்தபடி உட்கார்ந்திருந்தேன். அவ்வப்போது அந்தப் பெண்மணியின் பார்வையும் என் பார்வையும் சந்திக்கும். தவறாமல் புன்சிரிப்பாள்.

சமையல் முடிகிற வேளையில் எழுந்து கண்ணைக் கசக்கிக் கொண்டு வந்த கடாமீசைக்காரன், அந்தப் பெண்மணியிடம் ஏதோ கேட்டான் – அவர்கள் மொழியில். ஹிந்தியின் சாயல் கொண்டிருந்த, வேறேதோ மொழிபோலக் கேட்டது. உண்மையில், அவர்கள் ஹிந்தியே பேசியிருந்தாலும், துலக்கமாகக் கேட்காத தொலைவில் அமர்ந்திருந்தேன். அவனுடைய இடதுகை என் திக்கில் நீட்டியதை வைத்து, என்னைப் பற்றி விசாரிக்கிறான் என்று புரிந்தது. இவள் மாறாத புன்சிரிப்போடு பதில் சொன்னாள். பெரிதாக என்ன சொல்லியிருக்கப் போகிறாள் ...

> யாரு பெத்த பிள்ளயோ பாவம், பசிக்கிதுண்டு வந்து நிக்கிது. வெறும் வகுத்தோட திருப்பியனுப்புறதா. இன்னம் அந்தப் பாவத்தெ வேறெ சொமக்கணுமாக்கும். நாந்தான் கொஞ்சம் பொறு ண்டு சொன்னேன் ...

என்கிற மாதிரி எதையாவது சொல்லியிருப்பாள்!

நானும் பார்த்துவிட்டேன் தம்பி, இந்தியா முழுக்க நான் பார்த்த நாடோடிக் கூட்டங்களில் பெண்கள் ஒரே மாதிரித்தான் இருக்கிறார்கள். வாஞ்சையும் பரிவும் கருணையும் உருவமெடுத்து வந்த மாதிரி. அவர்கள் மட்டும் நேர்மாறாக இருந்திருந்தால், மனிதகுலம் இருந்த இடம் தெரியாமல் அழிந்து போயிருக்கும்.

ஆண்கள் மட்டுமென்ன, அவர்களும்தான், பெண்கள் சொல்வதைத் தட்டாமல் கேட்டு நடக்கவென்றே உருவான செல்லப்பிராணிகள் மாதிரி நடந்துகொள்வார்கள்.

ஆனால் இந்த வரைமுறையெல்லாம் நாடோடிகளுக்குத்தான். நிலம் மட்டும் சொந்தமாகிவிட்டதோ, மனிதனின் சுபாவமே மாறிப்போகிறது. ஆணுடைய கை ஓங்க ஆரம்பித்துவிடுகிறது. மூத்திரம் பட்டதும் மூடிக்கொள்ளும் தொட்டால்சிணுங்கிச் செடி மாதிரி ஆகிவிடுகிறார்கள் பெண்கள்.

வைத்தியர்கள் சங்காத்தம் போதும் என்று விலகியபிறகு, நான் நேரே போய்ச் சேர்ந்தது இந்தக் கூட்டத்தில்தான். பொதுவாக அந்நியர்களை அண்டவே விடாத இனம் அது. என்னைத் தங்களுடன் தங்க ஏன் அனுமதித்தார்கள் என்பது இப்போதுவரை புதிராகத்தான் இருக்கிறது. முதன்முதலில் எனக்குச் சாப்பாடு போட்ட பெண்பிள்ளை எனக்காக வாதாடியிருப்பாள் என்று அடிக்கடி தோன்றியிருக்கிறது. இன்றுவரை மறக்காத முகங்களில் ஒன்று அவளுடையது. உறியில் தொங்குவதற்கு முன்பிருந்த தாயாருக்குப் பக்கத்தில் அருகில் வைக்க வேண்டியது.

பிஞ்சு வயதில் போய்ச் சேர்ந்ததால்தான் போல, அந்த வாழ்க்கைமுறை எனக்கு உள்ளூறப் பிடித்துவிட்டது. சொத்து சேர்க்கவேண்டாம், காபந்து செய்வது பற்றிக் கவலைப்பட வேண்டாம், வானமே கூரை பூமியே மெத்தை என்று திரிந்து வாழ்வைக் கடத்திவிடலாம். அவர்களைவிட நான் ஒரு படி அதிகமாகப் போனேன் – சொத்துபத்துக்கள்தான் இல்லையே தவிர, அவர்களுக்குக் குடும்பம் உண்டு ...

கூட்டத்தில் இருந்த இளம்பெண்கள் ஆறேழு பேரில் ஒருத்தி, சீதாபதியிடம் கண்ணால் பேச ஆரம்பித்தாள். எதையேனும் கொடுக்கும்போதோ வாங்கும்போதோ தற்செயல்போல விரல்களைத் தீண்டி அழுத்துவாள். ஓரிருமுறை நேருக்குநேர் உடம்பில் மோதியுமிருக்கிறாள். அந்தக்கூட்டத்தின் இயல்பிலேயே ஒருவித சுதந்திரம் நிலவியதால், இதையெல்லாம் மற்றவர்கள் கவனிக்க மாட்டார்கள் – அல்லது கண்டும் காணாமல் விட்டுவிட்டார்களோ என்னவோ.

இன்னொரு காரணமும் இருக்கிறது – சீதாபதிக்குப் பதினெட்டு வயது. முழுக்க விளையாத உடம்பு. ரோமம் தடிக்காத மீசைத்தடம். அவளுக்கு மிஞ்சிப்போனால் பதினைந்து அல்லது பதினாறு இருக்கலாம் சமைந்த பெண்தான் என்றாலும் அவர்களுக்கு அவள் சிறுமியாகவே பட்டிருக்கலாம். இரண்டும் பொடிசுகள்தானே என்று எண்ணியிருக்கலாம்.

அவள் சாதாரணப்பட்டவள் இல்லை ...

பொம்மலாட்டம் நடத்தும் ஆண்பிள்ளைகளுக்கு அசாத்திய வலு வேண்டும். கிட்டத்தட்ட இரண்டு மணிநேரம் இரண்டு கையையும் தோள்மட்டத்தில் இருக்கும் குறுக்குக்கழியில் உயர்த்தி அமர்த்தியிருந்தால் நமக்கெல்லாம் அக்குள் பழுத்துவிடாதா. அவர்கள் சர்வசாதாரணமாக வைத்திருப்பார்கள், கதையின்

போக்குக்கு உரியவிதத்தில் விரல்களால் பொம்மையை ஆட்டவும் செய்வார்கள்.

இதுபோக, ஆண்குரல் பெண்குரல் இரண்டிலும் அவர்களே பாடவும் பேசவும் வேண்டும். குரலில் நளினமும் ஒய்யாரமும் சேருமே தவிர, ஆண்குரலில்தான் வசனங்கள் நடக்கும். பெண்கள் தொழில் செய்வதில்லை – நடைமுறையாகக் குடும்பங்களில் இருக்கிற மாதிரித்தான் – சமையல், பிள்ளைக்குப் பீயெடுப்பது, கிழிந்த துணிகளைத் தைத்துக்கொடுப்பது என்கிற மாதிரி சில்லறைவேலைகள் மட்டும் செய்வார்கள்.

இவள் ஒருத்தி விதிவிலக்கு.

தகப்பனிடம் கற்றுவந்தாள். போராடி சம்மதம் வாங்கியதாகச் சொல்வாள். ஆண்குரலில் பேசினால் ஆண்பிள்ளை மாதிரியே இருக்கும். சிலசமயம் என் காதருகில் வந்து பெண்குரலில் கிசுகிசுத்து விட்டு, அடுத்த கணம் ஆண்குரலில் உரத்து அதட்டுவாள் – 'பெண்பிள்ளையோடு உனக்கென்னடா சகவாசம்?'

பாடும்போது குரலில் அழுத்தம் மட்டுப்பட்டு, லேசான ரகசியமும் குழைவும் சேர்ந்துவிடும். அந்தச் சமயத்தில் அரிச்சந்திர மயான காண்டம் கற்றுவந்தாள். பயிற்சியின்போது பாடுவதைத் தவிர, மனப்போக்கு ரம்மியமாக இருக்கும் வேளைகளில் எல்லாருக்கும் பாடிக்காட்டுவாள். குஞ்சுகுளுவான்களும், தொழிலுக்குப் போகும் வலுவை வெகுவாக இழந்துவிட்ட பெரிசுகளுமாகப் பத்துப் பனிரண்டு உருப்படிகள்தாம் ரசிகர்கள். இதுபோக, அவர்கள் வளர்த்த இரண்டு நாய்களும் பொறுமையாக உட்கார்ந்து கேட்கும். பாட்டு முடிந்தவுடன் அவள் முகத்தை நக்குவதற்கு ஓடும்!

சீதாபதியும் ஒரு ஓரமாக உட்கார்ந்து கேட்பான். சுடுகாட்டில் லோகிதாசன் பிணத்தைக் கிடத்தி வீரிட்ட குரலில் கதறும் சந்திரமதியின் இறைஞ்சலும் துக்கமும் அவளுடைய பளிங்குத் தொண்டை வழியே கசிந்து வெளியேறுகையில், தனிப்பட்ட ஒரு பெண்ணின் துயரமாகத் தென்படாது. ஒட்டுமொத்தப் பெண்ணினத்தின் ஓலமாகக் கேட்கும். சிறுவயதில் தெருக்கூத்தில் கேட்ட,

அப்பா மாண்டாயோ – ஓ பாலகா …

என்ற பிலாக்கணப் பாட்டோடு தன்னிச்சையாக ஒப்பிட்டுப் பார்க்கும் மனம்.

துக்கம் போதுமே, வேறேதாவது கதையின் உல்லாசப்பாடல் எதையாவது பாடமாட்டாளா என்று சீதாபதி உள்ளூர ஏங்குவான்.

கதைகளுக்குப் பஞ்சமா என்ன, அல்லி – அர்ஜுனன் கதை மாதிரி எத்தனை இருக்கிறது! ஆனால், மொத்தமாக நாற்பத்திச் சொச்சம் பாட்டுகளுக்கு மேல் அவளுக்குத் தெரியாது. அதிலும் முக்கால்வாசி, சந்திரமதியின் பிலாக்கணம்தான்!

அவர்கள் தொழில் கற்றுக்கொடுக்கும் விதம் அப்படி – ஒரு சமயத்தில் ஒரு கதைதான். அதை முழுக்கக் கற்று, ஏழெட்டு இடங்களில் அரங்கேற்றி, பார்வையாளர்களின் எதிர்வினை திருப்திகரமாக இருந்தால் மட்டுமே அடுத்ததுக்கு நகர்வார்கள். இவளுக்கு இரண்டாவது பாடம் இது. ஏற்கனவே பிரகலாத சரித்திரம் பயின்று, பத்து இடங்களுக்கு மேல் நிகழ்த்தவும் செய்திருந்தாள்.

ஒரேயொருதடவை, அவள் நிகழ்ச்சி நடத்தும்போது பக்கவாட்டில் இருந்து பார்க்கக் கிடைத்தது சீதாபதிக்கு. கழியில் அமர உயர்ந்த கைகளின் திரட்சியும், தலைகீழாகக் கவிழ்த்த ‘ட’ னாவின் கீழ்க்கோட்டில் புடைத்திருந்த சிறு மொக்கும் நிம்மதியை வெகுவாகக் குலைத்தன. உபரியாக அந்தச் சூழலில் கேட்ட குரல் மனத்தின் அடியாழத்தில் பேரலைகளைக் கிளப்பியது. ஓடிச் சென்று அவளைப் பின்னாலிருந்து தழுவத் தினவு ஏறியது.

திடீரென்று, மரச்செருப்பு அணிந்த வலதுகாலை, பலகைத் தரையில் ஓங்கி உதைத்தாள். தூணிலிருந்து வெடித்து இறங்கிய நரசிம்மம் கர்ஜித்தபோது மனம் ஒரு கணம் நின்று மீண்டது. அடேயப்பா, என்னவொரு கைதட்டல்!...

சீதாபதிக்கு ஒரு சிநேகிதனும் வாய்த்தான் அங்கே. இவனை விட ஓரிரு வயது மூத்தவனாக இருப்பான். அவளுடைய முறைப்பையன். அவர்கள் வகையறாவில், குழந்தை பிறந்தவுடனே வெற்றிலை மாற்றிக்கொண்டு விடுவார்கள். இனத்துக்கு வெளியில் பெண் கொடுப்பதும் இல்லை, எடுப்பதும் இல்லை.

சொத்துள்ளவன்தான் அதைக் காப்பாற்றிக்கொள்வதற்காக ஆயிரத்தெட்டு நியதிகள் வைத்திருக்கிறான்; நாடோடிக்கூட்டத்துக்கு எதற்காக என்று சீதாபதிக்குத் தோன்றும். கேட்டதில்லை.

முறைப்பையன் அழகன். இவனைவிட நிறமும், கெட்டிக்காரத் தனமும் கொண்டவன். இருந்தும் அவளுக்கு ஏன் தன்மேல் ஈர்ப்பு இருந்தது என்று சீதாபதி யோசித்துப் பார்த்திருக்கிறான் – இவனிடம் இருந்த அந்நிய வாசனையைத் தவிர வேறு காரணம் எதுவும் தட்டுப்பட்டதில்லை. சிநேகிதனிடம் இருந்த பழகிய வாசனைகூடக் காரணமாக இருக்கலாம்!

அவள் துரத்திக்கொண்டேயிருக்க, சீதாபதி விலகிக்கொண்டே யிருந்தான். இனம் தெரியாத பயம்தான் காரணம். பலவீனமான

தருணங்களில், அவளுக்கு இடம்தருகிற மாதிரி, யதேச்சையாக ஏதாவது நடந்து தொலைத்துவிடும் – திருட்டு முத்தத்துக்குக் கன்னத்தைக் காட்டுவது மாதிரி, அவளுடைய காதுமடலில் தன்னுடைய உதட்டு ஈரத்தைப் பதித்துவிடுவது மாதிரி, முலைக்குமிழ்கள் நசுங்க நெஞ்சோடு இறுக்கிக்கொள்கிற மாதிரி.

நல்லவேளை, இப்படியொரு கொடுக்கல்வாங்கல் இருப்பது யாருக்கும் தெரியாது என்பது ஆறுதலாக இருந்தது. ஆனால், குளத்துக்குள் குசுப்போட்டால் தெரியாமலா இருக்கும் என்கிற அச்சமும் இருக்கவே செய்தது.

இடையில் ஒரு சம்பவம். கூட்டத்தில் ஒருத்தனைப் பாம்பு கடித்துவிட்டது. நேரங்கெட்ட நேரத்தில் எழுந்து ஒதுங்கப் போனவனை, புட்டத்தில் ஒன்று போட்டுவிட்டதாம். 'அய்யோ, அம்மா' என்று அலறிய குரல் கேட்டு எழுந்தவர்கள், அவசரமாக ஏணியில் கிடத்தி, வைத்தியரைத் தேடி ஓடினார்கள். வைத்தியன் கைராசிக்காரன் போல. பயல் பிழைத்துக்கொண்டான். 'அரை நாழிகை தள்ளி வந்திருந்தால், பிராணன் பறந்திருக்கும்' என்று சொன்னானாம் வைத்தியன். அதைப் பற்றி மறுநாள் பேசிக் கொண்டிருந்தபோது சிநேகிதன், அதுதான் அவளுடைய முறைப்பையன், விளையாட்டாகக் கேட்டான்:

அவனைக் கடித்த பாம்பு என்னைக் கடித்திருந்தால் என்ன ஆகியிருக்கும்?

அப்படியெல்லாம் யோசிக்கவே வேண்டியதில்லை. நீயும் இதே மாதிரிப் பிழைத்திருப்பாய்.

என்று சிரித்தான் சீதாபதி. அவன் பதிலுக்குச் சிரிக்கவில்லை. கனத்த குரலில் சொன்னான்:

எல்லாருடைய விதியும் ஒரே மாதிரி இருக்குமா என்ன? ஆனால், ஒன்று . . .

சொல்லு.

. . . நான் இறந்துபோயிருந்தாலும், லத்திகாவை உனக்குக் கட்டிவைத்திருக்க மாட்டார்கள்.

இவன் பதறிப்போனான். நடுமுதுகில் நடுக்கம் தொற்றி அவசரமாக மேலேறியது.

ஏ . . . ஏ . . . என்ன சொல்லுகிறாய்?

ஆமாம், இனத்துக்கு வெளியிலிருந்து பெண் எடுத்தாலும் எடுப்போமே தவிர, நிச்சயமாய்க் கொடுக்க மாட்டோம். அதற்கு அவள் கன்னியாகவே இருக்கட்டும் என்று முடிவெடுத்துவிடுவார்கள் பெரியவர்கள்.

மறு நிமிடம் முதலே அவனைக் கண்ணுக்குக் கண் பார்ப்பது அசவுகரியமாகி விட்டது சீதாபதிக்கு.

தனக்கு மட்டுமே தெரியும் என்று அடைகாத்த ரகசியம் சிநேகிதனுக்கு மட்டும்தான் தெரியுமா, மொத்தக்கூட்டத்துக்கும் தெரிந்து, நேரடியாகப் பிடிபடுவதற்காகக் காத்திருக்கிறார்களா என்று உள்ளுக்குள் ஒரு கீற்று ஓடியது.

அவ்வளவுதான், சாயங்காலம் அவர்களெல்லாம் தொழில் நடத்தும் இடத்துக்குக் கிளம்பிப்போக, சீதாபதி எதிர்ப்புறம் நடக்க ஆரம்பித்தான்.

அதற்கப்புறம் கொஞ்சகாலத்துக்கு, எதிரே வரும் பெண்கள் எல்லாரிடமும் அந்த லத்திகாவின் சாயலைப் பார்த்துப் புழுங்கிக் கொண்டு கிடந்தான். அதுவும் அப்புறம் காணாமல் போனது – வரம்பு மீறி வளரும் நகம் தானாகவே ஒடிந்து உதிர்வது மாதிரி.

ஆனாக்கெ, அவ அளவுக்கே அந்தப் பயலும் எனக்குள்ளாறெ பதிஞ்சிருக்கான் தம்பி... காரணம் என்னாண்றெ?

அபூர்வமாக் கிடைச்செ சிநேகிதர் இல்லையா...

அது மட்டுமில்லப்பா. அவன் எம்புட்டுக் கதெக சொல்லுவாண்றே? அவிங்ய தொளிலே கதெ சொல்லுறது தானே. இப்ப, ராமயாணத்துலெ, பாரதத்துலே எதுனாச்சிம் கதெயெ ஆட்டம் காட்டுறாகண்டு வையி, பாக்குறவென் தூங்கிறாமெ உசுப்பேத்தணுமால்லியா, அதுக்காண்டி ஊட ஊடாலெ குட்டிக்கதெக சொல்லிக் காட்டணும். அதுலெ பலதையும் எங்கிட்டெச் சொல்லுவான். நம்மளெ வச்சு ஒத்திகெ எளவு பாத்தானோ என்னமோ, யாரு கண்டா!

சீதாபதி சிரித்தார்.

அதுலெ ஏதாவது கதெ ஞாபகமிருந்தாச் சொல்லுங்க ளேன்...

அதுக்கென்னா, சொல்லிட்டாப் போச்சு.

கதை மாற்றம்

என்னவோ நமக்குத் தெரிந்ததுதான் ராமாயணம்[4], மகாபாரதம் என்று நாம் நினைத்துக்கொண்டிருக்கிறோம். எழுத்து வடிவத்தில் வேண்டுமானால் ஒரே மாதிரி இருக்கலாம்.

4. ஒவ்வொரு தடவையுமே ‘ராமயாணம்’ என்றுதான் உச்சரித்தார் கிழவர்.

படித்தவர்களுக்காக, ஒழுங்கு செய்யப்பட்ட கதைகள் அவை. வாய்மொழி மரபில், ஒவ்வொரு பிரதேசத்தில் ஒவ்வொரு மாதிரி ஞாபகம் வைத்திருக்கிறார்கள். சொல்லுகிறவன் மனசைப் பொறுத்து, அல்லது கேட்டுப் பதிந்துகொள்கிறவன் மனசைப் பொறுத்து விதவிதமாக மாறியிருக்கும். நானே உன்னிடம் இத்தனை கதை சொல்கிறேன், இதேவிதமாக உன் மனசில் தங்கும் என்பதற்கு என்ன உத்தரவாதம்!

என் சிநேகிதன் ராத்திரிக் கதை நடத்தப் போகும்போது, அவன் இருக்கிற குழுவில் நானும் இருக்கிற மாதிரிப் பார்த்துக் கொள்வான். புகையிலைப் பழக்கம் உண்டு. எனக்கும் எப்படி யாவது பழக்கிவிட ஆசைப்பட்டான். ஊர்சுற்ற ஆரம்பித்த காலகட்டம் என்பதால், கறாராக மறுத்துவிட்டேன்.

அதிகாலையில் கூடாரத்துக்கு வந்து தூங்கத் தொடங்கு வோமா, உச்சிவேளையில் முழிப்புத் தட்டிவிடும். அந்தி மயங்குகிறவரை பெண்கள் ஒருபுறமும் ஆண்கள் ஒருபுறமுமாய்க் குழுமி உட்கார்ந்து பேசிக் கொண்டிருப்பார்கள். என் சிநேகிதன் அவனுடைய தாய்மாமனிடம் பயிற்சி பெற்று வந்தவன். எனக்கு ஏகப்பட்ட கதைகள் சொல்வான். எதுவெல்லாம் மாமனிடமோ, மற்றவர்களிடமோ கேட்டது, இவனே இட்டுக்கட்டியது எது என்று நிர்ணயிக்க முடியாது. கேட்டால் சிரித்து மழுப்பிவிடுவான். கதை சொல்லும்போது சிலநேரம் ராகமாய்ப் பாட்டுகளும், வசனங்களும்கூட வந்துவிழும். நான் முன்னமே சொன்னமாதிரி, சரிதான், பயல் நம்மைப் பார்வையாளனாக வைத்துத் தொழில் பழகுகிறான் என்று நினைத்துக்கொள்வேன். ராமாயணத்தின் மேல் அலாதிக் கிறுக்கு அவனுக்கு.

அவன்தான் சொன்னான்: கடலுக்கு அந்தப்புறம் இருக்கிற ஒரு ராமாயணத்தில், ராவணேசுவரன் ராமருக்கு மாமனார் முறையாம். சீதையின் சொந்தத் தகப்பன் அவர். அனுமாரும் குரங்குஜாதிக்காரர் கிடையாது, ராமனுடைய சொந்த மகன்.

அவன் சொன்ன இன்னொரு கதையில், கைகேயி ராமனைக் காட்டுக்கு அனுப்பியதே அபாரமான பிரியத்தினால்தானாம். அவளுக்கு பட்சி பாஷை தெரியும். நந்தவனத்தில் உட்கார்ந் திருக்கிறாள் – தலைக்கு மேலே உள்ள கிளையில் இரண்டு விதேசப் பறவைகள் அமர்ந்து பேசுவது கேட்கிறது. ஒரு பறவை சொல்கிறது:

இந்த ராஜாங்கத்துக்கு ஒரு சாபம் இருக்கிறது, அறிவாயா?

அதென்ன விசேஷம்? சொல்லு, கேட்போம்.

அடுத்த பதினாலு வருஷத்துக்கு இதிலே பட்டத்தில் இருப்பவனுக்கு தினசரி மரணயோகம்தான்.

அடடா, நம் பிரியத்துக்குரிய ராமன் அற்பாயுசில் போவதா, அதற்கு நாம் பெற்ற பிள்ளை போனால் பரவாயில்லையே என்று, புருஷனிடம் வரம் கேட்டுவிட்டாள் இவள். ஆர்வமாய்ச் சொல்லிக்கொண்டு போன சிநேகிதனிடம் நான் குறுக்குக் கேள்வி போட்டேன்:

அது சரியப்பா, பதினாலு வருடம் பட்டத்தில் இருந்த பரதன் ராமர் திரும்பிவரும் வரைக்கும் உயிரோடுதானே இருந்தார்?

பதினாலு வருடம் பரதன் எங்கே ஆண்டான்? ராமனின் பாதுகைதானே ஆண்டது!

என்று கெட்டிக்காரத்தனமாகப் பதில் சொன்னான் அவன். நான் விடவில்லை,

பதினாலு வருடமும் ஒருத்தனுக்கு மரணயோகம் எப்படியப்பா இருக்கும்? பதினாலாவது வருட முடிவில்தான் சாவான் என்றால், பதிமூன்றிச் சொச்ச வருடமும் ஆயுசு பாக்கியம் இருந்தது என்றுதானே அர்த்தம்?

உன்னை மாதிரிக் குதர்க்க புத்திக்காரனிடம்போய்க் கதைசொன்னேனே, என் புத்தியை செருப்பால்தான் அடிக்கவேண்டும்.

என்று சொல்லிவிட்டான்!

இன்னொரு நாள், வேறொரு கதை சொன்னான். தசரதனுக்கு இரண்டே சம்சாரம்தான். ராமருடைய தாயாரும், லட்சுமணனின் தாயாரும். லட்சுமணனின் கூடப் பிறந்த தம்பி சத்துருக்கனன். இரண்டு சம்சாரங்களுக்குமிடையில் தகப்பனார் படும் கஷ்டத்தைப் பார்த்தே, கடைசிவரை ராமர் ஏகபத்தினி விரதனாக இருந்தார். இல்லாவிட்டால், ராஜ வம்சத்தில் பிறந்துவிட்டு ஒரு பெண்டாட்டி போதும் என்று அவர் முடிவெடுத்திருப்பாரா!

பரதனைப் பெற்றவள் தசரதனின் அதிகாரப்பூர்வ மனைவி கிடையாது – வைப்பாட்டி என்று சொன்னான்.

பதினாலு வருஷம் இல்லையாம், ஆயுசு காலத்துக்கும் ராமருக்குப் பட்டம் கூடாது என்றுதான் அவள் வரம் வாங்கி யிருக்கிறாள். வனவாசத்தில் இவருக்கும் சீதையம்மாளுக்கும்

பிறந்த இரட்டைக் குழந்தைகள் தலையெடுத்த பிறகுதான் கதை மாறியிருக்கிறது.

> உங்கள் தகப்பனாருக்கு நீங்கள் கொடுத்த வாக்குக்காக, எங்களுக்குரிய ராஜாங்கத்தை நாங்கள் எதற்காக இழப்பது?

என்று இரட்டையர் தகராறு செய்திருக்கிறார்கள். ராமருக்கும் வயதாகியிருந்ததே.

> சரியப்பா, உங்கள் விருப்பம் போலச் செய்துகொள்ளுங்கள். என்னை இதில் இழுக்காதீர்கள்.

என்று சொல்லிவிட்டாராம் ராமர். அதற்கப்புறம்தான் ஒரு குதிரையைப் பிடித்து ஊரூராக அனுப்பியிருக்கிறார்கள். அது திரும்பிவந்தபிறகு, அதே குதிரையைப் பலியிட்டு யாகம் செய்வார்களாம். அசுவமேத யாகம் என்று கேள்விப்பட்டிருப்பாயே.

என் சிநேகிதன் எனக்குச் சொன்ன ராமாயணக் கதைகள் எல்லாமே அவனுடைய மாமன் சொல்லி அவனிடம் சேர்ந்த தாகவோ, அல்லது அவனே இட்டுக் கட்டியதாகவோ மட்டும் இருக்காது என்று எனக்கு நினைப்பு. எனக்கு முன்னால் அவனுக்குக் கிடைத்த சிநேகிதர்கள் யாராவதுகூடச் சொல்லியிருக்கலாம். அவர்களுக்கெல்லாம் நிஜமாகவே ராமாயணம் பிடித்திருந்ததா, இல்லை இந்தக் கதை சொல்கிற நீதியை வைத்துப் பார்த்தால், ஒட்டுமொத்த ராமாயணத்தையும் கூறுகெடுக்க வேண்டும் என்று புறப்பட்டவன் எவனாவது கட்டிவிட்டதா என்று தெரியவில்லை.

அதுதான் சொன்னேனே, சில கதைகளைச் சொல்லும்போது இந்தப் பயலிடம் வழக்கமான சரளம் இருக்காது. வழக்கத்துக்கு விரோதமான வேகம் இருக்கும். சிலவேளை, வார்த்தை திக்கும். அந்த மாதிரிக் கதைகள் இவனே இட்டுக்கட்டியது என்று நினைத்துக்கொள்வேன். ஆனால், ஒவ்வொன்றிலுமே சுவாரசியமான செய்தி இருக்கும் என்பதால் இன்னும் நினைவில் இருக்கிறது.

பரதர் தாயாரை ஏசிவிட்டுக் காட்டுக்குள் போய் பாதுகை களை வாங்கி வந்தார் அல்லவா, ராமர் திரும்பி வருகிறவரை, அதுதானே ஆட்சி செய்தது என்று நிஜக் கதை.

நம்மாள் சொல்கிறான், பரதர் தானாகப் போகவில்லையாம். தாய்க்காரிதான் ஏவிவிட்டிருக்கிறாள். 'அந்தப் பயல் அவஸ்தைப் பட வேண்டும் என்கிறதுக்காக நாம் காட்டுக்குள் அனுப்பினால், அவன் என்னமோ ராஜா வீட்டில் பிறந்தமாதிரிச் செருப்புப் போட்டுக்கொண்டு திரிகிறானாமே, அதையும் பிடுங்கிக்கொண்டு வா' என்று தாயார் விரட்டியிருக்கிறாள்.

போனவனுக்கு என்ன காரணம் சொல்லிச் செருப்பைப் பிடுங்குவது என்று தெரியவில்லை. சமயோசிதமாக இப்படி ஒன்று சொல்லி வாங்கிவந்துவிட்டான். அதனால்தான் சீதைக்கும், லட்சுமணனுக்கும் காலணிகள் தப்பிவிட்டன.

இப்போது சொல்லு, இந்தக் கதையைச் சொன்னவனை, அல்லது எனக்குச் சொன்னவனுக்குச் சொன்னவனை, அல்லது ஆதியில் இப்படி ஒரு கதையைக் கட்டியவனை, குசும்பு பிடித்தவன் என்று சொல்வதா, பக்திமான் என்பதா!

4

இன்னொரு கூட்டத்துடனும் ஒரு வாரம்போல இருந்திருக்கிறார் சீதாபதி – மேற்படிக் கும்பலைவிட்டு நீங்கிப் பல வருடம் கழித்து. முழுக்க விளைந்த இளைஞனாக இவர் ஆகிய பிறகு. இது லம்பாடிக் கும்பல். பாசி ஊசி மணி விற்கிறவர்கள். ஆட்டம் பாட்டம் என்று வேடிக்கை காட்டிப் பிழைக்கும் தொழிலும் உண்டு.

அவர்களிடம் இவர் போய்ச் சேர்ந்ததும் சுவாரசியமான கதைதான். கால்வாய் ஓடும் ஊரில் பிறந்தவர் அல்லவா, சிறுவயதிலிருந்தே பிரமாதமாக நீந்தக் கூடியவர் சீதாபதி. கிடைதண்ணீர் நீச்சலிலும் கெட்டிக்காரர்.

நடுத்தரமான ஊர் ஒன்றின் எல்லையை நெருங்குகிறார். அறுவடை முடிந்த கட்டாந்தரையில், நட்டுவைத்த உருட்டுக் கழிகளிலிருந்து சாய்ந்து இறங்கும் படுதாக்களை விரித்து டேராப் போட்டிருந்த கூட்டம் கண்ணில் பட்டது. முற்பகல் பொழுது. தலையில் ஒன்றின்மீதொன்றாய் இரண்டும், இடது இடுப்பில் ஒன்றும், வலது கையில் ஒன்றுமாக மண்குடங்கள் சுமந்து செல்லும் பெண்ணுருவம் கண்ணில் பட்டது.

முழங்காலுக்கு ஓரங்குலம் கீழேவரை இறங்கிய குட்டைப் பாவாடையும் அதற்குப் பொருத்தமான விதத்தில் ஏகப்பட்ட நிறங்களில் பூப்போட்ட சட்டையும் அணிந்திருந்தாள். வடக்கயிறு பருமன் உள்ள வெள்ளித் தண்டை.

ஒயிலாக அசைந்த புட்டமும், தலைப் பளுவுக்கு சமநிலை தேடி சன்னமாக அசையும் கழுத்தும், விறைப்பாக நீட்டிய வலது கையின் நளினமான நெளிவும் என்று அவள் சுமந்துசெல்வது வெற்றுக்குடங்களில்லை என வெளிப்படையாய்த் தெரிந்தது.

அவளது பாவாடையைப் பிடித்தபடி நடந்து வந்த பாலகன், திடீரென்று திரும்பி பக்கவாட்டில் ஓடினான். தலையை

நிதானித்து அவள் திருப்பியதும், பாலகன் தரைக்குள் திடீரென்று மறைந்ததும், விலங்கின் கதறல்போன்று அவள் கூவியதும் ஒரே கணத்தில் நடந்தன. மறுகணம், பாலகன் மறைந்த இடம் நோக்கி அனிச்சையாகப் பாய்ந்தோடினான் சீதாபதி.

அந்தப் பிரதேசத்தில், உறைத் தடுப்பின்றித் தரைமட்டத்தில் திறந்து கிடக்கும் கிணறுகள் அநேகம் உண்டு.

நீர்மட்டத்தில் தெரிந்து மறையும் பிஞ்சுத்தலைமேல் மோதிவிடக்கூடாதே என்று இடறிய அச்சத்தையும் அனிச்சையே கவனித்துக்கொண்டது. பையன் அதற்குள் நிறையத் தண்ணீரைக் குடித்திருந்தான். அத்தனை சிறிய உடம்புக்கு, கனம் சற்று அதிகமாகவே இருந்தது.

கொத்தாக அள்ளி, தலைக்கு உயரே தூக்கிப் பிடித்தபடி நீருக்குள் கால்களால் துழாவி நிற்பது கொஞ்சம் சிரமமாகத்தான் இருந்தது. நல்லவேளை, அதற்குள் மேலேயிருந்து கயிற்று நுனியில் பிணைத்த கடகால்[5] கீழிறங்கி வந்தது. இடது தோளில் பையனைக் கிடத்தி இடது கையால் இறுக்கிப் பிடித்துக்கொண்டு, வலது கையில் கயிறைப் பிடித்த பிறகு, உள்சுவரில் பாதம் ஊன்றத் துளைகள் இருந்தது கண்ணில் பட்டது.

அடர்த்தியாக ஒட்டடை பற்றிய துவாரங்களில் தேள் எதுவும் இருந்து தொலைக்கக் கூடாதே என்ற கவலையும், மேலே கூடி நின்று கயிறை இழுக்கும் கூட்டத்தில் ஆண்குரல் எதுவுமே கேட்கவில்லையே, கனம் தாளாமல் கயிறை விட்டார்க ளென்றால் பையனோடு மீண்டும் தண்ணீரில் விழவேண்டிவரும், இசகுபிசகாகக் கிணற்றுச் சுவரில் தலைகள் மோதிவிடக்கூடாதே என்ற பதட்டமுமாக ஒருவழியாகத் தரை சேர்ந்தான் சீதாபதி.

அனுமானம் சரிதான். சுற்றிலும் நின்றவை அத்தனையும் பெண்ணுருவங்கள். ஆனால், ஆண் கைகள் அளவுக்கே வலிமை கொண்டவை . . . ஆண்கள் ஊருக்குள் மணிமாலைகளை, பிரப்பங் கூடைகளை விற்கவும், நடனமாடும் பெண்களுக்குத் தாளம் வாசிக்கவும் போய்விட்டிருந்தார்களாம் – தாய்க்காரியின் கையில் பையனைச் சேர்ப்பித்தபின், தலை துவட்டத் துணியை ஏந்தி நின்ற இளம்பெண் தகவல் சொன்னாள். அவள் முன்னிலையில் மேற்சட்டையைக் கழற்றக் கூச்சமாகத்தான் இருந்தது என்றாலும், மறைவிடமே இல்லாத கட்டாந்தரை அல்லவா அந்த இடம்?

5. மதுரை மாவட்டத்தவனாக இருந்தும், எனக்கு அந்தச் சொல்லின் பொருள் தெரிந்திருக்கவில்லை. ‘கிணற்றிலிருந்து நீர் சேந்தும் வாளி’ என்று என் ஐயத்தைத் தீர்த்தார் சீதாபதி.

கருகருவென்று ரோமம் படர்ந்த தனது மார்பை அவளுடைய பார்வை மொய்த்தது சற்றுக் கிளுகிளுப்பாகவே இருந்தது சீதாபதிக்கு.

பையனுக்குக் கொழுமோரும், இவனுக்கு சூடும் ருசியும் நிரம்பிய தேநீரும் கொடுத்தார்கள்.

சாயங்காலம் ஆண்களும், ஆடுவதற்காக அவர்களுடன் போயிருந்த பெண்களும் திரும்பிவந்தார்கள். அதுவரை சங்கடமான நிசப்தம் மூடியிருந்த இடம் கலகலக்க ஆரம்பித்தது. மூன்று கல் அடுப்புகள் எரியத் தொடங்கின. விசித்திரமான மசால் மணம் சுமந்த புகை மண்டி உயர்ந்து கலைந்தது.

வந்தவர்கள் ஒவ்வொருவராக இவனை நெருங்கி நன்றி சொன்னார்கள். ஒவ்வொருவருடனும் துண்டுக்காரியும் கூடவே வந்தாள். சீதாபதியின்மீது பதிந்த பார்வை விலகாமலே அவள் நடமாடியது, அவளைப் பார்க்காமலே இவனுக்கு உணர்வில் தட்டியது.

ஆட்டத்தில் கெட்டிக்காரியாம் அவள், வீட்டுவிலக்காகி யிருந்ததால் அன்றைக்கு ஊருக்குள் ஆடப் போகவில்லை – சந்தர்ப்பம் கிடைக்கும்போதெல்லாம் இவனிடம் வந்துவந்து ரகசியமான குரலில் பேசிப்போனபோது அவளே சொன்னாள்.

அநாதரவாய்த் திரிகிறவன் என்று தெரிந்ததாலும், நன்றியுணர்ச்சி தணிவதற்குக் கொஞ்சம் அவகாசம் தேவைப் பட்டதாலும், கூட்டத்துடன் சீதாபதி இருப்பதற்கு யாரும் தடை சொல்லவில்லை. தவிர, அவ்வளவுபேர் இருக்கும் இடத்தில் உபரியாய் ஒரு வாலிபனுக்குச் சாப்பாடு போடுவது பெரிய விஷயமாய்ப் பட்டிருக்காது.

பகல்வேளைகளில் பெண்கள் பரபரவென்று வேலைபார்த்த மணியமாக இருப்பார்கள். மனித உருக்கொண்ட எறும்புக் கூட்டத்தின் மத்தியில் இருக்கிற மாதிரி உணர்வான் இவன். அனைவருமே குட்டைப்பாவாடைதான். நீலமும் பச்சையும் மஞ் சளும் சிவப்பும் வெள்ளையுமாய்க் கோடுகளும் கட்டங்களும் முக்கோணங்களும் வட்டங்களும் புட்டாப்போட்ட பாவாடைகள். ஏகப்பட்ட மடிப்புகள் கொண்டவை. ஒவ்வொரு மடிப்பின் விளிம்பிலும் சோழிகளையும் கண்ணாடிச் சில்லுகளையும் சின்னஞ்சிறு பாசிமணிகளையும் வைத்து அவர்கள் தைப்பதை நாள்முழுக்கப் பார்த்துக்கொண்டிருக்கலாம். சொந்த உபயோகத்துக் காகவும் தைப்பார்கள் – விற்பனைக்கும் தயாரிப்பார்கள். கீழ்

விளிம்பில் கொலுசு மணிகள், புளியங்கொட்டைப் பருமன் உள்ள சலங்கைகள் போன்றவற்றைத் தைப்பார்கள். சலசலப்பொலி இல்லாமல் நடக்கும் ஒரு பெண்கூடக் கிடையாது.

பகலில் ஊருக்குள் போகும் ஆண்களுடன் சீதாபதியும் போவான். அலைவதற்கு மனத்தில் எழுச்சியில்லாத நாட்களில் சும்மா இருந்துவிடுவான். கூடப் போனாலும் சரி, போகா விட்டாலும் சரி, ஏனென்று கேட்க நாதியிருக்காது. உண்மையில், சுமார் இருநூறு பேருக்கும் அதிகமாக உள்ள கூட்டத்தில் இருந்தும் தன்னுடைய தனிமையும் சுதந்திரமும் கெடாதிருந்தது இப்போது நினைத்தாலும் சீதாபதிக்கு ஆச்சரியமாகத்தான் இருக்கிறது.

ஆனாலும், துண்டுக்காரி சதா இவனிடம் நெருங்குவது அவர்களை உறுத்தியிருக்க வேண்டும். பின்னே, கால்மணி நேரத்துக்கொருதடவை இவனிடம் வந்துபோவதும், எப்போதுமே கிசுகிசுப்பாகப் பேசுவதும் இயல்பான சமாசாரங்கள் அல்லவே. ஆனால், அவள் எதையும் பொருட்படுத்துவதாயில்லை. ஒருமுறை இவனிடம் சொல்லவே செய்தாள்:

> இந்தக் கூட்டத்தில்தான் எவனுக்காவது என்னைக் கட்டி வைப்பார்கள். இங்கேயிருப்பவர்களில் ஒருத்தனுக்கு என்று நினைத்துவிடாதே. மாகாணம் முழுக்க எங்கள் சொந்தபந்தங்கள் தொழில் நடத்தித் திரிகிறார்கள். எவனையாவது பிடித்துவருவார்கள். என்னுடைய சம்மதத்தைப் பேருக்குக்கூடக் கேட்கமாட்டார்கள். எனக்கு விருப்பமேயில்லை. இங்கேயிருக்கிற யாருக்காவது மீசையாவது முழுசாக இருக்கிறதா!

சீதாபதி சிரித்தான். அவள் சொன்னது உண்மை. சீனாக்காரர்கள் போன்ற சாயலுடைய இனம் அது. மேலுதட்டின் ஓரத்தில் மட்டும் முளைத்து, வாய்க்குப் போட்ட அடைப்புக்குறி மாதிரித் தொங்கும் மீசைதான் அநேகருக்கு. மற்றவர்களுக்கு அதுவும் இல்லை.

> உரித்த ஆலுவைச் சாப்பிடத்தான் முடியும்; கலியாணம் கட்டிக்கொள்ள முடியுமா. உன்னை மாதிரிக் கரடிக்குட்டி தான் எனக்கு வேண்டும்.

எந்நேரமும், பித்தளைக் குவளையில் சோழிகளைக் குலுக்கிய மாதிரிச் சிரிக்கிறவள், இப்போது சத்தமெழாமல் குலுங்கி னாள் . . .

மிகச் சரியாக ஏழாவது நாள். வழக்கம்போலத் தொழிலுக்குப் போய்த் திரும்பியவர்கள் எல்லாரும், வழக்கத்துக்கு விரோதமாக வட்டமாய் உட்கார்ந்து பேச ஆரம்பித்தார்கள். ஆனால், அத்தனைபேரும் ஆண்கள். பெண்களுக்கு அந்தச் சபையில் இடம் கிடையாதாம். அந்நியர்களும் இருக்கக் கூடாது என்று நானாகப் புரிந்துகொண்டு விலகி நகர்ந்தேன்.

அவர்கள் தண்டிறங்கிய இடத்திலிருந்து அரைமைல் தொலைவில் ஊர் ஆரம்பிக்கிறது. சிறு தோட்டம் ஒன்றும் உண்டு. அங்கே போய் வாலாட்டிக்குருவிகளையும் மைனாக்களையும் வேடிக்கைபார்த்துப் பொழுதைக் கழிக்கலாம் என்று போனேன். கொஞ்சதூரம் போன பிறகு பின்னால் யாரோ வருகிற மாதிரி உணர்வு தட்டியது. திரும்பிப் பார்த்தேன். நீ நினைத்தது சரிதான் தம்பீ. துண்டுக்காரியேதான். அவள் பெயரைச் சொல்லக்கூடாது என்று நினைக்கவில்லை நான் – ஒருமாதிரி வடக்கத்திப் பெயர் அது. வாய்க்குள்ளேயே நுழையவில்லை. மனசில் எப்படிப் பதியும். ஆனால், பெயர்தான் நினைவிலில்லை. மறக்கக்கூடிய முகமும் இல்லை, உடம்பும் இல்லை அது.

பாவாடை அலைபாய்ந்து ஒலியெழுப்பாதபடி நாசுக்காகத் தூக்கிப் பிடித்தபடி, டேராக்களைத் திரும்பித் திரும்பிப் பார்த்தபடி வந்தாள். அதுவே ஒரு நடன அசைவு மாதிரி இருந்து, மனசை அள்ளியது.

ஒரு திருப்பத்தில் கூடாரங்கள் மறைந்துவிட்டன. கொஞ்சம் வேகமெடுத்து மெல்லோட்டமாக என்னை நெருங்கினாள். பிரமை பிடித்தவன் மாதிரி நின்றிருந்தவனை, நெஞ்சோடு இறுக்கி அணைத்தாள். வலது கன்னத்தில் ஒன்று, இடதில் ஒன்று என ஈரமாய்ப் பதிந்த முத்தங்களுக்கு பதில் மரியாதை செய்ய ஆசை ஒருபுறமும், அச்சம் மறுபுறமும் அழுத்த, நான் முடிவெடுப்பதற்கு முன் திரும்பி ஓடிவிட்டாள். ஆனால், முத்தமிடும்போது அவள் கண்களில் நீர் கோத்திருந்தது ஏன் என்று எனக்கு விளங்கவில்லை. உயர்த்திப் பிடித்த பாவாடையுடன் ஓடியவள், ஒருதடவைகூடத் திரும்பிப் பார்க்கவில்லை என்பது மனசுக்குள் பள்ளமாய்க் குழிந்தது.

மறுநாள் உறக்கம் கலைந்தபோது... என் வாழ்வின் மறக்கமுடியாத நாட்களில் ஒன்றாகத் திறந்தது அது. மூடிய கண்களுக்குள் பரவிய பழுப்பு நிறம், வேளை முற்றிவிட்டதைத் தெரியப்படுத்தியதில் கண்விழிக்கிறேன், பளீரென்று அறையும் வெளிச்சத்துக்குக் கூசிய

கண்களை இடுக்கிப் பார்த்தபோது தென்பட்ட காட்சியின் வெறுமையை இப்போது நினைத்தாலும் மயிர்க்கூச்செரியும்.

ஆமாம், மொத்தக்கூட்டமும் கிளம்பிப் போயிருந்தது. அப்போதுதான் கவனிக்கிறேன், சூரியன் உச்சியைத் தாண்டி மறுபுறம் எட்டிப் பார்க்கிறான். இவ்வளவு நேரம் நான் ஒருநாளும் தூங்கியதில்லையே, ஏதோ வசியத்தில் ஆழ்ந்தவன் கணக்காக அல்லவா உறங்கியிருக்கிறேன்.

வாரிச் சுருட்டிக்கொண்டு எழுந்தேன். சுற்றிலும் திறந்து கிடந்த கட்டாந்தரையை விவரிக்கவே மனம் கலங்குகிறது. மத்தியில் சாம்பல் நிரம்பிய அடுப்புக்கற்களும், அங்கங்கே விரவிக் கிடந்த கழிவுத் துணிகளும், சாப்பாட்டு எச்சங்களையும் கழிவுகளையும் மோந்து பார்த்துக்கொண்டிருந்த நாலைந்து உள்ளூர் நாய்களும் தவிர வேறு உயிர் ராசியே கிடையாது. ஒரு நாய் நின்று நிதானித்து அடுப்புக் கல்மீது சிறுநீர் பீய்ச்சியது.

சிறுகச் சிறுக மனம் தெளிந்தது. நாடோடிக்கூட்டம் – அப்படித் தானே செய்யும், அது அவர்கள் தர்மம். போகிறவழியெல்லாம் ஆட்களைச் சேர்த்துக்கொண்டே போனால், எவன் அசல் எவன் வந்தேறி என்று தெரியாமல் போய்விடாதா? நாடோடிகள் என்று வந்துவிட்டால் மட்டும் வம்சத் தூய்மையும், இனமோகமும் இல்லாமல் போய்விடுமா? அப்புறம் நாட்டில் இவ்வளவு சாதிகளும், பிரிவுகளும் இருப்பதற்கு நியாயமென்ன?

எழுந்து நடந்தேன். கும்பல் தங்கியிருந்த மானசீக வட்டத்தின் எல்லையைத் தாண்டியபோது லேசான துக்கம் தொற்றியது. கோவணம் போல நீண்டு அநாதரவாய்க் கிடந்த முட்டுத் துணியின் காய்ந்த பழுப்பு நிறம் ஏனோ எனக்குள் ஒருவித அவமானத்தை உண்டுபண்ணியது.

ஆனால், அதுவும் கொஞ்சநேரம்தான். ஓயாத சக்கரம் வேகமெடுத்து விட்டது...

ஆனா ஒண்ணு தம்பி. எல்லா ஈரமும் காய்ஞ்சுரும். முத்தத்தோட ஈரம் மட்டும் என்னைக்குமே காயாது. இப்பொ உன்கூடத்தானெ பேசிக்கிட்ருக்கென், எம்புட்டு வருசம் ஓடிப்போச்சு, இந்தா பாரு, என் கன்னம் ரெண்டும் சிலீர்ண்டு இருக்கு!

கிழவரின் குரலில் இருந்த ஏதோவொன்று – அதை ரகசியம் என்று சொல்வதா, கனிவு என்று சொல்வதா – எனக்குள்

குறுகுறுப்பாய், வழவழவென்று, இறங்கியது. முதன்முதல் தடவையாக அவரைத் தொடவேண்டும் என்று தோன்றியது. அவ்வளவு மண்டியிருந்த இருளில், எதற்காக அவருடைய திசையிலிருந்து முகத்தைத் திருப்பிக்கொண்டேன் என்பது புரியவேயில்லை. கிழவர் உடனடியாக மீண்டுவிட்டார்.

இன்னோண்ணும் சொல்லணும், ஒருவேளெ எங்கிட்டாச்சும் வேலைலே அமந்து, சம்பாத்தியம் சாப்பாடுன்னு ஒளுங்கான வாள்க்கெக்குள்ளாறெ மொளைஞ்சிருந்தா ஏங் கெரகம் வேற மாருதிப் போயிருக்குமோ என்னமோ. என்னா சொல்றே?

என்ன சொல்வதென்று தெரியாமல், தலைகுனிந்து உட்கார்ந் திருந்தேன். தன்னிச்சையாகக் கைக்கடிகாரத்தில் பார்வை பதிந்தது. பனிரண்டரை என்றது ரேடியம். ஏயப்பா! மத்தியானம் மூன்று மணி சுமாருக்கு வந்தவன் ...

ஆனால், கிழவருக்கு எழும் உத்தேசம் இல்லை போல. புதிதாகத் தொடங்கினார்.

இப்பிடித்தேன், எதாச்சும் கூட்டத்தோடெ இருக்குறது. இப்பிடியே இருந்துறலாமாண்டு நப்பாசைப் படுறது, அப்பறம் குதிங்காலிலெ கல்லெறி வாங்குன நாய் மாதிரி தொடையிடுக்கிலெ வாலெச் சொருகிக்கிட்டு ஓடுறது. 'இதென்னாடா பொளப்பு, நாறப் பொளப்பு' ண்டு அடிக்கடி தோணும். ஆனாக்கெ, அப்பிடியாக்கொத்த நெனைப்பையும் நிப்பாட்டிப்போட்ட ஒரு ஆளூ நாவுகம் வருது. சொல்லட்டா?

சொல்லுங்கய்யா.

5

மழைக்காலம். இதேமாதிரி ஒரு ராத்திரிநேரம்தான். சத்திரத்துத் திண்ணை. வசதியுள்ளவர்கள் காசுகொடுத்துத் தங்குவதற்கு அறைகள் உண்டு. காசில்லாதவர்கள் இலவசமாகத் தங்குவதற்கு, கட்டடத்தைச் சுற்றிலும் விளிம்புகட்டிய திண்ணைகள். நாலுபுறமும் சரிந்திறங்கிய கூரை திண்ணையையும் மூடித்தான் இருக்கும்.

உள்ளே தங்குகிறவர்கள் சாப்பிட்டதுபோக மிச்சமிருப்பது திண்ணை வாசிகளுக்கு தானமாக வந்து சேரும். சாதாரண ஜனங்கள் மழைக்காலத்தில் அதிகம் பிரயாணம் செய்ய மாட்டார்கள். தேசாந்திரிகளுக்குப் பருவம் ஏது, வேளை ஏது.

தையல் இலையில் கிடைத்த வறட்டு ரொட்டிகளையும் தொடுகறி[6]யாய்க் கிடைத்த கத்தரிக்காய்த் துவையலையும் சாப்பிட்டு முடிக்கிறான் சீதாபதி. இருளிலிருந்து பிரிந்து, சத்திர நிலைவாசல் வழி கசிந்த அரிக்கேன் விளக்கின் வெளிச்சப் பாய்விரிப்புக்குள் நுழைந்து வந்தது ஒரு மனித உருவம். அட்டைக் கரி நிறம். கரும்பளிங்கு மாதிரிப் பளபளக்கும் சருமம். சராசரி உயரம், சும்மா நிற்கும்போதே, பாயத் தயாரான குதிரையின் துடிப்பு தெரியும் நிலை. அபாரமான வெண்ணிறத்தில் பற்கள். ஆலம்பால் போட்டுத் திரித்தது மாதிரி அடைஅடையாய்ச் சடை படர்ந்த தலைமுடி.

திண்ணையில் விருதாவாய் நின்றிருந்த சத்திர நிர்வாகி அவசரமாய் உள்ளே ஓடித் திரும்பினார். தையல் இலையை பவ்வியமாக நீட்டினார். அதிலிருந்த மூன்று நாலு குல்ச்சா[7]க்களில் ஒன்றேயொன்றை மட்டும் கைநீட்டி உருவி எடுத்தது அந்த உருவம். நாலாக ஆறாக மடித்து ஒரே வாயில் அடக்கிக் கொண்டது – வெற்றிலை அதக்கிக்கொள்கிற மாதிரி. அவ்வளவு சிறிய வாய்க்குள் அத்தனை பெரிய குல்ச்சா ஒரே தடவையில் உள்ளே நுழைந்துவிட்டது! நன்கு விளைந்த வெள்ளாட்டைப் பாதி விழுங்கியிருந்த மலைப்பாம்பை சுத்தவைத்தியருடன் காட்டுக்குள் போனபோது காட்டியிருக்கிறார். இப்போது அந்தக் காட்சி நினைவிலெழுந்து, வந்திருக்கும் உருவம் சம்பந்தமாகக் கிலி கிளம்பியது. அடடா, இன்றைக்கு ராத்திரி நரகம்தானா . . .

சாவகாசமாக நடந்து திண்ணையில் வந்து அமர்ந்தது. தாங்கள் இருவரும் மட்டுமே இருப்பது உறைத்தது சீதாபதிக்கு. ஏனோ, அடிவயிறு புரட்டுகிற மாதிரி, அசவுகரியமாக உணர்ந்தான் . . .

நள்ளிரவில் அசவுகரியம் அதிகரித்தது. ஏதோ ஓசை கேட்டு விழித்தான். அந்த உருவம் எழுந்து உட்கார்ந்திருந்தது. சில கடிகாரத்தில் முட்களும் எண்களும் மட்டும் பச்சை நிறமாய் இருட்டில் ஒளிருமே அதுபோலக் காவிநிறம் ஒளிர அமர்ந்திருந்தது. திடீரென உரத்த குரலில் கேட்டது:

வேர் இன்னும் பிடித்து இழுக்கிறதாக்கும்?

இவனுக்கு ஒன்றும் புரியவில்லை. முதலில் அவர் இவனைப் பார்த்துத்தான் கேட்கிறாரா என்பதே புரியவில்லை.

---

6. 'வெஞ்சனம்' என்றார்.

7. வெந்த காய்கறிகளை விழுதாக்கி அடைத்த மைதாமாவுச் சப்பாத்தி வகை. கிழவர் விளக்கவில்லை – நானாகச் சொல்கிறேன்.

இந்தத் திக்கில் இருக்கும் மானசீகம் எதனிடமோ விசாரிக்கிற மாதிரியும், தமக்குத்தாமே கேட்டுக்கொள்கிற மாதிரியும், சத்திரத்தின் உட்புறம் ஆழ்ந்து உறங்குகிற அத்தனை பேரிடமும் கேட்கிற மாதிரியும், தன்னைமீறித் தொண்டையில் ஊறும் ஓசையை இலக்கில்லாமல் வழியவிடுகிற மாதிரியும் ஏககாலத்தில் தொனித்தது, விட்டேற்றியான அந்தக் குரல். சீதாபதி அமைதியாக இருந்தான்.

எனக்கு ஒரு குருநாதர் இருந்தார் அப்பா. இப்படி இறந்த காலத்தில் சொல்வதுகூட அபத்தம்தான். ஒருதடவை குரு என்றால், வாழ்நாள் முழுக்க அவருடைய ஸ்தானம் மாறாதுதானே!...

பதிலை எதிர்பார்த்துக் காத்திருக்கிறார் அவர் என்று பட்டது. தன்னைமீறி 'ம்' கொட்டினான்.

...பூர்விகத்தில் மிகப்பெரிய நிலச்சுவான்தாரராய் இருந்தார். கல்யாணம் காட்சியெல்லாம் ஆகிவிட்டது. உழைத்துச் சம்பாதிக்கவேண்டிய அவசியமே கிடையாது. 'சும்மா குந்தியிருந்து, மனத்துடன் விளையாடியே பொழுதைக் கழிப்பேன்' என்றார். 'அதுசரி, மனத்துடன் விளையாடும் அந்த ஆகிருதி எது' என்று கேட்டேன். 'அதை மனத்தால் அறிய முடியாது என்பதால், நான் என்ன பதில் சொன்னாலும் உனக்குப் பிரயோசனப்படாது அப்பனே' என்றார்! எதைக்கேட்டாலும், இப்படித்தான், ஏறுக்கு மாறாக பதில் சொல்வார்!

பகபகவெனச் சிரிக்க ஆரம்பித்தார். அரைநாழிகை நேரம்வரை நீண்ட சிரிப்பு. கஹ்கஹ் என்ற செருமல் ஒலியுடன் கேட்ட சிரிப்பு, பொழுதுவிடியும்வரை ஓயாது போலிருக்கிறதே என்று சீதாபதிக்குப் பதற்றம் தொற்றிய கணத்தில், தானாக அறுபட்டு நின்றது.

ஆக, சும்மாயிருக்க மாட்டாமல், தமக்குத்தாமே விளையாடிக்கொள்வது அவருடைய பொழுதுபோக்கு. என்ன விளையாடுவார் என்கிறாய்!... விதவிதமாகத் தன்னைக் கற்பனை செய்துகொள்வாராம். பிறவியிலேயே பார்வையிழந்தவன் மாதிரி ஒரு வாரம் பூரா இருப்பது. கண்கள் திறந்தே இருக்கும், ஆனால் எந்த வஸ்துவும் இருப்பதே தெரியாதமாதிரி நடந்துகொள்ள வேண்டும். இன்னொரு சமயம் பிறவி நடனக் கலைஞன் என்று பாவனை. ஒவ்வொரு அசைவும் நாட்டியம் மாதிரி இருக்கவேண்டும் என்று தமக்குத்தாமே நிபந்தனை விதித்துக்கொள்வார். ஒருவாரம்

ஊர்சுற்றி 363

நபும்ஸகன் என்று கற்பிதம். இன்னொரு வாரம் சித்தம் பிறழ்ந்தவன் என்று. மற்றுமொரு வாரம், விரல் சூப்பும் இளங்குழந்தை மாதிரி. இன்னுமொரு வாரத்தில், தன்னைப் பிரேதம் என்று கற்பித்துக்கொண்டு, சிறு சலனமும் இன்றி, கிடந்த இடத்தில் கிடப்பது. என்ன கேட்கிறாயா?

அதட்டினார். சீதாபதி,

கேட்கிறேன் சுவாமி.

என்று பணிவாகச் சொன்னான்.

என்னை எதற்காக சுவாமி என்றீர்கள் சுவாமீ?...

என்று கேட்டுவிட்டு, பழைய சிரிப்பில் மிச்சம் இருந்ததை வாரித் தட்டினார்.

...சுவாமி அல்லாத எதையேனும் கண்டதுண்டா தாங்கள்? திண்ணை சுவாமியில் அமர்ந்து ரொட்டிசுவாமி தின்று விட்டு, மழைசுவாமிக்கு அஞ்சி கூரைசுவாமிக்குக் கீழ் கண்சுவாமி கிறங்க அமர்ந்திருக்கும் உறக்கசுவாமி, சொல்லுங்கள்!

இன்னும் கொஞ்சம் சிரிப்பு. இவனுக்கானால், திரும்பத்திரும்பக் காதில் மோதும்போது, சுவாமி என்ற சொல் அர்த்தமனைத்தையும் இழந்து வெறும் அசட்டு ஒலியாக எஞ்சுகிற மாதிரிப் பிரமை தட்டியது. அவரோடு தானும் சேர்ந்து சிரிக்கவேண்டுமா, அல்லது தப்பிதமாகிவிடுமா என்று குழப்பம். விளையாட்டு போதும் என்று முடிவெடுத்தவர் மாதிரிக் குரலில் அப்பிய தீவிரத்துடன் தொடர்ந்தார் அவர்:

ஒரு வாரம் சாமியார் பாவனையில் ஈடுபட்டாராம். பற்றுகளை முழுக்க ஒழித்த துறவியின் வேடம். ஒரே நாழிகையில் குழப்பம் உண்டாகிவிட்டது... நிஜமான விளையாட்டு எது, தற்போதைய சாமியார் பாவனையா, இது தொடங்குவதற்கு முன்பு இருந்த குடும்பஸ்தன் பாவனையா?

சீதாபதிக்குத் தூக்கிவாரிப் போட்டது. நடுமுதுகில் சிறு நடுக்கம் தோன்றி உச்சந்தலையை நோக்கி மின்சார வேகத்தில் பாய்ந்தது. பேச்சின் கதியில் எழுந்து அமர்ந்திருந்தவன், தலை கிறுகிறுத்து, திண்ணையிலிருந்து தரைக்குச் சரிந்துவிடப் போவது மாதிரித் தடுமாறினான்.

அவ்வளவுதான், பழைய விளையாட்டுக்கு மீளமுடியாமலே போய்விட்டது! அவர்தான் என்னிடம் கேட்டார், 'எல்லாரும்

குடும்பம் குட்டி என்று அல்லாடுகிறார்களே, ஏன் அப்பனே? பெண்டாட்டி அல்லாதவளிடமும் குழந்தை பிறக்கத்தானே செய்யும். மிருகராசிகளுக்குள் இணை என்ற அமைப்பு மட்டும்தானே உண்டு – தம்பதி என்ற ஏற்பாடு கிடையாதே. இந்த ஏற்பாட்டை உண்டாக்கிவிட்ட ஒரே காரணத்தால் நாம் பாலூட்டிகள் இல்லை என்று ஆகிவிடுமா என்ன?!' இதை அவர் என்னைப் பார்த்துக் கேட்கவில்லை அப்பனே. உன்னைப் பார்த்துத்தான் கேட்கிறார். பத்து வருஷத்துக்கு முன்னால், அவர்தான் சமாதியானார். அவருடைய கேள்வி சிரஞ்சீவியானது. உன்மேல் மோதும் என்மேல் மோதும் உள்ளே நிச்சிந்தையாய்த் தூங்குகிறானே – அவனையும் விட்டுவைக்காது. குருவை விடு, நான் கேட்கிறேன் – எல்லா உயிருக்கும் உள்ள பசிகள் ஒன்றேதானே. வயிறு குழையும்போது சாப்பிடவேண்டும், நரம்புகள் குவியும்போது இணைசேர வேண்டும், உழைப்பு குமையும்போது உறங்க வேண்டும். இதற்கு மேற்பட்டுத் தேவைப்படுகிற சகலமும் வெறும் கற்பிதங்கள்தாமே!

டொம்மென்று வீழ்கிற மாதிரிப் படுத்தார். இதைச் சொல்வதற்காகவே இவனை ஊர்ஊராய்த் தேடியலைந்தவர் மாதிரியும், கடமை முடிந்ததைக் கொண்டாடுகிறவர் மாதிரியும் மெல்லிய குறட்டை கிளம்பியது அவரிடமிருந்து.

மறுநாள் விழிப்புத் தட்டியபோது அனிச்சையாகப் பார்வை அவர் படுத்திருந்த இடத்துக்குப் பாய்ந்தது. சீதாபதி எதிர்பார்த்தது போலவே அவர் காணாமல் போயிருந்தார். ஆனால், அவர் வந்ததும் பேசியதும் தனது பிரமையோ, உருவெளித்தோற்றமோ அல்ல, நிஜமாகவே நடந்தவைதாம் என்று ருசுப்பிக்கிற மாதிரி, அவர் இருந்த இடத்தில் ஒரு பூ கிடந்தது. மொக்கவிழாத பூ. ஆனால், அதன் பரிமாணம்தான் பயமுறுத்தியது – ஆமாம், முதிர்ந்த வாழைப்பூவின் பருமன் இருந்தது அந்த மல்லிகை...

அன்று பகல் முற்றும்வரை திண்ணையைவிட்டு இறங்க மனம் ஒப்பவில்லை. முழங்காலுக்குக் கீழே சுரணை செத்துவிட்ட மாதிரி உணர்வு. கைகால்களைச் சும்மா அசைப்பதுகூட வெற்றுப் பாவனை என்று தோன்றி, சுற்றியிருந்த சகலமும் அர்த்தம் இழந்துகொண்டே போவது தாளமுடியாததாய் இருந்தது.

நல்லவேளை, கவனத்தைக் கலைக்கும் விதமாக, மழை ஆரம்பித்தது. பிறகு, கொஞ்சங்கொஞ்சமாக, முழுக்கவனத்தையும் தன்மீது ஈர்த்துக் குவிக்கும் விதமாக, பொழியத் தொடங்கியது.

தாரைகள் நெடுக்குவசத்தில் செங்குத்தாக நிற்கின்றன. துளிகள் தரையைத் தொட்டு உருவிழந்து ஓடிக்கொண்டே இருக்க, வடிவம் இழக்காத வெள்ளிக் கம்பிகள் அகலாமல் நின்றன. திண்ணையில் இருந்து பார்த்துக்கொண்டிருக்கும் சீதாபதி உடம்பிலிருந்து விடுபட்டு மழைக்குள் இறங்குகிறான். ஸ்தூல உடம்பை விடவும் கனமாக, அழுத்தமாக, ஸ்திரமான கனபரிமாணங்களுடன் இருக்கிறது அந்த சூட்சும உடம்பு.

கரையான் புற்றை மனிதவடிவில் புனைந்த மாதிரி இருக்கும் செம்மண் பிரதிமைமீது மழை கொட்டுகிறது. அமிலம் போல அரித்து சதையைக் கரைக்கிறது. நரம்பு மண்டலம் விறைப்புக் கொண்டு குடையாக உயர்கிறது. கரையாமல் பிடிவாதம் பிடிக்கும் எலும்புக்கூட்டுக்கு அனுசரணையாய் மேலே விரிந்து நிற்கிறது.

சில கணங்கள்தாம். வலைக்கூரையில் ஓர் ஓரத்தில் பொத்தல் விழுகிறது. அப்புறம் இன்னொரு ஓரத்தில். வெவ்வேறு இடங்களில் விழுந்த நாலைந்து பொத்தல்கள் ஒன்றோடொன்று இணையத் தலைப்படுகின்றன. தாக்குப் பிடிக்கமுடியாத நரம்பிழைகள் வடிவம் சிதைகின்றன. சுருள்நீங்கி நீளும் ஒற்றைக் கம்பியாகப் பிரிகிறது நரம்பு வலைப்பின்னல். பின்னர், அதையும் இழுத்துச் சென்றுவிடுகிறது மழைநீர் ஓடை.

கடைசி எலும்பும் கரைந்து எஞ்சியிருந்த வெற்றுவெளியை நிரப்பி நிற்பது என்ன, திண்ணையில் மீந்திருந்து வேடிக்கை பார்க்கும் வியக்திக்குப் பெயர் என்ன என்கிற குழப்பத்தை சீதாபதிக்கு வழங்குவதற்காகவே பெய்த மாதிரி, ஓய்ந்துவிட்டிருந்தது மழை.

எடையிழந்தவன் மாதிரி உணர்ந்தான் சீதாபதி. மனத்தின் தரையை யாரோ சுத்தமாகக் கழுவித் துடைத்துவிட்டுப் போன மாதிரி இருந்தது. சாம்பிராணிப் புகைபோல ஆசுவாசம் நிரம்பி நறுமணம் கமழ்ந்தது.

அதன் பிறகு, தனிமையை ஒருபோதும் துயரமானதாக உணரவில்லை அவன்.

6

இலக்கைத் தாக்கிய அம்பு அந்தக் கதை என்றும், நான்தான் அந்த இலக்கு என்றும் ஏககாலத்தில் தோன்றி, எனக்குள் எந்நேரமும் நிரம்பியிருக்கும் சமநிலை குலைந்துவிட்ட மாதிரிப் பட்டது. இன்றைய கதைகளின் வரிசையில் அப்படி ஒரு அம்சம் இருந்ததா, அல்லது என்னுடைய மனம்தான்

எதற்கெடுத்தாலும் கலங்கும் பதநிலையில் இருந்ததா என்பது தெளிவாகத் தெரியவில்லை.

ஆனால் ஒன்று, வெறும் பிம்பங்களை உருவாக்கும் தொழிலில், ஒரு பெரும் குழுவோடு சேர்ந்திருக்கும் உதிரிக்கண்ணி என்று என்னைப் பார்க்கக் கிடைத்த முதல் சந்தர்ப்பம் அது. தலை நீரில் மூழ்கி, பாவிக்கொள்ளத் தரைகிடைக்காமல் தேடித் துவளும் கால்களுடன் அல்லாடுகிற மாதிரி சுவாசம் முட்டியது. கைகளைவேறு யாரோ பின்புறமாகக் கட்டிவிட்டிருந்தார்கள் . . .

எனக்குள் திமிறும் உணர்ச்சிகளை அறியாதவர் போல, தொடர்ந்து பேசினார் சீதாபதி.

இப்பிடித்தேன், நாமளே வேணாம்ண்டு ஒதுங்குனாலும், சாமியாருக சகவாசம் நம்மளை விட்டதே கெடையாது!

ம்.

செலநேரம் தோணும், அவுகல்லாம்தேன் உள்ளூருக்காரவுக, நம்மளெ மாருதி 'நாகரீக'[8]மான ஆளுகளெல்லாம் எடயிலே வந்து தொம்சம் பண்ணீட்டுப் போய்ச்சேந்த வெள்ளெக் காரனோடெ பேரப்பிள்ளைக ண்டு!

சிரிக்க ஆரம்பித்தார். முந்தைய கதை எனக்குள் உருவாக்கியிருந்த இறுக்கம் மெல்லமெல்ல இளகுவதை இன்பமாய் உணர்ந்தேன்.

எதுக்குச் சொல்ல வாரேன், அந்த நாள்லெ ஏகப்பட்ட சாமியாருகளெப் பாத்துருக்கென். ஒரே வார்த்தெயிலே சொல்லீர்றோமெயொளிசி, ஒவ்வொருத்தரும் ஒவ்வொரு தினுசா இருப்பாக. தனித்தனீ ரகமா. வேதாந்தக் கவலெ படுறவுக ஒரு கூட்டம்ண்டா, சித்துவேலெ காட்டுறவுக இன்னொரு கூட்டம். இதுலெ எந்தக் கணக்கிலெயும் அடங்காத பைராகிக விசயமே தனி. அவுகளெ ஒரு தபா பாத்தவொடனே தெரிஞ்சுரும், 'இது சாமானியப் பெறவி இல்லே' ண்டு. அவுகளோடெ ஒரு நாளி இருக்கதுக்குள்ளாறெ போதும் போதும்ண்டு ஆயிரும். கஞ்சா இளுக்குறது மாருதித்தேன், இன்னங்கொஞ்சம் வேணும்ண்டு ஆசெ, அய்யய்யோ போதும்டா சாமி என்னய விட்டுரு ண்ற மாருதி உசிர்பயம் . . . என்னா, கேக்குறேல்ல?

ம்.

அப்பிடிச் சத்தமா ம் கொட்டு. அப்பத்தானே எனக்கும் சொல்லுறதுக்கு சுவராசியமா இருக்கும்!

---

8. இந்தச் சொல்லுக்கான அழுத்தம், நான் கொடுத்தது அல்ல, சீதாபதியின் குரலில் ஒலித்ததேதான்!

ம்ம்.

இப்பச் சொன்னனே, மல்லியப்பூ பைராகி, அவரெ மாருதியே இன்னோரு ஆளெப் பாத்தேன். அதே மாருதி இன்னோரு சத்தரத் திண்ணயிலெ. இப்பிடித்தான் கண்ணு, நடந்ததே திரும்பத் திரும்ப நடக்குற மாருதிப் பல தபா ஆயிருக்கு. செலசமயம், ஏற்கனவே நடந்ததுக்குள்ள நம்மதான் திரும்பவும் வளி தவறி மொளஞ்சுட்டமோண்டுகூடச் சந்தேகமாயிரும்!...

சிரித்தார்.

இந்த பைராகி ஒரு கதெ சொன்னாரு. தங்குளுக்கூண்டு ஒரு கடவுள் வேணுமுண்டு, எருமெ மாடுகள்லாம் ஒண்ணாக்கூடி மாநாடு போட்டுச்சாம். கடவுளாக் கிடைச்சது எருமெ மாடுதான். மனுசங்களுக்கு மனுசக் கடவுள்க இருக்குற மாருதி! பைராகி சொல்லுற கதையும் பைராகித்தனமாத்தானே இருக்கும்!...

சத்திரத்துத் திண்ணையில் அமர்ந்து பைராகி சொன்ன கதையில், ஒரு சத்திரத்துத் திண்ணை வந்தது. கனவில் தூங்குகிறவனுக்குக் கனவு வந்த மாதிரி!

மந்திரவாதியின் மரணம்

சத்திரத் திண்ணை. கிட்டத்தட்ட நாற்பதடி நீளம் இருக்கும். எதிர்க்கோடியில் ஒரு ஆள் படுத்திருக்கிறான். பாம்பாட்டிகள் வைத்திருக்கும் வட்டக்கூடையைத் தலைக்கு வைத்து, கண் மூடிக் கிடக்கிறான். தலைமாட்டில் கிளிக்கூண்டு.

ராஜகுமாரன் திண்ணைக்கருகில் வந்து குதிரையை நிறுத்தி இறங்கினான். பரிவாரங்கள் ஏதும் கிடையாது. பட்டம் சூட்டிக்கொள்வது, நாமெல்லாம் நினைக்கிற மாதிரி, அவ்வளவு லேசுப்பட்ட காரியம் இல்லை – காட்டுக்குள் தனியாக வேட்டைக்குப் போய்ப் பழகவேண்டும். மாறுவேடத்தில் நாட்டுக்குள் நடமாடிப் பழகவேண்டும். ஜனங்கள் கூடும் இடங்களில் ஒற்றன் போலத் திரிந்து காதுகளைத் திறந்து வைக்கப் பழகவேண்டும். சில சமயங்களில், வேண்டுமென்றே நெருக்கடியை உருவாக்கி, அதில் சிக்காமல் தப்பிக்கப் பழக வேண்டும்... ராஜாங்கத்தை நிர்வாகம் செய்வது என்றால் சும்மாவா!

இரண்டு தட்டுகள் கொண்ட கூண்டின் மேற்தட்டில் அலுமினியக் கிண்ணி பொருத்தியிருந்தது. கிண்ணியிலிருந்து

தானியமணிகளைக் கொரித்துக்கொண்டிருந்த கிளி, அந்நியனைப் பார்த்ததும் வட்டவிழிகளை உருட்டி கீ கீ என்றது. பித்தன் போன்ற பம்பைத் தலை, தாடிமீசை, அழுக்கு உடைகள், சன்னக் குறட்டை என்று கிடந்தவன், தூக்கவாக்கிலேயே கிளிக்கூண்டைத் தட்டினான். கிளி அமைதியானது.

சத்திரக்காரனிடம் குதிரைக்குத் தண்ணீர் வேண்டும் என்று கேட்பதற்காக முன்னகர்ந்த ராஜகுமாரனின் பார்வையில், பித்தன் தலைக்கு வைத்திருந்த வட்டக்கூடை பட்டது. அதிர்ந்தான். அது கூடையில்லை, பாம்புச்சுருள்!

ஒரு கணம்தான். மறுபடி கூடையாகிவிட்டது. உற்றுப் பார்த்தபோது மீண்டும் பாம்பாகி நெளிந்தது. மறுபடி கூடை. மறுபடி பாம்பு. கணத்துக்குக் கணம் தோற்றம் மாறும் தலையணையைப் பார்க்கிற எவனும் தூங்குகிறவனருகில் நெருங்கக் கூடத் துணியமாட்டான்.

ராஜகுமாரனின் கவனத்தில் பதிந்தது இதுமட்டுமில்லை, படுத்திருந்தவனின் திக்கிலிருந்து வந்த மரிக்கொழுந்து மணமும் தான். அவ்வளவு அழுக்கு இருக்கும் இடம் நாறவல்லவா வேண்டும், மணக்கிறதே. இதில் ஏதோ விவகாரம் இருக்கிறது; ஆராய்ந்து பார்த்துவிட வேண்டியதுதான் என்று முடிவெடுத்தவன், சத்திரக்காரனிடம்கூடத் தன் அடையாளத்தைத் தெரிவிக்க வேண்டியதில்லை என்று முடிவெடுத்தான். இன்றிரவு சத்திரத்தில் தங்குவது என்றும்தான்.

சத்திர நிர்வாகி இரண்டு பணம் பெற்றுக்கொண்டு வழங்கிய கோரைப்பாயை, இலவம்பஞ்சுத் தலையணையை, கூண்டுத் திண்ணையின் இந்தக் கோடியில் போட்டுப் படுத்தான். பகல் முழுக்கக் காட்டுக்குள் திரிந்த உடம்பு அல்லவா, வெகுசீக்கிரமே நித்திரைக்குள் மூழ்கியது...

நள்ளிரவில் விழிப்புத்தட்டியது. மறு கோடியிலிருந்து விசித்திரமான ஒலிகள் கேட்டன. முனகும் பெண்குரலும், உறுமும் ஆண்குரலுமாக மாறிமாறி ஒலித்து கிளர்ச்சியூட்டின. ராஜகுமாரனின் உடம்புக்குள் பரபரப்பு ஊறியது – தான் எதிர்பார்த்துக் காத்திருந்த சந்தர்ப்பம் வந்தேவிட்டது என்கிற மாதிரி.

பதட்டம் வெளியில் தெரியாதபடி நிதானமாகப் புரண்டு படுத்தான். ஆகா, நிலாவெளிச்சம் பகல்மாதிரிக் கிடக்கிறது மறுகோடியில் பித்தனுடன் அம்மணமாய்ப் பிணைந்திருப்பவள்

ஊர்சுற்றி

பேரழகி. இவன் அவளை சவ்வுப் பொம்மை மாதிரிக் கையாள்கிறான். மறுப்பேதுமின்றி அவள் உடன்படுகிறாள். ஆனால், அப்பேர்ப்பட்ட அழகி இப்படியொரு கிறுக்கன் வசம் இருப்பதில், பகலில் அவள் எங்கேயிருந்தாள் என்பதில், அரிசியும் பெருஞ்சீரகமும் கலந்ததுபோன்ற அவர்களது சேர்க்கையில், ஏதோ மர்மம் இருக்கிறது என்று தோன்றியது ராஜகுமாரனுக்கு.

உச்சிமலையிலிருந்து இறங்கி, அவர்கள் விலகிவிட்டார்கள். இவனுடைய பார்வை யதேச்சையாகக் கிளிக்கூண்டின் பக்கம் போனது. அது காலியாக இருந்தது.

மேற்கொண்டு சந்தேகத்துக்கு இடம் கொடுக்காதபடி, அவள் முகத்துக்கு முன்பாகக் கையை இடவலமாகச் சுழற்றினான் பித்தன். கூண்டின் குட்டிக் கதவைத் திறந்தான். தத்தித்தத்தி உள்ளே சென்று, தன்னுடைய இடத்தில் குந்திக்கொண்டாள் கிளியழகி.

'அப்படியா சங்கதி?' என்று கேட்டுக்கொண்டான் ராஜகுமாரன்.

இரண்டு ராத்திரிகள் இப்படியே கழிந்தன. நல்லவேளை, ராஜகுமாரனைத் தேடி யாரும் வரவில்லை – தவிர, வேட்டைக்குப் போகும் காலங்களில், அவன் இப்படி நாள் கணக்காக, வாரக்கணக்காகக் காணாமல் போவது வழக்கம்தான். மெய்க்காவலர்கள் கூட இல்லாமல் உள்ளே திரியும்போது காடுகள் காட்டும் முகமே தனி. போகட்டும், இப்போது அதையெல்லாம் விவரிக்க நேரமில்லை.

மூன்றாவது நாள் முற்பகலில் சந்தர்ப்பம் கனிந்தது. பித்தன் சாப்பாடு யாசிப்பதற்காக ஊருக்குள் போயிருந்தான். ராஜகுமாரன் துணிச்சலாக எதிர்க்கோடிக்குப் போனான். எதற்கும் இருக்கட்டும் என்று, இடுப்பில் செருகிய வாளின் கைப்பிடியை வலதுகையால் இறுகப் பற்றியிருந்தான். இவன் நெருங்கிப் போனபோது, வட்டக்கூடை நெளிந்து காட்டியது. அதன் மேல்மூடி பளபளவென்று ஆகியதோடு அதில் வட்டவட்டமாகப் புட்டா போட்டும் இருந்தது. ஆனால் முகர அலைபாயும் முகமும், துருத்தி நீண்டு நெளிவுகாட்டும் நாக்கும் இல்லை என்பதைக் கவனித்தான் ராஜகுமாரன். வெறும் குறளிதான். கூண்டின் பாதுகாப்புக்காகச் செய்த ஏற்பாடு மட்டுமேதான்.

கூண்டின் மேல் லேசாகத் தட்டினான். கீ கீ என்று சத்தம் போட்டபடி கால்மாற்றி வைத்தது கிளி.

சும்மா சத்தம் போடாதே. நீ கிளியில்லை என்று எனக்குத் தெரியுமாக்கும்.

என்றான் கிசுகிசுப்பான குரலில். அது தலையைத் தொங்கப் போட்டு, தன் பாதத்தை ஒருமுறை நோக்கிவிட்டு,

விழியுருட்டி இவனைப் பார்த்தது. வட்டவடிவ மிளகுக் கண் கசிந்திருந்த மாதிரிப் பட்டது இவனுக்கு. தயங்கித் தயங்கி மனிதக் குரலில் பேசியது.

அவன் பித்தன் இல்லையாம். மந்திரவாதி. இவள் பக்கத்து தேச ராஜகுமாரி. உத்தியானவனத்தில் காற்று வாங்கிக் கொண்டிருந்தபோது பேரழகனான ராஜகுமாரன்போல் உருவெடுத்து வந்து மயக்கி ஒரு சிமிழுக்குள் அடைத்துக் கொண்டுவந்துவிட்டான். இப்போது கிளியுருவில் வைத்திருக்கிறான். கொஞ்ச காலம் எலியாக மாற்றியிருந்தான். அதற்கும் முன் இலைப்பூச்சியாக ஆக்கியிருந்தான். இப்படி எத்தனையோ பிறவிகள். ஆனால், உடம்புக்கு எத்தனை மாற்றங்கள் வந்தாலும், அந்தந்த உருவத்தின் ஸ்திதியில் சாப்பாடும், நடைமுறை பாவனைகளும் இருந்தாலும், மனம் மட்டும் மனிதமனமாகவே மீந்திருக்கும்...

அந்தரங்கமாக இருக்கும்போது இவள் சந்தேகம் கேட்டாளாம். அந்த மாதிரி நேரங்களில் பெண்களுக்கு ஊறும் தைரியமே கொஞ்சம் வேறுமாதிரியானதுதான்[9]:

எதற்காக இப்படி ரூபம் மாற்றிக்கொண்டே இருக்கிறாய் என்னை?

அவன் சொன்ன பதிலை சாதாரண மனம் நம்பவே செய்யாது. ஒவ்வொரு உருவம் வழங்கும்போதும், இவளுடைய ஆயுள் முதலிலிருந்து ஆரம்பிக்குமாம். ஆக, யௌவனம் குறையவே செய்யாது. அவன் மந்திரவாதி அல்லவா, தனக்கும் பிராயம் முற்றாமல் பார்த்துக்கொள்கிறான்.

எனக்கு என்ன வயது இருக்கும் என்று நினைக்கிறாய் அப்பா?

முந்தின இரவில் பிணைந்த அம்மண உருவம் நினைவு வந்தது இவனுக்கு. பதின்பருவம் முடிந்து அதிககாலம் ஆயிராத பெண்ணுடல் மாதிரித்தானே இருந்தது.

இருபது இருபத்தொன்று இருக்குமா?

---

9. இதைச் சொல்லிவிட்டு பைராகி கண்சிமிட்டினார் என்றார் சீதாபதி.

கிளி சிரித்தது. தனக்கு மனிதக்குரல் உண்டு என்பதை ஒரு கணம் மறந்துவிட்டதோ என்னவோ.

சரியாக ஏழுவருடத்துக்கொருமுறை என் பிறந்த ஊருக்குக் கொண்டு போவான். அங்கேயுள்ள புழுதிமண்ணை எடுத்து நீரில் கரைத்து ஒரு மடக்கு புகட்டுவான். ஏதோ மந்திர இழவை உச்சரிப்பான்...

கிளியழகியின் குரல் கமறியது.

...அங்கே போகும்போதெல்லாம் ஒரே வீட்டில்தான் தங்குவோம். அரண்மனை வைத்தியன் வீடு அது. எதற்காக அங்கே மட்டுமே என்னைக் கொண்டு செல்கிறான் என்பது எனக்குத் தெரியாது – இப்போது தொழில் நடத்துகிறவன், என்னை இவன் கடத்தியபோது இருந்த வைத்தியனின் கொள்ளுப்பேரன் என்பது மட்டும் தெரியும்.

தொடர்ந்து ராஜகுமாரன் நச்சரித்ததால், மந்திரவாதியின் உயிரைப் பறிப்பதற்கான உபாயத்தைச் சொன்னாள் ராஜகிழவி. முதன்முதலில் இவளைச் சிமிழுக்குள்ளிருந்து எடுத்தபோது,

பிதாமகாராஜாவுக்கும், என் உடன்பிறப்புக்களுக்கும் தெரிந்தால் உன்னை என்ன செய்வார்கள் தெரியுமா?

என்று இவள் கண்ணீருடன் மிரட்டியிருக்கிறாள். அவன் சவடாலாகச் சொன்னானாம்:

உன் அப்பன் மட்டுமில்லை, இந்த லோகத்தில் யாராலும் என் வாழ்க்கையை முடித்துவைக்க முடியாது. ஏன் தெரியுமா, அப்படியொரு வில்லாளி எந்த தேசத்திலும், எந்தத் தலைமுறையிலும் உருவாகவே வாய்ப்பில்லை...

அளவுகடந்த பெருமிதமும் திமிரும் பொங்கும் குரலில் அவன் சொன்னதை அடிபிறழாமல் சொல்லி முடித்தாள். மறு திண்ணையில் கிடந்த தனது வில்லையும், அம்பறாத் தூணியையும் ஆர்வமாகப் பார்த்தான் ராஜகுமாரன்.

...என்று அவன் நினைத்துக்கொண்டிருக்கிறான்.

என்று அவளுடைய வாக்கியத்தை முடித்துவைத்த மாத்திரத்தில், உள்ளுணர்வின் உந்தல் காரணமாக வேகமாகத் தனது இடத்துக்குத் திரும்பினான். இரண்டு கைகளிலும் ஏந்திய கறுப்புநிறத் திருவோடு நிறைய முத்துப் பரல்களை நிரப்பின மாதிரிச் சோற்றுடன் திரும்பிவரும் மந்திரவாதியின் உருவம் கண்ணில் பட்டது.

யுவன் சந்திரசேகர்

இவனை நோக்கித்தான் வந்தான். ஏதோ கேட்கவிருக்கிறான். இவன் அதற்குள் வில்லைப் பூட்டினான். மண்டியிட்டு அமர்ந்தான். குலதெய்வம் அங்காள பரமேசுவரியை[10] அவசரமாக தியானித்தான்.

மந்திரவாதியின் மரணத்துக்குக் கடுமையான நிபந்தனைகள் உண்டு. ஒரே சரத்தில் தலையைத் துண்டிக்க வேண்டும். மூன்றாள் உயரத்துக்கு அது ஆகாயத்தில் எழும்பவேண்டும். தொண்டையில் தைத்த அம்புடன் பூமிக்குத் திரும்பும் தலை மந்திரவாதியின் கைகளில் மட்டுமே விழவேண்டும். அந்தக் கைகள் அந்தச் சமயத்தில் வெறும் கைகளாக இருக்கக் கூடாது. வீழ்ந்த தலை ஒரு விநாடிக்குள் உருண்டு தரையைத் தொடவேண்டும்…

திருவோட்டில் நிரம்பிய சோற்றைச் செந்நிறமாய்ச் சிதற அடித்துவிட்டுத் தரையில் உருண்ட தலையிலிருந்து ரத்தம் கசிவது உடனடியாக நின்றுவிட்டது. கண்மூடித் திறப்பதற்குள் இவ்வளவும் நடந்து முடிந்தன. வில்லின் நாணிலும் கணையிலும் வலுவேற்றியது மட்டுமல்ல அங்காள பரமேசுவரியின் அருள் – மந்திரவாதியின் உயிர் பிரியும் வேளையில் மோடம் போட்டிருக்கவேண்டும் என்ற அசாத்தியமான, உபரி நிபந்தனையையும் நிறைவேற்றித் தந்ததுதான்.

தோல் கடுமையாகச் சுருக்கம் கண்டு, பற்கள் அத்தனையும் உதிர்ந்து, நிற்கவும் வலுவில்லாமல் சத்திரத் தூணைப் பிடித்துக் கொண்டு நின்ற தொண்டு கிழவியைக் கண்கொட்டாமல்

---

10. இப்படித்தான் சொன்னார் கிழவர். வடக்கே, இந்தி பேசும் மாநிலம் எதிலோ, யாரிடமோ கேட்ட கதையில் தமிழ் அம்மன் வருகை தந்தது இந்தக் கதை தொடர்பாக ஆரம்பத்திலேயே எனக்குள் எழுந்துவிட்டிருந்த இடறலை உறுதி செய்தது.

'கிட்டத்தட்ட இதே மாதிரி நிபந்தனை மஹாபாரதக் கதை ஒன்றிலும் வருமே, அர்ஜுனனின் அஸ்திரம் துண்டிக்கப் போகும் தலை இறந்தவனுடைய தகப்பன் கையில் விழ வேண்டும், அவன் உடனடியாகத் தரையில் போடவேண்டும் அதை என்றெல்லாம் கிருஷ்ணன் சொல்லிக் கொடுப்பாரே' என்று கதை முடிந்தபிறகு நான் கேட்டதைக் கிழவர் ரசிக்கவில்லை என்றே தோன்றியது. 'இருக்கலாம்' என்ற ஒற்றை வார்த்தையை அசிரத்தையாய் உதிர்த்து நிறுத்திவிட்டார்.

அன்றைக்கு அவர் முன்னிலையில் நினைவுவர மறுத்த பெயர்கள், இப்போது இதைத் தொகுக்கும்போதும் முழுமையாக ஞாபகம் வரவில்லை. ராஜாஜி எழுதிய 'வியாசர் விருந்து'வைப் புரட்டி உறுதிசெய்துகொண்டேன். அபிமன்யுவின் மரணத்துக்குக் காரணமாயிருந்த ஜயத்ரதன்தான் இவ்வளவு நிபந்தனைகள் கொண்ட வரம் பெற்றிருந்தவன். துரியோதனாதியர்களின் ஒரே சகோதரி துச்சலையின் கணவன். சந்தியாவந்தனம் செய்யும் தகப்பனின் கையில் சென்று வீழும் தலையை உள்ளங்கையிலிருந்து வழியும் நீரோடு சேர்த்துத் தரையில் உருட்டுவார் அவர்.

பார்த்தான் ராஜகுமாரன். இரவுகளில் யௌவனம் ததும்பப் பிணைந்த குமரியேதானா இவள்? வஸ்து விலகியதும் கண்ணாடிக்குள் இருந்த பிம்பமும் காணாமல் போகிற மாதிரி, மந்திரக்கட்டு விலகியதும் தன்னுடைய அசல் வயதுக்குத் திரும்பிவிட்டாளோ? இவளுக்கு நான் செய்தது உபகாரமா, உபத்திரவமா? ஒரே கணத்தில் கூண்டின் பாதுகாப்பை இழந்து அநாதையாய் நிற்கிறாளே பாவம் என்றெல்லாம் இவனது நினைப்பு ஓடிக்கொண்டிருக்க, அவள் மெல்ல அடிவைத்து குதிரையின் அருகில் சென்று நின்றாள்.

வேறுவழி? அவளையும் உடன் கூட்டிச் செல்லவேண்டியதுதான் என்று ராஜகுமாரன் தீர்மானிக்கும்போதே, சத்திரத்தைக் கூட்டிப் பெருக்கும் பணிப் பெண் வெளியே வந்தாள். நீண்ட விளக்குமாறு ஒரு கையிலும், யானைக்காது அகல முறம் மறு கையிலும் கொண்டு வந்தவள், முறத்தைத் திண்ணையில் கிடத்திவிட்டு, முற்றத்தைத் தூர்க்க ஆரம்பித்தாள்.

இது என்னா, இம்புட்டு மூங்கில் குச்சிக கெடக்கு இங்கெ?

என்று வாய்விட்டுக் கூறியபடி, தரையையும் திண்ணை முழுவதை யும் சுத்தமாக்கினாள்.

ஆமாம், அத்தனையும் வெறும் சுள்ளிகள்.

சில குறிப்புகள்

தற்செயலாகக் காலில் இடறிய ஒரு சாயங் காலம், எறும்புவரிசைபோலக் கதைகள் வெளியேறும் கருவூலமாக மாறும் என்று நான் கொஞ்சமாவது எதிர்பார்த்திருப்பேனா. அவற்றைக் கதைகள் என்று குறிப்பிடுவதில் சிறு தயக்கமும் இருக்கிறது – ஒரு மனிதன் ரத்தமும் சதையுமாகக் கடந்து மீண்ட சம்பவங்களைக் கதை என்று சொல்வது தகுமா என்று. ஆனால் அவரே அப்படித்தான் சொன்னார் என்பதையும், இவற்றில் எத்தனை சதவீதம் மனித சாத்தியத்துக்குட்பட்டவை என்ற ஐயத்தையும் எனக்கான சலுகையாய் எடுத்துக்கொள்கிறேன்.

பீடிக்கப்பட்டவன் மாதிரி நான் கிறங்கிக் கிடந்த அந்தப் பனிரெண்டு நாட்களில் கேட்ட ஏதாவது ஒரு சங்கதி நினைவில் வராமல் கடந்த பதினோரு வருடங்களில் ஒரு நாள்கூடக் கழிந்ததில்லை.

இத்தனைக்கும், சீதாபதிக் கிழவரை நான் சந்தித்ததற்கும், இப்போது சகலத்தையும் மீட்டெடுப் பதற்கும் இடையில் எவ்வளவோ திருப்பங்கள் நேர்ந்துவிட்டன.

ஆனால், நான் வேறுபக்கம் போனதற்கு, மேற்படிப் படம் கடைசிவரை வெளியாகவில்லை என்பது காரணமல்ல. ஏனென்றால், அந்தக் கணக்கில் ஆறு படங்கள் இருக்கின்றன. வேறுவிதமான சுழிகள் செயல்பட்டதுதான் காரணமாக இருக்கவேண்டும்.

நான் கதைசொல்லி இல்லை என்பதை சீதாபதிக் கிழவர் உணர்த்தியது முதன்மையாக வந்து

நிற்கிறது. அவரை மாதிரியானவர்கள் புழங்கவேண்டிய களத்தில், வெறும் பழக்கம் காரணமாகவோ, பணமும் புகழும் குவிக்கும் ஆசை காரணமாகவோ, சாமானிய ஜனங்களின் அந்தரங்கத்தில் நிலவும் பலவீனங்கள் புரியவந்ததாலோ, அதிர்ஷ்டத்தின்மேல் அளவிறந்த நம்பிக்கை கொண்ட தற்குறிகள் பெருவாரியாக இயங்குவது உறுத்த ஆரம்பித்தது. நான் ஒரு தற்குறி என்பதில் துளியும் சந்தேகமில்லாமல் போனது.

கிழவரின் ஆசி என்றே கருதும் விதத்தில், படப்பிடிப்பு முடிந்து திரும்பிய மறுவாரம் கமலம் ஓடிவந்து சேதி சொன்னாள். என்னுடைய மகள் பெரிய மனுஷி ஆகிவிட்டாள். சந்தோஷமான சங்கதிதானே. பருவச் சுழற்சியில் அதிமுக்கியமான கட்டத்தை எட்டியிருக்கிறாள் குழந்தை. இதைச் சொல்லும்போது கமலத்தின் முகத்தில் அவ்வளவு துயரம் ஏன் இருந்தது. தாளமுடியாத குற்றவுணர்வு என்னைப் பீடித்தது.

என் குடும்பத்துக்கு நான் நியாயம் செய்யவில்லையோ. எது எப்படியானாலும், நிரந்தர வருமானம் பற்றிய உத்தரவாதம் இன்றி இனியும் நாட்களைக் கடத்துவது சரியில்லை. கிட்டத்தட்ட ஒருவாரம் தீவிரமான மறுபரிசீலனையில் கழிந்தது.

கிழவரின் ஆசி நான் நினைத்ததைவிடவும் அதிக நீட்சி கொண்டது என்பதை உணர்த்தும் விதமாக, விளம்பர நிறுவனம் ஒன்றில், படப்பிடிப்புத் தளத்தில் பணிபுரிய என்னை விரும்பி அழைத்தார்கள். மிகவும் பேர்பெற்ற நிறுவனம். அபாரமான சம்பளம். யார் சொல்லி என் பெயர் மேலே வந்ததோ. இது போன்ற இடங்களில் ஆங்கிலம் வெகுவாகத் தேவைப்படும் – எனக்கு அவ்வளவு திறமை கிடையாதே என்று சிறு தயக்கம் தொற்றியது. மொழி தெரியாத மாநிலங்களில் பல பத்துவருடங்கள் சர்வசாதாரணமாக வாழ்க்கையைக் கழித்த இளைஞனின் பிம்பம் தைரியமளித்தது.

பேய் மாதிரி உழைத்தேன். அதை ஆனந்தமாக அங்கீகரித்தது நிறுவனம். சேர்ந்த இரண்டே வருடங்களில் பதவி உயர்வு பெற்று விட்டேன். கேளம்பாக்கம் அருகில் சொந்தமாக அடுக்குமாடி குடியிருப்பு. தனியார் வங்கியில் கடன் பெற்று வாங்கியதுதான்! அலுவலகத்திலிருந்து கார் வந்து அழைத்துச்செல்லும். பணி முடிந்து வீடு கொண்டு சேர்க்கும். கமலம் முழுநேரக் குடும்பத் தலைவி ஆகிவிட்டாள். குழந்தைகள் இருவரும் கல்லூரியில் படிக்கிறார்கள் இப்போது.

முந்திய பத்தியை மீண்டும் படித்துப் பார்க்கிறேன். இரண்டு இடங்களில் சீதாபதிக் கிழவரின் ஆசி என்று குறிப்பிட்டிருக்கிறேன்.

ஆமாம், ஊர் திரும்பி நாலைந்து மாதம் கமலத்திடம் அவரைப் பற்றியே பேசிக்கொண்டிருந்தேன். சகுந்தலா – சீதாபதி கதையைக் கேட்டு அவள் கண் கலங்கினாள்.

திடீரென்று ஒருநாள் எனக்குக் கிழவரைப் பார்க்கவேண்டும் என்று ஆசை கிளம்பியது. கிராமத்தில் தங்கியிருந்த நாட்களில், பஞ்சாயத்து யூனியன் அலுவலராக இருந்த ராஜாராமுடன் சிநேகிதம் உண்டாகியிருந்தது. காரணம் பெரியது ஒன்றும் இல்லை – நின்றுபோன அந்தப் படத்தின் கதாநாயகியிடம் நாலைந்து வார்த்தைகள் பேசி, அவளுடன் புகைப்படம் எடுத்துக் கொள்ளவும், ஒரு கையெழுத்து வாங்கவும் நான் உதவி செய்தேன். அவ்வளவுதான்!

வார இறுதியில் ஊருக்கு வருகிறேன் என்று அவரிடம் ஒரு வார்த்தை சொல்லிவிட்டுப் போக வேண்டும் என்று தோன்றியது. உள்ளுணர்வைத் தவிர வேறு காரணம் எதுவும் இருப்பதற்கில்லை – என்னுடைய முன்ஜாக்கிரதைக்கு.

தொலைபேசியில் ராஜாராமுடன் பேசி முடித்து வெகு நேரத்துக்கு என்னால் சமனமாக முடியவில்லை.

ஆனால், அப்போதுகூட, இந்தக் கதைகளை எழுத்து வடிவாக்கும் திட்டம் எதுவும் இருக்கவில்லை என்றுதான் சொல்லவேண்டும்.

கொஞ்ச நாளைக்கு முன், முதல்நிலை இயக்குநராக என்னைப் பதவி உயர்த்தினார்கள். அதையொட்டி, சக ஊழியர் களுக்கு நான் அளித்த விருந்தில் சீதாபதிக் கிழவரைப் பற்றிச் சொல்கிற மாதிரி சந்தர்ப்பம் அமைந்தது. முதன்முதலாக அவருடைய பெயரை வெளியுலகத்துக்குத் தெரியப்படுத்து கிறேன் – எங்கள் நிறுவனத்தின் வணிக மேலாளர் சஞ்சீவ் சோப்ரா சொக்கிப்போனான். அவரைப்பற்றி எனக்குத் தெரிந்த சகலத்தையும் தனக்குச் சொல்லவேண்டும் என்று ஆசையாகக் கேட்டான்.

‘செக்குமாட்டு வாழ்க்கையில் சிக்கி, ஒவ்வொரு தோல்வியை யும் வெற்றி என்றே கொண்டாடும் தன் மனத்துக்கு, இதுபோன்ற ஊர்சுற்றிகளின் வரலாறு மிகச் சிறந்த ஒத்தடமாக இருக்கும்’ என்று சொன்னபோது அவன் கையில் பிடித்திருந்த மதுக்கிண்ணம் நடுங்கியதைக் கண்டேன்.

கிழவரைப் பற்றிக் கைவசமுள்ள சகலத்தையும் நூலாக்கிப் பார்த்துவிடும் எண்ணம் உதித்தது அப்போதுதான்.

இந்தக் கதைகளை, ***சீதாபதி இரவில் சொன்ன கதைகள், சீதாபதி பகலில் சொன்ன கதைகள்*** என்று இரண்டு பெரும் பகுதிகளாகப் பிரிப்பதாகத்தான் முதலில் திட்டமிட்டேன். ஆனால், பெரும்பான்மையும் இரவில் சொன்னவை. நான்கே நாட்கள்தாம் பகலில் கதை கேட்டேன். படப்பிடிப்பு ரத்தான நாட்கள் அவை.

விடுமுறை நாள் என்றாலும் விவாதம், மறுநாள் வேலைக்கான ஏற்பாடுகள் என்று பரபரப்பாகத்தான் இருக்கும் படப்பிடிப்புக் குழு – குறைந்தது அரைநாளாவது. அதன் பிறகு, யாரும் யூகிக்கக் கூடியதுதான். வழக்கமாக முன்னிரவுகளில் ஆரம்பிக்கும் கொண்டாட்டங்கள் பிற்பகலிலேயே, மதியச் சாப்பாடு முடிந்த மாத்திரத்தில் தொடங்கிவிடும். அந்த நான்கு நாட்களிலும், நான் காலையிலேயே பெரியவரைப் பார்க்கப் போனதுக்கு இயக்குநர் தடையேதும் சொல்லவில்லை. வேலுச்சாமியின் சிபாரிசுகூடக் காரணமாய் இருக்கலாம்!

அந்த நாட்களும் நினைவில் இருக்கின்றன. ஒன்று, எதிர்பாராதவிதமாக வலுத்த தூறல் போட்டு, படப்பிடிப்பை ரத்து செய்ய நேர்ந்த தினம். இன்னொரு நாள், சென்னையில் ஏதோ படப்பிடிப்பில் வெடித்த தகராறு காரணமாக, அன்றைய படப்பிடிப்பில் கலந்துகொள்ள வேண்டாம் என்று திரைத்துறைப் பணியாளர் கூட்டமைப்பின் தலைமையகத்திலிருந்து காலையிலும்; உடன்படிக்கை ஏற்பட்டுவிட்டது என்று அன்றைய முன்னிரவிலும் தகவல் வந்த தினம். மூன்றாவது நாள், ஒரு ஞாயிற்றுக் கிழமை. குழுவுக்கு வாராந்தர விடுமுறை. நாலாவது நாளில், உள்ளூர்ப் பெரியவர் காலமானதை முன்னிட்டு. ஐந்தாவதாகவும் ஒரு நாள் வாய்த்தது. ஊரைவிட்டுக் கிளம்புவதற்கு முந்தைய நாள். ஆனால், அன்றைய தினம் பெரியவரிடம் சுவாரசியம் குறைவாக இருந்தது – ஒருவேளை, விடைதரும் மனநிலைக்கு வந்திருந்தாரோ என்னவோ.

ஆக, ஐந்து நாள் படப்பிடிப்புத் திட்டம் வீணாகியது. கன்ட்டின்யூட்டி பிரச்சினைகள், கால்ஷீட் தகராறுகள், தயாரிப்பாளருக்கும் ஃபைனான்சியருக்கும் இடையில் உருவான அவநம்பிக்கைகள் – இவற்றோடு, என்னுடைய தலையெழுத்து, என்று எவ்வளவோ காரணங்கள். லட்சக்கணக்கான ரூபாய் முடங்குவதற்கு, ஒரேயொரு காரணம் போதுமானதாய் இருக்குமா என்ன!

மொத்தமாகப் பனிரெண்டு நாட்கள். அதாவது பனிரெண்டு சந்திப்புகள். கிழவரிடமிருந்து பிரவாகமெடுத்த கதைகள் ஒரே மாதிரியானவை அல்ல. அன்றன்றைய மனநிலையை ஒட்டி ஓடிய

ஞாபகங்கள் வரிசைகட்டி வெளிவந்தன. கதைகளைப் படிக்கும் போதே இன்ன கதையை இன்ன வேளையில் சொன்னார் என்று யாரும் யூகித்துவிட முடியும்.

மேற்படித் தகவலைச் சொல்லும்போது இன்னொன்றும் தோன்றுகிறது. கிழவர் கதைசொல்ல ஆரம்பிக்கும்போது, அந்தி முற்றத் தொடங்கியிருக்கும், ஆனால், சற்றே கிறங்கிய கண்கள் முன்னால் உள்ள புறவுலகைப் பார்த்திருக்க, மானசீகமாய் விரிந்த திரையில் அவருக்குள் சம்பவங்கள் புத்துயிர்ப்பு பெற்றது அவை முன்னர் நிகழ்ந்த அதே பகல்பொழுதுகளில்தான் என்று எனக்குப் படும். மானசீகத்தில் ஒரு வேளையும், நடைமுறையில் இன்னொரு வேளையுமான இரட்டைப்பொழுதில் அவர் சொன்ன கதைகளை ஆரம்பத்தில் சொன்ன பிரகாரம் வகை பிரிப்பது சுலபமா!

தவிர, அவர் மரம் என்னும்போது மரத்தையும், மலை என்னும்போது மலையையும் என்னிச்சையாக எனக்குள் நான் கற்பித்துக்கொண்டது, எனக்குள் புதுசாய் நிலவிய வெளிச்சத்தின் பின்னணியில்தானே. ஆக, அவர் எதைச் சொன்னாலும், எந்த வேளையை விவரித்தாலும், நான் பகலில் கேட்ட மாதிரித்தானே அர்த்தம்? இத்தனைக்கும், அவர் எந்த மரம் எந்த மலை என்று சொல்லவும் இல்லை, நான் கேட்கவும் இல்லையே!

இன்னொரு சமயம், வாழ்வில் அவருக்கு நிகழ்ந்த அதே வரிசைக்கிரமத்தில் அடுக்கி எழுதலாம் என்று யோசனை தோன்றியது. அப்புறம் அதையும் நிராகரித்துவிட்டேன் – ஒன்று, நான் எழுதுவது சீதாபதிக் கிழவரின் வாழ்க்கை வரலாறு அல்ல. இரண்டாவது, அவரே வரிசைப்படுத்திச் சொல்லாதபோது நான் அப்படி அடுக்கி எழுதுவது அவசியமில்லை. மூன்று, எவ்வளவு குலைத்துப் போட்டாலும், ஏதோவொரு விதத்தில் அடுக்கி, நேர்கோட்டில்தான் புரிந்து கொள்வார்கள் யாருமே. பிறகெதற்கு மெனக்கெட வேண்டும்.

தவிர, இப்படி உதிரியாகச் சொல்லிவரும்போது கிடைத்தவை வெறும் கதைகள் மட்டுமல்ல, வாழ்க்கை பற்றி சீதாபதிக் கிழவருக்கு இருந்த கருத்தும்தான். 'தொடர் ஓட்டம் அல்ல, சிதறிய புள்ளிகளின் தொகுப்பு மட்டுமே வாழ்க்கை என்பதுதான் அவரது செய்தி' என்கிற மாதிரி எனக்குப் பட்டது அல்லவா, வாசிக்கும் எவருக்கும் அதேவிதமாகத் தென்படுவதுதானே நியாயம்?

இந்தக் கதைகள் அனைத்தையும் ஒரு சரடில் கோத்துப் புரிந்துகொள்ளும் முயற்சியாகவே நான் எழுத முனைந்தேன் என்றும் சொல்லலாம். ஆனால், முழுக்க எழுதி முடித்த பிறகும் கூட, மேற்படிச் சரடு எது என்று புலப்படவில்லை. எவ்வளவோ

யோசித்தும், கிழவரின் அனுபவங்களைத் தொகுக்கும் சரடு கிழவரைத் தவிர வேறு ஏதும் இல்லை என்றுதான் திரும்பத் திரும்பத் தோன்றியது. அனுபவித்தவரின் ஞாபகத்திலேயே சிதறலாய்க் கிடக்கும் உதிரிக் கதைகளை, கனகாரியமாகக் கோத்துப்பார்க்க வேண்டிய அவசியமென்ன என்றும் பட்டது.

இறுதியாக இன்னொரு விஷயம், இவற்றை மொத்தமாகவோ, தனிக்கதை எதையேனுமோ திரைக்கதையாக உருவாக்கும் உத்தேசம் தானாகவே இடையில் எங்கேயோ உதிர்ந்துவிட்டது!

கிழவரின் கதைகளில் எனக்கேற்பட்ட சந்தேகங்களைத் தனியாகத் தான் பட்டியலிட வேண்டும்.

1. கர்நாடகத்தில் ஒரு வைத்தியரிடம் வேலை பார்த்ததாகச் சொன்ன கதையில், அவர் வர்ணித்த வியாதியை, தாம் கேள்விப் பட்டதே கிடையாது என்று எங்கள் குடும்ப மருத்துவர் சீனிவாசன் எம் டி அடித்துச் சொன்னார். 'இப்படி ஒரு வியாதி இருக்கிறது என்று உங்களுக்குச் சொன்னது யார்' என்றும் கேட்டார். நான் மழுப்பலாக பதில் சொல்லி சமாளித்தேன் – நான் ஏதாவது சொல்லப் போக, சீதாபதிக் கிழவரைப் பற்றி டாக்டர் ஒரு சொல் தப்பாகச் சொல்லிவிட்டாலும், என்னால் தாங்க முடியாது என்பதால்.

2. இடங்களையும் மனிதர்களையும் துல்லியமாக வர்ணிப்பவர், பெயர்கள் விஷயத்தில் அவ்வளவு கவனமாக, அல்லது கவனக் குறைவாக, இருந்ததற்கு என்ன காரணம்? இந்தக் கேள்வி திரும்பத் திரும்ப எனக்குள் உதித்து வீழ்ந்தது. ஒருவேளை, இடங்களும் மனிதர்களும் நிஜமாக இருக்க, சம்பவங்கள் மட்டும் இவருடைய அபிலாஷைப் பிரகாரம் உதித்த கற்பனைகளோ என்று பல தடவை தோன்றியிருக்கிறது. இத்தனை சம்பவங்களில் அவர் திரும்பத் திரும்பக் குறிப்பிட்ட ஒரே பெயர் சகுந்தலா மட்டுமே. அப்படியானால், அந்த ஒரு தகவல் மட்டும்தான் நூறு சதவீதம் உண்மை என்றல்லவா ஆகிறது?

ஆனால், இதைச் சொன்ன மாத்திரத்தில் வேறொரு குழப்ப மும் எழுகிறது. கிழவர் ஒரேயடியாய்ப் பெயர்களுக்கும் அடையாளங்களுக்கும் எதிரானவராய் இல்லை. சில சந்தர்ப்பங்களில் சொல்லத்தான் செய்தார். இதிலெல்லாம் முறையான தர்க்கமொன்றைத் தேடிக் கண்டுபிடிப்பதற்கில்லை என்றே தோன்றுகிறது. தவிர, சாதாரண வாழ்க்கையை வாழ்ந்து கழித்த, வேர்விட்ட மனத்துக்கும், இஷ்டம் போலத் திரிந்தலைந்த பித்து மனத்துக்கும் ஒரே தர்க்கத்தைப் பொருத்திப் பார்ப்பது சரியாகுமா?

இன்னொரு சமாதானமும் தோன்றுகிறது. இறந்தகாலம் சமுத்திரம் மாதிரிப் பின்னால் பரந்திருக்கிறது. தொடுவானம்வரை எனக்குத் தெரியும். அதற்கும் அப்பால் உள்ள, நான் பார்க்கக் கிடைக்காத, ஆழ்கடலைப் பற்றி? மீனவனைத்தான் கேட்க வேண்டும். ஆனால், இன்றுவரை என்னைப் படுத்தும் கேள்வி வேறு ஒன்று. அப்படிப்பட்ட கற்பனாசக்தி உள்ள மனமென்றால், அதை ஏதாவது ஒரு கலைவடிவத்தில் கொட்டாமல் ஆயுட்காலம் முழுக்க அடக்கி வைத்திருக்க எப்படி முடிந்தது அவருக்கு?

3. ராகவ சுந்தரம் என்று எங்கள் குழுவில் உதவி இயக்குநன் ஒருவன் இருந்தான். எந்நேரமும் படித்துக்கொண்டே இருப்பான். தமிழில் மட்டுமில்லை, ஆங்கிலத்திலும் சரளமாகப் படிப்பான், பேசுவான். நவீன இலக்கியத்தில் நல்ல பரிச்சயம் உள்ளவன். எனக்கும் கூட சில புத்தகங்கள் வாசிக்கக் கொடுத்தான். கொஞ்சம் கெடுபிடியான மொழிநடையும், கருத்துக்களும் கொண்டவை. தொடர்ந்து வாசிக்கவில்லை என்றாலும், மொழிமீது, குறிப்பாக சொற்கள் மீது கூடுதலான கவனம் எனக்குள் பிறந்ததற்கு அவன்தான் காரணம். (அப்புறம் அவனும் காணாமல் போய்விட்டான். இப்போது எங்கே, என்ன தொழில் செய்துகொண்டிருக்கிறானோ. அவனைப் போன்றவர்களின் ஞாபகம் எழும்போதெல்லாம், தமிழ்த் திரையுலகின் வீரியமும் மகத்துவமும் பற்றி யோசனை கிளர்ந்து, அடிவயிறு காந்தத் தொடங்கிவிடும்!)

அவனுடைய நினைவு இப்போது ஏன் வந்தது என்றால், அவன் எதற்கெடுத்தாலும் 'புனைவு, புனைவு' என்று சொல்லிக் கொண்டே இருப்பான். கிழவரின் கதைகளில் அவர் பெயர் சொன்ன இடங்கள் எல்லாம் நிஜமாக நடந்தவை; பெயர் சொல்லாமல் விட்டவை அவருடைய 'புனைவுகள்' என்று வைத்துக்கொள்ளலாமா!

4. கிழவர் சொன்ன கதைகளின் உண்மைத்தன்மை பற்றிச் சந்தேகப்பட வேறொரு நியாயமும் இருக்கிறது. என்னிடம் கதை சொன்னபோது அவருக்கு வயது எண்பதுக்கு மேல் ஆகியிருந்தது. கிட்டத்தட்ட அரை நூற்றாண்டுக்கு முன்பு நடந்த சம்பவங்களை விவரிக்கும்போது, என்னதான் துல்லியமான ஞாபக சக்தி என்றாலும், கொஞ்சம் புனைவும் புளுகும் கலக்கத்தானே செய்யும்? எதிரில் உட்கார்ந்து கேட்கும் வேறு தலைமுறைக்காரன் போய்ப் பார்த்து உறுதிப்படுத்திக் கொள்வதற்கு, இடங்கள் வேண்டுமானால் அப்படியே மீந்திருக்கலாம், மனிதர்கள்?

மேலும், அத்தனை வருடங்கள் பின்னோக்கி எட்டிப் பார்க்கும்போது, நிஜமாக நடந்தது எது, கனவாய்க் கண்டது எது என்ற பேதமும் அழிந்திருக்க வாய்ப்புண்டு அல்லவா.

நிஜத்தில் வந்த மனிதர்களேதான் கனவிலும் எதிர்ப்பட்டிருப் பார்கள் என்னும்போது? கனவு போன்ற நிஜ வாழ்க்கையைத் தாண்டிவந்தவர் என்பதால், நிஜம் போன்ற கனவு வாழ்க்கையையும் வாழ்ந்திருக்கக் கூடியவர்தாம். அவர் கண்ட கனவு அவருடைய மெய்ம்மையின் பகுதிதானே. அதை மெய்யென்றே உரைப்பதற்கும் அவருக்கு உரிமை உண்டு.

5. இந்தக் கதைகளில் நிலவும் காலக் குழப்பம். ஒவ்வொன் றாகக் கேட்டபோது சந்தேகம் எழவில்லை. மொத்தமாய்த் தொகுத்துப் பார்க்கும்போது, அபரிமிதமான குழப்பம் உண்டாகிறது.

கிழவர் என்னிடம் சொன்ன சம்பவங்கள் நடந்த ஆண்டுகள் பற்றி மட்டுமல்ல குழப்பம் – அவற்றின் வரிசைக் கிரமம் சம்பந்தமாகவும்தான். அவர் முதன்முதலாகப் போய்ச் சேர்ந்தது பொம்மலாட்டக் குழுவிலா, கர்நாடக வைத்தியரிடமா என்பது முதலாவது. நாடோடிக் குழுவிடம் என்றால், அவ்வளவு சரளமாக அவர்களுடன் உரையாட முடியுமா, என்னதான் அடிப்படை ஹிந்தி அறிவு இருந்தாலும், நாடோடிக் கொச்சைவழக்கு சரளமாகப் புரியுமா?

தவிர, எவ்வளவு காலம் அவர்களுடன் இருந்தார். அவர் பிறந்தது 1920இல் என்று வைத்துக்கொண்டால், பதினேழாவது வயதில் ஊரைவிட்டுக் கிளம்பியிருக்கிறார் – அதாவது '37இல். கிழவரின் 27 ஆவது வயதில் இந்திய சுதந்திரம் கிடைத்திருக்கிறது. அதாவது இவருடைய அலைக்கழிதலின் பத்துவருட காலத்துக்குள். அவருடைய கணக்குப்பிரகாரம் ஒவ்வோர் இடத்திலும் அவர் தங்கிய காலத்தைக் கூட்டிக்கொண்டே வந்தால் சாப்பாட்டுப் பந்தி விவகாரத்துக்கு இவர் வந்து சேர்வதற்கு முன்பாகவே எல்லாம் நடந்து முடிந்துவிட்ட மாதிரித் தெரிகிறது. அவ்வளவு சம்பவங்கள் நிகழ பத்துவருட காலம் போதுமானதா என்பதும் குழப்பம்தான்.

6. ஒரு வசதிக்காக, கிழவரின் வாழ்க்கையை, சகுந்தலாவுக்கு முன், சகுந்தலாவுக்குப் பின் என்று பிரித்துக்கொள்ளலாம் என்றால், இவருடைய எத்தனாவது வயதில் அவர்கள் இணைந் தார்கள், இவர் எப்போது பழையபடி நாடோடி வாழ்க்கைக்குத் திரும்பினார் என்பதை நிர்ணயிக்க முடியவில்லை.

7. அந்த ட்ரங்குப் பெட்டி சமாசாரம். நர்மதையில் ஆற்றோடு பெட்டி போய்விட்டது – அதற்குப் பிறகு பொருள் சேர்க்கும் ஆசையும் போய்விட்டது என்கிறார் ஓர் இடத்தில். இன்னொரு முறை, சரக்குக் கிட்டங்கியில் கூலிவேலை பார்த்த காலகட்டத்தில் மகன் போலப் பாவித்த சிறுவன் களவுகொண்டு போன பெட்டி. அப்படியானால், எது முன்னால் நடந்தது?

8. காளையிடமிருந்து காப்பாற்றிய சாமியார் விவகாரம். அவ்வளவு கடுமையான மஞ்சுமூட்டத்தின் இடையில் பார்த்த முகம் அவ்வளவு திருத்தமாக எப்படி நினைவில் பதியும்? ஒன்று அந்தச் சம்பவமே ஒரு உருவெளித் தோற்றமாக இருக்க வேண்டும் – அல்லது, சாமியார் இவரைப் பார்த்ததும் சொன்ன முதல் வாக்கியம் இவரது பிரமையாகவோ கற்பனையாகவோ இருக்க வேண்டும்.

தவிர, துரை பங்களாவில் வேலைக்கு இருக்கும்போது நடக்கும் காளைச் சம்பவம். ஏதோ ஒரு கட்டத்தில், சொன்ன கதைகளையே வேறு வடிவத்தில் சொல்லத் தொடங்கிவிட்டாரோ. இன்னும் பத்து நாள்கூட இருந்திருந்தால் அத்தனை கதைகளுக் குமே இன்னொரு வடிவம் கிடைத்திருக்க வாய்ப்புண்டு என்றும் படுகிறது. இந்தக் கதைகளை ஆராயத் தொடங்கினால் ஒருவித மான விஷச் சுழற்சிக்குள் போய்ச் சிக்கிவிடுவேனோ என்று அச்சமாகவும் இருக்கிறது.

9. மூன்று சந்தர்ப்பங்களில் சீதாபதிக்குச் சொத்து சேரும் வாய்ப்பு நெருங்கிவந்திருக்கிறது. மலையில் சந்தித்த திருடன், அதற்குக் கொஞ்சம் முன்னால் ஜமீன் கிழவி என்று இரண்டு சந்தர்ப்பங்களும், சகுந்தலா புதைத்துவைத்திருந்த நகைகளும். மூன்று தடவையுமே இவர் மறுத்துவிட்டார் என்பது, இவருடைய குணச்சித்திரத்துக்குப் பொருத்தமான செயல்தான் என்றாலும், முந்தைய இரண்டு தடவைகளில் அவர் நாடோடியாக இருந்தார். திருமணம் ஆனபிறகும் ஒருவன் பற்றற்றவனாக இருப்பானா என்பது கொஞ்சம் இடிக்கிறது. தவிர, அந்தப் பெண்மணி, தான் சிரமப்பட்டுச் சேர்த்த, அதைவிடச் சிரமப்பட்டு மறைத்து வைத்திருக்கக்கூடிய சொத்தை, ஒரே கணத்தில் விட்டுவரச் சம்மதித்தாள் என்பதும் கொஞ்சம் தர்க்கவிரோதமானதுதான்.

தமது பிம்பத்தை மிகவும் பிரக்ஞைபூர்வமாகக் கட்டி யெழுப்புவது மட்டுமே நோக்கமாக இருந்தால்தான் இப்படியான சம்பவங்களைக் கோக்க முடியும். சீதாபதியின் சுவாரசியம் அதுதான் – அவர் இன்னதுதான் சொல்வார், இன்ன விஷயங் களை அவரால் கற்பனை செய்துகூடப் பார்க்க முடியாது என்று சொல்வதே சாத்தியமில்லை.

ஆமாம், தலையில் திரியுடன் எண்ணெய்க் கடலில் அவர் இறங்கிய கனவு அல்லது பிரமை அல்லது உருவெளித் தோற்றம் அல்லது கற்பனையை விவரித்தபோது அவருடைய மொழி என்னமாய்த் திமிறியது என்கிறீர்கள்? கிராமத்துக் கிழவன் பேசிய வார்த்தைகள் என்று யாருமே நம்பமாட்டார்கள்.

எனக்கே, அந்தப்பத்தியை எடுத்தெழுதும்போது, நிஜமாகவே நான் பதிவுக்கருவியில் கேட்கத்தான் செய்கிறேனா, அல்லது சீதாபதியின் பாணியில் எனக்கும் சித்தித்த கனவு, பிரமை, உருவெளித்தோற்றங்களில் ஒன்றா. அல்லது, வாசிக்கிறவர்கள் சீதாபதியின் பெயரைச் சொல்லி நானாய் எழுதிய கற்பனை என்று சந்தேகப்படுவார்களா என்றெல்லாம் தோன்றியது!

10. இவையெல்லாம் போக, சொல்லியே ஆகவேண்டிய இன்னொரு சந்தேகமும் – அல்லது இதையும் குழப்பம் என்று வைத்துக்கொள்ளலாமா – இருக்கிறது. சீதாபதியிடம் மனத்தைத் திறந்து கொட்டியவர்கள்தாம் எத்தனைபேர்!. அதெப்படி, முதல் தடவையாகப் பார்க்கும் மனிதனிடம், தன் வாழ்க்கை முழுவதையும் அதில் தனக்கேற்பட்ட அந்தரங்கமான இடர்களையும் உடனடியாக ஒப்பிக்கிறார்கள் எல்லாரும்? அல்லது அவர்கள் சொன்னது ஒரு பங்கு, இவர் தாமாகச் சேர்த்தது மேலும் பல மடங்கு என்று இருக்குமோ?

மேற்சொன்ன இரண்டு ஷரத்துகளையும், வழக்கம்போல எனக்கு நானே ரத்து செய்துகொண்டேன். ஒன்று, முதல் தடவையாகப் பார்க்கிற என்னிடம் இவர் இவ்வளவு சொல்லலாம் என்றால் மற்றவர்களுக்கும் இதே மாதிரிப் பீறியிருக்க வாய்ப்பிருக்கிறதே. அவர்களும் தாம் சொல்ல ஆசைப்பட்டதையெல்லாம், தங்களுடைய கற்பனைகள் உள்பட, சொல்லித் தள்ளியிருக்கலாமே!

இரண்டாவது, அவர்கள் சொன்னதை இவர் தம்முடைய மொழியில் சொல்லும்போது எவ்வளவோ மாற்றங்கள் ஏற்பட்டிருக்க சாத்தியமுண்டு அல்லவா – எங்கள் ஊரில் சொல்வார்கள், 'கறுப்புக் கறுப்பாய் வாந்தியெடுத்தான்' என்ற சங்கதி பத்திருபது கைமாறிப் போய்ச் சேரும்போது 'காக்காய் காக்காயாய் வாந்தியெடுத்தான் என்று ஆகியிருக்கும்' என. உண்மையில் இந்த சமாதானம்தான் இந்தக் கதைகளை ஒருவிதமாக ஒழுங்குபடுத்தி, இந்த மாதிரி மொழிநடையில் நான் எழுதிவைக்க முதன்மையான காரணம்.

அதாவது, சரக்கு சீதாபதியினுடையது; கோணிச்சாக்கு மட்டும் என்னுடையது. வருடக்கணக்காக நான் எழுதிப் பராமரித்துவரும் நாட்குறிப்பிலிருந்தும் (ஒவ்வொரு நாளும் அவருடன் பேசக் கிளம்பிய சந்தர்ப்பங்கள் குறித்த விபரங்களை இவற்றிலிருந்தே சேகரித்துக்கொண்டேன்), சீதாபதி சம்பந்தமாக நான் பிரத்தியேகமாக எழுதிவைத்த பதிவிலிருந்தும், குரல் பதிவிலிருந்தும் எடுக்கும் விபரங்களை தாளுக்குப் பெயர்க்கும்போது, பசைபோன்று சில வாக்கியங்கள்,

வாசகங்களைச் சேர்க்க வேண்டியிருந்தது. மற்றபடி, எனது சொந்தச்சரக்கு என்று எதுவுமே சேராமல் மிகக் கவனமாகப் பார்த்துக்கொண்டிருக்கிறேன்.

11. மும்பையில் – அதுதான் அப்போதைய பம்பாய் – டப்பாவாலாவாக இருந்த அனுபவத்தைப் பற்றிக் கிழவர் சொன்னவற்றில் எனக்கு ஐயம் எதுவும் இல்லை. அவர் மும்பை சென்றிருந்தார் என்பதிலும் ஐயமில்லை. ஆனால், அவருடைய நண்பர் கோவிந்தசாமி சொன்னதாக இவர் சொன்ன கதைகளின் உண்மைத்தன்மை குறித்து ஏகப்பட்ட கேள்விகள் எழுந்தன. உதாரணமாகச் சொல்வதென்றால்,

அ. கோவிந்தசாமி சொன்ன எல்லாக் கதைகளிலுமே, தாமதம் ஒரு கதாபாத்திரமாக இருக்கிறது. டப்பாவாலா சமூகத்தின் பெருமைகளில் ஒன்று, பத்து லட்சத்துக்கு ஒருதடவைதான் தாமதம் நேரும் என்பது.

ஆ. தொடர் ஓட்டம் போன்று செயல்படும் மிகப்பெரிய வலைப்பின்னலின் ஒரு கண்ணியாக இருந்து பணிபுரியும் ஊழியர்களுக்கு, தான் சுமந்து செல்லும் சாப்பாடு புறப்பட்ட இடமும், சேரும் இடமும் ஒருசேரத் தெரிவதற்கு வாய்ப்புக் குறைவு.

இ. ஊருக்குப் புதியவர் இவர் என்பதால், தன்னைப்பற்றிய பிம்பத்தை உருவாக்குவதற்காக கோவிந்தசாமி இட்டுக் கட்டிய சம்பவங்களாக அவை இருக்கலாம்.

ஈ. அல்லது, மும்பையிலும் இருந்து, ஒருவேளை டப்பாவாலாவாகவும் சீதாபதிக் கிழவர் இருந்திருக்கும் பட்சத்தில், தமது கற்பனை ஓடிய தடத்தை உண்மை போலவே என்னிடம் விவரித்திருக்கலாம் – கோவிந்த சாமியின் பெயரில்.

உ. நான் கடைசியாய்ப் பணிபுரிந்த படத்துக்குக் கலை இயக்குநராக வந்தவர் பாலிவுட்டின் பிரபல நிபுணர். 'இந்தக் குப்பைப்படத்துக்கு இவ்வளவு பெரிய கெட்டிக் காரர் தேவையா;' என்று வேலுச்சாமியிடம் அந்தரங்கமாக சந்தேகம் கேட்டேன். அவன் இயல்பாகச் சொன்னான்:

சரக்கு நல்லாயிருந்தாத்தான் மேக்கப் தேவையே படாதே. இது ரெண்டு காலும் இல்லாதவனெ ஓட்டப்பந்தயத்துலெ விடுற சமாசாரம் இல்லையா. கில்லாடியான டெக்னீசியன்களெ எல்லாப்பக்கத்திலெருந்தும் கொண்ணாந்து இறக்கத்தானே வேணும்!

அவருடைய உதவியாளனாக தேவேந்திர பிரதாப் என்ற இளைஞன் வந்திருந்தான். அவனுக்கு உதவியாளனாக என்னை நியமித்தார்கள் – அதாவது அவர்கள் இருவரின் தேவைகளைக் கவனித்துக்கொள்ளும் எடுபிடியாக என்று வைத்துக்கொள்ளுங்களேன்.

சாயங்காலம் ஆறு அடித்தால், தனக்குள் இருக்கும் பறவை சிறகை விரிக்க ஆயத்தமாகிவிட்டது என்று கவித்துவமாகச் சொல்வான். விஸ்கி சோடா பனிக்கட்டித் துண்டுகள், உருளைக்கிழங்கு கார வறுவல், ஏழெட்டுச் சப்பாத்திகள், தொடுகறியாகக் கோழி இறைச்சி, கடைசியில் பீடா என்று, பறக்கத் தொடங்கிவிட்டால் நிறுத்தாமல் பறக்கும் சைபீரிய நாரை அது!

குளிர்பானத்தை மட்டும் குடித்தபடி எதிரில் அமர்ந்திருக்கும் அசடனிடம் அவனுக்கு ஏனோ அலாதிப் பிரியம். அதன்பிறகு எப்போது சென்னை வந்தாலும் என்னை சந்திக்கத் தவறமாட்டான்.

கோவிந்தசாமி சொன்ன கதைகளை அவனிடம் விலாவாரியாகச் சொன்னேன். ஒட்டுமொத்தமாக நிராகரித்துவிட்டான்.

> டப்பாவாலாக்களைப் பற்றி வெறுமனே கேள்விப்பட்டவன்தான் இந்த மாதிரிக் கதைகளை உருவாக்குவான். ஒரேயொரு தடவை அவர்களுடைய செயல்பாட்டு முறைகளைப் பார்த்திருந்தால்கூட, இந்தமாதிரிப் புளுக மாட்டான். ஆனால் ஒன்று, தமிழ் சினிமாவுக்கான சேர்மானங்கள் அத்தனையும் கொண்டிருக்கும் கதைகள் இவை . . . உன்னுடைய சொந்தச் சரக்கா பையா!

புரையேறும்வரை சிரித்து ஓய்ந்தான்.

ஆனாலும், இவற்றை மீட்டுச் சொல்வதற்கு இரண்டு காரணங்கள். ஒன்று, அந்த அத்தியாயத்தின் முதல் பகுதியில் வரும் சம்பவங்கள். சீதாபதி சீதாபதியாய் இருப்பதற்குள்ள வலுவான சான்றுகள் அவை. அதனால், தவிர்க்கக் கூடாதவை என்று எனக்குப் பட்டது.

இரண்டாவது, முன்னரே பலதடவை சொன்ன பிரகாரம், சீதாபதி சொன்ன சகலத்தையும் பதிவு செய்வது மட்டும்தானே என்னுடைய வேலை. தணிக்கை செய்வதற்கு நான் யார்?

12. கடைசியாக ஒரு சமாதானம் தோன்றுகிறது. என்னுடைய அம்மா அடிக்கடி சொல்லும் பழமொழி.

> கோளி குருடா இருந்தாத்தான் என்ன, கொளம்பு ருசியாருக்கா இல்லையா?

'நாய் விற்ற காசு' என்ற தலைப்பில் அந்த நாட்களில் நானே ஒரு நாடகம் எழுதியிருக்கிறேன்!

13. இந்தக் கதைகளின் மீதான சந்தேகங்கள் அத்தனைக்கும் நியாயமுண்டு என்று அடிக்கோடிடுகிற மாதிரி, அவர் சொன்ன இன்னொரு கதையை இங்கே சொல்லவேண்டும். இத்தனை நேரமும் கோத்துவந்த விதத்தில், இந்தக் கதை பொருந்தும் இடம் எது என்று எனக்குத் தெரியாதது ஒரு காரணம். இரண்டாவது, யதேச்சையாக ஏதோவொரு சந்தர்ப்பத்தில் வந்து விழுந்து, தமக்கே திருப்தியில்லாமல் அவர் முடித்த கதை என்பது. அத்தனையும் சொல்லிவிட்டு, ஒரேயொரு கதையை விட்டுவைப்பதால் என்ன மிஞ்சிவிடப் போகிறது என்று இப்போது, இந்த வேளையில் எனக்குத் தோன்றுவதாலும்தான் ...

சிலையின் கண்ணீர்

வடக்கே ஒரு அரண்மனை இருக்கிறது. நம்மூர் வயல் கணக்காக ஏக்கர் கணக்கில் விஸ்தாரமானது. தர்பார் நடக்கிற இடம் மைதானம் மாதிரிப் பெரியது. இந்தக் கோடியில் இருக்கும் ஆள் பேசினால், மறுகோடிக்குக் கேட்காது—அவ்வளவு பெரியது. ஏகப்பட்ட அறைகள். ஒவ்வொரு அறையிலும் ஒரே சமயத்தில் நாலுபேர் படுக்கிற மாதிரிக் கட்டில்கள். அத்தனையும் பர்மாத் தேக்கு. கடைசி ராஜாவுக்கு ஆண்வாரிசு இல்லாமல் போனதில், வெள்ளைக்காரனுக்கும் சமஸ்தானத்துக்கும் தாவா நடந்து வந்ததாம். அது ஒரு முடிவுக்கு வருவதற்கு முன்னால், சுதந்திரம் வந்துவிட்டது. போட்டது போட்டபடி அவன் புறப்பட்டுப் போய்விட்டான். நிதிவசதி வறண்டுபோன சமஸ்தான நிர்வாகம் அரண்மனையைக் காட்சியகமாக்கிவிட்டது, உள்ளே போவதற்குக் கட்டணச் சீட்டு வாங்க வேண்டும்.

தினசரி நூற்றுக்கணக்கானவர்கள் வந்து சுற்றிப்பார்த்துப் போவார்கள். நான் போனபோது, அரண்மனைக்கு இடதுபக்கம் இருந்த திடலையும் திறந்து விட்டிருந்தார்கள். வருஷத்தில் ஒரு மாதம் மட்டும்தான் திறந்து கிடக்குமாம் திடல். ஆவணிமாதம் மட்டும். அங்கே எனக்குக் கிடைத்த ஆச்சரியங்களைச் சொல்ல வேண்டாமா?

முதலில், அரண்மனையில் தற்சமயம் யாருமே வசிக்கவில்லை. ஆனாலும், மனித நடமாட்டம் இருக்கிற மாதிரியே தடயங்கள் சிக்குமாம். உதாரணமாக, ஏதாவது ஒரு அறையில் கொடியில் ஈரத் துணிகள் காயப் போட்ட மாதிரித் தரையில் நீர்ப்பதம் இருக்கும். சமைக்கிற இடத்தில் திடீரென ரொட்டி சப்ஜி மணம் கிளம்பும். கல் அடுப்பைத் தொட்டுப்பார்த்தால் கொதிக்கும்.

குளியலறையில் களகளவென்று தண்ணீர் சப்தம் கேட்கும். ஏகப்பட்ட புத்தகங்களுடன் ஒரு நூலகம் இருந்தது – ரேக்கில் அடுக்கிவைத்த புத்தகங்களில் ஏதோவொன்று வாசிப்பு மேசையில் திறந்து கிடக்கும். மூடிய அறைக்குள்ளிருந்து ஆணும் பெண்ணும் சிரிக்கிற மாதிரியும் அழுகிற மாதிரியும் ஓசைகள் கேட்கும்.

ஆவி நடமாட்டம் இருக்கிறதாகப் பேச்சு. அதனால், சாயங் காலம் ஐந்து மணிக்கெல்லாம் இழுத்து மூடிவிடுவார்கள்.

அவ்வளவு சாமான் இருக்கிற இடத்தில் எதுவுமே களவு போனதில்லையாம். இது இரண்டாவது ஆச்சரியம். வேடிக்கை பார்க்க வந்த பெண்பிள்ளை ஒருத்தி, சமையல் கூடத்தில் இருந்த கரண்டி ஒன்றை,

எப்பிடிக் கல்லு கல்லா இருக்கு பாரு.

என்று கையில் எடுத்துப் பார்த்திருக்கிறாள். அந்த இடத்திலேயே ரத்தம் கக்கிச் செத்துப்போனாளாம். இந்தத் தகவலை வாசலிலேயே அறிவிப்புப் பலகையில் எழுதி வைத்திருக்கிறது. ஆனால், அது இந்தியிலும் இங்கிலீஷிலும் இருக்கும். ஒன்றை எனக்குப் பேசவும் புரிந்துகொள்ளவும் மட்டும் தெரியும். மற்றது இன்னும் அரைகுறை. துரைமார்களிடம் வேலைபார்த்த காலத்தில் நன்றாகக் கற்றுக்கொண்டிருக்கலாம்; செய்யாமல் விட்டுவிட்டேன். சும்மாவா சொன்னார்கள், உடம்பு முழுக்க எண்ணெயைத் தடவிக்கொண்டு ஆற்றுமணலில் புரண்டாலும், ஒட்டுவதுதான் ஒட்டும்.

எனக்குத் தமிழில் எடுத்துச் சொன்னவன் நம்மூர்க்காரன். அரண்மனையில் காவல்காரனாக இருந்தான்.

அது அடுத்த ஆச்சரியம். எத்தனையோ தலைமுறைக்கு முன்னால் அந்த ராஜாங்கத்தில் போய்க் குடியமர்ந்த குடும்பமாம் அவனுடையது. இன்னமும் தாய்மொழி மறக்காமல் இருந்ததோடு, ஊர்க்காரன் என்று என்னைப் பார்த்தவுடனே தெரிந்துவிட்ட தாம் – வேட்டிக் கட்டை வைத்துக் கண்டுபிடித்தேன் என்று சொன்னான்.

சேக்காளியிடம் தாக்கல் சொல்லிவிட்டு, அவனே எனக்குச் சுற்றிக் காட்டினான். திடலுக்குள் நுழைந்தவுடனே எனக்குப் புல்லரித்தது. பின்னே, ஆயிரக்கணக்கில் லட்சக்கணக்கில் ஈ மொய்த்த மாதிரிப் பளிங்குச் சிலைகள் நின்றிருந்தன அங்கே. எண்ணிக்கையைக் கொஞ்சம் ஜாஸ்தியாகச் சொல்கிறேன் என்று உனக்குத் தோன்றலாம்–தலையை ஆட்டாதே, அதுதான் முகம் சொல்கிறதே–அவ்வளவு நிறைய இருந்தது என்பதற்காகச் சொன்னேன்.

அத்தனையும் பெண் சிலைகள். திருத்தமான சிலைகள். ஒன்றை மாதிரி இன்னொன்று இல்லை. ஒவ்வொன்றும் வேறு பெண்பிள்ளை என்பது பார்த்த மாத்திரத்தில் தெரியும். ஒவ்வொருத்தியும் ஒவ்வொரு நிறம் வேறு. மாக்கல் மாதிரி வெள்ளை, கொஞ்சம் மஞ்சள் கலந்த பளிங்கு நிறம், பழுப்பு நிறம், கறுப்பு என்று விதவிதமாக. திறந்தவெளியில் வருடக்கணக்காக நின்றும் ஒரு சிலைகூடப் புதுக் கருக்கு மங்கவில்லை.

ஒரேயொரு சிலை மட்டும் கூரைக்குக் கீழ் இருந்தது. வெறும் கூரை இல்லை, ஏகப்பட்ட வேலைப்பாடுகள் கொண்ட அலங்காரக் கூரை. அவளுடைய முகத்தில் இருந்த உற்சாகமும், அழகும் உயிருள்ள பெண்ணிடம் கூடப் பார்க்க முடியாது. நான் சொல்ல வந்ததில் அடுத்த ஆச்சரியம் அவளிடம் இருந்தது – ஆமாம், சிற்பத்தின் கழுத்தில் அழுத்தமாக வெட்டுப்பட்டு, அதில் ரத்தம் கசிந்தது. பார்வையாளர்கள் அந்தக் காயத்தைத் தொட்டுப் பார்க்க முன்பெல்லாம் அனுமதி இருந்ததாம். கசியும் ரத்தத்தைத் தொட்ட விரலில் பிசுபிசுப்பே இருக்காது என்று சொன்னான் காவல்கார சிநேகிதன். அப்புறம், வருகிறவர்கள் செய்யும் அழும்பு தாங்காமல், சுற்றிலும் வேலி அமைத்துவிட்டார்கள். நான் போனபோது பார்க்க மட்டும்தான் முடிந்தது.

அந்தச் சிலைகளின் கதையைச் சொன்னான் என் சிநேகிதன்.

ஒருகாலத்தில், உலகமெங்கும் பிரசித்தி பெற்ற ராஜாங்கமாய் இருந்திருக்கிறது அது. இயற்கை வளம் மட்டுமில்லாமல், தொழில் திறமையிலும் கலைகளிலும் உன்னதமான உயரத்தில் இருந்தது. கோதுமையும், பாஸ்மதியும் கிடங்கு கிடங்காக விளைந்தன. போர்த் தளவாடங்கள் செய்வதிலாகட்டும், சங்கீதம், நாட்டியம், ஓவியம், சிற்பம் என்று எல்லாவற்றிலும் மகோன்னதமான கலைஞர்கள் இருந்த சபை.

தகப்பனார் அகால மரணமடைந்ததால் பட்டத்துக்கு வந்த இளவரசன், தலைமைச் சிற்பியை அழைத்தான். பேரழகியான மனைவியைத் தனக்குத் தேடித்தரும் பொறுப்பை அவரிடம் ஒப்படைத்தான். ஊர் ஊராகப் போகவேண்டும். மனம் கவரும் லட்சணம் கொண்ட பெண்ணைச் சிலையாக வடித்து அரண்மனைக்கு அனுப்ப வேண்டும். உள்ளதிலேயே சிறந்த பெண்ணை இவன் போய் மணமுடிப்பான்.

வாரம் ஒன்றாகச் சிற்பங்கள் வண்டியில் வர ஆரம்பித்தன. இந்தமுறை வருவது போனமுறை வந்ததைவிடச் சிறப்பாகவும்,

ஊர்சுற்றி 389

கூடுதல் அழகுடனும் இருக்கும். முடிவைக் கொஞ்சம் ஒத்திப் போடுவான் அரசன்.

இப்படியே வாரங்கள் கழிந்தன. மாதங்கள் கழிந்தன. வருடங்கள் கழிந்தன. காத்திருந்த ராஜா கிழவனாகிவிட்டான். கடைசியாக ஒரு சிற்பம் வந்த மறுநாள் தாமும் வந்துசேர்ந்த சிற்பி குடுகுடு கிழவராகியிருந்தார். சிற்பத்தின் மூல அழகியை அரண்மனைக்குத் தூக்கிவர ஆள்படை போனது.

பட்டுத் திரைச்சீலைகள் தொங்கி மறைத்த பல்லக்கில் வந்திறங்கி, அபூர்வமான நாணத்துடன் வலதுகால் கட்டைவிரலால் தரையில் வட்டம் கீறின பெண்ணைப் பார்த்ததும் ராஜா அதிர்ச்சியடைந்தான். ஆமாம், வந்தவள் தொண்டுகிழவி.

சிற்பியிடம் விசாரித்தான்.

கடைசிவாக்கியத்தை சிற்பி முடிப்பதற்கு முன்பாக, மன்னனின் கொடுவாள் சிற்பியின் தொண்டைக்குழியில் ஆழப் பதிந்தது. கிழவியை அந்தப்புரத்துக்கு அனுப்பிவிட்டு, அவளுடைய சிற்பத்தை மீண்டுமொருமுறை பார்க்கப் போனான் ராஜா. பார்க்கப் பார்க்க அடிவயிற்றிலிருந்து ஆர்வமும், ஆவலும், ஆசையும், ஆத்திரமும், ஆதங்கமும் ஆற்றாமையும்[1] பொங்கியது.

இடுப்பில் தொங்கிய உடைவாளை உருவினான். சிற்பத்தின் கழுத்தில் ஒரு வெட்டு. என்ன ஆனது என்றுகூடத் திரும்பிப் பார்க்காமல் தன்னுடைய கழுத்தில் தானே ஒரு வெட்டு. அவ்வளவுதான். கதை முடிந்தது ...

ஆனாக்கெ, நெசம்ம்மா என்னா பிரச்சினெ, அம்புட்டு நா ஆனது ஏன், சிற்பியோடெ தப்பு என்னாண்ற மாருதி காவக்காரென் நீளமாக் காரணம் சொன்னாந் தம்பி, எம்புட்டோ ரோசிச்சுப் பாக்குறன், யாவுகம் வரமாட்டேங்குது. வயசென்னா கொஞ்சமாவா ஆகுது? ஏளுகளுதெ வயசாச்சு – எம்புட்டெத்தான் யாவுகத்துலெ சொமக்குறது. எலெ வதங்கி உதுர்ற மாருதி இப்பிடித்தான் செலது களண்டு விளுந்துருச்சு போல . . .

---

1. ஆவன்னாவுக்கு ஆவன்னா தொடர்ந்து வருகிறதே, எழுதும்போது இவன் சேர்த்த சரக்கோ என்று சந்தேகப்பட வேண்டாம். நிஜமாகவே, கிழவர் சொன்ன வார்த்தைகள்தாம். என்ன, அவர் கொச்சைவழக்கில் சொன்னதை நான் எழுத்துத் தமிழில் கொடுத்திருக்கிறேன். சீதாபதிக் கிழவர் பெரும் கலைஞன் என்று திரும்பத் திரும்பப் புலம்புகிறேனல்லவா, அதை உறுதிப்படுத்தும் இன்னொரு காரணம் இது.

தலையை நாலைந்து தடவை கோதிவிட்டு, பின்னந்தலையை வறட்வறட்டென்று சொறிந்துகொண்டார் சீதாபதி[2]. அசவுகரிய மான மௌனம் சிறிதுநேரம் நீண்டது. பிறகு சற்றுத் தணிந்த குரலில் சொன்னார்:

ரத்தங் கசிய நின்னாளே அந்தப் பளிங்குப் பொம்பளே, அவ கண்ணுலே எப்பிடியாக்கொத்த பயமும், பதட்டமும் இருந்ததுண்றே தம்பீ, அப்பிடியொரு தத்ரூபம்.

என்று பெருமூச்சுவிட்டார் சீதாபதி.

இந்தக் கதை என்னை வெகுவாக ஈர்க்கவில்லை என்பதோடு, எத்தனை சதவீதம் உண்மை என்ற சந்தேகமும் எழுந்தது. அரண்மனை இருக்கும் ஊர் எது, மாநிலம் எது என்று கேட்கும் ஆசை எழுந்தது. என்ன பதில் வரும் என்பதுதான் எனக்குத் தெரியுமே. அடக்கிக்கொண்டேன். என் மனவோட்டம் அறியாது, கிழவர் தொடர்ந்தார்:

இதே மாருதி இன்னோரு ஆள் சொன்ன கதையும் யாவுகமிருக்கு. அதேன், ஒருநா கடுமெயான மளையிலே சத்திரத் திண்ணெயிலே மாட்டிக்கிட்டனே, அங்கெ ஒரு பைராகியெப் பாத்தென், அந்தாளு சொன்னது.

கிழவர் அனுசரித்த மரபைப் பின்னொட்டி, சில கதைகளுக்கு மட்டும் தலைப்பு வைத்திருக்கிறேன். குறிப்புகளையும் பதிவு களையும் விரித்தெழுதும்போது, என்னுடைய வசதிக்காக சில கதைகளுக்குத் தலைப்பிட்டு வந்தேன். முழுமையான வடிவம் கொடுத்தபிறகும் அவற்றை நீக்கவேண்டிய அவசியமில்லை என்று பட்டது. அப்படியே விட்டுவைத்திருக்கிறேன்.

நான் கதைகேட்ட நாட்கள் முழுக்க நிலவிய இன்னொன்றையும் சொல்ல வேண்டும். அத்தனைவிதமான சூழ்நிலைகளையும் வறண்ட குரலில், யாருக்கோ நடந்ததைத் தான் கேள்விப்பட்ட

2. தமது வயதையும் ஞாபகசக்தியையும் பற்றி சீதாபதி குறைப்பட்டுக்கொண்ட ஒரே சந்தர்ப்பம் இது. இன்று எழுத்தாக்கும்போது தோன்றுகிறது – மற்ற கதைகளில் உள்ள தெளிவும் தீர்க்கமும் ஆரம்பத்திலிருந்தே இந்தக் கதையில் இல்லை. அவற்றையெல்லாம் முன்பே தமக்குள் சொல்லிப் பார்த்து முடிவுகட்டிக்கொண்ட விதமாக இந்தக் கதைக்கு அவர் தயாராகவில்லையோ. அல்லது, மேற்படி இடம் ஒன்று இல்லவே இல்லை, பரீட்சார்த்தமாக நான் எதிரில் இருக்கும்போதே புதிதாக ஒரு கதை புனையத் தொடங்கி, கற்பனை சோர்வுற்ற தருணத்தில் முடித்தும் விட்டிருக்கலாம். அப்படியானால், பிற கதைகளின் உண்மைத் தன்மை பற்றியும் சிறு நெருடல் உண்டாகிறது, அல்லவா ?

விதமாகச் சொல்கிறவர் மாதிரிச் சொல்லிவந்த கிழவருக்கு, இரண்டே சந்தர்ப்பங்களில் குரல் இளகியது. அவருடைய கண்கள் லேசாகச் சுரந்த மாதிரிப் பட்டது. பெரும்பாலும் இருட்டில்தான் அமர்ந்து பேசினோம் என்றாலும், இரண்டு சந்தர்ப்பங்களுமே அவருடைய வீட்டில், மினுங்கும் குண்டுபல்பின் ஒளியில் என்பதால் இது எனக்குத் தெரியவந்தது. அப்படித் தெரிந்ததும் என்னுடைய பிரமையாக இருக்கலாம்.

ஒன்று, சகுந்தலாவுடன் தமக்கு நிகழ்ந்த தாம்பத்திய வாழ்க்கை. அதைச் சொல்லி முடிக்கும்போது அவருடைய குரலில் விசித்திரமான கரகரப்பு இருந்தது. என்னைக் கண்ணுக்குக் கண் ஒருதடவைகூடப் பார்க்கவில்லை. அந்த அம்மாள் பற்றிய இவருடைய நினைவுகளின்மீது எனக்குத் துளியும் சந்தேகம் உதிக்கவில்லை. காரணம், இவருடைய விவரிப்பில் இடம் பெற்ற பெண்கள் அத்தனைபேருமே இவர்மீது மோகம் கொண்டவர்கள். கிட்டத்தட்ட எம்ஜீயார் படங்கள் மாதிரியேதான். ஒரு தியாகம் போலவே அவர்களை இவர் நெருங்கியிருக்கிறார். ஆனால், தாம் மோகித்ததாக இவர் சொன்ன ஒரே பெண் சகுந்தலா மட்டுமே.

இரண்டாவது, கற்பனை பூதத்தை அவர் சந்தித்த சந்தர்ப்பம். கடந்து போனவற்றை நினைவில் மீட்டுக்கொள்ளும் வரத்தை அருளியதாம் பூதம். 'இன்பமானவற்றை மட்டும் மீட்டுக் கொள்ளலாமா' என்று இவர் கேட்டார். 'அதற்கு வாய்ப்பில்லை, நாம் ஒருபோதும் பார்க்க முடியாத நிலாவின் மறுபக்கம் போல, துன்பத்துடன் முதுகு ஒட்டாத ஒரேயொரு இன்பம் கூடக் கிடையாது' என்று பூதம் சொல்லிவிட்டது.

இதை அவர் சொன்னபோது பெரும் ஏக்கம் என்னைப் பீடித்தது – மாபெரும் எழுத்தாளராகியிருக்க வேண்டிய ஆசாமி இப்படி அநாமதேயமாய்க் கிடந்து மட்குகிறாரே என்று. அதை உறுதிப்படுத்துகிற மாதிரி அவர் சொன்ன இன்னொரு விஷயத்தையும் சொல்லிவிடுகிறேன்.

ஓர் இரவு முழுக்க விழித்திருந்து கதைகள் சொன்ன தாசியை அவர் மீண்டும் சந்தித்த அனுபவத்தைப் பின்வருமாறு விவரித்தார்:

> அம்புட்டுக் கதெ சொன்னாளே தம்பி, அவளெ மக்யாநா மதியத்தெப் போல சந்தையிலே பாத்தென். அட, நிண்டு பேச வேணாமய்யா, ஒரு புஞ்சிரிப்புச் சிரிக்கலாமுல்லெ, என்னைய யாருண்டே தெரியாதவ மாருதி தாண்டிப் போயிட்டா. எனக்கு ஒரு நிமுசம் கதக்குண்டு ஆயிருச்சு. கண்ணுக்குக் கண்ணு பாக்குறம்; யாரோ புது ஆளு மாருதி மொகரையெத் திருப்பிக்கிட்டுப் போறாளே பாவிமக.

ஆனாக்கெ, ஒரு நிமுசந்தேன். அப்பறமேட்டு மனசு நிதானப் பட்ருச்சு. விடு, அவ என்னா நம்ப பொஞ் சாதியா. நாம மட்டும் என்னா, அவகூட குடுத்தனம் நடத்துறதுக்கா போனம்? அவளுக்கு ஏதோ தாவந்தம், நம்ப கிட்டெகொட்டித் தீத்துக்கிட்டா. நம்ப அரிப்பெ அவகிட்டெத் தீத்துகிறலே?

ஆனா ஒண்ணுப்பு, அந்தப் பொம்பளெயெ நாஞ் சாகந்தன்னியும் மறக்க மாட்டென். காரணம் என்னா ண்றே, அவ மூக்கு. அம்புட்டுப் பதமான மூக்கே நான் பாத்ததேயில்லே – மனுசக் களுத்துலெ மரங்கொத்தி தலையெப் பொருத்துனாப்புலெ. லேசா ஒரசுனா ண்டா, கன்னத்துலெ கீறல் விளுந்து ரத்தம் கசிஞ்சுரும் பாத்துக்க! . . .

புன்னகையோடு, கண்களைச் சில கணங்கள் மூடியிருந்தார். மானசீகமாக மேற்படித் தாசியுடன் சேர்ந்திருந்தாரோ என்னவோ. முகம் தெரியாத அந்தக் கிழவியுடன் நானுமே அபூர்வமான நெருக்கத்தை உணர்ந்தேன். ஆனால், எனக்குள் தன்னிச்சையாக உருவான சித்திரத்தில் அவள் கிழவியாக இல்லை...

சீதாபதிக்கிழவர் தொண்டையைச் செருமிக்கொண்டார். தரையிறங்கி விட்டார் போல!

. . . ஒன்னாலே, நேத்து ரவெ முளுக்க ஒறக்கமில்லே தம்பி. நாளைக்கி இந்தப் பிள்ளெ வந்து நிக்யுமே – என்னாத்தெச் சொல்லுறது ண்டு ஒரே ரோசனெ. ஆனா, செத்தெ நேரம் பொரண்டுக்கிட்டே கெடந்தனா, தேன்கூட்டுலெ கைய வச்ச மாருதி என்னென்னமோ பொங்கிருச்சு.

அவரிடமே ஒரு தடவை கேட்டுவிட்டேன்:

இத்தனெ கதெ வச்சிருக்கீங்களே அய்யா. இதெயெல்லாம் எளுதி வய்க்கணும்னு தோணலேங்களா?

கண்களை இடுக்கி என்னை உற்றுப் பார்த்தார். அப்புறம் ஆற்றுப் பாலத்தைப் பார்த்தார். தீவிரமான காட்சியைப் படம்பிடிக்க மெல்ல நகரும் காமிரா மாதிரி, இடப்புறமாகச் சுற்றிவந்தது பார்வை. எங்கோ பார்த்தபடி பதில் சொன்னார்:

படிச்சவென் பாட்டெக் கெடுத்தான்
எளுதுனவென் ஏட்டெக் கெடுத்தான்.

மேற்கொண்டு இதைப்பற்றிப் பேச விருப்பமில்லை என்கிற மாதிரி சுழித்திருந்தது முகம். இவ்வளவு ரத்தினச்சுருக்கமாக அவர் எதையுமே சொல்லி முடித்தது கிடையாது!

அப்பிடியாக்கொத்த தத்தாரியாத் திரிஞ்சவன், ஊரு திரும்புனது ஏன் ண்டு கேக்கலியே தம்பி.

என்று ஒருநாள் என்னைக் கேட்டார். உண்மையில் நான் அவரிடம் கேள்விகள் எதுவுமே கேட்கவில்லை. அவருடைய மனப்போக்கில் ஓடட்டும் என்று விட்டுவிட்டிருந்தேன். இந்தக் கேள்வியை அவர் தாமாகவே கேட்டுக்கொண்டது உவகையளித்தது. தொடர்ந்து ஒரு கதைச் சரம் பொங்கும் என்று அனுமானித்தேன். ஆனால், கிழவர் ஏமாற்றிவிட்டார்.

எங்க அப்பென் ஆத்தா இருந்ததுக்கு நாந்தேன் சாச்சி. நாம் போயிட்டேண்டு வச்சிக்க, சீதாபதீண்டு ஒரு ஆள் இருந்தாண்றதே இல்லாமெப் போகுமே? இப்ப சோளராசா இருந்தாருண்டா, அவரு கட்டுன கோவில் நிக்யுது. நாய்க்கர் இருந்ததுக்கு மருதையிலே ஏகப்பட்ட சாச்சியம் இருக்கு. அது மாருதி நாம என்னத்தையாவது செஞ்சு வய்க்கணும்ண்டு ரோசனெ. ஊருக்குள்ளாறெ வந்தவொடனே நெனப்பு மாறிப் போச்சு பாத்துக்க. இந்த ஆத்தாங்கரை வளையிற எடத்துலெ ஒரு கருப்புசாமி கோவிலு இருக்கால்லியா? . . .

அந்த இடம் பிரமாதமானது. கருப்புசாமி வாளோங்கி நின்றிருக்கும் ஓரறைக் கட்டடத்துக்குப் பின்புறம் பிரம்மாண்டமான ஆலமரம் நிற்கிறது. சிலநூறு ஆண்டுகளாவது வயது கடந்திருக்கும் கூடாரம் அது. மரப் பருமன் வளர்ந்துவிட்ட விழுதுகளும், கொள்ளுப்பேரர்களும் எள்ளுப்பேரர்களும் போலத் தொங்கித் தரையை எட்டியிருக்கும் விழுதுக் குச்சங்களும் என்று தன்னளவில் ஒரு நந்தவனமாக இருக்கும் இடம். பந்தலாகப் பரவிய கூரையின் கீழ், குளிர்பதனம் செய்த மாதிரி இருக்கும். எங்கள் இயக்குநர் பாடலின் ஒரு சரணத்தை ஒரு நாள் முழுக்க இருந்து அங்கே எடுத்தார்.

மனசுக்குள்ளே பசுமை – இந்த
மரத்தைப் போலக் குளுமை

என்று நாயகியும்,

காற்றிலென்ன புதுமை – என்னை
விலக்குவதேன் பதுமை

என்று நாயகனும் பாடும் காவிய வரிகள். ஆளுக்கு இரண்டு தடவை பாடுவார்கள்.

. . . அந்த மரத்தெ நட்டவன் இன்னாருண்டு தெரியுமா? இல்லெ, எந்தப் பறவெ போட்ட எச்சத்துலேருந்து வெடிச்சுக் கிளம்பிச்சு ண்டு தெரியுமா? அடப்போடா, என்னமோ வந்தமா இருந்தமா போனமாண்டு இல்லாமே . . .

சீதாபதிக் கிழவரின் குரல் தழைந்தது – தனக்குத்தானே சொல்லிக்கொள்வது போல. 'சகுந்தலாவும், அந்த அம்மாளின் வயிற்றுக்குள்ளேயே முடிந்துபோன வாரிசும் அற்பாயுளில் போகாமல் இருந்திருந்தால் இப்படியொரு ஞானத்துக்கு – அதை ஞானம் என்று சொல்லலாமானால் – வந்து சேர்ந்திருப்பீர்களா பெரியவரே?' என்று தொண்டைவரை உயர்ந்த கேள்வியைப் பிடிவாதமாக விழுங்கிவைத்தேன். அவர் தொடர்ந்து சொன்னார்:

பாக்கப்போனா, சீதாபதீண்றவன் யாரு தம்பி. அவனோடெ மனசுக்கு அவென் நிசம். பிறத்தியானுக்கு? அவென் வெறும் கதெதானே? இப்ப ஒன்னெப்பத்தி எங்கிட்டெச் சொல்ல ஆரமிக்கிறே ண்டு வையி. எனக்கு அது கதெதானே. ஒனக்குக் கொசு கடிச்சா எனக்கு வலிக்கவா செய்யும். செல நேரம் தாங்க முடியாமெப் போச்சுண்டா மனசுல கொஞ்சம் கண்ணுலெ கொஞ்சம் கசியும். அம்புட்டுத்தானே?...

அடேயப்பா! எனக்குப் பரபரவென்றது. ஆனால், எதுவும் சொல்ல வார்த்தைகள் எழவில்லை. நாக்கு புரள மறுத்து அண்ணத்தோடு ஒட்டியிருந்தது. கிழவர் முத்தாய்ப்பாகச் சொன்னார்:

... ஆக, ஒருத்தருக்கொருத்தர் கதையா நடமாடிட்டுப் போய்ச்சேர்றதெத் தவுர வேற மார்க்கமே கெடையாது பாத்துக்க. நாம்ப பேசிக்கிட்டுருக்கோம் ண்றதே, ஒரு கதையெ இன்னோரு கதெ ஒக்காந்து கேக்குது ண்றது தான்!...

அவருடைய குரலில் தளர்ச்சி இருந்த மூன்றாவது சந்தர்ப்பமும் நினைவில் எழுகிறது. தொழில்முறை நிருபர் மாதிரி, பிராயத்துக்கே உரிய துடுக்குடன் நான் அவரைக் கேட்டேன்:

சரி, கிட்டத்தட்ட அறுபது வருஷம் கழிச்சு ஊருக்குத் திரும்பிவந்தீங்களே, அன்னைக்கி மனசு எப்பிடி இருந்தது?

அதெயேங் கேக்குறே தம்பி. எளவு விளுந்த மாதிரி இருந்துச்சு.

அப்பிடியா!

பின்னே, யாவுகத்திலே மிஞ்சியிருந்த ஊருக்கும், நான் வந்து சேந்த ஊருக்கும் ஒரு சம்பந்தமுமில்லே. அக்கா தங்கச்சீண்டு சொல்ற மாதிரிக்கூட சாடை ஒத்துமெ இல்லே. இன்னோண்ணும் சொல்லணுமால்லியா, என் வயசுக்காரன் பேர்பாதிப்பேரு ஊரைவிட்டுப் போயிருந்தான். மீதிப்பேரு

ஒலகத்தெ விட்டே போயிருந்தான். மூணாம் தலெமுறெ வந்தாச்சு. அவுகளுக்கெல்லாம் என்னையும் தெரியாது, அவுக பாட்டனையும் ஒளுங்காத் தெரியாது. சரி, வந்து சேந்துட்டம். இங்கிணயே இருந்துக்கிற வேண்டியதுதான். இன்னொரு தபா ஊர் சுத்தக் கிளம்புற வயசு தாண்டியாச்சு. மொளங்கால் செத்துப்போச்சு. போனாப் போகுது களுதெ, இப்ப நம்ப ஊரே ஊரான் ஊரு மாதிரித்தானே தட்டுப்படுது?! . . .

வெகுநேரம் மௌனமாயிருந்தார். கேள்விகேட்ட நாவை உள்ளூற சபித்துக்கொண்டு நானும் அமைதியாய் உட்கார்ந்திருந்தேன். திடீரென்று கிழவர் புன்னகைத்தார்.

. . . எளவு விளுந்த மாருதி இருந்துச்சு ண்டெனே, நெசமாவே எளவு விளுந்துருந்துச்சு.

புன்னகை சிரிப்பாக மலர்ந்தது.

சொல்லுங்க.

என்றேன்.

ஊருக்குள்ளெ மொளையிறேன் – எதுத்தாப்புலெ சாவு ஊர்வலம் வருது. எங்காத்தா சொல்லும், 'எதுக்கெ பாடெ வந்துச்சுண்டா, நல்ல சகுனம்டா' ண்டு.

ம்.

பத்து நூறுபேரு வாராங்ய. சட்டியிலெ தீயெடுத்துக்கிட்டு அரெக் கிளவன் ஒருத்தன் முன்னாடி வாரான். மொத்தக் கூட்டத்துலெயும் என் வயசுக்கார ண்டு ஒருத்தனும் தட்டுப்படலே. ஆனாக்கெ, ஒரேயொருத்தன் கம்பு ஊணிக்கிட்டு வந்தான். அவங்கிட்டெப் போயி, 'தவறுனது யாரு'ண்டு கேட்டேன். 'பாயாசம் சேர்வாரு'ண்டு பதில் சொன்னான். ஆகா, ஒடம்பு சிலுத்துருச்சு.

அவரு ஒங்க சேக்காளியா?

பின்னே, திண்ணெப் பள்ளிக்கொடத்துலெ, மாதா பிதா குரு தெய்வம் ண்டு கோனார் வாத்தியாரு பாடம் நடத்துறாரு. இந்தப் பய ஒடனே கேட்டான், 'அய்யா பாயாசத்தெ விட்டுட்டீகளே!' அதுக்குப் பெறகுட்டு, அவனெ ராமலிங்கம் ண்டு எவெங் கூப்புட்டான்? பாயாசம்ண்டே பட்டப்பேராயிருச்சு. எங்கிட்டெ பதில் சொன்ன கிளவன் யாரு ண்றே . . . இந்த வெங்கிடுப் பயதேன். அதேன், நம்ம வெளக்கெண்ணெ வெங்கிடு! பிராயத்துலெ தெம்பா

ஓடிச்சாடித் திரிஞ்சவந்தேன்; வயசு ஒரு முளங்காலெ
மொடக்கிப் போட்டுருச்சு...

தொடர்ந்து வெகுநேரம் சிரித்துக்கொண்டேயிருந்தார்.
அவருடைய பார்வையில் தனித்த சம்பவம் என்று ஒன்று
கூட இல்லை என்று எனக்கிருந்த அபிப்பிராயம் உறுதிப்
பட்டது... நானும் சிரித்தேன்.

கடைசிநாள் நடந்த ஒரு நிகழ்ச்சியைச் சொல்லி இந்தப் பகுதியை
நிறைவு செய்வது பொருத்தமாக இருக்கும் என்று தோன்றுகிறது.
அன்றிரவு மதுரையிலிருந்து கிளம்பும் தனியார் பேருந்தில்
துணை நடிகைகளும், நடிகர்களும் சென்னை திரும்பப் பதிவு
செய்திருந்தது பட நிறுவனம். என்னையும் மேஸ்திரி மாதிரி
அவர்களுடன் வரப் பணித்திருந்தார் இயக்குநர்.

கிழவரும் நானும் வழக்கமாக உட்காரும் மரத்தடி, ஊரின்
குறுக்குவெட்டுத் தோற்றத்தை உளவு பார்க்கும் காவல் சாவடி
போல அமைந்த இடம். ஊர் அமைப்பைச் சொன்னால் இது
விளங்கிவிடும். தெற்கில் ஊரின் எல்லையாக ஓடும் கால்வாய்—
சுமார் நூறடி அகலம் இருக்கும். ஊருக்குள் நுழைவதற்கு, கல்
சுவர் கொண்ட பழையகாலப் பாலம் உண்டு.

பதினைந்து மைல் இடைத்தொலைவு கொண்ட இரண்டு
சிறு நகரங்களை இணைக்கும் தார்ச்சாலை, பாலம் ஏறி வந்து,
கிராமத்தை இரண்டாக வகிர்ந்து செல்கிறது. சாலையின்
இரண்டு சிறகிலுமாகப் பரந்து கிடக்கும் கிராமம் அது. கிழக்கே,
அடிவானத்தையொட்டி ஓடும் ரயில் தண்டவாளங்களுக்கு
சுமார் ஐநூறு மீட்டர் தொலைவுவரை சிதறலாக சிறு வீடுகளும்,
குடிசைகளும் நிரவியிருக்கும். வீடுகள் முன்பாதியிலும், குடிசைகள்
மறுபாதியிலும். வீடுகளுக்கிடையில் அங்கங்கே தெரியும்
வெற்றுவெளிகளை நிரப்புகிற மாதிரிக் குடிசைகள் தென்படும்.

இந்தப்புறம், மேற்கே, பெரும்பாலும் மாடி வீடுகளும்,
கடைகண்ணிகளும் என்று அமைந்திருக்கும். இரண்டு
கோயில்களும் உண்டு. அவற்றின் சிறு கோபுரங்கள் பளிச்சென்ற
பஞ்சுமிட்டாய் நிறங்களுடன் துருத்தி நிற்கும். வேலுச்சாமி
விளையாட்டாக ஒருமுறை சொன்னான்:

அடேய் கண்ணா, இந்த ரோடு இருக்கே, இது
சாமானியமானதில்லெடா. மந்திரிகளும், பொருளாதாரப்
புலிகளும் சொல்ற வறுமைக்கோடு இதுதான் பாத்துக்க.
அந்தப்புறம் இருக்குறவுங்க வறுமைக்கோட்டுக்குக் கீளெ

உள்ளவுங்க – வீடுகளையும் குடுசைகளையும் பாத்தாலே தெரியலே!

அவனிடம் இருக்கும் ஆயிரம் எதிர்மறை சமாசாரங்களைத் தாண்டி அவன்மீது எனக்கு அபிமானம் இருப்பதற்கு இம்மாதிரியான வாசகங்கள்தாம் காரணம். எப்போது எதை உதிர்த்துவைப்பான் என்று சொல்ல முடியாது! இன்னொரு முறை சொன்னான்:

உலகத்திலேயே ஜனநாயக முறைப்படி மன்னராட்சி நடக்கும் நாடுகளில் முதன்மையானது இந்தியாதான்!

இதை ஆங்கிலத்தில் சொன்னான். வேலுச்சாமியின் ஆங்கிலம் உத்தமமானது. அவ்வளவு ஞானமும், மொழிநயமும் இருக்கிற ஆசாமி, இப்படி சிங்கிள் டீ, பொறை, பீடி என்று காலங்கழிப்பதன் விதியை அடிக்கடி ஆச்சரியப்படுவேன். ஆனால், இவ்வளவு பெருமைகள் கொண்டவன் கண்களுக்கு சீதாபதிக் கிழவர் முக்கியமானவராக ஏன் படவில்லை என்பது பேராச்சரியம். சரி, ஒவ்வொருத்தர் விருப்பம் ஒவ்வொரு மாதிரி. என்ன சொல்கிறீர்கள்?

விடுங்கள், விட்ட இடத்துக்குத் திரும்பிவிடுகிறேன். நான் மேலே குறிப்பிட்ட சாலையில் பேருந்து நிறுத்தம் இருந்தது. கண்மூடித்தனமான வேகத்தில் விரைந்து, க்ரீச்சென்ற வீறலுடன் அவசரமாக ப்ரேக் போட்டு நின்ற பேருந்திலிருந்து, கோடுபோட்ட அண்டிராயர் தெரிய வேஷ்டியை மடித்துக்கட்டின ஓர் ஆள் இறங்கினார்.

உடனடியாக பீடி பற்ற வைத்தார். அவசர அவசரமாக மரத்தடியை நோக்கி வந்தார். புகைகிற நறுமணத்துடன் எங்களைக் கடந்து சென்று, எருக்கலஞ் செடிக்கொத்து நின்றிருந்த இடத்தில் சிறுநீர் பெய்தார். வெகுநேரமாக, வெகு சிரமப்பட்டு அடக்கி யிருந்திருப்பார் என்று தெரிவித்தது, வலுத்த தாரையின் ஓசை.

திரும்பியவர், எங்களை நெருங்கினார். கிழவருக்கு நேரெதிரில் நின்று, உரத்த குரலில் கேட்டார்:

பெருசு, சின்னக்காளெ ஊர்லெ இருக்கானா?

எந்தச் சின்னக்காளெ?

இது என்னா, லண்டனா? தெரியாதமாருதிக் கேக்குறெ. லாடம் அடிக்கிற சின்னக்காளெயெத்தான் கேக்குறென்.

அந்தப் பயலா, வெவரமாக் கேட்டாத்தானே தெரியும். மொட்டெத் தாதென் குட்டெயிலெ வுளுந்தாண்ற மாருதிக்

கேட்டா? ஊருக்குள்ளெ சின்னக்காளெண்டு மூணுபய இருக்காங்ய. நீ சொல்ற எளந்தாரி காலையிலே மருதெ போற வண்டியிலெ ஏறுன மாருதி இருந்துச்சு. எதுக்கும் அவென் வீட்டுலெ போயிப் பாரு.

சருதாம் போ. அது எங்களுக்குத் தெரியாதாக்கும்?

என்று சடைத்துக்கொண்டு நகர்ந்தவர், மீண்டும் திரும்பி இவர் முகத்தைப் பார்த்தார்.

பெருசு, நீ கருமாத்தூர்லெ டீக்கடெ போட்ருந்த ஆளுதானே? இந்தூருக்கு வந்துட்டியா, அதேன் ரெம்ப வருசமா ஒன்னைய அங்கிட்டுக் காணம். இங்கிணெ கடை எதும் போட்ருக்கியா? அம்முசமா டீ போடுவியெ பெருசு! . . . சாரு, பெருசு போடுறது நம்பூர்க்காரங்ய போடுற டீ கணக்கா இருக்காது. ருசி மணம் எல்லாமே கொஞ்சம் தூக்கலாத்தேன் இருக்கும்! நம்ம பயக டீயா போடுறான், கழுதெ மூத்தரத்தெயில்லே க்ளாஸுலெ ஊத்திக் குடுக்குறான் . . .

என்று என்னைப் பார்த்து முடித்தார்.

கிழவரின் முகத்தில் நான் அதுவரை பார்த்திராத உணர்ச்சிக் கலவை நிலவியது. நிமிட நேரம்தான். பழைய நிலைக்கு மீண்டவர், நிதானமாகப் பதில் சொன்னார்:

அட, அது நான் இல்லப்பு. நீ வேறெ யாராச்சும் அருவந் தெரியாத ஆளுண்டு நெனச்சுட்டியாக்கும்?

என்றார்.

வந்தவர் முழுக்க சமாதானமடையாத முகபாவனையோடு ஊருக்குள் செல்ல நகர்ந்தார். சில நிமிடங்களுக்குப் பிறகுதான் என்னைக் கண்ணுக்குக் கண் பார்த்தார் கிழவர்.

அதற்குள் என்னுள்ளே வானளாவ உயர்ந்திருந்தார்.

அதுவுமே வேண்டியதில்லை என்று இப்போது, இதை எழுதும் போது, தோன்றுகிறது. முழுக்க முழுக்க வட இந்தியாவில் மட்டுமே இருந்தேன் என்று அவர் ஒருதடவைகூடச் சொல்லவில்லையே. மேலும், தமது ஐம்பது வயதுக்குப் பிறகு நடந்தவற்றை அடுத்தமுறை சொல்கிறேன் என்றும் சொல்லியிருந்தாரே.

சாதாரண டீக்கடை வாழ்க்கையில் எத்தனையெத்தனை சுவாரசியங்கள், வசீகரங்கள் ஒளிந்திருந்தனவோ.

❊ ❊ ❊

பின்னுரை

என்னுடைய எழுத்தாள நண்பர் ஒருவருக்கு எதையுமே கொஞ்சம் உரத்துச் சொன்னால்தான் திருப்தி. ஒன்றரை வயதில் தமக்கு நிகழ்ந்தவை பசுமையாக நினைவிருப்பதாகச் சொன்னார். உளவியல் இதை ஆமோதிக்கவும் செய்யலாம் - ஆழ்மனப் பதிவுகள் தொடங்கும் நாளையும் வேளையையும் கறாராக நிர்ணயிப்பது அத்தனை சுலபமல்ல. ஆனால், சிசுக்கால நினைவுகள் அனைத்தும் நடைமுறை செயல்பாட்டுத் தளமான மேல்மனத்தின் தொகுப்பில் முழுக்கச் சேகரமாகி இருப்பதற்கான வாய்ப்பு குறைவு.

இன்னும் ஒருவர், தாயின் வயிற்றிலிருந்து வெளிவந்த மாத்திரத்தில் கேட்ட ஒலிகளும், பார்த்த வெளிச்சமும் தமக்கு நினைவிருப்பதாகக்கூடச் சொல்லலாம். ஆரம்பத்தில் சொன்ன வாக்கியம் காதில் விழுந்தபோது நண்பர் விளையாட்டாய்ச் சொல்கிறாரோ என்று அவர் முகத்தையே ஏக்கமாகப் பார்த்தேன். என்னை ஏமாற்றுவதில் அலாதி இன்பம் கொண்டவர் அவர். மிகத் தீவிரமாக, உண்மையுடன் கைகோத்து நிற்பதற்குத் தம்மைவிட அதிக அருகதை கொண்டவர் கிடையாது என்கிற மாதிரி இருந்தது அந்த முகம்.

நண்பர் அல்லவா, எதிர்ச்சொல் பேசாமல் எனக்கு நானே சமாதானம் கொண்டேன்.

தவிர, கற்பனை, யூகம், அனுமானம், ஞாபகம் என்ற எல்லாச் சொற்களுமே புகைமூட்டம் கொண்டவைதாம். உண்மை என்ற சொல்லையும்

மேற்படிப் பட்டியலில் சேர்த்துக்கொண்டால் போயிற்று! ஆரம்ப இலக்கணத்தில் ஒருபொருட் பன்மொழி என்று படித்ததில்லை?

ஆனால் ஒன்று, ஞாபகத்தின் வீரியத்தைப் பெருமளவு சார்ந்திருக்கிறது புனைகதை எழுத்து.

என்னுடைய ஞாபகத் தொகுப்பு மிகவும் பலவீனமானது. நேற்று நடந்ததை இன்று கேட்டால் திணறிவிடுவேன். திணறல் வெளித்தெரியாதவண்ணம் இட்டுக்கட்டும் சாமர்த்தியம் ஓரளவு உண்டு என்று வேண்டுமானால் சொல்லிக்கொள்ளலாம். ஆனால் மனத்தின் தன்னிச்சையான அலைச்சலில் சிக்கித் தத்ரூபமாக மேலெழும் நினைவுகள் பிரமிப்பூட்டுபவை - இத்தனை ஆண்டுகளாக ஒன்று தேங்கிக் கிடந்த தளம் எது, இப்போது எதற்காக இத்தனை பசுமையாக நினைவில் மீண்டும் நிகழ்கிறது என்பதற்கெல்லாம் நேரடியான தர்க்கம் எதுவும் கற்பித்துவிட முடியாது என்றே படுகிறது.

1961இல் கரட்டுப்பட்டியில் பிறந்தேன். 1972 கல்வியாண்டு முடியும்வரை அங்கே வசித்தேன். ஐந்து வயதில் ஞாபகங்கள் துலக்கமாய்ச் சேகரமாகத் தொடங்கின என்று வைத்துக்கொண்டால் சுமார் ஆறு, ஆறரை வருடங்கள்.

ஓர் ஆயுட்காலத்துக்கான தாதுக்கள் அந்தக் காலகட்டத்தில் உள்ளே இறங்கிப் பதிந்திருக்கின்றன என்பதை நினைத்தால் ஆச்சரியமாக இருக்கிறது. மானசீகத்தில் தேங்கியிருக்கும் கரட்டுப்பட்டிதான் இந்த நாவலுக்கும் ஆதாரமாக இருந்திருக்கிறது - என்பது இறுதியாக ஒருமுறை திருத்தியெழுதி முடித்த சமயத்தில் படுகிறது.

சென்னை மாநகரத்தில் வந்து குடியமர்ந்து இருபது வருடங்களுக்கும் மேல் ஆகிவிட்டது. இந்த நகரத்தைக் களமாக வைத்து ஒரு புனைகதை என்னால் எழுத முடியுமா என்று தீர்மானமாகத் தெரியவில்லை. ஒருவேளை இங்கிருந்தும் இடம் பெயரும் பட்சத்தில், போதுமான தொலைவும் கால இடைவெளியும் உருவாகும் பட்சத்தில் முடியலாமோ என்னவோ.

தவிர, பௌதிக அளவில் மனிதர்களுக்கு வசிக்கக் கிடைத்த தலத்தின் கச்சிதமான வரைபடம் ஒன்றை உருவாக்குவதல்ல புனைகதை என்பது என் நம்பிக்கை. சுற்றுலாக் கையேடு போல நுட்பமான தகவல்கள், இடக் குறிப்புகளின் பிரகாரம் புதிய பயணி தடுமாறாமல் புழங்க வசதி செய்வது அல்ல - பார்க்கப்போனால், முடிந்தவரை அவனைக் குழம்பவும் தடுமாறவும் வைப்பதுதான் கலையின் பணி.

சுற்றிப்பார்க்க வந்த இடத்தை மாயப்பரப்பாக ஆக்கிக் காட்டுவதன் மூலம், தான் நிரந்தரமாக வசிக்கிற, சுவாதீனமாக உணர்கிற இடத்தையும் மாயப் புனைகளமாக அவனை உணரவைத்துவிட்டால் இன்னும் உத்தமம். கலையின் ஆதார நோக்கங்களில் ஒன்றையேனும் மதிக்கத்தக்க சதவீதத்துக்கு நெருக்கமாக நிறைவேற்றிவிட்ட திருப்தியை எட்டலாம்.

உண்மையில், என்னுடைய புனைகதைகளில் ஒவ்வோர் அங்குலமாக நான் திட்டமிட்டு உருவாக்கும் கரட்டுப்பட்டியும் அதன் மனிதர்களும் அங்கே இல்லை என்பதுதான் எத்தனை சுவாரசியம் அளிக்கிறது!

புனைகதைகளின் மெல்லிய கோட்டுவடிவமே முதலில் எனக்குள் உருவாகிறது. எழுத ஆரம்பிக்கும்போது எந்தவிதமான திட்டமும் வரையறையும் இருப்பதில்லை. மனப்போக்கில் எழுதிக் கொண்டே போகும்போது பல வேளைகளில் எனக்கே ஆச்சரியமாய் இருக்கிறது - இப்படி ஒரு கதாபாத்திரம், இப்படி ஒரு சம்பவம் முன்பே எனக்குள்ளிருந்ததா என்ன!

நாவல் என்ற மகாவடிவத்தின் வலிமைகளில் ஒன்று இது. அளவில் சிறியதாகப் பார்வைக்குத் தெரியும் சாதாரணத் துணிப்பட்டை, பூமியின் இந்தக் கோடியிலிருந்து அந்தக் கோடிவரை இழுபடும் எலாஸ்டிக் தன்மை கொண்டுவிடுவது மாதிரி மறுப்பின்றி நீளவும் குறுகவும் வல்லது நாவல். இத்தனை சலுகையும் நமக்கேவா என்ற பேராச்சரியம் தருவது. எந்தவிதமான விஷமங்களுக்கும் வீரியங்களுக்கும் பெற்ற தாய் போல இடமளிக்கும் பெருமனம் கொண்டது.

எதை வேண்டுமானாலும் உள்ளே செருகலாம்; எதை வேண்டுமானாலும் வெளியே உருவலாம்; பேசவிருக்கும் சமாசாரத்தின் பின்னணி பற்றியும், பேச விழைந்ததன் உத்தேசம் பற்றியுமான பிரக்ஞை தம்பூராச் சப்தம் போலப் பின்னணியில் இருக்கும்பட்சத்தில இலகுகு தவறாமலே அவற்றைச் செயல்படுத்தலாம் என்பதை உலகெங்கிலுமுள்ள நாவலாசிரியர்கள் இன்றுவரை நிரூபித்து வருகிறார்கள்.

தவிர, கதைசொல்ல நான் தேரும் உருவம் அதிசுதந்திரமானது. எங்கே வேண்டுமானாலும் தொடங்கலாம் - எங்கே வேண்டுமானாலும் முடிக்கலாம். ஆனால், ஆழ்மனம் நானே அறியாத திட்டங்களைக் கைவசம் வைத்திருக்கிறது. நான் செய்யவேண்டியதெல்லாம் அது ரகசியமாக விடுக்கும் கட்டளைகளைக் கூர்மையாகக் கவனிப்பது மட்டுமே. கைப்பழக்கமும், நாளதுவரை சேர்ந்து வந்திருக்கும்

மொழியறிவும் - இவற்றின் பலவீனங்களையும் உள்ளடக்கித்தான் - அந்த அவதானங்களைப் பதிவதற்கு உறுதுணையாக இருக்கின்றன. அவ்வளவே.

அத்துவானத்திலிருந்து தாளுக்கு இடம் பெயரும் வாக்கியங்களை உருவாக்குவது பருண்மையாகப் புரிந்துகொள்ளக்கூடிய பிரக்ஞை பூர்வமான செயல்தானா என்பது விவாதத்துக்குரியது. ஆனால், அப்படி முழுக் கட்டுப்பாட்டுடன், இலக்கு பற்றிய துல்லியத்துடன் எழுதப்படும் புனைகதைகள் கட்டுரையின் சாயல் கொண்டிருக்கும். வாசிக்கும் மனத்தைத் தனக்குள் இயல்பாக முழுமையாகத் தோயவிடாமல் தடுக்கும்.

மேற்படித் தன்னிச்சை ஓட்டம் காரணமாகவே எழுதி முடித்த எந்தப் படைப்பையும் முழுமையாகச் சொந்தம் கொண்டாடுகிற ஆசை இருக்க மாட்டேனென்கிறது. திட்டம் போட்டுப் படைத்தால் தானே அப்படியோர் உறுதி இருக்கும். அதனால், நாவலில் இன்ன இடம் சரியில்லை என்று யாராவது விமர்சிக்கும்போது புண் கொள்ளாமல், நிஜமான புன்னகையுடன் கடந்து செல்ல முடிகிறது.

இன்னொன்றும் சொல்ல வேண்டும். என்னுடைய கதாபாத்திரங்களின் மெல்லிய கோட்டுச் சித்திரத்தை மட்டுமே நான் உருவாக்குகிறேன் - அவர்களின் நடவடிக்கைகளை, உரையாடல்களை, உணர்ச்சிப் பெருக்குகளை, உணர்வு வறட்சிகளை அவர்கள் தாமே நிகழ்த்திக்கொள்கிறார்கள். நடைமுறை வாழ்வில் சந்திக்கும் மனிதர்களை வேண்டுமானால் நாம் கையாளலாம். புகைவடிவாக ஊற்றெடுக்கும் ஆசாமிகளை வேடிக்கை மட்டுமே பார்க்க முடிகிறது.

வழக்கம் போலவே சீதாபதிக் கிழவர் எனக்குள் எப்போது உதித்தார் என்பதைத் துல்லியமாகச் சொல்ல முடியாது. விந்துத் துளியின் லட்சக்கணக்கான அணுக்களில் கருமுட்டையின் கோட்டையை உடைத்து உள்ளே நுழைந்த ஒற்றை மாவீரத் துகள் எது என்பதையும் அது நுழைந்த தருணத்தையும் ஆகத் துல்லியமாக யாரால் கணிக்க முடியும். ஆனால், கருப்பையின் வெதுவெதுப்பிலும், பின்னர் வெளியுலகின் பாட்டைகளிலும் அதுகொள்ளும் வளர்சிதை மாற்றங்களை, அதன் பரிணாமப் பெருக்கை சாவதானமாக வேடிக்கை பார்க்கலாம்.

வாலிபப் பிராயத்தின் அவசரத்தில் குடும்பம், மாதச்சம்பளம் என்கிறமாதிரியான அமைப்புகளினுள் நுழைந்து உட்புறம் தாழிட்டுக்கொண்டவன் நான். குளிர்நாட்களில் பாதுகாப்பின் வெதுவெதுப்பும், மழைநாட்களில் தலைநனையாமல் பராக்குப் பார்க்கும் சௌகரியமும் தரும் அமைப்புகள் அவை. வேனல்

நாட்களில் கடும் புழுக்கம் தருவதும் இயல்புதான். எனக்கு அவற்றின்மீது புகாரொன்றும் இல்லை. பருவகாலத்தைப் பொறுத்து அவற்றைத் தளைகள் என்று ஒரு சமயமும், காவல் அரண் என்று இன்னொரு சமயமும் உணர்ந்தவாறு அரை நூற்றாண்டைக் கழித்துவிட்டேன்.

ஆனாலும், இட்டு நிரப்பப்படாத பள்ளம் ஒன்றில், மாற்று வாழ்க்கை ஒன்றைப் பற்றிய கனவும் இருந்து வந்திருக்கவேண்டும். அது ஒருசமயம் ஆறுதலாகவும், இன்னொரு சமயம் சுமையாகவும் மாறிமாறித் தோற்றம் தரக்கூடியது.

மேற்படிக் கனவின் மானுட உருவம்தான் சீதாபதிக் கிழவர் என்று தோன்றுகிறது.

அப்புறமென்ன, அவர் பேசத் தொடங்கியவுடன் நான் கேட்கத் தொடங்கிவிட்டேன் - கமலக்கண்ணனாக இருந்து அல்ல. அப்புறம் அவன் பேசுவதை யார் கேட்டுப் பதிவுசெய்வது!

சாதாரணமாக ஒரு நாவலை எழுதிமுடிக்க எனக்கு ஒன்று முதல் இரண்டு வருடங்கள் வரை பிடிக்கிறது. பிறகு எனக்கே அந்நியமாகும் அளவு இடைவெளி விடுத்து, திருத்தியெழுதுவதற்கு ஒரு வருடம் போலப் பிடிக்கும். இவ்வளவு நிதானமாக வேலை பார்த்தும் அச்சுப் பிரதியாகப் புத்தகம் வெளியானதும், 'அடடா, இதைச் சேர்த்திருக்கலாமே, அல்லது இதைத் தவிர்த்திருக்கலாமே' என்று புதியபுதிய பட்டியல்கள் உருவாகத்தான் செய்கின்றன. இந்த மறுபரிசீலனையில்தான் எழுதுவது என்ற வேலையே உயிர் வைத்திருக்கிறதோ என்றும் தோன்றும்.

இந்த நாவல் மட்டும் விதிவிலக்காகுமா என்ன!

விடுபட்டவற்றை அடுத்த நாவலில் பார்த்துக்கொள்ள வேண்டியதுதான்.

வழக்கமாக என்னுடைய எழுத்துக்களை, அவை உருவாகும் நாட்களிலேயே படித்து, கருத்துத் தெரிவித்து, சிலவேளை தொகுத்துக்கொள்ள உதவவும் செய்கிறவன் தண்டபாணி. இந்த நாவலின்போது அடிக்கடி விவாதிக்க வாய்ப்பில்லாமல் போனது. இறுதிவடிவத்தைத்தான் அவனால் படிக்க முடிந்தது. உறவுநிலையில் ஒரு குழப்பமும் இல்லை. அது எங்கள் இருவரையும் மீறி எவ்வளவோ தொலைவு போயாகிவிட்டது. தவிர, என்னுடைய குறைபாடுகள் அனைத்தும் முறையாக நிரப்பப்பட்ட, எனது மாற்று வடிவமாகவே

அவனைக் கருதுகிறேன். என்ன, முன்னமே நான் குறிப்பிட்ட தளைகளில் எதுவோ அவனை இறுக்கிப்போட்டிருக்கலாம் என்று எண்ணிக்கொள்கிறேன்.

தண்டபாணியின் இருக்கையில் வேகவேகமாக வந்து அமர்ந்து, இந்த நாவலின் பகுதிகளை அவ்வப்போது வாசித்து உற்சாக மூட்டியவர் சுகுமாரன். இறுதி வடிவத்தை முதலில் படித்தவரும் அவர்தான்.

இருவருக்கும் நன்றி சொல்வது வெற்று உபசாரமில்லை – வெறும் கடமையும் இல்லை. மூச்சுவிடுவதுபோல அவ்வளவு தன்னியல்பான காரியம்.

பிரசுரம் பற்றிய கவலைகள் என்னை அணுகாதபடி பார்த்துக் கொள்ளும் காலச்சுவடு பதிப்பகத்துக்கும், எனது எழுத்துக்களை அக்கறையும் ஆசையுமாக நூலாக்கித் தரும் சுபாவுக்கும் என் நெஞ்சார்ந்த நன்றிகள்.

'72இல் ஊரைவிட்டு வெளியேறியது எங்கள் குடும்பம் என்று குறிப்பிட்டேன். மூட்டையைக் கட்டக் காரணம் மிகவும் நேரடியானது - அகாலமாய் நேர்ந்த என் தகப்பனாரின் மரணம். கதைக்களஞ் சியமாக விளங்கியதோடு, தம் வசமிருந்த கதைகளை சுவாரசியமாக விரித்துச் சொல்லும் திறனும் கொண்டிருந்தவர். பின்னோக்கிய பார்வைக்கு, பின்னாளில் என்னை மயக்கிய போர்ஹேஸ், மார்க்கேஸ், இஸ்மாயில் காதர் போன்ற மேதைகளுக்கு எந்த விதத்திலும் சளைக்காதவர்.

அவர் எனக்குச் சொன்ன கதைகளின் பட்டியல் வெகு நீளமானது. ராமாயணம், மகாபாரதத்தின் எளிய கோட்டு வடிவத்தில் தொடங்கி, 'அரிச்சந்திர புராணம்', 'நள-தமயந்தி கதை' என்று மரபான கதைகள், 'திருவாழத்தான் கதை', 'கருவக்கட்டை கதை' என்று செவிவழிக் குறுங்கதைகள்வரை ஏகப்பட்டது சொல்லியிருக்கிறார். அநேகக் கதைகள் இன்னமும் நினைவிருக்கின்றன. கையும் காலும் கட்டப்பட்ட திருவாழத்தான் ஆற்றில் இழுபட்டுப் போகும்போது பாடுவான்:

பாட்டாளன் மகன் போறேன் பாடி ஓடிப் பிடி
தேட்டாளன் மகன் போறேன் தேடி ஓடிப் பிடி

யாராவது காப்பாற்றி, கரையில் தன்னுடைய திரிசமனை அரங்கேற்றி, காப்பாற்றியவரே மறுபடி கையைக் காலைக் கட்டித் தண்ணீரில் வீசுகிற மாதிரி நடந்துகொள்வான் திருவாழத்தான். மீண்டும் தண்ணீரில் வீழ்ந்துவிட்டான் என்றானவுடனே மேற்படிப் பல்லவியை

அப்பாவை விட உரத்த குரலில் உற்சாகமாகப் பாடுவேன் - இந்த மாதிரி உதிரிப் பாடல்களுக்கும் மெட்டு உண்டு அப்பாவிடம்!

ராமநாடக் கீர்த்தனைகள், வில்லிபாரதப் பாடல்கள் துணையுடன் தான் கதைகள் சொல்வார்.

ராமா இப்படிச் செய்யலாமா – இது
ராவண சம்ஹாரம்தானா

என்று தாடகை பாடுவாள் – சஹானா ராகத்தில். இப்படித்தான் கதைகளும் இசையும் ஒருசேர என் பால்யத்துக்குள் கரைபுரண்டோடின...

இன்றிருந்தால் நூற்றாண்டு கடந்திருப்பார். ஆனால், தாம் என்னைவிட்டுச் சென்ற அறுபத்தோராம் வயதில் நிலைத்து, இன்று வரை என்னுடன் உரையாடிக்கொண்டிருக்கிறார் என் அப்பா. இந்த நாவலை எழுதிவந்த நாட்களிலும், நள்ளிரவுகளிலும், குளிர்மண்டிய அதிகாலைகளிலும் என்னுடன் இருந்து உத்வேகமளித்து வந்தார் அவர். 'ஈடு செய்ய முடியாத இழப்பு' என்ற வாக்கியத்தை எங்கே வாசிக்க நேர்ந்தாலும் அப்பாவின் நினைவு உடனடியாகத் ததும்பி, என் கண்கள் நிரம்பிவிடுகின்றன. அவருடைய மானசீக முன்னிலையில் நான் சின்னஞ்சிறுவனாக ஆகிவிடுகிறேன்.

என் அபிமானக் கதைசொல்லியான என் தகப்பனாரின் பாதங்களைவிட இந்த நாவலைச் சமர்ப்பிக்கப் பொருத்தமான இடம் ஒன்று இருக்க முடியாது.

நன்றி, அப்பா..!

சென்னை **யுவன் சந்திரசேகர்**

27.11.2015